ಛಂದ ಪುಸ್ತಕ

ಓದಿ ಓದಿ ಮರುಳಾಗಿ!

ಅಗೆದಷ್ಟೂ ನಕ್ಷತ್ರ

ಕಾದಂಬರಿ

ಸುಮಂಗಲಾ

agedashtu nakshatra
-A Novel in Kannada
by Sumangala
Published by Chanda Pustaka,
I-004, Mantri Paradise,
Bannerughatta Road, Bangalore-560 076
ISBN: 978-93-84908-44-7

ಮೊದಲ ಮುದ್ರಣ: 2018

ಮುಖಪುಟ, ಒಳಚಿತ್ರಗಳು: ಸೌಮ್ಯ ಕಲ್ಯಾಣಕರ್
ಕರಡು ತಿದ್ದುವಿಕೆ: ಜ್ಯೋತಿ ಮಹಾದೇವ್
ಪುಟಗಳು: 192 ಬೆಲೆ: ₹ 230
ಕಾಗದ: ಎನ್ಎಸ್ ಮ್ಯಾಪ್ಲಿತೊ 70 ಜಿಎಸ್ಎಂ, 1/8 ಡೆಮಿ

ಪ್ರತಿಗಳಿಗಾಗಿ ಸಂಪರ್ಕಿಸಿ:

ಛಂದ ಪುಸ್ತಕ
ಐ–004, ಮಂತ್ರಿ ಪ್ಯಾರಡೈಸ್
ಬನ್ನೇರುಘಟ್ಟ ರಸ್ತೆ
ಬೆಂಗಳೂರು–560 076
ಸೆಲ್: 98444 22782
me@vasudhendra.com

ಮುದ್ರಣ:

ಟ್ರಿನಿಟಿ ಅಕಾಡೆಮಿ, ಕುಡ್ಲು ಗೇಟ್, ಹೊಸೂರು ರಸ್ತೆ, ಬೆಂಗಳೂರು

ಸುಮಂಗಲಾ

1968ರಲ್ಲಿ ಜನಿಸಿದ ಸುಮಂಗಲಾ ಮೂಲತಃ ಸಾಗರದವರು. ರಸಾಯನ ಶಾಸ್ತ್ರದಲ್ಲಿ ಸ್ನಾತಕೋತ್ತರ ಪದವಿ ಪಡೆದ ನಂತರ ಕೆಲವು ವರ್ಷಗಳ ಕಾಲ ಬಿಜಾಪುರದಲ್ಲಿ ಉಪನ್ಯಾಸಕರಾಗಿ ಕೆಲಸ ಮಾಡಿದ್ದಾರೆ. ಈಗ ಬೆಂಗಳೂರಿನಲ್ಲಿ ವಾಸ ಮತ್ತು ಕೆಲಸ. 'ಸೀತಾಳೆ ಹೂ ಮತ್ತು ಇತರ ಕಥೆಗಳು', 'ಜುಮರು ಮಳೆ', 'ಕಾಲಿಟ್ಟಲ್ಲಿ ಕಾಲುದಾರಿ' ಮತ್ತು 'ಹನ್ನೊಂದನೇ ಅಡ್ಡರಸ್ತೆ' – ಇವರ ಪ್ರಕಟಿತ ಕಥಾ ಸಂಕಲನಗಳು. 'ಪಂಡಿತ್ ರಾಜೀವ ತಾರಾನಾಥ: ಜೀವನರಾಗ' ಇವರು ಸಂಪಾದಿಸಿದ ಜೀವನ–ಕಥನ. ನೊಬೆಲ್ ಪ್ರಶಸ್ತಿ ವಿಜೇತ ಕೃತಿ 'ವಾಯ್ಸ್ ಫ್ರಮ್ ಚರ್ನೋಬಿಲ್: ದಿ ಓರಲ್ ಹಿಸ್ಟರಿ ಆಫ್ ಎ ನ್ಯೂಕ್ಲಿಯರ್ ಡಿಸಾಸ್ಟರ್' ಅನ್ನು 'ಚರ್ನೋಬಿಲ್ ಪ್ರಾರ್ಥನೆ' ಎಂದು ಕನ್ನಡಕ್ಕೆ ಅನುವಾದಿಸಿದ್ದಾರೆ. 'ಇನ್‌ಫೋಸಿಸ್ ಪ್ರತಿಷ್ಠಾನ ಪ್ರಶಸ್ತಿ', 'ಡಾ. ಬೆಸಗರಹಳ್ಳಿ ರಾಮಣ್ಣ ಪ್ರಶಸ್ತಿ', 'ಮಾಸ್ತಿ ಸಾಹಿತ್ಯ ಪುರಸ್ಕಾರ' ಮತ್ತು 'ಬೇಂದ್ರೆ ಸಾಹಿತ್ಯ ಪ್ರಶಸ್ತಿ' ಇವರ ಪುಸ್ತಕಗಳಿಗೆ ದೊರಕಿವೆ. ವಿಜಯ ಕರ್ನಾಟಕ – ಅಂಕಿತ ಆಯೋಜಿಸಿದ ಸಣ್ಣಕಥಾ ಸ್ಪರ್ಧೆಯಲ್ಲಿ ನಿರಂತರವಾಗಿ ಮೂರು ವರ್ಷ ಇವರಿಗೆ ಬಹುಮಾನ ದೊರಕಿದೆ.

sumangalagm@gmail.com | 94806 14631

ಎಷ್ಟೆಲ್ಲ, ಏನೆಲ್ಲ ಅವಮಾನದ ಗಳಿಗೆಗಳು...
ಕುಸಿದು ಪಾತಾಳಕ್ಕಿಳಿಯುವಂತೆ ಮಾಡಿದ ಗಳಿಗೆಗಳು...
ಪಾತಾಳದಿಂದ ಮತ್ತೆ ಮೇಲೆ ಚಿಮ್ಮುವಂತೆ ಮಾಡಿದ
ಅಕ್ಷರ ಜೀವಪ್ರೀತಿಯ ಆಸರೆಗೆ...

ಪಯಣದೊಳು ಅಲ್ಲಲ್ಲಿ ಜೊತೆಯಾದವರ ನೆನೆಯುತ್ತ...

ನಾನು ಇತಿಹಾಸದ ವಿದ್ಯಾರ್ಥಿನಿಯಲ್ಲ, ಆದರೆ ಉತ್ಖನನದ ಕುರಿತು ಸಣ್ಣ ಕುತೂಹಲ, ಒಂದು ಅಚ್ಚರಿ ನನ್ನೊಳಗೆ ಹಬ್ಬಿದ್ದು ವಿನಾಕಾರಣ. ಉತ್ಖನನ ಮಾಡುವ ಜಾಗಕ್ಕೆ ಖುದ್ದು ಹೋಗಿ ನೋಡಬೇಕು ಎನ್ನುವ ಹಂಬಲ ನನ್ನಿಡಿಯಾಗಿ ಆವರಿಸಿ, ನಾನು ಮತ್ತು ಮಗರಾಯ ಧೋಲಾವೀರಾಕ್ಕೆ ಹೋಗಿದ್ದೆವು. ಏನಾದರೂ ಬರೆಯಬೇಕೆಂಬ ಅಥವಾ ಮಾಡಬೇಕೆಂಬ ನಿರ್ದಿಷ್ಟ ಉದ್ದೇಶವಿಲ್ಲದೇ, ಒಂದು ಅನುಭವಕ್ಕೆ ತೆರೆದುಕೊಳ್ಳಲು ಹೋಗಿದ್ದು. ಆ ಪ್ರವಾಸಕ್ಕೆ ಸಹಕರಿಸಿದ ಸುಂದರ ಸರ್‌ಗೆ ಮತ್ತು ನಮಗೆ ಧೋಲಾವೀರಾದ ಭೋಂಗಾದಲ್ಲಿ ಉಳಿಯಲು, ಓಡಾಡಲು ಅನುವು ಮಾಡಿಕೊಟ್ಟ ಪ್ರೊ. ಬಿಷ್ಟ್ ಅವರಿಗೆ ಆಭಾರಿಯಾಗಿರುವೆ.

ಉತ್ಖನನದ ಹಿನ್ನೆಲೆಯಿಟ್ಟುಕೊಂಡು ಏನೋ ಬರೆಯೋಣ ಎಂದು ಶುರುಮಾಡಿಕೊಂಡಿದ್ದು ಮೂರ್‍ನಾಲ್ಕು ವರ್ಷದ ಹಿಂದೆ. ಆದರೆ ಏನು ಎಂಬ ಸ್ಪಷ್ಟತೆಯಿಲ್ಲದ ಕಾರಣ, ಜೊತೆಗೆ ಕಾದಂಬರಿಯಂತಹ ದೊಡ್ಡ ಕ್ಯಾನ್ವಾಸಿನ ಮೇಲೆ ಅಕ್ಷರಬಣ್ಣ ಬಳಿಯುವ ಧೈರ್ಯ ನನಗಿಲ್ಲದೇ, ಹತ್ತಿಪ್ಪತ್ತು ಪುಟ ಬರೆದವಳು, ಅದನ್ನು ಹಾಗೆಯೇ ಬಿಟ್ಟು ತೆಪ್ಪಗಾದೆ.

ಕಳೆದ ವರ್ಷ ತುಸು ಹೊಳಹುಗಳು ಅಸ್ಪಷ್ಟವಾಗಿ ತೆರೆದುಕೊಳ್ಳುತ್ತ... ಮತ್ತೊಮ್ಮೆ ಲೋಥಲ್ ಹಾಗೂ ಧೋಲಾವೀರಾ ನೋಡಿ ಬರುವ ತುಡಿತ ತಡೆಯಲಾಗದೇ ಒಬ್ಬಳೇ ಮತ್ತೆ ಅಲ್ಲೆಲ್ಲ ಓಡಾಡಿ ಬಂದೆ. ಆಗಲೂ ಬರವಣಿಗೆಯ ಏನು, ಹೇಗೆ ಇತ್ಯಾದಿಗಳು ಯಾವುದೂ ನನ್ನೊಳಗೆ ಗಟ್ಟಿಗೊಂಡಿರಲಿಲ್ಲ. ಈ ಸಲದ ಪ್ರವಾಸಕ್ಕೆ ಸಹಕರಿಸಿದ್ದು ಪುರಾತತ್ವ ಇಲಾಖೆಯ ವಡೋದರ ಭಾಗದ ಅಧಿಕಾರಿ ರಾಹುಲ್ ಭೋಸ್ಲೆ ಮತ್ತು ಅವರ ಮೂಲಕ ಪರಿಚಿತರಾದ ರಾಜುಭಯ್ಯಾ ಹಾಗೂ ಬಹಾದುರ್. ಈ ಮೂವರಿಗೂ ಪದಗಳಲ್ಲಿ ಕೃತಜ್ಞತೆ ಹೇಳುವುದು ಕಷ್ಟ.

ಮೂರು ವರ್ಷದ ಹಿಂದೆ ಮಂಡ್ಯ ಜಿಲ್ಲೆಯಲ್ಲಿ ಹೆಚ್ಚಿನ ಸಂಖ್ಯೆಯ ಸಣ್ಣರೈತರು ಸಾಲದ ಸುಳಿಯಿಂದ ಹೊರಬರಲಾಗದೇ, ಯಾವ ಆಸರೆಯೂ ದಕ್ಕದೆ ಆತ್ಮಹತ್ಯೆಗೆ

ಶರಣಾಗಿದ್ದರು. ಅಂತಹ ಐದು ರೈತರ ಮನೆಗೆ ಹೋಗಿ ಮಾತನಾಡಿಸಿ ಬಂದಿದ್ದೆ. ಏನೋ ಮಾಡಬೇಕೆಂದುಕೊಂಡಿದ್ದು, ಸಾಧ್ಯವಾಗದೇ ಕೈಚೆಲ್ಲಿದ್ದೆ. ಆ ರೈತ ಕುಟುಂಬಗಳು ನನ್ನೆದುರು ಹರಡಿದ್ದ ಒದ್ದೆಗಣ್ಣಿನ ಸಂಕಟದ ಕ್ಷಣಗಳು ನೆನಪಾದಾಗೆಲ್ಲ ಅಸಹಾಯಕ ಕುದಿತವೊಂದು ನನ್ನ ಆವರಿಸಿಕೊಳ್ಳುತ್ತದೆ. ಆಗಿನ ಮಂಡ್ಯ ಓಡಾಟವನ್ನು ಸಾಧ್ಯಗೊಳಿಸಿದ್ದು ಡಾ. ವಾಸು. ಮೊದಲ ಪರಿಚಯದಲ್ಲೇ ಸಹಾಯಹಸ್ತ ಚಾಚಿದ ಅವರನ್ನು, ಜೊತೆಗೆ ಆ ಕಡುಕಷ್ಟದ ದಿನಗಳಲ್ಲಿಯೂ ನನ್ನೆದುರು ಮನದ ಬೇಗುದಿಯನ್ನು ಹಂಚಿಕೊಂಡ ಐದು ಕುಟುಂಬಗಳ ಹೆಣ್ಣುಮಕ್ಕಳನ್ನು ಈ ಸಂದರ್ಭದಲ್ಲಿ ಕೃತಜ್ಞತೆಯಿಂದ ನೆನಪಿಸಿಕೊಳ್ಳುತ್ತಿರುವೆ.

ಕಾದಂಬರಿಯ ಹಸ್ತಪ್ರತಿಯನ್ನು ಮೊದಲು ಓದಿ, ಅಭಿಪ್ರಾಯ ಹಾಗೂ ಸಲಹೆಯನ್ನು ನೀಡಿದ ರಾಜಲಕ್ಷ್ಮಿ ಕೋಡಿಬೆಟ್ಟು, ಗುರುಪ್ರಸಾದ್ ಕಾಗಿನೆಲೆ, ನಾಗರಾಜ ವಸ್ತಾರೆ, ಪೃಥ್ವಿ ಕವತ್ತಾರು, ವಸುಧೇಂದ್ರ ಅವರಿಗೆ ಆಭಾರಿಯಾಗಿರುವೆ. ಇದರಲ್ಲಿ ಬಳಕೆಯಾಗಿರುವ ಮಂಡ್ಯದ ಕಡೆ ಭಾಷೆಯನ್ನು ನೋಡಿ, ಅಲ್ಲಿ ಇಲ್ಲಿ ತಿದ್ದುಪಡಿ ಮಾಡಿದ್ದು ರಾಜೇಂದ್ರ ಪ್ರಸಾದ್. ಧಾರವಾಡದ ಕಡೆಯ ಭಾಷೆಯನ್ನು ನೋಡಿ, ಅಲ್ಲೊಂದು ಇಲ್ಲೊಂದು ತಿದ್ದುಪಡಿಯನ್ನು ಫೋನಿನಲ್ಲಿ ಹೇಳಿದವರು, ಟಿ ಎಸ್ ಗೊರವರ್. ತಮ್ಮ ಏನೇನೋ ಕೆಲಸದ ಒತ್ತಡದ ನಡುವೆ, ಆಸಕ್ತಿಯಿಂದ ತಿದ್ದುಪಡಿಗೆ ಸಹಕರಿಸಿದ ಇವರಿಬ್ಬರಿಗೂ ಕೃತಜ್ಞತೆಗಳು.

ನನ್ನ ಮೂರು ಕಥಾ ಸಂಕಲನಗಳನ್ನು ಪ್ರಕಟಿಸಿದ ವಸುಧೇಂದ್ರ ಇದನ್ನೂ ಅಷ್ಟೇ 'ಛಂದ'ವಾಗಿ ಹೊರತಂದಿದ್ದಾರೆ. ಅವರು ಪ್ರಕಟಿಸುತ್ತೇನೆ ಎಂದ ಮೇಲೆ ನಾವು ಬರೆಯುವವರಿಗೆ ಪುಸ್ತಕ ಕುರಿತ ಉಳಿದಾವ ತಲೆಬಿಸಿಗಳೂ ಇರುವುದಿಲ್ಲ! ಅವರ ವಿಶ್ವಾಸಕ್ಕೆ ಆಭಾರಿಯಾಗಿರುವೆ.

ಬದುಕಿನ ಹೆಜ್ಜೆಗಳನ್ನು ತುಸು ಹಗುರಾಗಿಸುವ ಮಗ ಮತ್ತು ನಮ್ಮನೆಯ ಬೆಕ್ಕಣ್ಣನನ್ನು ಮೊದಲ ಕಾದಂಬರಿ ಮುದ್ರಣಕ್ಕೆ ಹೋಗುವ ಈ ಘಳಿಗೆಯಲ್ಲಿ ಮರೆಯುವುದುಂಟೇ...

ಕೊನೆಯದಾಗಿ ಒಂದು ತಮಾಷೆಯನ್ನು ನೆನಪುಮಾಡಿಕೊಳ್ಳದೇ ಇದನ್ನು ಮುಗಿಸುವಂತಿಲ್ಲ!

ಕಾದಂಬರಿಯ ಹಸ್ತಪ್ರತಿ ಓದಿದ ನಂತರ ಅಮೆರಿಕದಿಂದ ಫೋನು ಮಾಡಿ ಮಾತನಾಡಿದ ಗುರುಪ್ರಸಾದ್ ಕಾಗಿನೆಲೆಯವರು ತಮ್ಮ ಅಭಿಪ್ರಾಯವನ್ನು ಸವಿಸ್ತಾರವಾಗಿ ತಿಳಿಸಿ, ಮತ್ತೆ ಒಂದೆರಡು ಕಡೆ ಏನು ಸರಿಪಡಿಸಬಹುದು ಯೋಚಿಸಿ ಎಂದು ಸಲಹೆ ನೀಡಿದ ನಂತರ, "ಅದ್ಸರಿ, ಆ ಮಹೀ ಕೂತಕೂತಲ್ಲೇ ನಿದ್ರೆ ಮಾಡ್ತಾನಲ್ಲ... ಅಂವಾ ಯಾಕೆ ಅಷ್ಟು ನಿದ್ರೆ ಮಾಡ್ತಾನ್ರೀ" ಎಂದು ಕೇಳುತ್ತಲೇ ಜೋರಾಗಿ ನಗತೊಡಗಿದರು.

"ಹೌದಾ" ಎನ್ನುತ್ತಲೇ ತೆರೆದೇ ಇದ್ದ ಫೈಲಿನಲ್ಲಿ ಫಟಾಫಟ್ ನಿದ್ರೆ, ನಿದ್ದೆ ಎಷ್ಟು ಕಡೆ ಇದೆ ಎಂದು ಹುಡುಕಿದರೆ ಹದಿನೈದು ಕಡೆಗೆ ತೋರಿಸಿತು... ನನಗೂ ನಗು ತಡೆಯಲಾಗಲಿಲ್ಲ. ಅಲ್ಲವೇ ಮತ್ತೆ... ಪಾಪದ ಸುಮಾ ತಾನಂತೂ ಆಗೀಗ ನಿದ್ದೆ ಸರಿಯಾಗಿ ಆಗದೆ ಒದ್ದಾಡುವವಳು, ತನ್ನ ಪಾತ್ರವಾದರೂ ಕಣ್ತುಂಬ ನಿದ್ದೆ ಮಾಡಲಿ ಅಂದುಕೊಂಡಿರಬೇಕು! ಅವರೊಂದಿಗೆ ಮಾತನಾಡಿ, ಫೋನಿಟ್ಟವಳೇ ಮಾಡಿದ ಮೊದಲ ಕೆಲಸ ಎಂದರೆ ಆ ಮಹೀಗೆ ಸಮಾ ಒಂದು ಕೈತೆಗೆದುಕೊಂಡಿದ್ದು!

"ಎಷ್ಟರ ನಿದ್ದಿ ಮಾಡತಿಯೊ... ಅಮೆರಿಕದಿಂದ ಕಾಗಿನೆಲೆ ಸಾಯೇಬ್ರು ಸಯಿತ ಫೋನ್ ಮಾಡಿ ನಗಾಕ ಹತ್ತಿದ್ರು. ಮಂಗ್ಯಾನಂತವ್ನೆ... ರೋಮ್ ಉರೀತಿದ್ದಾಗ ಅಂವ ಯಾಂವನೋ ಪಿಟೀಲು ಕುಯ್ಯುತ್ತಿದ್ದನಂತ... ಹಂಗಾತಪಾ ನಿನ್ನ ಕಥಿ. ಇಡೀ ಪ್ರಪಂಚನ ಗದ್ದಲ ಮಾಡಿಕೋತ ಎದ್ದು ಕೂತೈತಿ, ನೀ ನೋಡಿದರೆ ಮೂರೂ ಹೊತ್ತು ಜೂಗರಿಸ್ತ ಕೂಡ್ತಿಯಲ್ಲ... ಜರಾ ಕಣ್ ಬಿಟ್ಟು, ದಗದ ಏನದ ಅಂತ ನೋಡಬಾರದೇನಪಾ..." ಅಂತ ಚೊಲೋತ್ನಾಗ ಬೈಯ್ದು, ಮಾರಿಗಷ್ಟು ತಣ್ಣೀರು ಉಗ್ಗಿ ಎಬ್ಬಿಸಿದೆ (ಮತ್ತು ಗುರುಪ್ರಸಾದ್‌ರಿಗೆ ಮೇಲ್ ಮಾಡಿ, ಮಹೀ ಎದ್ದಾನ್ರೀ ಈಗ ಎಂದು ತಿಳಿಸಿದೆ!). ಹೀಗಾಗಿ ಈಗ ಕಾದಂಬರಿಯಲ್ಲಿ ಮಹೀ ಉರುಫ್ ಮಹೇಶ ಒಂದು ನಾಲ್ಕೈದು ಸಲ ಮಲಗಿದ್ದಾನೆ.. ಅದೂ ಹೆಚ್ಚಾಯಿತು ಎನ್ನಿಸಿದರೆ ಓದುಗರು ಇನ್ನಷ್ಟು ಬೈಯ್ದು ಅವನನ್ನು ಎಬ್ಬಿಸಬಹುದು!

ಒಂದು ವಿಷಯದ ಕುರಿತು ಸ್ಪಷ್ಟೀಕರಣವನ್ನು ನೀಡಬಯಸುವೆ – ಧೊಲಾವೀರಾದಲ್ಲಿ ಉತ್ಖನನ ಕೊನೆಗೊಂಡಿದ್ದು 2005ರಲ್ಲಿ; ಅಲ್ಲಿಂದ ಆರೇಳು ಮೈಲು ದೂರದಲ್ಲಿ ಲಕ್ಷಾಂತರ ವರ್ಷಗಳ ಹಿಂದಿನ ಮರಗಳ ಪಳೆಯುಳಿಕೆಗಳು ಇರುವ ಸ್ಥಳ, ಫಾಸಿಲ್ ಪಾರ್ಕ್ ಅನ್ನು ಪತ್ತೆ ಹಚ್ಚಿದ್ದು 2006ರ ಕೊನೆಯಲ್ಲಿ ಮತ್ತು ಗೂಗಲ್ ಕಂಪನಿಯು ಡ್ರೈವ್ ಅನ್ನು ಪರಿಚಯಿಸಿದ್ದು 2012ರಲ್ಲಿ. ಅಂದರೆ ಉತ್ಖನನ ಕೊನೆಗೊಂಡ ಕಾಲಘಟ್ಟದಲ್ಲಿ ಫಾಸಿಲ್ ಪಾರ್ಕ್ ಇನ್ನೂ ಬೆಳಕಿಗೆ ಬಂದಿರಲಿಲ್ಲ ಮತ್ತು ಗೂಗಲ್ ಡ್ರೈವ್ ಇನ್ನೂ ಬಳಕೆಗೆ ಬಂದಿರಲಿಲ್ಲ. ಆದರೆ ಇದು ಕಾಲ್ಪನಿಕ ಕಾದಂಬರಿಯಾಗಿದ್ದರಿಂದ, ಈ ಕಾಲಾನುಕ್ರಮಣಿಕೆಗೆ ಅನುಗುಣವಾಗಿಲ್ಲ ಮತ್ತು ಈ ಮೂರೂ ಸಂಗತಿಗಳು ಒಟ್ಟೊಟ್ಟಿಗೇ ಕಾದಂಬರಿಯಲ್ಲಿ ಹೆಣೆದುಕೊಂಡಿವೆ.

ಸುಮಂಗಲಾ

1

"ಎದಕ್ಕಂತ ಗೊತ್ತಾಗವಲ್ದು, ಒಂದನಮೂನಿ ಅಂಜಿಕಿ ಅನಿಸ್ತದ" ಕಿಟಕಿಯಿಂದ ಹೊರ ನೋಡುತ್ತ ಇಷ್ಟೂ ಹೊತ್ತು ಸುಮ್ಮನೆ ಕುಳಿತಿದ್ದ ಪ್ರೊಫೆಸರ್ ಮೆಲ್ಲಗೆ ಹೇಳಿದರು.

ಮತ್ತೆ ಮಹೇಶನತ್ತ ತಿರುಗಿ "ಅಂಜಿಕಿ ಅಂದ್ರ... ಅಂದ್ರ ಭಯ ಅಲ್ಲ" ಎಂದರು.

ಅಂಜಿಕಿ, ಭಯ ಎರಡೂ ಒಂದೇ ತಾನೆ ಎನ್ನಿಸಿದ್ದೇ ಇವನ ಮುಖದ ಮೇಲೆ ತೆಳು ನಗೆ. ಅವರೂ ಅದನ್ನು ಗಮನಿಸಿದರು.

"ಅಂಜಿಕಿ ಅಂದ್ರ ನಮ್ಮೊಳಗೇ ಹಬ್ಬತದಲ್ಲ ಖಾಲೀತನ ಅದರ ಅಂಜಿಕಿ. ಆಕಿ ಇರೂ ತನಾ ಭಾರೀ ಹಚಗೊಂಡೀನಿ ಅಂತ ಯಾರಿಗೂ ಬಿಡು, ಸ್ವತಃ ನನಗನ ಅನಿಸಿರಲಿಲ್ಲ. ನನ್ನ ಪಕ್ಕ ಆ ಕಡಿ ಗ್ವಾಡಿ ಕಡಿಗಿ ಮಾರಿ ಮಾಡಿ ಮಕ್ಕೊಂಡಿದ್ದ ಆಕಿ ಉಸಿರಾಡೂದು ಖರೇ ನಿಲ್ಲಿಸ್ಯಾಳ ಅಂತ ಯಾವಾಗ ಗೊತ್ತಾತಲ್ಲ... ಗೊತ್ತಾಗಿದ್ದು ನಿಧಾನ ಪ್ರಜ್ಞೆಯೊಳಗ ಇಳೀತಲ್ಲ, ಆವಾಗ ನೋಡಪಾ, ನಾ ಪೂರಾ ಖಾಲೀ ಆಗೀನಿ ಅಂತ ಅನಿಸಾಕ ಶುರು ಆತು. ಸತ್ತೋರ ಜತಿಗಿ ಸಾಯೂದಿರತದೇನು... ಬುದ್ಧ ಹೇಳಿದನಂತಲ್ಲ ಸಾವಿಲ್ಲದ ಮನಿಂದ ಸಾಸಿವಿ ತಾ ಅಂತ... ಹಂಗ ಸಾವಿಲ್ಲದ ಮನಿ ಯಾವ್ದದ ಹೇಳು... ಗಂಡ ಹೆಂಡತಿ ಒಮ್ಮಿ ಸಪ್ತಪದಿ ತುಳದೀವಿ ಅಂದ್ರ ಇಬ್ರೂ ಒಮ್ಮಿಗಿ ಸಾಯೂದು ಇರತದೇನು... ಒಬ್ರು ಮುಂದ, ಒಬ್ರು ಹಿಂದ. ಹಿಂಗ ವೇದಾಂತ ಹೇಳೂದು ಭಾಳ ಸರಳ ಅದ ನಿಜ. ಆದರ ಯಾತನೀಲಿದ್ದಾಗ, ಒಂಟಿತನ ಕಾಡಿದಾಗ ಯಾವ ವೇದಾಂತನೂ ಕೈ ಹಿಡಿಯಂಗಿಲ್ಲ, ಮತ್ತ ಮನಷ್ಯಾರ ಜತಿಗಿ ಬೇಕಾಗತಾರ..."

ಎಂದಿನಂತೆ ಮಾತಿನ ತುದಿಗೆ ತಿಳಕೋ ಎನ್ನುತ್ತಿದ್ದ ಪದ ಮಾತ್ರ ಇರಲಿಲ್ಲ.

ಮಹೇಶನಿಗೆ ನಿಜವೆಂದರೆ ಯಾವ ಮಾತೂ ತೋರಲಿಲ್ಲ. ಏನು ಮಾಡಬೇಕೆನ್ನುವುದೂ ತಟ್ಟನೆ ತೋಚಲಿಲ್ಲ. ಅವರು ಕಡೆಯಲ್ಲಿ ನಿಧಾನವಾಗಿ ಹೇಳಿದ ವಾಕ್ಯದ ಅರ್ಥ ಹೊಳೆಯುತ್ತಲೇ ಕುಳಿತಲ್ಲಿಂದ ಎದ್ದ. ಅವರ ಕುರ್ಚಿಗೆ ಹತ್ತಿರದಲ್ಲಿ ಹಿಂದೆ ನಿಂತವನೇ ಮೆಲ್ಲಗೆ ಅವರ ಎರಡೂ ಭುಜ ಒತ್ತಿದ. ಇಷ್ಟು ವರ್ಷಗಳಲ್ಲಿ ಮೊದಲ ಬಾರಿ ಹೀಗೆ ಆಪ್ತ ಗೆಳೆಯನ ಹಾಗೆ ಅವರ ಭುಜವೊತ್ತಿದ್ದು. ಇಬ್ಬರೂ ಮಾತಾಡಲಿಲ್ಲ. ಕೋಣೆಯಲ್ಲಿ ನಸುಗತ್ತಲು ಇತ್ತು. ಹೊರಗಡೆ ಸಂಜೆಯ ಬೆಳಕು ಹೇಗೆ ತಿಳಿಕೆನೆ ಬಣ್ಣದಲ್ಲಿ ಹಬ್ಬಿತ್ತು ಎಂದರೆ ತಟ್ಟನೆ ಅದು ಮುಂಜಾನೆಯೂ ಅನ್ನಿಸಿಬಿಡುವ ಹಾಗೆ. ಸರ್ ಕಣ್ಣು ತೇವಗೊಂಡಿರಬಹುದೇ... ಮಹೇಶ ಅವರ ಹಿಂದೆ ನಿಂತಿದ್ದರಿಂದ ಕಾಣುವ ಸಾಧ್ಯತೆಯೂ ಇರಲಿಲ್ಲ. ಮತ್ತೆ ತುಸು ಹೊತ್ತಿನ ನಂತರ ಅವರೇ ಎದ್ದು ಲೈಟ್ ಹಾಕಿದರು.

"ಇಲ್ಲೇ ಇದ್ ಬಿಡಪಾ, ಸೀತಮ್ಮ ಅಡಗಿ ಮಾಡಿ ಹೋಗ್ಯಾಳ, ಇಬ್ರಿಗೂ ಸಾಕಾಗತದ" ಎಂದರು.

ಕಂಪ್ಯೂಟರ್ ಆನ್ ಮಾಡಿದವರು ಅಮೆರಿಕಾದಲ್ಲಿರುವ ಮಗ ತನ್ನ ಹೊಸ ಮನೆಯ ಫೋಟೋಗಳನ್ನು ಇಮೇಲ್ ಮಾಡಿದ್ದನ್ನು ತೋರಿಸಿದರು. ಅವನು ತಮಗೆ ವರ್ಣಿಸಿದ್ದನ್ನು ಇವನಿಗೂ ವರ್ಣಿಸಿ ತುಸು ಹೆಮ್ಮೆಯಿಂದಲೇ ನಕ್ಕರು. ಅಲ್ಲಿಯೇ ಬಂದು ತಮ್ಮೊಡನೆ ಇರುವಂತೆ ಮಗನಿಗಿಂತ ಸೊಸೆ ಹೆಚ್ಚು ಒತ್ತಾಯಿಸ್ತಾ ಇದಾಳೆ. ಸೊಸೆಯ ಬಲವಂತ ಯಾಕೆಂದರೆ ಇವರು ಬಂದರೆ ಮೂರು ತಿಂಗಳ ಪುಟ್ಟಮಗುವನ್ನು ನೋಡಿಕೊಳ್ಳಲು ಸಹಾಯವಾಗಬಹುದು ಎನ್ನುವುದು ಅವಳ ನಿರೀಕ್ಷೆ ಇದ್ದಿರಬಹುದು. 'ಆದರ ನನಗರ ಮಗ ದೊಡ್ಡಾಂವ ಆಗಿಂದ ಬ್ಯಾರೆ ಮಕ್ಕಳನ್ನ ಎತ್ತಿ ಆಡಿಸೂ ರೂಢಾನೂ ಇಲ್ಲ, ಒಬ್ಬಾಂವನೇ ಅಲ್ಲೇನ ಇರ್ತಿದಿ, ವಾಲಂಟರಿ ರಿಟೈರ್‌ಮೆಂಟ್ ತಗಂಡು, ಈ ಮನಿ ಮಾರಿ ಬಂದುಬಿಡು, ಇಲ್ಲೇ ಏನರ ಕೆಲಸ ನೋಡೂಣು ಅಂತ ಮಗ ಹೇಳ್ತಾನ, ಆದರ ನನಗ ಹಂಗ ಹೋಗೂ ಮನಸಿಲ್ಲ, ಎಷ್ಟರ ಓದೂದು ಬರಿಯೂದು ಅದ ಇಲ್ಲಿ, ಅಲ್ಲಿ ಹ್ವಾಗಿ ಹೊಸದಾಗಿ ಏನು ಕಟ್ಟೆ ಕಡಿಯೂದು ಅದ', ಹೀಗೇ ಒಂದಿಷ್ಟು ಹರಟಿದರು.

ಆ ಮನೆಯೆಂದರೆ ಮಹೇಶನಿಗೆ ತನ್ನ ಊರಿನ ಮನೆಯಷ್ಟೇ ಪರಿಚಿತ. ಅವನ ಒಂದೆರಡು ಜತೆ ಬಟ್ಟೆಗಳು, ಹಲ್ಲುಜ್ಜುವ ಬ್ರಷ್, ಶೇವಿಂಗ್ ಸೆಟ್, ಒಂದಿಷ್ಟು ಪುಸ್ತಕಗಳು ಇನ್ನಿತರ ವಸ್ತುಗಳು ಗೆಸ್ಟ್ ರೂಮಿನ ವಾರ್ಡ್‌ರೋಬಿನಲ್ಲಿ ಯಾವಾಗಿನಿಂದಲೂ ಇವೆ. ಮಹೇಶ ಒಳಗೆ ಹೋಗಿ ಅಡುಗೆಯ ಸೀತಮ್ಮ ಏನು ಮಾಡಿಟ್ಟಿದ್ದಾರೆ ನೋಡಿದ. ಪಲ್ಯ, ಸಾರು ಬಿಸಿ ಮಾಡಿದ. ಡೈನಿಂಗ್ ಟೇಬಲ್ ಮೇಲೆ ಎಲ್ಲ ಜೋಡಿಸಿ, ಪ್ರೊಫೆಸರ್‌ಗೆ ಕರೆದ. ಊಟ ಮುಗಿಸಿದ ನಂತರ ಇಬ್ಬರೂ

ಸೇರಿ ಎತ್ತಿಟ್ಟರು. ನಾಳೆ ಅಡುಗೆಯ ಸೀತಮ್ಮ ಬಂದಾಗ ತೊಳೀತಾರೆ ಇಟ್ಟುಬಿಡು ಎಂದರೂ ಕೇಳದೇ ರೂಢಿಯಂತೆ ಮಹೇಶ ತಟ್ಟೆಗಳನ್ನು ತೊಳೆದಿಟ್ಟ.

ರಾತ್ರಿ ಎದುರು ಬದುರು ಇರುವ ಮಂಚದ ಮೇಲೆ ಮಲಗಿದ್ದೇ ತಾವು ಕೆಲಸಕ್ಕೆ ಸೇರಿದಾಗಿನ ಮೊದಲಿನ ದಿನಗಳ ಅನುಭವಗಳನ್ನು ನೆನಪಿಸಿಕೊಂಡು ಮಾತಾಡತೊಡಗಿದರು. ಅವರ ಕೆಲವು ನೆನಪುಗಳು ಮಹೇಶನಿಗೆ ನಾಲ್ಕಾರು ಬಾರಿ ಕೇಳಿ ಎಲ್ಲ ವಿವರಗಳೂ ಎಷ್ಟು ಚೆನ್ನಾಗಿ ನೆನಪಲ್ಲಿತ್ತು ಅಂದರೆ ಅವರೇನಾದರೂ ಉಸಿರೆಳೆದುಕೊಳ್ಳಲು ನಿಲ್ಲಿಸಿದರೆ ಇವನು ಮುಂದುವರೆಸುವಷ್ಟರ ಮಟ್ಟಿಗೆ. ಆದರೂ ಅವರು ಪ್ರತೀಬಾರಿ ಆ ವಿವರಗಳನ್ನು ಹೆಣೆಯುವಾಗ ಅವರಲ್ಲಿ ಅದನ್ನೆಲ್ಲ ಮತ್ತೆ ಇದೀಗ ಅನುಭವಿಸುತ್ತಿರುವಂತಹ ಭಾವ. ಅವರ ಮುಖದ ಗೆರೆಗಳ ಆಳದಲ್ಲಿ ಹೊಳೆಯುವ ಅಂತಹ ನೆನಪುಗಳ ಪದರಗಳು, ಅವರ ಆ ಕ್ಷಣದ ಚಹರೆ ಮಹೇಶನಿಗೆ ಯಾವಾಗಲೂ ಹಿತ ಕೊಡುವಂತಹುದು. ತುಸು ಹೊತ್ತಿನ ನಂತರ ಪ್ರೊಫೆಸರ್ ಸುಮ್ಮನಾದರು. ಅವರಿಗೆ ನಿದ್ದೆ ಬರುತ್ತಿರಬೇಕೆಂದುಕೊಂಡ ಇವನೂ ಸುಮ್ಮನಾದ.

ಎದುರಿನ ರಸ್ತೆಯ ಸೋಡಿಯಂ ದೀಪದ ನಸು ಹಳದಿ ಬೆಳಕು ಪರದೆಯನ್ನು ಹಾದುಕೊಂಡು ರೂಮಿನಲ್ಲಿ ಮಂದವಾಗಿ ಹರಡಿತ್ತು. ಅವರಲ್ಲಿ ಪಿಎಚ್‌ಡಿ ಮಾಡುತ್ತಿದ್ದಾಗಿನಿಂದ ಆಗೀಗ ಅವರ ಮನೆಯಲ್ಲಿ ಉಳಿಯುತ್ತಿದ್ದ. ಆಗಿನಿಂದ ಇದೇ ಕೊಠಡಿಯಲ್ಲಿ ಮಲಗಿ ರೂಢಿಯಿದ್ದರಿಂದ ಈ ಕಿಟಕಿ, ಮಂದ ಬೆಳಕು, ತುಸು ಪರದೆ ಸರಿಸಿ ಕಿಟಕಿ ತೆರೆದರೆ ಹೊರಗೆ ರಸ್ತೆಯಲ್ಲಿ ಕಾಣುವ ನೆಳಲು–ಬೆಳಕಿನ ಚಿತ್ತಾರ ಎಲ್ಲವೂ ಪರಿಚಿತ ಭಾವ, ಪರಿಚಿತ ವಾಸನೆಯೊಂದಿಗೆ ತೆಕ್ಕೆಗೆ ಸೆಳೆದುಕೊಳ್ಳುತ್ತವೆ. ಒಂದೇ ವ್ಯತ್ಯಾಸವೆಂದರೆ ಮೊದಲು ಆ ಬದಿಯ ಬೆಡ್ ರೂಮಿನಲ್ಲಿ ಪ್ರೊಫೆಸರ್ ಮಲಗುತ್ತಿದ್ದರು. ಹೆಂಡತಿ ತೀರಿಕೊಂಡ ಈ ಎರಡು ವರ್ಷದಿಂದ ಇನ್ನೊಂದು ಮಂಚ ಹಾಕಿಕೊಂಡು ಇಲ್ಲೇ ಮಲಗುತ್ತಿದ್ದಾರೆ. ಕಳೆದ ಎರಡು ವರ್ಷದಲ್ಲಿ ಇವನೂ ಕಡಿಮೆ ಎಂದರೆ ವಾರದಲ್ಲಿ ಮೂರ್ನಾಲ್ಕು ಬಾರಿಯಾದರೂ ಇಲ್ಲಿ ಮಲಗುತ್ತಿದ್ದ. ನಿದ್ದೆಯಲ್ಲಿನ ಅವರ ಮೆತ್ತನೆ ಉಸಿರಾಟ, ಆಗಾಗ ಸಣ್ಣ ಗೊರಕೆ, ಹೆಚ್ಚು ಹಂದಾಡದೇ ಅಂಗಾತ ಮಲಗುವ ಅವರ ಚಹರೆ, ನಿದ್ದೆಗಣ್ಣಲ್ಲಿ ಸಡಿಲಗೊಂಡ ಮುಖದ ನೆರಿಗೆಗಳು, ತುಸು ಬೋಳಾಗುತ್ತಿರುವ ನೆತ್ತಿ, ಅರೆನೆರೆತ ಕೂದಲು, ರೋಮಭರಿತ ಮುಂಗೈಗಳ ಮೇಲೆ ಉಬ್ಬಿ ನಿಂತ ನರಗಳು... ಎಲ್ಲವೂ ಎಚ್ಚರಿರುವ ಪ್ರೊಫೆಸರ್ ಅಷ್ಟೇ ಪರಿಚಿತ ಭಾವ ಹುಟ್ಟಿಸಿವೆ.

ಮಹೇಶ ಮೆತ್ತಗೆ ಎದ್ದು ಪರದೆ ಸರಿಸಿ, ಸದ್ದಾಗದಂತೆ ಕಿಟಕಿ ತುಸು ತೆರೆದು ಕಿಟಕಿಗೆ ಆತು ನಿಂತ. ಹುಣ್ಣಿಮೆಯಾಗಿ ಎರಡು ಮೂರು ದಿನ ಮಾತ್ರ ಆಗಿರಬೇಕು...

ಮರಗಿಡಗಳ ಮೇಲೆ ತಿಂಗಳ ಬೆಳಕು ಸಮನಾಗಿ ಹಬ್ಬಿತ್ತು. ಎಲೆಗಳೆಲ್ಲ ಕಪ್ಪುಹಸಿರು ಬಣ್ಣಕ್ಕೆ ಹೊಳೆಯುತ್ತಿದ್ದವು. ರಸ್ತೆಯ ಸೋಡಿಯಂ ದೀಪದ ಸುತ್ತಲೂ ಹರಡಿದ್ದ ಹಳದಿ ಬೆಳಕು... ತುಸು ದೂರಕ್ಕೆ ಆ ಬೆಳಕು ಕಡಿಮೆಯಾಗುತ್ತ ಹೋದ ಹಾಗೆ ತಿಂಗಳ ಬೆಳಕಿನ ಛಾಯೆ ಈ ಹಳದಿ ಕಿರಣಗಳೊಂದಿಗೆ ಬೆರೆತು ನಿದ್ರಿಸಿದ ಬೆಳದಿಂಗಳಿನ ಹಾಗೆ ಕಾಣುತ್ತಿತ್ತು. ಕಿಟಕಿಯಿಂದ ಮೇಲೆ ನೋಡಿದ. ಒಂದೇ ಸಮನೆ ಮಂದವಾಗಿ ಇಳಿಯುತ್ತಿದ್ದ ತಿಂಗಳ ಬೆಳಕು... ಎದೆಯೊಳಗೆ ಊರಿದ ನೆನಪುಗಳ ಹಾಗೆ. ಮೆತ್ತಗೆ ಅನು... ಅನು... ಯಾಕೆ ಹೀಗೆ ಮಾಡಿದೆಯೇ... ತನ್ನೊಳಗೇ ಉಸುರಿಕೊಂಡ. ಇಂಥದೆಂದು ಹೇಳಲಾಗದ ಕಿರಿಕಿರಿ ಮೆಲ್ಲನೆ ಸುರುಳಿ ಸುರುಳಿಯಾಗಿ ಹಬ್ಬುತ್ತಿದೆ... ಈ ಕಿರಿಕಿರಿಗೆ ಬಿಡುಗಡೆ ತಾನೇ ಕಂಡುಕೊಳ್ಳಬೇಕಿದೆ ಎನ್ನುವುದು ಕೂಡ ಈ ಕ್ಷಣದಲ್ಲಿ ಅರಿವಿಗೆ ಸಿಕ್ಕುತ್ತಿದೆ. ತುಟಿ ಕಚ್ಚಿ ಹಿಡಿದು ನಿಂತ.

"ಆ ಹುಡುಗಿ ಅನುದು ಮದುವಿ ನಿಶ್ಚಿತಾರ್ಥ ಆತಂತಲ್ಲೋ" ಪ್ರೊಫೆಸರ್ ಕಣ್ಣು ಮುಚ್ಚಿಕೊಂಡೇ ಕೇಳಿದರು. ಓ... ಇವರಿಗಿನ್ನೂ ನಿದ್ದೆ ಬಂದಂತಿಲ್ಲ, ತಾನು ಎದ್ದು ನಿಂತಿದ್ದು ನೋಡಿದ್ರೇನೋ, ಹೋಗಿ ಮಲಗಲೇ, ಯಾಕೋ ಕಿಟಕಿ ಬಿಟ್ಟು ಸರಿಯುವ ಮನಸ್ಸೂ ಆಗ್ತಿಲ್ಲ... ಆದ್ರೆ ಇವರಿಗೆ ಯಾರು ಹೇಳಿದರು... ನೀತು ಏನಾದರೂ ಫೋನು ಮಾಡಿ, ಹೇಳಿರಬಹುದೇ... ಮಹೇಶ ಯೋಚಿಸುತ್ತ ಮಾತಾಡದೇ ನಿಂತಾಗ ಮತ್ತೆ ಅವರೇ ಮಾತಾಡಿದರು.

"ಅಲ್ಲೋ... ನೀ ಮದಲಿಗೇ ಆಕಿಗಿ ಸರ್ಯಾಗಿ ಕೇಳಬೇಕಿತ್ತಪಾ... ನೀ ಲಗ್ನದ ಮಾತೇ ತೆಗಿಲಿಲ್ಲ ಅಂದ್ರ ಆಕಿ ಹ್ಯಂಗ ಮುಂದುವರೀತಾಳ, ಮನಿಯಾಗ ಹ್ಯಂಗ ಹೇಳತಾಳ..."

"ಆಕಿನ ಲಗ್ನಾ ಆಗಾಂವ ಎಂಎಸ್ ಡಾಕ್ಟರ್ ಅದಾನ್ರಿ" ಮಹೇಶ ವಿಷಣ್ಣತೆಯಿಂದ ಉತ್ತರಿಸಿದ. ಒಂದು ವಾಕ್ಯದಲ್ಲಿ ಇಡೀ ಸಂಬಂಧವನ್ನು ಹುಡಿ ಹಾರಿಸಿದ ವಾಸ್ತವತೆ ಇತ್ತು.

"ನನಗರ ಒಂದ್ ಮಾತು ಹೇಳೂದಲ್ಲೇನು... ನಾನೇ ಆಕಿ ಗೂಡ ಮಾತಾಡತಿದ್ದೆ. ಏನಾರ ಮಾಡತಿದ್ದೆ... ಈಗ ಛೇ..."

"ಏನು ಮಾಡತಿದ್ರಿ ಸರ್... ನನ್ನ ಡಾಕ್ಟರ್ ಅಥವಾ ಸಾಫ್ಟ್‌ವೇರ್ ಇಂಜಿನಿಯರ್ ಮಾಡಾಕಂತೂ ಆಕ್ಕಿರಲಿಲ್ಲವಲ್ಲ" ಕೊರಳುಬ್ಬಿ ಬರುತ್ತಿದೆ. ಇಲ್ಲ ಇಷ್ಟಕ್ಕೆಲ್ಲ ಇಷ್ಟು ಮೆತ್ತಗೆ ಆಗಬಾರದು... ಪ್ರೊಫೆಸರ್ ಮತ್ತೆ ಮಾತು ಬೆಳೆಸಲಿಲ್ಲ.

ತುಸುಹೊತ್ತಿನ ನಂತರ ಎದ್ದು ಬಂದ ಪ್ರೊಫೆಸರ್ "ನಡಿಯಪಾ... ಇನ್ನು ಮಕ್ಕೋ" ಎಂದು ಮೆತ್ತಗೆ ಇವನ ಭುಜ ತಟ್ಟಿದರು. ತಾವು ಬಚ್ಚಲಿಗೆ ಹೋಗಿಬಂದರು.

"ಫ್ರಿಜ್ ಒಳಗ ಡ್ರಿಂಕ್ಸ್ ಅದ, ಜರಾ ತಗಳೂಣೇನು..." ಇವನ ಉತ್ತರಕ್ಕೂ

ಕಾಯದೇ ಎರಡು ಗ್ಲಾಸಿಗೆ ಹಾಕಿಕೊಂಡು ಬಂದರು. ಇಬ್ಬರ ನಡುವೆ ಈ ಆಪ್ತತೆ ಮಾತ್ರ ಪ್ರೊಫೆಸರ್ ಹೆಂಡತಿ ಸತ್ತ ನಂತರ ಬೆಳೆದಿದ್ದು.

"ಒಬ್ಬೊಬ್ಬರ ಬದುಕಿನ ಆದ್ಯತೆಗೋಳು ಬ್ಯಾರೆ ಬ್ಯಾರೆ ಇರತಾವು... ಆ ಹುಡುಗಿಗೆ ತನ್ನ ಕೆರಿಯರ್, ಸುರಕ್ಷಿತ ಬದುಕು ಮುಖ್ಯ ಅನಿಸಿರಬೌದು... ಹೋಗಲಿಬಿಡಪಾ..."

ಅವರು ಮಂಚದ ಮೇಲೆ ಕುಳಿತು ನಿಧಾನವಾಗಿ ಒಂದೆರಡು ಗುಟುಕು ಕುಡಿದರು.

"ನಾವು ಯಾರನಾರ ಅರ್ಥ ಮಾಡಿಕಂಡೀವಿ ಅನ್ನೂದು ನಮ್ಮ ಗ್ರಹಿಕೆಯೊಳಗನ ಇರತದ. ಅದು ನಮ್ಮ ಸತ್ಯ ಅಂತ ಅಂದಕಂಡ್ರೂ ನಮ್ಮ ಸತ್ಯನೇ ಪೂರ್ಣ ಇರೂದಿಲ್ಲ... ಅದ್ರಾಚೆಗೂ ಏನೋ ಇರತದ. ಬೂರಲ ಹತ್ತಿ ಹಾಂಗ ಹಾರತಿರ್ತದ. ಒಮ್ಮೊಮ್ಮಿ ಕೈಗೆ ಸಿಗ್ತು ಅಂತ ನಾವಂದ್ಕಳು ಹೊತ್ತಿಗಿ ಹತ್ತಿ ಮತ್ ಹಾರಿ ಹೋಗಿರತದ... ಕೈಯಾಗ ನಾಕ ಎಳಿ ಮೆತ್ತಿಕೊಂಡಿರತದ. ಅದನ ಪೂರ್ಣ ಸತ್ಯ ಅಂತ ತಿಳಕೋತೀವಿ. ಇಷ್ಟಾಗಿ ಒಬ್ಬ ವ್ಯಕ್ತಿ ವಿಚಾರವಾಗಿ ನಮಗ ಏನ ಅನಸ್ತದಲ, ಆ ವ್ಯಕ್ತಿಗೂ ನಮ್ಮ ಬಗ್ಗಿ ಅದಾ ಅನಿಸಬೇಕಂತ ನಿರೀಕ್ಷೆ ಮಾಡೂದು ಹ್ಯಾಂಗ ಸರಿ ಆಗ್ತದ... ವೇವ್‌ಲೆಂಗ್ತ್ ಸಮಾ ಹೊಂದಿದ್ರ ನಮ್ಮ ಪುಣ್ಯ... ಹೊಂದಲಿಕ್ಕಂದ್ರ ಆತ್ಮದ ಮ್ಯಾಲ ಹ್ಯಂಗ ಒತ್ತಾಯ ಹೇರಕ್ಕಾಗ್ತದ... ಹಂಗ ಒತ್ತಾಯಿಸಿದರ ಆತ್ಮ ತಡಕೊಳೂದೂ ಇಲ್ಲ... ಹೌದಿಲ್ಲೋ..."

ಪ್ರೊಫೆಸರ್ ಕಣ್ಣುಗಳಲ್ಲಿ ಇಂಥದೆಂದು ತಟ್ಟನೆ ಅರ್ಥವಾಗದ ಭಾವವಿತ್ತು.

ಮಹೇಶನಿಗೆ ಹೇಗೆ ಮಾತು ಮುಂದುವರೆಸಬೇಕೆಂದು ತಿಳಿಯಲಿಲ್ಲ. ಸುಮ್ಮನೆ ಕಿಟಕಿಯಾಚೆ ನೋಡುತ್ತ ಗ್ಲಾಸನ್ನು ತುಟಿಗಿಟ್ಟ.

ಸಾಫ್ಟ್‌ವೇರ್ ಇಂಜಿನಿಯರ್ ಆದ ಅನುವಿಗೆ ಆರ್ಕಿಯಾಲಜಿಯಲ್ಲಿ ಪಿಎಚ್‌ಡಿ ಮುಗಿಸಿದ, ಅದೂ ಇನ್ನೂ ಪಾರ್ಟ್‌ಟೈಮ್ ಲೆಕ್ಚರರ್ ಆಗಿರುವ ತನ್ನನ್ನು ಗಂಡ ಎಂದುಕೊಳ್ಳಲು ಅವಮಾನ ಎನ್ನಿಸಿರಬಹುದೇ... ಇಷ್ಟಾಗಿ ಅವಳು ತನ್ನನ್ನು ಮದುವೆಯಾಗುತ್ತಾಳೆ ಎನ್ನುವುದನ್ನು ತಾನು ಅದು ಹೇಗೆ ಟೇಕನ್ ಟು ಬಿ ಗ್ರಾಂಟೆಡ್ ಎನ್ನುವಂತೆ ತೆಗೆದುಕೊಂಡೆ... ಹಾಗಿದ್ದರೆ ಬಾಲ್ಯದಿಂದ ಹಿಡಿದು ಅಷ್ಟೆಲ್ಲ ದಿನದ ಸ್ನೇಹ, ತನ್ನನ್ನು ಕಂಡೊಡನೆ ಅರಳುತ್ತಿದ್ದ ಕಣ್ಣುಗಳು, ನಸುನಗು, ಎಲ್ಲದಕ್ಕೆ ಏನರ್ಥ... ಅವಳ ಓದು ಮುಗಿಯುತ್ತೆ, ತನ್ನ ಪಿಎಚ್‌ಡಿ ಮುಗಿಯುತ್ತೆ, ಇಬ್ಬರೂ ಕೆಲಸಕ್ಕೆ ಸೇರಿದ ನಂತರ ಮದುವೆಯಾಗೋದು ಇದ್ದೇ ಇದೆ ಎಂಬಂತೆ ಇದ್ದೆನಲ್ಲ, ಆದರೆ ಒಮ್ಮೆಯೂ ತಾವೇನೂ ಹಾಗೆ ಕುಳಿತು ಪ್ರೀತಿಪ್ರಣಯದ ಬಗ್ಗೆ ಮಾತಾಡಿರಲಿಲ್ಲ... ಇತ್ತೀಚಿನ ದಿನಗಳಲ್ಲಿ ತಾನು ಊರಿಗೆ ಹೋದಾಗ ರಜೆ ಇಲ್ಲ ಎಂದು ಅವಳು ಊರಿಗೆ ಬಂದಿರುತ್ತಿರಲಿಲ್ಲ. ಕಳೆದ ಎರಡು ಮೂರು ವರ್ಷದಿಂದ

ಹೆಚ್ಚು ಭೇಟಿಯೂ ಆಗಿಲ್ಲ, ಆದರೂ ಅವಳು ನನ್ನ ಪ್ರೀತಿಸುತ್ತಾಳೆ ಎಂಬಂತಹ ಭಾವನೆ ತನ್ನಲ್ಲಿ ಆಲದಮರವಾಗಿ ಬಿಳಲು ಬಿಟ್ಟಿತಲ್ಲ... ಆ ಬಿಳಲು ಅವಳನ್ನು ತಬ್ಬಲಿಲ್ಲ ಅಷ್ಟೇ. ಅವಳಿಗೆ ತನ್ನಲ್ಲಿ ಆ ಬಗೆಯ ಪ್ರೀತಿ ಹುಟ್ಟಿಲ್ಲದಿರಬಹುದು... ಬರಿಯ ಸ್ನೇಹ ಇದ್ದಿರಬಹುದು... ಅವಳಿಗೆ ಅವಳದೇ ಆದ ಮಜಬೂರಿ ಇರಬಹುದು... ಅದು ಅವಳ ತಪ್ಪೂ ಏನಲ್ಲವಲ್ಲ... ಪ್ರೀತಿಯೆಂಬ ಬೀಜ ಯಾವ ಎದೆಯಲ್ಲಿ ಬಿದ್ದು, ಮೊಳಕೆಯೊಡೆದು, ಸಸಿಯಾಗುವುದೋ ಯಾರಿಗೆ ಗೊತ್ತು... ಆದರೆ ಈ ಬದುಕು ನನ್ನೊಂದಿಗೇ ಯಾಕೆ ಹೀಗೆ ನಡೆದುಕೊಳ್ಳಬೇಕಿತ್ತು... ಮತ್ತೆ ಎದೆಯಿಡೀ ಹಬ್ಬಿದ ನೋವಿನ ಹನಿಗಳು ಬ್ಲಾಟಿಂಗ್ ಪೇಪರ್ ಮೇಲೆ ಬಿದ್ದ ಇಂಕಿನ ಹನಿಗಳಂತೆ.

ಪ್ರೊಫೆಸರ್ ಕೂಡ ಯಾವುದೋ ನೆನಪಿನಲ್ಲಿ ಮುಳುಗಿದಂತಿತ್ತು. ಮತ್ತೊಂದೆರಡು ಗುಟುಕು ಕುಡಿದರು.

"ಪದ್ದಜ್ಜಿ ಸತ್ ಇವತ್ತಿಗೆ ನಾಕ್ ವರ್ಷ ಆತು. ಸರಿಯಾಗಿ ಇದೇ ವ್ಯಾಳೇದಾಗ ಜೀಂವಾ ಹೋಗಿತ್ತು. ನೆನಪೈತಾ ಮಹೀ"

ಅರೆ ಹೌದಲ್ಲ ಇವತ್ತು ನವೆಂಬರ್ ಹತ್ತು... ಆ ರಾತ್ರಿ ಮಹೇಶನೂ ಇಲ್ಲಿಯೇ ಇದ್ದ.

ಪದ್ದಜ್ಜಿ ಪ್ರೊಫೆಸರ್ ಅಪ್ಪನ ಮಲತಾಯಿ. ಮಹೇಶನಿಗೆ ಪದ್ದಜ್ಜಿಯೊಂದಿಗೆ ತೀರಾ ಆಪ್ತತೆ ಇಲ್ಲದಿದ್ದರೂ ತುಸು ಮಟ್ಟಿನ ಒಡನಾಟವಿತ್ತು. ಅಜ್ಜಿ ಆಗೀಗ ತಮ್ಮ ನೆನಪುಗಳನ್ನು ಹೆಕ್ಕಿಹೆಕ್ಕಿ ತೆಗೆಯುತ್ತಿದ್ದರು. ಪ್ರೊಫೆಸರ್ ಅವರ ಅಜ್ಜನಿಗೆ ಅದು ಎರಡನೆಯ ಮದುವೆ. ಅಜ್ಜಿಯ ವಯಸ್ಸು ಆಗ ಇನ್ನೂ ಹದಿಮೂರು ಇರಬಹುದು. ಅಜ್ಜನಿಗೆ ಮೊದಲ ಮದುವೆಯಿಂದ ಹುಟ್ಟಿದ ಇಬ್ಬರು ಮಕ್ಕಳು ಅಂದರೆ ಪ್ರೊಫೆಸರ್ ಅಪ್ಪ, ಅತ್ತೆ ಇದ್ದರು. ಎರಡನೆಯ ಮದುವೆಯಾಗಿ ಆರು ತಿಂಗಳಲ್ಲೇ ಪ್ರೊಫೆಸರ್ ಅಜ್ಜ ಹಾವು ಕಡಿದು ಸತ್ತಿದ್ದು. ಅವರು ಸತ್ತ ಮರು ತಿಂಗಳು ಅಜ್ಜಿ ಮೈನೆರೆದಿದ್ದಂತೆ, ಅಜ್ಜಿಗಿಂತ ಬರಿಯ ಮೂರು ವರ್ಷ ಚಿಕ್ಕವನಾಗಿದ್ದ ಪ್ರೊಫೆಸರ್ ಅವರ ಅಪ್ಪ ಹದಿನಾಲ್ಕು ವರ್ಷದ ಹುಡುಗಿಗೆ ಅಂದರೆ ಅಜ್ಜಿಗೆ ಮಗನಾಗಿದ್ದ. ಗಂಡ ಸತ್ತರೇನಂತೆ, ಗಂಡನ ಮನೆಯವರು ಈ ಚಿಕ್ಕ ಚಿಕ್ಕ ಮಕ್ಕಳ ಆರೈಕೆಗೆಂದು ಇವರನ್ನು ಕರೆದುಕೊಂಡು ಬಂದರು. ಆಗೆಲ್ಲ ವಿಧವೆಯರಿಗೆ ಮರುಮದುವೆಯ ಮಾತೆಲ್ಲಿ... ಹದಿನಾಲ್ಕು ವರ್ಷದ ಹುಡುಗಿಗೆ ತಲೆಗೂದಲು ತೆಗೆಸಿಕೊಂಡು, ಪ್ರೊಫೆಸರ್ ಅಪ್ಪ ಮತ್ತು ಅವರ ತಂಗಿಯನ್ನು ಸಾಕಿ ಸಲಹುವ ಜವಾಬ್ದಾರಿ ಹೊತ್ತುಕೊಂಡು, ಇಬ್ಬರು ಮಕ್ಕಳಿಗೆ ಸಾಕುತಾಯಿಯಾಗುವ ಅನಿವಾರ್ಯತೆ. ಪ್ರೊಫೆಸರ್ ಅಪ್ಪನಿಗೆ ಮೂರು ವರ್ಷ ಮಾತ್ರ ದೊಡ್ಡವಳಾಗಿದ್ದ ಈ ಮಲತಾಯಿಯನ್ನು ಪದ್ದಕ್ಕ ಪದ್ದಕ್ಕ ಅಂತಲೇ ಕರೆಯುವ ರೂಢಿ. ಅವರು ಹಾಗೆ ಕರೆಯತೊಡಗಿದ್ದೇ ಅವರ ತಂಗಿ ಕೂಡ ಪದ್ದಕ್ಕ

ಅಂತ ಕರೆಯಲು ಶುರು. ಹೆಚ್ಚು ವಯಸ್ಸಿನ ಅಂತರವಿಲ್ಲದ್ದರಿಂದ ಅಕ್ಕ, ತಮ್ಮ, ತಂಗಿಯರ ಹಾಗೇ ಇವರು ಮೂರೂ ಜನರಿಗೂ ಚೆನ್ನಾಗಿ ಹೊಂದಿಕೆಯಾಯಿತು. ಆಗೆಲ್ಲ ಕೂಡು ಕುಟುಂಬ ತಾನೆ... ಪ್ರೊಫೆಸರ್ ಅಪ್ಪನಿಗೆ ಮದುವೆಯಾದ ಮೇಲೆಯೇ ಇವರ ಪಾಲಿನ ಹಿಸ್ಸೆಯನ್ನು ತೆಗೆದುಕೊಂಡು ಬೇರೆಯಾದರಂತೆ.

ಅಜ್ಜಿ ಏನಾದ್ರೂ ಕೆಲಸ ಮಾಡುತ್ತಲೇ ಇರುತ್ತಿದ್ದರು. ಮಹೇಶ ಅವರ ಮನೆಗೆ ಹೋದರೆ ಪ್ರೊಫೆಸರ್ ಇಲ್ಲದಿದ್ದರೆ ಅಥವಾ ಅವರು ಸ್ನಾನಗೀನ ಮಾಡುತ್ತಿದ್ದರೆ ಈ ಅಜ್ಜಿ ಹೊರಬಂದು ಇವನನ್ನು ಅಕ್ಕರೆಯಿಂದ ವಿಚಾರಿಸಿಕೊಳ್ಳುತ್ತಿದ್ದರು.

ಮಹೇಶನಿಗೆ ಕೆಲವು ಘಟನೆಗಳನ್ನು ಮರೆಯಲಾಗುವುದೇ ಇಲ್ಲ. ಒಮ್ಮೆ ಪ್ರೊಫೆಸರ್ ಹೆಂಡತಿ ಪೂರ್ಣ ಮೂರು ತಿಂಗಳು ಮಗನ ಅಮೆರಿಕದ ಮನೆಗೆ ಹೋಗಿದ್ದರು. ಆಗ ಇಡೀ ಮನೆಯ ಜವಾಬ್ದಾರಿ ಅಜ್ಜಿಯದೇ. ಆಗೀಗ ಮನೆಗೆ ಸಾಮಾನು ತಂದುಕೊಡಲು ಇವನು ಹೋಗುತ್ತಿದ್ದ. ಅಜ್ಜಿಗೆ ಎಂಬತ್ತು ವರ್ಷದ ಮೇಲಾಗಿದ್ದರೂ ನಿಧಾನವಾಗಿ ಓಡಾಡಿಕೊಂಡು ಸಾಕಷ್ಟು ಕೆಲಸ ಮಾಡಿಕೊಂಡು ಇದ್ದರು. ಒಮ್ಮೆ ಅಜ್ಜಿಗೆ ಜೋರು ಜ್ವರ, ವಾಂತಿ. ರಾತ್ರಿ ಇವನು ಪ್ರೊಫೆಸರ್ ಮನೆಗೆ ಹೋದಾಗ, ಅವರು ಇವನನ್ನು ಕುಳ್ಳಿರಿಸಿ, ಪಕ್ಕದಲ್ಲೇ ಇದ್ದ ಡಾಕ್ಟರ್ ಬಳಿ ಕೇಳಿಕೊಂಡು ಬರುತ್ತೇನೆ ಎಂದು ಹೋದರು. ತುಸು ಹೊತ್ತಿಗೆ ಅಜ್ಜಿ ಕರೆದಂತಾಗಿ ಹೋದ. ವಾಂತಿ ಬಂದಂತಾಗ್ತಿದೆ ಎಂದ ಅಜ್ಜಿಯನ್ನು ಕುಳ್ಳಿರಿಸಿ, ಒಂದು ಕೈಯಲ್ಲಿ ಅವರನ್ನು ಹಿಡಿದುಕೊಂಡು, ಅವರ ಹಾಸಿಗೆ ಬಳಿಯಿದ್ದ ಬೌಲ್ ಅನ್ನು ಹಿಡಿದ. ಬಿಳಿಯ ಬೌಲಿನಲ್ಲಿ ಕಂದು ಹಸಿರು ವರ್ಣದ ವಾಂತಿ. ಅಜ್ಜಿಗೆ ತುಂಬಾ ಸಂಕೋಚವಾದಂತಿತ್ತು. ಅಲ್ಲಿಯೇ ಇದ್ದ ಲೋಟದಲ್ಲಿದ್ದ ನೀರನ್ನು ಕೊಡುವಂತೆ ಕೈ ಸನ್ನೆ ಮಾಡಿದ ಅಜ್ಜಿಗೆ ಕೊಟ್ಟ. ಚೂರು ನೀರು ಬಾಯಿಗೆ ಹಾಕಿಕೊಂಡು ಮುಕ್ಕಳಿಸಿ ಬೌಲಿಗೆ ಉಗುಳಿದರು. ಇವನು ಅವರನ್ನು ಮೆತ್ತಗೆ ಮಲಗಿಸಿ, ಅದನ್ನು ಬಚ್ಚಲಿನಲ್ಲಿ ಚೆಲ್ಲಿ, ನೀರು ಸುರಿದು ಬೌಲನ್ನು ತೊಳೆದು ಮತ್ತೆ ತಂದು ಮಂಚದ ಕೆಳಗಿಟ್ಟ.

"ಈಗ ಜರಾ ಆರಾಮ ಅನಿಸತೈತಾ ಅಜ್ಜಿ... ಗ್ಲುಕೋಸ್ ಏನರ ಕೊಡಲೇನ್ರಿ"

ಏನೂ ಬ್ಯಾಡಪಾ ಎನ್ನುವಂತೆ ತಲೆಯಲ್ಲಾಡಿಸಿದ ಅಜ್ಜಿ ಮಹೇಶನ ಕೈಹಿಡಿದರು. ಸುಕ್ಕುಗಟ್ಟಿದ ಆ ಕೈಗಳ ಸ್ಪರ್ಶ, ಅವರ ಕಣ್ಣುಗಳಲ್ಲಿ ಆ ಕ್ಷಣಕ್ಕೆ ಹೊಳೆದ ಒಂದು ಪುಟ್ಟ ಕೃತಜ್ಞತೆಯ ಭಾವ ಮಹೇಶನ ಎದೆಯಲ್ಲಿ ಇನ್ನೂ ಭದ್ರವಾಗಿದೆ. ಮತ್ತೆ ಎರಡು ಮೂರು ದಿನದಲ್ಲಿ ಅಜ್ಜಿ ಚೇತರಿಸಿಕೊಂಡಿದ್ದರು. ಅದಾಗಿ ಆರು ತಿಂಗಳ ನಂತರ ಅವರು ತೀರಿಕೊಂಡಿದ್ದು.

ಎಷ್ಟು ಬೇಗ ನಾಲ್ಕು ವರ್ಷ ಸರಿದು ಹೋಗಿದೆಯಲ್ಲ...

"ಪದ್ದಜ್ಜಿ ಹ್ಯಾಂಗ ಬದುಕ್ಯಾಳ ಅಂತ ನನಗ ಯಾವಾಗೂನು ಸೋಜಿಗ

ಅನಿಸತ್ತಿತ್ತು ಮಹೀ. ಹದಿನಾಕು ವರ್ಷಕ್ಕನ ಗಂಡನ ಮಾರೀನೂ ಸರಿಯಾಗಿ ನೋಡದೆ, ವಿಧವೆಯಾಗಿ... ಆಮ್ಯಾಗ ಬಾಳೇದಾಗ ಯಾವ ಗಂಡಸಿನ ಸ್ಪರ್ಶನೂ ಇಲ್ಲದನ ಬದುಕೂದು ಅದಾಲ್ಲ, ಎಂಥಾ ಶಿಕ್ಷೆ ಅಂತೀನಿ..."

ಈ ಅಚ್ಚರಿ ಮಹೇಶನಲ್ಲಿಯೂ ತುಂಬಿತ್ತು. ಅಜ್ಜಿ ಆ ವಯಸ್ಸಲ್ಲೂ ಛಂದ ಅನ್ನಿಸುತ್ತಿದ್ದರು. ಎತ್ತರಕ್ಕೆ ನಸುಗಪ್ಪು ಬಣ್ಣಕ್ಕಿದ್ದ ಅಜ್ಜಿಯ ದುಂಡು ಮುಖದಲ್ಲಿ ಒಂದು ಮಿಂಚಿನ ಸೌಂದರ್ಯ ಹೊಳೆಯುತ್ತಿತ್ತು. ಬದುಕಿನ ಬಗ್ಗೆ ಒಂದು ಅದಮ್ಯ ಪ್ರೀತಿ, ತಮ್ಮ ಸುತ್ತಲಿನವರ ಎಲ್ಲರ ಬಗ್ಗೆ ಒಂದು ಅಪರೂಪದ ಅಕ್ಕರೆ ಸದಾ ಅವರ ಚಹರೆಯಲ್ಲಿ. ಕಣ್ಣಂಗಳದಲ್ಲಿ ಇಂಥ ಭಾವವೊಂದನ್ನು ತೆಳುವಾಗಿ ಅಂಟಿಸಿಕೊಂಡು ನಟಿಸುತ್ತಲೇ ಬದುಕುವ ಅನಿವಾರ್ಯತೆಯನ್ನು ನಾವೆಲ್ಲ ಸೇರಿ ಹೇರಿಬಿಟ್ಟಿದ್ದೀವೇನೋ ಅವರ ಮತ್ತು ಅವರಂಥ ಎಷ್ಟೆಲ್ಲ ಆ ಕಾಲದ ವಿಧವೆಯರಿಗೆ... ಯಾರಿಗೆ ಗೊತ್ತು.

"ಪದ್ದಜ್ಜಿ ಕಣ್ಣೆದುರಿಗನ ನಮ್ಮಪ್ಪನ ಲಗ್ನ ಆತು, ನಮ್ಮತ್ತಿ ಅಂದ್ರ ಅಪ್ಪನ ತಂಗಿ ಲಗ್ನ ಆತು. ಎಲ್ಲಾರಿಗೂ ಮಕ್ಕಳಾದವು. ಅವರೆಲ್ಲಾರದೂ ಬಾಣಂತನನೂ ಈ ತಾಯಿಯಾಗದ ಮಾತಾಯಿ ಮಾಡಿದ್ಲು... ಎಲ್ಲಾರ ಮಂಚ ಕಿರುಗುಟ್ಟೋದನ್ನು ಕೇಳಿಸಿಗೋತ ರಾತ್ರಿ ಕಳಿಬೇಕಂದರ ಎಂಥಾ ಯಾತನೆ... ಹ್ಯಂಗ ಆ ಯಾತನಿ ಭರಿಸಿಕೊಳ್ಳಾಕ ಸಾಧ್ಯ ಆತು.. ನೆನೆಸಿಕೊಂಡರ ಭಾಳಾ ಸಂಕಟ ಅನಿಸ್ತದ. ಮತ್ತ ಆಕಿಗಿ ಈ ಬದುಕಿನ ಬಗ್ಗಿ ಯಾವ ಗೊಣಗಾಟನೂ ಇರಲಿಲ್ಲ. ಏನೋ ಪ್ರೀತಿ, ಏನೋ ಶ್ರದ್ಧೆ... ನಮಗ ಎದಕ್ಕ ಹಂಗ ಸಾಧ್ಯ ಆಗಂಗಿಲ್ಲ ಅಂತ. ಅಥ್ವಾ ಗೊಣಗಾಟ ಇದ್ದುವೇನೋ, ನಾವ ಕೇಳಿಸಿಕೊಳ್ಳಲಿಲ್ಲೇನೋ, ಯಾಂವ ಬಲ್ಲ. ಪದ್ದಜ್ಜಿ ಹೀಂಗ ಬದುಕಿನ ಸುಖದಿಂದ ವಂಚಿತಳಾಗ್ಯಾಳ ಅಂತ ನಮ್ಮಪ್ಪಗೂ ಭಾಳ ಬೇಜಾರಿತ್ತು. ನಮ್ಮ ಕಾಲದಾಗ ಗೊತ್ತದಲ್ಲ ನಿನಗ... ಅಪ್ಪಾಗ, ನನಗ ಇಂಥ ವಿಚಾರ ಮಾತಾಡೂ ಆಪ್ತತೆನ ಇರಲಿಲ್ಲ. ಏನೋ ಒಂದು ಅಂತರ ನಮ್ಮ ನಡಬರಕ. ಅಪ್ಪ ಸಾಯೂ ಮೊದಲ ಒಮ್ಮೆ ನನ್ನ ಹಂತೇಲಿ ಮನಸ್ಸು ಬಿಚ್ಚಿ ಮಾತಾಡಿದ. ನಮ್ಮಪ್ಪಗ ಲಗ್ನಾದ ಹೊಸದರಾಗ ಯಾವಾಗೂ ಹೆಂಡತಿ ಬಗ್ಗೆ ಆಸಿ ಇರಾತದಲ್ಲ ಹಂಗ ಅನಿಸ್ತಿತ್ತಂತ. ಅವ್ವ ನನ್ನ ಹಡಿಯಾಕ ತೌರಿಗಿ ಹೋದಳಲ್ಲ ಆವಾಗ ದೇಹದ ಬಯಕಿ ತಡಕೊಳ್ಳಾದು ಎಷ್ಟು ತ್ರಾಸ ಆಗ್ತದ ಅಂತ ಅರ್ಥ ಅಪ್ಪಾಗ ಆತಂತ. ಹಾಂಗೊಂದು ಗ್ರಹಿಕೆ ಶುರುವಾಗಿದ್ದೇ ಪದ್ದಕ್ಕ ಹ್ಯಂಗ ಇದೆಲ್ಲ ತಡಕೊಂಡಾಳ ಅಂತ ಯೋಚನೆ ಮಾಡ್ಲಿಕ್ಕೆ ಶುರುಮಾಡಿದರಂತ. ಪದ್ದಜ್ಜಿ ಬದುಕಿಡೀ ಎಲ್ಲಾನು ಹತ್ತಿಕ್ಕಿ, ಎಲ್ಲಾನು ಒಳಗೊಳಗನ ಅದುಮಿಟ್ಟು ಬಾಳೇ ಮಾಡೂ ಅನಿವಾರ್ಯತೆ ಆವಾಗ ಮನಸ್ಸಿನಾಗ ಬಂತಂತ. ಆಮ್ಯಾಗ ನಮ್ಮಪ್ಪಗ ಭಾಳಾ ಅನಿಸತಂತ, ಪದ್ದಜ್ಜಿನ್ನ ಎಂಥಾ ಸಮಯದಾಗೂ, ಎದಕ್ಕೂ ನೋಯಿಸಬಾರದು ಅಂತ. ಜೀವನಾದಾಗ

ಯಾವ ಪ್ರೀತಿ ಅನುಭವಿಸಬೇಕಿತ್ತೋ ಅದ್ರಿಂದಲೇ ಆಕಿ ಶಾಶ್ವತವಾಗಿ ವಂಚಿತ ಆಗ್ಯಾಳ, ಆಕಿಗಿ ನಾವು ಮತ್ ಯಾವ ನೋವು ಕೊಡಬಾರದು ಅಂತ ಆವಾಗ ನಿರ್ಧಾರ ಮಾಡಿದರಂತ. ನಮ್ಮವ್ವ ಅವಗಾವಾಗ ಪದ್ದಜ್ಜಿ ಜತಿಗಿ ಏನೋ ತಕರಾರು ತೆಗಿಯೋರು. ಮನಿ ಅಂದಿಂದ ಏನರ ಒಂದು ಭಿನ್ನಾಭಿಪ್ರಾಯ ಇದ್ದೇ ಇರ್ತದಲ್ಲ, ಅವಾಗೆಲ್ಲ ಅಪ್ಪ ಪದ್ದಕ್ಕನ್ನ ಬಿಟ್ಟುಕೊಡ್ತಿರಲಿಲ್ಲ.

ಹಂಗಂತ ಪದ್ದಜ್ಜಿ ಜಗಳಗಂಟಿ ಸೈತ ಅಲ್ಲ. ಒಂದೆರಡ್ ಮಾತ್ ಹೇಳಿ, ಆಮ್ಯಾಗ ಸುಮ್ಮನಾಗಿಬಿಡಾಕಿ. ರಗಡ ಸಲ ಅವ್ವ ಒಬ್ಬಾಕೀನೆ ಜಗಳ ಮುಂದುವರೆಸತಿದ್ಳು. ಆಕಿ ತನಗಲ್ಲ ಅನ್ನೂ ಹಂಗ ಇರತಿದ್ದಳು. ಬಹುಶಃ ಅಪ್ಪ ಪದ್ದಜ್ಜೀನ ಭಾಳಾ ಹಚಗೊಂಡಿದ್ದು ಅವ್ವನ ಮನಸಿಗಿ ಬರತಿರಲಿಲ್ಲ ಅನಿಸ್ತದ. ಅಪ್ಪ ಇದೆಲ್ಲ ನನ ಗೂಡ ಹೇಳಿಕಂಡು, ಆಮ್ಯಾಗ ನನ್ನ ಕೈ ಹಿಡಿದು ಪದ್ದಜ್ಜಿನ ಛಲೋತ್ನಾಗೆ ನೋಡಿಕೋತೇನು ಅಂತ ಮಾತು ಕೊಡಪಾ ಅಂದ..." ಪ್ರೊಫೆಸರ್ ಒಮ್ಮೆ ನಿಡಿದಾಗಿ ಉಸಿರೆಳೆದುಕೊಂಡು ಸುಮ್ಮನಾದರು.

ಒಳ ಹೋಗಿ ಗ್ಲಾಸ್ ತೊಳೆದಿಟ್ಟು ಬಂದ ಪ್ರೊಫೆಸರ್ ಮತ್ತೆ ಇವನನ್ನು ಮಾತಿಗೆ ಎಳೆಯದೇ ಮಲಗಿದರು.

ಮಹೇಶ ಕಿಟಕಿಯ ಬಳಿ ಹೊರನೋಡುತ್ತ ನಿಂತ. ಎಂಥದೋ ಕಸಿವಿಸಿ ಎದೆಯೊಳಗೆ. ಈಗ ತಾತ್ಕಾಲಿಕ ಕೆಲಸವಾಗಿದ್ದರೂ ಮುಂದಿನ ವರ್ಷ ವಿಶ್ವವಿದ್ಯಾಲಯದಲ್ಲಿ ಕೆಲಸ ಸಿಗುವ ನಿರೀಕ್ಷೆ ಇದೆ. ಏಳೆಂಟು ಇಂಟರ್‌ನ್ಯಾಶನಲ್ ಜರ್ನಲ್ಲಿನಲ್ಲಿ ಪ್ರೊಫೆಸರ್ ಜತೆಗೂಡಿ ಬರೆದ ಸಂಶೋಧನಾ ಲೇಖನಗಳು ಬಂದಿವೆ. ಆಗೀಗ ಕನ್ನಡದ ಪತ್ರಿಕೆಗಳಲ್ಲಿ, ಬೇರೆ ಇಂಗ್ಲಿಷ್ ಪತ್ರಿಕೆಗಳಲ್ಲಿ ಬರೆದ ಲೇಖನಗಳು ಮಿಂಚಿವೆ. ಪ್ರತಿಭಾವಂತ ಅಂತ ಈ ಪ್ರೊಫೆಸರ್ ಮಾತ್ರವೇ ಅಲ್ಲದೆ, ವಿಭಾಗದ ಇನ್ನಿತರರೂ ಒಂದು ಮೆಚ್ಚಿಕೆಯ ನೋಟ ಹರಿಸುತ್ತಾರೆ. ಹೀಗಿರುವ ನನ್ನನ್ನು ನಿನ್ನವನನ್ನಾಗಿ ಮಾಡಿಕೊಳ್ಳದ ಹಾಗೆ ಅದ್ಯಾವ ಕೊರತೆಯನ್ನು ನನ್ನೊಳಗೆ ಕಂಡೆಯೇ... ಬೇರೊಬ್ಬನನ್ನು ಪ್ರೀತಿಸುತ್ತಿರುವೆ ಎಂದು ಮನಬಿಚ್ಚಿ ಹೇಳಿಕೊಳ್ಳಲಿಕ್ಕೂ ಅರ್ಹತೆ ಇಲ್ಲದವ ಇವ ಎಂಬಂತೆ ವರ್ತಿಸಿದೆಯಲ್ಲೇ... ಸ್ಪ್ರಿಂಗ್ ಎಳೆದಂತೆ ನೋವು ಸುರುಳಿ ಸುರುಳಿಯಾಗಿ ಒಳಗೆ ಬಿಚ್ಚಿಕೊಳ್ಳುತ್ತ... ತುಸು ಹೊತ್ತಿನ ನಂತರ ಕಾಲು ನೋಯತೊಡಗಿದಾಗ ಪರದೆ ಸರಿಸಿ ಬಂದು ಮಲಗಿದ.

ಬೆಳಿಗ್ಗೆ ಎದ್ದಾಗ ಮನಸ್ಸಲ್ಲಿ ಇನ್ನೂ ಬೇಸರದ ಸೆಳಕು ಇತ್ತು. ಬಾಗಿಲ ಹೊರಗೆ ಇದ್ದ ಪೇಪರ್, ಹಾಲಿನ ಪ್ಯಾಕ್ ಎತ್ತಿಕೊಂಡು ಒಳಗೆ ಇಟ್ಟು, ಹಲ್ಲುಜ್ಜಿ ಮುಖ ತೊಳೆದ. ಪ್ರೊಫೆಸರ್ ಇನ್ನೂ ಗಾಢ ನಿದ್ದೆಯಲ್ಲಿದ್ದರು. ಎಬ್ಬಿಸುವುದು ಬೇಡವೆಂದುಕೊಂಡು ಸದ್ದು ಮಾಡದೇ ನಿನ್ನೆ ತೊಳೆಯದೇ ಹಾಗೇ ಇಟ್ಟಿದ್ದ ತನ್ನ ಗ್ಲಾಸ್ ಎತ್ತಿಕೊಂಡು,

ರೂಮಿನ ಬಾಗಿಲು ಮುಂದೆ ಮಾಡಿದ. ಹಾಲು ಕಾಯಿಸಿ, ಟೀ ಮಾಡಿ ಹದವಾಗಿ ಬೆರೆಸಿಕೊಂಡು ಕುಡಿದ. ತುಸು ಹೊತ್ತಿಗೆ ಸೀತಮ್ಮ ಬಂದಳು.

"ಓ ಏನ್ ಮಹೇಶಪ್ಪ.. ಸೂರ್ಯ ಭಾಳಾ ಲಗೂನ ಎದ್ದಂಗ ಕಾಣ್ತದ..." ಛೇಡಿಸುವ ಧ್ವನಿಯಲ್ಲಿ ಹೇಳುತ್ತಲೇ ಒಳಬಂದವಳು ಪಾತ್ರೆ ತೊಳೆದು, ಕಸ ಹೊಡೆದು ನೆಲ ಒರೆಸಿದಳು. ದಿನಾ ಬೆಳಿಗ್ಗೆ ಬರುವ ಅವಳು ಏನಾದ್ರೂ ಹಗುರು ತಿಂಡಿ, ಮಧ್ಯಾಹ್ನಕ್ಕೆ, ಬೇಕೆಂದರೆ ರಾತ್ರಿಗೆ ಸ್ವಲ್ಪ ಅಡುಗೆ ಮಾಡಿಟ್ಟು ಹೋಗುವ ವ್ಯವಸ್ಥೆಯಾಗಿತ್ತು. 'ಇವತ್ ಜರಾ ಲಗೂನ ಹೋಗಬೇಕಪ್ಪ, ಸೊಸಿಗಿ ಆರಾಮಿಲ್ಲ' ಎಂದು ನೆಲ ಒರೆಸುತ್ತಲೇ ಹೇಳಿದಳು.

"ಹೂಂ ಮತ್ತ... ಕುದುರಿ ನೋಡ್ತಿದ್ದ ಹಂಗೆ ನಡಿಲಾಕ ಕಾಲು ನೋವು ಬರತದಂತ..." ಮಹೇಶ ನಕ್ಕ.

ಮಹೇಶನಿಗೆ ಅಡುಗೆ ಮಾಡುವುದು ತುಸುಮಟ್ಟಿಗೆ ಬರುತ್ತದೆ ಎಂದು ಗೊತ್ತಿದ್ದ ಸೀತಮ್ಮ ಇವನಿದ್ದಾಗ ಆಗಾಗ ನೀನೇ ಮಾಡಪ್ಪ ಎಂದು ನೆವ ಹೇಳಿ ಓಡುತ್ತಿದ್ದಳು. ಈಗಂತೂ ಮನೆಯ ಇನ್ನೊಂದು ಕೀ ಇವನ ಬಳಿ ಇದೆ, ಆಗಾಗ ಬರುತ್ತಲೇ ಇರುತ್ತಾನೆ ಎನ್ನೋದು ಸೀತಮ್ಮನಿಗೂ ಗೊತ್ತಿದೆ.

"ಊಂ... ಅಣಕಿಸಪ್ಪ" ಎಂದವಳು "ಸರ್ ಮಲಗ್ಯಾರೆ, ನೀನೇ ಹೇಳತೀಯೇನಪಾ ಅವ್ರಿಗಿ" ಎಂದು ಮತ್ತೆ ರಾಗವೆಳೆದಳು.

"ಆತೇಳ್ರಿ" ಅಂತ ಅವಳನ್ನು ಕಳಿಸಿದವ ಅಡುಗೆ ಮನೆಯಲ್ಲಿ ಏನೇನಿದೆ ಅಂತ ನೋಡಿದ. ಸೀತಮ್ಮ ಸಾಮಾನುಗಳನ್ನು ಸಾಕಷ್ಟು ಅಚ್ಚುಕಟ್ಟಾಗಿ ಅಡುಗೆ ಮನೆಯಲ್ಲಿ ಜೋಡಿಸಿಟ್ಟಿದ್ದಳು. ಇವನು ರವೆ ತೆಗೆದು, ಹುರಿದು, ಉಪ್ಪಿಟ್ಟು ಮಾಡುವ ಹೊತ್ತಿಗೆ ಪ್ರೊಫೆಸರ್ ಎದ್ದರು. ಅವರಿಗೆ ಚಾ ಮಾಡಲು ಅಡುಗೆ ಮನೆಯಲ್ಲಿಯೇ ನಿಂತ. "ಏನಪಾ ಮನಿ ಪೂರಾ ಘಂ ಅನ್ನಲಾಕಹತ್ತೇದ... ಸೀತಮ್ಮನ್ನ ಓಡಿಸಿ ನೀನೇ ಮಾಡಾಕಹತ್ತೀಯೇನು" ಎನ್ನುತ್ತ ಅಡುಗೆ ಮನೆಗೆ ಬಂದವರು ಅಲ್ಲೇ ಕಟ್ಟೆ ಮೇಲೆ ಕುಳಿತರು. ಅವನು ಕಪ್ಪಿಗೆ ಚಾ ಸೋಸುವುದನ್ನು ನೋಡುತ್ತ

"ಮಹೀ... ನಿನ್ನ ಲಗ್ನ ಆಗಾಕಿ ಭಾಳಾ ಪುಣ್ಯ ಮಾಡಿರತಾಳಪಾ" ಎಂದರು.

"ನಮ್ಮ ಹುಡುಗ ಮಣ್ಣಾಗ ಅಗಿಯೂ ಕೆಲಸ ಏನರ ಮಾಡಲಿ, ಆದರ ಉಪ್ಪಿಟ್ಟು, ಚಾ ಅಂತೂ ಭೇಷಾಗಿ ಮಾಡ್ತಾನ ಅಂತ ನೀವು ಒಂದು ಸರ್ಟಿಫಿಕೇಟು ಕೊಟ್ಟರೆ ಯಾವುದಾರ ಹುಡುಗಿ ಒಪ್ಪಬೌದು" ಮಹೇಶನೂ ನಗುತ್ತ ಹೇಳಿದ.

❖

❖

ಅಲ್ಲಿಂದ ಹೊರಟವನಿಗೆ ಕಾಲೇಜಿನ ದಾರಿಯಲ್ಲಿ ನೀತುಗೆ ಒಮ್ಮೆ ಕರೆಮಾಡಲೇ ಎನ್ನಿಸಿತು, ಮತ್ತೆ ಅವಳು ಕೆಲಸಕ್ಕೆ ಹೋಗೋ ಗಡಿಬಡಿಯಲ್ಲಿರುತ್ತಾಳೆ ಎಂದುಕೊಂಡು ಸುಮ್ಮನಾದ. ಶಿವಮೊಗ್ಗದ ನೀತು ಅನುವಿನ ಕಾಲೇಜು ಗೆಳತಿ. ಅನು ಶಿವಮೊಗ್ಗದಲ್ಲಿ ಇಂಜಿನೀರಿಂಗ್ ಕಾಲೇಜಿಗೆ ಸೇರಿದ ಹೊಸತರಲ್ಲಿ ಊರಿಗೊಮ್ಮೆ ರಜೆಗೆ ಬರುವಾಗ ನೀತುವನ್ನು ಕರೆದುಕೊಂಡು ಬಂದಿದ್ದಳು. ಮಹೇಶ ಕೂಡ ಅದೇ ಸಮಯಕ್ಕೆ ಊರಿಗೆ ಹೋಗಿದ್ದರಿಂದ ನೀತು ಪರಿಚಯವಾದಳು. ಜೋಗ, ಇಕ್ಕೇರಿ, ಮನೆ ಹಿಂದಿನ ಬೆಟ್ಟ, ಸಾಗರದ ಪೇಟೆ ಎಂದೆಲ್ಲ ಮೂವರೂ ಸೇರಿ ಸುತ್ತಾಡಿದ್ದರು. ನೀತುವಿಗೆ ಆರ್ಕಿಯಲಾಜಿಯ ಬಗ್ಗೆ ಆಸಕ್ತಿ ಇದ್ದಿದ್ದರಿಂದ ನಂತರ ಆಗೀಗ ಮಹೇಶನೊಂದಿಗೆ ಫೋನಿನಲ್ಲಿ ಮಾತಾಡುತ್ತ, ಇಮೇಲ್ ಮಾಡುತ್ತ, ಬರಬರುತ್ತ ಹೆಚ್ಚು ಆಪ್ತವಾದವಳು. ಇತ್ತೀಚಿನ ಮೂರ್‍ನಾಲ್ಕು ವರ್ಷಗಳಲ್ಲಿ ಮಹೇಶನೊಂದಿಗೆ ಅನುವಿಗಿಂತ ಹೆಚ್ಚು ಸಂಪರ್ಕದಲ್ಲಿದ್ದವಳು ನೀತು. ಆಗೀಗ ಭೇಟಿಯಾದವಳು. ಒಮ್ಮೆ ಪ್ರೊಫೆಸರ್ ಬೆಂಗಳೂರಿನಲ್ಲಿ ಯಾವುದೋ ಸೆಮಿನಾರಿಗೆ ಹೋದಾಗ, ಆಸಕ್ತಿಯಿಂದ ಅವರ ಉಪನ್ಯಾಸಕ್ಕೆ ಹೋದವಳು, ಅವರನ್ನು ಪರಿಚಯಿಸಿಕೊಂಡು, ಅಪರೂಪಕ್ಕೊಮ್ಮೆ ಅವರಿಗೆ ಕರೆ ಮಾಡಿ, ಮಾತನಾಡಿ, ಏನೋ ತಮಾಷೆ ಮಾಡುವಷ್ಟು ಅವರಿಗೂ ಪರಿಚಿತಳಾದವಳು. ಮಧ್ಯಾಹ್ನ ಕಾಲೇಜಿನಲ್ಲಿ ಕ್ಲಾಸ್ ಮುಗಿಸಿಕೊಂಡು ರೂಮಿಗೆ ಹೋಗಲೇ ಅಥವಾ ಪ್ರೊಫೆಸರ್ ಮನೆಗೆ ಹೋಗಲೇ ಎಂದು ಯೋಚಿಸುತ್ತ ಕ್ಯಾಂಟೀನಿನಲ್ಲಿ ಕಾಫಿ ಕುಡಿಯುತ್ತಿರುವಾಗ ಮೊಬೈಲ್ ರಿಂಗಣ. ನೋಡಿದ್ರೆ ಅವಳದ್ದೇ ಫೋನ್.

"ನೂರು ವರ್ಷ ಆಯುಸ್ಸು ಮಾರಾಯ್ತಿ ನಿಂಗೆ"

"ಅಯ್ಯೋ... ನಂಗೆ ಬೇಡಪ್ಪಾ... ನೀನೇ ಎಲ್ಲಾದ್ರೂ ಬ್ಯಾಂಕಿನಲ್ಲಿಟ್ಟು ಎಫ್‌ಡಿ ಮಾಡ್ಕೋ" ನಕ್ಕಳು. ಎಂದಿನಂತೆ ಮೊಬೈಲಿನಲ್ಲಿ ಹಾಯ್ದು ಬಂದ ನೀತುವಿನ ನಗುವಿನ ಅಲೆಗಳು ಮನಸ್ಸನ್ನು ಆವರಿಸಿಕೊಳ್ಳುತ್ತಿವೆ.

"ಮೊನ್ನೆ ಅನು ನಿಶ್ಚಿತಾರ್ಥಕ್ಕೆ ನಾನೂ ಹೋಗಲಿಲ್ಲ. ಯಾಕೋ ಮನಸ್ಸಿರಲಿಲ್ಲ. ತುಂಬ ಅರ್ಜೆಂಟು ಒಂದು ಪ್ರಾಜೆಕ್ಟು ಮುಗಿಸಬೇಕಿದೆ, ರಜಾ ಇಲ್ಲ ಅಂತ ಒಂದು ಹಸೀಸುಳ್ಳು ಒಗೆದೆ. ಬಂದ ಮೇಲೆ ಅವಳೇ ಫೋನ್ ಮಾಡಿ ಎಲ್ಲಾ ತುಂಬಾ ಚೆನ್ನಾಗಿ ಆಯ್ತು, ನನ್ನನ್ನ, ನಿನ್ನನ್ನ ಮಿಸ್ ಮಾಡ್ಕಂಡೆ ಅಂದಳಪ್ಪ. ನಮ್ಮಿಬ್ಬರನ್ನು ಬಿಟ್ಟು ಹತ್ತಿರದ ಫ್ರೆಂಡ್ಸ್ ಎಲ್ರೂ ಬಂದಿದ್ರಂತೆ. ಆಮೇಲೆ ಫೋಟೋ ಒಂದಿಷ್ಟು ಮೇಲ್ ಮಾಡಿದ್ಲು. ಭಾಳಾ ಖುಷಿಯಾಗಿರೋ ಹಂಗಿತ್ತು." ನಿಧಾನಕ್ಕೆ ವಿವರಿಸಿದಳು.

"ಅದ್ನ ಹೇಳಕ್ಕೆ ಫೋನ್ ಮಾಡಿದ್ಯಾ" ಮಹೇಶ ತಡೆಯದೇ ಸಿಡುಕಿದ.

"ಏಯ್... ಅದ್ಯಾಕೆ ರೇಗ್ತೀಯ... ಹೋಗ್ಲಿಬಿಡೋ... ಅಷ್ಟ್ ಯಾಕೆ ಮನಸ್ಸಿಗೆ ಹಚ್ಚಿಕೊಂಡಿದ್ದಿ... ಊಂ..." ಸಮಾಧಾನಿಸಿದಳು.

ಅರೆಕ್ಷಣ ಇಬ್ಬರ ನಡುವೆ ಮೌನ. "ಅಯ್ಯೋ... ನಾನೇನು ಹಚ್ಚಿಕೊಂಡಿಲ್ಲ ಮಾರಾಯ್ತಿ... ಏನೋ ಒಂಥರಾ ಕಿರಿಕಿರಿ ಅಷ್ಟೆ" ಮಹೇಶ ಮೆಲ್ಲನೆ ಹೇಳಿದ.

"ಮತ್ತೆ ನಿಮ್ಮ ಪ್ರೊಫೆಸರ್ ಹೆಂಗಿದಾರೋ... ಅವ್ರಿಗೆ ನಿದ್ದೇಲೂ ಎಲ್ಲೋ ಉತ್ಖನನ ಮಾಡ್ತಿದ್ದಂಗೆ ಕನಸು ಬಿದ್ದು, ಎದ್ದ ತಕ್ಷಣ ಕೈ ಎಷ್ಟರ ಮಣ್ಣಾಗೇದ ಅಂತ ತೊಳ್ಕೋತಾರೇನೋ ಅಲ್ಲವಾ" ಕೇಳುತ್ತಲೇ ನಕ್ಕಳು.

ಅವಳ ತಮಾಷೆಗೆ ಅವನಿಗೂ ನಗು ಬಂತು.

"ಅದ್ಸರಿ, ಏನು ಇವತ್ತು ಮಧ್ಯಾಹ್ನ ನೆನಪಿಸಿಕೊಂಡಿದ್ದು" ಈ ಹೊತ್ತಿನಲ್ಲಿ ಅವಳು ಫೋನು ಮಾಡುವವಳಲ್ಲ. ಕುತೂಹಲವೆನ್ನಿಸಿತು.

"ಓಽಽಽ... ಯಾಕೆ... ಮಧ್ಯಾಹ್ನ ನೆನಪು ಮಾಡಿಕೋಬಾರದು ಅಂತ ಏನಾದ್ರೂ ಕಾನೂನಿದೆಯಾ" ಮತ್ತೆ ನಕ್ಕಳು. "ಏನಿಲ್ಲಪ್ಪ, ಸುಮ್ನೆ ಮಾಡಿದೆ ಅಷ್ಟೆ" ಎಂದು ಫೋನಿಟ್ಟಳು. ಹೆಚ್ಚಾಗಿ ಸಂಜೆ ಅಥವಾ ರಾತ್ರಿ ಫೋನು ಮಾಡುವವಳು, ಯಾಕೆ ಮಾಡಿದ್ದಳು, ಏನೋ ಹೇಳಹೊರಟವಳು ಹೇಳದೇ ಉಳಿದಳಾ ಎನ್ನಿಸಿತು ಮಹೇಶನಿಗೆ.

❖

❖

ಒಂದೆರಡು ದಿನದ ನಂತರ ಕಾಲೇಜಿನಲ್ಲಿ ಏನೋ ಕಾರ್ಯಕ್ರಮ ಇತ್ತು, ಇವನಿಗೆ ಕ್ಲಾಸ್ ಇರಲಿಲ್ಲ. ಕಾರ್ಯಕ್ರಮದಲ್ಲಿ ಕೂತಿರಲಿಕ್ಕೂ ಬೇಸರ. ರೂಮಿಗೂ ಹೋಗಲಿಕ್ಕೆ ಬೇಸರವಾಯಿತು. ನೇರ ಪ್ರೊಫೆಸರ್ ಮನೆಗೆ ಬಂದ. ಬೆಲ್ ಮಾಡಿ, ಹೊರಗಿದ್ದ ಕುಂಡಗಳನ್ನು ನೋಡುತ್ತ ನಿಂತ. ಸ್ವಲ್ಪ ಗೊಬ್ಬರ ತಂದು ಹಾಕಬೇಕು. ತಾನೂ ಇವುಗಳ ಆರೈಕೆ ಮಾಡದೆ ಒಂದೆರಡು ತಿಂಗಳಾಯಿತು ಎಂದುಕೊಳ್ಳುತ್ತ ಬಾಗಿಲು ತೆಗೆಯದಿದ್ದಾಗ ಮತ್ತೆ ಎರಡು ಮೂರು ಬಾರಿ ಬೆಲ್ ಮಾಡಿದ. ಓ, ಸರ್ ಬಹುಶಃ ಇದ್ದಂತಿಲ್ಲ... ಏನೋ ವರ್ಕ್‌ಶಾಪ್ ಇದೆ ಅಂದಿದ್ದು ನೆನಪಾಗಿ ತನ್ನ ಬಳಿಯಿದ್ದ ಕೀ ರೂಮಿನಲ್ಲಿಯೇ ಉಳಿಯಿತಾ ಅಥವಾ ಚೀಲದಲ್ಲಿ ಹಾಕ್ಕೊಂಡಿದ್ದೀನಾ ಹೇಗೆ... ಮಹೇಶ ಚೀಲದಲ್ಲಿ ಕೈಹಾಕಿ ಕೀ ಇದೆಯಾ ಎಂದು ಹುಡುಕತೊಡಗಿದ. ಅಷ್ಟರಲ್ಲಿ ಪಕ್ಕದ ಮನೆಯ ಬಾಗಿಲು ತೆಗೆಯಿತು. ಪಕ್ಕದ ಮನೆ ಲಲಿತಕ್ಕ ಮಹೇಶನಿಗೆ

ಆರಾಮೇನಪ್ಪ ಅಂತ ಕೇಳುವುದಕ್ಕಿಂತ ಕೊಂಚ ಹೆಚ್ಚಿಗೇ ಎನ್ನುವಷ್ಟು ಪರಿಚಯ. ಪ್ರೊಫೆಸರ್ ಇಲ್ಲಿ ಮನೆ ಕಟ್ಟಿಸುವಾಗಲೇ ಲಲಿತಕ್ಕನ ಮನೆ ಪಕ್ಕದಲ್ಲಿತ್ತು. ಕಾಯಿಪಲ್ಲೆ ತರುವುದರಿಂದ ಹಿಡಿದು ಆಗೀಗ ಸಿನಿಮಾಗೆ ಹೋಗುವವರೆಗೆ ಪ್ರೊಫೆಸರ್ ಹೆಂಡತಿ ಮತ್ತು ಲಲಿತಕ್ಕ ಜೋಡಿಯಾಗಿದ್ದರು.

"ಏನಪಾ ಮಹೇಶ... ಭಾಳಾ ದಿನದ ಮ್ಯಾಲೆ ಕಾಣಕಹತ್ತೀ... ಈ ಕಡಿ ಬಂದಿಲ್ಲೇನು... ಹ್ಯಾಂಗ ನಡೆದದ ಕಾಲೇಜು..."

ಮಹೇಶ ಲಲಿತಕ್ಕ ಕೇಳಿದ್ದಕ್ಕೆ ಉತ್ತರಿಸುತ್ತ ಅದೂ ಇದೂ ಮಾತಾಡುತ್ತ, ಚೀಲದಲ್ಲಿ ಕೈಯಾಡಿಸುತ್ತಲೇ ಇದ್ದ. ಕೀ ಸಿಕ್ಕಿತು. ಬೀಗ ತೆಗೆಯಲು ಅನುವಾದ.

"ನಿನ್ನೆ ಮುಂಜಾನಿ ಭಾಳೊತ್ತಿನ ತನಾ ಸರ್ ಮನ್ಯಾಗ ಇದ್ದರು ಕಾಣತದ. ಮೊನ್ನಿ ರಾತ್ರಿ ಯಾರೋ ಮೇಡಂ ಒಬ್ರು ಬಂದಂಗಿತ್ತು... ಇಲ್ಲೇ ಉಳಕೊಂಡು, ನಿನ್ನೆ ಮುಂಜಾನಿ ಹೋದಂಗ ಕಾಣ್ತದ" ಕೊನೆಯ ವಾಕ್ಯಕ್ಕೆ ಬರುವಷ್ಟರಲ್ಲಿ ಧ್ವನಿ ತಗ್ಗಿಸಿದ ಲಲಿತಕ್ಕ ಇಷ್ಟು ಹೊತ್ತು ಮಾತು ಹಚ್ಚಿಕೊಂಡಿದ್ದೆ ಇದನ್ನು ಹೇಳಲು ಎಂಬ ಮುಖಭಾವದಲ್ಲಿದ್ದರು.

ಲಲಿತಕ್ಕ ಈಗ ಕಾಂಪೌಂಡಿಗೆ ಆತುಕೊಂಡು ನಿಂತಿದ್ದರು. "ಆ ಮೇಡಂ ರಗಡ ಸಲ ಮನಿಗಿ ಬರತಿರ್ತಾರ..." ನಿನಗೊತ್ತೇನು ಎಂಬ ಭಾವದಲ್ಲಿ ಇವನನ್ನು ನೋಡಿದರು.

"ಯಾರಾರ ಪಿಎಚ್‌ಡಿ ಸ್ಟುಡೆಂಟ್ ಇರಬೇಕ್ರಿ... ಭಾಳಾ ಮಂದಿ ಸ್ಟುಡೆಂಟ್ ಅದಾರ ಅವ್ರಿಗಿ" ಮಹೇಶನಿಗೆ ಇಷ್ಟರ ಹೊರತಾಗಿ ಏನು ಪ್ರತಿಕ್ರಿಯಿಸಬೇಕೆಂದೇ ತೋಚಲಿಲ್ಲ.

"ಆಕಿ ಸ್ಟುಡೆಂಟ್ ಅಲ್ಲೇಳಪಾ" ಲಲಿತಕ್ಕ ತನಗೆ ಖಚಿತವಾಗಿ ಗೊತ್ತೆಂಬಂತೆ ಮೆತ್ತಗೆ ಉಸುರಿದರು. ಮಹೇಶನ ಹೂಂಗುಡುವಿಕೆಗೂ ಕಾಯದೆ ಮುಂದುವರೆಸಿದರು.

"ಅಕ್ಕೋರು ತೀರಿಕೆಂಡ್ ಇನ್ನಾ ಎರಡು ವರ್ಷ ಆಗೇದ... ಅಷ್ಟರಾಗ ಶುರು ಮಾಡ್ಯಾರ... ಈ ಗಂಡಸರಿಗಿ..." ಧ್ವನಿಯಲ್ಲಿ ಇನ್ನಿಲ್ಲದ ಕಹಿತನ, ಅದಕ್ಕಿಂತ ಹೆಚ್ಚು ಒಂದು ಕಾಠಿಣ್ಯ ಇತ್ತು. ವಾಕ್ಯದ ತುದಿಯಲ್ಲಿ ಛೀ ಎನ್ನದಿದ್ದರೂ ಅದನ್ನು ತನ್ನ ಚೂಪು ಮುಖದಲ್ಲಿಯೇ ಹೊಳೆಯಿಸುತ್ತಿದ್ದ ಆಕೆಯನ್ನು ದಿಟ್ಟಿಸಿದ ಮಹೇಶ ಮಾತಾಡಲಿಲ್ಲ.

"ಹೋಗ್ಲಿ ಬಿಡಪ್ಪಾ.. ಮಂದಿ ಉಸಾಬರಿ ನಮಗ್ಯಾಕ... ನಮ್ದೇ ಚಿಂತಿ ಹಾಸಿ ಹೊದಿಯುವಷ್ಟದ...." ಲಲಿತಕ್ಕ ಇನ್ನೂ ಮಾತಾಡುವ ಲಹರಿಯಲ್ಲಿದ್ದಂತಿತ್ತು. ಮಹೇಶ ಮಾತು ಮುಂದುವರೆಸುವ ಉತ್ಸಾಹ ತೋರಿಸದೆ, ಬಾಗಿಲು ತೆರೆದು ಒಳಬಂದ.

ಮೊದಲು ಅಡುಗೆ ಮನೆಗೆ ಹೋಗಿ ನೋಡಿದ. ಅಡುಗೆ ಮಾಡಲು ಸೀತಮ್ಮ ಬಂದಂತಿಲ್ಲ ಎಂದುಕೊಂಡ.

ಪ್ರೊಫೆಸರ್‌ಗೆ ಫೋನ್ ಮಾಡುವುದೇ ಒಳ್ಳೆಯದೆನಿಸಿತು. "ವರ್ಕ್‌ಶಾಪಿನಾಗ ಅದೀನಿ" ಎಂದ ಪ್ರೊಫೆಸರ್ "ನಾ ಬರೂದು ಸಂಜಿಯಾಗ್ತದ. ಮನ್ಯಾಗೆ ಇರು. ಸೀತಮ್ಮಂಗೂ ಸಂಜಿ ಕಡಿಗಿ ಬರಾಕೆ ಹೇಳೀನಿ. ಹ್ಯಂಗೂ ನೀನದೀಯಲ್ಲ... ಬಂದ್ರ ಇಬ್ಬರಿಗೂ ಅಡಗಿ ಮಾಡಾಕ ಹೇಳಪಾ" ಎಂದರು.

ಹಾಲ್‌ನಲ್ಲಿದ್ದ ಎರಡೂ ಕಪಾಟಿನೊಳಗಿನ ಪುಸ್ತಕಗಳೆಲ್ಲ ಓರಣವಾಗಿ ಜೋಡಿಸಿದಂತೆ ಕಾಣುತ್ತಿದೆ, ಒಂದಿಷ್ಟು ಧೂಳೂ ಕಾಣುತ್ತಿಲ್ಲ ಎಂದುಕೊಂಡ. ಹಾಗೆನ್ನಿಸುತ್ತಿದ್ದಂತೆ ತಟ್ಟನೆ ಲಲಿತಕ್ಕ ಹೇಳಿದ್ದು ನೆನಪಾಯಿತು. ಬಂದಿದ್ದು ಸ್ಟುಡೆಂಟ್ ಅಲ್ಲ, ಕೆಸಿಡಿ ಕಾಲೇಜಿನಲ್ಲಿ ಅಕೌಂಟಂಟ್ ಆಗಿರುವ ಜಲಜ ಮೇಡಂ ಎನ್ನುವುದು ಅವನಿಗೂ ಖಾತ್ರಿ ಇತ್ತು. ಈಗೊಂದು ವರ್ಷದಿಂದ ಅವರನ್ನು ಪ್ರೊಫೆಸರ್ ಭೇಟಿಯಾಗ್ತಿರ್ತಾರೆ ಅನ್ನೋದು ಇವನಿಗೂ ಅರಿವಿಗೆ ಬಂದಿತ್ತು. ತನಗ್ಯಾಕೆ ಅನಗತ್ಯ ಕುತೂಹಲ, ಏನಾದ್ರೂ ವಿಶೇಷವಿದ್ದರೆ, ಹೇಳಬೇಕೆನ್ನಿಸಿದರೆ ತನ್ನೊಂದಿಗೆ ಹೇಳಿಯೇ ಹೇಳ್ತಾರೆ ಎನ್ನುವುದೂ ಖಾತ್ರಿಯಾಗಿಯೇ ಗೊತ್ತಿದ್ದರಿಂದ ಸುಮ್ಮನುಳಿದಿದ್ದ.

ಟಿವಿ ನೋಡುತ್ತ ಹಾಗೆಯೇ ದಿವಾನ್ ಮೇಲೆ ಒರಗಿದ.

ಸಂಜೆ ಪ್ರೊಫೆಸರ್ ಬರುವುದಕ್ಕಿಂತ ಮೊದಲೇ ಸೀತಮ್ಮನ ಸವಾರಿ ಆಗಮಿಸಿತು.

ಸೀತಮ್ಮ ಸ್ವಲ್ಪ ದುಗುಡದಲ್ಲಿದ್ದಂತಿತ್ತು.

"ಸರ್ ಮೊನ್ನಿ ಮುನ್ನೂರು ರೂಪಾಯಿ ಕೊಟ್ಟಿದ್ರು, ಕಾಯಿಪಲ್ಲೆ ತಗಂಬಾ... ಹಂಗೇ ಮಡಕಿಕಾಳು, ಹೆಸರುಕಾಳು ಏನರಾ ಒಂದೀಟು ಕಾಳು ತಗಂಬಾ ಅಂತ"

"ತರಾಕ ಮರೆತರೇನು... ಹೋಗಲಿ ಬಿಡ್ರೀ... ನಾಳಿಗಿ ತರ್ರಿ"

"ಅದೇ ಮಹೇಶಪ್ಪ, ಹ್ಯಂಗ ತರೂದು ನಾಳಿಗಿ ಅಂತ ಚಿಂತ್ಯಾಗೇದ" ಸೀತಮ್ಮ ತಡವರಿಸಿದಳು.

ಅಂದ್ರೆ ಆ ದುಡ್ಡು ಮತ್ತೇನಕ್ಕೋ ಖರ್ಚು ಮಾಡಿಬಿಟ್ಟಿದ್ದಾಳೆ... ಮಗ ಇಸ್ಕೊಂಡನಾ ಹೇಗೆ ಕೇಳಲಾ ಎಂದು ಮಹೇಶ ಎಂದುಕೊಳ್ಳುವಷ್ಟರಲ್ಲಿ ಸೀತಮ್ಮ ಸೆರಗಿನಿಂದ ಮುಖ ಒರೆಸಿಕೊಳ್ಳುತ್ತ ಹಾಲ್‌ನಲ್ಲಿದ್ದ ಕುರ್ಚಿಯೊಂದರ ತುದಿಗೆ ದೇಹ ಹಿಡಿಯಾಗಿಸಿಕೊಂಡು ಕುಳಿತಳು.

"ಏನಾತ್ರೀ ಸೀತಮ್ಮಾ... ಹುಷಾರಿದ್ದೀರಿಲ್ಲೋ..."

"ಸರ್ ರೊಕ್ಕಾ ಕೊಟ್ಟಾರ, ಇವತ್ತು ತಂದುಬಿಡೂಣು ಅಂತ ಇಲ್ಲೇ ಕಾಯಿಪಲ್ಲೆ ಬಜಾರದ ಕಡಿ ಸಿದ್ದೇಶ್ವರ ಥೇಟರ್ ಮುಂದಿಂದ ಹೊಂಟಿದ್ದೆ. ಥೇಟರ್ ಮುಂದ ಪಕ್ಕದಾಗ ಚೂರು ಕಟ್ಟಿ ಇದ್ದಾಂಗ ಅದ ನೋಡು ಅಲ್ಲಿ, ಮುದ್ಕ ಮನಷ್ಯಾ ಒಬ್ಬಾಂವ

ಕೂತಿದ್ದ. ಭಾಳಾ ಕೆಮ್ಮತಿದ್ದ. ಗೂರಲು ಕೆಮ್ಮು. ಈ ಮುದ್ಕ ದವಾಖಾನಿಗರ ಹೋಗೂದಿತ್ತು, ಔಸ್ಧಿ ಏನರ ತಗಳೂದಿತ್ತು, ಪಾಪ ಅನ್ಕೋತ ಹೊಂಟೆ, ಆದರ ನನಗ ಹೆಜ್ಜಿ ಮುಂದೆ ಕಿತ್ತಿಡಾಕ ಆಗವಲ್ಲು. ಹಂಗೇ ಒಂದ್ನಿಮಿಷ ನಿಂತು ಅಂವನ್ನ ದಿಟ್ಟಿಸಿ ನೋಡಿದ್ನಿ... ನನ್ನೆದಿ ಪೂರಾ ಬಾಯಿಗಿ ಬಂದ್ಹಂಗಾತು... ಭಲೋ ಡಾಕ್ಟರ ಹತ್ತರ ತೋರಿಸ್ಕೋರಿ ಅಂದು ಮುನ್ನೂರು ರೂಪಾಯಿ ಅಂವನ ಕೈ ಪಕ್ಕದಾಗಿಟ್ಟು ಅಂವಾ ನನ್ನ ಗುರ್ತು ಹಿಡಿಯೂ ಮದಲಾ ಅಲ್ಲಿಂದ ಸರಾ ಸರಾ ಅಂತ ಬಂದುಬಿಟ್ನಿ..."

ಮಹೇಶನಿಗೆ ತಲೆಬುಡ ತಿಳಿಯಲಿಲ್ಲ. ಸೀತಮ್ಮ ಇವನತ್ತ ನೋಡದೆಯೇ ಮುಂದುವರೆಸಿದಳು.

"ನಿನಗೊತ್ತದಲ್ಲ, ಅಲ್ಲಿ ಒಂದಲ್ಲ ಒಂದ್ ನಾಟಕ ಕಂಪನಿ ಬರತಿರ್ತದ... ನನ್ನ ಕೈಹಿಡಿದವಂಗ ನಾಟಕದಾಗ ಪಾರ್ಟು ಮಾಡ ಹುಚ್ಚು ತಲಿಗೇರಿಬಿಟ್ಟಿತ್ತು. ಭಾಳ ವರ್ಸದ ಹಿಂದ ಅಲ್ಲಿಗಿ ಬಂದಿದ್ದ ನಾಟಕ ಕಂಪನಿ ಜತಿಗಿ ಓಡಿಹೋಗಿದ್ದ. ಅವನಿಗಿ ನಾಟಕ ಒಂದೇ ಅಲ್ಲ ಹುಚ್ಚು ಹಿಡಿಸಿದ್ದು... ಅದ್ರಾಗಿನ ಒಬ್ಬಾಕಿ ಹೆಂಗ್ಸಿಗಿ ಇಂವಾ ಮರಳಾಗಿಬಿಟ್ಟಿದ್ದ. ನನ್ನ ಬಿಡು, ಹೊಟ್ಯಾಗ ಹುಟ್ಟಿದ ಕೂಸೂ ನೆನಪಾಗದಷ್ಟು ಮರಳಾಗಿದ್ದ. ಹ್ವಾಗೇ ಬಿಟ್ಟ. ಮುಂದ ಆ ನಾಟಕ ಕಂಪನಿ ಇಲ್ಲಿಗಿ ಬಂದಾಗ ಇಂವಾ ಬಂದಿದ್ದನೋ ಇಲ್ಲೋ ನಮಗೆ ಹ್ಯಾಂಗ ಗೊತ್ತಾಗ್ತದ ಬಿಡು... ನಾಯೇನು ನಾಟಕ ನೋಡಾಕಿನ... ಅವಾಗಿಂದ ಮಂದಿ ಮನಿ ಕಸ ಮುಸುರಿ ತೊಳಿತ ನನಗ ಬ್ಯಾರೆ ಜೀವನಾ ಶುರು ಆತು..."

ಸೀತಮ್ಮನ ಕಣ್ಣಿನಿಂದ ಒಂದೇ ಹನಿ ನೀರೂ ಜಿನುಗಲಿಲ್ಲ. ಕಣ್ಣು ಮಾತ್ರ ಮೆಣಸಿನ ಖಾರ ಬಿದ್ದಿದೆಯೇನೋ ಎನ್ನುವಷ್ಟು ಕೆಂಪಾಗಿತ್ತು.

"ಇವತ್ತ ಅಲ್ಲಿ ಕೆಮ್ಮಿಕೋತ ಕೂತಾಂವ ಮೂವತ್ತು ವರ್ಸದ ಕೆಳಗೆ ಬಿಟ್ಟೆದ್ದು ಹ್ವಾದನಲ್ಲ, ಅಂವನೇ. ಖರೇ ಹೇಳ್ತೀನಪಾ... ನನಗ ಅವಂಜೋಡಿ ಮಾತಾಡಬಕು, ಹ್ಯಾಂಗದೀರಿ ವಿಚಾರಿಸಬಕು, ಮನಿಗಿ ಕರಕಂಡು ಹೋಗಬಕು, ಹೀಂಗ ಏನಂದ್ರ ಏನೂ ಅನಿಸಲಿಲ್ಲ. ಒಮ್ಮಿ ಮನ್ಸು ಕಲ್ಲಾತಂದ್ರ ಮತ್ತ ಮ್ಯಾಗ ಜಡಿಮಳಿ ಸುರದರೂ ಮೆತ್ತಗಾಂಗಿಲ್ಲ. ನಮ್ಮ ಪಾಡು ನಮ್ದು, ಅವನ ಪಾಡು ಅವಂದು. ಅಂವನ ಹತ್ರ ಡಾಕ್ಟರ ಹತ್ರ ಹೋಗಾಕ ರೊಕ್ಕ ಅದನೋ ಇಲ್ಲೋ... ಕೈಯಾಗ ಸರ್ ಕೊಟ್ಟ ರೊಕ್ಕ ಇತ್ತು, ಅದಾ ಕೊಡೂಣು ಅಂತ ಅಷ್ಟೇ ಅನಿಸ್ತು. ಕೊಟ್ಟು ಒಂದೇ ಉಸಿರಿಗಿ ಅಲ್ಲಿಂದ ಜಾಗ ಖಾಲಿ ಮಾಡಿದ್ನಿ..."

ಮಹೇಶನಿಗೆ ಸಂಕಟವೆನ್ನಿಸಿತು. ಸುಮ್ಮನೆ ಹೂಂಗುಟ್ಟಿದ. ಸೀತಮ್ಮ ಆಗೀಗ ತನ್ನ ಮನೆ ಸುದ್ದಿ ಹೇಳುತ್ತಿದ್ದರೂ ಹೀಗೆ ಈವರೆಗೆ ಒಳಮನಸ್ಸು ಹರಡಿರಲಿಲ್ಲ

ಎನ್ನುವುದು ಸಣ್ಣ ಅಚ್ಚರಿ ಹುಟ್ಟಿಸಿತು. ಇವನ ಮುಖವನ್ನು ನೋಡದೆ ತನ್ನೊಳಗೆ ಹೇಳಿಕೊಳ್ಳುತ್ತಿದ್ದಾಳೇನೋ ಎಂಬಂತೆ ಮತ್ತೆ ನಿಧಾನಕ್ಕೆ ಮುಂದುವರೆಸಿದಳು.

"ಏನೋ ದೇವ್ರ ಮ್ಯಾಲೆ ಭಾರ ಹಾಕಿ ಜೀವನಾ ಕಳಿಲಾಕ ಹತ್ತೀನಿ. ಮಗ ಭಾಳಾ ಸಾಲಿ ಕಲೀಲಿಲ್ಲ. ಈಗ ರಿಕ್ಷಾ ಓಡಿಸ್ತಾನ. ಸೊಸಿಗಿ ಮಾತ್ರ ಒಂದಿನ ಹೊರಗ ಹಿಂತಾ ಕೆಲಸಕ್ಕೆ ಕಳಿಸಂಗಿಲ್ಲ. ಮನ್ಯಾಗೆ ಏನರಾ ಮಾಡು ಅಂತೀನಿ.. ನನ್ನ ಬಾಳೇ ಆಕಿಗಿ ಬರಬಾರದಂತ... ಮಂದಿ ಕಣ್ಣು ಸುಮಾರಿರತದ. ನಮ್ಮಂಥ ಹೆಣಮಕ್ಕಳು ಒಬ್ರೇ ಇರ್ತೇವಿ, ನೋಡಕ್ಕೂ ಜರಾ ಬೇಷಿರತೀವಿ, ಛಂದ ಕಾಣತೇವಿ ಅಂದ್ರ ಮಂದಿ ಸೆರಗ ಹಾರಿಸಾಕ ನೋಡ್ತಾರ. ಈ ಸುಡುಗಾಡು ದೇಹದ ಮ್ಯಾಲ ಎಷ್ಟು ಜನರ ಕಣ್ಣಂತೀಯ... ನಮಗೂ ರಗಡ ಆಸಿ ಇರ್ತದ... ಎಲ್ಲರ ಹಂಗ ಗಂಡ, ಸಂಸಾರ ಅಂದುಕೋತ ಬಾಳೇ ಮಾಡಬಕು ಅಂತ ಇರ್ತದ... ಆದ್ರ ದೇಹದ ಮ್ಯಾಲೆ ಕಣ್ಣ ಹಾಕಿದವರು ಮನಸ್ಸಿಗಿ ಏನೂ ಕೊಡಂಗಿಲ್ಲಪ್ಪೋ... ಆ ಕ್ಷಣದಾಗ ಎಲ್ಲ ಭಾಳಾ ಛಲೋನ ಅನಿಸತದ. ಆದ್ರ ಮನಸು ಮಾತ್ರ ಒಳಗ ಪೂರಾ ಖಾಲೀನೇ ಉಳಿತದ. ದೇಹಾ ತಡಕಿದವರು ಮನಸ್ಸು ತಬ್ಬಂಗಿಲ್ಲ. ಯಾಕಂದ್ರ ಅವ್ರಿಗಿ ಅದ್ರ ಅಗತ್ಯಾನೆ ಇರಂಗಿಲ್ಲ ನೋಡು... ನಾ ಒಮ್ಮೆ ಹಂಗ ಬ್ಯಾರೆ ಕಡಿ ಮನಸು ಕೊಟ್ನಿ, ಆದ್ರ ಯಾವತ್ತು ಗೊತ್ತಾತಲಾ ಎಲ್ಲ ನೀರ ಮ್ಯಾಗಿನ ಗುಳ್ಳಿ, ಹಗಲು ತಡಕಿದವರು ರಾತ್ರಿ ನಮಗ ಒಳಗ ಜೋಡ ಆಗೂದಿಲ್ಲ, ಜಡ್ಡಾದರ ಬಂದ ನೋಡಂಗಿಲ್ಲ. ಎದಕ್ಕ ಬಂದ ನೋಡ್ತಾರ, ಅವರಿಗೇನು ಹರಕತ್ತ ಇರ್ತದ, ಮತ್ತ ನಾ ಹೀಂಗ ಖಾಲೀನೆ ಉಳಿಯೂದು, ಇದು ಸಾಯೂತನ ಇರೂ ಖಾಲೀತನ ಅಂತ ಮನಸಿಗಿ ಅರಿವಾತಲ್ಲ, ಅವಾಗ ಗಪ್ಪಾಗಿಬಿಟ್ಟೆ ನೋಡು... ಆಮ್ಯಾಗ ಯಾರ ನೆರಳೂ ಹತ್ತರ ಸೇರಿಸಲಿಲ್ಲ. ಯಾರರ ಹಂಗ ಮುಟ್ಟಾಕ ಬಂದ್ರು ಅಂದ್ರ ಛಲೋತ್ನಾಗೆ ಬಾಯಿ ಮಾಡಾಕ ಶುರು ಮಾಡಿದ್ನಿ. ಈಗ ಬಿಡು, ವಯಸ್ಸಾಗೇದ... ಈ ಸರ್ ಹಂಗ ಛಲೋ ಮಂದಿದು ಇನ್ನಾ ಮೂರು ಮನಿ ಹಿಡಿದೀನಿ. ರೊಟ್ಟಿ ಬಡಿಯೂದು, ಭಾಂಡೆ ತೊಳಿಯೂದು ಅಷ್ಟೆ..."

"ಸೀತಮ್ಮ... ಆಗಿದ್ದು ಆಗ್ಹೋತು... ಈಗ ಮಗನ ಜೊತಿಗಿ ಛಲೋ ಅದೀರಲ್ಲ... ಮಗ, ಸೊಸಿ ಕಾಳಜಿ ಮಾಡ್ತಾರಲ್ಲ, ಎದಕ್ಕ ಸುಮ್ನೆ ಮನಸ್ಸಿಗಿ ತ್ರಾಸು ಮಾಡ್ಕೋತೀರಿ..." ಸೀತಮ್ಮ ಮಹೇಶನ ಮಾತಿಗೆ ಮತ್ತೆ ಮಾತು ಜೋಡಿಸಲಿಲ್ಲ.

'ಅಂವ ನನ್ನ ಖೂನ ಹಿಡಿದಾನೇನು, ಅಸಲಿಗೆ ಅಂವಂಗ ಕಣ್ ಮಂಜಾಗಿರಬೌದು, ಯಾರೋ ಮುದುಕಿ ರೊಕ್ಕ ಕೊಟ್ಟಾಳ ಅಂತ ಅಂದಕಂಡಿರಬೌದು. ನನಗ ಮಗ, ಸೊಸೆ ಅಂತ ನಾನೇ ಮುಂದ ತಗಂಡುಬಂದ ಒಂದು ಸಂಸಾರನಾರ ಅದ, ಎಲ್ಲ ಹರಕಂಡ ಹೋದ ಅಂವಾ ಈಗ ಗೂರಲು ಕೆಮ್ಮಿನ ಒಂಟಿ ಜೀಂವಾ

ಆಗ್ಯಾನ ಅಂದ್ರ ಇದರಾಗ ಯಾರ ತಪ್ಪದ? ಆ ಹೆಣಮಗಳಿದ್ದರ ಹ್ಯಂಗ ತಪ್ಪ ಅದ ಅಂತ ಹೇಳೂದು, ಅಲ್ಲದ ಯಾವುದರ ತಪ್ಪು ಅಂತ ಹೇಳೂದು... ಅದ್ರಾಗ ತಪ್ಪೇನು ಸರಿಯೇನು... ಎಲ್ಲ ನಡೆದು ಹೋಗ್ಯಾವ ಅಷ್ಟೆ...' ಸೀತಮ್ಮ ಎದುರಿನ ಗೋಡೆಯನ್ನೇ ದಿಟ್ಟಿಸುತ್ತ ಮನಸ್ಸಿನಲ್ಲಿಯೇ ವಿಚಾರ ನಡೆಸಿದ್ದಳು.

ಸೀತಮ್ಮನಿಗೆ ಸರ್ ಕೊಟ್ಟ ದುಡ್ಡಿನ ಬಗ್ಗೆ ಯೋಚನೆ ಆಗಿರಬಹುದು ಎಂದುಕೊಂಡು "ನಾ ರೊಕ್ಕ ಕೊಡಲೇನ್ರೀ" ಎನ್ನುತ್ತ ಒಳಗಿನಿಂದ ಪರ್ಸು ತಂದ.

"ಸರ್‌ಗೆ ಈ ಕಿಲಾಪೆಲ್ಲ ಹೇಳ್ಬೇಡಪ್ಪೋ... ಮುಂದಿನ ತಿಂಗಳು ಪಗಾರ ಬಂದೇಟಿಗಿ ನಿನಗ ಈ ರೊಕ್ಕ ಕೊಡ್ತೀನೇಳಪಾ" ಎನ್ನುತ್ತ ಸೀತಮ್ಮ ದುಡ್ಡನ್ನು ತನ್ನ ಸೊಂಟದ ಬಾಳೆಗಂಟಿಗೆ ಸೇರಿಸಿದಳು. "ಇರಲಿ ಬಿಡರೀ, ಕೊಡೂದೇನು ಬ್ಯಾಡ" ಮಹೇಶ ಮಾತು ಮುಗಿಸುವ ಮುನ್ನವೇ ಸೀತಮ್ಮನ ಮಾತು ಬಾಣದಂತೆ ತೂರಿಬಂತು "ಅಯ್... ಹಂಗೆಂಗ್ಹಪಾ... ಹಿಂತಾ ಚೂರುಪಾರು ದಾನಕ್ಕೆಲ್ಲ ಸೀತಮ್ಮ ಇನ್ನಾ ಯಾರ ಮುಂದೂ ಕೈ ಒಡ್ಡಿಲ್ಲಪ್ಪೋ..." ರಾಗವಾಗಿ ಹೇಳುತ್ತ ಈಗ ನಕ್ಕಳು.

"ಆತೇಳ್ರೀ, ಮುಖ ತೊಕ್ಕೊಂಡು ಕಾಯಿಪಲ್ಲೆ ತಗಂಬರ್ರಿ, ನಾನೇ ಚಾ ಮಾಡ್ತೀನಿ, ಕುಂದರ್ರೀ" ಮಹೇಶ ನಕ್ಕು ಅಡುಗೆ ಮನೆಗೆ ಹೋದ.

ಚಾ ಕುಡಿದು ಹೋದ ಸೀತಮ್ಮ ಮತ್ತೆ ಅರ್ಧಗಂಟೆಯಲ್ಲಿ ಕೈಚೀಲದ ತುಂಬ ತಾಜಾ ಸೊಪ್ಪು, ತರಕಾರಿ ತಂದು, ಅಡುಗೆಗೆ ತೊಡಗಿದಳು.

"ಸೊಪ್ಪು ಸೋಸಿ ಕೊಡಲೇನ್ರಿ" ಎನ್ನುತ್ತ ಮಹೇಶ ಅಲ್ಲಿಯೇ ನಿಂತು ಅವಳಿಗೆ ಸಹಾಯ ಮಾಡತೊಡಗಿದ.

"ಸೀತಮ್ಮಾ... ನೀವು ಇದ್ದಾಗ ಯಾರಾರ ಮೇಡಂ ಮನಿಗಿ ಬಂದಿದ್ರೇನು?"

ಕೇಳಬಾರದು ಎನ್ನಿಸುತ್ತಿದ್ದರೂ ತಡೆಯಲಾರದೇ ಕೇಳಿದ. ರೊಟ್ಟಿ ಬಡಿಯುತ್ತಿದ್ದ ಸೀತಮ್ಮ ತಲೆ ಎತ್ತಲಿಲ್ಲ.

"ಆ ಲಲ್ತಕ್ಕೋರು ನಿನಗೂ ಕೇಳಿದ್ರೇನು"

ಮಹೇಶನಿಗೆ ತಟ್ಟನೆ ನಗು ಬಂದುಬಿಟ್ಟಿತು. "ಏನ್ ಸೀತಮ್ಮ ಎಷ್ಟರ ಸರ್ರ್ಯಾಗಿ ಊಹೆ ಮಾಡೀರಿ... ಒಳ್ಳೆ ಸರ್ವಾಂತರ್ಯಾಮಿ ನೀವು" ಮತ್ತೆ ಜೋರಾಗಿ ನಕ್ಕ.

"ಐಯ್ ಬಿಡಪ್ಪಾ... ಅದಕ್ಕ ಸರ್ವಾಂತರಾಮಿ ಯಾಕಾಗೂದು... ಮದ್ಲೇ ಜರಾ ವರ್ಚಗಣ್ಣು ಆಕಿಗಿ, ಈಗ ಅಕ್ಕೋರು ತೀರಿಕೊಂಡಾಗಿಂದ ಒಂದು ಕಣ್ಣು ಈ ಮನಿ ಕಡಿಕಿ ಇರ್ತದ..." ಮೊದಲಿನಿಂದ ಸೀತಮ್ಮನಿಗೆ ಲಲಿತಕ್ಕ ಎಂದರೆ ಅಷ್ಟಕ್ಕಷ್ಟೆ. ತಮ್ಮನೆ ಕೆಲಸದವಳು ಬಂದಿರಲಿಲ್ಲ ಎಂದು ಒಂದೆರಡು ಸಲ ಕೆಲಸ ಮಾಡಿಸಿಕೊಂಡವರು, ಸರಿಯಾಗಿ ದುಡ್ಡು ಮಾತ್ರ ಕೊಡಲಿಲ್ಲ ಎನ್ನುವುದು ಸೀತಮ್ಮನ ಮನಸ್ಸಿನಲ್ಲಿ ಉಳಿದಿತ್ತು. 'ಎಷ್ಟರ ಜಿಪುಣತನ ಮಾಡ್ತಾಳ... ನಾಳಿಗಿ ಮ್ಯಾಲ ಹೋಗೂ ಮುಂದ ಎಲ್ಲ ಬೆನ್ನಿಗಿ

ಕಟಗಂಡು ಹೋಕ್ಕಾಳೇನು' ಎಂದು ಗೊಣಗಿಕೊಂಡು ಸುಮ್ಮನಾಗಿದ್ದಳು.

ಸೀತಮ್ಮ ರೊಟ್ಟಿ ತಿರುವಿ ಹಾಕಿದಳು.

"ಎರಡ ಸಲ ಆ ಹೆಣಮಗಳಿಗಿ ಇಲ್ಲೆ ನೋಡೀನಿ. ಆಕಿನ್ನ ನೋಡಿದಾಗ, ಆಕಿ ಗೂಡ ಜರಾ ಮಾತಾಡಿಂದ ನನಗ ಅನ್ನಿಸ್ತು ಬಾಳೇ ಈಕಿಗಿ ದೊಡ್ಡ ಹೊಡ್ತ ಕೊಟ್ಟದ, ಭಾಳಾ ನೋವುಂಡಾಕಿ ಅಂತ. ಈ ಮನ್ಯಾಗ ಕೆಲಸ ಮಾಡಾಕ ಹತ್ತಿ ಹತ್ ವರ್ಸದ ಮೇಲಾತು... ಆ ಸಲುಗೀಲಿ ಮೊನ್ನಿ ನಾನೇ ಸರ್‌ಗೆ ಹೇಳಿದ್ನಿ, ಮಂದಿ ಮಾತು ಕೇಳಿಕೋತ ಬಾಳೇ ಮಾಡಕಾಂಗಿಲ್ಲ, ನಿಮಗ ಖರೇ ಆ ಹೆಣಮಗಳು ಛಲೋ ಅನಿಸಿದರ, ಆಕಿಗೂ ನಿಮ್ಮ ಮ್ಯಾಲ ಮನಸ್ಸಿದ್ದರ ಗಂಡಹೆಂಡತಿ ಹಂಗ ಛಲೋತ್ನಾಗ ಬಾಳೇ ಮಾಡ್ರಿ. ಇಲ್ಲಾ, ಪೂರಾ ಬಿಟ್ಟೇ ಬಿಡ್ರಿ. ನಾಕು ದಿನ ಛಂದ ಅನಿಸಿ ಆಕಿಗೂಡ ಇರೂದು, ಮತ್ತ ನಿಮಗ ಯಾವತ್ತು ಬ್ಯಾಡ ಅನಿಸ್ತದಲಾ ಅವಾಗ ಕಟ್ಟಿ ಮ್ಯಾಲ ಕೂತವ್ರು ಕುಂಡಿ ಮ್ಯಾಲಿನ ಧೂಳು ಝಾಡಿಸಿ ಬಿಟ್ಟೆದ್ದು ಹೋಕ್ಕಾರಲ್ಲ ಹಂಗ ಹ್ವಾಗಬ್ಯಾಡ್ರಿ ಅಂತ... ಯಾಕಪಾ... ನಾಯೇನು ತಪ್ಪು ಹೇಳಿದ್ನೇನು... ಸರ್ ಹೆಚ್ಚಿಗಿ ಮಾತಾಡಲಿಲ್ಲ. ಅದ್ನೇ ಯೋಚನಿ ಮಾಡಾಕ ಹತ್ತೀನವಾ ಅಂದ್ರು ಅಷ್ಟೆ." ಸೀತಮ್ಮ ರೊಟ್ಟಿ ಮಾಡಿ ಮುಗಿಸಿ, ಕೈ ತೊಳೆದುಕೊಳ್ಳುತ್ತಿದ್ದರು.

ಅಡುಗೆ ಮನೆ ಸ್ವಚ್ಛಪಡಿಸಿ ಸೀತಮ್ಮ ಹೊರಟು ಹೋದಳು. ಮಹೇಶ ಪುಸ್ತಕ ಹಿಡಿದು ಕುಳಿತಿದ್ದರೂ ಮನಸ್ಸು ಮಾತ್ರ ಯಾಕೋ ಹಿಡಿತದಲ್ಲಿರಲಿಲ್ಲ.

ಮತ್ತೆ ಸ್ವಲ್ಪ ಹೊತ್ತಿನಲ್ಲಿ ಪ್ರೊಫೆಸರ್ ಬಂದರು. ವರ್ಕ್‌ಶಾಪಿನಲ್ಲಿ ಮಾತನಾಡಿ ದಣಿದಂತೆ ತೋರುತ್ತಿದ್ದರು. ಆದರೆ ಕಣ್ಣಿನಲ್ಲಿ ಮಾತ್ರ ಲವಲವಿಕೆ ತುಂಬಿತ್ತು. ಊಟ ಮುಗಿಸಿದ ಮೇಲೆ ಕಂಪ್ಯೂಟರ್ ಆನ್ ಮಾಡಿ, ಇರಪಾ ಎನ್ನುತ್ತ ಇಮೇಲಿಗೆ ಉತ್ತರ ಬರೆಯುತ್ತ ಕುಳಿತರು. ಬರೆಯುತ್ತಲೇ ಸ್ವಲ್ಪ ಆಚೆ ಮತ್ತೊಂದು ಕುರ್ಚಿಯಲ್ಲಿ ಕೂತಿದ್ದ ಮಹೇಶನೊಂದಿಗೆ ಅದೂ ಇದೂ ಹರಟಿದರು. ಮತ್ತೊಂದು ಮೇಲ್ ಓಪನ್ ಮಾಡಿ, ಗಂಭೀರವಾಗಿ ಓದುತ್ತ ಕುಳಿತರು. ಏನೂ ಮಾತಾಡಲಿಲ್ಲ. ಮತ್ತೆ ತುಸು ಹೊತ್ತಿನ ನಂತರ ಕಂಪ್ಯೂಟರ್ ಆಫ್ ಮಾಡಿದರು.

"ನನ್ನ ಸೊಸಿ ಮೇಲ್ ಮಾಡ್ಯಾಳ. ಭಾಳ ಏನೂ ಬರೆದಿಲ್ಲ. ನನಗ ಆಕಿಗಿ ಅಷ್ಟು ಸಲುಗಿನೂ ಇಲ್ಲ. ಛಲೋ ಹುಡುಗೀನೆ ಖರೇ. ಲಗ್ನಾ ಆದಾಗಿಂದ ಇಬ್ರೂ ಅಲ್ಲೇ ಅದಾರ. ಆದ್ರ ಈಗ ಆಕಿ ಮೇಲ್ ಓದಿ ಅನಸ್ತದ, ಆ ಹುಡುಗಿ ನನ್ನ ಅರ್ಥ ಮಾಡ್ಕಂಡಷ್ಟು ಮಗನೂ ಮಾಡಿಕೊಂಡಿಲ್ಲ. ಅಥ್ವಾ ಅರ್ಥ ಮಾಡ್ಕೊಳೂದನ ಅಂವಂಗ ಬೇಕಾಗಿಲ್ಲ." ಒಮ್ಮೆ ನಿಡಿದಾಗಿ ಉಸಿರೆಳೆದುಕೊಂಡು, ಬಚ್ಚಲು ಮನೆಗೆ ಹೋಗಿ ಬಂದರು. ಅವರು ಹಾಗೆ ಹೋಗಿಬಂದು, ಕುರ್ಚಿಯನ್ನು ಇತ್ತ ತಿರುಗಿಸಿ ಕೂತರು ಎಂದರೆ ಏನಾದರೂ ವೈಯಕ್ತಿಕ ವಿಚಾರ ಹಂಚಿಕೊಳ್ಳಲು ಸಿದ್ಧರಾದಂತೆ

ಎನ್ನುವುದು ಮಹೇಶನಿಗೆ ಇಷ್ಟು ದಿನಗಳ ಅನುಭವ. ಮಹೇಶ ಅವರನ್ನೇ ದಿಟ್ಟಿಸುತ್ತಿದ್ದ.

"ಕೆಸಿಡಿನಾಗ ಅಕೌಂಟಂಟ್ ಅದಾರಲ್ಲ ಜಲಜ ಮೇಡಂ... ನಿನಗ ಗೊತ್ತದಾರಲ್ಲ" ಮಹೇಶ ಗೊತ್ತೆಂಬಂತೆ ತಲೆ ಅಲ್ಲಾಡಿಸಿದ.

"ಅವಾಗವಾಗ ನಾ ಅವರನ್ನ ನೋಡಕ್ಕ ಹೋಕ್ಕೀನಿ. ಅವರೂ ಇಲ್ಲಿಗಿ ಬರತಿರ್ತಾರ..." ಮಹೇಶನಿಗೆ ಅವರೇನು ಹೇಳ ಹೊರಟಿದ್ದಾರೆ ಗೊತ್ತಾಗಲಿಲ್ಲ.

"ಮೊನ್ನೆ ಜಲಜ ಬಂದಿದ್ಳು. ಇಲ್ಲೇ ಉಳ್ಕಂಡಿದ್ಳು" ಪ್ರೊಫೆಸರ್ ಏಕವಚನಕ್ಕೆ ತಿರುಗಿದ್ದರು ಎನ್ನುವುದು ಗ್ರಹಿಕೆಗೆ ಬರುವುದಕ್ಕಿಂತ ಮೊದಲೇ ಅವರು ಇಲ್ಲೇ ಅನ್ನುತ್ತಿದಂತೆ ಮಹೇಶ ಮಂಚದತ್ತ ತಿರುಗಿ ನೋಡಿದ. ಅವನು ಹಾಗೆ ತಟ್ಟನೆ ಮಂಚದತ್ತ ತಿರುಗಿದ್ದು ಅವರಿಗೂ ಅರಿವಿಗೆ ಬರುತ್ತಲೇ ಅವನನ್ನೇ ನೋಡುತ್ತ ನಕ್ಕುಬಿಟ್ಟರು. ಮಹೇಶ ಪೆದ್ದು ನಗು ನಕ್ಕ. "ಸರ್... ಅದು ಹಂಗಲ್ಲ ..." ತೊದಲಿದ. ಅವರು ಆಗಾಗ ಉದ್ಗರಿಸುವಂತೆ ಅಯ್ಯೋ ದೇವ್ರೇ ಎನ್ನುತ್ತ ತಲೆ ಹಗುರಾಗಿ ಅಲ್ಲಾಡಿಸುತ್ತ ಮತ್ತೆ ನಕ್ಕರು. ಅವರ ಈ ಚಹರೆ ಅವನಿಗೂ ತುಂಬ ಇಷ್ಟವೇ. "ಖರೇ ಸಾರಿ ಸರ್" ಎಂದು ಅವರ ನಗುವಿನಲ್ಲಿ ಸೇರಿಕೊಂಡ.

ತಾನೇಕೆ ಅಷ್ಟು ಅಯಾಚಿತವಾಗಿ ಹಾಗೆ ತಿರುಗಿದೆ... ಆಚೆ ಈಚೆ ಇರುವ ಮಂಚಗಳಲ್ಲಿ ಒಂದರ ಜಾಗ ಸ್ವಲ್ಪ ಬದಲಾಗಿರಬಹುದೇ ಎಂದು ನಿರುಕಿಸಲೇ...

"ನಾನು ಜಲಜ ಕೂಡಿ ಇರೂ ವಿಚಾರ ಮಾಡಾಕಹತ್ತೇವಿ ಮಹೀ. ಅಂದ್ರ ಇಬ್ರಿಗೂ ಎರಡನೇ ಲಗ್ನಾ ಅಂದ್ಕ. ನಿಂಗೊತ್ತೈತಿ ಹೌದಿಲ್ಲೋ... ಮಗಳು ಇನಾ ಸಣ್ಣಾಕಿ ಇದ್ದಾಗನ ಅವ್ರ ಮನಿಯವ್ರು ಆಕ್ಸಿಡೆಂಟಿನಾಗ ತೀರ್ಕೊಂಡಾರ. ಅವ್ರಿಗಿ ಕೆಸಿಡಿನಾಗ ಕೆಲ್ಸ ಇತ್ತಲ್ಲ, ಅವ್ರು ಸತ್ತಿಂದ ಅದ ಕೆಲಸನ ಆಕಿಗಿ ಕಾಂಪೆನ್ಸೇಟ್ ಮ್ಯಾಗ ಕೊಟ್ಟಾರ. ಮಗಳು ಈಗ ಡಿಗ್ರಿ ಓದ್ತಿದಾಳ. ನಾ ಆ ಕಾಲೇಜಿಗಿ ಅದೂ ಇದೂ ಕೆಲಸಕ್ಕ, ಏನರ ಕಾರ್ಯಕ್ರಮಕ್ಕ ಅಂತ ಅವಗಿವಾಗ ಹೋಕ್ಕಿದ್ನಲ್ಲ, ಹಂಗ ನನಗ ಆಕಿಗಿ ನಮಸ್ಕಾರ್ರಿ ಅನ್ನೂವಷ್ಟು ಪರಿಚಯ ಬೆಳೀತು. ಹೆಚ್ಚಿಗಿ ಪರಿಚಯದ ಅಗತ್ಯ ಇರ್ಲಿಲ್ಲ. ಅಂತಾ ಪ್ರಸಂಗನೂ ಬರ್ಲಿಲ್ಲ. ಹೋದ ವರ್ಷ ಒಂದು ಸೆಮಿನಾರಿಗೆ ಅವ್ರ ಕಾಲೇಜಿಗೆ ಹೋಗಿದ್ನಲ್ಲ, ಆವಾಗ ಸ್ವಲ್ಪ ಪರಿಚಯ ಆಯ್ತು. ಆಕಿಗಿ ಆ ವಿಷಯದ ಮ್ಯಾಗ ಕುತೂಹಲ ಇತ್ತಂತ, ಪ್ರಿನ್ಸಿಪಾಲ್ರಿಗಿ ಕೇಳ್ಕಂಡು ಇಡೀ ದಿನ ಕುಂತಿದ್ಲು. ಆಮ್ಯಾಲ ಹಿಂಗ ಇಬ್ರಿಗೂ ಆಸಕ್ತಿ ಇದ್ದ ಏನರ ವಿಷಯ ಮಾತಾಡ್ತಿದ್ವಿ. ಅವಾಗಾವಾಗ ಭೆಟ್ಟಿಯಾಗಕ್ಕೆ ಶುರು ಮಾಡಿದ್ವಿ, ಇದು ಬರೀ ನಮ್ಮ ಕೆಲಸಕ್ಕನ ಸೀಮಿತ ಭೆಟ್ಟಿಯಲ್ಲ ಅಂತ ಇಬ್ರಿಗೂ ಗೊತ್ತಾಗಲಾಕ ಹತ್ತಿತ್ತು. ಅವ್ವಾ ತೀರಿಕೊಂಡು ಇನ್ನಾ ಯಾಡ್ಡ ಮೂರು ವರ್ಷನೂ ಆಗಿಲ್ಲ, ಈ ವಯಸ್ಸಿನಾಗ ನಿಮಗ ಈ

ಗೀಳೆದಕ್ಕ ಅಂತ ಮಗ ಹೋದವಾರ ಮೇಲ್‌ನಾಗ ಕೇಳ್ಯಾನ. ಮಗ ಹೇಳೂದು ಖರೇನ ಅದ. ಈಗ ಐವತ್ತೇಳು ನನಗ. ಜಲಜಂಗೆ ಐವತ್ತೆರಡೋ ಐವತ್ತಮೂರೋ ಇರಬಕು. ದೊಡ್ಡ ಮಗಳದಾಳ. ಈಗ ಇಬ್ರಿಗೂ ಹಿಂತಾದೊಂದು ಸಂಬಂಧ ಬೇಕಾ ಅಂತ. ಸೊಸಿ ಇವತ್ತು ಬರದಾಳ, 'ಐ ಕ್ಯಾನ್ ಫೀಲ್ ಯುವರ್ ಫೀಲಿಂಗ್ಸ್ ಪಪಾ. ನಿಮ್ಮ ಆತ್ಮಕ್ಕೆ ಸರಿ ಅನಿಸಿದ್ದು ಮಾಡ್ರಿ. ಅದರಲ್ಲಿ ತಪ್ಪು ಒಪ್ಪಿನ ಪ್ರಶ್ನೆಯೇ ಇಲ್ಲ' ಅಂತ. ಸೊಸಿ ಒಂದು ವಿಷಯ ಸ್ಪಷ್ಟವಾಗಿ ಬರದಾಳ 'ಅನೀ ಮತ್ತ ನಾನು ಇದಕ್ಕೆ ಒಪ್ಪೂದು ಬಿಡೂದು ವಿಚಾರ ಮಾಡಬೇಡ್ರಿ. ಅವರ ಮಗಳ ವಿಚಾರ ಮಾಡ್ರಿ. ಆಕಿ ನಿಮ್ಮ ಸಂಬಂಧ ಒಪ್ಪಲಿಕ್ಕೆ ಸಿದ್ಧ ಅದಾಳಾ ಅಂತ. ನೀವು ಅವರು ಜತಿಗಿ ಇರೂದು ನನಗರ ನೆಮ್ಮದಿ ಅನಿಸ್ತದ' ಅಂತ. ನನಗೂ ಅದೇ ಯೋಚನೆ ಆಗೇದ ಮಹೀ. ಒಂದು ಸಂಬಂಧ ನಮಗ ಎಷ್ಟೇ ಬೇಕು ಅನಿಸಿದ್ರೂ ಅದರ ಪರಿಣಾಮ ಮಕ್ಕಳ ಮ್ಯಾಗ ಏನಾಕ್ಕೇತಿ ಅಂತ ಯೋಚ್ನಿ ಮಾಡಾಕೇ ಬೇಕು, ಹೌದಿಲ್ಲೋ... ಮಗ ಅಲ್ಲದಿದ್ದರೂ, ಸೊಸಿಯರ ಜರಾ ಅರ್ಥ ಮಾಡಿಕೊಂಡಾಳ, ತುಸು ನಿರಾಳ ಅನಿಸ್ತಪ." ಪ್ರೊಫೆಸರ್ ಮತ್ತೆ ನಿಡಿದಾಗಿ ಉಸಿರೆಳೆದುಕೊಂಡರು.

"ಜಲಜ ಮೇಡಂ ಮಗಳ ಗೂಡ ಈ ವಿಚಾರ ಹೇಳ್ಯಾರಂತಾ..." ಮಹೇಶ ಮಂಚದ ಮೇಲೆ ಅಡ್ಡಾಗುತ್ತ ಕೇಳಿದ.

"ನೇರಾನೇರ ಇನ್ನಾ ಹೇಳಿಲ್ಲ... ಆಕಿ ಮನಸನಾಗ ಏನದ ಅಂತ ಕೇಳಿಲ್ಲ. ಆದರ ನಾವಿಬ್ರೂ ಅವಾಗಾವಾಗ ಭೆಟ್ಟಿಯಾಕ್ಕೀವಿ ಅಂತ ಆಕಿಗಿ ಗೊತ್ತದ. ನಾ ಅವರ ಮನಿಗಿ ಹೋದಾಗ ರಗಡ ಸಲ ಆಕಿನೂ ಇರತಾಳ. ಇದೇ ಪೆಹಿಲಾ ಸಲ ನನಗ ಹೀಂಗ ಹೆಣಮಕ್ಕಳ ಮೇಲೆ ಒಂದನಮೂನಿ ಅಕ್ಕರೆ, ಮಗಳು ಅನ್ನೋ ಭಾವನಾ ಹುಟ್ಟಿದ್ದು ಮಹೀ. ಒಂದ್ಸಲ ಲೇಖಾಗೆ, ಆ ಹುಡುಗಿ ಹೆಸರದು, ಮೈಯಾಗ ಆರಾಮಿರಲಿಲ್ಲ. ಜೋರು ಜ್ವರ. ಅಂವ ನಮ್ಮ ಗೆಳೆಯಾ ಪಾಟೀಲ ಡಾಕ್ಟ್ರನ್ನ ಮನಿಗೇ ಕರಕಂಡು ಹ್ವಾದೆ. ಪಾಟೀಲ ವಾಪಾಸು ಹೋದಮೇಲೆ ಭಾಳಾ ಹೊತ್ತು ಅಲ್ಲೇ ಇದ್ದೆ. ಅದಕ್ಕಿಂತ ಮೊದ್ಲಿಗಿ ಒಂದ್ಸಲ ಆಕಿ ತೆಲಿ ಮ್ಯಾಲ ಕೈಯಾಡಿಸಿದಾಗ ನನ್ನ ಕೈನ ತಟ್ ಅಂತ ಸರಿಸಿದ್ದಳು. ಇಂಥಾ ಹುಡುಗಿರೊಳಗ ವಿಚಿತ್ರ ಸ್ವಾಭಿಮಾನ ಇರತದ ಅಂತ ಅನಿಸ್ತು. ಆದರ ಅವತ್ ಅಕಿಗಿ ಜಡ್ಡಾಗಿತ್ತಲ್ಲ, ಮಳ್ಯಾಗ ನೆಂದ ಪುಟ್ಟ ಗುಬ್ಬಚ್ಚಿ ಮರಿ ಹಾಂಗ ಜ್ವರದ ಚಳೀಗಿ ನಡುಕ್ಕೋತ ಮಕ್ಕಂಡಿದ್ದಳಲ್ಲ... ಮನಸ್ಸು ತಡೀದೆ ಆಕಿ ಹಣೆ ಮೇಲೆ ಕೈಯಾಡಿಸಿದೆ... ಮೆತ್ತಗೆ ಹಣೆ ತಟ್ಟಿದೆ... ಕಣ್ಣ ತೆಗೆದು ನೋಡಿದ್ಲು, ನನ್ನ ಅಂಗೈ ತಗಂಡು ಕೆನ್ನಿಗಿ ಒತ್ತಿಕೊಂಡ್ಲು. ಮತ್ತ ಐದೇ ನಿಮಿಷದಾಗ ಹಂಗ ನನ್ನ ಅಂಗೈ ತನ್ನ ಕೆನ್ನಿಗಿ ಒತ್ತಿ ಹಿಡಕಂಡೇ ನಿದ್ದಿ ಮಾಡಾಕಹತ್ತಿದಳು. ನನಗೂ ಭಾಳ ಮಮತಾ ಅನಿಸಿತು. ಆಮ್ಯಾಗ ಮದಲಿನಷ್ಟು ನನ್ನ ಹತ್ರ ಮನಸ್ಸು

ಮುದುರಿಸಿಕೊಳ್ಳಂಗಿಲ್ಲ. ಅವಾಗಾವಾಗ ನನ್ನ ಹಂತೇಲಿ ಕುಂತು ಮಾತಾಡ್ತಾಳ, ಏನರ ಕಾಲೇಜಿನ ಸುದ್ದಿ ಹೇಳಿಕೋತ ನಗಿಚಾಟಕಿ ಮಾಡ್ತಾಳ. ಮದ್ಲಿನ ಹಂಗ ಸರ್ ಅಂತ ಕರಿಯಂಗಿಲ್ಲ. ಅಂಕಲ್ ಅನ್ನತಾಳ. ಆದರ ನಾವು ಕೂಡಿ ಇರೂಣು ಅಂದ್ರ ಆಕಿ ಕಣ್ಣಾಗ ಹ್ಯಂಗ ತೂಗ್ತದ ಅಂತ ಖರೇನೆ ಗೊತ್ತಿಲ್ಲ."

"ಅದೂ ಖರೇರಿ... ಎಲ್ಲದಕ್ಕ ಜರಾ ಟೈಮ್ ಹಿಡೀತದ ಹೌದಿಲ್ರೀ"

"ನಿನಗೂ ಅನಿಸಬೌದು ಮಹೀ... ಸರ್ ಇಷ್ಟ್ ಲಗೂನೆ ಇನಾ ಒಂದು ಲಗ್ನಾ ಆಗೂ ಯೋಚನಿ ಹ್ಯಂಗ ಮಾಡ್ಯಾರ ಅಂತ. ನಾ ನನ್ನ ಹೆಂಡತೀಗ ಮರತೀನಿ ಅಂತಲ್ಲ. ಅಥವಾ ಮರಿಯೂ ಪ್ರಯತ್ನ ಅಂತ್ಲೂ ಅಲ್ಲ. ಆದರ ಈ ಒಳಗಿನ ಖಾಲೀತನ ಅದಾಲ್ಲ, ಅದನ್ನ ಸಹಿಸೋ ಅಷ್ಟು ನಾ ಗಟ್ಟಿ ಮನಿಷ್ಯಾ ಅಲ್ಲ ಅನಿಸ್ತದ. ಹಾಂ... ಮದಲಿಗಿ ನಾ ಜಲಜಾಗ ಒಂದು ಲೈಫ್ ಕೊಡ್ತೀನು ಅನ್ನೂ ಮಹಾ ಭ್ರಮೆದಾಗನ ಯೋಚಿಸಿದೆ ಅಂದ್ಕ. ಆಮ್ಯಾಗ ಮತ್ ಯೋಚಿಸಿದೆ... ಜಲಜನ ಜಾಗದಾಗ ಆಕಿಯಷ್ಟು ವಿದ್ಯಾ ಬುದ್ದಿ ಇಲ್ಲದ, ನೋಡಕ್ಕೆ ಬೇಷಿಲ್ಲದ ಹೆಣಮಗಳಿದ್ರೆ ನಾ ಲೈಫ್ ಕೊಡೂ ವಿಚಾರನಾರ ಮಾಡ್ತಿದ್ನಾ ಅಂತ... ನನಗ ಜಲಜನ ಬಗ್ಗಿ ಆಕರ್ಷಣೆನೂ ಅದ. ನಮ್ಮ ಒಳಗಿನ ಸತ್ಯ ಏನಿರತದಲಾ ಅದನ್ನ ನಾವು ಒಪ್ಕೊಳಾಕ ಬೇಕು ಮಹೀ. ಈಗ ಅನಿಸ್ತದ... ನನಗ ನಾನು ಲೈಫ್ ಕೊಡಾಕಹತ್ತೇನಿ, ನಾ ಸಂತೋಷವಾಗಿರಬಕು ಅಂತ. ಎಲ್ಲರ ಹಂಗ ನಾನೂ ರಗಡ ಸ್ವಾರ್ಥಿ ಅದೀನಿ... ಐವತ್ತೇಳು ಆದ ಮಾತ್ರಕ್ಕೆ ದೇಹದ ಬಯಕಿ ಏನು ಸತ್ತು ಹೋಗಂಗಿಲ್ಲ... ಅವಾಗಿವಾಗ ಮನಸ್ಸಿನಷ್ಟೇ ಈ ದೇಹನೂ ಭಾಳ ಬೇಡ್ತದ ಮಹೀ. ಒಮ್ಮೊಮ್ಮಿ ಅನಿಸ್ತದ... ಈ ದೇಹದಾಗ ಎಷ್ಟು ಜೀವಕೋಶ ಅದಲ್ಲ... ಅಷ್ಟೂ ಕೋಶಕ್ಕ ಅವುಗಳದ್ದೇ ಆದ ಆತ್ಮಾನೂ ಇರ್ತದ ಅಂತ. ದೇಹ, ಮನಸ್ಸು ಎರಡೂ ಒಂದೇ ಆಗಿ ಇನ್ನೊಂದು ದೇಹ, ಮನಸ್ಸನ್ನು ಏಕತ್ರ ಬೇಡ್ತದ... ತಪ್ಪೋ ಸರಿಯೋ ಯಾಂವ ಬಲ್ಲ... ಯಾವ ಮಾನದಂಡದಿಂದ ತಪ್ಪು, ಸರಿ ಅಂತ ಹೇಳೂದು... ಆದರ ಹಂಗ ದೇಹ, ಮನಸ್ಸು ಎಲ್ಲರ ಗೂಡ ಏಕತ್ರ ಆಗೂದಿಲ್ಲ, ಜಲಜನ ಗೂಡ ಹಂಗ ಅನಿಸಲಾಕ ಹತ್ತೇದ, ಅಂದ್ರ ಇದು ನನ್ನ ಸುದೈವನ ಅಂದಕಂಡೀನಿ" ಪ್ರೊಫೆಸರ್ ಈಗ ತಮ್ಮೊಳಗೇ ಮಾತಾಡಿಕೊಳ್ತಿದ್ದಾರೆ ಎಂಬಂತೆ ಬಹಳ ಮೆಲ್ಲಗೆ ಮಾತಾಡುತ್ತಿದ್ದರು.

'ಯಾತನೀಲಿದ್ದಾಗ, ಒಂಟಿತನ ಕಾಡಿದಾಗ ಯಾವ ವೇದಾಂತನೂ ಕೈ ಹಿಡಿಯಂಗಿಲ್ಲ, ಮತ್ತ ಮನಷ್ಯಾರ ಜತಿಗಿ ಬೇಕಾಗತಾರ...' ಎಂದು ಅಂದು ಪ್ರೊಫೆಸರ್ ಹೇಳಿದ ಮಾತಿನ ಭಾವ ಈಗ ಮಹೇಶನಿಗೆ ಪೂರ್ಣವಾಗಿ ಗ್ರಹಿಕೆಗೆ ನಿಲುಕಿತು. ಯೋಚಿಸುತ್ತಲೇ ಊಂಗುಟ್ಟಿದ.

ಸ್ವಲ್ಪ ಹೊತ್ತಿನ ನಂತರ ಪ್ರೊಫೆಸರ್ ಇನ್ನೂ ಮಾತನಾಡುವ ಭಾವದಲ್ಲಿದ್ದರೇನೋ... ಆ ದಿನ ದಣಿವಾಗಿದ್ದ ಮಹೇಶನಿಗೆ ನಿದ್ರೆ ಆವರಿಸಿತು.

ಬೆಳಗ್ಗೆ ಪ್ರೊಫೆಸರ್‌ಗಿಂತ ಮೊದಲೇ ಎಚ್ಚರಗೊಂಡ ಮಹೇಶ ಎದ್ದು, ಮುಖ ತೊಳೆದು ಹೊರಗೆ ಗೇಟ್ ಬಳಿ ಬಂದು ನಿಂತ. ಇನ್ನೂ ಅದೇ ಚುಮುಚುಮು ಬೆಳಗು. ಕಾಂಪೌಂಡ್ ಹೊರಗೆ ಪದ್ದಜ್ಜಿ ನೆಟ್ಟಿದ್ದ ಎರಡು ಮಂದಾರ ಗಿಡದಲ್ಲಿ ಮೊಗ್ಗುಗಳು ಸ್ವಲ್ಪವೇ ಅರಳಿ ನಿಂತಿದ್ದವು. ಚಳಿಗಾಲ ಅದೇ ಶುರುವಾಗುತ್ತಿತ್ತು. ಹೇಗೂ ಬೇಗ ಎದ್ದಿದ್ದಾಗಿದೆ, ಇವತ್ತಾದರೂ ಗಿಡಗಳ ವಾಗಾಯ್ತಿ ಮಾಡಿಬಿಡೋಣ ಎಂದುಕೊಂಡ ಮಹೇಶ ಬೇರು ಸಡಿಲಗೊಳಿಸಿ, ಕತ್ತರಿಸಬೇಕಿದ್ದವುಗಳನ್ನು ಕತ್ತರಿಸಿದ. ಒಂದೆರಡು ಗಿಡಗಳ ಚಿಗುರು ಎಲೆಗಳನ್ನು ಮೆಲ್ಲಗೆ ಸವರಿದ. ತನ್ನೊಳಗನ್ನು ಚಿಗುರಿಸುವ ಶಕ್ತಿ ಈ ಚಿಗುರೆಲೆಗಳ ಕೋಮಲಸ್ಪರ್ಶಕ್ಕಿದೆ ಎಂದು ಎಷ್ಟೋ ಸಲ ಮಹೇಶನಿಗೆ ಅನ್ನಿಸುತ್ತಿತ್ತು. ನೀರು ಹಾಕಲು ಬಕೆಟ್ ತರಲು ಒಳಬಂದ ಮಹೇಶನಿಗೆ ಮೊಬೈಲ್ ಸದ್ದಾಗುತ್ತಿದಂತೆ ಅನಿಸಿ ಕೋಣೆಯೊಳಗೆ ಬಂದ. ಪ್ರೊಫೆಸರ್‌ಗೆ ಇನ್ನೂ ಜೋರು ನಿದ್ರೆ. ಅವರದೇ ಮೊಬೈಲ್ ಸದ್ದಾಗುತ್ತಿದೆ.. ಯಾರದೆಂದು ನೋಡಿದ. ಜೆಎಲ್... ಜಲಜ ಮೇಡಂ ಇರಬಹುದೇ... ಸರ್‌ಗೆ ಎಬ್ಬಿಸಲಾ ಎಂದುಕೊಂಡವ ಮೊದಲು ಫೋನ್ ಅಟೆಂಡ್ ಮಾಡಿ, ಅವರೇ ಆದ್ರೆ ಎಬ್ಬಿಸುವ ಎಂದುಕೊಂಡು ಫೋನೆತ್ತಿದ. ಅವನ ಊಹೆ ಸರಿಯಾಗಿತ್ತು. ಮಹೇಶನ ಕುರಿತು ಪ್ರೊಫೆಸರ್ ಹೇಳಿದ್ದಿರಬೇಕು... ಇವನು ಹಲೋ ಎಂದು ಹೆಸರು ಹೇಳುತ್ತಲೇ, ಇವನ ಧ್ವನಿ ಕೇಳುತ್ತಲೇ ಪರಿಚಯವಿದ್ದ ಭಾವದಲ್ಲಿ ಮಾತು ಆರಂಭಿಸಿದರು.

"ಸರ್ ಇನ್ನಾ ಮಲಗ್ಯಾರ್ರಿ, ಎಬ್ಬಿಸಲೇನ್ರಿ..."

"ಬ್ಯಾಡ್ರಿ, ಅಷ್ಟ್ ಅವಸರಾ ಏನಿಲ್ರೀ. ರಾತ್ರಿ ಊಟ ಸರಿಯಾಗಿ ಮಾಡ್ಯಾರಿಲ್ಲೋ... ಲೇಟಾಗಿ ಮಕ್ಕೊಂಡ್ರೇನು, ಸಂಜೀಕಡೀಗಿ ಸುಸ್ತಾಗೇದ, ಮೈಕೈ ನೋವು ಅಂತ ಫೋನ್ನಾಗ ಹೇಳಿದ್ರು, ಮತ್ತ ಜ್ವರಗಿರ ಬಂದಾವೇನು" ಕಾಳಜಿಯಿಂದ ವಿಚಾರಿಸಿಕೊಂಡರು.

"ಎಲ್ಲೋ ಹೊರಗ ಹೋಗೂದು ಅದ ಅಂದಿದ್ರು, ಹಂಗ ಹೋಗೂ ಮದ್ಲು ಜರಾ ಮನಿ ಕಡಿ ಬಂದು ಹೋಗಾಕ ಹೇಳ್ರೀ" ಕೊನೆಯ ವಾಕ್ಯ ಹೇಳುವಾಗ ಅವರ ಧ್ವನಿಯಲ್ಲಿ ಆತಂಕವಿದ್ದಂತೆ ಅನಿಸಿತು.

"ನೀವು, ಮತ್ ಮಗಳು ಇಬ್ರೂ ಆರಾಮಿದ್ದೀರಿಲ್ರೀ" ಮಹೇಶ ತಡೆಯದೇ ಕೇಳಿದ.

"ಹಾಂ... ಆರಾಮದೀವ್ರೀ"

"ಸರ್‌ಗೆ ಹೇಳ್ತೀನೇಳ್ರೀ" ಎಂದು ಮಹೇಶ ಮೊಬೈಲ್ ಇಡಬೇಕೆನ್ನುವಷ್ಟರಲ್ಲಿ

ಜಲಜ ಇವನೊಂದಿಗೆ ಹೇಳಿಕೊಳ್ಳಲಡ್ಡಿಯಿಲ್ಲ ಎಂಬ ಭಾವದಲ್ಲಿ ಹೇಳತೊಡಗಿದರು.

"ನಿನ್ನೆ ರಾತ್ರಿ ನಮ್ಮ ಮಾವನ ಮನಿ ಕಡಿಯೋರು ಅಂದ್ರ ನಮ್ಮ ಭಾವ ಬಂದಿದ್ರು. ಯಾವತ್ತಾರ ಹಿಂಗ ಅವರು ಬಂದು ಕೇಳ್ತಾರ ಅಂತ ಅನಿಸತ್ತಿತ್ತು ಖರೇ, ಆದ್ರ ಹಿಂಗ ಜಗಳಾಡ್ತಾರ, ಇಷ್ಟ್ ಒದರಾಡ್ತಾರ ಅಂತ ಅಂದ್ಕಂಡಿರಲಿಲ್ಲ. ಜಗಳಾಡಿ, ಕಡೀಕಿ ನಮ್ಮ ಮನ್ಯಾಗ ಉಳೀಲಿಲ್ರಿ. ಇಲ್ಲೇ ನಮ್ಮ ನೆಂಟರೊಬ್ಬರಿರ್ತಾರ, ಅವ್ರ ಮನಿಗಿ ಹ್ವಾದ್ರು. ಸರ್‌ಗೆ ಹೇಳೂಣು ಅಂತ..." ಜಲಜ ಮೇಡಂ ಮಾತು ಮುಗಿಸುವ ಮುಂಚೆಯೇ ಮಹೇಶ ಅವರೆದ್ದ ತಕ್ಷಣವೇ ಹೇಳುವುದಾಗಿ ಹೇಳಿದ.

"ನೀವೂ ಒಮ್ಮಿ ಮನಿಗಿ ಬರ್ರಲಾ... ಸರ್ ನಿಮ್ಮ ಬಗ್ಗಿ ಭಾಳ ಹೇಳ್ತಿರ್ತಾರ..." ಮೇಡಂ ಈಗ ಆಪ್ತವಾಗಿ ನಕ್ಕರು. ತನ್ನೊಳಗಿನ ಒತ್ತಡವನ್ನು ಮರೆಸುವ ಪ್ರಯತ್ನ ಇದು ಎಂದು ಮಹೇಶನಿಗೆ ಅನ್ನಿಸಿತು. ಹೂಂಗುಟ್ಟಿದ.

ಪ್ರೊಫೆಸರ್ ಇನ್ನೂ ಮಲಗಿದ್ದರು. ತಾವಾಗಿಯೇ ಏಳು ಗಂಟೆ ಸುಮಾರಿಗೆ ಎದ್ದು ಬಿಡುವ ಅಭ್ಯಾಸವಿಟ್ಟುಕೊಂಡಿದ್ದ ಪ್ರೊಫೆಸರ್‌ಗೆ ಬೆಳಗಿನ ನಿದ್ದೆಗೆ ಅವರ ಹೆಂಡತಿಯಿದ್ದಾಗಲೂ ಅಡಚಣೆ ಮಾಡುತ್ತಿರಲಿಲ್ಲ. ಮಹೇಶನಿಗೂ ಇದು ಚೆನ್ನಾಗಿ ಗೊತ್ತಿತ್ತಾದ್ದರಿಂದ ಎಬ್ಬಿಸುವ ಗೋಜಿಗೆ ಹೋಗುತ್ತಿರಲಿಲ್ಲ. ಸೀತಮ್ಮ ಬಂದು ಎಂದಿನಂತೆ ಕೆಲಸ ಶುರು ಮಾಡಿದವಳು "ಏನಪಾ... ಇವತ್ತ ಗಿಡಗೋಳ ಅದೃಷ್ಟ ಖುಲಾಯಿಸಿದಂಗ ಕಾಣತದ" ಎಂದು ಇವನ ಮಣ್ಣುಮಣ್ಣಾಗಿದ್ದ ಕೈ ನೋಡಿ ನಕ್ಕಳು.

ಸ್ವಲ್ಪ ಹೊತ್ತಿನ ನಂತರ ಎದ್ದ ಪ್ರೊಫೆಸರ್‌ಗೆ ಫೋನ್ ಬಂದ ವಿಚಾರ ಹೇಳಿದ. ಹೌದನು... ಎನ್ನುತ್ತ ಐದ್ಹತ್ತು ನಿಮಿಷ ಯೋಚಿಸಿದರು. "ನಾ ಲಗೂನ ಜಳಕ ಮಾಡಿ ರೆಡಿ ಆಕ್ಕೀನಿ. ಸೀತಮ್ಮಂಗ ಬರೀ ನಾಷ್ಟಾ ಮಾಡಾಕ ಹೇಳು" ಎಂದು ಬಚ್ಚಲಿಗೆ ನಡೆದರು.

ಮಹೇಶ ಇಲ್ಲಿಯೇ ತಾನೂ ಸ್ನಾನ ಮಾಡಿದರಾಯ್ತು ಎಂದುಕೊಂಡು ವಾರ್ಡ್‌ರೋಬಿನಲ್ಲಿ ತನ್ನ ಬಟ್ಟೆ ಏನಿದೆ ಎಂದು ನೋಡುತ್ತಿದ್ದ. ಅಷ್ಟರಲ್ಲಿ ಯಾರೋ ಬಾಗಿಲು ತಟ್ಟಿದರು. ಬಾಗಿಲು ತೆರೆದ ಸೀತಮ್ಮ ಅವರಿಗೆ ಒಳಬರುವಂತೆ ಹೇಳಿದ್ದು ಕೇಳಿಸಿತು. ಯಾರಿರಬಹುದು ಎಂದುಕೊಂಡು ಹೊರಬರುವಷ್ಟರಲ್ಲಿ ಸೀತಮ್ಮ ಅವರಿಗೆ ಕುಳಿತುಕೊಳ್ಳಲು ಹೇಳಿ ಮತ್ತೆ ಅಡುಗೆ ಮನೆಗೆ ನಡೆದಳು. ಬಂದವರ ಗುರುತು ಸಿಗಲಿಲ್ಲ. ಒಬ್ಬರು ಅರವತ್ತರ ಸಮೀಪ ಇದ್ದವರು, ಇನ್ನೊಬ್ಬರು ಸುಮಾರು ನಲವತ್ತೈದರ ಆಸುಪಾಸಿನವರು. ಪ್ರೊಫೆಸರ್ ಊರಿನ ಕಡೆಯವರು ಇರಬಹುದೇ ಎಂದುಕೊಳ್ಳುವಷ್ಟರಲ್ಲಿ "ಇನಾ ಎಷ್ಟ ಹೊತ್ತ್ರೀ ಜಳಕ ಮಾಡೂದು... ಲಗೂನ ಬರಾಕ ಹೇಳ್ರೀ" ವಯಸ್ಸಾದ ವ್ಯಕ್ತಿ ಜೋರು ಧ್ವನಿಯಲ್ಲಿ ಒರಟಾಗಿ ಹೇಳಿದ.

"ಈಗ ಬರತಾರ್ರೀ, ಕೂಡ್ರಿ" ಮಹೇಶ ಅವರನ್ನೇ ಅಳೆಯುವಂತೆ ದಿಟ್ಟಿಸಿ ನೋಡಿದ.

"ನೀವ್ಯಾರ್ರೀ... ಸರ್‌ಗೆ ನೀವೇನಾಗಬೇಕ್ರೀ" ಮತ್ತೊಬ್ಬ ತೀಕ್ಷ್ಣವಾಗಿ ಕೇಳಿದ. ಅವನ ಧ್ವನಿಯೂ ಜೋರಾಗಿಯೇ ಇತ್ತು.

"ಅವರ ಸ್ಟುಡೆಂಟ್ರೀ" ಅವರನ್ನೇ ನೋಡುತ್ತ ಉತ್ತರಿಸುವಾಗ ತಟ್ಟನೆ ಜಲಜ ಮೇಡಂ ಫೋನಿನಲ್ಲಿ ಆತಂಕಗೊಂಡಿದ್ದು ನೆನಪಾಯಿತು. ಓ... ಇವರು ಜಲಜ ಮೇಡಂ ಕಡೆಯವರು ಇರಬೇಕು ಎಂದುಕೊಳ್ಳುತ್ತಲೇ ಒಳಗೆ ಹೋದ. ಬಚ್ಚಲಿನ ಬಾಗಿಲನ್ನು ಮೆಲ್ಲಗೆ ಕುಟ್ಟಿ, ಏನಪಾ ಎನ್ನುತ್ತ ಬಾಗಿಲು ತೆರೆದು ಚೂರೇ ಹಣಕಿದ ಪ್ರೊಫೆಸರ್‌ಗೆ 'ಇಬ್ರು ಬಂದಾರ್ರೀ, ಮೇಡಂ ಕಡಿಯವರಿರಬೇಕು' ಎಂದು ಮೆತ್ತಗೆ ಹೇಳಿದ. ಪ್ರೊಫೆಸರ್ "ಸುಮ್ಮಿರು, ನಾ ಎಲ್ಲ ಮಾತಾಡತೀನು, ಸೀತಮ್ಮಂಗ ಚಾ ಮಾಡಕ್ಕೆ ಹೇಳು" ಎಂದವರು ಸ್ನಾನ ಮುಗಿಸಿ ಬಟ್ಟೆ ಹಾಕಿಕೊಂಡು ಬಂದರು.

ಅವರಲ್ಲಿ ಹಿರಿಯನಂತೆ ಕಾಣುತ್ತಿದ್ದವ ಜಗಳಕ್ಕೇ ಕಾಯುತ್ತಿದ್ದನೋ ಎಂಬಂತೆ ಶುರು ಮಾಡಿದ. "ನಾ ಜಲಜನ ಗಂಡನ ಅಣ್ಣರೀ. ಇವ್ರು ನಮ್ಮ ತಂಗಿ ಗಂಡ. ಮಂದಿ ನಿಮ್ಮ ಬಗ್ಗಿ ಏನ ಗುಸುಗುಸು ನಡೆಸ್ಯಾರ ಅಂತ ನಿಮಗೇನರಾ ಖಬರ ಅದೇನು... ನೋಡಾಕ ದೊಡ್ಡ ಪ್ರೊಫೆಸರ್, ಶಾಣ್ಯಾನಂಗ ಕಾಣ್ತೀರಿ, ಹಿಂತಾ ಕಾರಬಾರ ಮಾಡೂದೇನು... ಈ ವಯಸ್ಸನಾಗ ಏನ ಚಕ್ಕಂದ ನಡಿಸೀರಿ ಅಂತ... ಯಾರೂ ಹೇಳೋರಿಲ್ಲ, ಕೇಳೋರಿಲ್ಲ ಅಂತ ಮಾಡೀರೇನು..."

"ಸಣ್ಣಗ ಮಾತಾಡ್ರಿ. ನನಗ ಕಿವಿ ಕೇಳ್ತದ. ನೀವು ಒದರಾಡೂ ಜರೂರತ್ ಏನಿಲ್ರೀ" ಪ್ರೊಫೆಸರ್ ಗಂಭೀರವಾಗಿ ಹೇಳಿದರು. ಹಿರಿಯನ ಮುಖ ಕಪ್ಪಾಯಿತು. "ನಮ್ಮ ದನಿ ಇರೂದೆ ಹೀಂಗರೀ... ಯಾಕ... ನಾವ್ ಜೋರಾಗಿ ಒದರಾಡಿ ಬಾಯಿ ಮಾಡಿದ್ರ ಇಲ್ಲಿ ಆಜೂಬಾಜೂ ಮಂದಿಗಿ ನಿಮ್ಮ ಕಾರಬಾರು ತಿಳಿತದ ಅಂತ ಸಣ್ಣಗ ಮಾತಾಡಕ್ಕ ಹೇಳಾಕ ಹತ್ತೀರೇನು..." ಕೀರಲು ದನಿಯಲ್ಲಿ ಇನ್ನಷ್ಟು ಜೋರಾಗಿ ಒದರಿದ.

ಈಗ ಕಿರಿಯವ ಮಧ್ಯ ಬಾಯಿ ಹಾಕಿದ. ಹಿರಿಯನತ್ತ ತಿರುಗಿ "ನೀವ್ ಜರಾ ಸುಮ್ಮಿರ್ರಿ... ನಾ ಮಾತಾಡ್ತೇನು" ಎನ್ನುತ್ತ ಅವನು ಶುರು ಮಾಡಿದ.

"ನಮ್ಮಂವ ತೀರಿಕೊಂಡು ಹತ್ತ ವರ್ಷ ಆಗೇದ. ಮಗಳು ಅಷ್ಟ್ ದೊಡ್ಡಾಕಿ ಆಗ್ಯಾಳ. ಈಗ್ಯಾಕ ಹಿಂಗ ಹುಚ್ಚು ಹಿಡಿದದ ಆಕಿಗಿ ಅಂತ. ಅಂವನ ನೌಕರಿ ಆಕಿಗನ ಕೊಡಿಸಿದಿವಿ. ಮೊದ್ಲಿಗುನೂ ಭಾಳ ಮಂದಿ ನಮಗ ಹೇಳೋರು... ನಿಮ್ಮ ಹತ್ರಾನೆ ತಂದಿಟ್ಟುಕೋರಿ, ಏನರಾ ಜರಾ ಹೆಚ್ಚಕಡಿಮಿ ಆತು ಅಂದ್ರ ಇಡೀ ಮನಿತನದ ಮರ್ಯಾದಿನ ಬೀದಿ ಪಾಲಾಗ್ತದ, ಮನಿತನಕ್ಕ ಕಳಂಕ ಬಡೀತದ ಅಂತ. ಮಂದಿ

ಬಾಯಿ ಮುಚ್ಚಸಾಕ ಆಗಂಗಿಲ್ಲ, ಇರ್ಲಿ, ಎದಕ್ಕ ಹಂಗ ಮಾಡೂದು... ನೌಕರಿ ಮಾಡ್ತಾಳ, ಶಾಣೆ ಅದಾಳ, ಕೈಯಾಗನ ನೌಕರಿ ಎದಕ್ಕ ಬಿಡು ಅನ್ನೂದು ಅಂತ ನಾವು ಸುಮ್ನಾದ್ವಿ. ಈಗ ನೋಡಿದ್ರ ಹಿಂತಾ ಹಾದರ ಮಾಡ್ಲಿಕ್ಕ ಹತ್ಯಾಳ..." ಅವನು ಕೊನೆಯ ವಾಕ್ಯಕ್ಕೆ ಬರುವಷ್ಟರಲ್ಲಿ ಪ್ರೊಫೆಸರ್ ಮುಖ ಕೆಂಪಾಯಿತು.

"ಹಾದರ ಗೀದರ ಅಂತಾ ಅಸಹ್ಯ ಶಬ್ದ ಹೇಳಬ್ಯಾಡ್ರಿ. ನಿಮಗೇನು ಹೇಳೂದದಲ ಅದನ್ನ ಸೀದಾ ಹೇಳ್ರಿ."

"ಎಷ್ಟರ ಸಿಟ್ಟ ಬರತದ ನೋಡಪಾ... ಇದ್ದದ್ದು ಇದ್ದಂಗ ಹೇಳಿದ್ರ ಎದ್ದು ಬಂದು ಎದಿಗಿ ಒದ್ದರಂತ. ನಿಮಗ ಸೀದಾ ಹೇಳಬೇಕಲ್ಲಾ... ಕೇಳ್ರಿಲ್ಲಿ... ನೀವು ಪದೇ ಪದೇ ನಮ್ಮ ತಮ್ಮನ ಮನಿಗಿ ಬರೂದು, ಆಕಿ ಗೂಡ ಚಕ್ಕಂದ ಆಡೂದು ನಮಗ ಸೇರಂಗಿಲ್ಲ. ಇನ್ನ ಮ್ಯಾಲ ನಮ್ಮ ತಮ್ಮನ ಮನಿ ಹೊಸಿಲು ತುಳಿಬ್ಯಾಡ್ರಿ ಅಷ್ಟ..." ಹಿರಿಯವನು ಸಿಟ್ಟಿನಿಂದ ಕುದಿಯತೊಡಗಿದ್ದ. ಅವನ ಒಂದೊಂದು ಮಾತಿಗೂ ಅವನ ಕಿವಿಯಲ್ಲಿದ್ದ ಕೂದಲೂ ನಿಮಿರಿ ನಿಲ್ಲುತ್ತಿತ್ತು.

"ಅಲ್ರೀ... ನಿಮಗರ ಇದು ಛಂದ ಅನಿಸತದೇನು... ನಿಮ್ಮ ಹೇಣ್ತೀ ಸತ್ತ ಇನ್ನಾ ಯಾಡ್ಡ ಮೂರು ವರ್ಷಾಗಿಲ್ಲ. ಅಷ್ಟರಾಗನ ಇನ್ನೊಬ್ರ ಮನಿ ಹೆಂಗಸ್ರ ಗೂಡ ಸಂಬಂಧ ಬೆಳಸತೀರಲ್ಲ... ನೀವು ಸುಡುಗಾಡಿಗೆ ಹೋಗ್ರಿ ನಮಗೇನು, ನಮ್ಮ ಮನಿತನದ ಮರ್ಯಾದಿ ಪ್ರಶ್ನಿ ಇದು..." ಈಗ ಕಿರಿಯವ ಸೋಗುಟ್ಟ ತೊಡಗಿದ.

ಪ್ರೊಫೆಸರ್‌ಗೆ ಇನ್ನು ಸುಮ್ಮನಿರುವುದರಲ್ಲಿ ಅರ್ಥವಿಲ್ಲ ಎನ್ನಿಸಿತು.

"ನಾನು ಜಲಜ ಲಗ್ನಾ ಆಗೂಣು ಅಂತ ನಿರ್ಧಾರ ಮಾಡೀವಿ. ಅದು ನಮಗಿಬ್ರಿಗಿ ಬಿಟ್ಟ ವಿಚಾರ. ಹ್ಯಾಂಗ ಆಗಬಕು, ಯಾವಾಗ ಆಗಬಕು ಅದ್ನ ನಾವು ಯೋಚ್ನಿ ಮಾಡ್ತೀವಿ. ನಿಮಗೇನ ಹಕ್ಕದ ಅಂತ ನನ್ನ ಮನ್ಯಾಗ ಬಂದ್ ಒದರಾಡಾಕ ಹತ್ತೀರಿ... ಇನ್ನ ಸುಮ್ನೆ ಮಾತಾಡಬ್ಯಾಡ್ರಿ. ನಾಯೇನು ನಾಕ ದಿನ ಚಕ್ಕಂದ ಆಡಬಕು ಅಂತ ಈ ಸಂಬಂಧ ಮಾಡಿದ್ದಲ್ಲ. ಇಬ್ರೂ ಲಗ್ನಾ ಆಗೂದಂತು ಖಾತ್ರಿ ಅದ" ಪ್ರೊಫೆಸರ್ ಪ್ರತಿಯೊಂದೂ ವಾಕ್ಯವನ್ನೂ ಒತ್ತುಕೊಟ್ಟು ಹೇಳಿ, ಇನ್ನು ಹೇಳುವುದೇನಿಲ್ಲ, ನೀವು ಹೊರಡಬಹುದು ಎನ್ನುವಂತೆ ಎದ್ದು ನಿಂತರು. ಬಂದವರಿಬ್ಬರೂ ಇನ್ನೂ ಒಂದಿಷ್ಟು ಒದರಾಡುವ ಯೋಚನೆಯಲ್ಲಿದ್ದರು. ಯಾವಾಗ ಪ್ರೊಫೆಸರ್ ಬಾಯಿಂದ ಲಗ್ನದ ಮಾತು ಹೊರಬಿತ್ತೋ ಆಗ ಒದರಾಡಿದ್ರು ಇದು ಬಗ್ಗುವ ಅಸಾಮಿಯಲ್ಲ ಅನ್ನಿಸಿ ಅರೆಗಳಿಗೆ ಹಾಗೆಯೇ ಕುಳಿತರು.

"ಎಲ್ಲ ಆ ಹಲ್ಕಟ್ ರಂಡೇದೆ ಕೆಲಸ. ನಮ್ಮ ತಮ್ಮನ್ನ ನುಂಗಿ ನೀರು ಕುಡದ್ಲು. ಈಗ ಹಿಂತಾ ಕೆಲಸ ಮಾಡ್ಲಿಕ್ಕ ಹತ್ಯಾಳ..." ಹಿರಿಯವ ಸಹನೆಗೆಟ್ಟು ಒದರಿದ.

"ಹಲ್ಕಟ್ ಅಂತೆಲ್ಲ ಬೈಯೂ ಮುಂದ ನಿಮ್ಮ ಮನಿತನದ ಮರ್ಯಾದಿ ಎಲ್ಲಿರತದ...

ಬಾಯದ ಅಂತ ಹಂಗೆಲ್ಲ ಕೀಳಾಗಿ ಒದರಬ್ಯಾಡ್ರಿ. ಈಗ ಇಷ್ಟ್ ಮಾತಾಡೋರು ಆಕಿ ಕಷ್ಟಕ್ಕ ನೀವ್ಯಾರಾರ ಎಂದಾರ ಆಗೀರೇನು... ಅವಾಗವಾಗ ಆಕಿ ಕಡಿಂದಲೇ ರೊಕ್ಕ ಇಸ್ಕೊಂಡೀರಿ ಅನ್ನೂದು ಬಿಟ್ರ ಒಮ್ಯಾರ ತಾಯಿ, ಮಗಳು ಸತ್ತೀರ, ಬದುಕೀರ ಅಂತ ವಿಚಾರಿಸಿರೇನು... ಸುಳ್ಳೆ ಎದಕ್ಕ ಮಾತ ಆಡೂದು... ನೀವು ಎಷ್ಟರ ಒದರಾಡರಿ, ಆದರ ಏನೂ ಮಾಡಕ್ಕಾಗಂಗಿಲ್ಲ... ನಾವು ಲಗ್ನಾ ಆಗೋದಂತೂ ಖರೇನ ಅದ. ನೀವು ಹೊಂಡ್ರೀ ಇನ್ನ" ಪ್ರೊಫೆಸರ್ ಕೈಮುಗಿದವರೇ ಒಳ ನಡೆದರು. ಅವರಿದನ್ನೂ ಎಷ್ಟೂ ನಿರೀಕ್ಷಿಸಿರಲಿಲ್ಲ ಎಂದು ಕಾಣುತ್ತೆ.

"ಹ್ಯಾಂಗ ಆಕ್ಕೀರಿ ಅಂತ ನಾವೂ ನೋಡ್ತೀವಿ, ನಮಗೂ ಕಾಯ್ದೆ ಕಾನೂನು ಗೊತ್ತದ, ಹಂಗ ಮದ್ವಿಯಾದ್ರ ಲೇಖನ್ನ ನಾವ ಕರಕಂಡ ಹೋಕ್ಕೀವಿ... ನಮ್ಮ ಮನಿತನದ ಕೂಸ ಅದು, ನೋಡಾಕಂತ್ರೀ ನಾವೂ ಹ್ಯಂಗ ಆಟ ಆಡತೇವಿ ಅಂತ" ಪ್ರೊಫೆಸರ್ ಒಳ ಹೋದ ಬಾಗಿಲನ್ನೇ ನೋಡುತ್ತ ಒದರಾಡಿದರು. ಆಮೇಲೆ ಮತ್ತೇನು ಮಾಡಬೇಕೆಂದು ಹೊಳೆಯದೇ ನೆಲಕ್ಕೊಮ್ಮೆ ಕಾಲಪ್ಪಳಿಸಿ ಝಾಡಿಸಿ ಹೊರಹೋದರು.

ಅವರು ಹೋದ ನಂತರ ಗೇಟು ಹಾಕಿಬರಲು ಅಂಗಳಕ್ಕೆ ಹೋದ ಮಹೇಶನಿಗೆ ಪಕ್ಕದ ಮನೆಯ ಲಲಿತಕ್ಕ ತಮ್ಮ ಮನೆಯ ಅಂಗಳದಲ್ಲಿ ಗಿಡಕ್ಕೆ ನೀರು ಹಾಕುವ ನೆವದಲ್ಲಿ ಓಡಾಡುತ್ತ ಇದ್ದಿದ್ದು ಕಾಣಿಸಿತು. ಇವ್ರಿಗೆ ಕಣ್ಣು, ಕಿವಿಯೆಲ್ಲ ಈ ಕಡೆಗೇ ಇರುತ್ತೆ, ಮಾಡಕ್ಕೆ ಬ್ಯಾರೆ ಕೆಲಸ ಇಲ್ಲ ಎಂದು ಮನಸ್ಸಿನಲ್ಲಿಯೇ ರೇಗಿಕೊಳ್ಳುತ್ತ, ಇನ್ನು ಆಕೆ ಮಾತನಾಡಿಸುವ ಮೊದಲೇ ಒಳಹೋಗಿಬಿಡುವುದು ಒಳ್ಳೆಯದು ಎಂದುಕೊಳ್ಳುತ್ತ ಸರಸರನೆ ಒಳಬಂದು ಬಾಗಿಲು ಮುಚ್ಚಿದ.

ಸೀತಮ್ಮ "ನಾಲಗಿ ಅದ ಅಂತ ಹ್ಯಂಗ ಒದರಾಡ್ತಾರ ನೋಡ್ರೀ... ಸುಳಿ ಸುಮಾರಿದ್ದಂಗದ" ಎನ್ನುತ್ತ ಡೈನಿಂಗ್ ಟೇಬಲ್ ಮೇಲೆ ತಿಂಡಿ ಇಟ್ಟು ಇಬ್ಬರನ್ನೂ ಕರೆದಳು. 'ಅಡಗಿ ಮಾಡೂದು ಬ್ಯಾಡ ಅಂದ್ರ ನಾ ಹೋಕ್ಕೇನ್ರೀ' ಎಂದಳು. ಪ್ರೊಫೆಸರ್ ಮಾತಾಡದೇ ಸುಮ್ಮನಿದ್ದದ್ದು ನೋಡಿ "ಭಾಳಾ ಹಿಂದ ಮುಂದ ನೋಡಬ್ಯಾಡ್ರೀ ಸರ... ಆಗೂದಿತ್ತಂದ್ರ ಲಗೂನ ಲಗ್ನಾ ಆಗಿ ಇಲ್ಲಿಗಿ ಕರಕಂಡ್ ಬರ್ರಿ" ಎನ್ನುತ್ತಲೇ, ಅರೆಕ್ಷಣ ತಡೆದು "ನಾ ಹೋಕ್ಕೇನ್ರೀ..." ಎನ್ನುತ್ತ ಸೆರಗಿಗೆ ಕೈ ಒರೆಸುತ್ತ ಹೋದಳು.

ಪ್ರೊಫೆಸರ್ ಗಾಢ ಆಲೋಚನೆಯಲ್ಲಿದ್ದಂತಿತ್ತು.

"ಮಹೀ... ಹ್ಯಂಗೂ ಭಾನುವಾರ ಅದ. ನೀನೂ ನನ್ನ ಗೂಡ ಬಾ. ಮದ್ಲು ಜಲಜನ ಮನಿಗಿ ಹೋಗೂಣು. ನಮ್ಮ ಪಾಟೀಲ ಡಾಕ್ಟರ ಅದಾನಲ್ಲ, ಅವ್ನಿಗಿ ಹಿಂತಾ ವಿಚಾರದಾಗ ಭಾಳ ಅನುಭವ ಅದ, ಹೆಂಗ್ಹೆಂಗ ಮಾಡಬಕು ಅಂತ

ಅಂವನ್ನೊಂದಿಷ್ಟು ಕೇಳೂಣು"

ಮಹೇಶನ ಮುಖದಲ್ಲಿ ನಸುನಗು ಹಬ್ಬಿದ್ದನ್ನು ಗಮನಿಸಿದವರೇ... "ಎದಕ್ಕೋ ಒಬ್ನೇ ನಗಲಾಕ ಹತ್ತೀಯಲ್ಲ" ಎಂದರು.

"ಪಾಟೀಲ್ರಿಗಿ ಅನುಭವ ಭಾಳಾ ಅದ ಅಂದ್ರಲ್ಲಾ, ಪಾಪ ಇನ್ನಾ ಒಂದೇ ಮದುವಿ ಆಗಿದ್ದು ಅವರು ಅಂತ ನಗು ಬಂತ್ರೀ"

ಪ್ರೊಫೆಸರ್ ಕೂಡ ಇಷ್ಟು ಹೊತ್ತಿನ ಕಿರಿಕಿರಿಯಿಂದ ಹಗುರಾದಂತೆ ನಕ್ಕರು.

❖

❖

ಮರುದಿನ ಸಂಜೆ ಸಿದ್ಧೇಶ್ವರ ಟಾಕೀಸಿನ ಕಡೆಯಿಂದ ಹಾದುಕೊಂಡು ತನ್ನ ರೂಮಿನತ್ತ ಹೊರಟಿದ್ದ ಮಹೇಶನಿಗೆ ಅಚಾನಕ್ ಸೀತಮ್ಮ ಹೇಳಿದ್ದು ನೆನಪಾಯಿತು. ಯಾವುದೋ ನಾಟಕ ಕಂಪನಿಯ ಪೋಸ್ಟರ್ ಹೊರಗೆ ದೊಡ್ಡದಾಗಿ ಕಾಣುತ್ತಿತ್ತು. ಅರೆ... ಯಾವ ನಾಟಕ ಕಂಪನಿ ಎಂದು ಅವಳಿಗಾದ್ರೂ ಏನು ಗೊತ್ತಿದೆ... ಸೀತಮ್ಮ ಹೇಳಿದ ವ್ಯಕ್ತಿ ಇರುವ ನಾಟಕ ಕಂಪನಿ ಇದೇ ಇರಬಹುದೇ... ಸ್ವಲ್ಪ ಹೊತ್ತು ಅಲ್ಲಿಯೇ ನಿಂತು ಗಮನಿಸಿದ. ಹೊರಗೆ ಯಾರೂ ಕಾಣಲಿಲ್ಲ. ಥಿಯೇಟರ್ ಪಕ್ಕದಲ್ಲಿದ್ದ ಬೀಡಾ ಅಂಗಡಿಯವನ ಬಳಿ ನಿಂತು ಒಂದು ಬಾಳೆಹಣ್ಣು ಕೊಂಡುಕೊಂಡು ತಿಂದ. ಚಿಲ್ಲರೆ ಹುಡುಕಿ ಕೊಡುತ್ತ ಅಂಗಡಿಯವನೊಂದಿಗೆ ಮಾತು ಶುರುಮಾಡಿದ. ಹೋದ ವಾರ ಇದ್ದದ್ದು ಬ್ಯಾರೆ ನಾಟಕ ಕಂಪನಿ, ಇದು ಬಂದು ನಾಲ್ಕೈದು ದಿನವಾಯ್ತು ಎಂದು ಅವನಂದ. ಮತ್ತೆ ಸುತ್ತಿಬಳಸಿ, ಅದೇ ಒಬ್ಬ ಮುದ್ಕ ಮನಶ್ಯಾ ಕೆಮ್ಮಕೋತ ಹೊರಗೆ ಕೂಡ್ತಿದ್ದ, ಈಗ ಅಂವಾ ಕಾಣಲಿಲ್ಲ ಎಂದು ಮಹೇಶ ಆಸಕ್ತಿ ಇಲ್ಲದಿದ್ದರೂ ಹರಟುವಂತೆ ಹೇಳಿದ. "ಅಂವಾ ನಾಟಕದ ಕಂಪನಿಯಾಗ ಇದ್ದ ಹಳೇ ನಟ ಅಂತರೀ, ಮದ್ಲು ಆ ನಾಟಕ ಕಂಪನಿ ಬಂದಾಗೆಲ್ಲ ಅಂವನೂ ಬರ್ತಿದ್ದ, ಛಲೋ ಪಾತ್ರ ಮಾಡಾಂವ. ಈಗ ವಯಸ್ಸಾಗಿಂದ ಕುಡಿಯೂದು ಭಾಳಾಗಿ ಹಂಗಾಗಿದ್ದ. ದಮ್ಮು ಹೆಚ್ಚಾಗಿ, ಆಮ್ಯಾಗ ಸರ್ಕಾರಿ ದವಾಖಾನಿಗಿ ತೋರಿಸಿದರು ಕಾಣ್ತದ. ಮತ್ತ ಯಾಡ್ ದಿನದಾಗ ಕಂಪನಿ ಬ್ಯಾರೆ ಕಡಿಗಿ ಹೋತು. ಅಂವನ್ನೇನು ಸರ್ಕಾರಿ ದವಾಖಾನ್ಯಾಗ ಬಿಟ್ಟು ಹ್ವಾದ್ರೋ ಅಥ್ವಾ ಕರಕಂಡು ಹ್ವಾದ್ರೋ... ಎಲ್ಲರ ಸತ್ನೋ ಏನೋ... ಯಾಂವ ಬಲ್ಲ" ಅಂಗಡಿಯವ ಇಷ್ಟುದ್ದ ಕತೆ ಹೇಳಿದ.

ಮರುದಿನ ಬೆಳಗ್ಗೆ ಪ್ರೊಫೆಸರ್ ಮನೆಗೆ ಬಂದ ಮಹೇಶ ಸೀದಾ ಅಡುಗೆ ಮನೆಗೆ ಹೋದ. ಸೀತಮ್ಮ ಪಾತ್ರೆ ತೊಳೆಯುತ್ತಿದ್ದಳು.

"ಏನು ಮಹೇಶಪ್ಪನ ಸವಾರಿ... ಈ ಹೊತ್ನಾಗ..." ಮತ್ತೆ ಛೇಡಿಸುವ ದನಿಯಲ್ಲಿ ನಕ್ಕಳು.

"ಅಲ್ಲಿ ಬ್ಯಾರೆ ನಾಟಕ ಕಂಪನಿ ಬಂದದ"

ಸೀತಮ್ಮ ತಟ್ಟನೆ ಗಂಭೀರವಾದಳು.

"ನಾನೂ ನೋಡೀನಿ. ನಾಕೈದು ದಿನದ ಹಿಂದ ಆ ಕಡಿಂದ ಹಾದು ಹೊಂಟಿದ್ನಿ. ಅವಾಗ ನೋಡಿದ್ನಿ. ಅದೇ ನಾಟಕದ ಕಂಪನಿ ಇದ್ದಿದ್ರೂ, ಅಂಘಾ ಮತ್ತ ಹೊರಗ ಕುಂತಿದ್ರೂ ನಾ ಅಂವನ್ನ ಮತ್ತ ಮಾತಾಡಿಸತಿದ್ದೆ ಅಂತ ನನಗ ಅನಿಸಲಿಲ್ಲ. ನನ್ನ ಜೀಂವಾನ ನನಗ ಭಾಳ ಒಜ್ಜಿಯಾಗೇದಪಾ... ಈಗ್ಯಾಕ ನನಗ ಬ್ಯಾರೆ ಉಸಾಬರಿ... ನಾ ಕರಕಂಡ್ ಬಂದೆ ಅಂತಿಟ್ಕ. ಇಲ್ಲಾರೂ ಆಗ್ಲಿ, ಅಥ್ವಾ ಅಲ್ಲಾರೂ ಆಗ್ಲಿ, ಇವತ್ತಲ್ಲ ನಾಳಿಗಿ ಅಂವನೂ ಗೊಟಕ್ ಅನ್ನಾಂವ, ನಾನೂ ಗೊಟಕ್ ಅನ್ನಾಕಿ... ಬಾಳ್ವೆ ಮಾಡಬೇಕಾದ ಕಾಲಕ್ಕ ಮಾಡಲಿಲ್ಲ... ಇನ್ನ ಈಗ ತಗಂಡು ಮಾಡೂದೇನದ... ಖರೇ ಹೇಳ್ತೀನಪಾ, ಹೊಸಾ ನಾಟಕದ ಕಂಪನಿ ಬಂದದ ಅಂತ ನೋಡಿ ಮನ್ಸಿಗಿ ಭಾಳಾ ನಿಸೂರಾತು ನೋಡ್ ಮಗಾ..."

ಪಾತ್ರೆ ತೊಳೆಯುವದನ್ನು ಮುಗಿಸಿದ್ದ ಸೀತಮ್ಮ ಅಡುಗೆ ಕಟ್ಟೆ ಒರೆಸುತ್ತಿದ್ದಳು. ನಿಜವೆಂದರೆ ನಾಟಕದ ಕಂಪನಿ ಥಿಯೇಟರ್ ಮುಂದುಗಡೆಯಿಂದ ಮೂರು ನಾಲ್ಕು ಬಾರಿ ಓಡಾಡಿದ್ದಳು. ಅದನ್ನು ನಿಧಾನವಾಗಿ ಹಾದು ಹೋಗುವಾಗ ಓರೆನೋಟದಿಂದ ಅತ್ತ ನೋಡುವಾಗ ಇಂಥದೆಂದು ಹೇಳಲಾಗದ ದುಗುಡದ ಮಧ್ಯೆಯೇ ಆತ ಕಾಣಿಸಲಿಲ್ಲವೆಂದು ಕೊಂಚ ನಿರಾಳತೆಯೂ ಆಕೆಗನ್ನಿಸಿತ್ತು. 'ಹೆಂಗಾರ ಎಲ್ಲಾನ ಇರ್ಲಿ, ಕೆಮ್ಮು ಜರಾ ವಾಸಿಯಾಗಿರಲಪ್ಪ ದೇವ್ರೇ' ಅಂತಷ್ಟೇ ಬೇಡಿಕೊಂಡಿದ್ದಳು. ಆ ರಸ್ತೆ ಹಾದು ಈ ಕಡೆಯ ಓಣಿಗೆ ಬಂದು ಯಾವುದಾದರೂ ಮನೆಯ ಕೆಲಸದಲ್ಲಿ ತೊಡಗುವವರೆಗೆ ಈ ಎಲ್ಲ ತೊಳಲಾಟ. ಒಮ್ಮೆ ಕೆಲಸಕ್ಕೆ ತೊಡಗಿದಳೆಂದರೆ ಸೀತಮ್ಮ ಆ ಮನೆಯ ಕೆಲಸದ ಗುಂಗು ಮಾತ್ರ ಹಚ್ಚಿಕೊಂಡವಳಂತೆ ಕಾಣುತ್ತಿದ್ದಳು. ಮಹೇಶ ಮಾತಿಲ್ಲದೇ ಫ್ರಿಜ್ಜಿಗೆ ಒರಗಿ ನಿಂತಿದ್ದ.

'ಚಾಕ್ಕಿಡ್ಲೇನು... ಇಲ್ಲೇ ನಾಷ್ಟಾ ಮಾಡೂವಂತಿ, ಹ್ಯಂಗೂ ಸರ್ ಎದ್ದಾರ, ಜಳಕ ಮಾಡಾಕ ಹತ್ಯಾರ, ಕುಂದ್ರು..." ಇಷ್ಟೊತ್ತು ನಾಟಕ ಕಂಪನಿಯ ಮಾತಾಡಿದ್ದೆ ಸುಳ್ಳು ಎಂದು ನಟಿಸುವಂತೆ ಸೀತಮ್ಮನ ಚಹರೆಯಿತ್ತು.

❖

❖

ಮತ್ತೆರಡು ದಿನದ ನಂತರ ಬೀಪ್‌ಗುಟ್ಟಿದ ಮಹೇಶನ ಮೊಬೈಲಿನಲ್ಲಿ ಪ್ರೊಫೆಸರ್ ಅವರ ಮೆಸೇಜ್ ಇತ್ತು.

"ಲಗೂನ ಮನಿಗಿ ಬಾ."

ಸಂಜೆ ನಾಲ್ಕರ ಸುಮಾರಿಗೆ ಅವರ ಮನೆಗೆ ಹೋದ. ಬರೆಯುತ್ತ ಕುಳಿತಿದ್ದ ಪ್ರೊಫೆಸರ್ ಎದ್ದು ಬಂದು ಬಾಗಿಲು ತೆರೆದರು. ಏನೋ ಸೆಮಿನಾರ್ ಗಿಮಿನಾರ್ ಇರಬೇಕು, ಪ್ರಸಂಟೇಶನ್ ಸಿದ್ಧ ಮಾಡಿಕೊಡಲು ಕರೆದಿರಬೇಕು ಎಂದುಕೊಂಡ.

"ಹೋದ ಸರ್ತಿ ಧೊಲಾವೀರಾದಾಗ ಉತ್ಖನನ ಮಾಡಾಕ ಹತ್ಯಾರ ಅಂತ ಹೋಗಿ ನೋಡಿ ಬಂದಿದ್ನಲ್ಲ, ಅಲ್ಲಿ ಈ ಸಲನೂ ಡಿಸೆಂಬರ್ ಕೊನೇವಾರದಿಂದ ಮಾರ್ಚಿ ತನಾ ಮಾಡ್ತಾರಂತ, ಸ್ವಲ್ಪ ತಡ ಆಗೇದಂತ. ಮುಗುಸುದೂನು ತಡ ಆಗ್ತದ ಕಾಣ್ತದ. ಅಲ್ಲಿ ಮದ್ಲಿಂದ ಉತ್ಖನನ ಮಾಡಾಕ ಹತ್ತಿದವರು ಡಾಕ್ಟರ್ ಮಿರ್ಜಾನೆ ಅಂತ. ಅವರ ಗುಂಪಲ್ಲಿ ಈ ಸರ್ತಿ ಒಬ್ರಿಗಿ ಭಾಗವಹಿಸಕ್ಕೆ ಆಗಂಗಿಲ್ಲಂತ. ಈ ಸರ್ತಿದು ಭಾಳ ಮಹತ್ವದ್ದಂತ, ಮಿರ್ಜಾನೆಗೆ ಪಿಎಚ್‌ಡಿ ಆಗಿರೋ ಅಸಿಸ್ಟಂಟ್ ಒಬ್ರು ಬೇಕಂತಪಾ. ಮಧ್ಯಾಹ್ನ ಫೋನ್ ಮಾಡಿದ್ರು, ನಿಮ್ಮ ಸ್ಟುಡೆಂಟ್ಸ್ ಯಾರಾರ ಅದಾರೇನು ಅಂತ. ನಾ ಫಟ್ ಅಂತ ನಿನ್ನ ಹೆಸರು ಹೇಳಿದೆ. ಹೊಕ್ಕೀಯೇನು ಹ್ಯಂಗ ನೋಡು, ಛಲೋ ಅವಕಾಶ, ನಿಮ್ಮ ಕಾಲೇಜಿಗೆ ನಾ ಹೇಳ್ತೀನೇಳು... ಆದರ ಸುಮಾರು ಮೂರು ತಿಂಗಳು ಅಲ್ಲೇ ಕ್ಯಾಂಪ್‌ನಾಗ ಇರಬಕು, ಆ ಕಡಿ ಈ ಕಡಿ ಅಲ್ಲಾಡೂ ಹಂಗಿಲ್ಲ..."

ಇವನಿಗೆ ಮಾತಿಗೆ ಅವಕಾಶವನ್ನೇ ಕೊಡದೆ ಹೇಳುತ್ತ ಹೋದರು.

'ಇಲ್ಲಿದ್ದಾದರೂ ಏನು ಮಹಾ ಮಾಡ್ತೀನಿ... ಹೋದರೆ ಹ್ಯಾಗೆ... ಆದರೆ ಮೂರು ತಿಂಗಳ ಕಾಲ ಉತ್ಖನನ, ಅಪಾರ ಸಹನೆಯನ್ನು ಬೇಡುವಂತಹುದು. ತುಸು ಸಮಯ ಈ ಎಲ್ಲದರಿಂದ ದೂರ... ಅರೆ ಹೌದು... ಬಹುಶಃ ಹಳಹಳಿಕೆಗಳಿಂದ ಕಳಚಿಕೊಳ್ಳಲು ನನಗೂ ಈ ದೂರ ಒಳ್ಳೆಯದೇನೋ... ಮತ್ತೆ ಇದು ಮಹತ್ವದ ಉತ್ಖನನ, ಹರಪ್ಪ ಕಾಲದ ಬಗ್ಗೆ ಹೆಚ್ಚು ಆಳವಾಗಿ ತಿಳಿದುಕೊಳ್ಳಬಹುದು. ಜೊತೆಗೆ ನನ್ನ ದೃಷ್ಟಿಕೋನಗಳನ್ನು ಗಟ್ಟಿಗೊಳಿಸಿಕೊಳ್ಳಲಿಕ್ಕೂ ಸಹಾಯವಾಗಬಹುದು' ಮಹೇಶ ಅವರ ಮಾತನ್ನು ಕೇಳಿಸಿಕೊಳ್ಳುತ್ತಲೇ ತನ್ನೊಳಗೇ ವಿಚಾರ ನಡೆಸಿದ್ದ.

"ನೋಡಪಾ, ಕೆಲವು ಅವಕಾಶ ಹ್ಯಾಂಗ ಬರ್ತದ ಅಂದ್ರ ಆ ಸಮಯ ನಮಗನ ಕಾದುಕೊಂಡದ ಅನ್ನೂ ಹಂಗ. ನೀ ಹ್ವಾದ್ರ ಛಲೋ ಆಕ್ಕೈತಿ ಅಂತ ಅನಿಸ್ತದ, ನಿನ್ನ ವೃತ್ತಿ ದೃಷ್ಟಿಯಿಂದಲೂ ಒಳ್ಳೇದು. ಮತ್ತ..." ಮಾತು ಅರ್ಧಕ್ಕೆ ನಿಲ್ಲಿಸಿ ಎದ್ದು ಬಂದು ಅವನ ಭುಜ ತಟ್ಟಿದರು.

"ಸ್ವಲ್ಪರ ಹಳೇ ನೆನಪ ಕಳಚಿಕೊಳ್ಳಾಕ ನಿನಗ ಸಹಾಯ ಮಾಡ್ತದ. ಜೀವನದಾಗ

ಭಾಳ ಸಹನಾದಿಂದ ಕೆಲಸ ಮಾಡೂದು ಹ್ಯಂಗ ಅನ್ನೂದನ್ನ ಇಂತಹ ಉತ್ಖನನ ಕಲಿಸ್ತದ ಮಹೀ. ಸುಮ್ನ ಮೀನಮೇಷ ಎಣಿಸಬ್ಯಾಡ. ರೆಡಿಯಾಗಪಾ. ಹೋಗಾಕ, ಬರಾಕ ರೊಕ್ಕ ಎಲ್ಲ ಕೊಡ್ತಾರ... ಎರಡು ವಾರ ಟೈಮ್ ಅದ... ಏನಂತೀಯೋ" ಹೂಂಗುಟ್ಟಿದ ಮಹೇಶ ಅಲ್ಲಿಯ ಎಲ್ಲ ವಿವರಗಳನ್ನು ಪಡೆದ. ಕಾಲೇಜಿನಲ್ಲಿ ರಜೆಗೆ ಸಂಬಂಧಿಸಿ ಪ್ರಾಂಶುಪಾಲರೊಂದಿಗೆ ಮಾತಾಡುವ ಜವಾಬ್ದಾರಿಯನ್ನು ಪ್ರೊಫೆಸರ್ ತೆಗೆದುಕೊಂಡರು.

"ಇರಪ್ಪ, ಚಾಪೆ ಹಾಸ್ತೀನಿ. ಕೆಳಗೆ ಆರಾಮಾಗಿ ಕುತ್ತು ಇವೆಲ್ಲ ಜರಾ ನೋಡೂಣು" ಪ್ರೊಫೆಸರ್ ಚಾಪೆ ಹಾಸಿದವರು, ಅದರ ಮೇಲೊಂದು ಕೌದಿಯನ್ನು ಹಾಸಿದರು. ಆ ಕೌದಿ ಪದ್ದಜ್ಜಿ ಹಾಕಿದ್ದು. ಪದ್ದಜ್ಜಿಯ ಕೈಬೆರಳ ಬಿಸುಪನ್ನು ಅಂಟಿಸಿಕೊಂಡ ಇನ್ನೂ ಎರಡು ಕೌದಿಗಳು ಮನೆಯಲ್ಲಿದ್ದವು. ಪ್ರೊಫೆಸರ್ ಹೆಂಡತಿ ಯಾಕೋ ಈ ಕೌದಿಗಳನ್ನು ಕಂಡರೆ ಕಿರಿಕಿರಿಗೊಳ್ಳುತ್ತಿದ್ದರು. ಪಕ್ಕದ ಮನೆಯವರೊಬ್ಬರು ಭಾಳ ಕೇಳಿಕೊಂಡರು ಎಂದು ಪದ್ದಜ್ಜಿ ಅವರಿಗೂ ಒಂದು ಕೌದಿ ಮಾಡಿಕೊಟ್ಟಿದ್ದರು. ಅವರು ಇಲ್ಲಿಂದ ವರ್ಗಾವಣೆಗೊಂಡು ಬೇರೆ ಊರಿಗೆ ಹೋದ ನಂತರವೂ ಪದ್ದಜ್ಜಿಯ ಕೌದಿ ನೆನಪಿಸಿಕೊಂಡು ಒಂದೆರಡು ಬಾರಿ ಫೋನ್ ಮಾಡಿದ್ದರು. ಪ್ರೊಫೆಸರ್ ಹೆಂಡತಿಗೆ ಮಾತ್ರ ಕೌದಿ ಬಗ್ಗೆ ಯಾಕಿಂಥ ವಿನಾಕಾರಣ ಅಸಹನೆ ಎಂದು ಮಹೇಶನಿಗೆ ಅರ್ಥವಾಗಿರಲಿಲ್ಲ. ಅದರಲ್ಲಿಯೂ ಈ ಹೊಸಮನೆಗೆ ಬಂದ ಮೇಲೆ ಪ್ರೊಫೆಸರ್ ಅವನ್ನು ತೆಗೆದರೆ ಸಾಕು, ಆ ಹಳೇ ಕೌದಿ ಏನು ಹಾಸ್ತೀರಿ ಎಂದು ಅದನ್ನು ವಾಪಸು ತೆಗೆದಿಡುವವರೆಗೂ ಗೊಣಗುತ್ತಿದ್ದರು. ಪದ್ದಜ್ಜಿ ಅದಕ್ಕೂ ಆಕ್ಷೇಪಿಸದೇ, ಒತ್ತಾಯಿಸದೇ ಸುಮ್ಮನಾಗಿದ್ದರು.

ಧೊಲಾವೀರಾದ ಬಗ್ಗೆ ಪ್ರೊಫೆಸರ್ ಹತ್ತಿರ ಇದ್ದ ಎಲ್ಲ ವಿವರಗಳನ್ನು ಹರಡಿಕೊಂಡು ಇಬ್ಬರೂ ಕುಳಿತರು. ಇನ್ನು ಈ ರಾತ್ರಿ ಇಲ್ಲಿಯೇ ಉಳಿಯಲು ಪ್ರೊಫೆಸರ್ ಹೇಳ್ತಾರೆ ಎಂಬ ಮಹೇಶನ ಅನಿಸಿಕೆ ನಿಜವಾಗುವಂತೆ "ಸೀತಮ್ಮ ಅಡಗಿ ಏನು ಮಾಡ್ಯಾರ ನೋಡು... ಸಾಲದಿದ್ದರ ಒಂದೀಟು ಅನ್ನಕ್ಕ ಇಡೂಣು" ಎಂದರು.

ಊಟ ಮಾಡಿ ಮಲಗುವ ಮೊದಲು ಎಂದೂ ಇಲ್ಲದೇ "ಮ್ಯಾಲ ಟೆರೇಸಿನಾಗ ಜರಾ ಕೂಡೂಣೇನು" ಎಂದರು. ಮಹೇಶ ಚಾಪೆ ಮತ್ತು ಕೌದಿಯನ್ನು ಎತ್ತಿಕೊಂಡು ಅವರ ಹಿಂದೆ ಮೆಟ್ಟಿಲೇರಿದ.

ಸ್ವಲ್ಪ ಹೊತ್ತು ತಮ್ಮ, ಮಿರ್ಜಾನೆಯ ಪರಿಚಯದ ಬಗ್ಗೆ ಹೇಳಿದರು. ತುಂಬ ಓದಿಕೊಂಡಿರುವ ಅವನು ಸ್ವಲ್ಪ ವಿಲಕ್ಷಣ ಅಂತ ಕೆಲವರಿಗೆ ಅನ್ನಿಸಬಹುದು, ಏನೇ ಇದ್ದರೂ ಆತ ಕಷ್ಟಪಟ್ಟು ಕೆಲಸ ಮಾಡಾಂವ ಎಂದು ತಮಗೆ ಅನ್ನಿಸಿದ್ದನ್ನು ಒತ್ತಿ

ಹೇಳಿದರು. ಮಗ ಮತ್ತೆ ಮೇಲ್ ಮಾಡಿದರೂ ಈ ವಿಚಾರ ಏನೂ ಪ್ರಸ್ತಾಪ ಮಾಡಿಲ್ಲ, ಈ ಬಾರಿ ಬೇಸಿಗೆ ರಜೆಯಲ್ಲಿ ಬರ್ತಾರಂತೆ, ಸೊಸೆ ಮತ್ತೆ ಒಂದೆರಡು ಬಾರಿ ಈ ಬಗ್ಗೆ ಆಸ್ಥೆಯಿಂದ ವಿಚಾರಿಸಿಕೊಂಡಿದ್ದಾಳೆ ಎಂದೆಲ್ಲ ತಾವೇ ವಿವರಿಸುತ್ತ ಹೋದ ಪ್ರೊಫೆಸರ್ ಕಡೆಯಲ್ಲಿ ಮುಂದಿನ ತಿಂಗಳು ಜಲಜ, ಲೇಖ ಇಲ್ಲಿ ಬಂದಿರುವುದಾಗಿ ಹೇಳಿ ಒಮ್ಮೆ ನಿರಾಳವಾದಂತೆ ಉಸಿರು ಚೆಲ್ಲಿದರು. ಮಹೇಶ ಸುಮ್ಮನೆ ಹಾಂ ಹೂಂ ಅನ್ನುತ್ತ ಅವರ ಮಾತು ಕೇಳಿಸಿಕೊಳ್ಳುತ್ತಿದ್ದ.

"ಈ ಮನಿ ನಾ ಸತ್ ಮ್ಯಾಗ ಮಗನಿಗೆ ಅಂತ ಅವಾಗೇ ವಿಲ್ ಮಾಡೀನಿ. ಅವಂಗೇನೂ ಹೇಳಿಲ್ಲ ಬಿಡು. ಮತ್ತ ಇನ್ನೊಂದು ಮದುವಿಯಾಗೂ ವಿಚಾರ ಈಗ್ಯಾಕ ಅಂತ ನನಗೆ ಅವ ಕೇಳೂದು ಈ ಆಸ್ತಿ ವಿಚಾರಕ್ಕೆ ಅಲ್ಲ ಅಂತ ನನಗ ಗೊತ್ತದ. ಅವನು, ಸೊಸಿನೂ ರಗಡ ದುಡೀತಾರ, ಅಲ್ಲೆ ಮನಿನೂ ಮಾಡ್ಯಾರ. ಇದಂತೂ ಅವನಿಗೇ ಇರ್ತದ. ಇನ್ನು ಮುಂದ ಲೇಖಾಗೆ ಏನರಾ ಜರಾ ಮಾಡಬಕು, ಏನಂತೀ ನೀ"

ಮಹೇಶ ಈಗ ಮಾತನಾಡಲೇಬೇಕಾಯ್ತು.

"ಮನಿ ವಿಚಾರ ಅವ್ರು ಮಾಡಿರಲಿಕ್ಕಿಲ್ಲ, ಅಷ್ಟು ಸಣ್ಣತನದ ಮನುಷ್ಯನಲ್ಲ ಅಂವ." ಎಂದವ ಮತೆ ಧ್ವನಿ ತಗ್ಗಿಸಿ "ಅಮ್ಮನ ಜಾಗದಲ್ಲಿ ಮತ್ತೊಂದು ಹೆಂಗಸನ್ನು ಕಲ್ಪನೆ ಮಾಡಿಕೊಳ್ಳೋದು ಮಕ್ಕಳಿಗೆ, ಎಷ್ಟೇ ದೊಡ್ಡೋರಾದ್ರೂ ಬಹುಶಃ ಎಲ್ಲೋ ಒಂದು ಕಡೆ ಮನಸ್ಸು ಒಪ್ಪಂಗಿಲ್ಲ ಕಾಣ್ತದ... ಈ ಸಲ ಬರ್ತ್ತಾರ ಅಂದ್ರಲ್ಲ, ಆವಾಗ ಜಲಜ ಮೇಡಂ, ಲೇಖ ಇಲ್ಲೇ ಇದ್ದರ, ನಾಕು ದಿನ ಒಟ್ಟಿಗಿದ್ದ ಮೇಲೆ ಮತ್ತ ಮನಸ್ಸು ಎಷ್ಟೋ ಬದಲಾಗ್ತದ, ಹೌದಿಲ್ರೀ..." ಎಂದ.

"ಅದೂ ಖರೇ ಅದ, ನೋಡೂಣು ಏನಾಗ್ತದ ಅಂತ. ನಾವೀಗ ಏನೇ ಊಹೆ ಮಾಡಿದ್ರೂನು ಆ ಸನ್ನಿವೇಶಗೋಳು ಎದುರಾಗೂ ಮುಂದ ಅವು ಬ್ಯಾರೇನೇ ಇರತಾವು ಹೌದಿಲ್ಲೋ..." ಎನ್ನುತ್ತ ಮತ್ತೆ ವಿಚಾರಮಗ್ನರಾದರು.

ಅಮವಾಸ್ಯೆ ಹತ್ತಿರ ಬರ್ತಿದೆಯೇನೋ ಎಷ್ಟೊಂದು ನಕ್ಷತ್ರಗಳಿವೆಯಲ್ಲ ಅನ್ನಿಸಿ, ಛೇ, ಈಗೀಗ ಕ್ಯಾಲೆಂಡರ್ ನೋಡಿದ್ರೂ ಹುಣ್ಣಿಮೆ ಅಮವಾಸ್ಯೆ ಯಾವುದೂ ನೆನಪಿನಲ್ಲಿಯೇ ಇರೋದಿಲ್ಲ ಅಥವಾ ತಾನು ಅದನ್ನು ಸರಿಯಾಗಿ ನೋಡುವುದೂ ಇಲ್ಲವಲ್ಲ ಎಂದುಕೊಂಡ. ಅನು ಬೇರೊಬ್ಬನನ್ನು ಇಷ್ಟಪಟ್ಟಳೆಂದು ಗೊತ್ತಾದ ಆರಂಭದ ನಾಲ್ಕಾರು ದಿನ ಹೃದಯವನ್ನು ಮೆತ್ತಗೆ ಬ್ಲೇಡಿನಿಂದ ಗೀರಿದ ಭಾವ ತೀವ್ರವಾಗಿ, ಹೃದಯದಿಂದ ನಿಜಕ್ಕೂ ರಕ್ತ ಒಸರಿಯೇಬಿಟ್ಟಿತು ಎಂಬಷ್ಟು ಯಾತನೆ ಅನ್ನಿಸುತ್ತಿತ್ತು. ಅವಳು ತನ್ನನ್ನು ಪ್ರೀತಿಸುತ್ತಿಲ್ಲ ಎಂಬುದರಿಂದ ಮೂಲೆಯಲ್ಲೆಲ್ಲೋ ತನ್ನ ಅಹಂಗೆ ಪೆಟ್ಟು ಬಿದ್ದಂತಾಗಿ ತನಗೆ ಇಷ್ಟು ಘಾಸಿಯಾಗಿದ್ದು ಎಂಬುದು ನಿಧಾನ

ಅರಿವಿಗೆ ನಿಲುಕಿದಂತೆ, ಅದು ಎಂತಹ ಭ್ರಮೆ ಎನ್ನುವುದು ಗೊತ್ತಾಗುತ್ತಿದ್ದಂತೆ ನೋವಿನ ತೀವ್ರತೆ ಕ್ರಮೇಣ ಕಡಿಮೆಯಾಗುತ್ತ, ಅವಳ ನಿಶ್ಚಿತಾರ್ಥ ಆದ ಕೆಲದಿನಗಳ ನಂತರ ಹಾಗೆ ಯಾತನೆ ಕೂಡ ಅನ್ನಿಸುತ್ತಿಲ್ಲ. ಗಡಿಯಾರದ ಟಿಕ್‌ಟಕ್‌ಗೆ ಹೇಗೆ ಎಲ್ಲವನ್ನು ಮಾಯಿಸುವ ಶಕ್ತಿ ಇರುವುದಲ್ಲ ಎಂದು ಅಚ್ಚರಿಯೂ ಅನ್ನಿಸಿತು. ಬದುಕಿನಲ್ಲಿ ತನ್ನ ಹುಡುಕಾಟ ಕೂಡ ಬರೀ ಇದಷ್ಟೇ ಆಗಿರಲಿಲ್ಲ, ಇನ್ನೇನೋ ಇದೆ, ಬೇರೆ ಏನಾದರೂ ಮಾಡಬೇಕಿದೆ ಎನ್ನುವುದು ಇತ್ತೀಚೆಗೆ ತುಂಬ ಅನ್ನಿಸುತ್ತಿದೆ, ಆದರೆ ಏನು ಎಂದು ಸ್ಪಷ್ಟವಾಗುತ್ತಿಲ್ಲ.

ಇವನು ಸುಮ್ಮನೆ ನಕ್ಷತ್ರ ನೋಡುತ್ತ ಕುಳಿತಿದ್ದನ್ನು ಕಂಡು ಪ್ರೊಫೆಸರ್ ಕೂಡ ಅರೆಘಳಿಗೆ ಸುಮ್ಮನಾದರು.

ತುಸುಹೊತ್ತಿನ ನಂತರ ಮೆಲ್ಲಗೆ ಭುಜ ತಟ್ಟಿದರು.

"ಯಾಕೋ ಮಹೀ... ಬ್ಯಾಸರ ಆಗೇದೇನು... ಅದ್ನೇ ಮನಸ್ಸನಾಗ ಇಟ್ಕಬ್ಯಾಡೋ. ಆತು, ಇದು ಇಲ್ಲಿಗೆ ಮುಗೀತು ಅಂತ್ಹೇಳಿ ಬದುಕಿನಾಗ ಮುಂದೆ ಸಾಗ್ತಲೇ ಇರಬೇಕಪಾ... ಗೊತ್ತದ ನನಗ, ಇವ್ಯಾವೂ ಬಾಯಿಮಾತು ಹೇಳೂವಷ್ಟು ಸರಳ ಇರೂದಿಲ್ಲ ಅಂತ. ಆದ್ರ ಮಹೀ, ಒಂದು ನೆನಪಿನಾಗ ಇಟ್ಕ... ಈ ಬದುಕು ಅನ್ನೂದು ಅದಲಾ, ಅದು ಒಂದು ಘಟನಾ, ಒಂದಿಷ್ಟು ಸನ್ನಿವೇಶಕ್ಕಿಂತ ಭಾಳಾ ಅಗಾಧ ಅದ... ಬದುಕು ಅಷ್ಟೇ ಅನಿಶ್ಚಿತನೂ ಅದ. ಯಾವಾಗ ಯಾವ ಆಕ್ಸಿಡೆಂಟ್ನಾಗ ಅಥವಾ ಏನರ ಭಾರಿ ಕಾಯಿಲೆ ಬಂದು ಇದ್ದಕ್ಕಿಂದ್ದಂಗ ಸಾಯ್ತೀವೋ, ಏನು ಅವಘಡ ಆಗ್ತದೋ ಅನ್ನೂದೂ ನಮಗೊತ್ತಿಲ್ಲ, ಅದು ನಮ್ಮ ಕೈಯಾಗೂ ಇಲ್ಲ. ಬದುಕಿರದೇ ಒಂದು ಆಕಸ್ಮಿಕ ಅನ್ನು, ಆದ್ರ ಈ ಆಕಸ್ಮಿಕ ಮಾತ್ರ ಖರೇ ಭಾಳ ಅಗಾಧ ಅದ... ಉಸಿರು ಗಕ್ ಅಂತ ನಿಲ್ಲೂ ತನಾ ಮುಂದ ಸಾಗ್ತನೇ ಇರಬಕು. ಏನೇ ಅನ್ನು, ನಮ್ಮ ಪದ್ದಜ್ಜಿ ಅಂತೋರು ಎಷ್ಟೆಲ್ಲ ನುಂಗಿ, ಹೀಂಗ ಮುಂದೆ ಸಾಗ್ತಲೇ ಇದ್ರು ನೋಡು... ಭಾಳ ಶಕ್ತಿ ಬೇಕಾಗ್ತದಲಾ ಅದಕ್ಕ..." ಪ್ರೊಫೆಸರ್ ಹೀಗೆ ಮಾತನಾಡುವಾಗೆಲ್ಲ ತಮ್ಮೊಳಗೇ ಹೇಳಿಕೊಂಡಂತೆ ನಿಧಾನವಾಗಿ ಮಾತನಾಡ್ತಾರೆ ಎನ್ನಿಸಿದ ಮಹೇಶ ಹೂಂಗುಟ್ಟಿದ.

ಪ್ರೊಫೆಸರ್‌ಗೆ ತೀರಿದ ಹೆಂಡತಿ ನೆನಪಾದಳು. ಮದುವೆಯಾದ ಆರಂಭದ ದಿನಗಳು, ಅವಳ ನಾಚಿಕೆ, ಅಜ್ಞಾನ, ಪೊಸೆಸಿವ್‌ನೆಸ್ ಎಂಬಷ್ಟರಮಟ್ಟಿಗಿದ್ದ ಅವಳ ಪ್ರೀತಿ, ಚೊಚ್ಚಲ ಬಸಿರ ಸಂಭ್ರಮ, ಮಗ ಹುಟ್ಟಿದ್ದು ಎಲ್ಲ ನೆನಪಾಯಿತು. ಈಗ ಅಂಥ ಘಳಿಗೆ ನೆನಪಾದಾಗೆಲ್ಲ ತಟ್ಟನೆ ಪದ್ದಜ್ಜಿ ನೆನಪಾಗುತ್ತಾಳೆ... ಇವಳು ಬಸಿರಿಯಾಗಿದ್ದಾಗ ಎಷ್ಟು ಕಾಳಜಿಯಿಂದ ನೋಡಿಕೊಂಡಿದ್ದಳಲ್ಲ... ಇವಳ ವಾಂತಿ, ತಲೆಸುತ್ತುವಿಕೆ ಎಲ್ಲದಕ್ಕೆ ಎಂಥ ತಾಳ್ಮೆಯ, ವಾತ್ಸಲ್ಯದ ಆರೈಕೆ ಮಾಡುತ್ತಿದ್ದಳಲ್ಲ...

ತನಗೆ ಬದುಕು ವಂಚಿಸಿತು ಎಂಬ ಭಾವನೆ ಎಲ್ಲೂ ತೋರ್ಪಡಿಸದಂತೆ, ಬದುಕಿಗೆ ವಿಮುಖರಾಗದೇ, ತಾನೆಂದೂ ಅನುಭವಿಸದ ಸುಖವನ್ನು ಬೇರೆಯವರೆಲ್ಲರೂ ಬದುಕಿನ ಬಟ್ಟಲಿನಿಂದ ಮೊಗೆದುಕೊಳ್ಳುವುದನ್ನು ನೋಡುತ್ತಲೇ, ತಮಗೆಲ್ಲ ಹಾಗೆ ಮೊಗೆದುಕೊಳ್ಳಲು ಸಹಾಯ ಮಾಡುತ್ತಲೇ ಇದ್ದ ಪದ್ದಜ್ಜಿ... ಯಾಕೋ ಈಗ ತೀವ್ರವಾಗಿ ಅನ್ನಿಸುತ್ತೆ... ಪದ್ದಜ್ಜಿ ಹಾಗೆ ಸುಮ್ಮನಿರಬಾರದಿತ್ತು... ಸಿಡಿದುಬಿಡಬೇಕಿತ್ತು ಎಂದು. ಹಾಗೆ ಸಿಡಿದಿದ್ದರೆ ತಾವೆಲ್ಲ ಎಷ್ಟರ ಮಟ್ಟಿಗೆ ಮಾನವೀಯ ಸಹೃದಯತೆಯಿಂದ ಕಾಣುತ್ತಿದ್ದೆವು ಎನ್ನುವುದು ಅವರಿಗೀಗಲೂ ಗ್ರಹಿಕೆಗೆ ಸಿಗುವುದಿಲ್ಲ.

ಇಬ್ಬರೂ ಮಾತಿಲ್ಲದೇ ಕುಳಿತಿದ್ದರು. ಮತ್ತೆ ಸ್ವಲ್ಪ ಹೊತ್ತಿನ ನಂತರ ಕೆಳಗಿಳಿದು ಬಂದು ಒಳಗೆ ಮಲಗಿದರು.

❖

❖

ಮೂರ್ನಾಲ್ಕು ದಿನದಿಂದ ನೀತು ಜೊತೆ ಮಾತಾಡಿಯೇ ಇಲ್ಲ, ಅವಳೂ ಮಾಡಿಲ್ಲ ಎನ್ನುವುದು ಮಹೇಶನಿಗೆ ನೆನಪಾಗಿ ಫೋನ್ ಮಾಡಿದ. ಯಾಕೋ ಅನ್ಯಮನಸ್ಕಳಾಗಿದ್ದಂತೆ ಅನ್ನಿಸಿತು. ಇವನು ಕೇಳಿದ್ದಕ್ಕೆಲ್ಲ ಸುಮ್ಮನೆ ಊಂಗುಟ್ಟಿದಳು.

"ಹುಷಾರಿದ್ದೀ ತಾನೆ ನೀತು" ಅದಕ್ಕೂ ಊಂಗುಟ್ಟಿದಳು.

ಮಹೇಶ ತಾನು ಧೋಲಾವೀರಾಕ್ಕೆ ಮೂರು ತಿಂಗಳು ಉತ್ಖನನಕ್ಕೆ ಹೋಗ್ತಿರೋ ವಿಷಯ ವಿವರಿಸಿದ.

"ಓ... ಹೌದಾ..." ಎನ್ನುತ್ತ ನೀತು ಈಗ ತುಸು ಖುಷಿಯಿಂದ ವಿವರಗಳನ್ನು ಕೇಳತೊಡಗಿದಳು.

"ಮಹೀ... ಹೋಗೋದಕ್ಕಿಂತ ಮುಂಚೆ ಒಂದ್ಸಲ ಸಿಗೋ. ನೀನು ಹೆಂಗೂ ಬೆಂಗಳೂರಿಂದಲೇ ರೈಲು ಅಥ್ವಾ ಫ್ಲೈಟು ಹಿಡಿಬೇಕೇನೋ ಅಲ್ವಾ..."

"ಏನಿಲ್ಲ... ನಾನ್ಯಾಕೆ ಬರಲಿ... ರೈಲು ನಿಮ್ಮ ಬೆಂಗಳೂರಷ್ಟೇ ಅಲ್ಲ, ನಮ್ಮ ಧಾರವಾಡಕ್ಕೂ ಬರುತ್ತೆ..." ಅವಳನ್ನು ರೇಗಿಸಿದವ "ಹೋಗೋದಕ್ಕಿಂತ ಮುಂಚೆ ಏನೇನೋ ಸಿದ್ಧತೆ ಮಾಡಿಕೋಬೇಕು, ಹಂಗಾಗಿ ಬರಕ್ಕಾಗಲ್ಲ, ಬಂದ ಮೇಲೆ ಸಿಗಣ ಕಣೆ" ಎಂದ.

ಅಲ್ಲಿ ಮೊಬೈಲಿಗೆ ನೆಟ್‌ವರ್ಕ್ ಸಿಗಲಿಕ್ಕಿಲ್ಲ, ಹೋದ ಮೇಲೆ ತಾನೇ ಒಮ್ಮೆ ಕರೆಮಾಡಿ ವಿಳಾಸ, ಲ್ಯಾಂಡ್‌ಫೋನ್ ಇದ್ರೆ ಅದರ ವಿವರ ಕೊಡೋದಾಗಿ ಹೇಳಿದ.

"ಅಲ್ಲಿಂದ ನಂಗೇನು ತರ್ತೀಯೋ" ಚಿಕ್ಕ ಮಗುವಿನ ಆಸೆದನಿಯಲ್ಲಿ ಕೇಳಿದಳು.

"ಹರಪ್ಪ ಕಾಲದ ಮಡಿಕೆ ಚೂರು"

"ಶ್ಯೀ... ಏನು ಅನ್‌ರೋಮ್ಯಾಂಟಿಕ್ ಮಾರಾಯ ನೀನು... ಹರಪ್ಪ ಕಾಲದ ಕಿವಿಯೋಲೆಯ ಚೂರು ತರ್ತೀನಿ ಅಂತ್ಲೂ ಹೇಳಲ್ಲವಲ್ಲ" ಮತ್ತೆ ಜೋರಾಗಿ ನಕ್ಕು, ಇವನಿಗೆ ವಿಶ್ ಮಾಡಿ ಮಾತು ನಿಲ್ಲಿಸಿದಳು.

ನೀತು ತನ್ನ ಸಹೋದ್ಯೋಗಿ ಸೂರಿಯ ಜೊತೆಗೆ ವಾರಾಂತ್ಯದಲ್ಲಿ ನಾಟಕ, ಸಿನಿಮಾ ಎಂದು ಅಲ್ಲಿ ಇಲ್ಲಿ ಓಡಾಡಿದ್ದನ್ನು ಆಗೀಗ ಫೋನಿನಲ್ಲಿ ಮಾತಾಡುವಾಗ ಹೇಳಿಕೊಳ್ಳುತ್ತಿದ್ದಳು. ಮಹೇಶನಿಗೆ ಇವತ್ತು ಫೋನಿಟ್ಟ ಮೇಲೆ ಸೂರಿ ಬಗ್ಗೆ ಏನೂ ವಿಚಾರಿಸಿಕೊಳ್ಳಲೇ ಇಲ್ಲ, ಅವಳೂ ಏನೂ ಹೇಳಲೇ ಇಲ್ಲವಲ್ಲ ಎಂಬ ಭಾವ. ಮೊದಲ ಬಾರಿ ನೀತುವನ್ನು ನೋಡಿದಾಗ ಹುಟ್ಟಿದ ಸ್ನೇಹಭಾವ ದಿನದಿನಕ್ಕೆ ಇನ್ನಷ್ಟು ಆಪ್ತವಾಗುತ್ತ, ಇತ್ತೀಚೆಗೆ ತನ್ನ ಒಳದನಿಯನ್ನು ಹೇಳಿಕೊಂಡು ಹಗುರಾಗಬೇಕೆಂಬ ಭಾವ ತೀವ್ರವಾಗಿ ಹುಟ್ಟುತ್ತಿದೆಯಲ್ಲ ಎಂದು ಅಚ್ಚರಿಯೆನ್ನಿಸಿತು.

❖

❖

ಧೊಲಾವೀರಾಕ್ಕೆ ಹೋಗುವುದಕ್ಕಿಂತ ಮುಂಚೆ ಊರಿಗೊಮ್ಮೆ ಹೋಗಿ ಬರೋಣ ಎಂದುಕೊಂಡು ಹೊರಟ. ಸಾಗರಕ್ಕೆ ಬಂದಿಳಿದ ಮೇಲೆಯೇ ನೆನಪು, ಈ ಹೊತ್ತಿನಲ್ಲಿ ತನ್ನ ಹಳ್ಳಿಗೆ ಬಸ್ಸಿಲ್ಲ, ಅಣ್ಣನಿಗೂ ಮೊದಲೇ ಹೇಳಲು ಮರೆತುಹೋಗಿದೆ ಎಂದು. ಅಣ್ಣನಿಗೆ ಫೋನು ಮಾಡಿ, ಅವನು ಬೈಕಿನಲ್ಲಿ ಬರುವವರೆಗೆ ಸಾಗರದ ಪೇಟೆಯಲ್ಲಿ ಒಂದು ಸುತ್ತು ಹೊಡೆದ.

ಮರುದಿನ ಬೆಳಗ್ಗೆ ಅಪ್ಪ ಎಲ್ಲ ವಿವರ ಕೇಳಿಕೊಂಡರು. ಕಡೆಯಲ್ಲಿ ವಾಪಾಸು ಬರುವಾಗ ದುಡ್ಡು ಕೊಡ್ತಾರಾ ಹೇಗೆ, ಅದರಿಂದ ಇವನ ಕೆಲಸಕ್ಕೆ ಅನುಕೂಲವಾಗುತ್ತದಾ ಹೇಗೆ, ಕಾಲೇಜಿಗೆ ರಜೆ ಹೇಗೆ, ಅಲ್ಲಿ ಫೋನುಗೀನು ಇದೆಯಂತಾ, ಊಟತಿಂಡಿ ವ್ಯವಸ್ಥೆ ಹೇಗೆ, ಹೀಗೆಯೇ ಒಂದಿಷ್ಟು ವಿವರಗಳನ್ನು ಕೇಳಿ ಸಮಾಧಾನಗೊಂಡರು. ಅಣ್ಣ ತನ್ನ ಎಂದಿನ ವ್ಯಾವಹಾರಿಕ ಮಾತುಕತೆಯಿಂದ ಹೊರಬಂದಂತೆ ಬಹಳ ಆಸಕ್ತಿಯಿಂದ ಮತ್ತೆ ಮತ್ತೆ ವಿವರಗಳನ್ನು ಕೇಳಿಕೊಂಡ.

ಅಣ್ಣ ಆಸ್ಥೆಯಿಂದ ವಿಚಾರಿಸಿಕೊಂಡ ರೀತಿ ನೋಡಿದ ಮಹೇಶನಿಗೆ ಅಣ್ಣನಲ್ಲಿ ಕೊಂಚ ಬದಲಾವಣೆ ಆಗಿದೆ ಎನ್ನಿಸದೆ ಇರಲಿಲ್ಲ.

"ಎಲ್ಲ ಒಂದೊಂದ್ಸಲ ಒಂಥರಾ ಬೇಜಾರು ಅನಿಸ್ತು ಮಾರಾಯ. ಕೆಲಸದವ್ರೂ ಸರ್ರ್ಯಾಗಿ ಸಿಗದಿಲ್ಲೆ. ಅದ್ಕೇ ಸಣ್ಣಪುಟ್ಟ ಕೆಲಸ ಎಲ್ಲ ಆನೇ ಮಾಡ್ಕ್ಯಳಕೆ ಶುರು ಮಾಡಿದ್ದಿ.

ಬರ್ತಾ ಬರ್ತಾ ಒಳ್ಳೆ ಬಾವಿ ಒಳಗಿನ ಕಪ್ಪೆ ಹಂಗೆ ಆಗ್ತಿದ್ದಿ. ಕಾಲೇಜಿಗೆ ಹೋಗಕ್ಕಾದ್ರೆ ಎಂಥಾರೂ ಬ್ಯಾರೆ ಹವ್ಯಾಸನಾರು ರೂಢಿ ಮಾಡ್ಕ್ಯಂಡಿದ್ರೆ ಚೆನಾಗಿರ್ತಿತ್ತು. ಎಂಥಾ ಕಥೆ ಇದು, ಒಂದೇ ಥರ ಬದ್ಕದು, ಬ್ಯಾರೆ ಎಂತ ಮಾಡಿದ್ರೆ ಛೊಲೋ ಇರ್ತಿತ್ತು ಹಿಂಗೇ ಎಂತೆಂತೋ ಅನ್ಸಕ್ಕೆ ಶುರುವಾಯ್ದು. ಅದ್ಕೇ ಈಗ ಚೂರುಪಾರು ಓದದು, ಬ್ಯಾರೆ ಥರಾ ತ್ವಾಟ ಮಾಡಕ್ಕೆ ಪ್ರಯತ್ನ ಮಾಡದು, ಅಲ್ಲಿ ಇಲ್ಲಿ ಕಾಡು ಸುತ್ತದು ಹಿಂಗೆ ರೂಢಿ ಮಾಡ್ಕೆತಿದ್ದಿ. ನಿನ್ನ ಅತ್ತಿಗೆಗೂ ಹೇಳಿಬಿಟ್ಟಿದ್ದಿ, ಸುಮ್ನೆ ಮಡಿ, ಮೈಲಿಗೆ, ಅಲ್ಲಿ ಹಾಳೆ ಕುಂಟೆ ಹಿಡಿದು ಬಳಿ, ಇಲ್ಲಿ ಗುಡಿಸು ಇದ್ನೆಲ್ಲ ಎಷ್ಟು ಬೇಕೋ ಅಷ್ಟೆ ಇಟ್ಕಂಡು ಬ್ಯಾರೆ ಎಂಥಾರೂ ಮಾಡ್ತಿರು ಅಂತ. ನಿಂಗೀಗ ಅಲ್ಲಿಗೆ ಹೋಗಕ್ಕೆ ಒಂದು ಅವಕಾಶ ಸಿಕ್ಕಿದ್ದು ನೋಡು, ಅದ್ರಿಂದ ಎಷ್ಟು ದುಡ್ಡು ಸಿಕ್ತು ಅಥ್ವಾ ನಿನ್ನ ಕೆಲಸಕ್ಕೆ ಸಹಾಯ ಆಗ್ತಾ ಅಂತೆಲ್ಲ ಯೋಚಿಸದಕ್ಕಿಂತ ನಿನ್ನ ಒಳಗಿನ ಬದುಕಿಗೆ ಅದು ಎಂಥ ಕೊಡ್ತು ಅಥ್ವಾ ನಿನ್ನ ಒಳಗಿನ ಬದುಕಿಗೆ ಅದ್ರಿಂದ ನೀನೆಂಥ ಪಡೀತೆ ಅನ್ನದು ಮುಖ್ಯ..."

ಮಹೇಶನಿಗೆ ಅರೆ, ಅಣ್ಣ ಹೀಗೆ ಒಳಗಿನ ಬದುಕಿನ ಕುರಿತೂ ಮಾತನಾಡಬಲ್ಲ ಎನ್ನುವುದನ್ನು ಅರ್ಥ ಮಾಡಿಕೊಳ್ಳಲು ಅರೆಕ್ಷಣವೇ ಬೇಕಾಯಿತು.

ಒಂದೆರಡು ನಿಮಿಷ ಅಣ್ಣ ಮೌನವಾದ. "ಅಲ್ಲಿಗೆ ಹೋಗ್ತಾ ಚೂರು ದುಡ್ಡು ಜಾಸ್ತಿ ಇಟ್ಕಂಡಿರು, ನಿನ್ನ ಅಕೌಂಟ್ ನಂಬರ್ ಕೊಡು, ಆನು ಒಂಚೂರು ದುಡ್ಡು ಹಾಕ್ತಿ" ಎಂದ.

"ಬ್ಯಾಡ ಮಾರಾಯ, ಎನ್ನ ಹತ್ರ ಇದ್ದು. ಆನು ಇಲ್ಲಿ ನಿಂಗಕೂ ಮನೆ ಖರ್ಚಿಗಿ ಕೊಡದಿಲ್ಯಲ, ಹಂಗಾಗಿ ಸಂಬಳದಲ್ಲಿ ಉಳಿಸಿದ್ದ ದುಡ್ಡು ಇದ್ದು"

ಮಹೇಶನ ಮಾತನ್ನು ಕೇಳದವನಂತೆ "ಆದ್ರೂ ಅಂಥಲ್ಲಿ ದುಡ್ಡು ಹೆಚ್ಚಿಗೆ ಇಟ್ಕಳಕು... ಬೇಕಾರೆ ಹೇಳು" ಎಂದು ಮತ್ತೆ ಹೇಳಿದ.

ಇಬ್ಬರೂ ಸ್ವಲ್ಪ ಹೊತ್ತು ಸುಮ್ಮನಿದ್ದರು. ಅಣ್ಣ ನಂತರ ಬಹುಮೆಲ್ಲಗೆ "ಅನು ವಿಚಾರ ಮರ್ತುಬಿಡು ಮಾರಾಯ. ಆಗಿದ್ದು ಆಗ್ಹೋತು... ಅವಳಿಗೆ ಬರೀ ಸ್ನೇಹ ಇದ್ದಿದ್ದು, ಇದು ಇಲ್ಲಿಗೆ ಮುಗೀತು ಅಂತಷ್ಟೆ ಅಂದ್ಕ. ಎಂತಕೆ ಅಂತೆಲ್ಲ ಕಾರಣಗಳ ಬಗ್ಗೆ ಯೋಚನೆ ಮಾಡ್ಲೇಬ್ಯಾಡ. ಎಲ್ಲದಕ್ಕೆ ಕಾರಣ ಇರ್ಲೇಬೇಕು ಅಂತ್ಲೂ ಇಲ್ಲೆ, ಕಾರಣ ಗೊತ್ತಾದ್ರೂ ಅದ್ರಿಂದ ವಾಸ್ತವ ಬದಲಾಗದಿಲ್ಲೆ. ಕೊನಿಗಿ ಉಳಿಯದು ವಾಸ್ತವ ಅಷ್ಟೆ. ಮತ್ತೆ ಬದುಕು ಅನ್ನದು ಇಲ್ಲಿಗೇ ನಿಲ್ಲದಿಲ್ಲೆ... ಅಂಥದೊಂದು ಸಂಬಂಧ ಬ್ಯಾರೆ ಎಲ್ಲೋ ನಿಜ ಆಗದನ್ನು ನೀ ಕಂಡ್ಕಳಕು ಅಂದ್ರೆ ಮುಂದೆ ಹೋಗ್ತಲೇ ಇರಕು ಅಲ್ದನಾ..." ಅಣ್ಣನ ಧ್ವನಿಯಲ್ಲಿದ್ದ ಸಹಜ ಕಾಳಜಿಗೆ, ಭಾರವೆನ್ನಿಸದ ಹಾಗೆ ಹೇಳುತ್ತಿದ್ದ ರೀತಿಗೆ ಮಹೇಶನಿಗೆ ಕಣ್ಣು ತುಂಬಿದಂತಾಯಿತು.

ತಟ್ಟನೆ ಕೆಲದಿನಗಳ ಹಿಂದೆ ನೀತು ಸಮಾಧಾನಿಸುತ್ತ ಹೇಳಿದ್ದು ನೆನಪಾಯಿತು, "ಮಹೀ, ಅವಳಿಗೆ ನಿನ್ನ ಬಗ್ಗೆ ಬರೀ ಸ್ನೇಹವಷ್ಟೆ ಇತ್ತು ಅಂತ ನಂಗನ್ನಿಸುತ್ತೆ. ಅವಳು ಒಮ್ಮೆಯೂ ನಿನ್ನ ಬಗ್ಗೆ ಅನುರಾಗವಿದೆ ಅನ್ನೊ ಹಂಗೆ ನಡೆದುಕೊಂಡಿದ್ದನ್ನು ನಾನಂತೂ ನೋಡಿಲ್ಲ, ನಿನ್ನ ಬಗ್ಗೆ ನಾವಿಬ್ರೂ ಏನಾದರೂ ಮಾತಾಡುವಾಗಲೂ ನಂಗೆ ಹಾಗೆ ಅನ್ನಿಸಿದ್ದಿಲ್ಲ. ನಿಂಗೆ ಪ್ರೀತಿ ಹುಟ್ಟಿದ್ದರಿಂದ ಅವಳ ಸ್ನೇಹವನ್ನು ಪ್ರೀತಿ ಅಂತ ಭ್ರಮಿಸಿದೆ ಅನ್ನಿಸುತ್ತೆ. ನಿನ್ನ ಭಾವನೆ ತಪ್ಪೋ. ಸರಿಯೋ ಅಂತ ನಾನು ನಿರ್ಣಯಿಸ್ತಿಲ್ಲ... ಆದರೆ ಕೊನೆಗೂ ಬದುಕಿನ ವಾಸ್ತವ ಏನಿದೆ ಅದನ್ನು ತಬ್ಬಿಕೊಂಡು ಮುಂದೆ ಸಾಗ್ಲೇ ಬೇಕಲ್ಲವಾ ಮಹೀ".

ಅತ್ತಿಗೆಯೂ ಏನೆಲ್ಲ ಆಸಕ್ತಿಯಿಂದ ವಿಚಾರಿಸಿಕೊಂಡರೂ ತಪ್ಪಿಯೂ ಅನುವಿನ ಸುದ್ದಿ ತೆಗೆಯಲೇ ಇಲ್ಲ. ಎಲ್ಲರೂ ಇವನ ಬೇಸರವನ್ನು ಅರ್ಥ ಮಾಡಿಕೊಂಡು, ನಿನ್ನೊಂದಿಗಿದ್ದೇವೆ ಎಂಬುದನ್ನು ಮೌನದಲ್ಲಿಯೇ ನಿರೂಪಿಸುವಂತಿತ್ತು. ಅಮ್ಮ ಕೂಡ ಇವನು ಅನು ಮದುವೆಯ ವೇಳೆಗೆ ಇಲ್ಲಿ ಇಲ್ಲದಿದ್ದರೆ ಒಳ್ಳೆಯದು ಎಂದು ಭಾವಿಸಿದಂತಿತ್ತು. ಅದನ್ನು ಬಾಯಿ ಬಿಟ್ಟು ಹೇಳದೆಯೂ ಚಹರೆಯಲ್ಲಿಯೇ ವ್ಯಕ್ತವಾಗುವಂತಿತ್ತು.

ರಾತ್ರಿ ಊಟದ ನಂತರ ಮಲಗಿದ್ದ ಮಹೇಶನ ಹತ್ತಿರ ಬಂದ ಅವನಮ್ಮ "ನಿದ್ದೆ ಬಂತನಾ" ಎಂದು ಕೇಳಿದರು. ಊಹೂಂ ಎಂದ. ಅನೂ ಮತ್ತು ಇವನ ನಡುವೆ ನಿಜಕ್ಕೂ ಏನು ನಡೆದಿರಬಹುದು ಎನ್ನುವುದು ಪೂರ್ಣವಾಗಿ ಅವರ ಊಹೆಗೆ ನಿಲುಕಿರಲಿಲ್ಲ. ಅವಳ ನಿಶ್ಚಿತಾರ್ಥವಾಗಿದ್ದು ಎಂಎಸ್ ಮಾಡಿದ ಡಾಕ್ಟರನೊಂದಿಗೆ ಎನ್ನುವುದು ಮಾತ್ರ ಅಂತಸ್ತು ಅಡ್ಡಿಯಾಗಿರಬಹುದೇ ಎಂಬ ಪುಟ್ಟ ಅನುಮಾನವನ್ನು ಹುಟ್ಟಿಸಿತ್ತು.

ಸಾಗರದಲ್ಲಿ ಆದ ಅವಳ ನಿಶ್ಚಿತಾರ್ಥಕ್ಕೆ ಅವನಮ್ಮನೂ ಹೋಗಿರಲಿಲ್ಲ. ಅತ್ತಿಗೆಯನ್ನು ಕಳುಹಿಸಿಕೊಟ್ಟಿದ್ದಳು.

ತಮ್ಮ ಕಾಲದಲ್ಲಿ ಹೀಗೊಂದು ಆಯ್ಕೆಯ ಪ್ರಶ್ನೆ ಇದ್ದಿದ್ದರೆ ಎಂಬ ಎಳೆ ಅವರಲ್ಲಿ ಇಷ್ಟು ವರ್ಷಗಳ ನಂತರ ಈಗ ಒಂದೆರಡು ಬಾರಿ ಹಾದುಹೋಗಿತ್ತು. ಆಗ ಚಂದ ಇದ್ದೆ ತಾನು... ಅಪ್ಪನ ಮನೆಯಲ್ಲಿ ಬಡತನ ಎನ್ನುವುದು ಇರಲಿಲ್ಲವಾದರೂ ತಾವು ನಾಲ್ಕು ಹೆಣ್ಣುಮಕ್ಕಳ ಮದುವೆಯ ಭಾರ ಅಣ್ಣನ ಮೇಲೆ ಇತ್ತು. ತಾವೆಲ್ಲ ಚಿಕ್ಕವರಿದ್ದಾಗ ಅಪ್ಪ ತೀರಿಕೊಂಡಿದ್ದು. ಆ ದಿನವಿನ್ನೂ ಚೆನ್ನಾಗಿ ನೆನಪಿದೆ... ಸೊಪ್ಪು ತರಲು ಹೋದವರು, ಹಾವು ಕಚ್ಚಿ ಮನೆಗೆ ಬರುವಷ್ಟರಲ್ಲಿಯೇ ಮೈಯೆಲ್ಲ ನೀಲಿಯಾಗಿ... ಆಚೆ ಕೇರಿ ಸಣ್ಣಕ್ಕ ಬಂದು ಅದೇನೋ ಕಲ್ಲಿನಲ್ಲಿ ತೇಯ್ದು ಔಷಧಿ ನೆಕ್ಕಿಸುವಷ್ಟರಲ್ಲಿ ಪ್ರಾಣ ಹೋಗಿತ್ತಲ್ಲ... ಆಗ ಕೊನೇ ತಂಗಿಗೆ ಇನ್ನೂ ಎಂಟು

ವರ್ಷ. ಎಲ್ಲರಿಗಿಂತ ಹಿರಿಯ ಅಣ್ಣನಿಗೆ ಹದಿನೆಂಟು ವರ್ಷ. ಅವನ ನಂತರದಲ್ಲಿ ಹುಟ್ಟಿದ್ದ ತನಗೆ ಹದಿನೈದು ನಡೆಯುತ್ತಿತ್ತೇನೋ. ಶಿವಮೊಗ್ಗದಲ್ಲಿ ಕಾಲೇಜು ಕಲಿಯುವ ಹೆಬ್ಬಯಕೆ ಇಟ್ಟುಕೊಂಡಿದ್ದ ಕಿರಿಯ ಪ್ರಾಯದ ಅಣ್ಣ ಮನೆಯಲ್ಲಿಯೇ ಉಳಿದಿದ್ದ. ಅಷ್ಟು ಚಿಕ್ಕ ಪ್ರಾಯದಲ್ಲಿ ಎಷ್ಟು ದೊಡ್ಡವನಂತೆ ನಡೆದುಕೊಂಡನಲ್ಲ... ಈ ಸಂಬಂಧವನ್ನು ತಂದಿದ್ದು ಅಮ್ಮನ ಅಣ್ಣ, ದೊಡ್ಡ ಮಾವ. ಒಟ್ಟು ಇವರನ್ನೆಲ್ಲ ಮದುವೆ ಮಾಡಿ ಕಳಿಸಿಬಿಟ್ಟರೆ ಸಾಕು ಎಂಬಂತೆ. ನೆಂಟರಿಷ್ಟರ ಎದುರು ಸಂದರ್ಭ ಸಿಕ್ಕಾಗಲೆಲ್ಲ ಭಾವ ಹೋದಾಗಿನಿಂದ ತಂಗಿ ಮನೆಯ ಎಲ್ಲ ಭಾರವೂ ತನ್ನ ಮೇಲೇ ಇದೆ ಎಂದು ಮಾತಿನಲ್ಲೇ ಹುಡಿ ಹಾರಿಸುವ ದೊಡ್ಡ ಮಾವ.

"ಉಣ್ಣಕ್ಕೆ ಉಡಕ್ಕೆ ಎಂತ ಕೊರತೆ ಇಲ್ಲೆ ಮಾರಾಯ್ತಿ... ರೂಪ ತಗಂಡು ಎಂತ ಮಾಡ್ತೆ... ಚೂರು ಕಪ್ಪು ಅಷ್ಟೇ. ಎಂಗಳ ಹಂಗೆ ಅಂವ ಬಾಯಿ ತುಂಬ ಮಾತನಾಡ್ತನಲ್ಲೆ ಅಷ್ಟೆ... ಎಷ್ಟು ಬೇಕೊ ಅಷ್ಟೆ ಮಾತು ಕತೆ... ಅದೇ ಭೋಲೋ ತಗ... ಸುಮ್ಮನೆ ಎಂಗಳ ಹಂಗೆ ಲೊಡಲೊಡ ಮಾತಾಡ್ತಿದ್ರೆ ಭೋಲೋ ಅಲ್ಲ" ಎಂದೆಲ್ಲ ಹೇಳಿ ಅಮ್ಮನನ್ನು ಒಪ್ಪಿಸಿಯೇ ಬಿಟ್ಟಿದ್ದ. ಅಣ್ಣನಿಗೆ ಮಾತ್ರ ಮನಸ್ಸಿರಲಿಲ್ಲ.

ತನ್ನನ್ನು ಮರೆಗೆ ಕರೆದು ಹೇಳಿದ್ದನಲ್ಲ, "ಎಂಗೆ ಈ ಸಂಬಂಧ ಅಷ್ಟೇನೂ ಹಿಡಿಸಲ್ಲೆ. ಎಂತಕ್ಕೆ ಅಷ್ಟು ಅವಸರ ಮಾಡದು ಅಂತ... ಈ ದೊಡ್ಡ ಮಾವ ಒಂದು, ಎಲ್ಲದ್ರಗೆ ಮೂಗು ತೂರಿಸ್ತ ಮಾರಾಯ್ತಿ... ನಿಂಗೆ ಇಷ್ಟ ಆಗ್ದಿದ್ರೆ ಬಿಟ್ಟರಾತು... ಬಾಯಿಬಿಟ್ಟು ಹೇಳೇ, ಆನು ಜೊತಿಗಿ ಇದ್ದಿ" ಎಂದಿದ್ದ. ತಾನು ಮಾತನಾಡಿರಲಿಲ್ಲ. ಮತ್ತೆ ಒಂದು ದಿನ ಅಮ್ಮನ ಕೊರೆತ. ಬೆನ್ನ ಹಿಂದಿದ್ದ ಇನ್ನೂ ಮೂರು ಜನ ತಂಗಿಯಂದಿರು. ಅಣ್ಣನಿಗೆ ಮತ್ತೆ ಮಾತಿಗೆ ಆಸ್ಪದವೇ ಇಲ್ಲದಂತೆ ದೊಡ್ಡ ಮಾವ ಮದುವೆ ನಿಶ್ಚಯ ಮಾಡಿಯಾಗಿತ್ತು.

ಹಾಗೆ ಕೈಹಿಡಿದಾತ ಕೆಟ್ಟವರೇನಲ್ಲ. ಆದ್ರೆ ಹೆಚ್ಚು ಮಾತಿನ ಜನವೂ ಅಲ್ಲ. ತಾನಾಯ್ತು, ತನ್ನ ಕೆಲಸವಾಯ್ತು. ಬೇಕೆನ್ನಿಸಿದಾಗ ರಾತ್ರಿ ಹಾಸಿಗೆಯಲ್ಲಿ ಅದನ್ನೂ ಒಂದು ಕರ್ತವ್ಯ ಅಂತ ಮುಗಿಸಿ, ಆಮೇಲೆ ಪಕ್ಕಕ್ಕೆ ತಿರುಗಿ ಕಣ್ಮುಚ್ಚಿದರೆ ಅರೆನಿಮಿಷದಲ್ಲಿ ಗಾಢ ನಿದ್ದೆ. ಮೊದಲ ಮಗ ಹುಟ್ಟಿದ ನಂತರ ತನಗೂ ಇದೆಲ್ಲ ಹೆಚ್ಚೇನೂ ಕರೆಕರೆ ಎನ್ನಿಸದೇ ಹೊಂದಿಕೊಂಡಿದ್ದಾಗಿತ್ತು. ಕರೆಕರೆ ಅನ್ನಿಸಿಕೊಳ್ಳಲು ಆ ತುಂಬಿದ ಮನೆಯಲ್ಲಿ ಸಮಯವಾದರೂ ಎಲ್ಲಿತ್ತು. ನಂತರ ಮಹೇಶ ಹುಟ್ಟಿದ. ಅದಾಗಿ ಮತ್ತೆ ಎರಡು ಬಾರಿ ಬಸಿರಾದರೂ ಒಮ್ಮೆ ನಾಲ್ಕು ತಿಂಗಳಿದ್ದಾಗ ಗರ್ಭ ಬಿದ್ದರೆ, ಇನ್ನೊಮ್ಮೆ ಕೂಸು ಹೊಟ್ಟೆಯಲ್ಲಿಯೇ ಸತ್ತಿತ್ತು. ಸಾಗರದ ಆ ಸರ್ಕಾರಿ ಆಸ್ಪತ್ರೆಯ ಡಾಕ್ಟರ್ ಕಡೆಗೆ ಸಾಕಿನ್ನು ಅಂತ ಬೈಯ್ದು ಆಪರೇಶನ್ ಮಾಡಿದ್ದರು. ಇದೆಲ್ಲ ಒಂದು ಹದಕ್ಕೆ ಬಂದು, ನಾಲ್ಕೈದು ವರ್ಷಕ್ಕೆ ಸಮಾ ಹಿಸೆಯಾಗಿ ತಮ್ಮ

ಪಾಲಿನ ತೋಟ, ಈ ಹೊಸ ಮನೆಗೆ ಬಂದು ಸಂಸಾರ ಹೂಡಿದ್ದಾಗಿತ್ತು. ತಂಗಿಯಂದಿರ ಮದುವೆ, ಬಾಣಂತನ, ಅಣ್ಣನ ಮದುವೆ ಎಲ್ಲ ಮುಗಿಸಿದ ಅಮ್ಮನೂ ಇಹಲೋಕ ಸೇರಿಯಾಗಿತ್ತು. ಯಾಕೋ ಇಷ್ಟೆಲ್ಲದರ ಮಧ್ಯೆ ಅಣ್ಣ ಆಪ್ತನಾಗಿರುವ ಹಾಗೆ ಯಾರೂ ಅನ್ನಿಸುವುದೇ ಇಲ್ಲ. ಅಣ್ಣನಿಗೂ ಅಷ್ಟೆ... ಉಳಿದ ಮೂರು ತಂಗಿಯಂದಿರಿಗಿಂತ ತಾನು ಎಂದರೆ ಪ್ರಾಣ. ಇವತ್ತಿಗೂ ತನ್ನ ಮನೆಯ ಯಾವುದೇ ವಿಚಾರವನ್ನಾದರೂ 'ತಂಗಿ, ಎಂಥ ಮಾಡದೇ' ಎಂದು ಕೇಳದೇ ಮಾಡುವುದಿಲ್ಲ. ಮೊದಲಿಗೆ ಅತ್ತಿಗೆಗೆ ಕಿರಿಕಿರಿ ಎನ್ನಿಸುತ್ತಿತ್ತೇನೋ, ಆಮೇಲೆ ತಾನು ಅಲ್ಲಿ ಹೋದಾಗ ಅರೆನಿಮಿಷ ಕೂತುಕೊಳ್ಳದೇ ಕೆಲಸದಲ್ಲಿ ತೊಡಗುವುದು, ಅತ್ತಿಗೆಗೆ ಎಲ್ಲ ಕೆಲಸದಲ್ಲಿಯೂ ಸಹಾಯ ಮಾಡುವುದು, ಯಾರಾದರೂ ಅತ್ತಿಗೆಗೆ ಏನಾದರೂ ಅಂದರೆ ತಟ್ಟನೆ ಅವಳ ಪರವಾಗಿ ಒಳ್ಳೆಯ ಮಾತಾಡುವುದು, ಇದನ್ನೆಲ್ಲ ಕಂಡೋ ಏನೋ ಅವಳೂ ತುಂಬು ಪ್ರೀತಿಯಿಂದಲೇ ನಡೆಸಿಕೊಳ್ಳುತ್ತಾಳೆ. "ಎಲ್ಲ ಸಂಬಂಧವೂ ಅಷ್ಟೆ... ನಾವು ಇಟ್ಟುಕೊಂಡ ಹಂಗೆ ಇರ್ತು ತಂಗಿ" ಎಂದು ಎಂದೋ ಅಣ್ಣ ಹೇಳಿದ್ದನ್ನು ತಾನು ಮರೆತಿಲ್ಲ. ಅದನ್ನು ಸಾಕಷ್ಟು ಪಾಲಿಸಿದ್ದೇನೆ... ಅದಕ್ಕೇ ಇರಬಹುದು, ಈ ವರೆಗೆ ಬದುಕು ಹೆಚ್ಚಿನ ಕೊರೆಯಿಲ್ಲದೇ ಸಾಗಿದೆ... ಆಗ ಅಣ್ಣ ಆನು ಜೊತಿಗಿದ್ದಿ ಎಂದನಲ್ಲ ಎಂದು ತಾನೂ ಸ್ವಲ್ಪ ಧೈರ್ಯ ವಹಿಸಿ ಎಂಗೆ ಈ ವರ ಬ್ಯಾಡದೇ ಬ್ಯಾಡ ಅಂತ ಅಂದುಬಿಟ್ಟಿದ್ದರೆ... ಬ್ಯಾರೆ ಯಾವುದೋ ಗಂಡು, ಇನ್ನಾವುದೋ ಮನೆ... ಮತ್ತಾವುದೋ ಊರು... ಇದಕ್ಕಿಂತ ಭಾಳ ಚೆನ್ನಾಗಿರ್ತಿತ್ತು ಎಂದು ಹೆಂಗೆ ಹೇಳದು... ಮುಖ್ಯವಾಗಿ ಬ್ಯಾರೆ ಯಾವುದೋ ಗಂಡು ನೋಡಕ್ಕೇನೋ ಚೆನ್ನಾಗಿರುತ್ತಿದ್ದ ಅಂದುಕೊಂಡ್ರೂ ನಡವಳಿಕೆ ಹೇಗಿರ್ತಿತ್ತು ಅಂತ ಮದ್ಲೇ ಹೆಂಗೆ ಪೂರ್ಣ ಗೊತ್ತಾಗಲು ಸಾಧ್ಯ? ಆ ಬದುಕು ಇದಕ್ಕಿಂತ ಬ್ಯಾರೇನೆ ಇರ್ತಿತ್ತು ಎಂದುಕೊಂಡರೂ ಆ ಬದುಕಿನಲ್ಲಿಯೂ ಮತ್ತೇನೋ ಕಷ್ಟಸುಖ ಇದ್ದೇ ಇರ್ತಿತ್ತು ತಾನೆ ಎಂದು ಎಂದಿನಂತೆ ಸಮಾಧಾನಿಸಿಕೊಂಡರು.

ಪಕ್ಕಕ್ಕೆ ತಿರುಗಿ ನೋಡಿದರು.

ಮಹೇಶ ನಿಧಾನಕ್ಕೆ ನಿದ್ರೆಗೆ ಜಾರಿದ್ದ.

❖

❖

ಮರುದಿನ ಸಂಜೆ ಅತ್ತಿಗೆ ಆ ಕಡೆ ಕೇರಿಯ ಯಾರದೋ ಮನೆಗೆ ಕಸೂತಿ ಹೇಳಿಸಿಕೊಂಡು ಬರ್ತೀನಿ ಎಂದು ಹೋಗಿದ್ದಳು. ಮಹೇಶ ಅಕ್ಕಿ ಹಸನು ಮಾಡುತ್ತಿದ್ದ

ಅಮ್ಮನ ಹತ್ತಿರ ಹೋಗಿ ಕುಳಿತ. ಹೊರಗಿನ ಜಗಲಿಯಲ್ಲಿ ಆಡುತ್ತಿದ್ದ ಪಕ್ಕದ ಮನೆಯ ಮಕ್ಕಳು ಬಿಟ್ಟರೆ ಮತ್ತಾರಿರಲಿಲ್ಲ.

ಮೆಲ್ಲಗೆ ಪ್ರೊಫೆಸರ್ ಇನ್ನೊಂದು ಮದುವೆಯಾಗುತ್ತಿರುವುದಾಗಿ ಅಮ್ಮನಿಗೆ ಹೇಳಿದ. ಅಮ್ಮ ಸ್ವಲ್ಪ ಅಚ್ಚರಿಗೊಂಡಳು. ಪ್ರೊಫೆಸರ್ ಮತ್ತು ಅವರ ಹೆಂಡತಿ ಮಹೇಶನ ಮನೆಗೊಮ್ಮೆ ಬಂದಿದ್ದರು. "ನೀನು ಅಷ್ಟೆಲ್ಲ ಸಲ ಅವರ ಮನಿಗೆ ಹೋಗಿ ಇರ್ತೆ, ಒಂದ್ಸಲ ಅವ್ರಿನ್ನೂ ಇಲ್ಲಿಗೆ ಕರ್ಕಂಡು ಬಾರ" ಎಂದು ಅಣ್ಣ, ಅಮ್ಮ ಆಗೀಗ ಒತ್ತಾಯಿಸಿದ್ದರು. ಮಹೇಶ ಪಿಎಚ್‌ಡಿಗೆ ಸೇರಿದ ನಂತರ ಒಮ್ಮೆ ತುಂಬಾ ಒತ್ತಾಯಿಸಿ ದೀಪಾವಳಿ ಹಬ್ಬಕ್ಕೆ ಬರಲೇಬೇಕೆಂದು ಒತ್ತಾಯಿಸಿದ್ದ. ಅಂತೂ ಇಬ್ಬರೂ ಬಂದಿದ್ದರು. ಬಹಳ ಖುಷಿಯಿಂದ ತೋಟ, ಬ್ಯಾಣ ಎಲ್ಲ ಸುತ್ತಾಡಿದ್ದರು.

"ಅವ್ರಿಗೆ ಸುಮಾರು ವರ್ಷ ಆತು ಅಲ್ದನಾ" ಎಂದ ಅಮ್ಮ ಇವನು ಜಲಜ ಮೇಡಂ ವಿಷಯ ಹೇಳಿದಾಗ ತಟ್ಟನೆ ಸುಮ್ಮನಾದರು. ಜಲಜ ಮೇಡಂ ಮರುಮದುವೆಯಾಗೋದು ಅಮ್ಮನಿಗೆ ಹಿಡಿಸಲಿಲ್ಲವೇನೋ ಎಂದುಕೊಂಡ ಮಹೇಶ ಮಾತು ಮುಂದುವರೆಸಲಿಲ್ಲ. ಸ್ವಲ್ಪ ಹೊತ್ತಿನ ನಂತರ "ಇಬ್ರಿಗೂ ಮರುಮದ್ವೆ ಅಂದ್ರೆ ಆಗ್ಲಿ ಬಿಡು... ಒಬ್ರಿಗೊಬ್ರು ಒಂದು ಆಸರೆ ಆದಂಗಾತು. ಆ ಮೇಡಂಗೂ ಒಳ್ಳೇದೆ ತಗ... ಸನ್ಯಾಸಿ ಹಂಗೆ ಬದುಕಿದ್ರು ಎಂತ ಪುರುಷಾರ್ಥ ಸಿಗ್ತು ಅಂತ ಬೇಕಲ" ಎಂದ ಅಮ್ಮನ ಕಣ್ಣಲ್ಲಿ ಬೇರೆಯದೇ ಚಿತ್ರ ತೂಗುತ್ತಿತ್ತು.

ಚಿಕ್ಕಂದಿನ ಗೆಳತಿ ರಾಜೇಶ್ವರಿ ನೆನಪಾದಳು. ತನಗೆ ಯಾವಾಗಲೂ ರಾಜಿ... ತನಗಿಂತ ಸ್ವಲ್ಪ ಚಿಕ್ಕವಳು. ಎಷ್ಟು ಚಂದ ಇದ್ದಳಲ್ಲ... ತನ್ನ ಮದುವೆಯಾದ ಕೆಲ ದಿನಗಳಲ್ಲಿಯೇ ಅವಳ ಮದುವೆಯಾಗಿತ್ತು. ಮದುವೆಯಾಗಿ ಎರಡು ತಿಂಗಳಾಗಿತ್ತಷ್ಟೆ... ಆತ ಅವರ ತೋಟದ ಪಕ್ಕದಲ್ಲೇ ಹರಿಯುತ್ತಿದ್ದ ಹಳ್ಳದ ಸಂಕ ದಾಟುವಾಗ ಆಯ ತಪ್ಪಿ ಕೆಳಗೆ ಬಿದ್ದು, ತಲೆ ಸಮಾ ಕಲ್ಲಿಗೆ ಹೊಡೆದು... ರಾಜಿಯ ಕುಂಕುಮ ಅಳಿಸಿತ್ತು. ಇನ್ನೂ ಚಿಕ್ಕವಳು, ಇರಲಿ ಎಂದು ಅವಳಮ್ಮ ತುಸು ಜೋರು ಮಾಡಿದ್ದರಿಂದ ಸದ್ಯ ತಲೆಯನ್ನೊಂದು ಬೋಡು ಮಾಡಿರಲಿಲ್ಲ. ಗುಂಗುರು ಕೂದಲಿಗೆ ಕತ್ತರಿ ಬೀಳದಿದ್ದೇ ಒಂದು ಪುಣ್ಯ. ಗಂಡನ ಮನೆಯವರು ಮಕ್ಕಳಿಲ್ಲ, ಮರಿ ಇಲ್ಲ, ಆಸ್ತೀಲಿ ಅವನ ಪಾಲಿನ ಪೂರ್ಣ ಹಿಸೆ ಅವಳಿಗೆಂಥಕ್ಕೆ ಎಂದು ಸ್ವಲ್ಪ ತೋಟ ಕೊಟ್ಟ ಶಾಸ್ತ್ರ ಮಾಡಿ, ಕೆಲದಿನಗಳ ನಂತರ ಅವಳನ್ನು ತವರು ಮನೆಗೆ ಕಳಿಸಿ ಕೈತೊಳೆದುಕೊಂಡಿದ್ದರು. ತವರಿಗೆ ಹೋದಾಗೆಲ್ಲ ರಾಜಿ ಹೇಗೋ ಮಾಡಿ ತನ್ನೊಬ್ಬಳೊಂದಿಗೆ ಮಾತನಾಡುವ ಪ್ರಸಂಗ ಬರುವಂತೆ ಮಾಡುತ್ತಿದ್ದಳಲ್ಲ... ತಾನಾಗ ಬಸಿರಿಯಾಗಿದ್ದೆ... ನಾಲ್ಕು ತಿಂಗಳು ನಡೆಯುತ್ತಿತ್ತು ಕಾಣುತ್ತೆ, ಗಣಪತಿ ಹಬ್ಬಕ್ಕೂ ಬರಲಿಲ್ಲ, ಅಷ್ಟಮಿಗಾದ್ರೂ ಕಳಿಸಿ ಅಂತ ಅಣ್ಣನೇ ಕರೆದುಕೊಂಡು ಬಂದಿದ್ದ.

"ಬಾರೆ ಪಾರ್ವತಿ, ನಿಂಗೆ ಅಬ್ಬಲಿಗೆ ಹೂ ಕೊಯ್ದು ಕೊಡ್ತಿ" ಎಂದು ತನ್ನನ್ನು ಅವರ ಮನೆಗೆ ಕರೆದೊಯ್ದು, ಹಿತ್ತಲಿನಲ್ಲಿ ಹೂ ಕೊಯ್ಯುವಾಗ ಮಾತನಾಡುತ್ತ ರಾಜಿ ಸುತ್ತಿ ಬಳಸಿ ಕೇಳಿದಳಲ್ಲ... "ಅಲ್ದೇ... ಪಾರ್ವತಿ... ಅದು ನಿಜಾ ಹೆಂಗಿರ್ತೆ..."

ಅವಳು ಏನು ಕೇಳುತ್ತಿದ್ದಾಳೆಂದೇ ತನಗೆ ಮೊದಲು ಚೂರೂ ಹೊಳೆಯದೇ, ಹಾಗೆ ಕಣ್ಣುಕಣ್ಣು ಬಿಡುತ್ತ ನಿಂತಾಗ ಅವಳು ಮುಂದುವರೆಸಿದ್ದಳು, "ನಿಂಗೆ ಅವಾಗ ಅಂದರೆ ರಾತ್ರಿ... ಎಂಥ ಅನ್ನಿಸ್ತೆ.... ನೋವಾಗ್ತನೇ... ಆದ್ರೂ ಹಂಗೆಲ್ಲ ಮುಟ್ತಿದ್ದಾಗ ಅದೆಲ್ಲ ಒಂಥರಾ ಖುಷಿಯೂ ಆಗ್ತೇನ ಅಲ್ದಾ..." ಇದೇನಿದು ನನಗೆ ಕೇಳುತ್ತಿದ್ದಾಳಾ ಅಥವಾ ಮೆತ್ತಗೆ ತನಗೇ ಕೇಳಿಕೊಳ್ಳುತ್ತಿದ್ದಾಳಾ ಎಂಬಂತೆ ಪಾಪದ ರಾಜಿ ಅಬ್ಬಲಿಗೆ ಗಿಡದ ಚಿಕ್ಕ ಕೊಂಬೆ ಹಿಡಿದವಳು ಹೂ ಕೊಯ್ಯುವುದನ್ನು ಮರೆತೇ ಬಿಟ್ಟಿದ್ದಾಳೆ... ಕಣ್ಣುಗಳಲ್ಲಿ ಇಂಥದೆಂದು ಹೇಳಲಾಗದ ನಾಲ್ಕಾರು ಭಾವಗಳು ಮಡುಗಟ್ಟಿವೆ... ಅವಳು ಎಂಥ ಕೇಳ್ತಿದ್ದಾಳೆ ಎನ್ನೋದು ತನಗೆ ಹೊಳೆಯುತ್ತಿದ್ದಂತೆ "ಶ್ಯೀ... ಹೋಗೇ..." ಎಂದು ನಾಚಿಕೆಯಿಂದ ತಾನು ಪಿಸುಗುಟ್ಟಿಯಾಗಿತ್ತು. ಇವಳಿಗೆಂಥ ತಲೆ ಕೆಟ್ಟಿದೆಯಾ... ಅದು ಹೆಂಗಿರ್ತು ಅಂದ್ರೆ ಆ ಕತ್ತಲ ರಾತ್ರಿಯದ್ದನ್ನೆಲ್ಲ ಹೀಗೆ ಹಾಡುಹಗಲಿನಲ್ಲಿ, ಅದೂ ಹೀಗೆಲ್ಲ ಹೇಳಲಿಕ್ಕಾದ್ರೂ ಆಗ್ತದೆಯಾ... ನಾಚಿಕೆ ಸ್ವಲ್ಪ ಹಿಂದೆ ಸರಿಯುತ್ತಿದ್ದಂತೆ ಅರೆ, ರಾಜಿಯ ಮದುವೆಯಾಗಿ ಸುಮಾರು ಎರಡು ತಿಂಗಳಿನ ನಂತರ ಗಂಡ ತೀರಿಕೊಂಡಿದ್ದು... ಎರಡು ತಿಂಗಳಿನಲ್ಲಿ ಹಾಗಾದ್ರೆ ಇವಳಿಗೆ 'ಅದು ನಿಜಾ ಹೆಂಗಿರ್ತು' ಎಂಬ ಅನುಭವವೇ ಆಗಲಿಲ್ಲವೇ... ಎಂಬ ಪ್ರಶ್ನೆ ಮೆಲ್ಲಗೆ ಮೂಡಿ, ಆ ಪ್ರಶ್ನೆ ಗಟ್ಟಿಯಾಗುತ್ತ, ಎಂಥದೋ ಅನುಮಾನ ಮೈಯಲ್ಲಿ ಸಣ್ಣಗೆ ನಡುಕ ಹುಟ್ಟಿಸಿ, ರಾಜಿಯ ಬಗ್ಗೆ ಇನ್ನಿಲ್ಲದ ಮರುಕ ಆವರಿಸಿಕೊಳ್ತ... ತಟ್ಟನೆ ಅವಳ ಕೈ ಹಿಡಿದು "ಅಲ್ದೆ ರಾಜಿ... ನಿನ್ನ ಲಗ್ನಾದ ಮೇಲೆ ಸುಮಾರು ಎರಡು ತಿಂಗ್ಳು ನೀ ಅಲ್ಲಿದ್ದೆ ಅಲ್ದನೇ... ಆಮೇಲೆ ಅಲ್ದನೇ ಅವು ಸಂಕದ ಕೆಳಗೆ ಬಿದ್ದಿದ್ದು... ಅಷ್ಟು ದಿನ ಇದ್ಯಲೆ ಅಲ್ಲಿ, ಮತ್ತೆ ಅವಾಗ..." ಮಾತು ಮುಂದುವರೆಸಲಾಗಲಿಲ್ಲ. ಹೇಗೆ ಕೇಳುವುದು ಅರ್ಥವಾಗಲಿಲ್ಲ.

ರಾಜಿ ನಿಡುಸ್ಸೈದಳು. "ಅವಾಗ್ಲೂ ಎಂತೂ ಇಲ್ಲೆ... ಎಂಗೆ ಇದೆಲ್ಲ ಎಂತ ಅಂತ್ಲೂ ಅರ್ಥ ಆಗಲ್ಲೆ." ಉಸಿರೆಳೆದುಕೊಂಡ ರಾಜಿ ಹಾಗೆ ಗಿಡದ ಏರಿಯ ಮೇಲೆ ಕೂತಳು. ನಿಧಾನಕ್ಕೆ ಹೇಳತೊಡಗಿದಳು. "ಗೃಹಪ್ರವೇಶ ಮುಗಿದಿದ್ದ ರಾತ್ರಿ... ಶಾಸ್ತ್ರ ಇತ್ತಲೇ, ಅವತ್ತು ಎಂಗಾರು ಎಂಥ ಗೊತ್ತಿತ್ತು ಹೇಳು, ಅವರು ಹೇಳಿದಂಗೆ ಕೇಳು ಅಂತ ಸ್ವಾದರತ್ತೆ ಹೇಳಿದ್ದೊಂದೆ ತಲೇಲಿ. ಎಂಗಳ ಕ್ವಾಣೆ ಅಂದರೆ ಕತ್ಲೆ ಗುಹೆ ಥರಾ... ಕತ್ಲಲ್ಲಿ ಹತ್ರ ಬಂದ, ಚೂರು ಹಿಂಗೆ ಮೈ ಮುಟ್ಟಿದ, ಸುಸ್ತಾಯ್ದೇನ ನಿಂಗೆ, ಮಲ್ಕ್ಯ ಅಂದ... ಅಷ್ಟೆ... ಮರುದಿನ ಬೆಳಗ್ಗೆ ಒಂದಿಬ್ರು ತಮಾಶಿ ಮಾಡಿದ.

ಎಂಗೆ ಎಂಥ ಹೇಳಕ್ಕು ಗೊತ್ತಾಗಲ್ಲೆ ಮಾರಾಯ್ತಿ. ನಾಕೈದು ದಿನಾ ಹಂಗೇ... ರಾತ್ರಿ ಆನು ಮಲಗಕ್ಕೆ ಬರತಿಗೆ ಅವ್ರಿಗೆ ಸಮಾ ನಿದ್ದೆ. ಅಷ್ಟರಲ್ಲಿ ಆನು ಹೊರಗಾದಿ, ಮಿಂದ್ಕಂಡು ಬಂದ ಮೇಲೂ ಹಂಗೇ. ಹಗಲಾದ್ರೂ ಎಲ್ಲಿ ಮಾತಾಡಕ್ಕೆ ಆಗ್ತಿತ್ತು... ಅವರ ಮನೇಲಿ ಎಷ್ಟು ಜನ ಇದ್ದ ನೋಡಿದ್ಯಲ... ಸುಮಾರು ಇಪ್ಪತ್ತು ಇಪ್ಪತ್ತೈದು ದಿನ ಹಿಂಗೇ. ಎಂಗೆ ಅಷ್ಟೊತ್ತಿಗೆ ಇದೆಂತೋ ಎಡವಟ್ಟಾಯ್ದು ಅನ್ಸಕ್ಕೆ ಶುರುವಾತು. ನಿಂಗಾರು ಕೇಳನ ಅಂದ್ರೆ ನೀ ನಿನ್ನ ಗಂಡನ್ನ ಮನೇಲಿ. ಹಿಂಗೆ ಅಂತ ಯಾರಿಗೆ ಹೇಳದು, ಹೆಂಗೆ ಹೇಳದು... ಕೊನಿಗೊಂದು ದಿನ ಅವ್ರಿಗೆ ಕೇಳಿಬಿಟ್ರಾತು ಅಂತ ಗಟ್ಟಿನಿರ್ಧಾರ ಮಾಡೇಬಿಟ್ಟಿ.

ಅವತ್ತು ಆನು ಮಲ್ಕ್ಯಳಕೆ ಹೋದಾಗ ಆ ಕಡೆ ತಿರ್ಗಿ ಮಲಗಿದ್ದ. ನಿದ್ದೆ ಬಂತಾ ಕೇಳ್ದಿ. ಹೂಂ ಅಂದ. ಎಂಥ ಮಾತಾಡಕ್ಕು ಗೊತ್ತಾಗಲ್ಲೆ ಮಾರಾಯ್ತಿ. ಎಲ್ಲ ಮದ್ವೆ ಎಂಥಕ್ಕೆ ಆಗ್ತ ಅಂತ ಕೇಳಿದಿ. ಅದ್ಕೂ ಮಾತಾಡಲ್ಲೆ. ನಿಂಗಕ್ಕೆ ಎನ್ನ ಕಂಡ್ರೆ ಆಸೆ ಆಗ್ತಲ್ಯಾ ಕೇಳಿದಿ. ಅದಕ್ಕೂ ಮಾತಿಲ್ಲೆ. ಎಂಗೆ ಅಳು ಬಂತು. ಅವು ಮಾತಾಡ್ಲೇ ಇಲ್ಲೆ. ಆ ಕಡೆ ತಿರಗಿ ಮಲಿಗಿದ್ರೂ ನಿದ್ದೆ ಬರ್ಲೆ ಅವ್ರಿಗೆ ಅಂತ ಎಂಗೆ ಅನ್ನಿಸ್ತಿತ್ತು. ಎಂಗೆ ಬೆಳಗ್ಗಿಂದ ಅದೂ ಇದೂ ಕೆಲ್ಸ ಮಾಡಿ ಸುಸ್ತಾಗಿತ್ತಲೇ... ಕೊನಿಗಿ ಸುಮಾರು ಹೊತ್ತಿನ ಮೇಲೆ ನಿದ್ದೆ ಬಂತು. ದಿನಾ ಎದ್ದು ಬರಕಾರೆ ಅವರ ಕಾಲಿಗೆ ನಮಸ್ಕಾರ ಮಾಡಿ ಬರಕು ಅಂತ ಎನ್ನ ಸ್ವಾದರತ್ತೆ, ಅದೇ ಸುಬ್ಬತ್ತೆ ಹೇಳಿಕೊಟ್ಟಿದ್ದಲ ಹಂಗೆ ಅವತ್ತೂ ನಮಸ್ಕಾರ ಮಾಡಕ್ಕು ಅಂತ ಬಗ್ಗಿದಿ, ಅವು ಕಾಲು ಹಿಂದಕ್ಕೆ ಎಳ್ಕಂಡ. ಎಂಗೆ ಒಂತರಾ ನಡುಕ ಹುಟ್ಟಿಬಿಡ್ತು. ಚೂರು ಕೂತ್ಗ ಅಂದ. ಧ್ವನಿ ಹೂತುಹೋಗಿತ್ತು. ಎನ್ನಿಂದ ತಪ್ಪಾಯ್ದು ಅಂದ. ಎಂಗೆ ಅವ್ರ ಕಡೆ ನೋಡಕ್ಕೂ ಹೆದ್ರಿಕೆ ಆಗಿ ಸುಮ್ಮನಿದ್ದಿ. ನೋಡಿದ್ರೂ ಆ ಕತ್ಲೆ ಒಳ್ಗೆ ಎಂತೂ ಕಾಣ್ತಿರ್ಲೆ ಅಂದ್ಕ. ಅವು ಶಣ್ಣಕೆ ಹೇಳಿದ. 'ಮದ್ಲು ನಮ್ಮನೆ ಕೆಲಸಕ್ಕೆ ಘಟ್ಟದ ಕೆಳಗಿನ ಶೆಟ್ಟಿ, ಅಂವನ ಹೆಂಡ್ತಿ ಬತ್ತಿದ್ದ. ಅವತ್ತೊಂದಿನ ಭರ್ತಿ ಕೆಲಸ ಇತ್ತು. ಬೆಳಗ್ಗೆನೇ ಬತ್ತಿ ಅಂದಿದ್ದ ಶೆಟ್ಟಿ ಬಂದಿರ್ಲೇ ಇಲ್ಲೆ. ಸಾಯಂಕಾಲಾದ್ರೂ ಶೆಟ್ಟಿ ಬರ್ಲೇ ಇಲ್ಲೆ. ಹುಶಾರಿದ್ನಾ ಇಲ್ಯಾ, ನಾಳೆ ಆದ್ರೂ ಬತ್ನಾ ಅಂತ ಕೇಳ್ಕ್ಯಂಡು ಬಂದ್ರಾತು ಅಂತ ಸಾಯಂಕಾಲ ಅವ್ರ ಬಿಡಾರದ ಕಡಿಗೆ ಹೋದಿ. ಅವ್ರ ಬಿಡಾರದ ಹತ್ರಕೆ ಮತ್ತೆ ಬೇರೆ ಯಾರ ಬಿಡಾರವೂ ಇರ್ಲೆ. ಊರಲ್ಲಿ ಯಾರಿಗೋ ಹುಷಾರಿಲ್ಲೆ ಅಂತ ಸುದ್ದಿ ಬಂದಿದ್ದಕ್ಕೆ ಅಂವ ನಿನ್ನೆ ಊರಿಗೆ ಹೋದ, ಇನ್ನೊಂದೆಲ್ಡು ದಿನದಲ್ಲಿ ವಾಪಸು ಬತ್ತ ಅಂತ ಅವನ ಹೆಂಡತಿ ಹಿತ್ಲೆ ಕಡಿಂದ ಹೇಳ್ದ. ಚೂರು ಕತ್ತಲಾಗ್ತಿತ್ತು. ಈಗ ಹಿತ್ಲೇ ಕಡಿಗಿ ಎಂಥ ಮಾಡ್ತಿದೀಯೆ ಅಂತ ಕೇಳ್ಕೋತ ಆನು ಸುಮ್ಮನೆ ಆ ಕಡಿಗೆ ಹೋದಿ, ಅವ ಸ್ನಾನ ಮಾಡ್ತಿದ್ದ.... ಹಿತ್ಲೆ ಕಡೆ ಬಾಗ್ಲು ತೆಗೆದಿದ್ದ, ಒಳಗೊಂದು ಚಿಮಣಿ ದೀಪ, ಚೂರು ಚೂರು ಕಾಣಿಸ್ತಿತ್ತು... ಮೈಕೈ ತುಂಬಿಕೆಂಡು ಚೆನಾಗಿದ್ದ.

ಸೀರೆ ತುಂಡು ಸುತ್ಕ್ಯಂಡು ಸ್ನಾನ ಮಾಡ್ತಿದ್ದ ಅವಳನ್ನ ನೋಡಿ ಎಂಗೆ ಎಂತ ಆತು ಗೊತ್ತಾಗಲ್ಲೆ... ಭರ್ತಿ ಆಸೆ ಆತು. ಹೋಗಿದ್ದೆ ಅವಳನ್ನ ತಬ್ಕಂಬಿಟೆದಿ... ಪಾಪ ಅವಳು ಗಾಬ್ರಿಯಾಗಿ ನೀವು ನನ್ನ ಮುಟ್ಟಬಾರ್ದು ಒಡ್ಯಾ, ಪಾಪ ಹತ್ತ್ಯೆತಿ ಅಂತ ಬಿಡಿಸ್ಕಳಕೆ ನೋಡ್ತಿದ್ದ... ಕೊಸರಾಡ್ತಿದ್ದ ಅವಳನ್ನ ಅಲ್ಲೆ ಕೆಳಗೆ ಎಳ್ಕಂಡು ಮಲಗಿಸಿ ಪಂಚೆ ತೆಗೆದು, ಮುಂದುವರೆಯಕ್ಕು ಅಷ್ಟರಲ್ಲಿ, ಜನಿವಾರ ಕೈಗೆ ಸಿಕಾಹಾಕ್ಯಂಡ್ತು... ಅದನ್ನ ಬಿಡಿಸ್ಕ್ಯಳಕೆ ಅಂತ ನೋಡ ಅಷ್ಟರಲ್ಲಿ ಎಂತಕೋ ಭರ್ತಿ ಹೆದ್ರಿಕೆಯಾಗಿ, ಎಂಗೆ ಆಪದೇ ಇಲ್ಲೆ ಇದು ಅನ್ನಿಸಿಬಿಡ್ತು... ಬೆವರಕ್ಕೆ ಶುರುವಾತು, ಅವ ತಕ್ಷಣ ಬಿಡಿಸ್ಕಂಡು ಎದ್ದು ನಿಂತ... ಥೂ ಅಂತ ಎಂಗೆ ಸಮಾ ಮುಖದ ಮ್ಯಾಲೆ ಉಗದುಬಿಟ್ಟ... ಹಂಗೇ ಒಳಗೆ ಓಡ್ಹೋಗಿ ಬಾಗ್ಲು ಹಾಕ್ಯಂಡ. ನೀ ಗಂಡ್ಸೇ ಅಲ್ಲ, ಬ್ಯಾರೆಯವರ ಹೆಂಡ್ತಿ ಮೇಲೆ ಕಣ್ಣ ಹಾಕದು ಬೇರೆ ಅಂತ ಅವ್ನು ಎಂಗೆ ಉಗಿದ್ಲೇನ ಅಂತ ಅವತ್ತಿಂದ ಅನ್ಸಕ್ಕೆ ಶುರುವಾತು... ಒಂದೆರಡು ತಿಂಗಳಾದ ಮೇಲೆ ಅವು ತಮ್ಮೂರಿಗೆ ವಾಪಸು ಹೋದ. ಹೋದವರ್ಷ ಅಂತೂ ಎಂತೆಂತೋ ಹೇಳಿ ಈಗ ಬ್ಯಾಡ ಅಂತ್ಹೇಳಿ ಮದ್ವೆ ಮುಂದೆ ಹಾಕಿದ್ದಾತು, ಈ ವರ್ಷ ಮನೇವ್ರ ಒತ್ತಾಯ ತಡಿಯಕ್ಕಾಗಲ್ಲೆ... ದಿನಾ ಅದೇ ನೆನಪಾಗ್ತು...' ಇಷ್ಟು ಹೇಳಿ ಮುಖ ಕುತ್ತಿಗೆ ಬೆವರಿತ್ತು ಕಾಣ್ತು, ಮುಂಡುಪಂಚೆಯಿಂದ ಸಮಾ ಒರೆಸಿಕಂಡ... ಎಂಗೆ ಇದೆಲ್ಲ ಹೆಂಗೆ ಆಗಿಕ್ಕು ಅಂತ ಊಹೆ ಮಾಡ್ಕ್ಯಳಕೂ ಆಗ್ದೇ, ಒಳಗೆಲ್ಲ ಒಂತರಾ ತಣ್ಣಗಾದ ಹಂಗೆ. ಎಂತಾರು ಹೇಳಿ ಅವ್ರಿಗೆ ಸಮಾಧಾನ ಮಾಡಕ್ಕೂ ಅಂದರೆ ಎಂಥ ಮಾತಾಡಕ್ಕು ಗೊತ್ತಾಗಲ್ಲೆ ಮಾರಾಯ್ತಿ. ಮಡಿಮಡಿ ಅಂತ ಇಷ್ಟೆಲ್ಲ ಹಾರಾಡ್ತ... ಮನಿಗಿ ಬಂದು ಸ್ನಾನ ಮಾಡಿ, ಬ್ಯಾರೆ ಜನಿವಾರ ಹಾಕ್ಯಂಡ್ರಾ ಅಂತ ಕೇಳ್ಲಾ... ಹೋಗ್ಲಿ ಬಿಡಿ, ಅವತ್ತು ಅವಳ ಮ್ಯಾಲೆ ಬಿದ್ದಾಗ ಕೈಲಿ ಆಪದೇ ಇಲ್ಲೆ ಅನ್ನಿಸಿದ ಹಂಗೆ ಎನ್ನ ಜೊತಿಗೂ ಆಗಕ್ಕು ಅಂತೇನಿಲ್ಲೆ ಅಂತ ನಾಚಿಕೆ ಬಿಟ್ಟು ಹೇಳಕ್ಕಾ... ಎಂತ ಹೇಳದು ಮಾತೇ ಹೊರಡಲ್ಲೆ ಎಂಗೆ. ಸುಮ್ಮನೆ ಎದ್ದು ಬಂದಬಿಟ್ಟೆ, ಅವತ್ತೆ ಅಪ್ಪ ಕೊಡೆ ಅಮಾವಾಸ್ಯೆ ಹಬ್ಬಕ್ಕೆ ಕರೆಯಕ್ಕೆ ಬೈಂದ. ಅಮ್ಮನ್ನ ನೋಡಕ್ಕು ಅನಿಸ್ತಿದ್ದು, ಅಪ್ಪಯ್ಯನ ಜೊತಿಗಿ ಹೋಗ್ತಿ ಅಂದಿ. ಅತ್ತೆ, ಮಾವ ಅಡ್ಡಿಲ್ಲೆ ಅಂತ ಹೇಳಿ ಕಳಿಸಿದ. ಅಮಾಸೆ ಹಬ್ಬಕ್ಕೆ ಇವು ಬರಕಾಗಿತ್ತು, ಹುಚ್ಚು ಮಳೆ ಮಾರಾಯ್ತಿ ಆವಾಗ. ಅಮಾಸೆ ಹಿಂದಿನ ದಿನ ಆ ಹೊಳೆ ದಾಟಕ್ಕಾರೆ ಸಂಕದಿಂದ ಕಾಲು ಜಾರಿ ಬಿದ್ದು ತಲಿಗೆ ಪೆಟ್ಟಾಗಿ... ಕೊನಿಗಿ ಶಿಮೊಗ್ಗದ ಆಸ್ಪತ್ರಿಗೆ ತಗಂಡುಹೋದ್ರು ಜೀಂವ ಉಳಿಯಲ್ಲೆ..." ರಾಜಿ ಕಣ್ಣಲ್ಲಿ ನೀರ ಪಸೆಯಿದ್ದರೂ ನೋವಿಗಿಂತ ಹೆಚ್ಚು ಹತಾಶೆಯಲ್ಲಿದ್ದಂತಿತ್ತು. ಮತ್ತೆ ಇಬ್ಬರೂ ಮಾತಾಡಲಿಲ್ಲ. ಅಬ್ಬಲಿಗೆ ಹೂ ಕೊಯ್ಯಲೂ ಇಲ್ಲ.

ರಾಜಿಯ ತಮ್ಮಂದಿರಿಗೆ ಮದುವೆಯಾಗಿತ್ತು. ರಾಜಿಯ ಅಪ್ಪನಿಗೆ ಮಗಳೆಂದರೆ

ಪ್ರಾಣ. ಈ ಕಾರಣಕ್ಕೋ ಅಥವಾ ರಾಜಿಯೇ ಎಲ್ಲರೊಂದಿಗೆ ಹೊಂದಿಕೊಂಡು ಹೋಗುತ್ತಿದ್ದಕ್ಕೋ ಅಂತೂ ತವರಿನಲ್ಲಿ ರಾಜಿ ಸಾಕಷ್ಟು ಚೆನ್ನಾಗಿಯೇ ಬಾಳಿದಳು. ಬೆನ್ನ ಹಿಂದೆ ಕುಸುಕುಸು ಮಾಡುತ್ತಿದ್ದ ತಮ್ಮಂದಿರ ಹೆಂಡತಿಯರಿಗೂ ಎದುರಿಗೆ ಏನಾದರೂ ಹೇಳುವ ಧೈರ್ಯ ಇರುತ್ತಿರಲಿಲ್ಲ. ರಾಜಿ ಮನೆ ಕೆಲಸದ ಜೊತೆ ತೋಟದ ಕೆಲಸದ ವಿಚಾರದಲ್ಲಿಯೂ ಮುತುವರ್ಜಿ ವಹಿಸುತ್ತಿದ್ದಳು. ಬೆಳಗ್ಗೆ ತಿಂಡಿ ತಿಂದವಳು ತೋಟಕ್ಕೆ ಹೊಕ್ಕರೆ ಆಳುಕಾಳುಗಳೊಂದಿಗೆ ತಾನೂ ಆಳಾಗಿಯೇ ಕೆಲಸ ಮಾಡುತ್ತಿದ್ದಳು. ಅವಳ ಕಣ್ಣೆದುರು ಯಾರೂ ಕೆಲಸ ಕದಿಯಲು ಸಾಧ್ಯವೇ ಇರಲಿಲ್ಲ. ಜೊತೆಗೆ ಆಳುಕಾಳುಗಳೊಂದಿಗೆ ತುಂಬ ಸಹೃದಯತೆಯಿಂದ ವರ್ತಿಸುತ್ತಿದ್ದಕ್ಕೋ ಏನೋ ಅವಳ ಬಗ್ಗೆ ಅವರಿಗೂ ದೊಡ್ಡಮ್ಮ ಎಂಬ ತುಸು ಹೆದರಿಕೆ ಬೆರೆತ ಗೌರವವೂ ಇತ್ತು. ಕಡೆಕಡೆಗೆ ರಾಜಿ ಮನೆಗೆಲಸ, ತೋಟದ ಕೆಲಸದಲ್ಲಿ ಎಷ್ಟು ಮಗ್ನಳಾಗಿರುತ್ತಿದ್ದಳು ಎಂದರೆ ಪಾರ್ವತಿ ಊರಿಗೆ ಬಂದಾಗಲೂ ಮೊದಲಿನಂತೆ ಹೆಚ್ಚು ಮಾತುಕತೆಗೆ ಸಿಗುತ್ತಲೇ ಇರಲಿಲ್ಲ. ಆಗೀಗ ಸಿಕ್ಕಾಗಲೂ ಆಪ್ತವಾಗಿ ಮಾತುಕತೆಗೆ ತೆರೆದುಕೊಳ್ಳಲಾರೆ ಎಂಬಂತೆ ಇದ್ದುಬಿಟ್ಟಿದ್ದಳು. ಅಲ್ಲದೆ ಅಂಥದನ್ನೆಲ್ಲ ಹಂಚಿಕೊಳ್ಳುವುದು ತಮಗೆ ಗೊತ್ತಿರಲಿಲ್ಲ... ಎಲ್ಲವನ್ನೂ ಒಳಗೇ ಅಡಗಿಸಿಡುವುದು ಹೇಗೆ ರೂಢಿಯೇ ಆಗಿಹೋಗುತ್ತದೆಯಲ್ಲ... ರೂಢಿ ಆಗುವುದೇನು, ಸುತ್ತಲಿನ ಬದುಕು ಹಾಗೆ ಪಳಗಿಸುತ್ತದೆ ಅಷ್ಟೆ... ಪಾರ್ವತಿ ನಿಟ್ಟುಸಿರು ಬಿಟ್ಟರು.

ಮಹೇಶ ಒಂದೆರಡು ದಿನದ ನಂತರ ಧಾರವಾಡಕ್ಕೆ ಮರಳಿದ.

❖

❖

ಮತ್ತೆ ಒಂದು ವಾರ ಅದೂ ಇದೂ ತಯಾರಿಯಲ್ಲಿ, ಓದಿನಲ್ಲಿ ಕಳೆಯಿತು. ನೀತು ಜೊತೆಗೂ ಹೆಚ್ಚು ಮಾತನಾಡಲಾಗಿರಲಿಲ್ಲ. ಅವಳು ಎರಡು ಮೂರು ಸಲ ಕರೆ ಮಾಡಿದಾಗ ಮಹೇಶ ಪ್ರೊಫೆಸರ್ ಮನೆಯಲ್ಲಿ ಅವರೊಂದಿಗೆ ಧೊಲಾವೀರಾದ ಕುರಿತು ಏನೋ ಮಾತುಕತೆಯಲ್ಲಿದ್ದ. ಹೀಗಾಗಿ ಮಾತು ಲೋಕಾಭಿರಾಮ ದಾಟಿ ಮುಂದೆ ಸಾಗಿರಲಿಲ್ಲ. ಮಹೇಶ ಮರುದಿನ ಕರೆ ಮಾಡಿದಾಗ ಅವಳು ತನ್ನ ಬೆಳಗಿನ ಗಡಿಬಿಡಿಯಲ್ಲಿದ್ದಳು. ಏನೋ ಹೇಳಿಕೊಳ್ಳಲು ಕಾತರಿಸಿದ್ದಾಳೆ, ತಾನು ಸರಿಯಾಗಿ ಕೇಳಲೇ ಇಲ್ಲ ಎಂಬ ಭಾವ ಪ್ರತೀ ಸಲವೂ ಮಹೇಶನಿಗೆ ಫೋನಿಟ್ಟ ಮೇಲೆ.

ಹೊರಡುವ ಮೊದಲು ಅನುಗೆ ಫೋನು ಮಾಡಬೇಕೆಂದು ಅನ್ನಿಸಲಿಲ್ಲ. ಅವಳಿಂದಲೂ ಫೋನಿರಲಿಲ್ಲ. ವರ್ಷದ ಮೇಲಾಗಿತ್ತು ಅವಳೊಂದಿಗೆ

ಮಾತುಕತೆಯಿಲ್ಲದೆ. ನಿಶ್ಚಿತಾರ್ಥವಾಗುವುದಕ್ಕಿಂತ ಬಹಳ ಮೊದಲೇ, ಆ ಹುಡುಗನನ್ನು ಅವಳು ಇಷ್ಟಪಟ್ಟಿದ್ದಾಳೆ ಎಂದು ನೀತು ಸುಳಿವು ನೀಡಿದ ನಂತರ ಮಹೇಶ ಕೂಡ ಫೋನು ಮಾಡಲು ಹೋಗಿರಲಿಲ್ಲ. ದಿನಗಳೆದಂತೆ ನೆನಪು ಕೂಡ ಬರಿಯ ಒಂದು ಮಾಸಿದ ಚಿತ್ರವಾಗುತ್ತ, ಬೆಟ್ಟದಿಂದಿಳಿದು ಓಡುವ ನದಿಯಂತೆ ರಾತ್ರಿ ಬೆಳಗುಗಳು ಹಿಂದಿನದನ್ನು ಹಿಂದೆ ಬಿಟ್ಟು ಮುಂದೆ ಧಾವಿಸುವುದಲ್ಲ ಎಂಬ ಬೆರಗು ಕೂಡ ಮಹೇಶನಿಗೆ.

❖

❖

2

ಮಹೇಶ ಅಹ್ಮದಾಬಾದ್ ತಲುಪಿದಾಗ ಬೆಳಗಿನ ಐದು ಗಂಟೆ. ಬೆಂಗಳೂರಿನಲ್ಲಿ ಬೆಳಗಿನ ಜಾವ ಬಸ್ಸು ಅಥವಾ ರೈಲು ನಿಲ್ದಾಣದಲ್ಲಿ ಆಟೋದವರು ಮೈಮೇಲೆ ಎರಗುವಂತೆ ಅಲ್ಲಿಯೂ ಎದುರಾದರೆ ಅವರನ್ನು ತನ್ನ ಅರೆಬರೆ ಹಿಂದಿಯಲ್ಲಿ ಹೇಗೆ ಸಂಭಾಳಿಸುವುದು ಎಂದು ಮನಸ್ಸಿನಲ್ಲಿಯೇ ರಿಹರ್ಸಲ್ ಮಾಡಿಕೊಂಡು ರೈಲು ನಿಲ್ದಾಣದ ಹೊರಗೆ ಬಂದ. ಬಸ್ಸು ನಿಲ್ದಾಣದಂತಲ್ಲ ರೈಲು ನಿಲ್ದಾಣ, ಹೆಚ್ಚುಕಡಿಮೆ ಎಲ್ಲ ನಿಲ್ದಾಣಗಳಿಗೆ ಸುಮಾರಾಗಿ ಒಂದೇ ಬಗೆಯ ಚಹರೆ ಇರುತ್ತೆ ಎಂದುಕೊಂಡ. ಅಹ್ಮದಾಬಾದಿಗೆ ಆಗೀಗ ಹೋಗಿದ್ದ ಪ್ರೊಫೆಸರ್ ತಾವು ನಾಲ್ಕಾರು ಬಾರಿ ಇಳಿದುಕೊಂಡಿದ್ದ ಒಳ್ಳೆಯ ಲಾಡ್ಜ್ ಒಂದರ ವಿಳಾಸ ಇನ್ನಿತರ ವಿವರಗಳನ್ನು ಹೇಳಿದ್ದರು. ಅಲ್ಲಿಗೆ ಹೋದರಾಯ್ತು ಎಂದುಕೊಂಡ ಮಹೇಶ ಹತ್ತಿರ ಬಂದು ವಿಚಾರಿಸತೊಡಗಿದ ಒಂದಿಬ್ಬರು ಆಟೋದವರಿಗೆ ತಾನು ಹೋಗಬೇಕಿರುವ ಲಾಡ್ಜ್ ಹೆಸರು ಹೇಳಿದ. ಕಡೆಗೊಬ್ಬ ಸ್ವಲ್ಪ ವಯಸ್ಸಾದಂತೆ ಇದ್ದ ಆಟೋದವ ತನಗೆ ಆ ಲಾಡ್ಜ್ ಚೆನ್ನಾಗಿ ಗೊತ್ತೆಂದು ಇವನನ್ನು ಕೂರಿಸಿಕೊಂಡ.

ಡಿಸೆಂಬರ್ ಕೊನೆಯ ವಾರದ ಬೆಳಗಿನ ಜಾವದ ಚಳಿಯಲ್ಲಿ ಅಹ್ಮದಾಬಾದ್ ಇನ್ನೂ ಕಣ್ಣುಬಿಟ್ಟಿರಲಿಲ್ಲ. ಆಟೋದವನ ಮಾತುಗಳಿಗೆ ಮಾತ್ರ ಚಳಿಯ ನಡುಕವಿರಲಿಲ್ಲ. ಮಹೇಶ ಇಲ್ಲಿಗೇಕೆ ಬರುತ್ತಿರುವುದು, ಪ್ರವಾಸಿಯಾ, ಇದೇ ಮೊದಲ

ಬಾರಿ ಬರುತ್ತಿರುವುದಾ ಹೇಗೆ ಎಂದೆಲ್ಲ ಹತ್ತು ಪ್ರಶ್ನೆ ಕೇಳಿ ವಿಚಾರಿಸಿಕೊಂಡ. ಇವನು ಕರ್ನಾಟಕದವನು ಎಂದು ಗೊತ್ತಾಗುತ್ತಲೇ ತನ್ನ ಪರಿಚಯದ ಹುಡುಗನೊಬ್ಬ ಬೆಂಗಳೂರಿನಲ್ಲಿ ಯಾವುದೋ ಕಂಪನಿಯಲ್ಲಿ ಐಟಿ ಉದ್ಯೋಗಿಯಾಗಿದ್ದನ್ನು ಹೇಳುತ್ತ, ಆ ಹುಡುಗನ ಕೈತುಂಬ ಸಂಬಳದ ಐಷಾರಾಮವನ್ನು ತಾನು ಕಣ್ಣಾರೆ ಕಂಡಂತೆಯೇ ವರ್ಣಿಸಿದ. ಬೆಂಗಳೂರಿನಲ್ಲಿಯೇ ಅಷ್ಟೆಲ್ಲ ಭಾರಿ ಸಂಬಳ ಬರುವ ಅಂತಹ ಆಕರ್ಷಕ ಉದ್ಯೋಗಗಳಿದ್ದಾಗ ಮಹೇಶ ಎಲ್ಲ ಬಿಟ್ಟು ಈ ಮಣ್ಣು ಕೆದಕುವ ಕೆಲಸಕ್ಕೆ ಏಕೆ ಇಳಿದಿದ್ದು, ಈ ಬಿಸಿಲ ಬೆಂಗಾಡಿಗೆ ಏಕೆ ಬಂದಿಳಿದಿದ್ದು ಎಂದು ಆಟೋದವನು ಮುಗ್ಧವಾಗಿ ಪ್ರಶ್ನಿಸಿದ. ಇಳಿದು ಹೋಗುವಾಗ ತನ್ನ ಮೊಬೈಲ್ ನಂಬರನ್ನು ಇವನಿಗೆ ಕೊಟ್ಟು, ಎರಡು ದಿನ ಇಲ್ಲೇ ಇದ್ದು ಸುತ್ತುವುದಾದರೆ ಹೊರಗೆ ಹೋಗುವಾಗ ತನ್ನನ್ನು ಬಾಡಿಗೆಗೆ ಕರೆದರೆ ಈ ಸುತ್ತಲಿನಲ್ಲಿ ಇದ್ದರೆ ಬರುವುದಾಗಿ ಒತ್ತಿ ಒತ್ತಿ ಹೇಳಿದ. ಇಷ್ಟು ಸರಿಯಾಗಿ ಕರೆದುಕೊಂಡು ಬಂದಿದ್ದಕ್ಕೆ ಹತ್ತಿಪ್ಪತ್ತು ರೂಪಾಯಿ ಹೆಚ್ಚು ಕೊಡಬೇಕೆಂದು, ಅದೂ ಅವನ ಮರ್ಜಿಯಿಂದಲೇ ಕೊಡಬೇಕೆಂದು ಹೇಳಿದಾಗ ಮಹೇಶನಿಗೆ ನಗು ತಡೆಯಲಾಗಲಿಲ್ಲ. ಹೊಸಬನಾದರೂ ಅಲ್ಲಿ ಇಲ್ಲಿ ಸುತ್ತಿಸದೇ ನೇರವಾಗಿ ಲಾಡ್ಜಿನತ್ತ ಕರೆದುಕೊಂಡು ಬಂದಿದ್ದಕ್ಕೆ ಹೋಗಲಿ ಎಂದುಕೊಂಡು ಮಹೇಶ ಹೆಚ್ಚು ಮಾತನಾಡದೇ ಅವನು ಕೇಳಿದಷ್ಟು ದುಡ್ಡು ಕೈಗಿತ್ತ.

ಚೆಕ್‌ಇನ್ ಆಗಿ, ರೂಮಿಗೆ ಹೋಗಿ ಬಿಸಿಬಿಸಿ ಟೀ ಕುಡಿದು ಮಲಗಿದ ಮಹೇಶನಿಗೆ ಬೆಳಗ್ಗೆ ಹತ್ತರವರೆಗೆ ಜೋರು ನಿದ್ದೆ.

ಗಡಬಡಿಸಿ ಎದ್ದವನೇ ಹಲ್ಲುಜ್ಜಿಕೊಂಡು, ಇನ್ನೊಂದು ಟೀಗೆ ಹೇಳಿ ಪ್ರೊಫೆಸರ್‌ಗೆ ಫೋನಾಯಿಸಿದ.

ಮೊದಲು ಅಲ್ಲಿಯ ಪುರಾತತ್ವ ಇಲಾಖೆಗೆ ಹೋಗಿ, ಅಲ್ಲಿದ್ದ ಶರ್ಮಾ ಅವರನ್ನು ಭೇಟಿ ಮಾಡಿ, ಧೊಲಾವೀರಾಗೆ ಹೋಗುವ ಎಲ್ಲ ವಿವರಗಳನ್ನು ಪಡೆದುಕೊಳ್ಳಲಿಕ್ಕೆ ಹೇಳಿದ ಪ್ರೊಫೆಸರ್ "ನಾಳೆ ಸಾಧ್ಯ ಆತಂದ್ರ ಲೋಥಲ್‌ಗೆ ಹೋಗಿ ಬಂದುಬಿಡಪಾ. ಧೊಲಾವೀರಾಕ್ಕಿಂತ ಮದ್ಲಿಗಿ ಲೋಥಲ್ ನೋಡಿ ಬರೂದು ಒಳ್ಳೇದನಿಸ್ತದ. ಬೆಳಗ್ಗೆ ಎಷ್ಟು ಹೊತ್ತಿಗೆ ಬಸ್ಸದ ಎಲ್ಲ ಆ ಶರ್ಮಾಗೆ ಕೇಳು. ಹಂಗೇ ಮಿರ್ಜಾನೆಯವ್ರಿಗೂ ಫೋನ್ ಮಾಡಿ ಅವ್ರು ಧೊಲಾವೀರಾ ತಲುಪ್ಯಾರಾ ಕೇಳು' ಎಂದರು. ಮತ್ತೆ ಒಂದಿಷ್ಟು ಸಲಹೆ ಸೂಚನೆಗಳು. ಎಷ್ಟೋ ಸಲ ಚಿಕ್ಕ ಮಕ್ಕಳಿಗೆ ಹೇಳುವ ಹಾಗೆ ಹೇಳಿದ್ದನ್ನೆ ಎರಡು ಮೂರು ಬಾರಿ ಒತ್ತಿ ಹೇಳುವ ಪ್ರೊಫೆಸರ್ ಕಿರಿಕಿರಿ ಹುಟ್ಟಿಸುತ್ತಿದ್ದರು. ಸುಮ್ಮನೆ ಹೂಂಗುಡುತ್ತ ಹೋದ. ಕೊನೆಗೆ "ಭಾಳ ನೆನಪಾಗ್ತಿದಿ ಮಹೀ... ಈಗಲೇ ಮಿಸ್ ಮಾಡಿಕೊಳ್ಳಾಕ ಹತ್ತೀನಪ್ಪ" ಎಂದರು. ಇದನ್ನು ಹೇಳಲಿಕ್ಕೆ ಇಷ್ಟುದ್ದ ಸಲಹೆ ಸೂಚನೆ ಹೇಳುತ್ತ ಹೋಗಿದ್ದೆಂಬಂತೆ

ಅವರ ಧ್ವನಿಯಿತ್ತು. ಕನ್ನಡಕವನ್ನು ಮೂಗಿನ ಮೇಲೇರಿಸಿಕೊಳ್ಳುತ್ತ ಭಾವನೆಯನ್ನು ಒಳಗಿಡಲು ಯತ್ನಿಸುತ್ತ ನಿಂತು ಹೇಳುವ ಅವರ ಚಹರೆ ಮೊಬೈಲ್ ಪರದೆಯ ಈ ಕಡೆಯಿದ್ದ ಮಹೇಶನ ಗ್ರಹಿಕೆಗೆ ನಿಲುಕುವಂತಿತ್ತು. ತನ್ನೊಳಗೂ ಒಂದು ತೆಳುವಾದ ಖಾಲಿ ಭಾವ... ತಟ್ಟನೆ ಏನೂ ಹೇಳಲು ತಿಳಿಯಲಿಲ್ಲ. "ಇನ್ನಾ ಮೂರು ತಿಂಗಳರೀ ಸರ್..." ತಡೆದುಕೊಳ್ಳಲೆತ್ನಿಸಿದರೂ ಧ್ವನಿ ಭಾರವಾಯಿತು.

ಸ್ನಾನಗೀನ ಮುಗಿಸಿ, ರೆಸೆಪ್ಷನ್‌ನಲ್ಲಿದ್ದ ಮ್ಯಾನೇಜರ್‌ಗೆ ಪುರಾತತ್ವ ಇಲಾಖೆಯ ವಿಳಾಸ ಹೇಳಿ ಆಟೋದಲ್ಲಿ ಹೋದ್ರೆ ಎಷ್ಟಾಗುತ್ತದೆಯೆಂದು ವಿಚಾರಿಸಿದ. ಮಿನಿಮಮ್ ಸಾಬ್ ಎನ್ನುತ್ತ ಅಲ್ಲೇ ಮೆಟ್ಟಿಲು ಒರೆಸುತ್ತಿದ್ದ ಹುಡುಗನನ್ನು ಆಟೋ ಕರೆಯಲು ಓಡಿಸಿದ. ಬಂದ ಪ್ರವಾಸಿಗಳಿಗೆ ಆಟೋ, ಟ್ಯಾಕ್ಸಿ ಇತರೆ ಸೇವೆಗಳನ್ನು ತಮ್ಮ ಲಾಡ್ಜ್ ಚೆನ್ನಾಗಿ ನೀಡುತ್ತೆ, ತನ್ನಪ್ಪನ ಕಾಲದಲ್ಲಿ ಈ ಲಾಡ್ಜ್ ಕಟ್ಟಿದ್ದು, ಮಹೇಶ ಮತ್ತೆ ಅಹ್ಮದಾಬಾದಿಗೆ ಬಂದಾಗಲೂ ತಮ್ಮಲ್ಲೇ ಇಳಿಯಬಹುದು ಎಂದೆಲ್ಲ ವ್ಯವಹಾರ ರೀತಿಯ ಕಥೆ ಹಬ್ಬಿಸಿದ್ದ ಮ್ಯಾನೇಜರ್ ಆಟೋ ಬರುತ್ತಲೇ ಎದ್ದು ಬಂದು ಆಟೋದವನಿಗೆ ಇವನನ್ನು ಎಲ್ಲಿಗೆ ಬಿಡಬೇಕೆಂದು ಹೇಳಿದವ, ಇವನು ಕುಳಿತುಕೊಳ್ಳುವವರೆಗೂ ಲಾಡ್ಜ್ ಕಥೆ ಹೇಳುತ್ತಲೇ ಇದ್ದ. ಮಹೇಶನಿಗೆ ನಸುನಗು ಅಡಗಿಸಲಾಗಲಿಲ್ಲ. ಇವನ ಮುಖದ ಮೇಲೆ ಹಬ್ಬಿದ ನಸುನಗೆ ಗಮನಿಸಿದ ಆಟೋದವ ಇದೆಲ್ಲ ದಂಧೆಯ ಒಳಗುಟ್ಟು ಎಂದು ಮತ್ತೊಂದು ಪುರಾಣ ಶುರು ಹಚ್ಚಿಕೊಂಡ. ಮಹೇಶನಿಗೆ ಅವನ ಮಾತು ಅರೆಬರೆ ಅರ್ಥವಾಗುತ್ತ ಅವನು ಗುಜರಾತಿ ಮಾತನಾಡುತ್ತಿದ್ದಾನೋ ಅಥವಾ ಬೇರೆ ಬಗೆಯ ಹಿಂದಿಯೋ ತಿಳಿಯಲಿಲ್ಲ. ಸುಮ್ಮನೆ ಹೂಂಗುಡುತ್ತ ಕುಳಿತ. ಪರಸ್ಪರ ಹೆಚ್ಚು ಪರಿಚಯವಿಲ್ಲದೆಯೂ, ಮತ್ತೆ ಇದು ಮುಂದುವರೆಯಬೇಕು ಎಂಬ ಇರಾದೆಯೂ ಇಲ್ಲದೇ ಹೀಗೆ ಸಹಜವಾಗಿ ಆರಂಭಗೊಂಡು, ಅಷ್ಟೇ ಸಹಜವಾಗಿ ಆಟೋ ನಿಂತಾಗ ಆಫ್ ಆಗುವ ಇಂಜಿನ್ನಿನಂತೆ, ಇಳಿದು ನಡೆಯುತ್ತಿರುವಂತೆ ಕೊನೆಗೊಳ್ಳುವ ಇಂತಹ ಹತ್ತು ಹಲವು ಮಾತುಕತೆಗಳು ಮಹೇಶನಿಗೆ ಸದಾ ಹಿತವೆನ್ನಿಸುತ್ತವೆ.

ಸ್ವಲ್ಪ ಕುಳ್ಳಗಿದ್ದ, ಐವತ್ತರ ಸಮೀಪದ ಶರ್ಮಾ ಮಹೇಶನ ಭೇಟಿಯಾದಾಗ ಹೆಚ್ಚೇನೂ ಉತ್ಸುಕತೆಯನ್ನು ತೋರಲಿಲ್ಲ. ಮಹೇಶ ಕೂಡ ಎಷ್ಟು ಬೇಕೋ ಅಷ್ಟೇ ಮಾತನಾಡಿ ಸುಮ್ಮನಾದ. ಲೋಥಲ್ಲಿಗೆ ಬೆಳಗ್ಗೆ ಏಳಕ್ಕೆ ಬಸ್ಸಿದೆ, ರಾಪರ್‌ಗೆ ರಾತ್ರಿ ಎರಡು ಮೂರು ಬಸ್ಸಿದೆಯೆಂದು, ಹೆಚ್ಚೇನೂ ರಶ್ ಇಲ್ಲದಿದ್ದರೂ ರಿಸರ್ವೇಶನ್ ಮಾಡಿಸಿದ್ದರೆ ಒಳ್ಳೆಯದಿತ್ತು ಎಂದ ಶರ್ಮಾ ಇವನಿಗೆ ಒಂದು ಅರ್ಧ ಕಪ್ ಟೀ ತರಿಸಿಕೊಟ್ಟವನೇ ಸಾಗಹಾಕಿದ. ಮಹೇಶ ಇವತ್ತು ಸಂಜೆ ಒಳಗೆ ಏನು ನೋಡೋದಿದೆ ಅಂತ ಪುಟ್ಟದೊಂದು ಪಟ್ಟಿ ಮಾಡಿಕೊಂಡಿದ್ದ. ರಾತ್ರಿಯವರೆಗೂ

ಹಾಗೆ ಓಡಾಡಿ, ಊಟ ಮುಗಿಸಿ ಬಂದು ಮಲಗಿದರೆ ಜೋರು ನಿದ್ದೆ. ಬೆಳಗ್ಗೆ ಐದೂವರೆಗೆ ಅಲಾರಂ ಹೊಡೆದುಕೊಂಡಾಗಲೇ ಎಚ್ಚರ. ತಟ್ಟನೆ ತಾನು ಎಲ್ಲಿದ್ದೇನೆ, ಗಂಟೆ ಎಷ್ಟು, ಎಲ್ಲಿಗೆ ಹೋಗಬೇಕು ಹೊಳೆಯದೇ... ನಿಧಾನಕ್ಕೆ ಎದ್ದು ಕುಳಿತವನಿಗೆ ಲೋಥಲ್ಲಿಗೆ ಹೋಗಬೇಕು ಎನ್ನುವುದು ನೆನಪಾಯಿತು. ಗಡಬಡಿಸಿ ಸ್ನಾನ ಮಾಡಿ ಸಿದ್ಧನಾದ.

ಲಾಡ್ಜಿನವನು ಹೇಳಿದಂತೆ ಬಸ್ ನಿಲ್ದಾಣಕ್ಕೆ ಬಂದವ ಅಲ್ಲಿಯ ಅವ್ಯವಸ್ಥೆ ನೋಡಿ ಇದನ್ನು ಬಸ್ ನಿಲ್ದಾಣ ಅಂತ ಯಾರು ಕರೀತಾರಪ್ಪ, ದೊಡ್ಡ ಬೋರ್ಡ್ ಹಾಕಿದ್ರೆ ಮಾತ್ರ ಗೊತ್ತಾಗುವಂತಿದೆಯಲ್ಲ, ಬಾಪ್‌ರೇ ಎಂದುಕೊಂಡು ನಿಂತ. ಯಾರಿಗೋ ಕೇಳಿ ರಿಸರ್ವೇಶನ್ ಕೌಂಟರ್ ಎಲ್ಲಿದೆಯೆಂದು ಹುಡುಕಲು ಹತ್ತು ನಿಮಿಷವಾಯಿತು. ರಾಪರ್‌ಗೆ ರಾತ್ರಿ ಬಸ್ಸಿಗೆ ರಿಸರ್ವ್ ಮಾಡಿಸಿ, ಲೋಥಲ್ ಬಸ್ ಎಲ್ಲಿದೆ ಎಂದು ಹುಡುಕಲು ಮತ್ತೆ ಹತ್ತು ನಿಮಿಷ. ಅಂತೂ ಬಸ್ ಹುಡುಕಿ ಹತ್ತಿ ಕುಳಿತ. ಸ್ನಾನ ಮುಗಿದೊಡನೆ ಬ್ರೆಡ್ ಟೋಸ್ಟ್ ತಿಂದು, ಗಟ್ಟಿಯಾದ ಟೀ ಕುಡಿದು ಹೊರಟಿದ್ದು ಒಳ್ಳೆಯದಾಯ್ತು. ಏನೇ ಅಂದ್ರೂ ಲಾಡ್ಜಿನವನು ಕೊಡುವ ಉದ್ದ ಗ್ಲಾಸಿನ ಟೀ ಮಾತ್ರ ಸೊಗಸಾಗಿರುತ್ತೆ, ಯೋಚಿಸುತ್ತ, ಬಸ್ಸಿನಲ್ಲಿ ಸುತ್ತಲಿದ್ದ ಜನರನ್ನು ಗಮನಿಸತೊಡಗಿದ. ಕೆಲವರು ತಲೆಗೆ ದೊಡ್ಡ ರುಮಾಲು ಸುತ್ತಿಕೊಂಡಿದ್ದರು. ಧಾರವಾಡದಲ್ಲಿ ಆಗೀಗ ಕಾಣಸಿಗುವ ಲಂಬಾಣಿ ಉಡುಗೆಯಲ್ಲಿದ್ದ ನಾಲ್ಕಾರು ಹೆಂಗಸರಿದ್ದರು.

ಲೋಥಲ್ ಬರುತ್ತಲೇ ಹೇಳಬೇಕೆಂದು, ತಾನು ಹೊಸಬನೆಂದು ಮಹೇಶ ಎರಡು ಮೂರು ಬಾರಿ ಹರಕುಮುರುಕು ಹಿಂದಿಯಲ್ಲಿ ಕಂಡಕ್ಟರ್‌ಗೆ ವಿವರಿಸಿದ. ಈ ಕೆಟ್ಟ ಲಟಾರಿ ಬಸ್ಸಿನಲ್ಲಿ ಲೋಥಲ್ ತಲುಪುವಷ್ಟರಲ್ಲಿ ಮೈಕೈ ನೋವು ಶುರುವಾಗುತ್ತೆ ಎಂದುಕೊಂಡವನಿಗೆ ಮುಂದೆ ಸಾಗಿದಂತೆ ರಸ್ತೆ ಚೆನ್ನಾಗಿದ್ದನ್ನು ಗಮನಿಸಿ ಸಮಾಧಾನವಾಯಿತು. ಇವನು ಮಾತಾಡುವುದನ್ನು ಕೇಳಿಸಿಕೊಂಡ ಡ್ರೈವರ್ ಕಂಡಕ್ಟರಿಗಿಂತ ಹೆಚ್ಚು ಆಸಕ್ತಿಯಿಂದ ತಾನು ಲೋಥಲಿನಲ್ಲಿ ನಿಲ್ಲಿಸಿದೊಡನೆ ಕರೆದು, ಇಳಿಸುವುದಾಗಿ ಹೇಳಿದ. ಆಗಾಗ ಹಿಂದೆ ತಿರುಗಿ ಇವನೆಲ್ಲಾದರೂ ಇಳಿದುಗಿಳಿದು ಹೋಗಿಬಿಟ್ಟರೆ ಎಂಬಂತೆ ತೋಟದಲ್ಲಿ ಇದ್ದವರು ಕೂಗು ಹೊಡೆಯುವಂತೆ "ಲೋಥಲ್ ಅಭೀ ಆಗೇ ಹೈಜೀ" ಎಂದು ಒಮ್ಮೆ ಜೋರಾಗಿ ಹೇಳುತ್ತಿದ್ದ. ಮಹೇಶನಿಗೆ ಸಣ್ಣಗೆ ನಗು ಬರಲಾರಂಭಿಸಿತು.

ಅಂತೂ ಕಡೆಗೊಮ್ಮೆ ಡ್ರೈವರ್ ಹಿಂತಿರುಗಿ "ಲೋಥಲ್ ಆಯಾಜಿ" ಎಂದು ಜೋರಾಗಿ ಹೇಳಿದ. ಈ ಬಸ್ಸು ವಾಪಸು ಎಷ್ಟು ಹೊತ್ತಿಗೆ ಬರುತ್ತೆ ಎಂದು ಕೇಳಿದರೆ ತಾವು ವಾಪಸು ಬರುವುದಿಲ್ಲವೆಂದೂ, ಬೇರೆ ಮಾರ್ಗವಾಗಿ ಅಹ್ಮದಾಬಾದ್

ಸೇರುತ್ತೇವೆಂದೂ ಹೇಳಿದ ಕಂಡಕ್ಟರ್ ಮುಖ್ಯ ರಸ್ತೆಗೆ ಬಂದ್ರೆ ಬೇಕಾದಷ್ಟು ವೆಹಿಕಲ್ ಸಿಗುವುದಾಗಿ ಹೇಳಿದ. ಟೆಂಪೋ, ಟ್ರಾಕ್ಟರ್, ದೊಡ್ಡ ಆಟೋ ಹೀಗೆ ವೆಹಿಕಲ್ ಇಲ್ಲಿ ಹೋಗುತ್ತಲೇ ಇರುತ್ತೆ, ಇಲ್ಲಿಂದ ಭಾವನಗರಕ್ಕೆ ಹೋಗಿ, ಅಲ್ಲಿಂದ ಬೇಕಿದ್ರೆ ಬೇರೆ ಬಸ್ಸು ಹಿಡಿದು ಹೋಗಬಹುದು, ಇಲ್ಲಿಯೇ ಬಂದು ನಿಂತುಕೋ ಎಂದು ಡ್ರೈವರ್ ಹಾವಭಾವದೊಡನೆ ವಿವರಿಸಿ ಹೇಳಿದ. ಇವನು ಇಳಿಯುವಾಗ ಅವನೆಲ್ಲಿಂದ ಬಂದಿದ್ದು ಎಂದು ಕೇಳಿದ ಡ್ರೈವರ್, ಇವನು ಹೇಳಿದೊಡನೆ ಒಂದು ಬಗೆಯ ಮೆಚ್ಚುಗೆಯಿಂದೆಂಬಂತೆ ತಲೆಯಲ್ಲಾಡಿಸಿದ. "ಕರ್ನಾಟಕಾ ಸೆ ಆಯಾ ಹೈ, ದೇಖೊ, ಕಿತ್ನಾ ದೂರ್ ಸೆ ಹಮಾರಾ ಲೋಥಲ್ ದೇಖನೇ ಆಯಾ ಹೈ" ಎಂದು ತನ್ನ ಹಿಂದಿನ ಸೀಟಿನಲ್ಲಿದ್ದವರಿಗೆ ಹೇಳಿದ. "ಸಬ್ ಅಚ್ಛೇ ತರಹ್ ಸೇ ದೇಖ್‌ಲೇನಾ" ಬಸ್ಸಿಳಿದು ನಿಂತ ಮಹೇಶನತ್ತ ಬಗ್ಗಿ ನೋಡಿ ಕೈಬೀಸಿ ಹೇಳಿದನಾತ. ಡ್ರೈವರ್‌ನ ಕಣ್ಣು, ತುಸು ಒಳಸರಿದಿದ್ದ ಕೆನ್ನೆ, ಸ್ಟಿಯರಿಂಗ್ ಹಿಡಿದ ದೊರಗು ಕೈಗಳು ಎಲ್ಲದರಲ್ಲಿ ಬದುಕುವ ಒಂದು ಖುಷಿ ತಾನೇತಾನಾಗಿ ಮಿನುಗುತ್ತಿದ್ದನ್ನು ನೋಡಿದ ಮಹೇಶನಿಗೂ ಉತ್ಸಾಹವೆನ್ನಿಸಿತು.

ಮುಖ್ಯ ರಸ್ತೆಯಿಂದ ಸ್ವಲ್ಪ ದೂರದಲ್ಲಿ ಪುರಾತತ್ವ ಇಲಾಖೆಯ ವಸ್ತುಸಂಗ್ರಹಾಲಯ ಅಸ್ಪಷ್ಟವಾಗಿ ಕಾಣುತ್ತಿತ್ತು. ಅಲ್ಲಿದ್ದ ಕ್ಯುರೇಟರ್‌ಗೆ ತನ್ನ ಪ್ರವರ ಹೇಳಿಕೊಂಡ. ಅದೆಲ್ಲಿದ್ದನೋ ಗೈಡ್ ಎಂದು ಹೇಳಿಕೊಂಡು ಸ್ವಲ್ಪ ತೆಳ್ಳಗಿದ್ದ, ಮೂವತ್ತೈದರ ಆಸುಪಾಸಿನವನಂತೆ ಕಾಣುತ್ತಿದ್ದವನೊಬ್ಬ ಅವತರಿಸಿದ. ಅವನೊಂದಿಗೆ ಹೋದ್ರೆ ಆತ ಎಲ್ಲವನ್ನೂ ತೋರಿಸ್ತಾನೆ ಎಂದು ಕ್ಯುರೇಟರ್ ಕೂಡ ಹೇಳಿದ.

ಮಹೇಶ ಲೋಥಲ್ ಬಗ್ಗೆ ಪ್ರೊಫೆಸರ್ ಕೊಟ್ಟಿದ್ದ ಪುಸ್ತಕ, ಲೇಖನಗಳ ಜೊತೆಗೆ ಅಂತರ್ಜಾಲದಲ್ಲಿ ಹುಡುಕಿ ಒಂದಿಷ್ಟು ಓದಿಕೊಂಡಿದ್ದ. ಅವೇ ಸಂಗತಿಗಳನ್ನು ಗೈಡ್ ಬಾಯಿಂದ ಕೇಳುವಾಗ ಅಡ್ಡಿಲ್ಲ, ಸಾಕಷ್ಟು ವಿಚಾರಗಳನ್ನು ಚೆನ್ನಾಗಿಯೇ ತಿಳ್ಕೊಂಡಿದ್ದಾನೆ ಎನ್ನಿಸಿತು.

ವಸ್ತು ಸಂಗ್ರಹಾಲಯದಿಂದ ಸ್ವಲ್ಪ ಮುಂದಕ್ಕೆ ಉತ್ಖನನ ಮಾಡಿದ ಜಾಗ ಶುರುವಾಗುತ್ತದೆ ಎಂದು ಅವನು ಕೈತೋರಿಸಿದ. ಮಹೇಶನಿಗೆ ಅವನ ವೇಗವಾದ ಹಿಂದಿಯನ್ನು ಅನುಸರಿಸುವುದು ಕಷ್ಟವಾಗುತ್ತಿತ್ತು. ಮಧ್ಯೆ ಮಧ್ಯೆ ಯಾವುದೋ ಗುಜರಾತಿ ಪದ ಸೇರಿಸುವುದು ಬೇರೆ. ತನಗೆ ಹಿಂದಿ ಪೂರ್ಣ ಬರುವುದಿಲ್ಲ, ಸ್ವಲ್ಪ ನಿಧಾನವಾಗಿ ಮಾತನಾಡುವಂತೆ ಮಹೇಶ ಹೇಳಿದ. ಅವನು ಜೋರಾಗಿ ನಕ್ಕ. ದಕ್ಷಿಣದ ಕಡೆಯವರಿಗೆ ಅಷ್ಟು ಸರಿಯಾಗಿ ಹಿಂದಿ ಬರಲ್ಲ ಎಂಬುದು ತನಗೂ ಮರೆತೇ ಹೋಗಿತ್ತು ಎಂದವ ನಿಧಾನವಾಗಿ ಮಾತನಾಡೊಡಗಿದ. "ಮೊದಲು ಬಂದರು ಕಟ್ಟೆಯನ್ನು ನೋಡೋಣವಾ, ವಸ್ತು ಸಂಗ್ರಹಾಲಯದ ಒಳಗೆ ಆಮೇಲೆ

ನೋಡಣ" ಎಂದ. ಮಹೇಶನಿಗೆ ಹೇಗಿದ್ದರೂ ಎಲ್ಲವನ್ನೂ ನೋಡಬೇಕಿತ್ತು, ಮೊದಲೇನು ಕಡೆಗೇನು ಎನ್ನಿಸಿ, ಸುಮ್ಮನೆ ತಲೆಯಲ್ಲಾಡಿಸಿದ.

"ಇಲ್ಲಿರೋದನ್ನು ಬರೀ ಬಲಗಣ್ಣಿಂದ ಅಥವಾ ಬರೀ ಎಡಗಣ್ಣಿಂದ ನೋಡಬೇಡಿ. ಇಂಥಲ್ಲಿ ಅಧ್ಯಯನ ಮಾಡಕ್ಕೆ ಬರೋರು ಒಂದು ಮೂರನೇ ಕಣ್ಣು ತೆರೆದುಕೊಂಡು ಬರಬೇಕಾಗುತ್ತೆ. ಮತ್ತೆ ನಿಮ್ಮ ಈ ಮೂರನೇ ಕಣ್ಣನ್ನು ನೀವೇ ಬೆಳೆಸ್ಕೋಬೇಕು. ನೀವೇ ಖುದ್ದು ಅರ್ಥ ಮಾಡಿಕೋಬೇಕು... ಇಲ್ಲಿರೋ ಬೆಳಕನ್ನು ಒಳ ಬರಮಾಡಿಕೊಳ್ಳೋದಕ್ಕೆ ನೀವೇ ಬೆಳಕಿಂಡಿ ತೆರೆದುಕೋಬೇಕು" ಅವನು ಮೆಲ್ಲಗೆ ಸರಳವಾದ ಹಿಂದಿಯಲ್ಲಿ ಹೇಳಿದ. ಮಹೇಶ ಒಂಥರದ ಬೆರಗಿನಿಂದ ದಿಟ್ಟಿಸುತ್ತಿರುವಂತೆಯೇ ಮತ್ತೆ ನಿಧಾನವಾಗಿ ಹೇಳಿದ, "ಇಲ್ಲಿರೋದಕ್ಕೆ ಯಾವುದೇ ಬಣ್ಣ ಬಳೀಬೇಡಿ. ಇಲ್ಲಿರೋ ಸತ್ಯಗಳಿಗೆ ಅವುಗಳದೇ ಬಣ್ಣ ಇದೆ. ಆ ಬಣ್ಣ ಗುರುತಿಸಲಿಕ್ಕೆ ಸಾಧ್ಯವಾದರೆ ಗುರುತಿಸಿ, ಇಲ್ಲದಿದ್ದರೆ ತೆಪ್ಪಗಿರಿ. ನಿಮ್ಮ ಯಾವುದೋ ಬಣ್ಣ ತಂದು ಇವಕ್ಕೆ ಬಳೀಬೇಡಿ."

ಹಾಗೆ ಮತ್ತೆ ನಾಲ್ಕು ಹೆಜ್ಜೆ ಮುಂದೆ ನಡೆಯುತ್ತಿದ್ದಂತೆ ತಾನು ಬಿಎ ಮಾಡಿದ್ದಾಗಿಯೂ, ಯಾವುದೋ ಕ್ಲರ್ಕ್ ಕೆಲಸ ಸಿಕ್ಕರೂ ಹೋಗದೇ, ತನಗೆ ಆಸಕ್ತಿ ಇರುವ ಈ ಕೆಲಸಕ್ಕೆ ಬಂದಿದ್ದಾಗಿಯೂ, ಅಲ್ಲಿಗೆ ಹತ್ತಿರದ ಹಳ್ಳಿಯೊಂದರಲ್ಲಿ ಮನೆ, ಸ್ವಲ್ಪ ಗದ್ದೆ ಇರುವುದಾಗಿಯೂ ಆ ಗೈಡ್ ತನ್ನ ವರ್ತಮಾನವನ್ನೂ ಹಂಚಿಕೊಂಡ. ಮಹೇಶನ ಹುಟ್ಟೂರು ಯಾವುದು, ಅಲ್ಲಿಯದೇನು ವಿಶೇಷ ಎಂದೂ ವಿಚಾರಿಸಿಕೊಂಡ.

"ಕ್ಲರ್ಕ್ ಕೆಲಸ ಬಿಟ್ಟಿದ್ದಕ್ಕೆ ಈಗ ಬೇಜಾರು ಅನ್ನಿಸುತ್ತಾ" ಮಹೇಶ ಕೇಳಿದ. ಅರೆಕ್ಷಣ ಅವನು ಉತ್ತರಿಸಲಿಲ್ಲ.

"ಅವಾಗವಾಗ ಬೇಸರವಾಗುತ್ತೆ. ಕೊನೇ ಪಕ್ಷ ಕ್ಲರ್ಕ್ ಆಗಿದ್ದರೆ ಎಷ್ಟೇ ಕಡಿಮೆಯೆಂದರೂ ಒಂದು ನಿಶ್ಚಿತ ಆದಾಯ ಇರತಿತ್ತು. ಇಷ್ಟಪಟ್ಟಿದ್ದ ಹುಡುಗಿಯನ್ನು ಮದುವೆಯಾದರೂ ಈಗ ಒಮ್ಮೊಮ್ಮೆ ಅವಳಿಗೆ ಒಂದು ಒಳ್ಳೆಯ ಬದುಕನ್ನು ಕೊಡ್ತಿಲ್ಲವೇನೋ ಅನ್ನಿಸುತ್ತೆ... ಯಾವಾಗ್ಲೂ ಒಂದಲ್ಲ ಒಂದು ಹಣದ ಸಮಸ್ಯೆ ಇರುತ್ತೆ... ಆದ್ರೂ ಇಲ್ಲಿಗೆ ಯಾರೋ ನಿಮ್ಮಂಥ ಆಸಕ್ತರು ಬಂದಾಗ ಇತಿಹಾಸದ ವಿವರಗಳನ್ನೆಲ್ಲ ಜೀವಂತವಾಗಿ ಬಿಚ್ಚಿಡುವಾಗ ಒಂದು ವಿಚಿತ್ರ ನೆಮ್ಮದಿಯೂ ಸಿಗುತ್ತೆ..." ಮಹೇಶನ ಮುಖ ನೋಡದೇ ಎದುರಿಗೆ ಕಾಣುತ್ತಿದ್ದ ದಿಬ್ಬವನ್ನು ದಿಟ್ಟಿಸುತ್ತಿದ್ದ.

ಇಬ್ಬರೂ ಈಗ ಬಂದರು ಕಟ್ಟೆಯ ಬಳಿ ನಿಂತಿದ್ದರು. ಅದು ಅಗಲಕ್ಕಿಂತ ಉದ್ದ ಹೆಚ್ಚಿದ್ದ ಆಯತಾಕಾರದ ಜಲಾಶಯದಂತೆ ಕಾಣುತ್ತಿತ್ತು. 'ಈ ಸಲ ಹೆಚ್ಚು

ಮಳೆಯಾಗಿಲ್ಲ, ಹಿಂಗಾಗಿ ನೀರು ಸ್ವಲ್ಪ ಮಾತ್ರ ಇದೆ... ತುಂಬ ಮಳೆಯಾದಾಗ ಇದು ತುಂಬುತ್ತೆ.' ಗೈಡ್ ಕೈತೋರಿಸಿದ. ಮಧ್ಯೆ ಹೆಚ್ಚು ನೀರು ಇತ್ತು. ಅಲ್ಲಲ್ಲಿ ಹೂಳು ಹೆಚ್ಚು ತುಂಬಿದ್ದು ಕಾಣುತ್ತಿತ್ತು. ನೀರು ಕೆಳಗಿಳಿದಿದ್ದರಿಂದ ಜಲಾಶಯದ ಒಳಗೋಡೆಯ ಸುತ್ತ ಕಟ್ಟಿದ ಸುಟ್ಟ ಇಟ್ಟಿಗೆ ಕಾಣುತ್ತಿತ್ತು. ಮೇಲ್ಭಾಗದ ಇಟ್ಟಿಗೆಗಳು ತುಸು ಶಿಥಿಲಗೊಂಡಂತೆ ಕಾಣುತ್ತಿದ್ದವು, ಕೆಲವೆಡೆ ಇಟ್ಟಿಗೆಗಳು ಬಿದ್ದು ಹೋಗಿದ್ದವು, ಆದರೆ ಕೆಳಭಾಗದಲ್ಲಿ ಇನ್ನೂ ಗಟ್ಟಿಯಾಗಿರುವುದು ಮೇಲ್ನೋಟಕ್ಕೇ ಕಾಣುತ್ತಿತ್ತು. ಎರಡು ಮೂರು ಬಗೆಯ ಪಕ್ಷಿಗಳು ನೀರಿನಲ್ಲಿ ಆಡುತ್ತಿದ್ದವು. ಮೀನು ಹಿಡಿದು ತಿನ್ನುತ್ತಿರಬೇಕು ಎಂದುಕೊಂಡ ಮಹೇಶ. ನೀರಾಡುವುದು, ಅರೆಕ್ಷಣ ಅವು ಧ್ಯಾನಸ್ಥ ಭಂಗಿಯಲ್ಲಿ ನಿಲ್ಲುವುದು, ಪುರ್ರನೆ ಹಾರಿ ಹೋಗಿ ಏರಿಯ ಮೇಲೆ ಕೂರುವುದು, ಮತ್ತೆ ನೀರಿಗಿಳಿಯುವುದು... ಸುತ್ತಲಿನ ಪರಿವೆಯಿಲ್ಲದ ಈ ಹಕ್ಕಿಲೋಕ, ಬೀಸುತ್ತಿದ್ದ ಗಾಳಿಗೆ ನೀರಿನ ಅಲೆಗಳ ತುಯ್ದಾಟ, ಬಿಸಿಲು ಸಾಕಷ್ಟಿದ್ದರೂ, ನೀರಿನ ಮೇಲಿನಿಂದ ಬೀಸುವ ಗಾಳಿ ಹೊತ್ತು ತರುವ ತೇವ ವಾಸನೆ... ಸುಮ್ಮನೇ ನೋಡುತ್ತ ನಿಲ್ಲಬೇಕೆಂದು ಮಹೇಶನಿಗೆ ಅನ್ನಿಸುತ್ತಿತ್ತು. ಗೈಡಿಗೆ ಯಾರದೋ ಫೋನು ಬಂದಿರಬೇಕು. ಒಂದು ನಿಮಿಷ ಎಂದು ಇವನಿಗೆ ಕೈಸನ್ನೆ ಮಾಡಿ, ತುಸು ದೂರ ಹೋಗಿ ನಿಂತು ಗುಜರಾತಿಯಲ್ಲಿ ಜೋರು ಜೋರು ಸಂಭಾಷಣೆಯಲ್ಲಿ ತೊಡಗಿದ.

ಮಹೇಶನಿಗೆ ಎಡ ದಂಡೆಯ ಉದ್ದಕ್ಕೆ ಸ್ವಲ್ಪ ದೂರ ಹೋಗಬೇಕೆನ್ನಿಸಿತು. ಗೈಡ್‌ನನ್ನು ಅಲ್ಲಿಯೇ ಬಿಟ್ಟು ಅತ್ತ ಕಡೆ ನಡೆದ. ಸ್ವಲ್ಪ ದೂರ ಹೋಗಿ, ದಂಡೆಯ ಮೇಲಿದ್ದ ಅರೆಬರೆ ಒಣಗಿದಂತಿದ್ದ ಕುರುಚಲು ಗಿಡಗಳ ಮೇಲೆ ಕುಳಿತ. ಎಲ್ಲೆಡೆ ನೀರವ ಮೌನ. ಹಕ್ಕಿಗಳು ಮಾಡುತ್ತಿದ್ದ ಚಿಲಿಪಿಲಿಯೂ ತುಸು ದೂರದಿಂದ ಮಂದವಾಗಿ ಕೇಳುತ್ತಿತ್ತು. ಗೈಡಿನ ಮಾತು ದೂರದಿಂದ ಸಣ್ಣದಾಗಿ ಕೇಳುತ್ತಿತ್ತು. ಈ ಹಕ್ಕಿಗಳ ಮುತ್ತಜ್ಜಿ, ಮುತ್ತಜ್ಜಂದಿರು ಇದೇ ನೀರಿನಲ್ಲಿ ಹೀಗೆ ಆಡಿರಬಹುದಲ್ಲವೇ... ಓಹ್... ನಾಲ್ಕು ಸಾವಿರ ವರ್ಷಗಳ ಹಿಂದೆ... ಈ ಹಕ್ಕಿಗಳ ಎಷ್ಟು ಹಿಂದಿನ ತಲೆಮಾರು ಹಾಗಿದ್ದರೆ... ಇಷ್ಟಾಗಿ ಆ ಸಮಯದಲ್ಲಿ ಈ ಹಕ್ಕಿಗಳು ಇಲ್ಲಿದ್ದವೋ ಇಲ್ಲವೋ ಯಾರು ಕಂಡವರು... ಅಂದಿನ ನೀರಿನ ಒಂದಾದರೂ ಕಣ ಈ ನೀರಿನಲ್ಲಿ ಇರಬಹುದೇ... ಅದೂ ಸಾಧ್ಯವಿರಲಿಕ್ಕಿಲ್ಲ... ಆ ಗೈಡ್ ಹೇಳಿದನಲ್ಲ, ಕೆಲವೊಮ್ಮೆ ಮಾರ್ಚ್ ವೇಳೆಗೆ ಇದು ಪೂರ್ಣ ಒಣಗಿ, ಅಲ್ಲಲ್ಲಿ ಬೆಳ್ಳಗೆ ಉಪ್ಪು ಹಕ್ಕಳಿಕೆಗಟ್ಟಿದಂತೆ ಕಾಣುತ್ತೆ ಎಂದು. ಅಂದಿನಿಂದ ಇಂದಿನವರೆಗೂ ಇಲ್ಲಿರುವುದು ಎಂದರೆ ಒಳಗೋಡೆಯ ಉದ್ದಕ್ಕೂ ಕಾಣುತ್ತಿರುವ ಇಟ್ಟಿಗೆಗಳು, ಅವನ್ನು ಜೋಡಿಸಲು ಮಧ್ಯೆ ಹಚ್ಚಿರುವ ಮರಳು-ಸುಣ್ಣದ ಮಿಶ್ರಣ ಮತ್ತು ತಳದ ಮಣ್ಣು ಮಾತ್ರ. ತಟ್ಟನೆದ್ದ ಮಹೇಶ, ಮುಂದೆ ಹೋಗಿ, ಬಾಗಿ ಕುಳಿತು ಆ ಇಟ್ಟಿಗೆಗಳನ್ನು ಮುಟ್ಟಿದ. ನಾಲ್ಕು ಸಾವಿರ ವರ್ಷದ ಹಿಂದಿನ ಯಾರದೋ

ಕೈಬೆರಳ ಸ್ಪರ್ಶ, ಇಲ್ಲಿರಬಹುದೇ... ಇವನ್ನು ಹೀಗೆ ಮಟ್ಟಸವಾಗಿ ಜೋಡಿಸಿದ, ಮರಳು-ಸುಣ್ಣದ ಮಿಶ್ರಣವನ್ನು ಮಧ್ಯೆ ಹಚ್ಚಿ, ಹೀಗೆ ಗಟ್ಟಿಗೊಳಿಸಿದ ಕೆಲಸಗಾರರ ದೊರಗು ಅಂಗೈಗಳ ಸ್ಪರ್ಶ ಈ ಇಟ್ಟಿಗೆಗಳಲ್ಲಿ ಇನ್ನೂ ಅಂಟಿಕೊಂಡಿರಬಹುದೇ...

ಹಾಗೆ ಕುಕ್ಕುರುಗಾಲಲ್ಲಿ ಕೂತವ, ಆ ಕೋನದಿಂದ ಒಂದೆರಡು ಫೋಟೋ ತೆಗೆದುಕೊಂಡ. ಈ ಕ್ಷಣವನ್ನು ಹೀಗೆ ಹಿಡಿದಿಟ್ಟು, ನೀತುವಿನ ಕಣ್ಣುಗಳಿಗೆ ಈಗಿಂದೀಗಲೇ ದಾಟಿಸಬೇಕೆಂದು ತೀವ್ರವಾಗಿ ಅನ್ನಿಸಿತು. ಬೇಡ, ಆಫೀಸಿನಲ್ಲಿರುತ್ತಾಳೆ, ರಾತ್ರಿ ಕಳಿಸಿದರಾಯ್ತು ಎಂದುಕೊಂಡು ಮತ್ತೆ ಕಾಲು ಕೆಳಗೆ ಇಳಿಬಿಟ್ಟು ದಂಡೆ ಮೇಲೆ ಕುಳಿತ ಮಹೇಶ 'ಅರೆ, ಇತ್ತೀಚೆಗೆ ಎಷ್ಟೆಲ್ಲ ಆಪ್ತಕ್ಷಣಗಳನ್ನು ಹೀಗೆ ಅವಳೊಂದಿಗೆ ಹಂಚಿಕೊಳ್ಳಬೇಕು ಎನ್ನಿಸುತ್ತಿದೆಯಲ್ಲ' ಎಂಬ ಆಲೋಚನೆಗೆ ಪಕ್ಕಾದ. ಮರುಕ್ಷಣದಲ್ಲಿ ಗೈಡ್ ಅಲ್ಲಿಂದಲೇ ಏನೋ ಜೋರಾಗಿ ಹೇಳಿದಂತೆ ಕೇಳಿತು, ಅತ್ತ ತಿರುಗಿದ. ಕೆಳಗೆ ಕಾಲು ಇಟ್ಟಿಗೆಗೆ ತಾಕುತ್ತೆ, ಮೇಲೆದ್ದು ನಿಲ್ಲು ಎಂದು ಕೈಸನ್ನೆ ಮಾಡುತ್ತ, ಜೋರಾಗಿ ಹಿಂದೆ ಸರಿ ಎಂದಿದ್ದು ಕೇಳಿತು. ಮಹೇಶನಿಗೆ ತನ್ನ ಬಗ್ಗೆಯೇ ವಿಪರೀತ ನಾಚಿಕೆ ಎನ್ನಿಸಿಬಿಟ್ಟಿತು. 'ಅರೆ, ಇದ್ಯಾಕೆ ತನ್ನ ಮನಸ್ಸಿಗೆ ಹೊಳೆಯಲೇ ಇಲ್ಲ...' ತಟ್ಟನೆ ಕಾಲು ಹಿಂದಕ್ಕೆಳೆದುಕೊಂಡು, ಮೇಲೆ ಸರಿದು ಕಾಲು ಮಡಚಿಕೊಂಡು ಕೂತ. ಮೊಬೈಲ್ ಒಮ್ಮೆ ರಿಂಗಣಿಸಿತು. ನೋಡಿದರೆ ನೀತುವಿನ ಮೇಲ್ ಎಂದು ನೋಟಿಫಿಕೇಶನ್ ಹೇಳುತ್ತಿದೆ. 'ಓ... ಏನಪ್ಪಾ ಇದು... ನೆನೆದವರ ಮನದಲ್ಲಿ ಎಂಬಂತೆ ಈ ಹೊತ್ತಿಗೆ ಇವಳ ಮೇಲ್' ಎಂದುಕೊಂಡು ತೆರೆದ. ಏನೋ ಗೂಗಲ್ ಡಾಕ್ಯುಮೆಂಟ್ ಹಂಚಿಕೊಂಡಿದ್ದಾಳೆ... ಆದರೆ ಅದು ತೆರೆಯುತ್ತಿಲ್ಲ... ಇಲ್ಲಿ ನೆಟ್‌ವರ್ಕ್ ಬೇರೆ ತುಂಬ ನಿಧಾನ ಇರುವಂತಿದೆ... ತುಸು ನಿರಾಸೆಯೆನ್ನಿಸಿತು.

"ಏನಿದು??" ಎಂದು ಎರಡು ಪ್ರಶ್ನಾರ್ಥಕ ಚಿಹ್ನೆ ಇಟ್ಟು ಮರಳಿ ಮೇಲ್ ಮಾಡಿ ಕುಳಿತ. ಐದು ನಿಮಿಷದ ನಂತರ "ನಥಿಂಗ್, ಬಟ್ ಸಮ್‌ಥಿಂಗ್ ಇಂಪಾರ್ಟೆಂಟ್!" ಜೊತೆಗೊಂದು ಸ್ಮೈಲಿಯನ್ನು ಹೊತ್ತ ಅವಳ ಮೇಲ್ ಮಹೇಶನ ಇನ್‌ಬಾಕ್ಸಿನಲ್ಲಿ ತೆರೆದುಕೊಳ್ಳುವುದಕ್ಕೂ ಗೈಡ್ ತನ್ನ ಮಾತುಕತೆ ಮುಗಿಸಿ ಅಲ್ಲಿಗೆ ಬರುವುದಕ್ಕೂ ಸರಿಹೋಯಿತು.

"ಇದು ಕೃತಕ ಬಂದರು ಕಟ್ಟೆಯಾಗಿತ್ತು, ಈಗ ಎದುರಿಗೆ ಕಾಣುತ್ತಲ್ಲ, ಅಲ್ಲಿಂದ ಉದ್ದಕ್ಕೆ ಇಲ್ಲಿಗೆ ಒಂದು ಕಾಲುವೆ ಮೂಲಕ ಕ್ಯಾಂಬೆ ಕೊಲ್ಲಿಗೆ ಸಂಪರ್ಕ ಕೊಟ್ಟಿದ್ದರು, ಇಲ್ಲಿಂದ ಈಗಲೂ ಕ್ಯಾಂಬೆ ಕೊಲ್ಲಿ ಒಂದು ಹತ್ತು ಹನ್ನೆರಡು ಮೈಲಿ ಅಷ್ಟೆ. ಇದು ಹರಪ್ಪ ಜನರ ವಾಣಿಜ್ಯ ಕೇಂದ್ರ ಆಗಿತ್ತು... ಇಲ್ಲಿಗೆ ಹಡಗುಗಳು ಆ ಕಾಲುವೆ ಮೂಲಕ ಬರುತ್ತಿದ್ದವು" ಎಷ್ಟೋ ಜನರ ಮುಂದೆ ಹೇಳಿದ್ದ ಗೈಡಿನ ಉರುಹೊಡೆದಂತಿದ್ದ ಮಾತುಗಳು ನೀರಿನ ಹರಿವಿಗೆ ಸಿಕ್ಕು ಸಪಾಟಾದ ಗುಂಡುಕಲ್ಲಿನಂತಿತ್ತು.

"ಕೆಲವು ವಿದ್ವಾಂಸರು ಇದೊಂದು ಜಲಾಶಯ ಆಗಿರಬಹುದು, ಕೃಷಿಗೆ ಅಥವಾ ಕುಡಿಯಲು ಬಳಸಲಿಕ್ಕೆ ನೀರನ್ನು ಸಂಗ್ರಹಿಸ್ತಾ ಇದ್ದರು ಎನ್ನಿಸುತ್ತೆ ಅನ್ನೋ ವಾದವನ್ನು ಮಂಡಿಸಿದ್ದಾರೆ, ಅಲ್ಲವಾ" ಮಹೇಶ ಮೆಲ್ಲನೆ ಕೇಳಿದ.

ಗೈಡ್ ಈಗ ನಸುನಕ್ಕ.

"ಅದಕ್ಕೇ ಮೊದಲೇ ಹೇಳಿದೆನಲ್ಲ... ಬಣ್ಣ ಹಚ್ಚಬೇಡಿ, ಇರೋ ಬಣ್ಣವನ್ನು ನೋಡಿ, ಅರ್ಥಮಾಡಿಕೊಳ್ಳಿ ಅಂತ." ಎಂದವ, "ನೀವು ಬಹುಶಃ ಇಂಥವರ, ಇಂಥ ಲೇಖನದ ಬಗ್ಗೆ ಹೇಳ್ತಿರಬಹುದು" ಎಂದು ಕೇಳಿದ. ಮಹೇಶನಿಗೆ ಪರವಾಗಿಲ್ಲ, ಬರೀ ಬಿಎ ಎಂದು ಹೇಳಿದರೂ, ಬೇರೆ ಸ್ವಲ್ಪ ಓದಿಕೊಂಡಿದ್ದಾನೆ ಎನ್ನಿಸಿತು.

"ಹಾಗಿದ್ದರೂ ಇರಬಹುದು. ಇದು ಬಂದರು ಕಟ್ಟೆಯೇ ಇರಬಹುದು ಅಥವಾ ನೀರನ್ನು ಸಂಗ್ರಹಿಸಲು ಕಟ್ಟಿದ ಜಲಾಶಯವೇ ಇರಬಹುದು... ಆದರೆ ಅದರ ಹಿಂದೆ ಇದ್ದ ಆ ಮುಂದಾಲೋಚನೆ, ಆ ದೂರದೃಷ್ಟಿ ಇದೆಯಲ್ಲ ಅದು ದೊಡ್ಡದು. ಬಹುಶಃ ಈಗ ಆಗುವುದಕ್ಕಿಂತ ಆಗ ಸ್ವಲ್ಪ ಹೆಚ್ಚು ಮಳೆ ಆಗ್ತಿತ್ತೇನೋ, ಆದರೂ ನಿಮ್ಮದು ಅದೇನೋ ಮಲೆನಾಡ ಊರು, ತುಂಬ ಮಳೆಯಾಗುತ್ತೆ ಎಂದಿರಲ್ಲ, ಅದಕ್ಕೆ ಹೋಲಿಸಿದರೆ ಮಳೆ ಈ ಭಾಗದಲ್ಲಿ ಯಾವಾಗಲೂ ಕಡಿಮೆಯೇ. ಹೀಗೆ ಮಳೆ ನೀರನ್ನು ಸಂಗ್ರಹಿಸಿಟ್ಟು, ಅಗತ್ಯವಿದ್ದಾಗ, ಕೃಷಿಗೋ, ಕುಡಿಯಲೋ ಜನಸಾಮಾನ್ಯರು ಬಳಸಬಹುದು ಎಂದು ಆಲೋಚಿಸಿ, ಕಟ್ಟಿದ್ದಾರೆ ಎಂದರೆ ದಿನದ ಬದುಕಿಗೆ ಎಷ್ಟು ಹತ್ತಿರದ್ದು ಅಲ್ಲವಾ. ಅಥವಾ ಇದು ಬಂದರು ಕಟ್ಟೆ ಎಂದುಕೊಂಡರೂ, ಅದನ್ನು ಕಟ್ಟಿದ್ದು ಶ್ರಮಿಕ ಕೈಗಳೇ... ಮತ್ತೆ ಹೀಗೆ ಇಟ್ಟಿಗೆ, ಮರಳು, ಸುಣ್ಣವನ್ನು ಹದವಾಗಿ ಬೆರೆಸಿ ಒಳಗೋಡೆ ಕಟ್ಟಿದರೆ ಏರಿ ಕುಸಿಯುವುದಿಲ್ಲ, ಹೂಳು ಹೆಚ್ಚು ತುಂಬುವುದಿಲ್ಲ ಎಂದು ಆಲೋಚಿಸಿ, ಇಷ್ಟು ಗಟ್ಟಿಮುಟ್ಟಾಗಿ ಇರುವಂತೆ ಕಟ್ಟಿದರಲ್ಲ ಅವರು, ಆ ಯೋಚನೆ ಮಹತ್ವದ್ದು. ನೋಡಿ, ಇವು ಬಿಸಿಲಲ್ಲಿ ಒಣಗಿಸಿದ ಇಟ್ಟಿಗೆಗಳಲ್ಲ, ಸುಟ್ಟ ಇಟ್ಟಿಗೆಗಳು... ಎಷ್ಟು ಪ್ರಮಾಣಬದ್ಧವಾಗಿ ಜೋಡಿಸಿದ್ದಾರೆ... ಹಾಗೆ ಜೋಡಿಸಿದ ಕೈಗಳ ಶ್ರಮ ಇದೆಯಲ್ಲ, ಅದು ತುಂಬ ದೊಡ್ಡದು. ಅದು ಸಂಸ್ಕೃತಿ ಅಂದರೆ..." ಗೈಡ್ ಈಗ ಉರುಹಚ್ಚಿದ ಮಾತುಗಳ ಈಚೆ ಬಂದಿದ್ದ. "ಅದಕ್ಕೇ ನಿಮಗೆ ಕಾಲು ಕೆಳಗೆ ಇಳಿಬಿಟ್ಟು ಕೂರಬೇಡಿ ಅಂದೆ... ಜೋಡಿಸಿದ ಇಟ್ಟಿಗೆಗಳ ಹಿಂದೆ ಬೆವರಿನ ಹನಿಗಳಿವೆ, ಅವಕ್ಕೆ ಕಾಲು ತಾಕಬಾರದು... ಹಣೆ ತಾಗಿಸಬೇಕಾದ ಬೆವರ ಹನಿಗಳವು... ಅಲ್ಲವಾ" ಎನ್ನುತ್ತ ನಸುನಕ್ಕ. ಮಹೇಶನಿಗೆ ಮಾತು ಹೊರಡದೇ, ಹೌದೆಂಬಂತೆ ತಲೆಯಲ್ಲಾಡಿಸಿದ. ಇವನ ಮಾತುಗಳು ಇನ್ನೊಂದು ದೃಷ್ಟಿಕೋನ ಕಟ್ಟಿಕೊಳ್ಳಲು ಕಿಡಿಹಚ್ಚುವಂತೆ ಇದೆಯಲ್ಲ, ಅಬ್ಬ, ಇವನಿಲ್ಲಿ ಇವತ್ತು ಸಿಕ್ಕಿದ್ದು ಎಷ್ಟು ಒಳ್ಳೆಯದಾಯಿತು ಎಂದು ಮನಸ್ಸಲ್ಲಿಯೇ ಅಂದುಕೊಂಡ.

ಮತ್ತೆ ಹತ್ತು ನಿಮಿಷ ಇಬ್ಬರೂ ಮಾತಿಲ್ಲದೇ ಸುಮ್ಮನೇ ಎದುರಿನ ನೀರನ್ನು ನೋಡುತ್ತ ಕುಳಿತಿದ್ದರು.

"ಆ ಕಡೆ ಕೆಲಸಗಾರರ ವರ್ಕ್‌ಶಾಪ್‌ಗಳು, ಕಣಜ, ಮನೆಯ ಅಡಿಪಾಯಗಳು ಇವೆ, ತೋರಿಸ್ತೀನಿ ಬನ್ನಿ" ಗೈಡ್ ಮೇಲೇಳುತ್ತ ಹೇಳಿದ. ಮಹೇಶ ಅವನ ಹಿಂದೆ ಮಾತಿಲ್ಲದೇ ನಡೆದ.

ದಂಡೆಯ ಎಡಭಾಗದಲ್ಲಿ ತುಸು ಎತ್ತರವಾಗಿದ್ದ ಪ್ರದೇಶದಲ್ಲಿ ಮನೆಯ ಅಡಿಪಾಯಗಳು, ಬಾವಿಯಿದ್ದ ಕುರುಹು, ದೊಡ್ಡ ಮಡಕೆಯ ಆಕಾರದಲ್ಲಿ ಇಟ್ಟಿಗೆಯಿಂದ ಕಟ್ಟಿದ ಎರಡು ಕಣಜಗಳು... ಗೈಡ್ ಒಂದೊಂದನ್ನೇ ತೋರಿಸುತ್ತ ವಿವರಿಸುತ್ತ ಹೋದ.

ಪ್ರತೀ ಮನೆಯ ಹೊರಗೆ ಒಳಚರಂಡಿಯ ಕುರುಹು ಸ್ಪಷ್ಟವಾಗಿ ಕಾಣುತ್ತಿತ್ತು. ಅದು ಹರಪ್ಪ ಜನವಸತಿಯ ವಿಶಿಷ್ಟ ಲಕ್ಷಣ ಕೂಡ. ಕೆಲವು ಕಡೆ ತುಸು ಇಳಿಜಾರಿನಲ್ಲಿ, ಕೊಳವೆ ಮಾರ್ಗದ ಹಾಗೆ ಇಟ್ಟಿಗೆಯಲ್ಲಿ ಕಟ್ಟಿದ ಒಳಚರಂಡಿಯ ರಚನೆಗಳು... ಯಾವುದನ್ನು ನೋಡಿದರೂ, ಮುಟ್ಟಿದರೂ ಸುಮಾರು ನಾಲ್ಕು ಸಾವಿರ ವರ್ಷದ ಹಿಂದಿನ ಸಮೃದ್ಧ ಬದುಕಿನ ಚಹರೆಯೊಂದು ಸ್ಪರ್ಶಕ್ಕೆ ನಿಲುಕುವಂತೆ.

"ನೋಡಿ, ಇಲ್ಲಿ ಒಂದು ಲೆಕ್ಕಾಚಾರದಂತೆ ಇನ್ನೂರವೈತ್ತು-ಮುನ್ನೂರು ಮನೆಗಳಿದ್ದವು. ಇದೊಂದು ದೊಡ್ಡ ಹಳ್ಳಿ ಅಂದುಕೊಳ್ಳಿ. ಮಣಿ ತಯಾರಿಸುವ ಕೆಲಸಗಾರರು, ಚಿನ್ನ-ತಾಮ್ರದ ಕುಶಲಕರ್ಮಿಗಳು ಇಲ್ಲಿ ವರ್ಕ್‌ಶಾಪುಗಳನ್ನು ಇಟ್ಟುಕೊಂಡು, ಮನೆಯನ್ನೂ ಕಟ್ಟಿಕೊಂಡಿದ್ದರು. ಅದು ಬಂದರು ಆಗಿದ್ದರೆ, ಇದೊಂದು ವ್ಯಾಪಾರಿ ಕೇಂದ್ರವಾಗಿತ್ತು. ಬಂದರು ಅಲ್ಲದೇ, ಅದು ಜಲಾಶಯವಾಗಿದ್ದರೆ ಇಲ್ಲಿಯ ಜನರಿಗೆ ಕುಡಿಯೋ ನೀರನ್ನು, ಬೇಸಾಯಕ್ಕೆ ನೀರನ್ನು ಒದಗಿಸ್ತಿತ್ತು. ಆದರೆ ಅದೇನೇ ಇರಲಿ, ಅವರ ಈ ನಗರ ಯೋಜನೆ ಎಷ್ಟು ಅಚ್ಚುಕಟ್ಟಾಗಿದೆ ನೋಡಿ... ಮನೆಗಳಿಂದ ಒಳಚರಂಡಿ ವ್ಯವಸ್ಥೆ ಹ್ಯಾಗೆ ಮಾಡಿದಾರೆ... ಮತ್ತೆ ರಸ್ತೆಯಲ್ಲಿ ಕೂಡ, ತುಸು ಇಳಿಜಾರಿನಲ್ಲಿ ಹೇಗೆ ಚರಂಡಿ ಮಾಡಿದಾರೆ... ಮನೆಯ ಅಡಿಪಾಯ ನೋಡಿ, ಒಂದೇ ತೆರನಾಗಿ ಚೌಕಾಕಾರವಾಗಿದೆ. ಈಗ ತಂತ್ರಜ್ಞಾನ ಇಷ್ಟು ಮುಂದುವರೆದಿದೆ, ನಮ್ಮದೇ ಚುನಾಯಿತ ಸರ್ಕಾರ ಇದೆ, ಸ್ಥಳೀಯ ಸರ್ಕಾರ ಅಂತ ಗ್ರಾಮ ಪಂಚಾಯಿತಿ ಇದೆ, ಗುಜರಾತಿನ ಅಭಿವೃದ್ಧಿ ಮಾದರಿ ಎಂಬ ಘೋಷಣೆ ಕಣ್ಣು ಕುಕ್ಕುವಂತಿದೆ; ಆದರೆ ಲೋಥಲ್ಲಿನ ಸುತ್ತಲಿನ ಹಳ್ಳಿಗಳಲ್ಲಿ ಇನ್ನೂ ಸರಿಯಾದ ಒಳಚರಂಡಿ ವ್ಯವಸ್ಥೆ ಇಲ್ಲ. ಬೇಸಿಗೆಯಲ್ಲಿ ಕುಡಿಯೋ ನೀರನ್ನೂ ತುಪ್ಪದಂತೆ ಬಳಸಬೇಕಾದ ಸ್ಥಿತಿ. ನಾಲ್ಕು ಸಾವಿರ ವರ್ಷದ ಹಿಂದೆ ಇದೇ ಹಳ್ಳಿಯಲ್ಲಿದ್ದ ಸಮುದಾಯವೊಂದು ಇಷ್ಟು ಅತ್ಯುತ್ತಮ ಒಳಚರಂಡಿ ವ್ಯವಸ್ಥೆ ಮಾಡಿಕೊಂಡಿದ್ದರಲ್ಲ... ಆ ಅರಿವು, ಆ

ಕಲೆ ಎಲ್ಲ ಎಲ್ಲಿ ಮಾಯವಾಯಿತು... ಆ ಜನರ ಸಂತತಿ ಆ ಅರಿವಿನೊಂದಿಗೆ ಎಲ್ಲಿ ಮರೆಯಾಯಿತು... ಯೋಚಿಸಿದಾಗ ಹತಾಶೆ ಅನ್ನಿಸುತ್ತೆ, ದುಃಖ ಆಗುತ್ತೆ." ಗೈಡ್ ಮಹೇಶನನ್ನು ನೋಡದೇ ಸುಮ್ಮನೇ ಎದುರಿಗೆ ದಿಟ್ಟಿಸುತ್ತ ತನ್ನೊಳಗೇ ಎಂಬಂತೆ ಹೇಳಿದ. ಅವನು ಹೇಳಬೇಕೆಂದಿರುವುದನ್ನು ಹೇಳಿಬಿಡಲಿ ಎಂದುಕೊಂಡ ಮಹೇಶ ಸುಮ್ಮನೆ ಹೂಂಗುಟ್ಟುತ್ತ ನಡೆದ.

"ನನಗೆ ಗೈಡ್ ಆಗಿ ಎಷ್ಟು, ಏನು ಮಾತಾಡಬೇಕು ಅಂತ ಇಲ್ಲಿ ತರಬೇತಿ ಕೊಟ್ಟಿದ್ದಾರೆ. ಮನಸ್ಸಿನ ಮಾತನ್ನು ಬೇಲಿ ಹಿಂದಿನ ಗೂಟಕ್ಕೆ ಕಟ್ಟಿ ಬಿಗಿಯೋದು ರೂಢಿ ಆಗಿಬಿಟ್ಟಿದೆ. ಹಿಂಗೆ ಬೇಲಿ ದಾಟಿ ಮಾತಾಡ್ತಿರೋದು ಇವತ್ತೇ. ಇನ್ನೊಂದು ಮನಸ್ಸನ್ನು ತಟ್ಟುತ್ತೆ ಅಂತಾದರೆ ಮಾತ್ರ ಒಳಗಿನ ಮಾತಾಡಬೇಕು, ಮಾತಿನ ಕಿಡಿ ತಟ್ಟುವುದಿಲ್ಲ ಎಂದಾದರೆ ಅಗತ್ಯವಿದ್ದಷ್ಟು ಲೋಕಾಭಿರಾಮದ ಮಾತನಾಡಿ, ಮತ್ತೆ ಸುಮ್ಮನಿದ್ದುಬಿಡಬೇಕು, ಅಲ್ಲವಾ..." ಈಗ ಗೈಡ್ ಮಹೇಶನ ಕಣ್ಣಲ್ಲಿ ಕಣ್ಣಿಟ್ಟು ಮಾತಾಡುತ್ತಿದ್ದ. ಮಹೇಶ ಏನೂ ಮಾತಾಡದೇ ಹೌದು ಎಂಬಂತೆ ನಸುನಕ್ಕು ಅವನ ಭುಜ ತಟ್ಟಿದ.

ಅಲ್ಲಿಂದ ವಸ್ತು ಸಂಗ್ರಹಾಲಯ ನೋಡಲು ಕರೆದುಕೊಂಡು ಹೋದ. ಲೋಥಲಿನಲ್ಲಿ ಅತ್ಯುತ್ತಮ ಮಣಿಗಳನ್ನು ತಯಾರಿಸುವ ಜನರಿದ್ದರು, ತಯಾರಿಕಾ ಘಟಕಗಳಿದ್ದವು ಎಂಬುದಕ್ಕೆ ಪುರಾವೆಯಾಗಿ ಉತ್ಖನನದಲ್ಲಿ ದೊರೆತಿದ್ದ ಹಲವಾರು ವಿಧದ, ಗಾತ್ರದ ಮಣಿಸರಗಳನ್ನು ಗಾಜಿನ ಕಪಾಟುಗಳಲ್ಲಿಟ್ಟಿದ್ದರು. ಮಹೇಶನಿಗೆ ತುಂಬ ಅಚ್ಚರಿ ಹುಟ್ಟಿದ್ದು ಗೈಡ್ ಅಲ್ಲಿದ್ದ ತೀರಾ ಚಿಕ್ಕ ಗಾತ್ರದ, ಆದರೆ ಒಂದೇ ಗಾತ್ರದಲ್ಲಿದ್ದ ಮಣಿಗಳನ್ನು, ಮೈಕ್ರೋಬೀಡ್‌ಗಳನ್ನು ತೋರಿಸಿದಾಗ. ಅಷ್ಟೆಲ್ಲ ವರ್ಷಗಳ ಹಿಂದೆ ಲೋಥಲಿನಲ್ಲಿ ಜನರ ಗುಂಪೊಂದು ಏಳಿಗೆಯ ಬದುಕನ್ನು ಬಾಳಿತ್ತು ಎಂಬುದಕ್ಕೆ ಎಷ್ಟೆಲ್ಲ ಪುರಾವೆಗಳು ಆ ಗಾಜಿನ ಕಪಾಟುಗಳಲ್ಲಿ ಜೋಡಣೆಯಾಗಿದ್ದವು... ಟೆರ್ರಾಕೋಟದಲ್ಲಿ ಮಾಡಿದ್ದ ಮಕ್ಕಳ ಆಟಿಗೆಗಳು, ವಿವಿಧ ಗಾತ್ರದ ಗೋಲಿಗಳು, ಬಳೆಗಳು, ದಂತದ ಬಳೆ, ಒಂದೇ ಗಾತ್ರದ ತೂತುಗಳಿದ್ದ ಹೂಜಿ, ಮೂರು ಗಾತ್ರದ ತೂಕದ ಬಟ್ಟುಗಳು, ಪ್ರಾಣಿಗಳ ಹಾಗೂ ಸಿಂಧುಲಿಪಿಯಿರುವ ಮುದ್ರೆಗಳು... ಒಂದೇ ಎರಡೇ...

ಎಲ್ಲ ನೋಡಿ ಮುಗಿಯುವಷ್ಟರಲ್ಲಿ ಮಧ್ಯಾಹ್ನ ಊಟದ ಹೊತ್ತು ಮೀರಿತ್ತು. ಮಹೇಶನಿಗೆ ಹೊಟ್ಟೆ ಹಸಿಯತೊಡಗಿತ್ತು. ಮಹೇಶ ಒಪ್ಪಿದರೆ ತನ್ನ ಲಟಾರಿ ಮೊಪೆಡ್ಡಿನಲ್ಲಿ ಮುಖ್ಯರಸ್ತೆ ಹತ್ತಿರ ಕರೆದೊಯ್ಯುವುದಾಗಿ ಗೈಡ್ ಹೇಳಿದವ ಮತ್ತೆ ಕೊಂಚ ಅನುಮಾನಿಸಿದ. ದುಡ್ಡಿಗೆ ಅನುಮಾನಿಸುತ್ತಿದ್ದಾನೇನೋ ಎಂದುಕೊಂಡು ಮಹೇಶ ಅವನು ಎಷ್ಟು ಎಂದು ಹೇಳಿದರೆ ತಾನು ದುಡ್ಡು ಕೊಡುವುದಾಗಿ ಹೇಳಿದ. ಅಂತೂ

ಇಬ್ಬರ ನಡುವೆ ಒಪ್ಪಂದವಾಯಿತು. ಮಹೇಶನನ್ನು ಮುಖ್ಯರಸ್ತೆಗೆ ಹೊಂದಿಕೊಂಡಿದ್ದ ದಾಬಾ ಒಂದಕ್ಕೆ ಕರೆದುಕೊಂಡು ಹೋದ. ಇಬ್ಬರೂ ಅಲ್ಲಿ ಊಟ ಮುಗಿಸಿದ ನಂತರ ಹತ್ತಿರದಲ್ಲಿಯೇ ಇದ್ದ ಹಳೆಯ ಅರಮನೆಯನ್ನು ಹೊರಗಿನಿಂದಲೇ ತೋರಿಸುವುದಾಗಿ ಕರೆದುಕೊಂಡು ಹೋದ. ಆ ಅರಮನೆಯನ್ನು ಈಗ ಸರ್ಕಾರ ವಶಕ್ಕೆ ತೆಗೆದುಕೊಂಡು, ಮೊದಲೇ ಬುಕ್ ಮಾಡಿ ಬರುವ ಪ್ರವಾಸಿಗಳಿಗೆ ಅತಿಥಿಗೃಹವಾಗಿ ಬಳಸ್ತಿದ್ದಾರೆ ಎಂದೆಲ್ಲ ದೊಡ್ಡ ಕಥೆಯನ್ನೇ ಹೇಳಿದ. ನಂತರ ಇವನನ್ನು ಭಾವನಗರಕ್ಕೆ ಹೋಗುವ ಬಸ್ಸಿಗೆ ಕೂರಿಸಿ, ಮತ್ತೆಂದಾದರೂ ಏನಾದರೂ ಸಹಾಯ ಬೇಕಿದ್ದರೆ ಕರೆ ಮಾಡುವಂತೆ ಹೇಳಿ ಮೊಬೈಲ್ ನಂಬರ್ ಕೊಟ್ಟ. ಧೋಲಾವೀರಾದಿಂದ ಮರಳಿ ಹೋಗುವಾಗ ಮತ್ತೊಮ್ಮೆ ಬನ್ನಿ ಎಂದು ಆಪ್ತವಾಗಿ ಕೈ ಒತ್ತಿ ಹೇಳಿದ. ಮಹೇಶ ಅವನಿಗೆ ಮಾತಾಡಿದ್ದಕ್ಕಿಂತ ಹೆಚ್ಚಿಗೆ ದುಡ್ಡು ಕೊಟ್ಟು ಕೈ ಬೀಸಿದ.

ಗೈಡಿನ ಸಹಜತೆ ಮಹೇಶನಿಗೆ ಇಷ್ಟವಾಯಿತು. ತುಂಬ ಉಪಕಾರ ಮಾಡುವಂತೆಯೂ ತೋರಿಸಿಕೊಳ್ಳಲಿಲ್ಲ. ಅದೇ ವೇಳೆ ಏನೋ ವ್ಯಾವಹಾರಿಕ ಸಂಬಂಧ ಎಂಬಂತೆಯೂ ವರ್ತಿಸಲಿಲ್ಲ. ಎಲ್ಲಕ್ಕಿಂತ ಹೆಚ್ಚು ಆತ ಮನಸ್ಸನ್ನು ಇಷ್ಟು ಸ್ವಚ್ಛ ಇಟ್ಟುಕೊಂಡಿದ್ದು, ಯಾವುದೇ ತೋರಿಕೆಯಿಲ್ಲದೇ ತನ್ನ ಸಹಜ ನಿಲುವನ್ನು ತೆರೆದಿಡುವ ರೀತಿ ಮಹೇಶನಿಗೆ ಮಹತ್ವದ್ದು ಎನ್ನಿಸಿತು.

ಭಾವನಗರದಲ್ಲಿ ಒಂದಿಬ್ಬರಿಗೆ ಕೇಳಿ, ಅವರು ತೋರಿಸಿದ ಕಡೆ ನಿಂತಿದ್ದ ಬಸ್ ಹಿಡಿದು, ಸೀಟು ಸಿಕ್ಕಿದ್ದರಿಂದ ಆರಾಮಾಗಿ ಕೂತ. ಮೊಬೈಲ್ ನೋಡಿದ, ನೆಟ್‌ವರ್ಕ್ ಪೂರ್ಣ ಇದೆ ಎಂಬಂತೆ ಐದೂ ಕಡ್ಡಿಗಳು ಕಾಣುತ್ತಿದ್ದವು. ನೀತು ಮೇಲ್ ಮಾಡಿದ್ದು ನೆನಪಾಯಿತು. ಮೇಲ್ ತೆರೆದು, ಅವಳು ಕಳಿಸಿದ್ದ ಕೊಂಡಿಯನ್ನು ಒತ್ತಿದ. ಅವಳು ಹಂಚಿಕೊಂಡಿದ್ದ ಕಡತ ತೆರೆದುಕೊಂಡಿತು.

> ಶನಿವಾರ, ಬೆಳಗ್ಗೆ 7 ಗಂಟೆ
>
> ಕೆಲಸ ಬಿಟ್ಟಿದ್ದೇನೆ. ಕಳೆದ ತಿಂಗಳ ಕೊನೆಯಲ್ಲಿ ಬಿಟ್ಟೆ. ಮನೆಯಲ್ಲಿ ಹೇಳಿಲ್ಲ, 'ಯಾಕೆ, ಏನಾಯ್ತು, ಮುಂದೇನು' ಎಂದೆಲ್ಲ ಸುಮ್ಮನೆ ಇಲ್ಲದ ರಗಳೆಗಳು ಅಂತ. ನಿಂಗೆ ಹೇಳದೇ ಇರುವುದಾದರೂ ಹೇಗೆ ಮಹೀ. ಸ್ವಲ್ಪ ಬ್ರೇಕ್ ತೆಗೆದುಕೊಂಡಿದೀನಿ, ಯೋಚಿಸ್ತಾ ಇದ್ದೀನಿ. ಬೇರೆ ರೀತಿಯ ಕೆಲಸಕ್ಕೆ ಸೇರಣ ಅಂದ್ಕಂಡಿದೀನಿ.
>
> – ನೀತು

ಇದೇನು ತನಗೆ ಬರೆದ ಪತ್ರವೋ... ಒಳ್ಳೆ ಡೈರಿಯ ಪುಟದಂತೆ ವಾರ ಹಾಕಿ, ಬೆಳಗ್ಗೆ ಏಳು ಗಂಟೆ ಎಂದೂ ಸೂಚಿಸಿ ಬರೆದಿದ್ದಾಳಲ್ಲ, ಮೇಲ್ ಮಾಡಲೇ

ಅಥವಾ ಫೋನ್ ಮಾಡಲೇ ಎಂದುಕೊಂಡ. ಇದರಲ್ಲೂ ಸೂರಿ ಬಗ್ಗೆ ಏನೂ ಬರೆದಿಲ್ಲ. ಕಳೆದ ತಿಂಗಳು ಬಿಟ್ಟಿದ್ದಾಳೆ ಅಂದರೆ ಎರಡು ವಾರದ ಮೇಲಾಗಿದೆ. ಫೋನು ಮಾಡುವುದೇ ಒಳ್ಳೆಯದು ಎಂದುಕೊಂಡು, ನಂಬರ್ ಒತ್ತಿದ. ನಾಟ್ ರೀಚಬಲ್ ಇತ್ತು. ಅರೆ, ರೀಚ್ ಆಗದಿರುವಂತೆ ಯಾವ ಕಡೆ ಹೋಗಿದ್ದಾಳಪ್ಪ... ಏನು ಮಾಡುವುದು ಎಂದುಕೊಳ್ಳುತ್ತ ಮತ್ತೆ ಡಾಕ್ಯುಮೆಂಟ್ ತೆರೆದ. ಓ, ತಾನು 'ಎಡಿಟ್' ಮಾಡುವಂತೆ ಕಡತ ಹಂಚಿಕೊಂಡಿದ್ದಾಳೆ, 'ನೋಡಲು ಮಾತ್ರ' ಎಂಬಂತೆ ಇಲ್ಲ ಎನ್ನುವುದರಲ್ಲಿಯೇ ಅವಳು ಇದರಲ್ಲೇ ತನ್ನ ಉತ್ತರ ನಿರೀಕ್ಷಿಸಿದ್ದಾಳೆಂಬುದು ಸೂಚ್ಯವಾಗಿತ್ತು. ಮಹೇಶನಿಗೆ ತಕ್ಷಣ ಅದರಲ್ಲೇ ಬರೆಯೋಣ ಎನ್ನಿಸಿತು.

> ನಿಂಗೆ ಸರಿ ಅನ್ನಿಸಿದಂತೆ ಮಾಡು ನೀತು. ನೀನು ಯೋಚಿಸಿ, ಸರಿಯಾದ ನಿರ್ಧಾರ ತೆಗೆದುಕೊಳ್ತಿ ಅಂತ ನಂಗೆ ನಂಬಿಕೆಯಿದೆ. ಬೇರೆ ರೀತಿಯ ಕೆಲಸ ಅಂದ್ರೆ ನಂಗೆ ಅರ್ಥ ಆಗಲಿಲ್ಲ. ಅದ್ಸರಿ... ಸೂರಿ ಹೇಗಿದ್ದಾನೆ... ಎರಡು ಮೂರು ತಿಂಗಳಾಯ್ತು, ನಾನೂ ಅವನ ಬಗ್ಗೆ ಏನೂ ಕೇಳಲೇ ಇಲ್ಲ...
>
> – ಮಹೀ

ಅವಳಾಗಿಯೇ ನೋಡಬಹುದು, ಮೇಲ್ ಹಾಕಿ ನೋಡು ಎನ್ನುವುದು ಬೇಡ ಎನ್ನಿಸಿ ಸುಮ್ಮನಾದ.

ಅಹ್ಮದಾಬಾದ್ ತಲುಪುವಷ್ಟರಲ್ಲಿ ಸಂಜೆಯಾಗಿತ್ತು. ಓಡಾಡಿ ಸ್ವಲ್ಪ ದಣಿವು ಎನ್ನಿಸುತ್ತಿತ್ತು. ಹೋಟೆಲಿಗೆ ಹೋದವನೇ ಟೀ ಕುಡಿದು, ರಾತ್ರಿ ತಾನು ಚೆಕ್ ಔಟ್ ಮಾಡುವುದಾಗಿ, ಒಂಬತ್ತು ಗಂಟೆಗೆ ಅಲ್ಲಿಯೇ ಊಟ ತರಿಸಿಕೊಟ್ಟರೆ ಒಳ್ಳೆಯದು, ಬಿಲ್ ರೆಡಿ ಮಾಡಿ ಎಂದು ತನ್ನ ಹರಕುಮುರುಕು ಹಿಂದಿಯಲ್ಲಿ ಮ್ಯಾನೇಜರ್‌ಗೆ ಮನವರಿಕೆ ಮಾಡಿಸಿ, ಮಲಗಿಕೊಂಡ. ಒಂಬತ್ತು ಗಂಟೆಗೆ ರೂಂಬಾಯ್ ಬಾಗಿಲು ತಟ್ಟಿದಾಗಲೇ ಎಚ್ಚರವಾಗಿದ್ದು. ಅವನು ತಂದಿಟ್ಟ ಊಟ ಮುಗಿಸಿ, ಬಿಲ್ ಕೊಟ್ಟು ಚೀಲ ಎತ್ತಿಕೊಂಡು ಬಸ್ ನಿಲ್ದಾಣಕ್ಕೆ ಬಂದ. ಅಲ್ಲಿ ಹೋದ ಮೇಲೆ ಆಗಲಿಕ್ಕಿಲ್ಲ ಎಂದುಕೊಂಡು, ಎದುರು ಕಂಡ ಎಟಿಎಂನಿಂದ ಸ್ವಲ್ಪ ಹೆಚ್ಚೇ ಅನ್ನಿಸುವಷ್ಟು ಹಣ ತೆಗೆದು, ಒಳಗಿಟ್ಟುಕೊಂಡ. ರಾಪರ್ ಬಸ್ಸನ್ನು ನೋಡಿದವನಿಗೆ ಇನ್ನು ರಾತ್ರಿ ನಿದ್ರೆ ಮಾಡಿದಂತೆಯೇ ಅನ್ನಿಸಿತು. ಅಕ್ಕಪಕ್ಕದವರೆಲ್ಲ ಬಹಳ ಗಲಾಟೆ ಮಾಡುತ್ತಿದ್ದರು. ಅವರ ಮಾತುಕತೆಯೆಲ್ಲ ಗುಜರಾತಿಯಲ್ಲಿ ಇದ್ದಿದ್ದರಿಂದ ಇವನಿಗೆ ತಲೆಬುಡ ಅರ್ಥವಾಗದೇ ಸುಮ್ಮನೆ ಅವರ ಹಾವಭಾವ ಗಮನಿಸುತ್ತ, ಎಷ್ಟು ಜೀವಂತಿಕೆ, ಉತ್ಸಾಹದಿಂದ ಇದ್ದಾರಲ್ಲ ಎಂದು ಖುಷಿಯಾದ. ಈ ಎಲ್ಲ ಗಡಿಬಿಡಿಯಲ್ಲಿ ನೀತುಗೆ

ಆ ಫೋಟೋ ಕಳಿಸುವುದೇ ಮರೆಯಿತಲ್ಲ, ಛೇ ಎಂದುಕೊಂಡು ಮತ್ತೆ ಅದನ್ನು ತೆರೆದ. ಮೊಬೈಲ್ ಪರದೆಯ ಮೇಲೆ ಹರಡಿಕೊಂಡ ಫೋಟೋ... ಆ ಜಲಾಶಯ, ದಡದ ಬಳಿ ಕಾಣುತ್ತಿದ್ದ ತಳ, ಮಧ್ಯದಲ್ಲಿ ನೀರಿನ ಅಲೆಗಳು, ನೀರು ಹೆಚ್ಚಿದ್ದ ಕಡೆ ಆಡುತ್ತಿದ್ದ ಹಕ್ಕಿಗಳು... ಈಗ ನೋಡಿದರೆ ಆ ಕ್ಷಣವನ್ನು ಕಣ್ಣಲ್ಲಿ ಹಿಡಿದುಕೊಳ್ಳುತ್ತಲೇ ನೀತುವಿನ ನೆನಪನ್ನು ಮನದಲ್ಲಿ ಹರಡಿಕೊಂಡು ನಿಂತ ತಾನು ಕೂಡ ಈ ಚಿತ್ರದ ಚೌಕಟ್ಟಿನ ಭಾಗವಾಗಿರುವಂತೆಯೇ ಅನ್ನಿಸುತ್ತಿದೆ... ಮತ್ತೆ ಇದೇನಿದು ಹೀಗೆ ನೀತು ಮನವನ್ನು ಆವರಿಸಿಕೊಳ್ಳುತ್ತಿದ್ದಾಳೆ... ಈ ಭಾವನೆ ಅವನಿಗೆಯೇ ಅಚ್ಚರಿ ಹುಟ್ಟಿಸಿತು. ಅಲ್ಲಿ ನಿಂತಾಗ ಅರೆಕ್ಷಣವೂ ಅನು ನೆನಪಾಗಿರಲಿಲ್ಲ ಎನ್ನುವುದು ಮನಸ್ಸಿಗೆ ಹೊಳೆಯುತ್ತಿದ್ದಂತೆ ಅರೆ ಹೌದಲ್ಲ... ಅನು, ತಾನು ಮದುವೆಯಾಗಬಹುದು ಎಂಬಂತಹ ಭಾವವಿದ್ದಾಗಲೂ, ಆತ್ಮಸಾಂಗತ್ಯ ಎಂಬ ಅರ್ಥದಲ್ಲಿ ತಾನು ಅಷ್ಟಾಗಿ ಯೋಚಿಸಿರಲೇ ಇಲ್ಲ. ಬಹುಶಃ ಅದಕ್ಕೇ ಇರಬೇಕು, ಬಹುಬೇಗನೆ ಹಳಹಳಿಕೆಯಿಂದ ಕಳಚಿಕೊಳ್ಳಲು ಸಾಧ್ಯವಾಗಿದೆ ಎನ್ನಿಸಿತು. ಯಾತನೆ ಎಂದು ತಾನಂದುಕೊಂಡ ಭ್ರಮೆಯಿಂದ ನನಗೇ ಅರಿವಾಗದಂತೆ ಬಿಡುಗಡೆಗೊಂಡು ಎಷ್ಟು ದೂರ ಬಂದಂತೆ ಅನ್ನಿಸುತ್ತಿದೆಯಲ್ಲ... ಇನ್ನು ಬಸ್ ಶುರುವಾದರೆ ನೆಟ್‌ವರ್ಕ್ ಸಿಗದಿದ್ದರೆ ಎನ್ನಿಸಿ, ಮೊದಲು ಫೋಟೋ ಅವಳಿಗೆ ಕಳಿಸಿಬಿಡೋಣ ಎಂದು ಸೆಂಡ್ ಒತ್ತುವ ಮೊದಲು 'ಏನಾದರೂ ಬರೆಯಲೇ... ಬೇಡ...' ಎಂದುಕೊಳ್ಳುತ್ತ ಹಾಗೆಯೇ ಕಳಿಸಿದ.

ಬಸ್ಸು ಹೊರಡುವಷ್ಟರಲ್ಲಿ ಹತ್ತೂವರೆ. ನೀತು ಬರೆದ ನಾಲ್ಕಾರು ಸಾಲುಗಳೇ ಮತ್ತೆ ಮತ್ತೆ ಮನಸ್ಸಿಗೆ ಬರುತ್ತಿದ್ದವು. ಜೊತೆಗೆ ಹಿಂದೆ, ಮುಂದೆ ಕೂತ ಒಂದಿಬ್ಬರು ನಡುರಾತ್ರಿಯವರೆಗೆ ಜೋರಾಗಿ ಹರಟುತ್ತಿದ್ದರು. ಪಕ್ಕದಲ್ಲಿ ಕೂತವ ಮಾತ್ರ ಈ ಯಾವುದರ ಪರಿವೆಯೇ ಇಲ್ಲದಂತೆ ಬಸ್ಸು ಶುರುವಾಗುತ್ತಿದ್ದಂತೆಯೇ ಗೊರಕೆ ಹೊಡೆಯಲಾರಂಭಿಸಿದ್ದ. ಅಂತೂ ಬೆಳಗಿನ ಜಾವ ಮಹೇಶನಿಗೆ ಸ್ವಲ್ಪ ಕಣ್ಣು ಹತ್ತಿತು. ರಾಪರ್ ತಲುಪಿದಾಗ ಆರು ಗಂಟೆ. ಅಲ್ಲೊಬ್ಬರು ಇಲ್ಲೊಬ್ಬರನ್ನು ಬಿಟ್ಟರೆ ಬಸ್ ನಿಲ್ದಾಣ ಖಾಲಿ ಹೊಡೆಯುತ್ತಿತ್ತು.

ಎದುರಿಗೆ ಕಾಣುತ್ತಿದ್ದ ಡಬ್ಬಾ ಅಂಗಡಿಯವ ಸ್ಟವ್ ಹೊತ್ತಿಸುತ್ತಿದ್ದಂತೆ ಕಾಣಿಸಿತು. ಹತ್ತು ನಿಮಿಷ ಕುಳಿತರೆ ಟೀ ಮಾಡುವುದಾಗಿ ಹೇಳಿದ. ಡಬ್ಬಾ ಅಂಗಡಿಯಾತ ಕೊಟ್ಟ ಚಿಕ್ಕ ಸ್ಟೂಲಿನಲ್ಲಿ ಸುಮ್ಮನೆ ಕುಳಿತು ಅವನು ಟೀ ಮಾಡುತ್ತ, ಅದೂ ಇದೂ ಏನೋ ಜೋಡಿಸುತ್ತಿದ್ದುದನ್ನು ನೋಡುತ್ತ ಧೋಲಾವೀರಾಕ್ಕೆ ಬಸ್ ವಿಚಾರಿಸಿದ. ಸರ್ಕಾರಿ ಬಸ್ ಈಗ ಇಲ್ಲ, ಖಾಸಗಿ ಡಿಲಕ್ಸ್ ಬಸ್ ಬರುತ್ತೆ, ಇಲ್ಲಲ್ಲ, ಆ ಕಡೆ ಚೌಕದಲ್ಲಿ ಎಂದು ಆ ಚೌಕಕ್ಕೆ ಹೇಗೆ ಹೋಗುವುದು ಎಂದೆಲ್ಲ ವಿವರಿಸಿದ ಆತ, ಆದ್ರೆ ಅದು ಹೊರಡೋದು ಒಂಬತ್ತರ ಸುಮಾರಿಗೆ ಎಂದ. ಅಂಗಡಿಯಾತನ ಬಳಿ ಒಂದು

ಚೊಂಬು ನೀರು ಇಸಕೊಂಡು, ಬಾಯಿ ತೊಳೆದುಕೊಂಡು, ಮುಖ ತೊಳೆದ ಶಾಸ್ತ್ರ ಮಾಡಿದ. ತಣ್ಣಗಿನ ನೀರು ಮುಖಕ್ಕೆ ತಾಗಿಸುವುದೇ ಬೇಡ ಎನ್ನಿಸುತ್ತಿತ್ತು.

ಆಗಷ್ಟೆ ಬೆಳಗಾಗುತ್ತಿತ್ತು. ನಿಧಾನಕ್ಕೆ ಜನರ ಓಡಾಟ ಹೆಚ್ಚಿತು. ಅಲ್ಲಿ ಓಡಾಡುವವರನ್ನೇ ಗಮನಿಸುತ್ತ ಕುಳಿತ. ಹತ್ತು ನಿಮಿಷದ ನಂತರ ಡಬ್ಬಾ ಅಂಗಡಿಯಾತ ಗಾಜಿನ ಲೋಟ ತುಂಬಿ ತುಳುಕುವಂತೆ ಟೀ ತುಂಬಿಸಿ ಕೊಟ್ಟ. ಟೀಗೆ ಸಕ್ಕರೆ ಸ್ವಲ್ಪ ಹೆಚ್ಚಿದ್ದರೂ ಚುಮುಚುಮು ಚಳಿಯಲ್ಲಿ ಬಿಸಿಬಿಸಿಯಾಗಿ ಸೊರಸೊರನೆ ಕುಡಿಯುವುದು ಹಿತವೆನ್ನಿಸಿತು. ನೀತು ಏನಾದರೂ ಮೇಲ್ ಮಾಡಿರಬಹುದು, ನೋಡಲೇ ಇಲ್ಲ, ಪ್ರೊಫೆಸರ್‌ಗೂ ಮೇಲ್ ಮಾಡಿಲ್ಲ, ನಿನ್ನೆ ಮಾತಾಡಲೂ ಆಗಿಲ್ಲ ಎನ್ನಿಸಿ ಮೊಬೈಲ್ ತೆರೆದ.

ಅವನೆಣಿಸಿದಂತೆ ಒಂದು ನೋಟಿಫಿಕೇಶನ್ ಇತ್ತು. ಸದ್ಯ ನೆಟ್‌ವರ್ಕ್ ಇದೆ, ಇಲ್ಲಿಯೇ ಓದಿ, ವಾಪಾಸು ಬರೆದುಬಿಡಬೇಕು, ಧೊಲಾವೀರಾಕ್ಕೆ ಹೋದಮೇಲೆ ಆಗುತ್ತೋ ಇಲ್ಲವೋ ಎಂದುಕೊಂಡು ಅವಳ ಕಡತವನ್ನು ತೆರೆದ. ನಿನ್ನೆ ರಾತ್ರಿ ತಡವಾಗಿ ಬರೆದಿದ್ದಾಳೆ ಎಂದು ಗೊತ್ತಾಗುವಂತೆ ದಿನಾಂಕದ ಜೊತೆ ರಾತ್ರಿ ಹನ್ನೊಂದೂವರೆ ಎಂದಿತ್ತು.

ಬೇರೆ ಕೆಲಸ ಎಂದರೆ ಈವರೆಗೆ ಮಾಡುತ್ತಿದ್ದ ಐಟಿ ಕಂಪನಿ ಕೆಲಸ ಬಿಟ್ಟು ಅಂತ. ಜನರ ಜೊತೆ ಸೇರಿ ಮಾಡುವ ಕೆಲಸ... ಏನಾದರೂ ಫೀಲ್ಡ್ ವರ್ಕ್ ಇರೋ ಅಂತಹ ಕೆಲಸ... ಗೊತ್ತಿಲ್ಲ ಏನು ಅಂತ... ಇನ್ನೂ ಯೋಚಿಸ್ತಾ ಇದ್ದೀನಿ. ಸದ್ಯಕ್ಕೆ ಒಂದು ಕಡೆ ವಾಲಂಟರಿಯಾಗಿ ಮಾಡ್ತಿದ್ದೀನಿ.

ಸೂರಿ ಅಮೆರಿಕಕ್ಕೆ ಹೋಗಿ ನಾಕು ತಿಂಗಳಾಯಿತು. ನಂಗೆ ಹೇಳಲೇ ಇಲ್ಲವಲ್ಲ ಎನ್ನುತ್ತಿ ನೀನು. ಹೇಳಬಾರದು ಅಂತಲ್ಲ ಮಹೀ... ಆ ಪ್ರಸಂಗ ಬರಲಿಲ್ಲ. ಅಲ್ಲದೇ ನೀನೂ ನಿನ್ನದೇ ಕಿರಿಕಿರಿಯಲ್ಲಿದ್ದಿ. ತನ್ನ ಜೊತೆಗೆ ಅಥವಾ ಆಮೇಲಾದರೂ ಸರಿ, ನಾನು ಅಲ್ಲಿಗೆ ಬರಬೇಕು ಅಂತ ಅವನು ಬಯಸಿದ್ದ. ನನಗೆ ಯಾಕೋ ಈ ಕೆಲಸದ ಬಗ್ಗೆಯೇ ಆಸಕ್ತಿ ಮಾಯವಾಗ್ತಿತ್ತು, ಹಂಗಿದ್ದಾಗ ಅಮೆರಿಕದ ಬಗ್ಗೆ ಯಾವ ಆಕರ್ಷಣೆ ಮೊಳೆಯುತ್ತೆ ಹೇಳು... ನಮ್ಮಿಬ್ಬರ ನಡುವೆ ಒಳ್ಳೆಯ ಸ್ನೇಹವಿತ್ತು. ತುಸು ಮಟ್ಟಿನ ಪ್ರೀತಿ ಕೂಡ. ಆದರೆ ಸಾಂಗತ್ಯವಾಗಿ ಇದು ಅರಳುವುದಿಲ್ಲ ಎಂಬ ಭಾವನೆ ನನ್ನ ಒಳಗೊಳಗೇ ಗಟ್ಟಿಯಾಗತೊಡಗಿತ್ತು. ಅವನ, ನನ್ನ ದಾರಿ ತೀರಾ ಬೇರೆಯೇ ಅಂತ ನಂಗೆ ತೀವ್ರವಾಗಿ ಅನ್ನಿಸಕ್ಕೆ ಶುರುವಾಯಿತು. ನಾನು ಹಿಂದೆ ಸರಿಯತೊಡಗಿದ್ದೆ, ಅವನಿಗೆ ಬದುಕಿನಲ್ಲಿ ಮುನ್ನಡೆಯುವುದು ಅನಿವಾರ್ಯವಿತ್ತು. ವೃತ್ತಿ ಮಹತ್ವಾಕಾಂಕ್ಷೆ ಕೆಟ್ಟದ್ದು ಎಂದು ನಾನು ಹೇಳುತ್ತಿಲ್ಲ, ಅದು ಅವರವರಿಗೆ ಬಿಟ್ಟಿದ್ದು. ಆದರೆ ನನ್ನೊಳಗೆ ಆ ಮಹತ್ವಾಕಾಂಕ್ಷೆ

ಮೊಳೆಯಲಿಲ್ಲ ಅಷ್ಟೆ.

ಯಾಕೋ ಈ ಐಟಿ ಕೆಲಸ, ಈ ಕೆಲಸದ ಸುತ್ತಲಿನ ನನ್ನ ಸದ್ಯದ ಬದುಕು ಒಂಥರಾ ಪೊಳ್ಳು ಅನ್ನಿಸಕ್ಕೆ ಶುರು ಆಯಿತು. ಕಳೆದ ಆರೇಳು ತಿಂಗಳಿನಿಂದ. ಸೂರಿ, ಅನು ಯೋಚಿಸುವ ಹಾಗೆ ವೃತ್ತಿಯಲ್ಲಿ ಮೇಲೇರಬೇಕು ಅಂತ ನನಗೇಕೆ ಅನ್ನಿಸುವುದಿಲ್ಲ... ಗೊತ್ತಿಲ್ಲ ಮಹೀ. ನಾನು ಅವರಾರಂತೆಯೂ ಅಲ್ಲ, ನಾನು ಹುಡುಕುವ ದಾರಿ ಬೇರೆ ಎಂದಷ್ಟೇ ಗೊತ್ತಾಗ್ತಿದೆ.

– ನೀತು

ಧೊಲಾವೀರಾಕ್ಕೆ ಹೋಗುವ ಮೊದಲು ಒಮ್ಮೆ ಸಿಕ್ತೀಯ ಎಂದು ಅವಳು ಕೇಳಿದ್ದು ನೆನಪಾಯಿತು. ಬಹುಶಃ ಇದನ್ನೆಲ್ಲ ಹಂಚಿಕೊಳ್ಳಲು ಬಯಸಿದ್ದಳೇನೋ... ಎಷ್ಟು ಒದ್ದೆದನಿಯಲ್ಲಿ ಕೇಳಿದ್ದಳಲ್ಲ... ಒಂದು ದಿನದ ಮಟ್ಟಿಗಾದರೂ ಬೆಂಗಳೂರಿಗೆ ಹೋಗಿಬಂದಿದ್ದರೆ ಒಳ್ಳೆಯದಿತ್ತೇನೋ, ಛೇ ಯಾಕೆ ಉದಾಸೀನ ಮಾಡಿದೆ ಎಂದು ಹಳಹಳಿಕೆ ಮೂಡಿತು. ಯಾವುದಿದು ಇವಳು ಹುಡುಕುತ್ತಿರುವ ದಾರಿ... ಅವಳಾಗಿಯೇ ಹೇಳಬಹುದು... ಸೂರಿ ಜೊತೆ ಸಂಪರ್ಕ ಕಡಿದುಕೊಂಡಿದ್ದಾಳೆ, ಆಳವಾದ ಕಾರಣವಿಲ್ಲದೇ ಹೀಗೆ ಮಾಡುವವಳಲ್ಲ ಅವಳು...

ತನ್ನ ಕೆಲಸ ಮುಗಿಸಿ, ಈಗ ಟೀ ಕುಡಿಯುತ್ತ ನಿಂತ ಡಬ್ಬಾ ಅಂಗಡಿಯವನು ಎಲ್ಲರಂತೆ ಇವನ ಬಗ್ಗೆ ಕುತೂಹಲದಿಂದ ವಿಚಾರಿಸಿಕೊಂಡ. ಅವನೊಡನೆ ಅದೂ ಇದೂ ಮಾತು ಶುರು ಮಾಡಿದ ಮಹೇಶ ಮನದೊಳಗೇ ನೀತುಗೆ ಏನು ಬರೆಯುವುದು ಅಥವಾ ಫೋನ್ ಮಾಡಲೇ ಎಂದು ಆಲೋಚಿಸುತ್ತಿದ್ದ.

ಮಾಡಿದರೆ ಇಲ್ಲಿಂದಲೇ ಮಾಡಬೇಕು, ರಾಪರ್ ಬಿಟ್ಟ ನಂತರ ಎಲ್ಲಾದರೂ ನೆಟ್‌ವರ್ಕ್ ಸಿಗುತ್ತೆ ಎಂದು ಖಾತ್ರಿಯಿಲ್ಲ... ಇನ್ನು ತಡಮಾಡುವುದು ತರವಲ್ಲ ಎನ್ನಿಸಿತು. ಏಳೆಂಟು ರಿಂಗ್ ಆದರೂ ಎತ್ತಲಿಲ್ಲ, ಅರೆ ಇನ್ನೂ ಮಲಗಿದ್ದಾಳೇನೋ, ಇಟ್ಟುಬಿಡಲೇ ಎನ್ನಿಸುವಾಗಲೂ 'ಕೊನೆಯ ರಿಂಗ್‌ವರೆಗೆ ಕಾಯಲು ಏನು ಗಂಟುಹೋಗುತ್ತೆ ನಿಂಗೆ' ಎಂದೊಮ್ಮೆ ಅವಳು ರೇಗಿದ್ದು ನೆನಪಾಗಿ ಕಿವಿಗೆ ಮೊಬೈಲ್ ಒತ್ತಿ ಹಿಡಿದ. ಮರುಕ್ಷಣದಲ್ಲಿ ಅವಳ ದನಿ ಕೇಳಿತು.

"ಹಾಯ್" ಎಂದವಳೇ, ಇವನ ಉತ್ತರಕ್ಕೂ ಕಾಯದೇ, "ಸಾರಿ ಮಹೀ, ಮೊಬೈಲ್ ಬ್ಯಾಗಲ್ಲಿತ್ತು, ನಾ ಒಂದ್ ಕಡೆ ಹೊರಟಿದೀನಿ... ಬಸ್ಸಿಂದ ಇಳೀತಿದ್ದೆ, ಹಂಗಾಗಿ ಕೇಳಲಿಲ್ಲ... ನೀ ಎಲ್ಲಿದೀಯ..." ಪಟಪಟಿಸಿದಳು.

"ಇಷ್ಟ್ ಬೆಳಗ್ಗೆ ಎಲ್ಲಿಗೆ ಹೊರಟೆ ಮಾರಾಯ್ತಿ... ಅದೂ ಇವತ್ತು ಭಾನುವಾರ ಅಲ್ಲವಾ" ಮಹೇಶನಿಗೆ ಅಚ್ಚರಿ ತಡೆಯಲಾಗಲಿಲ್ಲ.

"ಹಿಂಗೆ ಒಂದ್ ಕಡಿಗೆ... ಹೋಗಿ ಬಂದ್ ಮೇಲೆ ಹೇಳ್ತೀನಿ... ನೀ ಎಲ್ಲಿದೀಯೋ..." ದನಿಯಲ್ಲಿ ಉಕ್ಕುವ ಕುತೂಹಲ.

"ರಾಪರ್ ಅಂತ ಕಣೇ..." ಆಗಷ್ಟೇ ಕಣ್ಣಿಗೆ ತೆರೆದುಕೊಂಡ ಬೆಳಗು, ಅಲ್ಲಿ ಓಡಾಡುತ್ತಿರುವ ಜನರು, ಗದಗುಟ್ಟಿಸುವ ಚಳಿ, ಜನರ ಉಡುಗೆತೊಡುಗೆ, ಈಗ ಕಣ್ಣಿಗೆ ಕಂಡಿದ್ದನ್ನು ಪದಗಳಲ್ಲಿ ಸಾಧ್ಯವಿದ್ದಷ್ಟು ದಾಟಿಸಿದ.

ಸೂರಿಯ ಬಗ್ಗೆ ಮತ್ತೇನಾದರೂ ಕೇಳಬೇಕು ಎಂದು ಅವನಿಗೆ ಅನ್ನಿಸಲಿಲ್ಲ. ಅನೂ ಬಗ್ಗೆ ಏನಾದರೂ ಹೇಳುವುದಿದೆ ಎಂದು ನೀತುಗೂ ಅನ್ನಿಸಲಿಲ್ಲ. ನೀತುವಿನ ಊಂಗುಡುವಿಕೆಯನ್ನು ಕಿವಿಯಲ್ಲಿ ತುಂಬಿಕೊಳ್ಳುತ್ತ, ರಾಪರ್ ಬಸ್‌ನಿಲ್ದಾಣದ ದೃಶ್ಯಗಳನ್ನು ಮೆಲ್ಲಗೆ ನೀತುವಿನ ಕಿವಿಯೊಳಗೆ ಹರಿಯಬಿಟ್ಟಿದ್ದ ಮಹೇಶನಿಗೆ ಬಹಳ ದಿನಗಳ ನಂತರ ಅವಳೊಂದಿಗೆ ಇಷ್ಟು ಮಾತನಾಡಲು ಸಾಧ್ಯವಾಯಿತು ಎಂಬುದು ಒಂಥರದ ನೆಮ್ಮದಿಯನ್ನು ತುಂಬಿತು. ಬರೀ ಇಷ್ಟೇಯೆ ಅಥವಾ ಸೂರಿಯೊಂದಿಗೆ ಸಾಂಗತ್ಯದ ಭಾವ ಅವಳಿಗಿಲ್ಲ ಎನ್ನುವುದೂ ಸೇರಿಯೇ ಹುಟ್ಟಿದ ನೆಮ್ಮದಿಯಾ ಎಂಬ ಅನುಮಾನದ ಎಳೆ ಮನದಲ್ಲಿ ಹಾದುಹೋಯಿತು. "ಅಲ್ಲಿ ನೆಟ್‌ವರ್ಕ್ ಇರಲ್ಲವಂತೆ, ಲ್ಯಾಂಡ್ ಲೈನ್ ಇರುತ್ತೆ ಎಂದಿದ್ದರು. ಆದಾಗ ಫೋನ್ ಮಾಡ್ತೀನಿ" ಎಂದು ಕೊನೆಯಲ್ಲಿ ಹೇಳಿದ್ದು ಕೂಡ ಹೇಗಾದರೂ ಫೋನ್ ಮಾಡುತ್ತೇನೆ ಎಂದು ತನಗೆಯೇ ಭರವಸೆಯನ್ನು ತುಂಬಿಕೊಳ್ಳುವಂತಿತ್ತು.

ಫೋನ್ ಇಡುವ ಮೊದಲು ನೀತು ಮೆಲುವಾಗಿ ಹೇಳಿದಳು... "ನೀನು ರಾತ್ರಿ ಕಳಿಸಿದ್ದ ಫೋಟೋ ನೋಡಿದೆ... ಐ ಕ್ಯಾನ್ ಫೀಲ್ ಇಟ್ ಮಹೀ". ಹೇಳದೇ ಅವಳೊಳಗೆ ಉಳಿದ ಮಾತು ಎಂದರೆ ಫೋಟೋ ತೆಗೆಯುತ್ತ, ಆ ದೃಶ್ಯವನ್ನು ಕಣ್ಣಾಲಿಯಲ್ಲಿ ತುಂಬಿಕೊಳ್ಳುತ್ತ ನಿಂತ ಅವನನ್ನು ಕೂಡ ತಾನು ಕಲ್ಪಿಸಿಕೊಳ್ಳಲು ಪ್ರಯತ್ನಿಸಿದೆ ಎನ್ನುವುದು.

ನೀತುವಿನೊಂದಿಗೆ ಮಾತನಾಡಿದ ಐದು ನಿಮಿಷದವರೆಗೆ, ಇದೀಗ ಕೇಳಿದ ಅವಳ ದನಿಯನ್ನು ತನ್ನೊಳಗೇ ಇಟ್ಟುಕೊಳ್ಳುವವನಂತೆ ಹಾಗೇ ಸುಮ್ಮನೇ ಕೂತ.

ಪ್ರೊಫೆಸರ್‌ಗೆ, ಮನೆಗೆ ಈಗಲೇ ಫೋನ್ ಮಾಡುವುದು ಒಳ್ಳೆಯದು, ಆಮೇಲೆ ಧೊಲಾವೀರಾಕ್ಕೆ ಹೋದಮೇಲೆ ಫೋನಿನದು ಏನು ಕತೆಯೋ ಎನ್ನಿಸಿತು.

ಮಾತೆಲ್ಲ ಮುಗಿಸಿ, ಕೊನೆಗೆ ಎಂಟೂವರೆಗೆ ಇನ್ನೊಂದು ದೊಡ್ಡ ಕಪ್ ಟೀ ಜೊತೆ ಎರಡು ಬನ್ ತಿಂದು ಅವನು ಹೇಳಿದ್ದ ಚೌಕ್ ಹುಡುಕಿಕೊಂಡು ಹೊರಟ. ಮತ್ತೆ ಅವರಿವರಿಗೆ ಕೇಳಿ, ಡಿಲಕ್ಸ್ ಬಸ್ ಬರುವ ಜಾಗದಲ್ಲಿ ನಿಂತ. ಸ್ವಲ್ಪ ಹೊತ್ತಿಗೆ ಡಿಲಕ್ಸ್ ಬಸ್ ಬಂತು. ಮಹೇಶನಿಗೆ ಅದನ್ನು ನೋಡುತ್ತಿದ್ದಂತೆ ನಗು ತಡೆಯಲಾಗಲಿಲ್ಲ. ಅದು ಇವನು ಕಲ್ಪಿಸಿಕೊಂಡಿದ್ದ ಡಿಲಕ್ಸ್ ಬಸ್ ಆಗಿರಲಿಲ್ಲ. ಅದೊಂದು ಮಿನಿ

ಬಸ್ಸಿನಂತಿದ್ದ ಟೆಂಪೋ ಟ್ರಾಕ್ಸ್. ಅಂತೂ ಇವನಿಗೆ ಕಿಟಕಿ ಪಕ್ಕ ಸೀಟು ಸಿಕ್ಕಿತು. ರಾಪರ್ ಬಿಟ್ಟು ಹೊರಡುತ್ತಿರುವಂತೆ ಕಣ್ಣು ಹಾಯಿಸಿದೆಡೆಯೆಲ್ಲ ಬರಿಯ ಬಯಲು, ಅಲ್ಲೊಂದು ಇಲ್ಲೊಂದು ಹಳ್ಳಿ ಸಿಗುತ್ತಿತ್ತು, ಹಳ್ಳಿಗೆ ಅಂಟಿಕೊಂಡಂತೆ ಸ್ವಲ್ಪ ಗದ್ದೆಗಳು, ಅಲ್ಲಿ ಇಲ್ಲಿ ಗೋಧಿ, ಜೀರಿಗೆ ಬೆಳೆ, ಅದು ಬಿಟ್ಟರೆ ಎಲ್ಲಿಯೂ ಕುರುಚಲು ಕಾಡು ಕೂಡ ಕಾಣಿಸಲಿಲ್ಲ. ಹಾಗೆ ಸ್ವಲ್ಪ ದೂರ ಹೋದ ನಂತರ ರಸ್ತೆಯ ಇಕ್ಕೆಲಗಳಲ್ಲಿ ದೂರದಲ್ಲಿ ಬಿಳಿಯ ಮಂಜಿನಂತಹ ಗುಡ್ಡೆ ಕಂಡಂತೆ... ಮಹೇಶನಿಗೆ ಮೊದಲು ಅದೇನೆಂದೇ ಅರ್ಥವಾಗಲಿಲ್ಲ. ಆಮೇಲೆ ತಟ್ಟನೆ ಹೊಳೆಯಿತು, ತಮ್ಮ ಡಿಲಕ್ಸ್ ಬಸ್ ಈಗ ಕಚ್ಛ್ ರಣಭೂಮಿ ಮೂಲಕ ಹಾದು ಹೋಗ್ತಿದೆ. ಅವೆಲ್ಲ ಉಪ್ಪಿನ ಗುಡ್ಡೆಗಳು ಎಂದು, ಆ ದೃಶ್ಯ ಅಪೂರ್ವವಾಗಿತ್ತು. 'ಇದಕ್ಕೆ ಸಫೇದ್ ರಣ್ ಅಥವಾ ಛೋಟಾ ರಣ್ ಎನ್ನುತ್ತಾರೆ, ಭುಜ್ ದಾಟಿದ ನಂತರ ಇನ್ನೂ ದೊಡ್ಡ ಸಫೇದ್ ರಣ್ ಇದೆ', ಎಂದು ಪಕ್ಕದಲ್ಲಿ ಕೂತವ ಅರೆಬರೆ ಹಿಂದಿ, ಗುಜರಾತಿ ಬೆರೆಸಿ ಹೇಳಿದ. ದೂರದವರೆಗೆ ಬಿಳಿಯ ಹಾಸಿಗೆ ಹಾಸಿದಂತೆ, ಒಮ್ಮೆ ಕಣ್ಣು ಮುಚ್ಚಿ ತೆರೆದರೆ, ತಟ್ಟನೆ ಬೆಳದಿಂಗಳಿನಂತೆಯೂ ಭಾಸವಾಗುತ್ತಿತ್ತು.

ಕೊನೆಗೊಮ್ಮೆ ಧೊಲಾವೀರಾ ತಲುಪಿದಾಗ ಹನ್ನೆರಡಾಗಿತ್ತು. ಅಲ್ಲಿ ಇನ್ನೂ ಇದ್ದ ಒಂದು ಕಾಯಿನ್ ಬೂತಿನಿಂದ ಕ್ಯಾಂಪಿಗೆ ಫೋನ್ ಮಾಡಿದ. ಅಲ್ಲಿಯೇ ಕಾಯುತ್ತ ಇರುವಂತೆ, ಸ್ವಲ್ಪ ಹೊತ್ತಿನಲ್ಲಿ ವ್ಯಾನ್ ಕಳಿಸುವುದಾಗಿ ಮಿರ್ಜಾನೆ ಹೇಳಿದರು.

ಕ್ಯಾಂಪ್ ಹೇಗಿರುತ್ತೆ ಎಂದು ಪ್ರೊಫೆಸರ್ ಒಂದು ಮಟ್ಟದ ಮಾಹಿತಿಯನ್ನೇನೋ ಇವನಿಗೆ ನೀಡಿದ್ದರು. ಆದರೆ ಕ್ಯಾಂಪಿನಲ್ಲಿ ಇವರಿಗೆ ಉಳಿದುಕೊಳ್ಳಲು ಕಟ್ಟಿರುವ ಮನೆಗಳು ಕಚ್ಛ್ ಭಾಗದ ಹಳ್ಳಿಗಳಲ್ಲಿ ಸಾಂಪ್ರದಾಯಿಕ ರೀತಿಯಲ್ಲಿ ಕಟ್ಟುವ ಮನೆಯಾದ ಭೋಂಗಾ ಮಾದರಿಯವು ಎಂದು ಇವನಿಗೆ ಗೊತ್ತಿರಲಿಲ್ಲ. ವೃತ್ತಾಕಾರದ ಮಣ್ಣಿನ ಗೋಡೆ, ಅದರ ಮೇಲೆ ಶಂಕು ಆಕಾರದಲ್ಲಿ ಇಳಿಜಾರಾಗಿ ಹೊದೆಸಿರುವ ಹುಲ್ಲು, ಒಂದು ಕೊಠಡಿಯ ಪುಟ್ಟ ಮನೆ ಭೋಂಗಾ. ಅದರೊಳಗೆ ಆಚೆ ಈಚೆ ಎರಡು ಕಬ್ಬಿಣದ ಮಂಚ, ಕೊನೆಯಲ್ಲಿ ತಗಡಿನ ಬಾಗಿಲು ಮುಚ್ಚಿದ, ಒಂದು ಚಿಕ್ಕ ಬಚ್ಚಲುಮನೆ, ಬಚ್ಚಲಿನ ಮೂಲೆಯಲ್ಲಿ ಇಂಡಿಯನ್ ಕಮೋಡ್. ಕ್ಯಾಂಪ್ ಪ್ರದೇಶ ಸಾಕಷ್ಟು ವಿಶಾಲವಾಗಿತ್ತು. ಚಿಕ್ಕಚಿಕ್ಕ ಐದಾರು ಭೋಂಗಾಗಳು ಇದ್ದವು. ಬಿಸಿಲಿನ ಝಳ ಕಡಿಮೆಯೆನ್ನಿಸುವ ಹಾಗೆ ಭೋಂಗಾಗಳನ್ನು ಕಟ್ಟಿದ್ದರು. ಪಾಟ್ನಾದಿಂದ ಬಂದಿದ್ದ ರವೀಂದ್ರಕುಮಾರನ ಭೋಂಗಾದಲ್ಲಿ ಇವನಿಗೆ ವ್ಯವಸ್ಥೆ ಮಾಡಿರುವುದಾಗಿ ಮಿರ್ಜಾನೆ ವಿವರಿಸಿದರು. ಅವರೆಲ್ಲರೂ ಎರಡು ದಿನದ ಹಿಂದಷ್ಟೆ ಬಂದು ಕೆಲಸ ಶುರು ಮಾಡಿದ್ದರು. ಕ್ಯಾಂಪ್ ಎದುರಿಗೆ ಅಲ್ಲಿಂದ ಒಂದೆರಡು ಫರ್ಲಾಂಗ್ ದೂರದಲ್ಲಿ ಉತ್ಖನನ ಮಾಡುತ್ತಿದ್ದ ಜಾಗ ಕಾಣುತ್ತಿತ್ತು. ಬೆಳಗ್ಗೆ ಏಳಕ್ಕೆ

ತಿಂಡಿ ತಿಂದು ಕೆಲಸ ಶುರು, ಆಮೇಲೆ ಬಿಸಿಲಾಗುತ್ತಿದ್ದರಿಂದ ಹನ್ನೆರಡಕ್ಕೆ ಕೆಲಸ ನಿಲ್ಲಿಸುತ್ತಿದ್ದರು. ಕ್ಯಾಂಪಿಗೆ ಬಂದು ಸ್ನಾನ, ಊಟ ಮುಗಿಸಿ, ಸ್ವಲ್ಪ ನಿದ್ರಿಸಿ, ಮತ್ತೆ ಸಂಜೆ ಮೂರು–ಮೂರೂವರೆಯಿಂದ ಐದೂವರೆ–ಆರರವರೆಗೆ ಕೆಲಸ. ನಂತರ ಉತ್ಖನನ ನಿಲ್ಲಿಸಿ, ಆವರೆಗೆ ಸಿಕ್ಕಿದ್ದನ್ನೆಲ್ಲ ವರ್ಗೀಕರಿಸಿ, ಅಲ್ಲಿಯೇ ಒಂದು ಕಡೆ ಎಲ್ಲವನ್ನು ಪ್ರತ್ಯೇಕವಾಗಿ ಇಡುವ ವ್ಯವಸ್ಥೆ ಮಾಡಿದ್ದರು.

ಮಹೇಶ ಸ್ನಾನ ಮಾಡಿ ಊಟ ಮುಗಿಸಿದ. ಅಡುಗೆಗೆ ಧೊಲಾವೀರಾ ಹಳ್ಳಿಯ ಇಬ್ಬರಿದ್ದರು. ಪ್ರತೀ ದಿನ ಏನು ಮಾಡಬೇಕು, ವಾರಕ್ಕೊಮ್ಮೆ ಏನು ಸಾಮಾನು ತರಬೇಕು, ಹೀಗೆ ಅಡುಗೆ ಮನೆ ಉಸ್ತುವಾರಿ ಒಂದೊಂದು ವಾರ ಒಬ್ಬೊಬ್ಬರು ನೋಡಿಕೊಳ್ಳೋದು ಎಂದೆಲ್ಲ ರವೀಂದ್ರ ವಿವರಿಸಿದ. ಎಲ್ಲರೂ ಕರೆಯುವಂತೆ ತನ್ನನ್ನು ಬರೀ ರವಿ ಎಂದು ಕರೆದರೆ ಸಾಕು ಎಂದವ ತನ್ನ ಹೆಸರನ್ನು ಎರಡೇ ಅಕ್ಷರದಲ್ಲಿ ಕರೆದರೆ ಎಷ್ಟು ಸಮಯ, ಶಕ್ತಿ ಉಳಿತಾಯವಾಗುತ್ತದೆ ಎಂದು ನಕ್ಕ. ಊಟದ ನಂತರ ಮಲಗಿದ ಮಹೇಶನಿಗೆ ಅಲ್ಲಿಯ ಸೆಕೆಗೆ ನಿದ್ರೆ ಬರಲಿಲ್ಲ. ದಣಿದಿದ್ದ ರವಿ ಮಾತ್ರ ಇವನೊಂದಿಗೆ ಏನೋ ಮಾತನಾಡುತ್ತಲೇ ನಿದ್ದೆಗೆ ಜಾರಿದ್ದ. ಎಲ್ಲವನ್ನೂ ಒಮ್ಮೆ ಓಡಾಡಿ ತೋರಿಸು, ಇವನು ನಾಳೆಯಿಂದ ಕೆಲಸ ಶುರುಮಾಡಿಕೊಳ್ಳಲಿ ಎಂದು ಮಿರ್ಜಾನೆ ರವಿಗೆ ಹೇಳಿದ್ದರು. ಮೂರೂವರೆಗೆ ಎದ್ದು ಅವನೊಂದಿಗೆ ಹೊರಟ.

ನಾಲ್ಕು ಹೆಜ್ಜೆ ನಡೆಯುವಷ್ಟರಲ್ಲಿ ಬೇರೆ ಕಡೆಗಳಿಂದ ಬಂದಿದ್ದ ಇನ್ನೂ ಇಬ್ಬರು ಜೊತೆಯಾದರು. ವಾರಂಗಲ್ಲಿನಿಂದ ಬಂದಿದ್ದ ಬಾಲುಗೆ ಮಹೇಶನ ಪ್ರೊಫೆಸರ್ ಸ್ವಲ್ಪ ಪರಿಚಯವಿದ್ದರು. ಅವರ ಕೈಯಲ್ಲೂ ಚಿಕ್ಕ ನಾಜೂಕಾದ ಕೈಗುದ್ದಲಿ, ಎರಡು ಮೂರು ವಿಧದ ಬ್ರಶ್‌ಗಳು, ಕಬ್ಬಿಣದ ಚಪ್ಪಟೆಯಾದ ಸ್ವಲ್ಪ ದಪ್ಪನೆಯ ಉದ್ದ ಕಡ್ಡಿ ಇದ್ದವು.

ರವಿ ನಾಲ್ಕೂ ಕಡೆಗಿದ್ದ ಜಲಾಶಯದಿಂದ ಶುರು ಮಾಡಣ ಎಂದು ಅತ್ತ ಕರೆದುಕೊಂಡು ಹೋದ. ನೀರಿನ ಸಂಗ್ರಹಣೆಗೆ ಅವರೆಷ್ಟು ಮಹತ್ವ ಕೊಟ್ಟಿದ್ದರು, ಎಷ್ಟು ವೈಜ್ಞಾನಿಕ ರೀತಿಯಲ್ಲಿ ಅದನ್ನು ಕಟ್ಟಿದ್ದರು ಎನ್ನುವುದು ಅಳಿದುಳಿದ ಸಂರಚನೆಯನ್ನು ನೋಡಿದರೆ ಅರ್ಥವಾಗುತ್ತಿತ್ತು. ನೀರು ಕೆಳಗೆ ಹೋದಾಗ ತೆಗೆದುಕೊಳ್ಳಲು ಅನುವಾಗುವಂತೆ ಕೆಳಗಿಳಿಯಲು ಮೆಟ್ಟಿಲುಗಳು, ಮಳೆಗಾಲದಲ್ಲಿ ತುಂಬಿದಾಗ ಹೆಚ್ಚಿನ ನೀರು ಹರಿದುಹೋಗಲು ಕಟ್ಟಿರುವ ಕೋಡಿ, ಎರಡು ಜಲಾಶಯದ ಒಳಭಾಗದಲ್ಲಿ ಸಿಕ್ಕ ಒಂದು ಬಂಡೆಗಲ್ಲನ್ನೇ ಬಳಸಿಕೊಂಡು ಸಹಜವಾಗಿ ನಿರ್ಮಿಸಿದ ಒಳಗೋಡೆ, ಮಳೆಗಾಲದಲ್ಲಿ ತುಂಬಿ ಹರಿಯುವ ಮನ್ಹರ್ ಮತ್ತು ಮಾನ್ಸರ್ ಎಂಬ ಎರಡು ಹಳ್ಳಗಳಿಂದ ಈ ಜಲಾಶಯಗಳಿಗೆ ನೀರು

ಬರುವಂತೆ ಮಾಡಿದ್ದು, ಈ ಜಲಾಶಯಗಳಿಂದ ನಗರದ ಒಳಭಾಗದಲ್ಲಿ ಕಟ್ಟಿದ ಬಾವಿಗಳಿಗೆ ನೀರು ಹೋಗುವಂತೆ ಒಳಗಾಲುವೆಗಳು... ರವಿ ವಿವರಿಸುತ್ತಿದ್ದಾಗ ಮಹೇಶ ಅಚ್ಚರಿಯಿಂದ ನೋಡುತ್ತಿದ್ದ. ಎಷ್ಟೆಲ್ಲ ಉತ್ಖನನ ಮಾಡಿದ ಸ್ಥಳಗಳಿಗೆ ಹೋಗಿದ್ದರೂ, ಸ್ವತಃ ಉತ್ಖನನದಲ್ಲಿ ಪಾಲ್ಗೊಂಡಿದ್ದರೂ ಇವತ್ತಿಗೂ ಮಹೇಶನಿಗೆ ಹೊಸದೊಂದು ಉತ್ಖನನದ ಜಾಗಕ್ಕೆ ಹೋದಾಗ ಅರೆ, ಅಷ್ಟು ಸಾವಿರ ವರ್ಷಗಳ ಹಿಂದೆಯೇ ಅಚ್ಚುಕಟ್ಟಾದ, ಸಮೃದ್ಧ ಬದುಕನ್ನು ಸಾಗಿಸಿದ್ದರು ಎಂಬುದಕ್ಕೆ ಎಷ್ಟೆಲ್ಲ ಕುರುಹುಗಳಿವೆಯಲ್ಲ ಎಂದು ವಿಸ್ಮಯವೆನ್ನಿಸುತ್ತಿತ್ತು. "ನೀರು, ಒಳಚರಂಡಿ ಇಂತಹ ಬದುಕಿನ ತೀರ ಮೂಲಭೂತ ಅಗತ್ಯಗಳನ್ನು ಒದಗಿಸುವುದಕ್ಕೆ ಹರಪ್ಪ ಆಡಳಿತಗಾರರು ಎಷ್ಟು ಮಹತ್ವ ಕೊಟ್ಟಿದ್ದರು... ಜನಸಾಮಾನ್ಯರಿಗೆ ಅನುಕೂಲವಾಗುವಂತೆ ಪಟ್ಟಣಗಳನ್ನು ನಿರ್ಮಿಸಿದ ಅವರ ಬಗ್ಗೆ ನನಗೂ ಸದಾ ಕೌತುಕ ಎನ್ನಿಸುತ್ತದೆ, ಈ ಉತ್ಖನನದಲ್ಲಿ ಪಾಲ್ಗೊಂಡಿರುವುದು ಇದು ಮೂರನೇ ಸಲವಾದರೂ ಪ್ರತೀಸಲ ಇಲ್ಲಿ ಬಂದಾಗ ಈ ಆಲೋಚನೆಯೇ ಅದ್ಭುತ ಎನ್ನಿಸುತ್ತೆ" ರವಿ ವಿವರಿಸಿದ.

ನಾಲ್ಕೂ ದಿಕ್ಕಿಗಿದ್ದ ಜಲಾಶಯಗಳನ್ನು ನಿಧಾನವಾಗಿ ನೋಡಿಕೊಂಡು, ಮಧ್ಯದಲ್ಲಿ ಇನ್ನೂ ಉತ್ಖನನ ಮಾಡುತ್ತಿದ್ದ ಕಡೆ ಕರೆದುಕೊಂಡು ಹೋದ. ಮಿರ್ಜಾನೆಯವರೊಂದಿಗೆ ಬಾಲು ಮತ್ತು ಇನ್ನೂ ಒಬ್ಬ ಅಲ್ಲಿಯೇ ಕೆಲಸ ಮಾಡುತ್ತಿದ್ದರು. ಅಲ್ಲೊಂದು ಅಡಿಪಾಯದ ಕಲ್ಲು ಇರುವ ಲಕ್ಷಣವಿದೆ, ಸುತ್ತಲೂ ನಿಧಾನವಾಗಿ ಅಗೆಯಬೇಕೆಂದು ಹೇಳುತ್ತ ಮಿರ್ಜಾನೆಯವರು ಗುರುತು ಮಾಡಿ ತೋರಿಸುತ್ತಿದ್ದರು.

ನಾಲ್ಕೂವರೆ ವೇಳೆಗೆ ಅಲ್ಲಿಯೇ ಟೀ ತೆಗೆದುಕೊಂಡು ಅಡುಗೆಯಾತ ಬಂದ. ಸ್ವಲ್ಪ ಸಕ್ಕರೆ ಹೆಚ್ಚಿದ್ದ, ತೆಳ್ಳಗಿದ್ದ ಟೀಗೆ ಬೇರೆ ಏನೋ ರುಚಿಯಿದ್ದ ಹಾಗೆ ಮಹೇಶನಿಗೆ ಅನ್ನಿಸಿತು. ಏನಿರಬಹುದು ಎಂದು ರುಚಿಯನ್ನು ಗ್ರಹಿಸಲು ಯತ್ನಿಸಿದ. ಅವನ ಮುಖವನ್ನೇ ನೋಡುತ್ತಿದ್ದ ಅಡುಗೆಯಾತ ನಕ್ಕ. "ಇದು ಒಂಟೆ ಹಾಲಿನ ಟೀ, ಕೆಲವೊಮ್ಮೆ ಬೆಳಗ್ಗೆ ಎಮ್ಮೆ ಹಾಲು ಕಡಿಮೆ ಸಿಗುತ್ತೆ, ಆಗ ಒಂಟೆ ಹಾಲೇ ಗತಿ" ಎಂದ. ಮಹೇಶನಿಗೆ ಒಟ್ಟು ಟೀ ಎಂಬ ಹೆಸರಿನ ಏನಾದರೂ ಒಂದು ಕುಡಿದರೆ ಸಾಕಾಗಿತ್ತು.

ಟೀ ಕುಡಿದ ನಂತರ ಉತ್ತರದ ಗೇಟಿನಲ್ಲಿ ಸಿಕ್ಕಿದ್ದ ದೊಡ್ಡ ಕಲ್ಬರಹ ಇಟ್ಟಿದ್ದ ಕಡೆ ಕರೆದುಕೊಂಡು ಹೋದ. ಗಾಳಿ, ಮಳೆಗೆ ಹಾಳಾಗಬಾರದೆಂದು ಅದನ್ನೊಂದು ಚೌಕಾಕಾರದ ಜಾಗದಲ್ಲಿಟ್ಟು, ಅದರ ಮೇಲೆ ಮುಚ್ಚಿದ್ದರು. ಒಳಹೋದೊಡನೆ ಟಾರ್ಚ್ ಬಿಟ್ಟು ತೋರಿಸಿದ ರವಿ. ಪ್ರಾಯಶಃ ಜಿಪ್ಸಮ್ ಕಲ್ಲಿನಲ್ಲಿ ಆ ಹತ್ತು ಅಕ್ಷರಗಳನ್ನು ಕೆತ್ತಿ, ಮರದ ಫಲಕದ ಮೇಲೆ ಕೂರಿಸಿದ್ದಿರಬೇಕು, ಅದು ನಗರದ ಹೆಸರಿನ ಫಲಕವಾಗಿದ್ದಿರಬೇಕು, ಉತ್ತರದ ಪ್ರವೇಶ ದ್ವಾರದ ಮೇಲಿದ್ದ ಅದು

ಕಾಲಕ್ರಮೇಣ ಕೆಳಗೆ ಬಿದ್ದಿರಬಹುದು, ಮರ ಶಿಥಿಲಗೊಂಡು, ಈ ಅಕ್ಷರಗಳನ್ನುಳ್ಳ ಜಿಪ್ಸಮ್ ಫಲಕ ಮಾತ್ರ ಉಳಿದಿದೆ ಎಂದು ತರ್ಕಿಸಿದ್ದರು. ಧೋಲಾವೀರಾದಲ್ಲಿ ಸಿಕ್ಕಿದ ತುಂಬ ವಿಶಿಷ್ಟ ಕುರುಹಾದ ಅದು ಅತ್ಯಂತ ಪ್ರಾಚೀನ ಹೆಸರಿನ ಫಲಕ ಎಂದು ಹಲವಾರು ವಿದ್ವಾಂಸರು ಅಭಿಪ್ರಾಯಪಟ್ಟಿದ್ದರು. ಒಳಗೆ ಆರು ಕಡ್ಡಿಗಳಿರುವ ಚಕ್ರದ ಸಂಕೇತವು ನಾಲ್ಕು ಬಾರಿ ಪುನರಾವರ್ತನೆಗೊಂಡ ಆ ಫಲಕವು ಈಗ ಲಭ್ಯವಿರುವ ಅತಿ ಉದ್ದದ ಸಿಂಧೂಲಿಪಿ ಎಂದು ರವಿ ಹೇಳಿದ. ಸಂಜೆಯವರೆಗೂ ಇಡೀ ಸ್ಥಳವನ್ನು ಸುತ್ತು ಹೊಡೆಯುವುದಾಯಿತು. ಬೆಳಗ್ಗೆ, ಸಂಜೆ ಸಿಕ್ಕಿದ್ದನ್ನೆಲ್ಲ ಅಲ್ಲಿಯೇ ಒಂದು ಕಡೆ ಚಿಕ್ಕ ಗುಡಾರದಲ್ಲಿ ಇಡುತ್ತಿದ್ದರು. ಆರು ಗಂಟೆಗೆ ಉತ್ಖನನ ನಿಲ್ಲಿಸಿ, ಅವನ್ನೆಲ್ಲ ವರ್ಗೀಕರಿಸುತ್ತಿದ್ದರು. ಇನ್ನು ಮೇಲೆ ಪ್ರತೀ ದಿನ ಸಂಜೆ ವರ್ಗೀಕರಣದ ಮೇಲುಸ್ತುವಾರಿಯನ್ನು ಮಹೇಶ ನೋಡಿಕೊಳ್ಳಬೇಕೆಂದು, ಅವು ಹರಪ್ಪ ಕಾಲದ ಯಾವ ಹಂತಕ್ಕೆ ಸೇರಿರಬಹುದು ಎಂದು ಚರ್ಚಿಸಿ, ಸರಿಯಾಗಿ ಬರೆದುಕೊಳ್ಳಬೇಕೆಂದು, ಫೋಟೋ ತೆಗೆಯಬೇಕೆಂದು ಮಿರ್ಜಾನೆ ಒತ್ತಿ ಒತ್ತಿ ಹೇಳಿದರು.

ಅಲ್ಲಿಂದ ಕ್ಯಾಂಪಿನ ಭೋಂಗಾದ ಬಳಿ ಬರುವ ಹೊತ್ತಿಗೆ ಸಂಜೆ ಏಳು ಗಂಟೆ. ರವಿ, ಬಾಲು, ಮತ್ತು ಪಾಠಕ್ ಮಹೇಶನಿಗಿಂತ ಒಂದೆರಡು ವರ್ಷ ಚಿಕ್ಕವರು. ಅವರೊಂದಿಗೆ ಸ್ವಲ್ಪ ಹರಟುವಷ್ಟರಲ್ಲಿ ಊಟದ ಸಮಯವಾಯಿತು. ಊರಿನಲ್ಲಿ ನೆಂಟರು ಬಂದಾಗ ಮಣೆಯ ಮೇಲೆ ಕೂರಿಸಿ, ಊಟ ಬಡಿಸುವುದನ್ನು ನೋಡಿದ್ದ ಮಹೇಶನಿಗೆ ಇಲ್ಲಿ ಎದುರಿಗೆ ಚಿಕ್ಕ ಕಾಲು ಮಣೆಯ ಮೇಲೆ ತಟ್ಟೆಯನ್ನು ಇಟ್ಟು, ಬಡಿಸುವುದು ಕೌತುಕವೆನ್ನಿಸಿತು. ಮಿರ್ಜಾನೆ ಊಟಕ್ಕೆ ಬಂದಿರಲಿಲ್ಲ.

"ಅವರು ರಾತ್ರಿ ಸ್ವಲ್ಪ ತಡವಾಗಿ ಊಟ ಮಾಡ್ತಾರೆ, ಇಲ್ಲಿ ಬರಲ್ಲ, ಅವರ ಕೋಣೆಗೆ ಕಳಿಸ್ತಾರೆ..." ರವಿ ಹೇಳಿದ.

ಮಹೇಶ ಎಣಿಸಿದಂತೆ ಅಲ್ಲಿ ಮೊಬೈಲ್ ನೆಟ್‌ವರ್ಕ್ ಸಿಗುತ್ತಿರಲಿಲ್ಲ. ಲ್ಯಾಂಡ್‌ಲೈನಿನಿಂದ ಇಂಟರ್ನೆಟ್ ಸಂಪರ್ಕ ಇತ್ತು. ಅದು ಮಿರ್ಜಾನೆಯವರ ಕೋಣೆಯಲ್ಲಿ. ಯಾರಾದರೂ ಫೋನು ಮಾಡುವುದಿದ್ದರೆ, ಲ್ಯಾಪ್ಟಾಪಿನಲ್ಲಿ ಮೇಲ್ ನೋಡುವುದಿದ್ದರೆ ಸಂಜೆ ಅವರಿಗೆ ಕೇಳಿಕೊಳ್ಳಬೇಕಿತ್ತು. ಪ್ರತೀದಿನ ಕೇಳುವುದು ಸರಿ ಎನ್ನಿಸೋದಿಲ್ಲ ಅಂತ ಒಬ್ಬೊಬ್ಬರೂ ಎರಡು ಅಥವಾ ಮೂರು ದಿನಕ್ಕೊಮ್ಮೆ ಬಳಸುವುದು ಎಂದು ಒಂದು ಅಲಿಖಿತ ಒಪ್ಪಂದ ಮಾಡಿಕೊಂಡಿದ್ದರು. ಅದೂ ಹೆಚ್ಚೆಂದರೆ ಒಬ್ಬರಿಗೆ ಹದಿನೈದು ಇಪ್ಪತ್ತು ನಿಮಿಷ ಮಾತ್ರ. ರಾತ್ರಿ ಹೆಚ್ಚಾಗಿ ಇಂಟರ್ನೆಟ್ ಸಂಪರ್ಕ ಇರುವುದರಿಂದ ಬಚಾವ್ ಎಂದ ರವಿ, ಮಹೇಶ ಕೂಡ ಎರಡು ದಿನಕ್ಕೊಮ್ಮೆ ಮಿರ್ಜಾನೆಯವರಿಗೆ ಕೇಳಿಕೊಂಡು ಬಳಸಬಹುದು ಎಂದ.

ಮಹೇಶನಿಗೆ ಬಂದ ದಿನವೇ ಫೋನ್ ಬಳಸುತ್ತೇನೆ ಎನ್ನಲು ಸಂಕೋಚವಾಗಿ ಸುಮ್ಮನಾದ.

ಮರುದಿನ ಅಚಾನಕ್ ಸಂಜೆ ಕರೆಂಟ್ ಹೋಯಿತು. ಆ ದಿನವೂ ಫೋನ್ ಬಳಸಲಾಗಲಿಲ್ಲ.

ಮತ್ತೆ ಮಹೇಶನಿಗೆ ಫೋನ್ ಮಾಡಲು ಸಾಧ್ಯವಾಗಿದ್ದು ಎರಡು ದಿನದ ನಂತರವೇ. ಮಿರ್ಜಾನೆ ಅಲ್ಲಿಯೇ ಇದ್ದಿದ್ದರಿಂದ ನೀತುಗೆ ಮೊದಲು ಮಾಡುವುದು ಬೇಡ ಎಂದುಕೊಂಡು, ಮೊದಲು ಪ್ರೊಫೆಸರ್‌ಗೆ ಮಾಡಿದ. ಎರಡು ಮೂರು ದಿನ ಕೆಲಸ ಮಾಡಿದ್ದನ್ನು ವಿವರಿಸಿದ. ಜಲಜ ಮೇಡಂ ಹೇಗಿದ್ದಾರೆ ಎಂದು ಕೇಳಲೇ ಎಂದುಕೊಂಡವ, ಮತ್ತೆ ಸಂಕೋಚವೆನ್ನಿಸಿ ಸುಮ್ಮನಾದ. ಮನೆಗೆ ಫೋನ್ ಮಾಡಿ, ಅಮ್ಮ, ಅಣ್ಣನೊಂದಿಗೆ ಮಾತನಾಡಿದ. ಕೊನೆಯಲ್ಲಿ ನೀತುಗೆ ಮಾಡಿದ. ಕರೆ ಹೋಗಲಿಲ್ಲ. ಲ್ಯಾಪ್ಟಾಪಿಗೆ ಅಂತೂ ಇಂಟರ್ನೆಟ್ ಸಂಪರ್ಕ ಸಿಕ್ಕಿತು. ಹೊಸ ಇಮೇಲ್ ಯಾವುದು ಬಂದಿದೆ ಎಂದು ಸುಮ್ಮನೆ ಒಮ್ಮೆ ಕಣ್ಣಾಡಿಸಿದವನೇ ಮೊದಲು ಗೂಗಲ್ ಡ್ರೈವ್ ತೆರೆದುಕೊಳ್ಳುತ್ತಿದೆಯಾ ಎಂದು ನೋಡಿದ. ನಿಧಾನವಾಗಿ ತೆರೆಯಿತು. ಲಗುಬಗೆಯಿಂದ ನೀತು ಹಂಚಿಕೊಂಡಿದ್ದ ಕಡತವನ್ನು ತೆರೆದ.

ಇವನ ನಿರೀಕ್ಷೆ ನಿಜವಾಗಿತ್ತು. ನೀತು ನಿನ್ನೆ ಅದರಲ್ಲಿ ಬರೆದಿದ್ದಳು ಎಂದು ದಿನಾಂಕ ಸೂಚಿಸುತ್ತಿತ್ತು.

> ನಾನು ಎಲ್ಲೋ ಹೊರಟಿದ್ದೆ ಎಂದೆನಲ್ಲ ಮಹೀ... ಒಂದು ಹಳ್ಳಿಗೆ ಹೋಗಿದ್ದು. ರೈತರ ಜೊತೆ ಕೆಲಸ ಮಾಡೋ ಒಂದು ಸಣ್ಣ ಸಂಸ್ಥೆಯಲ್ಲಿ ಕಳೆದ ಎರಡು ವಾರದಿಂದ ವಾಲಂಟರಿಯಾಗಿ ಕೆಲಸ ಮಾಡ್ತಿದ್ದೀನಿ. ಕೆಲಸ ಬಿಡುವುದಕ್ಕಿಂತ ತುಸು ಮೊದಲೇ ಎಲ್ಲಿ, ಏನು ಮಾಡಲಿ ಅಂತ ಹುಡುಕುತ್ತಿದ್ದೆ. ಈ ಸಂಸ್ಥೆ ಜೊತೆಗೂ ಕಳೆದ ತಿಂಗಳಿನಿಂದಲೇ ಮಾತಾಡುತ್ತಿದ್ದೆ, ಎರಡು ಮೂರು ಶನಿವಾರ ಅವರ ಆಫೀಸಿಗೆ ಹೋಗಿಬಂದಿದ್ದೆ. ಹಾಂ... ನಿನ್ನೆ ಹಳ್ಳಿಗೆ ಹೋಗಿದ್ದು ಆತ್ಮಹತ್ಯೆ ಮಾಡಿಕೊಂಡಿದ್ದ ಒಬ್ಬ ರೈತನ ಮನೆಯವರನ್ನು ಮಾತಾಡಿಸಿಕೊಂಡು ಬರಕ್ಕೆ, ಮಂಡ್ಯದ ಕೆಆರ್ ಪೇಟೆಯಿಂದ ಹದಿನೈದು ಮೈಲು ದೂರದ ಒಂದು ಹಳ್ಳಿ. ಮತ್ತೆ ಇದು ನನ್ನ ವಾಲಂಟರಿ ಕೆಲಸದ ಭಾಗ ಅಲ್ಲ. ಸುಮ್ಮನೆ, ನನ್ನ ಆಸಕ್ತಿ. ಒಂಥರದ ಹುಚ್ಚುತನ ಅಂದುಕೋ. ನನಗೂ ಸ್ಪಷ್ಟತೆಯಿಲ್ಲದ ಹುಚ್ಚುತನ. ಆ ಸಂಸ್ಥೆಗೆ ಗೊತ್ತಿರೋ ರೈತಸಂಘದ ಒಬ್ಬರ ಸಹಾಯದಿಂದ ಹೋದೆ. ಹೋಗೋ ಅಷ್ಟರಲ್ಲೇ ಮಧ್ಯಾಹ್ನ. ಅಲ್ಲೊಂದು ಕಡೆ ಇಳಿದು, ಟಾಂಟಾಂ ಆಟೋದಲ್ಲಿ ಕೂತು ಆ ಹಳ್ಳಿಗೆ ಹೋಗಿದ್ದು. ಮತ್ಯಾರೋ ಮನೆ ತೋರಿಸಿದ್ರು. ಅವ್ರ ಹತ್ರ ಹೋಗೋದೇನೋ ಹೋದೆ... ಏನು ಮಾತಾಡಿಸೋದು... ಏನೋ ಒಂದೆರಡು ಪ್ರಶ್ನೆ ಮನಸ್ಸಲ್ಲೇ ಸಿದ್ಧ

ಮಾಡಿಕೊಂಡಿದ್ದೆನಲ್ಲ, ಅವನ್ನು ಅಲ್ಲಿ ಕೇಳುವುದಕ್ಕೆ ಅರ್ಥವೇ ಇಲ್ಲ ಎನ್ನಿಸಿತು. ತುಂಬ ದುಃಖದಲ್ಲಿದ್ದ ಹೆಂಗಸಾಕೆ. ಮೂವರು ಮಕ್ಕಳು. ಹುಡುಗ ಇನ್ನೂ ಚಿಕ್ಕವನು. ತುಂಡು ಭೂಮಿ. ಆದಾಯ ಎಲ್ಲಿಗೂ ಹತ್ತುವುದಿಲ್ಲ. ಸಾಲ ನೋಡಿದರೆ ಬದುಕಿಡೀ ದುಡಿದರೂ ತೀರಿಸಲಾರದಷ್ಟು. ಆಕೆಗೆ ಕುಳಿತು ಅಳಲೂ ಸಮಯವಿಲ್ಲದ ಹಾಗೆ ಕಷ್ಟಗಳು, ಕೆಲಸಗಳು. ಭಾನುವಾರ ಹೀಗೆ ಚೂರು ಓಡಾಡಣ ಅಂದುಕೊಂಡಿದ್ದೀನಿ. ಅವರ ಬದುಕನ್ನು ತುಸುವಾದರೂ ಅರ್ಥ ಮಾಡಿಕೊಳ್ಳಲಿಕ್ಕೆ. ಅದರಿಂದ ಏನು ಮಾಡ್ತೀಯ ಅಂತ ಕೇಳಬೇಡ. ನನಗೂ ಇನ್ನೂ ಸ್ಪಷ್ಟವಿಲ್ಲ. ಸಾಕಮ್ಮನ ಕಥೆಯನ್ನು ಮುಂದಿನ ಸಲ ಹೇಳ್ತೀನಿ...

– ನೀತು

ಏನೋ ಹೇಳಲು ಹೊರಟ ನೀತು ಅರ್ಧಕ್ಕೆ ನಿಲ್ಲಿಸಿದಂತೆ ಇತ್ತು. ಇದರಲ್ಲೇ ಬರೆಯಲೇ... ಏನು ಬರೆಯುವುದು... ಮಹೇಶ ಅರೆಕ್ಷಣ ಯೋಚಿಸಿದ. ಆದರೆ ಈಗ ಬರೆಯದಿದ್ದರೆ ಮತ್ತೆ ಎರಡು ದಿನ ಸಂಪರ್ಕ ಸಿಗಲಿಕ್ಕಿಲ್ಲ... ಎರಡೇ ಸಾಲಾದರೂ ಸರಿ, ಅವಳು ನಿರೀಕ್ಷೆಯಲ್ಲಿರ್ತಾಳೆ, ಬರೆಯೋಣ ಎಂದುಕೊಂಡು ಮತ್ತೆ ಕಡತ ತೆರೆದ.

ಇದು ಹುಚ್ಚುತನ ಅಂತ ಯಾಕೆ ಅಂದುಕೋತೀಯ ನೀತು... ಅಥವಾ ಹಾಗಂದುಕೊಂಡರೂ ಇಂಥ ಹುಚ್ಚುತನಕ್ಕೂ ಒಂಥರದ ಧೈರ್ಯ ಬೇಕು, ಆ ಪ್ಯಾಶನ್ ಇರಬೇಕು ಅಲ್ಲವಾ... ನಾಲ್ಕಾರು ಹಳ್ಳಿ ಓಡಾಡು, ಜನರ ಜೊತೆ ಮಾತಾಡು. ಎಂಥ ಬೆಳಕಿನಲ್ಲಿ ಕಂಡಿದ್ದು ಕೂಡ ಇದೇ ಎಂದು ಒಂದು ಸ್ಪಷ್ಟ ಆಕಾರ ಪಡೆದುಕೊಳ್ಳಲು ನಾಲ್ಕಾರು ಕೋನದಲ್ಲಿ ನೋಡಬೇಕಾಗುತ್ತೆ; ಮತ್ತೆ ಕತ್ತಲ ಮೌನದಲ್ಲಿ ಏಕಾಂತ ಕೂತು ಆ ಬಗ್ಗೆ ಧೇನಿಸಬೇಕಾಗುತ್ತೆ, ಅಲ್ಲವಾ ನೀತು. ಜೊತೆಗೆ ನಿನ್ನ ಹುಡುಕಾಟ ಏನು ಎಂದು ಸ್ಪಷ್ಟವಾಗಲಿಕ್ಕೂ ಈ ಓಡಾಟ ಸಹಾಯವಾಗಬಹುದು.

ನನಗೆ ಇಲ್ಲಿ ಫೋನ್ ಅಥವಾ ಇಂಟರ್ನೆಟ್ ಸಿಗೋದೆ ಎರಡು ಮೂರು ದಿನಕ್ಕೆ ಒಮ್ಮೆ. ನಂಗೆ ಆದಾಗ ಫೋನು ಮಾಡಲು ನೋಡ್ತೀನಿ. ನೀನು ಓಡಾಡುವಾಗ ಹುಷಾರು.

ಮತ್ತೇಂತ...

ಹಾಂ... ನೀನು ಬರೀತಿರು.

– ಮಹೀ

ಇನ್ನೇನು ಬರೆಯಲು ತೋಚಲಿಲ್ಲ. ಮತ್ತೊಮ್ಮೆ ಅವಳಿಗೆ ಫೋನು ಮಾಡಲು ಪ್ರಯತ್ನಿಸಿದ. ಕರೆ ಹೋಗಲಿಲ್ಲ.

ಆ ಕಡೆ ಕುರ್ಚಿಯಲ್ಲಿ ಕೂತ ಮಿರ್ಜಾನೆ ವಾರೆಗಣ್ಣಲ್ಲಿ ತನ್ನನ್ನೇ ಗಮನಿಸ್ತಾ ಇದ್ದಾರೆ ಎನ್ನಿಸಿತು. ಪುನಃ ಫೋನ್ ಮಾಡಲು ಸಂಕೋಚವೆನ್ನಿಸಿ ಎದ್ದು ನಿಂತ. ಏನೋ ಪುಸ್ತಕ ತೆರೆದಿಟ್ಟುಕೊಂಡಿದ್ದ ಅವರು ಕೂತುಕೋ ಎಂಬಂತೆ ಸನ್ನೆ ಮಾಡಿದರು. ಮತ್ತೆ ಕೂತ. ಪುಸ್ತಕ ಮಡಚಿಟ್ಟ, ಅವರು ಮಾತನಾಡುವ ಲಹರಿಯಲ್ಲಿದ್ದಂತೆ ಕಾಣಿಸಿತು. ಪ್ರೊಫೆಸರ್ ಬಗ್ಗೆ, ಧಾರವಾಡದ ಬಗ್ಗೆ ಕೇಳುತ್ತ, ನಡುನಡುವೆ ತನಗೂ ಪ್ರೊಫೆಸರ್‌ಗೂ ಇದ್ದ ಸ್ನೇಹದ ಬಗ್ಗೆ ಹೇಳುತ್ತ ಕುಳಿತರು.

"ನೀವು ಮೊದಲು ಬಂದಾಗ ಹೇಗಿತ್ತು ಇಲ್ಲಿ..."

ಮಹೇಶ ಅಷ್ಟು ಕೇಳಿದ್ದೆ ಅವರು ಮೂರು ದಶಕದ ಹಿಂದೆ ಸಾಗಿದರು.

"ಅರವತ್ತರ ದಶಕದಲ್ಲಿಯೇ ಇದರ ಬಗ್ಗೆ ಪುರಾತತ್ವ ಇಲಾಖೆಯ ರಾವ್ ಅನ್ನೋ ಒಬ್ರು ವರದಿ ಮಾಡಿದ್ದರು. ಆದರೆ ಉತ್ಖನನ ಏನೂ ಮಾಡಿರಲಿಲ್ಲ. ಇದರ ಸುತ್ತೆಲ್ಲ ಜಮೀನು ಇದ್ದವಲ್ಲ. ಆವಾಗ ಸ್ವಲ್ಪವಾದರೂ ಮಳೆ ಆಗುತ್ತಿತ್ತು. ಒಂದು ಬೆಳೆ ಬೆಳೆಯುತ್ತಿದ್ದರು. ಆ ಕಡೆ ಪಶ್ಚಿಮ ದಿಕ್ಕಿನ ಕಡೆ ಈಗ ನಾವು ಗೋರಿಗಳು ಅಂತ ಗುರುತು ಮಾಡಿದೀವಲ್ಲ, ಅಲ್ಲಿ ಒಬ್ರು ರೈತರು ಬೋರ್‌ವೆಲ್ ತೆಗೀತಿದ್ರು. ಅವಾಗ ಇಟ್ಟಿಗೆಗಳು ಕಂಡವು. ಆದರೆ ಇವು ಕಲ್ಲಿನ ಇಟ್ಟಿಗೆಗಳು. ನನಗೆ ಯಾರೋ ಸುದ್ದಿ ತಲುಪಿಸಿದರು. ನಾನು ಆವಾಗ ಗುಜರಾತಿನಲ್ಲೇ ಪ್ರವಾಸ ಮಾಡ್ತಿದ್ದೆ. ಲೋಥಲ್ಲಿಗೆ ಬಂದವನು, ಅಲ್ಲಿಂದ ರಾಪರ್‌ಗೆ ಬಂದು ಇಲ್ಲಿಗೆ ಬಂದೆ. ಆವಾಗ ಈಗಿನಷ್ಟೂ ಬಸ್ಸುಗಳಿರಲಿಲ್ಲ. ಮಧ್ಯಾಹ್ನದ ಹೊತ್ತಿಗೆ ಹೆಂಗೋ ಅಂತೂ ಇಲ್ಲಿಗೆ ಬಂದು ತಲುಪಿದೆ. ಈ ಜಾಗಕ್ಕೆ ಬಂದೆ. ಸ್ವಲ್ಪ ಸ್ವಲ್ಪ ಕೆದರಿ ನೋಡಿದೆ. ಹೌದು ಕಲ್ಲಿನ ಇಟ್ಟಿಗೆಗಳು, ಅವುಗಳ ರಚನೆ ನೋಡುತ್ತಿದ್ದಂತೆ ಇದು ಹರಪ್ಪ ಕಾಲದ್ದೇ ಅಂತ ನಂಗೆ ಅನ್ನಿಸ್ತು. ಹೊರಗಡೆ ರಕ್ಷಣಾಗೋಡೆ ಅಥವಾ ಕೋಟೆ ಅಂದುಕೋ, ಅದು ಇಷ್ಟಿರಬಹುದಾ, ಹೀಗಿರಬಹುದಾ ಅಂತ ಒಂದು ಅಂದಾಜು ಮಾಡಿದೆ. ಅಲ್ಲಿ ಇಲ್ಲಿ ಸ್ವಲ್ಪ ಮೇಲುಭಾಗದಲ್ಲಿ ಅಗೆದು, ಕೆಳಗೆ ಕೆದಕಿ ನೋಡಿದೆ. ಒಂದು ದಿನ ಧೊಲಾವೀರಾ ಹಳ್ಳಿಯಲ್ಲೇ ಉಳಿದುಕೊಂಡೆ. ನನ್ನ ಹತ್ರ ಒಂದು ಟೇಪ್ ಅಷ್ಟೆ ಇತ್ತು. ಆಗ ಇಲ್ಲಿ ಒಂದೇ ಅಂಗಡಿ ಇತ್ತು. ಅಲ್ಲಿ ಎಷ್ಟು ತೆಂಗಿನ ಹುರಿ ಇತ್ತೋ ಅಷ್ಟನ್ನೂ ತರಿಸಿ, ಅಂತೂ ಅಳತೆ ಮಾಡಿಸಿದೆ, ಹಗ್ಗವನ್ನು ಬರೋಡಕ್ಕೆ ತಗಂಡು ಹೋಗಿ, ಆಮೇಲೆ ನಕಾಶೆ ಮಾಡಿದೆ. ಆದರೆ ನನ್ನ ಊಹೆ, ನಕಾಶೆ ಎಲ್ಲ ನಿಖರವಾಗಿತ್ತು. ಇಲ್ಲಿ ಜಲಾಶಯ ಇರಬಹುದು ಎಂದು ನಾನು ಊಹೆ ಮಾಡಿದ್ದು ಕೂಡ ನಿಜವಾಗಿತ್ತು" ಮಿರ್ಜಾನೆಯವರು ತುಸು ಹೆಮ್ಮೆಯಿಂದ ನಕ್ಕರು.

❖

❖

ಮತ್ತೆ ಮೂರು ದಿನ ಮಹೇಶನಿಗೆ ಘೋನಿನತ್ತ ಸುಳಿಯಲೂ ಆಗಲಿಲ್ಲ. ಉತ್ಖನನ ಮುಗಿಸಿದ ನಂತರ ಸಿಕ್ಕಿದ್ದನ್ನೆಲ್ಲ ಆ ಮೂವರೊಂದಿಗೆ ಸೇರಿ ವರ್ಗೀಕರಿಸಿ, ಅವುಗಳನ್ನು ಸರಿಯಾಗಿ ಲೇಬಲ್ ಮಾಡಿ, ಉದ್ದನೆಯ ನೋಟುಪುಸ್ತಕದಲ್ಲಿ ಬರೆದುಕೊಳ್ಳುವುದೇ ಸಂಜೆ ಏಳೂವರೆವರೆಗೆ ಆಯಿತು. ಅದರಲ್ಲೂ ಆ ಮೂವರಲ್ಲಿ ಒಬ್ಬರಲ್ಲ ಒಬ್ಬರು ಘೋನು ಮಾಡಬೇಕೆಂದು ಬೇಗ ಹೋಗುತ್ತಿದ್ದರಿಂದ ಮಹೇಶನಿಗೆ ಕೆಲಸದ ಹೊರೆಯೂ ಹೆಚ್ಚಿತು.

ನಾಲ್ಕನೇ ದಿನ ಮಹೇಶನಿಗೆ ಅರಿವಾಯಿತು... ಘೋನು ಮಾಡಬೇಕಿದೆ ಎಂದು ಬಾಯಿಬಿಟ್ಟು ಹೇಳದಿದ್ದರೆ ಅವಕಾಶ ತಾನಾಗಿಯೇ ಸಿಗೋದಿಲ್ಲ ಅಂತ.

ಇವತ್ತು ಸ್ವಲ್ಪ ಬೇಗ ಬೇಗ ಮುಗಿಸೋಣ ಅಂತ ತಾನೇ ಮುಂದಾಗಿ ಹೇಳಿದವ, ರವಿಗೆ "ಇವತ್ತು ನಾನು ಊರಿಗೆ ಘೋನ್ ಮಾಡಬೇಕು" ಎಂದ.

ಮೊದಲು ಪ್ರೊಫೆಸರ್‌ಗೆ ಘೋನ್ ಮಾಡಿ ಮಾತನಾಡಿದ. ಇಲ್ಲಿ ಕಂಡಿದ್ದನ್ನು, ಸಂಗ್ರಹಿಸಿದ್ದನ್ನೆಲ್ಲ ಹೇಳುತ್ತ, ತನ್ನ ಕೆಲವು ಅನುಮಾನಗಳನ್ನು ಅವರಿಗೆ ಹೇಳುತ್ತ, ಅವರು ಅದಕ್ಕುತ್ತರಿಸುತ್ತ, ಹದಿನೈದು ನಿಮಿಷ ಅವರೊಬ್ಬರೊಂದಿಗೆ ಮಾತನಾಡುವುದು ಆಯಿತು. ನೀತುಗೆ ಮಾತನಾಡುವುದಕ್ಕಿಂತ ಮೊದಲು ಅವಳು ಏನಾದರೂ ಬರೆದಿರಬಹುದೇನೋ ನೋಡೋಣ ಎಂಬ ಕುತೂಹಲವೇ ಹೆಚ್ಚಿದ್ದರಿಂದ ಲ್ಯಾಪ್‌ಟಾಪಿಗೆ ಇಂಟರ್ನೆಟ್ ವೈರ್ ಸಿಕ್ಕಿಸಿದ. ಅವನ ನಿರೀಕ್ಷೆ ನಿಜವಾಗಿತ್ತು. ನೀತು ಮೊನ್ನೆಯೇ ಕಡತವನ್ನು ಎಡಿಟ್ ಮಾಡಿದ್ದಳು ಎಂದು ತೆರೆಯುತ್ತಿದ್ದಂತೆ ಗೊತ್ತಾಯಿತು.

> ಎಲ್ಲಿಂದ ಶುರು ಮಾಡುವುದು... ಗೊತ್ತಾಗುತ್ತಿಲ್ಲ. ಅದೇ ಕೆ.ಆರ್. ಪೇಟೆ ಹತ್ತಿರದ ಹಳ್ಳಿಯ ಸಾಕಮ್ಮನ ಮನೆಗೆ ಹೋದೆನಲ್ಲ, ಆಕೆ ಮಾತಾಡ್ತ ಹೋದರು, ನಾನು ಅವರಿಗೆ ಗೊತ್ತಾಗದಂತೆ ಮೊಬೈಲಿನಲ್ಲಿ ರೆಕಾರ್ಡ್ ಮಾಡಿಕೊಂಡೆ. ಜೊತೆಗೆ ನೋಟುಪುಸ್ತಕದಲ್ಲೂ ಬರೆದುಕೊಂಡೆ. ಇದಕ್ಕೆ ಒಂದು ಸರಿಯಾದ ಹರಿವು ಅಥವಾ ನಿರೂಪಣೆ ಇಲ್ಲ, ಯಾಕೆಂದರೆ ಇದು ಅವರು ಸುಮ್ಮನೆ ಮಾತಾಡತಾ ಹೋಗಿದ್ದು, ನಡುನಡುವೆ ನಾನು ಏನೋ ಕೇಳಿದೆ, ಅವರು ಮತ್ತೇನೋ ಹೇಳಿದರು. ಅಲ್ಲಿಗೆ ಹೋಗಿ ಬಂದಿದ್ದರಿಂದ ಏನು ಉಪಯೋಗ, ಇದನ್ನು ಬರೆಯೋದ್ರಿಂದ ಏನುಪಯೋಗ, ಇದು ಮುಂದೆ ಯಾವುದಕ್ಕಾದರೂ ಕೊಂಡೊಯ್ಯುತ್ತಾ, ಇಂಥ ಹತ್ತು ಹಲವು ಪ್ರಶ್ನೆಗಳಿಗೆ ನನ್ನ ಹತ್ರ ಉತ್ತರ ಇಲ್ಲ. ನಿಜವೆಂದರೆ ಹೆಚ್ಚಿನ ಯಾವುದೇ ಪ್ರಶ್ನೆಗಳಿಲ್ಲದೇ, ಅರ್ಥಮಾಡಿಕೊಳ್ಳುವ ಇರಾದೆಯಿಂದ ಈ ಪ್ರಯಾಣ ಮಾಡಬೇಕು ಅಂತ ನಾನಂದುಕೊಂಡಿದ್ದು. ಅದು ಅಷ್ಟು ಸುಲಭವಲ್ಲ. ಏನನ್ನೇ

ಮಾಡುವಾಗಲೂ ಇದರಿಂದ ನನಗೇನು ಅಥವಾ ಇದರಿಂದ ಮುಂದೆ ಏನು ಉಪಯೋಗ ಎಂದು ಮನಸ್ಸು ಪ್ರಶ್ನಿಸುತ್ತಲೇ ಇರುವ ರೀತಿಯಲ್ಲಿ ನಾವು ಬೆಳೆದು ಬಂದಿದ್ದೇವೆ, ಅಲ್ಲವಾ... ಕೆಳಗೆ ಅವರು ಮಾತನಾಡಿದ್ದು ಇದೆ... ಸುಮ್ಮನೇ ಓದು. ಅವರೊಂದಿಗೆ ಮಾತನಾಡುವಾಗ ಹೀಗನ್ನಿಸಲಿಲ್ಲ, ಆದರೆ ಇದನ್ನು ಬರೆಯುತ್ತ ಅನ್ನಿಸಿದ್ದು, ನಮ್ಮ ಈ ಒಣ ಅನ್ನಿಸಿಕೆಗಳು, ಗೊಡ್ಡು ಪ್ರಶ್ನೆಗಳು ಮತ್ತು ಅವುಗಳಿಗೆ ನಾವು ಕಂಡುಕೊಳ್ಳುವ ಜೊಳ್ಳು ಉತ್ತರಗಳು ಎಲ್ಲವೂ ಸಾಕಮ್ಮನ ಸದ್ಯದ ಬದುಕಿನ ದಣಿವಿನ ಮುಂದೆ ಎಷ್ಟು ಅರ್ಥಹೀನ ಎನ್ನಿಸುತ್ತೆ.

ನೀನೊಬ್ಬ ಈ ಎಲ್ಲದಕ್ಕೆ ಕಿವಿಯಾಗಬಲ್ಲೆ, ಕಣ್ಣಾಗಬಲ್ಲೆ ಎನ್ನಿಸಿತು ಮಹೀ...

ಸಾಕಮ್ಮ

ನಮ್ಮತ್ರ ಏನೂ ಹೇಳ್ಕತ್ತಿದ್ದಿಲ್ಲ, ಸಾಲ ಐತೆ, ಸಾಲ ಐತೆ ಅಂತ ಹೇಳ್ಕತಿದ್ರೇ ಹೊರತು, ಒಟ್ನಲ್ಲಿ 'ಎಲ್ಲಿ ಸಾಲ ಮಾಡಿದ್ದಿ, ಯಾತಕ್ಕಾಗಿ ಸಾಲ ಮಾಡಿದ್ದಿ' ಅಂದ್ರೆ ನಮಗೆ ಹೇಳ್ತಿರಲಿಲ್ಲ, 'ನಿಂಗ್ಯಾಕೆ... ನಿಂಗ್ಯಾಕೆ'... ಅದ್ರಲ್ಲೆ ಬಂದ್ರೆ ಹೊರತು ಸಾಲ ಎಲ್ಲೈತೆ ಅಂತ ಹೇಳಲಿಲ್ಲ. ಈಗ ಸುಮಾರಂಗೆ ಮೂರು ತಿಂಗಳೀಚೆಗೆ ಸಾಲ ಸಹಿಸ್ಕಳಕೆ ಆಗ್ದೆ "ನಾನೇನರ ಮಾಡ್ಕತೀನಿ" ಅನ್ನೋರು. 'ಕೂಲಿ ಮಾಡಾದ್ರು ನಾವು ಸಾಲ ತೀರ್ಸಣಪ್ಪ, ನೀನು ಜೀವಕ್ಕ ಅಪಾಯ ಮಾಡ್ಕಂಡ್ರೆ ಮಕ್ಕಳು ಮರಿಗಿ ಯಾರು ಆದಾರು, ಮನೆ ಯಾರು ನೋಡೋರು' ಅಂತ ನಾನು ಅತ್ಕಂಡು ಸಮಾಧಾನ ಮಾಡೂವೆ.

ಅವತ್ ಬೆಳಗ್ಗೆ ಬರೇ ಮುನ್ನೂರು ರೂಪಾಯಿ ಇದ್ರೆ ಕೊಡೇ ಅಂತ ಕೇಳದ್ರು, ನನ್ ತಾವ ಒಂದು ರೂಪಾಯಿ ಇಲ್ಲ ಕಣಪ್ಪ, ಯಾತಕ್ಕೆ ನಿನಗೆ ಮುನ್ನೂರು ರೂಪಾಯಿ ಅಂತ ಕೇಳಿದ್ದಕ್ಕೆ ಚೀಟಿ ಕಟ್ಟಬೇಕಾಗಿತ್ತು ಅಂದ್ರು. ಯಾರ ತಲಾದ್ರೂ ಕೇಳಿ ಇಸ್ಕೊಡ್ತೀನಿ ನಡಿಯಪ್ಪ ಅಂದೆ.

ಮಧ್ಯಾಹ್ನ ದೇವ್ರ ಮುಂದೆ ಮರಿ ಕುಯ್ಕಂಡು ಪಾಲು ಆಕಿದ್ರಲ್ಲ, ಆ ಮಟನ್ ತಂದುಕೊಟ್ಟು, ಸಾರು ಮಾಡು ಅಂದ್ರು. ಮಾಡಿ, ಅವರಿಗೆ ಹಾಕ್ಕೊಟ್ಟು ನಾನು ಸಂಘದ ಚೀಟಿ ಕಟ್ಟಕ್ಕೆ ಅಂತ ಹೋದೆ, ಚೀಟಿ ಕಟ್ಟಿ ಬರೋ ಹೊತ್ಗೆ ಒದ್ದಾಡ್ತಿದ್ದು ನೋಡಿದೆ. ಮಗಾ ಬಾಯಿಗಿ ನೀರು ಬಿಡಪ್ಪ ಅಂದೆ. ನೀರು ಒಳಕ್ಕೂ ಹೋಗ್ಲಿಲ್ಲ ಜೀಂವಾ ಹೊಂಟೋಯ್ತು, ಒಟ್ನಲ್ಲಿ ಅರ್ಧ ಗಂಟೆನೂ ಆಗ್ಲಿಲ್ಲ. ಯಾತಕ್ಕಾಗಿ ದುಡ್ಡು ಕೇಳಿದ್ರು ಅರುವಾಗ್ಲಿಲ್ಲ. ಸಾಲೈತೆ ಸಾಲೈತೆ ಅನ್ನೋರು. 'ಯಾತಕ್ಕಾಗಿ ಸಾಲ ಮಾಡಿದ್ದಿ, ಮನೆ ನೋಡುದ್ರೆ ಈ ಪರಿಸ್ಥಿತಿ, ಹಿಂಗದಲ್ಲ' ಅಂದ್ರೆ 'ಏ, ಭಾಗ್ಯಂಗೆ ಒಡವೆ ಮಾಡಿಸಲಿಲ್ಲವಾ' ಅನ್ನೋರು. ಭಾಗ್ಯಂಗೆ, ಅದೇ ನಮ್ಮ ನಾದಿನಿಗೆ ಮದುವೆ ಇವರೇ ಮಾಡಿದ್ರು. 'ಮತ್ತೆ ಅಪ್ಪನ ದಿನ ಮಾಡಲಿಲ್ಲವಾ, ಅದಕೆಲ್ಲ ಐವತ್ತು ಅರವತ್ತು ಸಾವ್ರ ಸಾಲ ತಂದಿಲ್ಲವಾ,

ಅದ್ಕೆಲ್ಲ ಬಡ್ಡಿ ಕಟ್ಟಾದು ಬ್ಯಾಡವಾ, ಬಡ್ಡಿಗೆ ವ್ಹೋಯ್ತಾ ಇಲ್ಲವಾ' ಅಂತ ಏಳ್ತಾ ಈ ಥರ ತಂದುಬುಟ್ರು.

ಈ ಊರಾಗೆ ವರ್ಸಕ್ಕೆ ಹನ್ನೆರಡು ಹಬ್ಬ ಬತ್ಯೆತೆ. ವರ್ಸಕ್ಕೆ ಹನ್ನೆರಡು ಹಬ್ಬ ಅಂದ್ರೆ ತಿಂಗಳ ತಿಂಗಳ ಮರಿಗೆ ಕಾಸು ಕಟ್ಟಿ ಸಾಕಾಗ್ತೈತೆ, ನಾವು ಗೇಯದೇನಪ್ಪ ಅಂದ್ರೆ ಬರೀ ಊರೊಳಗೆ ಹಬ್ಬ ಮಾಡಕ್ಕೆ ಸಾಲಂಗಿಲ್ಲ. ಕನ್ನಂಬಾಡಮ್ಮನ ಹಬ್ಬ, ದಿನತೊಂಗದ ಹಬ್ಬ, ರಂಗದ ಹಬ್ಬ, ಹಿಂಗೇ ಪ್ರತಿಯೊಂದಕ್ಕೂ ಐನೂರು ರೂಪಾಯಿ ಮಡಗಿಬಿಡಬೇಕು. ಮರಿ ತಂಗಡು ಬರೋರಿಗೆ ಕೊಡಬೇಕು. ನಮ್ಮ ಒಕ್ಲು ನಲವತ್ತು ಐತೆ, ಅವ್ರೆಂಗೆ ಕೊಡ್ತಾರೆ ಹಂಗೆ ನಾವೂ ದೇವ್ರಿಗೆ ಕೊಡ್ಲೇಬೇಕು. ದೇವ್ರ ಮುಂದೆ ಕುಯ್ಕಂಡು ಪಾಲು ಹಾಕ್ಕಳದು, ಬಿಡಂಗಿಲ್ಲ, ಒಟ್ಟನಲ್ಲಿ ಏನರಾ ಮಾಡಿ, ದೇವ್ರದ್ದು ಮಾಡದು ಮಾಡ್ಲೇಬೇಕು. ನಿಮಗೆ ಬ್ಯಾಡಾದ್ರೆ ನಿಮ್ಮ ಪಾಲು ಬ್ಯಾರೆಯವ್ರಿಗಿ ಕೊಟ್ಟುಕೊಳ್ಳಿ, ಆದ್ರೆ ಕಟ್ಟದು ಕಟ್ಟಲೇಬೇಕು ಅಂತರೆ.

ನಮಗೆ ಮೂವತ್ತು ಗುಂಟೆ ಅಷ್ಟೆ ಜಮೀನಿರಾದು. ಬತ್ತ ಬೆಳಿತಿವಿ, ಅದೂ ಕೆರೆ ನೀರು ಹತ್ತಿದ್ರೆ, ಇಲ್ಲಾ ಮಳಿ ಆದ್ರೆ ಅಷ್ಟೆ ನೀರು. ಅದೂ ಇಲ್ಲದಿದ್ದರೆ ರಾಗಿ, ಹುಳ್ಳಿ ಕಾಳು, ತಡ್ಣಿ ಕಾಳು ಏನರಾ ಜೀವನಕ್ಕೆ ಮಾಡ್ಕಬೌದು ಅಷ್ಟೆ. ನಮ್ಮ ಗೌಡ್ರು ಒಬ್ಬರೆ ಮಗ. ಹೆಣ್ಣು ಮಕ್ಕಳು ಇಬ್ರಾಳು, ಹೆಣ್ಣುಮಕ್ಕಳು ಅವ್ರ ಅತ್ತೆ ಮನೇಲಿ ಅವ್ರೆ.

ನಮಗೆ ಜನತಾ ವಾಸದ ಮನಿ ಕೊಡ್ತೀವಿ ಅಂತ ಬರ್ಕಂಡೋದ್ರು, ಬತ್ತದೆ ಬತ್ತದೆ ಅಂತರೆ, ಇನ್ನೂ ಏನೂ ಬಂದಿಲ್ಲ. ನಮ್ಮ ಗೌಡ್ರು ಬೇರೆ ಕಡೆ ಕೂಲಿ ಕೆಲಸ ಮಾಡೋರು, ಕಬ್ಬು ಕಡಿಯೋದು, ಗಾರೆ ಕೆಲಸ ಹಿಂಗೆ. ಫ್ಯಾಕ್ಟರಿ ಶುರುವಾದ್ರೆ ಆರು ತಿಂಗಳು ಕಬ್ಬು ಕಡಿಯೋ ಕೆಲಸ, ಅದು ನಿಂತ್ರೆ ಕೆ ಆರ್ ಪೇಟೇಲಿ ಇನ್ನಾರು ತಿಂಗಳು ಗಾರೆ ಕೆಲಸ ಮಾಡೋರು.

ನಮ್ಮ ಗೌಡ್ರಿಗೆ ಸಾಲದೋರು ಮೊದ್ಲೇ ಹೊರಗಡಿಗೆ ಹಿಂಸೆ ಕೊಟ್ಟವರೆ. ಇವೆಲ್ಲ ಇಂಗೆ ಆಗಿಬಿಟ್ಟವಲ್ಲ, ಈಗ ಸಾಲದೋರು ನಮ್ಮ ಹತ್ರನೇ ಬಂದಿಲ್ಲ. ಹಂಗೆಂಗೆ ಅಳಮರೆವು ಆದಮೇಲೆ ಕೇಳಾಕೆ ಬತ್ತಾರೇನೋ ಗೊತ್ತಿಲ್ಲ. ಇದು ಬರ್ದಲೇ ಹೋಗಕಿಲ್ಲ. ಅವ್ರು ಯಾವತ್ತರ ಬತ್ತಾರೆ.

ನಮ್ಮತ್ರ ನಾಕು ಲಕ್ಷದ ಮ್ಯಾಗ ಸಾಲ ಆಗಿಬಿಡ್ತು ಅಂತ ಹೇಳಿದ್ರು. ಡಬ್ಬಲ್ ಟ್ರಿಬಲ್ ಆಗೋಯ್ತು, ನೂರಕ್ಕೆ ಐದು ರೂಪಾಯಿ ಬಡ್ಡಿ. ಇವ್ರಿಂದ ತೆಗದು ಅವ್ರಿಗೆ ಕೊಡಾದು, ಅವ್ರು ಕೇಳಾರೆ ಅಂತ ಅವ್ರಿಂದ ತೆಗದು ಇವ್ರಿಗೆ ಕೊಡಾದು. ಆ ಥರಾ ಮಾಡಿಬಿಟ್ರು, ನಾನೂ ಕೂಲಿ ಮಾಡ್ತಿದ್ದೆ. ನಮ್ಮ ಗೌಡ್ರು ಸಾಲದ್ದು ಚೀಟಿ ಯೇನೂ ಬರೆದಿಟ್ಟಿಲ್ಲ. ಹೆಬ್ಬಟ್ಟು ಅವ್ರು, ಬರೆಯಾಕೆ ಬರ್ತಿಲ್ಲ. ನನ್ನ ಕೂಟ ಹೇಳ್ಕತಿದ್ರೆ ಹೊರ್ತು ಯಾರ ಮುಂದ್ಲು ಹೇಳ್ತಿರಲಿಲ್ಲ. ನಾಳೆ ದಿವಸ ಟೀಕೆ ಮಾಡ್ತರೆ ಹೊರ್ತೂ ಏನೂ

ಮಾಡಂಗಿಲ್ಲ ಅಂತ ಯಾರ ಮುಂದ್ಲೂ ಹೇಳತಿರಲಿಲ್ಲ. ನಾನು ಧೈರ್ಯ ಹೇಳಿವೆ, ಅಯ್ಯೋ ಸಾಲ ಅಂತ ಕೂತ್ಕಂಬಿಟ್ರೆ ಏನೂ ಆಗಂಗಿಲ್ಲ ನಡಿಯಪ್ಪ, ನಾವು ಕೂಲಿ ಕಂಬಳ ಮಾಡಿ ಅಪ್ಪರೋ ವಸಿಯೋ ಸಾಲ ತೀರ್ಸಣ ಅಂತ ಈ ಥರಾ ಎಲ್ಲ ಹೇಳ್ಕಂಡು ಬರುವೆ.

ಅವ್ರು ಏನು ತಗಂಡ್ರು ಅಂತ ಅರ್ಥ ಆಗ್ಲಿಲ್ಲ, ಇಸ್ಟೇ ಉದ್ದದ ಬಾಟಲಿ. ಇಸ್ಟೇ ಉದ್ದ. ನಾವೇ ಮದ್ಲು ನೋಡಿದ್ದು. ಆಚೆ ಕಡಿಕೆ ಇದೆಲ್ಲ ತೋರಿಸಬಾರದು ಅಂತ ಎಸ್ದು ಬಿಟ್ಟೆವು.

ಸರ್ಕಾರದವ್ರು ಬಂದು ಎಲ್ಲ ಕೇಳಿದ್ರು. ಇನ್ನೇನೂ ಮಾತಾಡಲಿಲ್ಲ ವೋದ್ರು, ಸರ್ಕಾರದಿಂದ ಏನೂ ಬಂದಿಲ್ಲ. ಅದೇ ರಾಜಕಾರಣಿಗಳು... ಅವ್ರ ಕಡಿಂದ ಅಲಪಸ್ವಲಪ ಮಾಡಿದ್ರು,

ನಾವು ಬಡ್ಕಂಬಿಟ್ಟೆವಲ್ಲ, ಇವ್ರು ಕರಿಗುಡ್ಡೆ ಬಿಳಿಗುಡ್ಡೆ ಮಾಡ್ಕಂಡ್ರಲ್ಲ, ಆ ಕಡಿ ಈ ಕಡಿ ಮನೆಯವರು ಎಲ್ಲ ಬಂದುಬಿಟ್ಟರು, ಆಸ್ಪತ್ರೆಗೆ ತಗಂಡು ಹೋಗಣ, ಅಂಬುಲೆನ್ಸ್ ತರಸ್ರಪ್ಪ ಅಂದೆ, ಏನೂ ಆಗಿಲ್ಲಕ್ಕ, ಚೆನ್ನಾಗಾಗ್ತಾನೆ, ವಾಂತಿ ಮಾಡವ್ನೆ ಅಂದ್ರು, ನನಿಗೆ ಹಂಗೆ ಗ್ಯಾನ ತಪ್ಪೋಯ್ತು, ಇನ್ನು ಈ ವಮ್ಮನೂ ವೋದ್ರೆ ಮಕ್ಕಳ ಗತಿಯೇನು ಅಂತ ಅವರೆಲ್ಲ ಹೆದ್ರಿಬಿಟ್ಟರು.

ಅವತ್ತು 'ನಿನ್ನ ತಮ್ಮನಿಗೆ ಕರಿಸ್ಕೋ, ಹಬ್ಬ ಐತೆ' ಅಂದ್ರು, 'ತಮ್ಮನ ನಂಬರ್ ಸ್ವಿಚಾಪ್ ಆಗದೆ' ಅಂದ್ರೆ 'ಅಯ್ ಸುಳ್ಳೇಳ್ತೀಯ' ಅಂದ್ರು. 'ನೀನೇ ನೋಡ್ಕ' ಅಂತ ಪೋನು ಕೊಟ್ಟೆ, 'ನಂಗೆ ನಂಬರ್ ವೊಡೆಯಾಕ ಬಂದಿದ್ರೆ ನಿಂಗ್ಯಾಕ ಕೇಳುವೆ' ಅಂದ್ರು, 'ನೋಡು ನೀನೇ ಮಾತಾಡು' ಅಂತ ವತ್ತಿ ಕೊಟ್ಟೆ, 'ಸ್ವಿಚಾಪ್ ಅಂತ ಬತ್ತಾದಲ್ಲೆ' ಅಂದ್ರು. ಖಾರ ಹಾಕಿ, ಮಸಾಲೆ ಹಾಕಿ ಒಂದೇ ದಪ ಸಾರು ಮಾಡಿ ಕೆಳಗಿಳುವಿದೆ. ಹಂಗೇ ಬಿಸಿ ಹಿಟ್ಟು ತಿರುವಿದೆ. ನಮ್ಮ ಸಂಘದ್ದು ಸಭೆ ಇತ್ತು, ಅದೇ ವಾರಕ್ಕೆ ಇಪ್ಪತ್ತು ರುಪಾಯಿ ಚೀಟಿ ತುಂಬಾದು. ಭಾನುವಾರ ಇರದು, ಆ ವಾರ ಯಾಕೋ ಭಾನುವಾರ ಆಗ್ಲಿಲ್ಲ, ಮಂಗಳವಾರ ಮಡಗಿದ್ರು. ಗೌಡ್ರಿಗಿ ಊಟಕ್ಕೆ ಇಕ್ಕಿ, ನಾನು ಬಡಾನ ತುಂಬಿಬರಣ ಅಂತ ವೋದೆ, ಯಾಕೋ ಜೀವ ನಂಗೆ ಎರಚಾಡ್ತಾನೆ ಇತ್ತು. ಅಲ್ಲೋಗಿದ್ದೆ ದುಡ್ಡು ಕೈಗೆ ಕೊಟ್ಟೆ, ಸೈನು ಮಾಡಿದೆ, ಅಂಗೇ ಅಲ್ಲಿಂದ ಬಂದ್ಬಿಟ್ಟೆ. ಅವ್ರೆಲ್ಲ 'ಯಾಕ ಅಂಗೇ ಹೊಂಟಿದಿ' ಅಂದ್ರೂ 'ನಾ ಬತ್ತೀನಿ' ಅಂತ್ಹೇಳಿ, ಬಂದ್ಬಿಟ್ಟೆ. 'ಯಾಕೋ ಅಣ್ಣ ಆಂ ಆಂ ಅಂತವನೆ, ಎಲ್ಲೋ ಎಲಬು ಸಿಕ್ಕಂಡಿರಬೇಕು' ಅಂತ ಮೊಗಾ ಹೇಳ್ತು. 'ಒಂದೀಟು ಗಂಟಲಿಗೆ ಕೈಹಾಕಿ ನೋಡ್ಗೋ' ಅಂದೆ. ಮೊಗಾ ಕೈಹಾಕಿದ್ದೆ ಹಿಂಗೆ ಕೈ ಕಚ್ಚಿಬಿಟ್ರು. ಹಂಗೆ ಕಣ್ಣು ಗುಡ್ಡಿ ಮ್ಯಾಗೆ ಹೋತು. ನನಿಗೆ ಗ್ಯಾನ ತಪ್ಪೋಯ್ತು. ಪೋಲಿಸರು ಬಂದರು. ಮಹಜರು ಮಾಡಿದರು. ಸಾರಾಯಿ ಜತಿಗೆ ಸೇರಿಸಿ ವಿಷ

ಕುಡಿದವರೆ ಅಂತ ರಿಪೋರ್ಟ್ರು ಬಂತು.

ಫಟ್ ಅಂತ ಹದ್ದು ಹಾರಸ್ಕಂಡು ಹೋದಂಗೆ ಆತು.

ಎಲ್ಲೀ ಗಂಟ ದೇವ್ರು ನಮಗೆ ಶಕ್ತಿ ಕೊಡ್ತಾನ ಅಲ್ಲೀಗಂಟ ಗೇಯಣ, ಕಷ್ಟ ಪಡಣ ಅಂತ ಅವ್ರಿಗೆ ಧೈರ್ಯ ಕೊಟ್ಟೆ, ಗಂಡುಮಗನ ಹಂಗೆ ಧೈರ್ಯ ಕೊಟ್ಟೆ. ಯಾರ ಏನರ ಅಂಧ್ಕಳಲಿ ನಮ್ಮ ಮಕ್ಕಳಿಗೋಸ್ಕರ ಕೂಲಿಕಂಬಳನಾದ್ರೂ ಮಾಡಣ ಅಂದೆ. ನನಗಿದ್ದ ಧೈರ್ಯಾ ಆತಂಗೆ ಇಲ್ದೆ ಹೋತು.

ಈ ಮಗನ ಕಂಡ್ರೆ ಭಾಳ ಪ್ರೀತಿ. ಹೆಣ್ಣುಮಕ್ಕಳ ಮ್ಯಾಗೂ ಪ್ರೀತಿ ಇದ್ರೂ ಇವ್ನ ಮ್ಯಾಲೆ ಭಾಳ. ನಮ್ಮಪ್ಪನಿಗೂ ನಾನೊಬ್ಬನೇ ಮಗ, ನನಗೂ ಒಬ್ಬನೇ ಮಗ ಅಂತ. ಹೆಣ್ಣುಮಕ್ಕಳು ಎಷ್ಟ್ ಓದ್ತೀವಿ ಅಂತಾರೆ ಅಷ್ಟ್ ಓದ್ಸಬೇಕು ಅನ್ನೋರು, ಈಗ ದೊಡ್ಡೋಳು ಐಟಿಐ, ಇನ್ನೊಬ್ಬಳು ಒಂಬತ್ತನೇ ಕ್ಲಾಸ್, ಇವನು ರಾಜೇಶ ಆರನೇ ಕ್ಲಾಸ್.

ಈಗ ಮೂರು ನಾಕು ತಿಂಗಳಿಂದ ಅನುಮಾನ ಬರತಿತ್ತು, ಯಾವ ಟೇಮಲ್ಲಿ ಏನು ಮಾಡ್ಕಂತಾರಪ್ಪ ಅಂತ ಭಯ ಆಗ್ತಿತ್ತು. ನೆಂಟ್ರ ಮನಿಗಿ ಹೋದ್ರೂ ಜೀಂವಾ ಎಲ್ಲ ಈ ಕಡಿಗಿ, ಏನರ ಮಾಡ್ಕಂಬಿಟ್ಟರೆ ಅಂತ, ಒಂದೇ ದಿನಕ್ಕೆ ಬಂದ್ಬಿಡತಿದ್ದೆ. ಗೌಡ್ರ ಅಕ್ಕ ಬೆಂಗಳೂರಾಗೆ ಇದಾರೆ, ಅವರ ಮಗಳು ದೊಡ್ಡೋಳಾಗಿದ್ದಳು. ಮುಯ್ಯಿ ಮಾಡಕ್ಕೆ ಅಂತ ನಾವಿಬ್ರು, ಮತ್ತೆ ಗೌಡ್ರ ಇನ್ನೊಬ್ಬರು ಅಕ್ಕ ಜೊತಿಗಿ ಹೋದ್ವಿ. ಬಸ್ಸಿನಾಗ ಹಿಂಗೆ ಮೂರು ಜನರ ಸೀಟೊಳಗ ಕೂತಿದ್ವೊ, ಇವ್ರು ಹಿಂಗೆ ಧೈರ್ಯನೆ ಇಲ್ಲದಂಗೆ ಮಾತಾಡ್ತವರೆ ಅಂತ ನಾನು ಹೇಳುವೆ. ಇವರ ಅಕ್ಕ ಒಂಚೂರು ನಿಗಾ ಇಟ್ಟು ನೋಡ್ಕಳವ ಅವನ್ನ. ಅವನ್ನ ಬುಟ್ಟರೆ ನಿಂಗಿನ್ಯಾರು? ನಂಗಿನ್ಯಾರು? ಅಂತ. ಏನು ಏಳಬ್ಯಾಡ ಅಂತ ನನ್ನ ಹಿಂಗೆ ಚಿಗುಟಿದ್ರು, ಅವ್ರು ಆ ಕಡಿ ನೋಡೋವಾಗ ಏನೂ ಹೇಳಬ್ಯಾಡ ಅಂತ ಬಾಯಿ ಮುಚ್ಚುದ್ರು.

ಅವತ್ ಒಂದಿನ ಬೆಳಗ್ಗೆ ನಿಂಬೇ ಹಣ್ಣು ತಂದ್ರು, ಬ್ಯಾರೆಯವ್ರ ತೋಟದ್ದು. ನಿಂಬೆಹಣ್ಣು ಹಾಕಿ ಚಿತ್ರಾನ್ನ ಮಾಡು ಅಂದ್ರು. ತಿಂದ ಮ್ಯಾಲೆ ಸೂಪರ್ ಆಗದೆ ಚಿತ್ರಾನ್ನ ಅಂದ್ರು, ನೀನೂ ತಿನ್ನು ಅಂತ ನನಗೂ ಅವ್ರೇ ತಟ್ಟೆವಳಿಗ ಹಾಕ್ಕಂಡು ಬಂದು ಕೊಟ್ರು. ಯಾವಾಗೂ ನಮ್ಮ ಗೌಡ್ರು ಮುದ್ದೆ ಕಡಿಮೆ, ರೊಟ್ಟಿ ಕಡಿಮೆ. ಚಪಾತಿ, ಚಿತ್ರಾನ್ನ ಅಂದ್ರೆ ಚೆನ್ನಾಗಿ ತಿನ್ನೋರು.

ಬೀಜಕ್ಕೆ, ಗೊಬ್ಬರಕ್ಕೆ ಅಂತ ಸಾಲ ಮಾಡಿದ್ರೂ ಅದ್ನ ಕೊಟ್ಟುಬಿಡುವಿ. ಯಾತಕ್ಕಾಗಿ ಅಷ್ಟು ಸಾಲಾಗದೆ? ಯಾರು ಬತ್ತಾರೆ ಹೇಳು, ನಾನು ಮಾತಾಡ್ತೀನಿ ಅಂದೆ. ಒಬ್ಬರದು ಒಂದು ಕಾಸು ತಿಂತಿರಲಿಲ್ಲ, ಹತ್ತೇ ರೂಪಾಯಿ ಒಬ್ಬರ ಹತ್ರ ಇಸ್ಕೊಂಡ್ರೂ ಕೊಡಬೇಕು ಅನ್ನದೇ ಗ್ಯಾನ.

ಇವನಿಗೆ ಮದುವೆ ಮಾಡಬೇಕು, ವಳ್ಳೆ ಹೆಣ್ಣು ತಂದು ಅನ್ನೋರು. ನಾನು 'ಮನಿ ನೋಡುದ್ರೆ ಸೋರತದೆ, ಮನಿ ಕಟ್ಟಬೇಕು, ಅದ್ ಬುಟ್ಟು ನೀನು ಇವನ ಮದುವೆಗೆ ಹೋದೆಯಲ್ಲಪ್ಪ' ಅಂತನ್ನೂವೆ.

ಒಬ್ಬರಿಗೊಬ್ಬರು ಕೊಳ್ಳಾನ ಜೀಂವದ ಹಂಗೆ ಇದ್ದೋ. ಒಂದ್ ಮಾತು ಬೋದು ಗೊತ್ತಿಲ್ಲ, ಒಂದೇಟು ಹೊಡೆದು ಗೊತ್ತಿಲ್ಲ. ನಾನೆಲ್ಲಾದ್ರೂ ಕೂತಿದ್ರೆ, ನಡೀ ಮನಿಗಿ ಅನ್ನೋರು. ಬಟ್ಟೆ ತಗಳೆ, ಬಳೆ ತಗಳೇ, ಒಂದು ಎರಡು ಏನು ಹಾಕ್ಕತೀಯ, ಜಾಸ್ತಿ ಹಾಕ್ಕಳೆ ಅನ್ನೋರು. ಎಲ್ಲಾನ ಜತಿಗಿ ವೋಗಬೇಕಂದ್ರೆ ಅವ್ರ ಕಣ್ಣಿಗೆ ಚೆಂದ ಕಾಣದೆ ಉಡಬೇಕಿತ್ತು.

ಈಗ ನನಿಗೆ ಎಲ್ಲ ಎಷ್ಟು ಕಷ್ಟಕ್ಕೆ ಬಂದದೆ, ಬದು ಹಾಕಾದು ನಾನು, ನನ್ನ ಮಗ. ಬತ್ತ ಹಾಕಿದೀವಿ, ಮುಯ್ಯಾಳು, ಮತ್ತೆ ಕೂಲಿಕೊಟ್ಟು. ತಮ್ಮನ್ನ ಕರಿಸ್ಕಂಡೆ. ಬುಟ್ಟುಬುಟ್ಟರೆ ಫಸಲು ಹೊಂಟೋಯ್ತುದಲ್ಲ, ಛಲವಾಗಿ ಮಾಡ್ತಿದೀನಿ.

ಸಾಕಮ್ಮ ಇಷ್ಟು ಮಾತಾಡುವಷ್ಟರಲ್ಲಿ ಹತ್ತು ಸಲ ಕಣ್ಣಿಗೆ ಸೆರಗು ಹಚ್ಚಿ ಬಿಕ್ಕಿದರು. ಅವರ ಪುಟ್ಟ ಮಗ ಆಗೀಗ ಹೊರಗೆ ಆಡಿಕೊಳ್ಳುತ್ತಿದ್ದ ಮತ್ತೆ ಒಳಗೆ ಬಂದು ಹೋಗುತ್ತಿದ್ದ. ತುಂಬ ಲಕ್ಷಣವಾಗಿದ್ದ ನಲವತ್ತರ ಆಸುಪಾಸಿನ ಹೆಣ್ಣುಮಗಳಾಕೆ. ತುಂಡು ಭೂಮಿಯಲ್ಲಿ ಹೆಚ್ಚಿನ ಆದಾಯವಿಲ್ಲದೇ, ಬಿದ್ದುಹೋಗುವಂತಿದ್ದ ಮನೆಯಲ್ಲಿ ಮೂರು ಮಕ್ಕಳನ್ನು ದಡ ಸೇರಿಸುವ ಒಂಟಿ ಬದುಕಿನ ಏದುಸಿರಿನ ದಾರಿ ಆಕೆಯ ಕಣ್ಣಮುಂದಿತ್ತು. ನನಗೆ ಬಾಯಿ ಕಟ್ಟಿದಂತಾಗಿತ್ತು. ಆ ದುಃಖದಲ್ಲಿಯೂ ಆಕೆ ನನಗಾಗಿ ಟೀ ಮಾಡುತ್ತೇನೆ ಎಂದು ಹೇಳಿ, ಯಾರದೋ ಮನೆಗೆ ಮಗನನ್ನು ಓಡಿಸಿ, ಹಾಲು ತರಿಸಿದಳು. ಸೀಮೆಎಣ್ಣೆಯ ಸ್ಟವ್ ಹಚ್ಚಿದಳು. ಬ್ಯಾಡ ಬ್ಯಾಡ ಎಂದರೆ 'ಯಾಕೆ ಕುಡಿಯಲ್ಲವಾ, ಬ್ರಾಂಬ್ರ ನೀವು' ಎಂದು ತಟ್ಟನೆ ಕೇಳಿದಳು. ಅವಳು ಸಹಜವಾಗಿಯೇ ಕೇಳಿದಂತಿತ್ತು. ನನಗೆ ಕಪಾಳಕ್ಕೆ ಹೊಡೆದಂತಾಯಿತು. ನಾನು ಅವಳಲ್ಲಿ ಆ ಭಾವ ಬರುವಂತೆ ವರ್ತಿಸಿದೆನೇ... ನಿಜವೆಂದರೆ ಯಾರು ಎಲ್ಲೇ ಟೀ ಅಥವಾ ಕಾಫಿ ಕೊಟ್ಟರೂ ಕುಡಿಯುವವಳು ನಾನು. ಮತ್ತೆ ನಾನು ಆಕೆ ಹೇಳುವ ಬ್ರಾಂಬ್ರ ಕೂಡ ಅಲ್ಲ. ಚಹಾಮಡಿ ಇದೆಯೋ ಇಲ್ಲವೋ, ನನಗಾಗಿ ಹಾಲು ತಂದು ಮಾಡುವುದು, ಮತ್ತೆ ಸ್ಟವ್ ಹೊತ್ತಿಸುವುದು, ಹಾಗಾಗಿ ಬೇಡ ಬೇಡ ಎಂದಿದ್ದೆ. 'ಅಯ್ಯೋ ಹಂಗೇನಿಲ್ಲಪ್ಪ, ಕುಡೀತೀನಿ, ನಿಮಗೆ ಸುಮ್ನೆ ತೊಂದ್ರೆ ಅಂತ ಬ್ಯಾಡ ಅಂದೆ ಅಷ್ಟೆ'. ನಕ್ಕು ಹೇಳಿದೆ.

'ಕೂತ್ಗಳಿ... ತೊಂದ್ರೆ ಏನಿಲ್ಲ... ಈ ಸ್ಟವ್ ಹತ್ತಸಾದೆ ನನಗೆ ಸ್ವಲುಪ ಕಸ್ಟ. ನಮ್ಮ ಗೌಡ್ರೆ ಇದ್ನು ಹತ್ತಿಸೋರು' ಎಂದಳು. ಸಾಕಮ್ಮ ಮತ್ತು ಅವಳ ಮಗನೊಂದಿಗೆ ಕೂತು ತುಸು ತೆಳ್ಳಗೆ, ಸಕ್ಕರೆ ಹೆಚ್ಚಿದ್ದ ಬಿಸಿ ಬಿಸಿ ಟೀ ಕುಡಿದ ನಂತರ ಸಮಯ ನೋಡಿದರೆ ಮೂರು

ಗಂಟೆ ಆಗಿಬಿಟ್ಟಿತ್ತು. ನಾವು ಮಾತನಾಡುತ್ತಿದ್ದಾಗ ಆಚೆ ಈಚೆ ಮನೆಯ ಕೆಲವು ಹೆಂಗಸರು ಇಣುಕಿ ಇಣುಕಿ ನೋಡಿ, 'ಯಾರೋ ಬಂದವರೆ, ಗೌರ್ಮೆಂಟೋರಾ... ಸರ್ಕಾರದವ್ರಾ' ಎಂದು ಕೇಳುವುದು, ಸಾಕಮ್ಮ, 'ಅಲ್ಲ, ಬೆಂಗ್ಳೂರಿಂದ ಅಂಗೇ ಬಂದವರೆ' ಅಂದರೆ ನಂಬದವರ ಹಾಗೆ ಮುಖ ಮಾಡಿ ಹೋಗುತ್ತಿದ್ದರು. 'ಯಾರು ಬಂದ್ರೂ ನಮಗೆ ದುಡ್ಡು ಕೊಡಲು ಬಂದವರೆ ಅಂತ ಈ ಜನ ಅಂದ್ಕಂತರೆ' ಸಾಕಮ್ಮ ಬೇಜಾರಿನಿಂದ ಹೇಳಿದಳು.

ಹೊರಡುವ ಮೊದಲು ನನಗೆ ಸುಸೂ ಮಾಡಲೇಬೇಕಿತ್ತು. ಆ ದಿನ ತುಂಬ ನೀರು ಕುಡಿದಿದ್ದೆ. ಬೆಳಗ್ಗೆ ಮಂಡ್ಯ ಬಸ್‌ನಿಲ್ದಾಣದ ಗಲೀಜು ಟಾಯ್ಲೆಟ್ಟಿನಲ್ಲಿ ಮಾಡಿದ್ದು. ಮತ್ತೆ ಇನ್ನು ವಾಪಸು ಮನೆ ಸೇರುವುದು ರಾತ್ರಿ. ಅದು ಒಂದೇ ಕೋಣೆಯ ಮನೆ. ಎಡಭಾಗಕ್ಕೆ ಸ್ವಲ್ಪ ಮರೆ ಮಾಡಿ, ಅಡುಗೆಕೋಣೆ ಮಾಡಿದ್ದರು. ನಾವು ಮಧ್ಯದ ಭಾಗದಲ್ಲಿ ಚಾಪೆ ಮೇಲೆ ಕೂತಿದ್ದೆವು. ಬಲಭಾಗಕ್ಕೆ ನೋಡಿದೆ, ತೆರೆದ ಬಚ್ಚಲು, ನಾಲ್ಕಾರು ಪ್ಲಾಸ್ಟಿಕ್ ಕೊಡಗಳು, ಒಂದು ಹಂಡೆ ಇತ್ತು. ಏನೆಂದು ಕೇಳಲಿ... ಉಪಾಯ ಹೊಳೆಯಿತು. 'ಪಂಚಾಯಿತಿಯಿಂದ ಟಾಯ್ಲೆಟ್ ಕಟ್ಟಿಕೊಳ್ಳಾಕೆ ದುಡ್ಡು ಬರ್ತದಲ್ಲ, ನೀವು ಕಟ್ಕಂಡಿಲ್ಲವಾ, ನಿಮಗೆ ಬಂದಿಲ್ಲವಾ" ಅಂತ ಕೇಳಿದೆ. "ಇಲ್ಲ... ಹೋದವರ್ಸ ಲಿಸ್ಟನಾಗೆ ಹೆಸರು ಬಂದಿರಲಿಲ್ಲ... ಈಗ ಬರ್ಕಂಡು ವೋಗವ್ರೆ... ನಮಗೆ ಪಕ್ಕದಲ್ಲಿ ಸ್ವಲ್ಪನೇ ಜಾಗ ಇರದು. ಇನ್ನು ಅದ್ರಾಗನೆ ಹೆಂಗಾರೂ ಕಟ್ಟಿಕೋಬೇಕು' ಎಂದಾಕೆಗೆ ನಾನು ಯಾಕೆ ಕೇಳಿದೆ ಅಂತ ಅರ್ಥವಾಯಿತು ಕಾಣುತ್ತೆ. 'ನಿಮ್ಗೆ ವೋಗ್ಬೇಕಾ... ನಿಮ್ಗೆ ಪರವಾಯಿಲ್ಲ ಅಂದ್ರೆ ಇಲ್ಲೇ ವೋಗಬೌದು...' ಎನ್ನುತ್ತ ಮಗನನ್ನು ಹೊರಗೆ ಓಡಿಸಿದಳು. ತಾನು ಎದ್ದು ಹೋಗಿ ಹೊರ ಬಾಗಿಲನ್ನು ಮುಚ್ಚಿ, ಮರೆ ಮಾಡಿದ್ದ ಅಡುಗೆ ಮನೆಯ ಭಾಗದತ್ತ ಹೋದಳು. ಬಸ್‌ನಿಲ್ದಾಣದ ಗಬ್ಬು ನಾರುವ ಟಾಯ್ಲೆಟ್ಟಿಗಿಂತ ಇಲ್ಲೇ ಮುಗಿಸಿಕೊಳ್ಳುವುದು ವಾಸಿ ಎಂದು ನಾನು ಅಲ್ಲೇ ಹೋಗಿಬಂದೆ. ಹೆಚ್ಚು ನೀರು ಚೆಲ್ಲಲೂ ಮುಜುಗರವಾಯಿತು. ಇಂಥದೊಂದು ಬಚ್ಚಲಿನಲ್ಲಿ ಕೂತು ಉಚ್ಚೆ ಹೊಯ್ಯುವಾಗ ಬದುಕಿನ ಕುರಿತ ನಮ್ಮ ಗೊಣಗಾಟಗಳು, ಕೊರಗುಗಳು, ಬೇಜಾರುಗಳು ಎಲ್ಲವೂ ಎಷ್ಟು ಕ್ಷುದ್ರ ಎನ್ನಿಸುತ್ತೆ.

ಅಲ್ಲಿಂದ ಮತ್ತೆ ಮುಖ್ಯರಸ್ತೆವರೆಗೆ ನಡೆದು ಬರಬೇಕಿತ್ತು. ಮಗನನ್ನು ಜೊತೆಗೆ ಕಳಿಸಿಕೊಟ್ಟಳು. ನಾನು ಆ ದಿನ ಹೆಚ್ಚು ದುಡ್ಡೂ ಇಟ್ಟುಕೊಂಡಿರಲಿಲ್ಲ. ಅವಳ ಮಗನ ಕೈಯಲ್ಲಿ ಐನೂರು ರೂಪಾಯಿ ಇಟ್ಟು ಹೊರಟೆ. ಬಾಗಿಲಲ್ಲಿ ನಿಂತ ಸಾಕಮ್ಮ 'ಗೌರ್ಮೆಂಟಿಗೆ ನೀವೇನಾರ ಏಳ್ರಿ ಮೇಡಂ... ಏನರ ಏಳಿ ದುಡ್ಡು ಬರುವಂಗೆ ಮಾಡ್ತೀರ' ಕೇಳಿದಳು. ನನಗೆ ಮಾತು ಹೊರಡಲಿಲ್ಲ.

ಅವಳು ಹೇಳುವ 'ಗೌರ್ಮೆಂಟಿನಲ್ಲಿ' ನನಗೆ ಗೊತ್ತಿದ್ದವರು ಯಾರೂ ಇಲ್ಲ. ಬ್ಯಾಂಕ್ ಸಾಲ ಮಾಡದೇ, ಹಿಂಗೆ ಖಾಸಗಿಯಾಗಿ ಸಾಲ ಮಾಡಿಕೊಂಡು, ಆತ್ಮಹತ್ಯೆ ಮಾಡಿಕೊಂಡವರ ಸಾಲ ಗೌರ್ಮೆಂಟಿನ ಲೆಕ್ಕದಲ್ಲಿ ಬರುವುದಿಲ್ಲ. ಗಂಟಲಲ್ಲಿ ಏನೋ

ಒತ್ತಿಬಂದಂತೆ. ನಾನೇನು ಮಾತಾಡಲು ಸಾಧ್ಯವಿತ್ತು ಮಹೀ...

– ನೀತು

ಗಂಟಲೊತ್ತಿ, ಮಾತಿಲ್ಲದೇ ನಿಂತ ನೀತುವಿನ ಬಿಂಬ ಮಹೇಶನ ಕಣ್ಣುಗಳಲ್ಲಿ ತೆರೆದುಕೊಳ್ಳುತ್ತ... ಏನು ಬರೆಯಬೇಕು ಎಂದು ಗೊಂದಲಗೊಂಡು ಹಾಗೆಯೇ ಅರೆಕ್ಷಣ ಕೂತ. ಇವತ್ತಾದರೂ ಫೋನಿಗೆ ಸಿಗುತ್ತಾಳೋ ನೋಡುವ ಎಂದುಕೊಂಡು ನಂಬರ್ ಒತ್ತಿದ.

ಓಹ್... ರಿಂಗಾಗ್ತಿದೆ... ಅರೆ... ನೀತುವಿನ ದನಿಗೆ ಇಷ್ಟು ಕಾತರಿಸ್ತಾ ಇದ್ದೀನ... ಮಹೇಶನಿಗೆ ತನ್ನೊಳಗಿನ ಕಾತರತೆ ಗ್ರಹಿಕೆಗೆ ಸಿಗುತ್ತಿರುವಂತೆ ತುಸು ಅಚ್ಚರಿಯೆನ್ನಿಸುತ್ತ... ಮರುಕ್ಷಣದಲ್ಲಿ ಅತ್ತಲಿಂದ ಹಾದುಬಂದ ಅವಳ ದನಿಗೆ ಕಿವಿಯಾದ.

"ಅಬ್ಬಾ... ಅಂತೂ ಇವತ್ತು ನೆನಪಾಯ್ತಾ ನಿಂಗೆ ಫೋನ್ ಮಾಡ್ಬೇಕು ಅಂತ... ಆಹಾಹಾ... ಗೊತ್ತು... ನಿಮ್ಮ ಪ್ರೊಫೆಸರ್‌ಗಾದ್ರೆ ಮೊದ್ಲು ಮಾಡಿರ್‍ತೀಯ..."

'ಹುಸಿಮುನಿಸಿನ ಈ ಜಗಳಗಂಟಿಯಾದರೂ ತನ್ನ ಪಾಲಿಗೆ ಹೀಗೆಯೇ ಇರಲಿ...' ಮನದೊಳಗೆ ಹಬ್ಬಿದ ಮೌನ ಪ್ರಾರ್ಥನೆ. "ಏನು... ಸುಮ್ನೆ ಇದೀಯ... ಯಾಕೋ... ಹುಷಾರಿದೀಯ ತಾನೆ" ಅವಳ ಕಾಳಜಿಯ ದನಿ.

"ಹೂಂ ಕಣೇ. ನೀ ಚೆನ್ನಾಗಿದ್ದಿ ತಾನೆ... ನೀ ಬರೆದಿದ್ದು ಓದಿದೆ... ನಿಜ, ನಮ್ಮ ಗೋಣಗಾಟ, ಅರಚಾಟ ಎಲ್ಲವೂ ಕ್ಷುದ್ರ ಅನ್ನಿಸುತ್ತೆ... ಅಲ್ವೇ... ನೀ ಅದ್ಯಾವುದೋ ಸಂಸ್ಥೆ ಜೊತೆ ಕೆಲಸ ಮಾಡ್ತೀನಿ ಅಂದ್ಯಲ್ಲ, ಮತ್ತೆ ಅವ್ರು ಈ ರೈತರಿಗೆ ಏನೂ ಸಹಾಯ ಮಾಡಲ್ಲವಾ..."

"ಮಾಡ್ತಾರೆ... ಆದ್ರೆ ಅವ್ರಿಗೂ ಏನೇನೋ ಮಿತಿಗಳು. ಸಮಸ್ಯೆ ಬೇರು ಹುಡುಕೋದು ಕಷ್ಟ. ಒಳಗೊಳಗೇ ಎಷ್ಟೋ ಆಳಕ್ಕೆ ಹೋಗಿರುತ್ತೆ. ಒಂದಕ್ಕೆ ಹತ್ತು ತಳುಕು ಹಾಕ್ಕಂಡಿರುತ್ತೆ..."

ನೀತುವಿನ ಮಾತು ಅರ್ಧದಲ್ಲೇ ತುಂಡಾಯಿತು. ಫೋನ್ ಡಿಸ್ಕನೆಕ್ಟ್ ಆಗಿತ್ತು. ಮತ್ತೆ ಪ್ರಯತ್ನಿಸಿದ. ಕರೆ ಹೋಗಲಿಲ್ಲ. ಇಂಟರ್ನೆಟ್ ಕೂಡ ಸಿಗಲಿಲ್ಲ. ಮಹೇಶನಿಗೆ ತುಂಬ ನಿರಾಸೆಯೆನ್ನಿಸಿತು. ಏನೂ ಬರೆಯಲೂ ಇಲ್ಲ. ಛೇ... ಎಂದುಕೊಳ್ಳುತ್ತ ಮತ್ತೈದು ನಿಮಿಷ ಕಾದು ಪ್ರಯತ್ನಿಸಿದ. ಕೊನೆಗೆ ಫೋನಿಗೆ ಬೈದುಕೊಳ್ಳುತ್ತ ಆಚೆ ಬಂದ. ಉಳಿದ ಮೂವರು ಊಟಕ್ಕೆ ಕಾಯುತ್ತಿದ್ದರು. ತನಗೆ ನಾಳೆಯೂ ಸ್ವಲ್ಪ ಹೊತ್ತು ಮಾತಾಡಲಿಕ್ಕಿದೆ ಎಂದು ಈಗಲೇ ಹೇಳುವುದು ಒಳ್ಳೆಯದು ಎನ್ನಿಸಿತು ಮಹೇಶನಿಗೆ. "ಫೋನ್ ಮತ್ತೆ ಸರಿಯಿಲ್ಲ ಕಾಣುತ್ತೆ... ಅರ್ಧ ಮಾತಾಡ್ತಿದ್ದಾಗಲೇ

ಕಟ್ ಆಯಿತು... ನಾ ನಾಳೆ ನೋಡ್ತೀನಿ". ಅವನ ಮುಖದ ಮೇಲಿದ್ದ ನಿರಾಸೆಯನ್ನು ಗಮನಿಸಿದ ಬಾಲು, ನಾಳೆ ಏಳು ಗಂಟೆಗೇ ನೋಡು ಎಂದು ಸಮಾಧಾನಿಸಿದ.

ಎಷ್ಟೋ ತಿಂಗಳುಗಳೇ ಕಳೆದಿವೆ ನೀತುವನ್ನು ನೋಡದೇ. ರಾತ್ರಿ ಮಲಗಿದಾಗ ನೆನಪಿಸಿಕೊಳ್ಳಲು ಯತ್ನಿಸಿದ.

ಅರೆ... ಸುಮಾರು ಒಂದೂವರೆ ವರ್ಷದ ಹಿಂದೆ, ತಮ್ಮೊಂದಿಗೆ ಓದಿದ್ದ ಗೆಳತಿಯ ಮದುವೆ ಎಂದು ಅನು, ನೀತು ಹುಬ್ಬಳ್ಳಿಗೆ ಬಂದಾಗ ಅವರಿಬ್ಬರನ್ನೂ ಒಟ್ಟಿಗೆ ನೋಡಿದ್ದು, ನಂತರ ಇಬ್ಬರನ್ನೂ ನೋಡಿಲ್ಲ ಎನ್ನುವುದು ನೆನಪಾಯಿತು. ಮದುವೆಯ ರಿಸೆಪ್ಷನ್ ಮುಗಿಸಿ ರಾತ್ರಿ ಅವರಿಬ್ಬರೂ ಬಸ್ಸಿಗೆ ಹೊರಟಿದ್ದರು. ಬಸ್ಸಿನ ಬಳಿಯೇ ಸಿಗುತ್ತೇನೆ ಎಂದು ತಾನಲ್ಲಿಗೆ ಹೋಗಿದ್ದು, ಬಸ್ಸು ಅರ್ಧ ಗಂಟೆ ತಡವಿದೆ ಎಂದು ತಿಳಿದು, ಎದುರು ಕಂಡ ಪಾರ್ಲರಿನಲ್ಲಿ ಐಸ್‌ಕ್ರೀಮ್ ತಿನ್ನುತ್ತ ಹರಟಿದ್ದು... ಆ ದಿನವೂ ತನ್ನೊಂದಿಗೆ ಹೆಚ್ಚು ಮಾತಾಡಿದ್ದು ನೀತು, ಅನು ಆಗೀಗ ಮೊಬೈಲನ್ನು ನೋಡುತ್ತ, ಸುಮ್ಮನಿದ್ದಳು. ಮಹೇಶನಿಗೆ ತಟ್ಟನೆ ನೆನಪಾಯಿತು... ಬಸ್ ಹತ್ತುವ ಮೊದಲು "ಮತ್ತೆ ಯಾವಾಗ ಸಿಕ್ತೀಯೋ" ಎಂದು ತನ್ನ ತೋಳನ್ನು ಒತ್ತಿ ಹಿಡಿದು ಕೇಳಿದ ನೀತು... ಹಾಗೆ ಕೇಳಿದವಳ ದನಿಯಷ್ಟೇ ತೋಳನ್ನು ಒತ್ತಿ ಹಿಡಿದ ಸ್ಪರ್ಶವೂ ಆಪ್ತವಾಗಿತ್ತು... ಅನು ಅಷ್ಟರಲ್ಲಾಗಲೇ ಬಸ್ ಹತ್ತಿಯಾಗಿತ್ತು. ಮಹೇಶ ಕೂಡ ಏನು ಮಾಡುತ್ತಿರುವೆ ಎಂದು ಅರಿವಾಗುವ ಮೊದಲು ಇನ್ನೊಂದು ಕೈಯಿಂದ ಅವಳ ಕೆನ್ನೆಯನ್ನೊಮ್ಮೆ ಹಗುರಾಗಿ ತಟ್ಟಿ, "ಹಿಂಗೇ ಯಾವಾಗಾದ್ರೂ" ಎಂದಿದ್ದ. ಮತ್ತೆ ಭೇಟಿಯಾಗಿರಲಿಲ್ಲ. ಆದರೆ ಹಾಗೆ ಅವಳು ತೋಳನ್ನು ಒತ್ತಿ ನಿಂತ ಕ್ಷಣವೊಂದು ಎದೆಯಲ್ಲಿ ಇಷ್ಟು ಜೋಪಾನವಾಗಿ ಚಿತ್ರವತ್ತಾಗಿ ಕೂತೇ ಬಿಟ್ಟಿದೆ ಎಂದು ಅರಿವಾಗಿದ್ದೇ ಈಗ. ಒಮ್ಮೆ ಕೈಯನ್ನು ನೋಡಿಕೊಂಡ... ಅವಳ ಕೆನ್ನೆಯ ನವಿರುಸ್ಪರ್ಶ ಕೈಯೊಳಗೆ ಇದೆಯೆಂದರೆ ಇಲ್ಲವಾಗುತ್ತ, ಇಲ್ಲವೆಂದುಕೊಳ್ಳುವಾಗ ಬಿಸುಪು ಇನ್ನೂ ಕೈಯಲ್ಲಿ ಉಳಿದಿರುವಂತೆ ಭಾಸವಾಗುತ್ತ...

ನೀತುವಿನ ಈ ಬಗೆಯ ಹುಡುಕಾಟ, ವಿಶಿಷ್ಟ ಆಸಕ್ತಿಗಳೇ ಅವಳತ್ತ ನನ್ನನ್ನು ಜಗ್ಗುತ್ತಿದೆಯೇ... ಅನೂಹ್ಯವಾಗಿದ್ದಕ್ಕೆ ಕೈ ಚಾಚಲು ಪ್ರೇರೇಪಿಸುತ್ತಿದೆಯೇ... ಸೂರಿಯೊಂದಿಗೆ ಅವಳ ಸಾಂಗತ್ಯ ಅರಳಿಲ್ಲ ಎನ್ನುವುದು ತಿಳಿದಾಗಿನಿಂದ ವಿಚಿತ್ರ ಭಾವವೊಂದು ಫಕ್ಕನೆ ಆವರಿಸುತ್ತದೆಯಲ್ಲ, ಏನದು, ಒಂಥರದ ಸಮಾಧಾನವೇ... ಯೋಚಿಸುತ್ತಲೇ ಮಹೇಶನಿಗೆ ಕಣ್ಣು ಬಾಡಿತು.

❖

❖

ಅಂದುಕೊಂಡಿದ್ದೇ ಆಯಿತು, ಆದರೆ ಮರುದಿನ ಫೋನ್ ಮಾಡಲು ಆಗಲೇ ಇಲ್ಲ. ಆ ವಾರ ಅಡುಗೆ ಮನೆ ಜವಾಬ್ದಾರಿ ಮಹೇಶನದು. ರಾತ್ರಿ ಊಟಕ್ಕೆ ಮೊದಲು ಏನೇನು ಸಾಮಾನು ಇದೆ, ಇಲ್ಲ ಎಂದು ನೋಡಿ, ಮತ್ತೆ ಏನೇನು ತರಿಸಬೇಕು ಎಂದು ಪಟ್ಟಿ ಮಾಡುವುದೇ ಆಯಿತು.

ಮರುದಿನ ಬೆಳಗ್ಗೆ ಬಾಲು ಮತ್ತು ಪಾಠಕ್ ಉತ್ಖನನ ಮಾಡುತ್ತಿದ್ದ ಮಧ್ಯದ ನಗರ ಭಾಗದ ಮನೆಯ ಅಡಿಪಾಯದಿಂದ ಮೂರಡಿ ಒಳಗೆ ಕೆಳಭಾಗದಲ್ಲಿ ಅಗೆಯುವಾಗ ಅಂಗೈಯಗಲದ ಮಡಕೆಯ ಚೂರು ಸಿಕ್ಕಿತು. ಒಂದೇ ಗಾತ್ರದ ತೂತುಗಳಿದ್ದ ಚೂರು ಅದು. ಮಹೇಶನಿಗೂ ಅವರೊಂದಿಗೆ ಸೇರಿಕೊಂಡು, ಅದೇ ಭಾಗದಲ್ಲಿ ಎಚ್ಚರಿಕೆಯಿಂದ ಕೆದರಿ ನೋಡುವಂತೆ ಮಿರ್ಜಾನೆಯವರು ಸೂಚಿಸಿದರು. ಮಧ್ಯಾಹ್ನ ಊಟದ ನಂತರ ಮಹೇಶ ಅವರೊಂದಿಗೆ ಸೇರಿಕೊಂಡ. ಸಂಜೆಯ ಹೊತ್ತಿಗೆ ಇನ್ನೂ ಕೆಲವು ಚೂರುಗಳು ದೊರೆತವು. ಮರುದಿನವೂ ಅಲ್ಲಿಯೇ ಕೆಲಸ ಮುಂದುವರೆಸಿ ಎಂದ ಮಿರ್ಜಾನೆಯವರು ಆ ತುಣುಕುಗಳನ್ನು ಗುಡಾರದಲ್ಲಿ ಪ್ರತ್ಯೇಕವಾಗಿ ಇಡುವಂತೆ ಹೇಳಿದರು.

ಬೆಳಗ್ಗೆ ಅದೇ ಭಾಗದಲ್ಲಿ ಕೆಳಗೆ ಇನ್ನಷ್ಟು ಅಗೆಯುವುದರ ಬದಲಿಗೆ, ಅದರ ಸುತ್ತಮುತ್ತಲೂ ಸ್ವಲ್ಪ ಅಗೆದು ನೋಡೋಣ ಎಂದ ಮಹೇಶನ ಮಾತಿಗೆ ಅವರಿಬ್ಬರೂ ಸಮ್ಮತಿಸಿ, ಸುತ್ತಲೂ ವೃತ್ತಾಕಾರದಲ್ಲಿ ಕೆದರಲು ಶುರು ಮಾಡಿದರು. ಏನೂ ಸಿಗದೇ ಬಿಸಿಲೇರಿದಂತೆ ಬೇಸರವಾಗತೊಡಗಿತು. ಊಟಕ್ಕೆ ಹೋಗಲು ಇನ್ನೂ ಅರ್ಧ ಗಂಟೆ ಬಾಕಿ ಇದ್ದಾಗ ಪಾಠಕ್ ಅಗೆಯುತ್ತಿದ್ದ ಕಡೆ ಏನೋ ಕಂಡಂತೆ ಅನ್ನಿಸಿದಾಗ ಮೂವರಿಗೂ ಆವರೆಗಿನ ಸೆಕೆ, ಬೇಸರಿಕೆ ಎಲ್ಲ ಮಾಯವಾಗಿ, ಖುಷಿಯಾದರು. ನಿಧಾನ ಅದರ ಸುತ್ತಲೂ ಕೆದರಿದಾಗ ಮಡಕೆಯ ತಳಭಾಗ ಸಿಕ್ಕಿತು. ತಳದಲ್ಲಿ ಒಂದು ಕಡೆ ತುಸುಮುಕ್ಕಾಗಿದ್ದು ಬಿಟ್ಟರೆ, ಉಳಿದಂತೆ ಚೆನ್ನಾಗಿತ್ತು. ಆ ತಳಭಾಗವನ್ನು ನೋಡಿದಾಗ ಅದು ಬಹುಶಃ ಸ್ವಲ್ಪ ಉದ್ದಕ್ಕೆ, ಅಗಲ ಕಡಿಮೆ ಇದ್ದ, ಹೂಜಿಯಾಕಾರದ ಮಡಕೆ ಇರಬಹುದು ಎಂದು ಮಹೇಶ ಊಹಿಸಿದ. ಮೂವರಿಗೂ ಸುಸ್ತಾಗಿತ್ತು. ಆದರೆ ಈ ತಳಭಾಗ ಸಿಕ್ಕಿದ್ದು ಎಷ್ಟು ರೋಮಾಂಚನ ಹುಟ್ಟಿಸಿತ್ತು ಎಂದರೆ, ಮೂವರೂ ಊಟಕ್ಕೆ ಸಮಯವಾಗಿದ್ದನ್ನೂ ಲೆಕ್ಕಿಸದೇ, ನಿನ್ನೆ ಸಿಕ್ಕಿದ್ದ ಭಾಗವನ್ನು ಇಟ್ಟಿದ್ದ ಗುಡಾರದತ್ತ ಹೋದರು. ಬಾಲು ಮಿರ್ಜಾನೆಯವರನ್ನು ಕರೆಯಲು ಓಡಿದ. ಮಹೇಶ ಮತ್ತು ಪಾಠಕ್ ಈ ತಳಭಾಗಕ್ಕೆ ಆ ಉಳಿದ ಚೂರುಗಳನ್ನು ಹಿಡಿದು ನೋಡಿದರು. ಮಹೇಶ ಊಹಿಸಿದ್ದು ನಿಜವಾಗಿತ್ತು, ಅದು ಸ್ವಲ್ಪ ಉದ್ದದ ಹೂಜಿಯಾಕಾರದ ಮಡಕೆಯಾಗಿತ್ತು. ಅಷ್ಟರಲ್ಲಿ ಪಾಠಕ್ ಜೊತೆ

ಮಿರ್ಜಾನೆ ಮತ್ತು ರವಿ ಬಂದಿದ್ದರು. ಹುಡುಗರಷ್ಟೇ ಮಿರ್ಜಾನೆಯವರೂ ತುಂಬ ಮುದಗೊಂಡರು. ಊಟದ ನಂತರವೂ ಅಲ್ಲೇ ಕೆಲಸ ಮುಂದುವರೆಸುವಂತೆ ಸೂಚನೆ ನೀಡಿದ ಮಿರ್ಜಾನೆ ಮೊದಲು ಫೋಟೋ ತೆಗೆಯುವಂತೆ ಹೇಳಿದರು.

ಸಂಜೆ ಇನ್ನೊಂದೆರಡು ಚೂರುಗಳು ಸಿಕ್ಕವು. ಮರುದಿನ ಮತ್ತೆ ಆ ಜಾಗದಲ್ಲೇ ಕೆಲಸ ಮುಂದುವರೆಸಿದರೂ ಏನೂ ಸಿಗಲಿಲ್ಲ. ಮೂವರಿಗೂ ನಿರಾಸೆಯಾಯಿತು. ಆದರೆ ಈಗ ಸಿಕ್ಕಷ್ಟನ್ನೇ ಜೋಡಿಸಿದರೂ ಹೂಜಿ ಮುಕ್ಕಾಲು ಭಾಗದಷ್ಟು ಕಾಣುತ್ತೆ, ಅಷ್ಟೇಕೆ ನಿರಾಸೆಗೊಳ್ಳುವುದು ಎಂದು ಮಿರ್ಜಾನೆಯವರೇ ಮತ್ತೆ ಹುಡುಗರನ್ನು ಸಮಾಧಾನಿಸಿದರು.

ಮತ್ತೆ ಫೋನಿನ ಬಳಿ ಹೋಗಲು ಆಗಿದ್ದು ಎರಡು ದಿನದ ನಂತರವೇ. ಆ ಸಂಜೆ ಮೊದಲು ನೀತುವಿಗೆ ಪ್ರಯತ್ನಿಸಿದ, ಫೋನ್ ನಾಟ್ ರೀಚಬಲ್ ಎಂದು ಬರುತ್ತಿತ್ತು. ಇಂಟರ್ನೆಟ್ ಸಂಪರ್ಕ ಇತ್ತು. ಸದ್ಯ ಎಂದುಕೊಂಡವನೇ ಅವಸರವಸರವಾಗಿ ಅವಳ ಗೂಗಲ್ ಕಡತ ತೆರೆದ. ಕಡತ ತೆರೆಯುವಾಗ ಲಬ್‌ಡಬ್ ಎದೆಬಡಿತ ಗ್ರಹಿಕೆಗೆ ಸಿಗುತ್ತ... ಒಹ್... ಇದೆಂಥ ಕಾತರತೆ ಎಂದುಕೊಳ್ಳುತ್ತ ಅಕ್ಷರಗಳ ಮೇಲೆ ಕಣ್ಣಿಟ್ಟ.

> ಮತ್ತೆ ಅದೇ ಕೆಆರ್ ಪೇಟೆ ತಾಲ್ಲೂಕಿನಲ್ಲೇ ಇನ್ನೊಂದು ಹಳ್ಳಿ... ದೊಡ್ಡಕ್ಯಾತನಹಳ್ಳಿಗೆ ಮೊನ್ನೆ ಭಾನುವಾರ ಹೋಗಿ ಬಂದೆ. ನಾಕು ತಿಂಗಳ ಹಿಂದೆ ಗೋಪಾಲಣ್ಣ ಅಂತ ಅಲ್ಲಿ ಒಬ್ರು ಆತ್ಮಹತ್ಯೆ ಮಾಡಿಕೊಂಡಿದ್ದು. ಇಬ್ಬರು ಅಳಿಯಂದಿರು, ದೊಡ್ಡ ಅಳಿಯನಿಗೆ ರಾಜಕಾರಣಿಗಳ ಸಂಪರ್ಕ ಸ್ವಲ್ಪ ಇದೆ. ದೊಡ್ಡ ಮಗಳು ಈಗ ಎಂಟು ತಿಂಗಳ ಬಸಿರಿ, ನಾನು ಕಮಲಮ್ಮನ ಹತ್ತಿರ ಮಾತಾಡುವಾಗ ಅವಳು ಅಲ್ಲೇ ಕೂತಿದ್ದಳು. ಮತ್ತೆ ಆ ಮಗಳ ಗಂಡನೂ ಇದ್ದ, ಅವನೂ ಒಮ್ಮೆ ಹೊರಗೆ ಹೋಗೋದು, ಒಮ್ಮೆ ಒಳಗೆ ಬಂದು ಹೀಗೆ ನೋಡ್ತಾ ಕೂರೋದು... ಸಾಕಮ್ಮನ ಹಂಗೆ ಈಕೆಗೆ ನಿರಾಳವಾಗಿ ಮಾತನಾಡಕ್ಕೇ ಬಿಡಲಿಲ್ಲ. ನಾನಿಲ್ಲಿ ಬರೆದ ಆಕೆಯ ಮಾತುಗಳು ಆ ಅಳೀಮಯ್ಯ ಹೊರಗೆ ಹೋಗಿದ್ದಾಗ ಮಾತಾಡಿದ್ದು. ಆತ ಒಳಗೆ ಇದ್ದಾಗ ಈಕೆ ಹೆಚ್ಚು ಮಾತಾಡಲಿಲ್ಲ. ಮಧ್ಯೆ ಮಧ್ಯೆ ಸರ್ಕಾರ ಏನೂ ಸಹಾಯ ಮಾಡ್ತಿಲ್ಲ, ತನಗೆ ರಾಜಕಾರಣಿಗಳು ಗೊತ್ತಿರೋದ್ರಿಂದ ಸ್ವಲ್ಪವಾದರೂ ಸಹಾಯವಾಯಿತು ಎಂದೆಲ್ಲ ಒಂಥರದ ಬಡಾಯಿಯ ಹಂಗೆ ಹೇಳಿಕೊಳ್ತಿದ್ದ. ಹಾಂ... ಇವರದು ಆರ್‌ಸಿಸಿ ಮನೆ, ಚಿಕ್ಕದಾಗಿದ್ದರೂ ತುಸು ಅಚ್ಚುಕಟ್ಟಾಗಿರುವಂತೆ ಕಾಣಿಸಿತು. ಸ್ವಲ್ಪ 'ಮೇಲ್ಜಾತಿ'ಯವರಂತೆ ಕಾಣಿಸಿದ ಇವರು ಸಾಕಮ್ಮನಿಗಿಂತ ಅನುಕೂಲ ಸ್ಥಿತಿಯಲ್ಲಿದ್ದಂತೆ ತೋರಿತು. ಗಂಡನನ್ನು ಕಳೆದುಕೊಂಡ ದುಃಖ ಸಮಾನವಾದದ್ದು... ಆದರೂ ಸಾಕಮ್ಮನಷ್ಟು ದಯನೀಯ ಸ್ಥಿತಿ ಈಕೆಯದಲ್ಲ ಅನ್ನಿಸಿತು.

ಕಮಲಮ್ಮ

ನಾಕು ವರ್ಷದ ಹಿಂದೆ ಬೋರ್ ಹಾಕಿದ್ರೋ. ಎಲ್ಡೂವರೆ ಇಂಚು ನೀರು ಬಂದಿತ್ತು, ನಮ್ಮ ಮೂರೆಕರೆ ಜಮೀನಿಗೆ ಸಾಕಾಗತಿತ್ತು. ಎಲ್ಡು ವರ್ಸ ಬಾಳೆ, ಟೊಮೆಟೋ ಬೆಳದ್ವಿ. ಆಮೇಲೆ ನೀರೇ ಹೊಂಟೋತು. ಇಬ್ರೂ ಹೆಣ್ಣುಮಕ್ಕಳ ಮದ್ವಿ ಒಂದೇ ವರ್ಸದಾಗ ಕೂಡಿಬಂತು ಅಂತ ಮಾಡುದ್ವಿ. ಅದಕ್ಕೆ ನಾಕು ಲಕ್ಸ ಸಾಲವಾತು. ಆಮೇಲೆ ಮಳೆಯೂ ಸರ್ಯಾಗಿ ಬರಲಿಲ್ಲ. ಅವರತ್ರ ಇವ್ರತ್ರ ಸಾಲ ಮಾಡಿಯಾರೆ ಅಂತ ನನಿಗೂ ಗೊತ್ತಿತ್ತು. ಆದ್ರೆ ಹೊರಗಡಿಗಿ ಹಿಂಸೆಯಾಗ್ತದೆ ಅಂತ ಹೇಳುದ್ರೆ ನಾನು ಬೇಜಾರು ಮಾಡ್ಕತನಿ ಅಂತ ಏನೂ ಹೇಳ್ಕತಿರಲಿಲ್ಲ. ಮನಿ ತನಕ ಯಾರೂ ಸಾಲದವರು ಬಂದಿರಲಿಲ್ಲ. ಎಲ್ಲ ಹೊರಗಡಿಗಿ ಇದ್ದಿದ್ದು.

ಅವತ್ತು ನಾನು ಮಗಳ ಮನಿಗಿ ಹೋಗಿದ್ದೆ. ಬೆಂಗಳೂರಿಗಿ. ಸೋಮವಾರ ರಾತ್ರಿ ಫೋನು ಮಾಡಿದ್ರೊ. ಸ್ವಿಚಾಪ್ ಅಂತ ಬಂತು. ಹೊಲದ ತಾವ ವ್ಹೋಗಿರಬೇಕು ಅಂದ್ಕಂಡೆ. ಮಂಗಳವಾರ ಕೆಆರ್ ಪೇಟೆಗಿ ಹೋಗಿ ಬಂದವರೆ. ಅವತ್ ಬೆಳಗ್ಗೆಯಿಂದಲೂ ಯಾರ ತಾವನೂ ಮಾತಾಡಿಲ್ಲ. ಆಮೇಲೆ ಮೂರು ಗಂಟೆಗಿ ಬಸ್ಸಿಳಿದು ಬಂದು ಮಲಗಿದಾರೆ. ಇವ್ರು ಬಸ್ಸಿಳಿದು ಬರಾದು ಜನ ನೋಡಿದಾರೆ. ಅವಾಗೂ ಯಾರ ತಾವನೂ ಮಾತಾಡಿಲ್ಲ. ಪಕ್ಕದಲ್ಲಿ ಇವರ ಅಣ್ಣನ ಮನಿ. ಅವರು ಸಂಜೆ ಟೀ ಕುಡಿಯಕ್ಕೆ ಅಂತ ಕರೆದವರೆ, ಕಿಟಕಿ ತಟ್ಟವರೆ, ಏನೂ ಸದ್ದಿಲ್ಲ. ಆಮೇಲೆ ಬಾಗ್ಲು ತಟ್ಟಿದರೂ ಸದ್ದಿಲ್ಲ, ಹಂಗೇ ಕಿಟಿಕಿ ನೂಕಿ ನೋಡಿದರೆ ಇವ್ರು ನೇಣು ಹಾಕ್ಕಂಡಿದ್ದು ಕಂಡೈತೆ. ಗಾಬ್ರಿ ಬಿದ್ದು ಅಕ್ಕಪಕ್ಕದವ್ರನ್ನ ಕರೆದವ್ರೆ. ಅಂಗೇ ನಮಗೆ ಫೋನು ಮಾಡವ್ರೆ. ನಾವ್ ಬರ ಹೊತ್ತಿಗಿ ಕೆ ಆರ್ ಪೇಟೆಗೆ ಮಹಜರು ಮಾಡಕ್ಕೆ ತಗಂಡು ಹೋಗಿದ್ರು, ಮಗಳು ನಾಕು ತುಂಬಿದ ಬಸಿರಿ ಅಂತ ಮುಖ ನೋಡಕ್ಕೆ ಬಿಡಲಿಲ್ಲ.

ಹೆಂಡ್ತಿ ಮಕ್ಕಳು ಅಂದರೆ ಅಷ್ಟು ವಿಶ್ವಾಸವಾಗಿ ಇದ್ದವರು, ಹಿಂಗೆ ಮಾಡ್ಕಂತಾರೆ ಅಂತನೇ ಅನ್ನಿಸಿರಲಿಲ್ಲ. ಯಾವಾಗೂ ಏನೂ ಹೇಳ್ಕಂಡವರಲ್ಲ. ಏನು ಮಾಡಕ್ಕೂ ಕೈಯಲ್ಲಿ ಕಾಸಿಲ್ಲ. ಎಲ್ಲ ಅವರೇ ಅನುಭವಿಸತಿದ್ರು.

ಮಗಳ ಮನಿಗಿ ವ್ಹೋಗುವಾಗ ಬುಧವಾರನೋ, ಗುರುವಾರನೋ ವಾಪಸು ಬತ್ತೀನಿ ಅಂದೆ. ಇದ್ಬಿಟ್ಟು ಬಾ ಅಂತ ಹೇಳಿ ಕಳಿಸಿದ್ರು. ಆ ಸಮಯದಾಗೆ ನಾನೂ ಇರ್ನಿಲ್ಲ ಅಂತ ಮತ್ತಸ್ಟು ಈಗ ಕುದಿ ಅನ್ನಿಸತ್ತೈತೆ.

ಮೊದ್ಲು ರಾಗಿ ಹಾಕತಿದ್ದವಿ. ನಾವ್ರೂ ಹೊಲಕ್ಕೆ ಹೋಗತಿದ್ವಿ, ಆಗೆಲ್ಲ ಖುಷಿಯಾಗಿದ್ರು. ಎಲ್ಲರ ಹತ್ರಾನೂ ಒಳ್ಳೆ ಮನುಷ್ಯ ಅಂತ ಹೇಳಿಸ್ಕಂಡಿದ್ರು. ಬ್ಯಾಂಕಲ್ಲಿ ಒಂದೂ ಕಾಲು ಲಕ್ಷ ಸಾಲ ತಗಂಡಿದ್ರು. ಆಮೇಲೆ ಬಡ್ಡಿ ಮೇಲೆ ಸಾಲ ತಗಂಡಿದ್ರು.

ತಿಂಗಳ ತಿಂಗಳಾ ಬಡ್ಡಿ ಕಟ್ಟಲಿಲ್ಲ ಅಂದರೆ ಅಷ್ಟೆ. ಸುಮ್ನೆ ಬೀಡಿನೋ ಸಿಗರೇಟೋ ಸೇದ್ತ ಕೂರೋರು. ಏನರ ಕೇಳಿದ್ರೆ 'ನಿಂಗ್ಯಾಕೆ, ನೀ ಕಟ್ಟತೀಯ... ಸುಮ್ಮನಿರು' ಅನ್ನೊರು.

ಇಷ್ಟೇ ಉದ್ದ... ಇಷ್ಟೇ ಉದ್ದದ ತೆಳು ಲುಂಗಿ ತುಂಡು ತಗಂಡು ಮಾಡ್ಕಂಡಿದ್ರು. ಇಲ್ಲೇ... ಇಲ್ಲೇ ಹಿಂಗೆ ಮ್ಯಾಗೆ ಮಾಡ್ಕಂಡಿದ್ರು. ಯಾರಿಗೂ ನಂಬಕೆ ಆಗ್ಲಿಲ್ಲ. ಗೋಪಾಲಣ್ಣ ಹಿಂಗೆ ಮಾಡ್ಕಂಡವನೆ ಅಂತ ಯಾರಿಗೂ ನಂಬಕೆ ಆಗ್ಲಿಲ್ಲ.

ಮೂರೂ ಹೆಣ್ಣೆ ಉಟ್ಟಿದವಲ್ಲ ಅಂತ ನಾನು ಬೇಜಾರು ಮಾಡ್ಕಂಡಿದ್ದೆ, ಗಂಡುಮಕ್ಕಳು ಇದ್ದಿದ್ದರೆ ಏನೋ ದುಡಿಯೋರು, ಸಾಲ ತೀರ್ತಿತ್ತು ಅಂತ ಅಂದ್ಕೋಳುವೆ. ಆದ್ರೆ ಅವ್ರು ಒಂದಿನಾನೂ ಹೆಣ್ಣುಮಕ್ಕಳು ಅಂತ ಬೇಜಾರು ಮಾಡ್ಕಂಡವರಲ್ಲ. ಅವರೇ ಗಂಡುಮಕ್ಕಳು ಅಂದ್ಕಳಣ ಅನ್ನೋರು. ಹೆಣ್ಣುಮಕ್ಕಳು ಅಂದ್ರೆ ಅಷ್ಟು ಪ್ರೀತಿ. 'ಈ ಸಲ ನಮ್ಮ ಸುನಿತಾಗೆ ಗಂಡಾಯ್ತದೆ, ನೋಡು' ಅಂತ ಖುಷೀಲಿದ್ರು. ಒಂದೇ ವರ್ಸ ಇಬ್ಬರು ದೊಡ್ಡ ಹುಡುಗೀರ ಮದುವೆ ಮಾಡಿದ್ವಿ, ಸಾಲ ಜಾಸ್ತಿ ಆಗೋಯ್ತು. ಈಗೇನೋ ಕೃಷಿ ಇಲಾಖೆಯವರು ಕೊನೇ ಮಗಳಿಗೆ ಕೆಲಸ ಕೊಡ್ತೀವಿ ಅಂದವರೆ. ಡಿಸಿನೂ ಏನಾರ ಮಾಡ್ತೀವಿ ಅಂದವರೆ. ಹಂತಾ ದೊಡ್ಡ ಜೀವನೇ ವೋದ ಮ್ಯಾಲೆ ಯಾರ ಸಹಾಯ ತಗಂಡು ಏನು ಮಾಡದು.

ಒಂದಿನ ಒಂದು ಮಾತು ಬೋದವರಲ್ಲ ಏಕವಚನದಾಗೆ. ಮಕ್ಕಳಿಗೂ ಹೋಗ್ರವ್ವ, ಬನ್ರವ್ವ ಅನ್ನೋರು. ಕಳ್ಳು ಕಿತ್ತು ಮಡಗಿದ ಹಾಗಾಯ್ತದೆ. ನಾನು ನೋವು ಪಟ್ಟರೂ ಅಡ್ಡಿಲ್ಲ, ನಮ್ಮ ಮಕ್ಕಳು ಚೆನ್ನಾಗಿರಬೇಕು ಅನ್ನೋರು. ಇಬ್ರೂ ಮಕ್ಕಳು ವಳ್ಳೆ ಕಡೆ ಮದುವೆಯಾಗಿ ಸುಖವಾಗಿದಾರೆ ಅನ್ನೋರು.

ಯಾವ ಗುಡಿ ಗುಂಡಾರದ ಗರ್ಭಗುಡಿ ದೇವ್ರನ್ನ ನಂಬಿರಲಿಲ್ಲ, ಈ ಮನಿಷ್ಯನ್ನ ಹಂಗೆ ನಂಬ್ಕಂಡಿದ್ದೆ. ಒಬ್ರ ಹತ್ರ ಒಂದ್ ಜಗಳ ಆಡಿದ ಮನಿಷ್ಯಾ ಅಲ್ಲ. ಎಲ್ಲ ವಳಗೇ ಇಟ್ಕಂಡು ಕೊರಗೀ ಕೊರಗೀ ಸತ್ರು. ಆವಾಗೀವಾಗ ಬೀಡಿ, ಸಿಗರೇಟು ಎಳಿಯಾದು ಬಿಟ್ರೆ ಬ್ಯಾರೆ ಏನೂ ಚಟ ಇರ್ನಿಲ್ಲ. ಇಂತಾ ಗಂಡ ಎಲ್ಲಿ ಹುಡಕಿದ್ರೂ ಸಿಗಂಗಿಲ್ಲ.

ಹಿಂಗೆ ಕಸ್ಟ ಐತೆ ಅಂದರೆ ಹೆಂಗಾರೂ ಮಾಡಣ ಅಂತಿದ್ವಿ, ಎಲ್ಲಾದರೂ ದೇಶಾಂತರ ವೋಗಿ ಸಂಪಾದನೆ ಮಾಡ್ಕಂಬರ್ತೀನಿ ಅಂದ್ರೂ ಬ್ಯಾಡ ಅಂತಿರಲಿಲ್ಲ. ಎಲ್ಲೋ ಒಂದ್ ಕಡಿ ಭೂಮಿ ಮ್ಯಾಗ ಇದಾರೆ ಅಂತ ಸಮಾಧಾನ ಇರ್ತಿತ್ತು. ಈಗ ಏನೂ ವುಳಿದಿಲ್ಲ.

ದನಕರು ಎಲ್ಲ ಅವಾಗೆ ಮಾರಿದ್ವಿ. ಒಣ ಹುಲ್ಲೂ ರೇಟು, ಹಸಿ ಹುಲ್ಲು ಸಿಗಂಗಿಲ್ಲ. ಏನು ಮಾಡದು.

ಹೆಣ್ಣಮಕ್ಕಳು, ಅಳಿಯಂದ್ರು ಇತ್ತ ಕಡಿ ಬಂದುಬಿಡಿ ಅಂತಾರೆ, ಆದರೆ ಹೆಂಗ್ ವೋಗದು, ಎಷ್ಟ ದಿನ ಹೆಣ್ಣಮಕ್ಕಳ ತಾವ ಇರದು...

ಮಕ್ಕಳು ಏನೋ ಗಂಡದೀರ ಮನಿಗಿ ವ್ಹೋಗ್ತಾರೆ. ನಾನೇನು ಮಾಡದು ಅನ್ನಾದೆ ದೊಡ್ಡಪ್ರಶ್ನೆ. ಜೀವನ ಸಾಗಬೇಕಲ್ಲ. ಕೂಲಿಗೆ ವ್ಹೋಗಣ ಅಂದ್ರೆ ಗಂಡ ಸತ್ತ ಮ್ಯಾಗೆ ಎಂಗೆ ವ್ಹೋದ್ಲು ನೋಡು ಅಂತರೆ ಜನ.

ಅವ್ರಿದ್ದಾಗ ಅಷ್ಟು ಧೈರ್ಯ ನಂಗೆ, ಅವರು ಸುಮ್ನೆ ಮನೇಲಿದ್ರೆ ಅದೇ ಧೈರ್ಯ. ಈಗ ಯಾರ ಹತ್ರ ಹೇಳ್ಕಳದು. ಒಂದ್ ವಸ್ತು ಕಳ್ಕಂಡ ಮ್ಯಾಗೇನೆ ಅದ್ರ ಗಂಧ ಗೊತ್ತಾಗದು...

ಒಂದೊಂದನ್ನೇ ಕಳೆದುಕೊಳ್ಳುತ್ತ ಬಂದರೂ, ಹೇಗೋ ಕಾಲೆಳೆದುಕೊಂಡು ಸಾಗಿರುವಾಗ, ಹೀಗೆ ಜೊತೆಗಿದ್ದ ಜೀವವನ್ನೇ ಕಳೆದುಕೊಂಡ ಸುಡುವಾಸ್ತವಕ್ಕೆ ಗಕ್ಕನೆ ಎದುರಾಗಿ ನಿಂತಾಗ ಆವರಿಸುತ್ತದೆಯಲ್ಲ ಅಂಥದೊಂದು ಅಗಾಧ ಶೂನ್ಯವನ್ನು ಮೈಮನದಲ್ಲಿ ತುಂಬಿಕೊಂಡಂತೆ ಆಕೆ ಕೂತಿದ್ದಳು. ಚರ್ಮಕ್ಕಂಟಿದ ಒಂಟಿತನದಿಂದ ಆಕೆ ಕಂಗಾಲಾಗಿದ್ದಾಳೆ ಎಂದು ಅಕೆಯ ಒಂದೊಂದು ಭಾವಭಂಗಿಯಲ್ಲಿಯೂ ನನಗೆ ತೀವ್ರವಾಗಿ ಅನ್ನಿಸುತ್ತಿತ್ತು. ಬಸಿರಿ ಮಗಳು ಕಾಫಿ ಮಾಡಿಕೊಂಡು ಬಂದಳು. ಅಷ್ಟೆಲ್ಲ ಸಂಕಟದ ಕಥೆಯನ್ನು ಕೇಳಿದ ನಂತರವೂ, ಮಾತಿನ ಪೂರ್ಣವಿರಾಮಕ್ಕೊಂದು ಸಲ ಕಣ್ಣೊರೆಸಿಕೊಳ್ಳುತ್ತಿದ್ದ ಆ ಹೆಂಗಸು ನನ್ನ ಎದುರಿಗೆ ಕೂತಿದ್ದಾಗಲೂ, ಮಗಳು ಮುಂದೆ ಮಾಡಿದ ಸ್ಟೀಲಿನ ಕಪ್ಪಿಗೆ ನಾನು ಕೈ ಚಾಚಿದೆ. ಆ ಕ್ಷಣಕ್ಕೆ ಏನಾದರೂ ಸರಿ, ಹೆಂಗಿದ್ದರೂ ಸರಿ, ಒಟ್ಟಾರೆ ಏನಾದರೂ ಬಿಸಿಬಿಸಿಯಾಗಿ ಕುಡಿಯಬೇಕು ಅಂತ ಅನ್ನಿಸುತ್ತಿತ್ತು. ಜೊತೆಗೆ ಬಾಳುತ್ತಿದ್ದ ವ್ಯಕ್ತಿ ಬದುಕಿನಿಂದಲೇ ಎದ್ದು ಹೋದ ನಂತರ ಏಕಾಕಿಯಾಗಿ ಎಲ್ಲದಕ್ಕೆ ಏಗಬೇಕಾದ ಬೇಗುದಿಯನ್ನು ಒಳಗೇ ಅದುಮಿಡಲು ಯತ್ನಿಸುತ್ತ, ಕಿಟಕಿಯಾಚೆಗಿನ ರಸ್ತೆಯನ್ನು ನೋಡುತ್ತ ಕೂತಿದ್ದ ಆಕೆಯೂ ದುಃಖವನ್ನು ಈ ಕ್ಷಣಕ್ಕೆ ಗಂಟಲಿನಿಂದ ಒಳಗಿಳಿಸಿದರೆ ಸಾಕಪ್ಪ ಎಂಬಂತೆ ಕಾಫಿ ಕಪ್ ಎತ್ತಿಕೊಂಡರು, ಆಗ ಅಳಿಯ ಅಲ್ಲಿರಲಿಲ್ಲ. ನನ್ನೊಂದಿಗೆ ಆಕೆಯೂ ಕಾಫಿ ಕುಡಿದರು. ವಾಪಸು ಬರುವಾಗ ಅನ್ನಿಸಿತು, ತುಸುವೇ ಹೊತ್ತಿನ ಮೊದಲು ಆಕೆ ಮಾತಾಡುತ್ತಿದ್ದರೆ ಅಲ್ಲಿ ಸಣ್ಣಗೆ ಸಾವಿನ ವಿಚಿತ್ರ ವಾಸನೆಯೊಂದು ಸುಳಿದಾಡುತ್ತಿದೆಯಾ ಎಂಬಂತೆ ಇತ್ತು. ಆಕೆ 'ಇಲ್ಲೇ... ಇಲ್ಲೇ ಹಿಂಗೆ ಮ್ಯಾಗೆ ಮಾಡ್ಕಂಡಿದ್ರು' ಎಂದು ಮೇಲೆ ನೋಡಿದಳಲ್ಲ, ಮತ್ತೆ ಮೇಲೆ ನೋಡಲಾರೆ ಎಂಬಂತೆ ತಟ್ಟನೆ ಕಣ್ಮುಚ್ಚಿ ನಿಡುಸುಯ್ದಳಲ್ಲ, ಅದರ ಕೆಳಗೇ ನಾವು ಕೂತಿದ್ದೆವು. ಮತ್ತು ಪೇಪರಿನಲ್ಲೋ, ಟಿವಿಯಲ್ಲೋ ಸುದ್ದಿಯನ್ನು ಕೇಳಿದಂತೆ, ಅರ್ಧ ಗಂಟೆಯ ನಂತರ ಮೂವರೂ ಕೂತು ಕಾಫಿ ಕುಡಿದೆವು ಎಂದರೆ... ಬದುಕು ಸಾಗುವುದೇ ಹೀಗೆ ಎಂದುಕೊಳ್ಳುವುದೇ... ಬದುಕು ನಶ್ವರವೇ ಅಥವಾ ಸಾವೆಂಬ ಸಾವಿನ ಎದುರಿಗೂ ಕ್ಷುಲ್ಲಕ ತುಡಿತಗಳು ಬದುಕಿನತ್ತ ಜಗ್ಗುವುವೇ...

ಕಾಫಿ ಕುಡಿದು ಮುಗಿಸುವಷ್ಟರಲ್ಲಿ ಅಳಿಯ ಮತ್ತೆ ಒಳಬಂದ. ಅಲ್ಲಿಂದ ಹೊರಡುವಾಗ

ಆತ 'ಬರೆದುಕೊಂಡು ಹೋಗಿ ಏನು ಮಾಡ್ತೀರಿ, ಇದರಿಂದ ಏನು ಆಗುತ್ತೆ' ಅಂತ ನೇರವಾಗಿಯೇ ನನಗೆ ಕೇಳಿದ. ನನ್ನಲ್ಲಿ ಉತ್ತರ ಇರಲಿಲ್ಲ. ಈಗಲೂ ಉತ್ತರ ಇಲ್ಲ ಮಹೀ. ಆ ಹೆಂಗಸು ಕೂಡ ಕಣ್ಣಲ್ಲಿ ಎಂಥದೋ ನಿರೀಕ್ಷೆ ತುಂಬಿಕೊಂಡು ನನ್ನ ನೋಡುತ್ತಿರುವಂತೆ ಅನ್ನಿಸಿತು. ಅಥವಾ ನನ್ನ ಭ್ರಮೆಯೇ ಇರಬಹುದು.

ಹಾಂ... ನಾನು ಹೊರಟಾಗ ಆಕೆಯೂ ಎದ್ದರು. ಎರಡು ಹೆಜ್ಜೆ ಮುಂದಿಟ್ಟರು, ನಾನು ಚಪ್ಪಲಿ ಹಾಕಿಕೊಳ್ಳುತ್ತಿದ್ದೆ. ಅಳಿಯ ಅಲ್ಲೇ ಬಾಗಿಲ ಬಳಿ ಇದ್ದ. ಎರಡು ಹೆಜ್ಜೆ ಮುಂದಿಟ್ಟ ನಂತರ ಅವನು ಅಲ್ಲಿಯೇ ಇದ್ದಾನೆ ಎನ್ನುವುದು ತಟ್ಟನೆ ಹೊಳೆದಂತೆ, ಏನೋ ಹೇಳಲೆಂದು ಬಾಯಿ ತೆರೆದ ಆಕೆ, ಗಕ್ಕನೆ ನಿಂತುಬಿಟ್ಟರು. ಅಳಿಯ ಚಪ್ಪಲಿ ಮೆಟ್ಟಿಕೊಳ್ಳುತ್ತಿದ್ದ ನನ್ನನ್ನು ನೋಡುತ್ತಲೇ ಆಕೆಯತ್ತ ವಾರೆಗಣ್ಣು ಊರಿದ್ದ. ಆಕೆ ಇನ್ನೇನಾದರೂ ಹೇಳಬೇಕು ಎಂದುಕೊಂಡಿದ್ದರೇನೋ... ಈ ಅಳಿಯ ಒಳ್ಳೆ ಕಾವಲುನಾಯಿಯಾಗಿದ್ದಾನೆ ಅಂತ ಮನಸ್ಸಲ್ಲಿ ಬೈದುಕೊಂಡು ಹೊರಟೆ. ಅಲ್ಲಿಂದ ವಾಪಸು ಮಂಡ್ಯ ತಲುಪಿ, ಮನೆ ತಲುಪಿದಾಗ ರಾತ್ರಿ ಒಂಬತ್ತೂವರೆ. ಬೆಳಗ್ಗೆ ಏಳಕ್ಕೆ ಮನೆ ಬಿಟ್ಟಿದ್ದೆ. ಲಟಾರಿ ಬಸ್ಸಿನಲ್ಲಿ, ಬಿಸಿಲಿನಲ್ಲಿ ಹೋಗಿ ಬಂದ ಸುಸ್ತು. ಮಲಗುವಾಗ ಮತ್ತೆ ಆತ ಕೇಳಿದ ಪ್ರಶ್ನೆ ನೆನಪಾಯಿತು. ಹೌದಲ್ಲ... ಇದರಿಂದ ಏನು ಆಗುತ್ತೆ?

– ನೀತು

ಅವಳ ಕಡತವನ್ನು ಮುಚ್ಚಿಟ್ಟ ಮಹೇಶ ಒಂದು ಕ್ಷಣ ನಿಡಿದಾಗಿ ಉಸಿರೆಳೆದುಕೊಂಡ. ನೀತು ಸಾಕಷ್ಟು ಹೈರಾಣಾಗ್ತಿದ್ದಾಳೆ ಅನ್ನಿಸಿತು. ಬರಿಯ ದೇಹ ಮಾತ್ರವಲ್ಲ, ಮನಸ್ಸೂ ದಣಿಯುತ್ತಿದೆ. ಬೇಗ ಉತ್ತರ ಬರೆದುಬಿಡೋಣ... ಇದನ್ನೆಲ್ಲ ಹೇಳಿಕೊಳ್ಳುತ್ತಿರುವುದೇ ನನ್ನ ಬಳಿ, ಉತ್ತರಿಸಲಿಕ್ಕೆ ಯಾಕೆ ಇಷ್ಟು ಹಿಂದೆ ಮುಂದೆ ನೋಡ್ತಿದ್ದೀನಿ... ಮಹೇಶ ತನ್ನ ಬಗ್ಗೆಯೇ ತುಸು ಬೇಜಾರುಗೊಳ್ಳುತ್ತ ಮತ್ತೆ ಗೂಗಲ್ ಕಡತ ತೆರೆದ.

ನೀತು... ಇದರಿಂದ ಏನು ಆಗಬೇಕು ಅಂತ ನೀನು ನಿರೀಕ್ಷೆ ಮಾಡ್ತಿದ್ದೀಯ... ನಿಜ, ಸುತ್ತಲಿನ ಬದುಕು ಅಥವಾ ಜನರು ನಿರೀಕ್ಷೆ ಮಾಡುವಂತಹುದು ಆಗಲಿಕ್ಕಿಲ್ಲ. ಆದರೇನಂತೆ... ನಿನ್ನ ಅನುಭವ, ಅರಿವು ತುಸುವಾದರೂ ಹಿಗ್ಗುತ್ತೆ ಅಲ್ಲವಾ... ಮತ್ತೆ ನಿನ್ನ ಮೂಲಕ ನನ್ನ ಅರಿವಿನ ಪರಿಧಿ ಹಿಗ್ಗುತ್ತಿದೆಯಲ್ಲ, ಇನ್ನೊಂದು ಲೋಕಕ್ಕೆ ನನ್ನ ಕಣ್ಣು ತೆರೆಸುತ್ತಿದ್ದೀಯಲ್ಲ, ಇದು ನನ್ನ ಮಟ್ಟಿಗಂತೂ ತುಂಬ, ತುಂಬ ಮಹತ್ವದ್ದು ನೀತು.

ನಿನ್ನೊಂದಿಗೆ ಮುಂದಿನ ಹಳ್ಳಿಗೆ ಹೋಗಲು ಕಾಯ್ತಿದ್ದೀನಿ.

ಹಾಂ... ತುಂಬ ದಣಿವು ಮಾಡಿಕೋಬೇಡ.

ಜೋಪಾನ ನೀತು.

– ಮಹೀ

ಉಫ್... ನೀತು ಪದಗಳಲ್ಲೇ ಮನಸ್ಸು ಬಿಚ್ಚಿಟ್ಟ ಹಾಗೆ ತನಗೆ ಸಾಧ್ಯವೇ ಆಗುವುದಿಲ್ಲವಲ್ಲ ಎಂದುಕೊಳ್ಳುತ್ತ ಕಡತ ಮುಚ್ಚಿಟ್ಟು, ಲ್ಯಾಪ್ಟಾಪ್ ತೆಗೆದುಕೊಂಡು ಹೊರಗೆ ಬಂದ.

ಬಾಲು ಹೊರಗೆ ಫೋನ್ ಮಾಡಲು ಕಾಯುತ್ತ ನಿಂತಿದ್ದವ, ಥ್ಯಾಂಕ್ಸ್ ಎಂದು ಉಸುರುತ್ತಲೇ ಒಳಗೋಡಿದ.

ನೀತು ಹೀಗೆ ಯಾವುದೋ ಹಳ್ಳಿಯಲ್ಲಿ ಓಡಾಡುತ್ತ, ಅಕ್ಷರಗಳಲ್ಲಿ ಇನ್ನೊಂದು ಲೋಕ ತೆರೆದಿಡುತ್ತ, ಆ ಮೂಲಕ ನನ್ನ ಭಾವಲೋಕದ ಭಾಗವಾಗುತ್ತಿದ್ದಾಳೆಯೇ... ಅವಳು ಬರೆದಿದ್ದನ್ನು ಓದುತ್ತಿದ್ದರೆ, ಹೀಗೆ ಎದುರು ಕೂತು ಹೇಳುತ್ತಿದ್ದಾಳೇನೋ ಎಂಬಷ್ಟು ಆಪ್ತವಾಗಿರುತ್ತದೆ... ರಾತ್ರಿ ಮಲಗಿ, ನಿದ್ದೆ ಬರುವವರೆಗೆ ಭೋಂಗಾದ ಮಾಡನ್ನು ನೋಡುತ್ತಿದ್ದ ಮಹೇಶನ ಮೈಮನಸ್ಸಿನೊಳಗೆ ಯಾವ ತಂತುವಿದು ಹೀಗೆ ನೀತುವಿನತ್ತ ಜಗ್ಗುತ್ತಿದೆ ಎಂಬ ಆಲೋಚನೆಯೇ ತೂಗುತ್ತಿತ್ತು.

❖

❖

ಅಲ್ಲಿಗೆ ಬಂದು ತಿಂಗಳ ಮೇಲಾಗಿತ್ತು. ಧೊಲಾವೀರಾದಿಂದ ಆರೇಳು ಮೈಲು ದೂರದಲ್ಲಿ ಲಕ್ಷಾಂತರ ವರ್ಷಗಳ ಹಿಂದಿನ ಮರಗಳ ಪಳೆಯುಳಿಕೆಗಳ ಪಾರ್ಕ್ ಇದೆಯೆಂದೂ, ತಾವೆಲ್ಲ ಕಳೆದ ಸಲ ಅಲ್ಲಿಗೆ ಹೋಗಿದ್ದೆವೆಂದು ರವಿ, ಬಾಲು, ಪಾಠಕ್ ಮೂವರೂ ಕಥೆ ಹೇಳುತ್ತಲೇ ಇದ್ದರು. ಭಾನುವಾರದಂದು ಮಧ್ಯಾಹ್ನದ ನಂತರ ಉತ್ಖನನ ಮಾಡುತ್ತಿರಲಿಲ್ಲ. ಧೊಲಾವೀರಾ ಹಳ್ಳಿಯ ಕೆಲಸದವರೂ ಸಹ ಬರುತ್ತಿರಲಿಲ್ಲ. ಆ ಭಾನುವಾರ ಮಧ್ಯಾಹ್ನ ಮೂರು ಗಂಟೆ ನಂತರ ಸ್ವಲ್ಪ ಬಿಸಿಲು ತಗ್ಗಿದ ಮೇಲೆ ನಾಲ್ವರೂ ಅಲ್ಲಿಗೆ ಹೋಗುವುದು ಎಂದು ನಿರ್ಧರಿಸಿದರು. ನಡೆದೇ ಹೋಗಬಹುದು, ಒಂದು ಒಳದಾರಿ ತನಗೆ ಚೆನ್ನಾಗಿ ಗೊತ್ತಿದೆ ಎಂದು ರವಿ ಹೇಳಿದ.

ಬಿಸಿಲು ಸಾಕಷ್ಟು ಜೋರಾಗಿಯೇ ಇತ್ತು. ತಲೆಗೆ ಒಂದು ಕ್ಯಾಪ್ ಸಿಕ್ಕಿಸಿಕೊಂಡು, ತುಂಬುತೋಳಿನ ಬಿಳಿಯ ಶಾರ್ಟ್ ಜುಬ್ಬಾ ಹಾಕಿಕೊಂಡಿದ್ದ ರವಿಯನ್ನು ನೋಡಿ, ಚಾಲಾಕಿ ನನ್ನ ಮಗ ಎಂದು ಮಹೇಶ ಮನಸ್ಸಿನಲ್ಲೇ ಅಂದುಕೊಂಡ. ಬಾಲು ಮತ್ತು ಪಾಠಕ್ ಕಳೆದ ಸಲ ಹೋಗಿದ್ದರೂ ಅವರಿಗೆ ಒಳರಸ್ತೆ ನೆನಪಿರಲಿಲ್ಲ. ಏನನ್ನಾದರೂ

ಒಂದು ಸಲ ನೋಡಿದರೆ ಅದು ತನ್ನ ಮನಸ್ಸಿನಲ್ಲಿ ಚಿತ್ರದಂತೆ ಅಚ್ಚಾಗಿಬಿಟ್ಟಿರುತ್ತದೆ ಎಂದು ಹೆಮ್ಮೆಯಿಂದ ಹೇಳಿಕೊಳ್ಳುತ್ತಿದ್ದ ರವಿ ನಾಲ್ಕಾರು ಸಲ ಓಡಾಡಿದವನಂತೆ ಮುಂದೆ ನಡೆಯುತ್ತಿದ್ದ.

ಸುಮಾರು ದೂರ ರಸ್ತೆಯಲ್ಲಿ ನಡೆದು, ಆಮೇಲೆ ಒಂದು ಏರಿ ಹತ್ತಿಳಿದು, ಇನ್ನೊಂದು ಚಿಕ್ಕ ಗುಡ್ಡವನ್ನು ಏರಿ, ಮತ್ತೆ ಕೆಳಗೆ ಇಳಿಯ ತೊಡಗಿದಂತೆ ಕಣ್ಣೆದುರು ತೆರೆದುಕೊಂಡ ದೃಶ್ಯದಿಂದ ಮಹೇಶ ಅಚ್ಚರಿಗೊಂಡು ನಿಂತ. ರವಿ ಈ ಮೊದಲೂ ಮಹೇಶನಿಗೆ ಹೇಳುತ್ತಲೇ ಇದ್ದ... 'ಆ ಪಳೆಯುಳಿಕೆಗಳಿರೋ ಗುಡ್ಡದಿಂದ ನೇರ ಹೋದರೆ ಪಾಕಿಸ್ತಾನದ ಗಡಿ ಹತ್ತಿರ ಇದೆ. ಬಹುಶಃ ಒಂದು ಐವತ್ತು ಮೈಲು ಇರಬಹುದು. ಧೊಲಾವೀರಾ ಗಡೀಭಾಗದ ಕಡೆಯ ದೊಡ್ಡ ಹಳ್ಳಿ... ಆ ಗುಡ್ಡಕ್ಕೆ ಹೋಗೋ ದಾರಿಯಲ್ಲಿ ಡುಂಗರಾನೀವಾಂಢ್, ಖರೋಡಾ ಅಂತ ಚಿಕ್ಕ ಹಳ್ಳಿ ಇವೆ, ಅಷ್ಟೇ. ಎದುರಿಗೆ, ಆ ಕಡೆ, ಈ ಕಡೆ ಕಣ್ಣುಹಾಯಿಸಿದಷ್ಟು ದೂರ ಕಚ್ಛ್ ಸರೋವರ ಅಂದ್ರೆ ಭೋಟಾರಣ್ ಲವಣ ಸರೋವರ, ಆಚೆಗೆ ಮತ್ತೆ ಪಾಕಿಸ್ತಾನ' ಎಂದೆಲ್ಲ. ಅವನೆಷ್ಟೇ ಹೇಳಿದರೂ, ಅದು ಮಹೇಶನ ಊಹೆಗೆ ನಿಲುಕಿರಲಿಲ್ಲ. ಈಗ ಗುಡ್ಡ ಇಳಿದು ನಿಂತಾಗ ಗ್ರಹಿಕೆಗೆ ಸಿಕ್ಕಿತು... ಆ ಗುಡ್ಡದಗುಂಟ ಇನ್ನೂ ಚಿಕ್ಕಪುಟ್ಟ ಗುಡ್ಡಗಳ ಶ್ರೇಣಿ ಇತ್ತು. ಗುಡ್ಡದ ಕೆಳಗೆ ಭೋಟಾರಣ್ ಲವಣ ಸರೋವರ ವಿಶಾಲವಾಗಿ ತೆರೆದುಕೊಂಡಿತ್ತು. ಗುಡ್ಡದ ಏರಿಯಗುಂಟ ಕೇಸರಿ, ಬಿಳಿ, ಹಸಿರು, ತ್ರಿವರ್ಣ ಬಳಿದ ಕಂಬಗಳನ್ನು ಸುತ್ತಿಕೊಂಡು ಹೋದ ದಪ್ಪ ತಂತಿಬೇಲಿ... ಸಮುದ್ರದ ಕೊಲ್ಲಿಯಂತೆ ಭಾಸವಾಗುವ ಸರೋವರ. ವಾಲೀಯವಾರಿ, ಕಾಂಸವಾರೀ, ಮನ್ಹರ್, ಮಾನ್ಸರ್, ವಖಿತುವಾರಿ, ಖಾರವಾ ಹೀಗೆ ಸುತ್ತಲಿನ ನಾಲ್ಕಾರು ಹಳ್ಳಗಳು ಮಳೆಗಾಲದಲ್ಲಿ ಅಲ್ಲಿ ಬಂದು ಸೇರುತ್ತವೆ. ಮಳೆಗಾಲದ ನಂತರ ನೀರು ಆವಿಯಾಗುತ್ತ, ಲವಣಗಟ್ಟತೊಡಗುತ್ತದೆ. ಅಲ್ಲಿ ಮರಳಿನ ದಡ ಇಲ್ಲ. ಅಬ್ಬರಿಸುವ ಅಲೆಗಳಿಲ್ಲ... ಆಗೀಗ ಗಾಳಿಗೆ ತುಸು ಅಲುಗಾಡುವ ಉಪ್ಪುನೀರಿನ ಅಲೆಗಳು. ನೀರು ಶುರುವಾಗುವುದು ಕೂಡ ದಡದಿಂದ ಮುಂದೆ ತುಸು ದೂರದಿಂದ... ದಡದಿಂದ ಮಾರುದ್ದದವರೆಗೆ ಬಿಸಿಲಿಗೆ ತುಸು ಒಣಗಿ, ಉಪ್ಪುಪ್ಪಾಗಿ ಕಾಣುವ ಹುದುಗು ನೆಲ... ಮತ್ತೆ ಕಣ್ಣು ಹಾಯಿಸಿದೆಡೆ ದೂರದವರೆಗೆ ಬಿಳಿಯ ಹಾಸಿಗೆಯಂತೆ ಕಾಣುವ ಉಪ್ಪು ನೀರು, ದೂರದಲ್ಲಿ ನೀಲಿಯಾಗುತ್ತ ಸಾಗಿತ್ತು. ಇನ್ನಷ್ಟು ದೂರದಲ್ಲಿ ಇನ್ನೊಂದು ಗುಡ್ಡಗಳ ಶ್ರೇಣಿ... ಬಲಭಾಗದಲ್ಲಿ ಬಹುದೂರದಲ್ಲಿ ಗುಡ್ಡದಲ್ಲಿ ಪಹರೆ ಕಾಯುತ್ತ ನಿಂತ ಇಬ್ಬರು ಗಡಿ ರಕ್ಷಣಾ ದಳದ ಯೋಧರು ಚಿಕ್ಕ ಗೊಂಬೆಗಳ ಹಾಗೆ ಕಾಣುತ್ತಿದ್ದರು. ರವಿ, ಬಾಲು, ಪಾಠಕ್ ಅಲ್ಲಿದ್ದ ಪಳೆಯುಳಿಕೆಗಳ ಬಂಡೆಗಳತ್ತ ಸಾಗಿದರು.

ಮಹೇಶನಿಗೆ ಮೊದಲು ನೀಲನೀಲವಾಗಿ ಹಬ್ಬಿದ ಅನಂತ ಜಲಧಿಯನ್ನು

ಕಣ್ಣು ತುಂಬಿಕೊಳ್ಳುವ ತವಕವೇ ಹೆಚ್ಚಾಗಿ, ದಡದಡನೆ ಇಳಿದು ಕೆಳಗೆ ಓಡಿದ. ಆ ಮೂವರೂ ಬಂಡೆಗಳ ನಡುವೆ ಮರೆಯಾಗಿದ್ದರು. ಐದು ಗಂಟೆಯಾಗಿದ್ದರಿಂದ ಬಿಸಿಲು ತಗ್ಗುತ್ತಿತ್ತು. ನೀರಿನ ಅಲೆಗಳನ್ನು ಹಾದುಕೊಂಡು ತುಸು ತಣ್ಣಗಿನ ಗಾಳಿ ಬೀಸುತ್ತಿತ್ತು. ಸುತ್ತ ಹಬ್ಬಿದ ನೀರವ ನಿಶ್ಯಬ್ದ. ಅನಂತ ಮೌನದ ತುಣುಕೊಂದು ದೂರದ ಶಬ್ದ ಪ್ರಪಂಚದ ಹಂಗೇ ಇಲ್ಲದಂತೆ ಅದರಿಂದ ಬೇರೆಯಾಗಿ ನಿಂತು ಅಲೌಕಿಕ ಸೌಂದರ್ಯದಿಂದ ಬೆಳಗುತ್ತಿತ್ತು. ಹಾಗೆ ಕಣ್ಣೆದುರು ತೆರೆದುಕೊಂಡ ದೃಶ್ಯವನ್ನು ನೋಡುತ್ತ ನಿಂತ ಮಹೇಶನಿಗೆ ತಾನೂ ಕೂಡ ಈ ಕ್ಷಣ ಎದುರಿನ ನೀಲ ನೀರವ ಲೋಕದ ಭಾಗ ಮಾತ್ರವಾಗಿರುವೆ ಎನ್ನಿಸಿತು. ಪದಗಳಿಗೆ ದಕ್ಕದ ಆ ಮೋಹಕ ದೃಶ್ಯಕ್ಕೆ ಮೈಮನವನ್ನು ಒಡ್ಡಿಕೊಂಡು ನಿಂತ ಆ ಕ್ಷಣದಲ್ಲಿ ಥಕ್ಕನೆ ನೀತು ನೆನಪಾದಳು. ಅಷ್ಟೇ ತಟ್ಟನೆ ನೆನಪಾಗಿದ್ದು ಎಷ್ಟೋ ತಿಂಗಳುಗಳ ಹಿಂದೆ ತೋಳು ಒತ್ತಿ ಹಿಡಿದು ನಿಂತ ಅವಳು... ಅರೆಕ್ಷಣ ಅವಳ ಕೆನ್ನೆ ನೇವರಿಸಿದ ತನ್ನ ಕೈಬೆರಳು... ಈ ಅನುಪಮ ಚಿತ್ರವನ್ನು ನೀತುವಿನ ಕಣ್ಣುಗಳಿಗೆ ದಾಟಿಸಬೇಕೆಂದು ತೀವ್ರವಾಗಿ ಅನ್ನಿಸಿದ್ದೆ, ಜೇಬಿಂದ ಮೊಬೈಲ್ ತೆಗೆದ. ಫೋಟೋ ತೆಗೆಯುತ್ತಿದ್ದಂತೆ ನೆನಪಾಯಿತು... ಇಲ್ಲಂತೂ ನೆಟ್‌ವರ್ಕ್ ಸಿಗುವ ಚಾನ್ಸೇ ಇಲ್ಲ ಎಂದು. 'ಇಡೀ ಜಗತ್ತಿನಿಂದ ದೂರವಾಗಿ, ಬೇರೆಯಾಗಿ ಇಲ್ಲಿ ಒಬ್ಬನೇ ನಿಂತಿದೀನಿ, ಬರಿಯ ನಿನ್ನ ನೆನಪು ಹೊತ್ತು ನೀತು... ಕಣ್ಣೆದುರು ಈ ಪ್ರಶಾಂತ ನೀರು, ದೂರದೂರದವರೆಗೆ ನೀಲನೀಲಿ... ಮತ್ತೆ ನನ್ನೊಳಗೆ, ನನ್ನಾಳದಲ್ಲಿ ನಿನ್ನ ನೆನಪು, ನಿನ್ನ ಅಕ್ಷರಗಳು... ನೀತು... ನೀತು' ಮೆಲ್ಲನೆ ಉಸುರಿದ.

ಮಹೇಶ ಹೊತ್ತಿನ ಪರಿವೆ ಇಲ್ಲದೆ ನಿಂತಿದ್ದ, ಹಿಂದಿನಿಂದ ಪಾಠಕ್ ಬಂದು ಭುಜ ತಟ್ಟುವವರೆಗೂ.

ಮೂವರೊಂದಿಗೆ ಇನ್ನೂ ಸ್ವಲ್ಪ ಹೊತ್ತು ಅಲ್ಲಿ ನಿಂತಿದ್ದ ಮಹೇಶನಿಗೆ ಅರೆ, ತಾನಿನ್ನೂ ಇವರೆಲ್ಲ ವರ್ಣಿಸಿದ ಮರಗಳ ಪಳೆಯುಳಿಕೆಗಳನ್ನು ನೋಡಿಲ್ಲ ಎನ್ನಿಸಿ, ಅವರನ್ನು ಅಲ್ಲಿಯೇ ಬಿಟ್ಟು ಮರಳುಗಲ್ಲಿನ ಬಂಡೆಗಳು ಇದ್ದಲ್ಲಿ ನಡೆದ. ಲಕ್ಷಾಂತರ ವರ್ಷಗಳ ಹಿಂದಿನ ಬೃಹತ್ ಮರದ ಕಾಂಡಗಳು ಮರಳುಗಲ್ಲಿನ ಒಳಗೆ, ಮೇಲೆ ಪಳೆಯುಳಿಕೆಯಾಗಿ ಗಟ್ಟಿಗೊಂಡು ಬಂಡೆಗಳಾಗಿದ್ದು ಸ್ಪಷ್ಟವಾಗಿ ಕಾಣುತ್ತಿದ್ದವು. ಕೆಲವು ದೊಡ್ಡ ಬಂಡೆಗಳ ಸುತ್ತ ಮತ್ತದೇ ತ್ರಿವರ್ಣದ ಕಬ್ಬಿಣದ ಕಂಬಗಳನ್ನು ಸುತ್ತುವರೆದಿದ್ದ ಬೇಲಿ. ಲಕ್ಷಾಂತರ ವರ್ಷಗಳಿಂದ ಹೀಗೆ ಮರಳುಗಲ್ಲಿನೊಳಗೆ ಮರಗಟ್ಟಿ ಹೋದಂತೆ ಇರುವ ಈ ಮರಗಳ ಪಳೆಯುಳಿಕೆಗಳು ಏನೆಲ್ಲದಕ್ಕೆ ಸಾಕ್ಷಿಯಾಗಿವೆಯಲ್ಲ ಎಂಬ ಅಚ್ಚರಿ ಮಹೇಶನಿಗೆ. ಅಲ್ಲಿಂದ ಸ್ವಲ್ಪ ಬಲಕ್ಕೆ ಹೊರಳಿ ಬಂದರೆ ಇನ್ನೊಂದು ಚಿಕ್ಕ ಗುಡ್ಡ. ಗುಡ್ಡದ ಕೆಳಗೆ, ಉಪ್ಪುನೀರು ಶುರುವಾಗುವುದಕ್ಕಿಂತ ಮೊದಲು

ಒಂದು ಚಿಕ್ಕ ಕೆರೆ... ಹಸಿರಾಗಿ ಕಾಣುತ್ತಿತ್ತು. ಹಾಗೆ ಎತ್ತರದಿಂದ ನಿಂತಾಗ ಕಣ್ಣು ಹಾಯಿಸಿದಷ್ಟೂ ದೂರ ಮೌನಹೆಪ್ಪಿನ ಉಪ್ಪುನೀರು, ತುಂಬ ದೂರದಲ್ಲಿ ಹಬ್ಬಿದ ಗುಡ್ಡಗಳು, ಗುಡ್ಡವನ್ನು ಬಳಸಿಕೊಂಡು ನಿಂತ ನೀರು ಈ ಎಲ್ಲವನ್ನೂ ತಬ್ಬಿ ಹಬ್ಬಿ ನೆಲೆನಿಂತ ಅನಂತ ನೀರವತೆ... ಆ ಇಡೀ ಬೃಹತ್ ದೃಶ್ಯಪಟವನ್ನು ಮೈಮನದಲ್ಲಿ ಅಚ್ಚೊತ್ತಿಕೊಳ್ಳುವಂತೆ ಕಣ್ಣಗಲಿಸಿ ನೋಡುತ್ತಲೇ ಇದ್ದ.

ಹಾಗೆ ನೋಡುತ್ತಲೇ ನಿಂತಾಗ ಅರೆಕ್ಷಣ ಅಲ್ಲಿ ಇಲ್ಲಿ ಹರಿದಾಡಿದ ಯೋಚನೆಗಳು ತಟ್ಟನೆ ಬಂದು ನಿಂತಿದ್ದು ನೀತು ಇತ್ತೀಚೆಗೆ ಬರೆಯುತ್ತಿದ್ದ ಪತ್ರದ ಸಾಲುಗಳಿಗೆ. ಅವಳಿಗೆ ತನ್ನ ಹುಡುಕಾಟ ಏನು ಎನ್ನುವುದು ಒಂದು ಮಟ್ಟಿಗಾದರೂ ಸ್ಪಷ್ಟವಾಗಿರಬಹುದು, ನನ್ನ ಹುಡುಕಾಟ ಏನು, ಇಲ್ಲಿಂದ ಹೋದ ಮೇಲೆ ಮತ್ತೆ ಅದೇ ಕಾಲೇಜು, ಆಗೀಗ ಏನೋ ಚೂರುಪಾರು ಬರವಣಿಗೆ, ಮತ್ತೆಲ್ಲೋ ಅವಕಾಶ ಸಿಕ್ಕಾಗ ಉತ್ಖನನ, ಬದುಕೆಂದರೆ ಇಷ್ಟೇನಾ... ಅನುವಿನ ಕುರಿತು ಯೋಚಿಸುವಾಗಲೂ, ಎಷ್ಟೋ ಸಲ ಅನ್ನಿಸುತ್ತಿತ್ತಲ್ಲ... ಹಚ್ಚಗಿನ ಪ್ರೀತಿ, ಬೆಚ್ಚಗಿನ ಒಂದು ಗೂಡು, ನಚ್ಚಗಿನ ಸಂಸಾರ ಇಷ್ಟೇ ಅಲ್ಲ ತನಗೆ ಬೇಕಿರುವುದು, ಇದರಾಚೆಗೂ ಏನೋ ಹುಡುಕುತ್ತಿರುವೆ ಎಂದು ಅನ್ನಿಸುತ್ತಿತ್ತಲ್ಲ... ಏನದು... ಅನು ನಿರಾಕರಿಸಿದ್ದೇ ಒಳ್ಳೆಯದಾಯಿತು ಎಂದು ಈಗ ಅನ್ನಿಸುತ್ತದೆಯಲ್ಲ, ನನ್ನ ಹುಡುಕಾಟ ಏನು ಎಂದು ಸ್ಪಷ್ಟವಿರದಿದ್ದರೂ, ಬೇರೆ ಏನೋ ಇದೆ ಎಂಬುದಾದರೂ ಸ್ಪಷ್ಟವಾಯಿತಲ್ಲ... ಹೀಗೊಂದು ಕಿಡಿಯನ್ನು ನನ್ನೊಳಗೂ ಹೊತ್ತಿಸಿದೆಯಲ್ಲ ನೀತು ಎಂದುಕೊಳ್ಳುತ್ತಿದ್ದಂತೆ, ಬದುಕು ಇಷ್ಟರಮಟ್ಟಿಗೆ ಇಂಥದೊಂದು ಆಪ್ತ ಗೆಳೆತನವನ್ನು ಕೊಟ್ಟಿದೆಯಲ್ಲ ಎಂದು ಮನಸ್ಸೆಲ್ಲ ಬೆಚ್ಚಗಾಯಿತು.

ಅಲ್ಲಿಂದ ಹೊರಡುವ ಮೊದಲು ಮಹೇಶನ ಮನಸ್ಸಲ್ಲಿ ಗಟ್ಟಿಯಾದ ಒಂದು ನಿರ್ಧಾರ ಎಂದರೆ ನೀತುವನ್ನು ಒಮ್ಮೆ ಇಲ್ಲಿಗೆ ಕರೆದುಕೊಂಡು ಬರಲೇಬೇಕು ಎನ್ನುವುದು. ಅವಳಿಗೆ ಮುಂದಿನ ಸಲ ಫೋನು ಮಾಡಿದಾಗ ಇಲ್ಲಿಗೆ ಹೋಗಿದ್ದನ್ನು ಹೇಳಬೇಕು, ಫೋಟೋ ಕಳಿಸಬೇಕು ಅಥವಾ ಕೊನೇ ಪಕ್ಷ ಅವಳ ಗೂಗಲ್ ಕಡತದಲ್ಲಾದರೂ ಬರೆಯಬೇಕು ಎಂದುಕೊಂಡ. ಅರೆ, ಯಾಕೆ ಹೀಗೆ ಎಲ್ಲವನ್ನು ಅವಳಿಗೆ ಹೇಳಬೇಕು ಅನ್ನಿಸುತ್ತದೆ, ಯಾಕೆ ಅವಳನ್ನು ಇದೆಲ್ಲದರ ಜೊತೆಯಾಗಿಸಿಕೊಳ್ಳಬೇಕು ಅನ್ನಿಸುತ್ತದೆ ಎಂಬ ಅಚ್ಚರಿಯೂ ಮತ್ತೆ ಅಷ್ಟೇ ತಟ್ಟನೆ ಮನದೊಳಗೆ.

ಮುಂದಿನ ಎರಡು ಮೂರು ದಿನ ಎಲ್ಲರಿಗೂ ತುಂಬ ಕೆಲಸವಾಯಿತು. ದೆಹಲಿಯ ಪುರಾತತ್ವ ಇಲಾಖೆಯ ಕೇಂದ್ರ ಕಚೇರಿಯಿಂದ ಉಪನಿರ್ದೇಶಕರೊಬ್ಬರು ಬರುವವರಿದ್ದರು. ಹೀಗಾಗಿ ಗುಡಾರದಲ್ಲಿ ಜೋಡಿಸಿಟ್ಟಿದ್ದರಲ್ಲಿ ತುಂಬ ಮುಖ್ಯವಾಗಿದ್ದ

ಒಂದಿಷ್ಟನ್ನು ತಮ್ಮ ಕೋಣೆಯ ಪಕ್ಕ ಇದ್ದ ಇನ್ನೊಂದು ಖಾಲಿ ಕೋಣೆಯಲ್ಲಿ ಜೋಡಿಸಿ ಇಡಬೇಕೆಂದು ಮಿರ್ಜಾನೆ ನಿರ್ಧರಿಸಿದ್ದರು. ಕೆಲಸದವರು ಅವನ್ನು ಹಾಳುಮಾಡಿದರೆ ಕಷ್ಟ ಎಂದು ರಟ್ಟಿನ ಪೆಟ್ಟಿಗೆಗಳಲ್ಲಿ ಒಂದೊಂದನ್ನೂ ಪ್ರತ್ಯೇಕವಾಗಿ ಇಟ್ಟು, ಅವನ್ನು ತಂದು ಇಲ್ಲಿ ಜೋಡಿಸುವುದು, ಅವಕ್ಕೆ ಲೇಬಲ್ ಮಾಡುವುದು, ಒಮ್ಮೆ ಇಟ್ಟಿದ್ದು ಸರಿ ಹೋಗಲಿಲ್ಲ ಎಂದು ಮತ್ತೆ ತೆಗೆದಿಟ್ಟರು... ಒಂದು ಥೀಮ್ ಪ್ರಕಾರ ಜೋಡಿಸೋಣ ಎಂದು ಮಹೇಶ ಸೂಚಿಸಿದ್ದು ಅವರಿಗೂ ಹಿಡಿಸಿತು. ನಾಲ್ಕೂ ಜನರಿಗೆ ಮತ್ತೆ ಜೋಡಿಸುವುದೇ ಕೆಲಸ ಆಯಿತು.

ಅಂತೂ ಬಂದಿದ್ದ ಉಪನಿರ್ದೇಶಕರಿಗೆ ಇದೊಂದು ಬಹಳ ಮಹತ್ವದ ಉತ್ಖನನ ಎಂದು ಮನದಟ್ಟು ಮಾಡಿಸುವಲ್ಲಿ ಮಿರ್ಜಾನೆ ಯಶಸ್ವಿಯಾಗಿದ್ದರು.

ನಾಕೈದು ದಿನದ ನಂತರ ಮಹೇಶ ನೀತುಗೆ ಫೋನು ಮಾಡಲು ಪ್ರಯತ್ನಿಸಿದ. ಹೋಗಲಿಲ್ಲ. ಇಂಟರ್ನೆಟ್ ಕನೆಕ್ಟ್ ಆಯಿತು. ಮೇಲ್ ತೆರೆದು, ಮೊದಲು ಅವಳ ಗೂಗಲ್ ಕಡತ ತೆರೆದ.

ಒಳ್ಳೆ ಊರಿಗೆ ಹೋಗಿ ಸಿಕಾಕ್ಕೊಂಡಿದ್ದೀಯಲ್ಲೋ... ಎರಡು ಮಾತಾಡುವಷ್ಟರಲ್ಲಿ ಫೋನು ಹೋಗಿರುತ್ತೆ. ಮತ್ತೆ ಮೊಬೈಲ್ ಪರದೆಯ ಮೇಲೆ ನಿನ್ನ ಧೋಲಾವೀರಾದ ನಂಬರ್ ಯಾವಾಗ ಕಾಣುತ್ತೋ ಅಂತ ಕಾಯುವುದೇ ಆಗ್ತಿದೆ ನಂಗೆ!

ಮನೆಗೆ ಹೋಗದೇ ಮೂರು ತಿಂಗಳಾಯಿತು. ಈ ಶುಕ್ರವಾರ ರಜೆ ಹಾಕಿ ಮೂರು ದಿನ ಹೋಗಿಬರಣ ಅಂದ್ಕಂಡಿದೀನಿ. ಮದ್ದೂರಿನ ಹತ್ರ ಇನ್ನೊಂದು ಹಳ್ಳಿಗೆ ಹೋಗಬೌದು ಅಂತ ಆ ಸಂಸ್ಥೆಯ ಒಬ್ಬ ಹುಡುಗ ಹೇಳಿದ್ದ. ಅಲ್ಲಿಗೆ ಮುಂದಿನ ವಾರ ಹೋಗ್ತೀನಿ. ಊರಿಗೆ ಹೋದರೆ ಮತ್ತೆ ಅದೇ ರಗಳೆಗಳು. 'ನಿನ್ನ ಗೆಳತೀರದ್ದೆಲ್ಲ ಮದುವೆಯಾಗಿದೆ. ನೀನು ಇನ್ನೂ ಎಷ್ಟ್ ದಿನ ಹಿಂಗೆ ಇರ್ತೀಯ... ಅವ್ರ ಮಗ ಇದಾನೆ, ಕೇಳ್ತಿದಾರೆ. ಇಲ್ಲಿ ಇನ್ನೊಬ್ಬ ಇದಾನೆ, ಒಳ್ಳೆ ಕೆಲಸದಲ್ಲಿದಾನೆ, ನೋಡೋಣ್ವಾ. ಅಥವಾ ನೀನೇ ಯಾರನ್ನಾದರೂ ಇಷ್ಟಪಟ್ಟಿದ್ದರೆ ಅದನ್ನಾದರೂ ಹೇಳು...' ಹಿಂಗೇ ವರಾತ. ನಮ್ಮಣ್ಣಂಗೆ ಸೂರಿ ಮತ್ತೆ ನಾನು ತುಂಬ ಹತ್ತಿರ ಇದ್ವಿ ಅಂತ ಗೊತ್ತಿತ್ತು. ಈಗ ಅವನು ಅಮೆರಿಕಕ್ಕೆ ಹೋದ ಅಂತನೂ ಗೊತ್ತಾಗಿದೆ. ಹಿಂಗಾಗಿ 'ನೀನು ಹೋಗ್ತೀಯೇನೆ, ಹಂಗೇನಾದರೂ ಇದ್ದರೆ ಹೇಳು, ಮನೇಲಿ ನಾನು ಮಾತಾಡ್ತೀನಿ' ಅಂತ ಅವನು ಕೇಳ್ತಿದ್ದ ಬೇರೆ. ಅದಕ್ಕೇ ಈ ನಡುವೆ ಹೋಗಿರಲೇ ಇಲ್ಲ. ಹೋದವಾರ ಅಪ್ಪಂಗೆ ಸ್ವಲ್ಪ ಹುಶಾರಿರಲಿಲ್ಲ. ಅದ್ಕೇ ನೋಡ್ಕಂಡು ಬರಣ ಅಂತ ಹೋಗ್ತಿದ್ದೀನಿ.

ಅದ್ಸರಿ... ಉತ್ಖನನ ಹೆಂಗೆ ಆಗ್ತಿದೆ... ಏನೇನು ಸಿಕ್ಕಿತೋ ನಿಂಗೆ??

– ನೀತು

ಓ... ಇವತ್ತೇ ಗುರುವಾರ, ಬಹುಶಃ ಬಸ್ಸಿನಲ್ಲಿ ಇದ್ದಾಳೇನೋ, ಅದಕ್ಕೇ ಸಂಪರ್ಕ ಸಿಗುತ್ತಿಲ್ಲ ಎಂದುಕೊಂಡ ಮಹೇಶ ಏನು ಬರೆಯುವುದು ಅವಳಿಗೆ ಎಂದು ಯೋಚಿಸುತ್ತಲೇ ಮನೆಗೆ ಫೋನ್ ಮಾಡಿದ. ಅಮ್ಮನೊಂದಿಗೆ, ಅಣ್ಣನೊಂದಿಗೆ ಮಾತನಾಡಿ ಮುಗಿಸಿ, ಪ್ರೊಫೆಸರ್‌ಗೆ ಫೋನ್ ಮಾಡಿ, ಅವರೊಂದಿಗೂ ಮಾತನಾಡಿದ. ಹಾಗೆ ಮಾತನಾಡುವಾಗಲೂ ನೀತು ಬರೆದ ಮನೆಯ ರಗಳೆಯ ವಿಚಾರವೇ ತಲೆಯಲ್ಲಿ ತುಂಬಿಕೊಂಡು, ಅವಳ ಕಡತದಲ್ಲಿ ಏನು ಬರೆಯುವುದು ಎಂದು ಯೋಚಿಸುತ್ತಿದ್ದ.

> ಹೌದು ಕಣೇ... ಫೋನಿನದೇ ಕಷ್ಟ ಇಲ್ಲಿ.
>
> ಮನೇಲಿ ಕೇಳೋದು ಸಹಜ ಅಲ್ಲವಾ... ಅದನ್ಯಾಕೆ ತಲೆಗೆ ಹಚ್ಚಿಕೊಳ್ತಿ.
>
> ಉತ್ಖನನ ನಡೀತಿದೆ... ಸಿಕ್ಕಾಪಟ್ಟೆ ಸುಸ್ತಾಗುತ್ತೆ. ಬಿಸಿಲು ಹೆಚ್ಚಿದೆ. ರಾತ್ರಿಯೂ ಕೆಲವೊಮ್ಮೆ ಸೆಕೆಗೆ ನಿದ್ರೆಯೇ ಸರಿಯಾಗಿ ಆಗುವುದಿಲ್ಲ.
>
> ಏನೇನೋ ಸಿಗ್ತಿರುತ್ತೆ... ಮಡಕೆ ಚೂರುಗಳು, ಮಣಿಗಳು, ಲೋಹದ ಚೂರುಗಳು... ಕಳೆದ ವಾರ ತೂತುಗಳಿರೋ ಒಂದು ಹೂಜಿ ಮುಕ್ಕಾಲು ಭಾಗ ಸಿಕ್ಕಿತು. ಇನ್ನುಳಿದ ಅದರ ಭಾಗಗಳು ಅಲ್ಲೇ ಎಲ್ಲಾದರೂ ಸಿಗುತ್ತೋ ನೋಡಬೇಕು. ಸುಮಾರು ದೊಡ್ಡ ಉದ್ದನೆಯ ಹೂಜಿ... ಒಂದೇ ಗಾತ್ರದ ತೂತುಗಳನ್ನು ಕೊರೆದಿದ್ದಾರೆ... ಹಾಗೆ ಕೊರೆದ ಕೈಗಳನ್ನು ಊಹೆ ಮಾಡಿಕೊಳ್ಳಲು ಪ್ರಯತ್ನ ಮಾಡ್ತಿದ್ದೀನಿ. ಅಚ್ಚರಿಯೆನ್ನಿಸುತ್ತೆ. ಲೋಥಲ್ಲಿನ ಮ್ಯೂಸಿಯಂನಲ್ಲಿಯೂ ಇದೇ ರೀತಿಯ ಹೂಜಿಯೊಂದನ್ನು ನೋಡಿದ ನೆನಪು.
>
> ಹಾಂ... ಬೇಜಾರಾದಾಗ ಇಲ್ಲೇ ಬರಿ.
>
> ಮುಂದಿನ ಹಳ್ಳಿ ಕಥೆ ಜೊತೆ ಬೇಗ ಸಿಗು ನೀತು.
>
> ಅಂದಹಾಗೆ... ಎರಡು ಪ್ರಶ್ನಾರ್ಥಕ ಚಿಹ್ನೆ ಹಾಕಿ ಕೇಳಿದ ನಿನ್ನ ಪ್ರಶ್ನೆಗೆ ಉತ್ತರಿಸುವಂಥದ್ದು ಇನ್ನೂ ಏನೂ ಸಿಕ್ಕಿಲ್ಲವಪ್ಪ!
>
> – ಮಹೀ

ಮತ್ತೇನು ಬರೆಯಬೇಕು ಗೊತ್ತಾಗಲಿಲ್ಲ. ಕಡತವನ್ನು ಮುಚ್ಚಿ ಹೊರಬಂದ. ಆಗೀಗ ನೆನಪಾದಾಗ ಏನೇನೋ ಬರೆಯಬೇಕು ಎಂದುಕೊಳ್ಳುವುದೇನೋ ನಿಜ, ಆದರೆ ಬರೆಯಲು ಕೂತಾಗ ಮಾತ್ರ ಯಾವುದೂ ಪದಗಳಾಗಿ ಹೊರಬರುವುದೇ ಇಲ್ಲ.

ನೀತುಗೆ ತಾನು ಆ ಮರಗಳ ಪಳೆಯುಳಿಕೆಗಳ ಬಳಿ ಹೋಗಿದ್ದ ವಿಚಾರವನ್ನು ಹೇಳಿಲ್ಲ ಎಂದು ನೆನಪಾಯಿತು. ಫೋಟೋ ಕಳಿಸಲಿಕ್ಕೆ ಅಂತೂ ಆಗುವುದಿಲ್ಲ, ಆದರೆ

ಮುಂದಿನ ಸಲವಾದರೂ ಗೂಗಲ್ ಕಡತದಲ್ಲಿ ಬರೆಯುವಾಗ ಅದನ್ನು ನೋಡುತ್ತ ತನಗನ್ನಿಸಿದ್ದನ್ನು ಪದಗಳಲ್ಲಿ ಕಟ್ಟಿಕೊಡಲು ಯತ್ನಿಸಬೇಕು ಎಂದುಕೊಂಡ.

ದಿನಗಳು ಓಡಿದಂತೆ ಅನ್ನಿಸುತ್ತಿತ್ತು. ಬೆಳಗ್ಗೆ ಬೇಗ ಎದ್ದು ಎಂಟು ಗಂಟೆಗೇ ತಿಂಡಿ ತಿಂದು ಉತ್ಪನನ ನಡೆಯುವ ಜಾಗಕ್ಕೆ ಹೋದರೆ ಮತ್ತೆ ಸಮಯ ಸರಿದಿದ್ದೇ ಗೊತ್ತಾಗುತ್ತಿರಲಿಲ್ಲ. ಬೆಳಗ್ಗೆ ಹತ್ತು ಗಂಟೆಯ ನಂತರ ನೆತ್ತಿ ಸುಡುವ ಬಿಸಿಲು. ಹನ್ನೆರಡೂವರೆಗೆ ಬಂದು ಒಂದೆರಡು ಚೊಂಬು ತಣ್ಣೀರು ಸುರಿದುಕೊಂಡು, ಊಟ ಮಾಡಿ ಮಲಗಿದರೆ ದಣಿವಿನಿಂದ ಸ್ವಲ್ಪ ನಿದ್ರೆ ಬರುತ್ತಿತ್ತು. ಮತ್ತೆ ಮೂರು ಗಂಟೆಯಿಂದ ಶುರು.

ಈ ಸಲ ಫೋನು ಮಾಡುವಾಗ ಮೊದಲು ನೀತುಗೆ ಮಾಡಿದ.

ಫೋನ್ ರಿಂಗ್ ಆಗುವಾಗ ಮನಸ್ಸಲ್ಲಿಯೇ ಅವಳು ಊರಿಂದ ವಾಪಸು ಬಂದಿದ್ದರೆ ಸಾಕಪ್ಪ ಎಂಬ ಅನ್ನಿಸಿಕೆ.

ಮರುಕ್ಷಣದಲ್ಲಿ ನೀತುವಿನ ದನಿಗೆ ಕಿವಿಯಾದ.

"ಊರಲ್ಲಿ ವಿಶೇಷವೇನಿಲ್ಲ ಕಣೋ. ಮತ್ತೆ ಅದೇ ರಾಗ, ಮದುವೆ ಬಗ್ಗೆ ತನಿಖೆ. ಅಣ್ಣನ ಫ್ರೆಂಡೊಬ್ಬ ನಮ್ಮ ಕಂಪನೀಲೆ ಕೆಲಸ ಮಾಡ್ತಿದ್ದ. ಗೂಬೆ, ಅವನು ಊದಿದಾನೆ ಕಾಣುತ್ತೆ, ಹಿಂಗಾಗಿ ನಾನು ಕೆಲಸ ಬಿಟ್ಟಿದ್ದು ಬೇರೆ ಗೊತ್ತಾಗಿದೆ. ಕೇಳಬೇಕಾ... ಈ ಸಲ ಇದ್ದಿದ್ದರಲ್ಲಿ ಅಮ್ಮನೇ ಸ್ವಲ್ಪ ಸುಮ್ಮನಿದ್ದಳು. ಕೆಲಸ ಸಿಕ್ಕೋದೆ ಸ್ವಲ್ಪ ಕಷ್ಟ ಅಂತೆ, ಅಂತದ್ರಲ್ಲಿ ಕೈಲಿರೋ ಕೆಲಸ ಯಾಕೆ ಬಿಟ್ಟೆ ಅಂತ ಅಪ್ಪನ ಗೊಣಗಾಟ. ಏನೂ ಕೆಲಸ ಮಾಡ್ತಿಲ್ಲ ಅಂದ್ರೆ ಇಲ್ಲೇ ಇದ್ದುಬಿಡು, ಅಲ್ಲೋಗಿ ಏನು ಮಾಡ್ತೀಯ ಅಂತ ಅಣ್ಣನ ವರಾತ. ಈ ಸಂಸ್ಥೆಯಲ್ಲಿ ವಾಲಂಟರಿಯಾಗಿದ್ದೀನಿ ಅಂತ ಹೇಳದೇ, ಇಲ್ಲಿ ಸಂಬಳ ತಗಂಡು ಫುಲ್ ಟೈಮ್ ಕೆಲಸ ಮಾಡ್ತಿದ್ದೀನಿ ಅಂದೆ. ರೈತರ ಜೊತೆ ಕೆಲಸ ಮಾಡೋ ಸಂಸ್ಥೆಯಲ್ಲಿ ನಿಂದೇನೆ ಕೆಲಸ ಅಂತ ಅವನು. ಅಯ್ಯೋ... ಈ ನಮ್ಮಣ್ಣ ಹಿಂದಿನ ಜನ್ಮದಲ್ಲಿ ಸಿಬಿಐನಲ್ಲಿದ್ದ ಕಾಣುತ್ತೆ. ಅಲ್ಲಿ ಕೃಷಿ ಬಗ್ಗೆ ಡೇಟಾ ಕಲೆಕ್ಷನ್, ಡೇಟಾ ಅನಾಲಿಸಿಸ್ ಅಂತ ಏನೋ ಮಾಡ್ತಿದೀನಿ ಅಂತ ಹೇಳಿದೆ. ಅಬ್ಬಾ... ಅವ್ನು ಏನೇನೋ ಕೇಳ್ತಾನೆ ಅಂತ ಅಂದ್ಕಂಡಿರಲಿಲ್ಲ. ಅವ್ನು ಕೇಳ್ತಿದ್ದಂಗೆ ನಾನೂ ಒಂದೊಂದೇ ಸುಳ್ಳು ಹೊಸೀತ ಹೋದೆ... ಆಮೇಲೆ ಅಂದ್ಕಂಡೆ... ಎಷ್ಟ್ ಚೆನ್ನಾಗಿ ಹಿಂಗೆ ರೀಲ್ ಸುತ್ತುತೀನಿ, ಸುಮ್ನೆ ಯಾವ್ದಾರ ಧಾರಾವಾಹಿಗೆ ಡಯಲಾಗ್ ಆದ್ರೂ ಬರೀಬಹುದೇನೋ ಅಂತ" ಹೇಳುತ್ತಲೇ ಜೋರಾಗಿ ನಕ್ಕಳು.

"ಮೊದ್ಲು ಬರೆಯಕ್ಕೆ ಶುರು ಮಾಡು ಮಾರಾಯ್ತಿ. ಕಣ್ಣೀರ ಧಾರೆ ಧಾರವಾಹಿಗಳ ಬದಲಿಗೆ ಸ್ವಲ್ಪ ಕಚಗುಳಿ ಇಡೋ ಧಾರವಾಹಿಗಳನ್ನಾದರೂ ಜನ ನೋಡಬಹುದೇನೋ" ಮಹೇಶನೂ ನಕ್ಕ.

ಮತ್ತೈದು ನಿಮಿಷ ಅವಳೊಂದಿಗೆ ಹರಟಿದ. ಫೋನ್ ಇಡುವ ಮುನ್ನ "ಅದ್ಸರಿ... ನಿಮ್ದು ಅಗೆಯೋದು ಎಲ್ಲೀವರೆಗೆ ಬಂತು" ಎಂದು ಕೇಳಿದವಳು, "ನಮ್ಮ ನೀತು ಪ್ರಶ್ನೆಗೆ ಉತ್ತರಿಸುವಂಥದ್ದು ಏನಾದ್ರೂ ಸಿಗೋ ತನಕ ಇಲ್ಲಿ ಉತ್ಖನನ ಮಾಡ್ತಾ ಇರೋದೆ ಸೈ ಅಂತ ನಿಮ್ಮ ಮಿರ್ಜಾನೆಯವರಿಗೆ ಹೇಳಿಬಿಡು ಮತ್ತೆ!" ಎಂದವಳೇ ಜೋರಾಗಿ ನಕ್ಕಳು.

"ಊಂ... ಈಗ್ಲೇ ರಣ ಬಿಸಿಲು... ಆಮೇಲೆ ಅಷ್ಟೆ ಕಥೆ! ಅದ್ರ ಬದ್ಲಿಗೆ ಇಲ್ಲೆ ಸುತ್ತಮುತ್ತ ಯಾರಾದ್ರೂ ಕುಂಬಾರರನ್ನು ಹುಡುಕಿ, ಅವ್ರ ಹತ್ರ ನಾನೇ ಹೋಗಿ ಒಂದು ಮಣ್ಣಿನ ಕಿವಿಯೋಲೆ ಮಾಡಿಸ್ಕಂಡು ಬಂದು ನಿಂಗೆ ಕೊಡದೇ ವಾಸಿ ಅನ್ನಿಸುತ್ತೆ!"

"ಅಬ್ಬಾ... ಅಂತೂ ಈ ಯೋಚನೆಯಾದ್ರೂ ಬಂತಲ್ಲ ಮಾರಾಯ ನಿಂಗೆ... ಇಷ್ಟರಮಟ್ಟಿಗಾದ್ರೂ ರೋಮ್ಯಾಂಟಿಕ್ ಆಗಿದೀಯಲ್ಲ... ಸಾಕು ಬಿಡು" ನೀತುವಿನ ನಗುವಿಗೆ ಮಹೇಶನ ನಗೆಯೂ ಸೇರಿತು.

ಎಂದಿನಂತೆ ಮನೆಗೆ, ಪ್ರೊಫೆಸರ್‌ಗೆ ಫೋನ್ ಮಾಡಿ ಮಾತಾಡಿದ. ಅವರೊಂದಿಗೆ ಮಾತಾಡುತ್ತಲೇ ಮೋಡೆಮ್ ವೈರ್ ಸಿಕ್ಕಿಸಿ, ಮೇಲ್ ಚೆಕ್ ಮಾಡಿದ.

ಓ, ಇವಳು ಮತ್ತೆ ಯಾವುದಾದರೂ ಹಳ್ಳಿಗೆ ಹೋಗಿ ಬಂದಳೇನೋ, ಕೇಳಲೇ ಇಲ್ಲ ಎಂದುಕೊಳ್ಳುತ್ತ, ಗೂಗಲ್ ಕಡತ ತೆರೆದ. ನೀತು ಅದರಲ್ಲಿ ಬೆಳಗ್ಗೆ ಬರೆದಿದ್ದಳು ಎನ್ನುವುದು ಗೊತ್ತಾಗುತ್ತಿತ್ತು.

> ಊರಿಂದ ಬಂದವಳು ನಿನ್ನೆ ಮದ್ದೂರಿನ ಹತ್ತಿರ ಒಂದೂರಿಗೆ ಹೋದೆ. ಅಲ್ಲಿ ಆತ್ಮಹತ್ಯೆ ಮಾಡಿಕೊಂಡಿದ್ದವರ ಹೆಂಡತಿಯನ್ನು ಮಾತಾಡಿಸಲು ಹೋಗಿದ್ದು, ಆದರೆ ಆಕೆ ಸ್ವಲ್ಪ ಹುಶಾರಿಲ್ಲದ ಹೆಂಗಸು, ಸುಮ್ಮನೇ ಮೂಲೆಯಲ್ಲಿ ಕೂತಿದ್ದರು. ಮಗಳನ್ನು ಅದೇ ಊರಿನಲ್ಲಿ ಮದುವೆ ಮಾಡಿಕೊಟ್ಟಿದ್ದಾರೆ. ಎದುರಿನ ಮನೆಯಲ್ಲೇ ಇದ್ದಾಳೆ. ಅವಳ ತಮ್ಮ, ತಂಗಿ ಇನ್ನೂ ಚಿಕ್ಕವರು. ತವರಿನ ಬಗ್ಗೆ ತುಂಬ ಕಕ್ಕುಲಾತಿಯ ಮಗಳಾಕೆ. ಅವಳೇ ಈಗ ಮನೆಯನ್ನು ನೋಡಿಕೊಳ್ತಿದ್ದಾಳೆ. ಅವಳನ್ನೇ ಮಾತಾಡಿಸಿದೆ. ನಂಗೆ ಪಿಯುಸಿಯಲ್ಲಿದ್ದಾಗ ಕಲಿತ ಒಂದು ಇಂಗ್ಲಿಷ್ ಕವನ ನೆನಪಾಗ್ತಿದೆ. ಜೇಮ್ಸ್ ಶೆರ್ಲಿಯದು. 'ಡೆತ್ ದಿ ಲೆವೆಲರ್' ಅಂತ. ರಾಜನಿರಲಿ, ಬಡವನಿರಲಿ, ಸಾವಿನ ಮುಂದೆ ಸಮಾನರು, ಸಾವು ಹೇಗೆ ಇಬ್ಬರ ಮೇಲೂ ತಣ್ಣನೆಯ ಕೈಯನ್ನಿಡುತ್ತದೆ, ಗೋರಿಯಲ್ಲಿ ಕೊನೆಗೆ ಎಲ್ಲರೂ ತಲೆಬಾಗಬೇಕಾಗುತ್ತದೆ ಎಂಬರ್ಥದ ಕವನ. ನಿಜ, ಸಾವಿನ ಕಣ್ಣಿನಲ್ಲಿ ಸಾಯಲಿರುವ ಅಥವಾ ಸತ್ತ ಎಲ್ಲರೂ ಸಮಾನರೇ ಇರಬಹುದು. ಆದರೆ ನಂತರ ಉಳಿಯುತ್ತಾರಲ್ಲ, ಅವರ ಮನೆಯವರು, ಅವರು ಬದುಕಿನ ಕಣ್ಣಿನಲ್ಲಿ ಸಮಾನರಾಗಿ ಇರುವುದಿಲ್ಲ. ಬದುಕು ಸಾವಿನಷ್ಟು ಸ್ವತಂತ್ರವಿಲ್ಲ.

ಸಮಾಜದ ಹತ್ತಾರು ಗೋಚರ, ಅಗೋಚರ ಸಂಕೋಲೆಗಳಲ್ಲಿ ಬಂದಿಯಾದ ಬದುಕು ಎಲ್ಲರ ಮೇಲೂ ಒಂದೇ ರೀತಿಯಾಗಿ ಕೈಯಿರಿಸಿ ಆಶೀರ್ವದಿಸುವುದಿಲ್ಲ. ಆತ್ಮಹತ್ಯೆ ಮಾಡಿಕೊಂಡ 'ಮೇಲ್ಜಾತಿ'ಗೆ ಸೇರಿದವರ ಕುಟುಂಬದವರು ಎದುರಿಸುವ ಬದುಕಿಗಿಂತ ಆತ್ಮಹತ್ಯೆ ಮಾಡಿಕೊಂಡ ದಲಿತರ ಕುಟುಂಬದವರು ಎದುರಿಸುವ ಬದುಕಿನ ಸಂಕಟಗಳು ತೀರಾ ದುರ್ಭರ ಎನ್ನಿಸುತ್ತದೆ.

ಮಗಳು

ನಮಗೆ ಅಂದ್ರೆ ನಮ್ಮಪ್ಪಗೆ ಮುಕ್ಕಾಲು ಎಕರೆ ಹೊಲ ಮತ್ತು ಮುಕ್ಕಾಲು ಎಕರೆ ಗದ್ದೆ ಅದೆ. ಕಾಲುವೆ ನೀರು ಚೆನ್ನಾಗಿದ್ದ ವರ್ಸದಲ್ಲಿ ಎರಡು ಸಲ ಗದ್ದೆಗೆ ಭತ್ತ ಹಾಕುತಿದ್ವಿ, ಮಳೆ ಚೆನ್ನಾಗಿ ಆದ ವರ್ಸ ಹೊಲದಲ್ಲಿ ರಾಗಿ, ಜೋಳ ಹಾಕತಿದ್ವಿ. ಗದ್ದೇಲಿ ಕಬ್ಬು ಹಾಕಿದ್ರೆ ಮೂರು ನಾಕು ಮೂಟೆ ಗೊಬ್ಬರ ಬೇಕು. ಕಬ್ಬಿನಷ್ಟು ಎತ್ತರ ಸಾಲನೇ ಆಗಿರದು, ಮತ್ತೆ ವರ್ಸವಿಡೀ ಕಾಯಬೇಕಲ್ಲ ಅಂತ ಕಬ್ಬು ಹಾಕ್ತನೆ ಇರಲಿಲ್ಲ. ಇತ್ತಿತ್ತಲಾಗಿ ಭತ್ತನೇ ಹಾಕತಿದ್ವಿ. ನಮ್ಮದು ತುದಿಗಿರ ಗದ್ದೆ, ನಾಲೇಲಿ ನೀರು ಬಿಟ್ಟರೆ ಮಾತ್ರ ಬರತೈತೆ. ನಾಕೈದು ವರ್ಸದ ಹಿಂದೆ ಗದ್ದೆ ಭೋಗ್ಯಕ್ಕೆ ಹಾಕಿ, ಸ್ವಲ್ಪ ಸಾಲ ತಗಂಡಿದ್ವಿ. ಗದ್ದೇನ ನಾವೇ ಮಾಡತಿದ್ವಿ, ದುಡ್ಡು ಇಸ್ಕಂಡಿದ್ದವಲ್ಲ, ಅವರಿಗೆ ಅರ್ಧ ಬೆಳೆ, ನಮಗೆ ಅರ್ಧ.

ಆವತ್ತು ನಮ್ಮಪ್ಪ ಗದ್ದೆಗೆ ನೀರು ಕಟ್ಟಕೆ ವೋದ್ರು. 'ನಿನ್ನ ಸಾಲ, ಬಡ್ಡಿ ಸೇರಿ ಮೂರು ಲಕ್ಸ ಆಗದೆ, ನೀನು ಇನ್ನು ಈ ಗದ್ದೆ ಮಾಡಬೇಡ, ನೀರು ಯಾಕೆ ಕಟ್ಟಕ್ಕೆ ಬಂದಿ. ಗದ್ದೆ ಇನ್ನು ನಮ್ಮದು' ಅಂತ ಅವ್ರು, ಅದೇ ಭೋಗ್ಯಕ್ಕೆ ಹಾಕಿದೀವಲ್ಲ ಅವ್ರು ದಬಾಯಿಸಿದಾರೆ.

ದುಡ್ಡು ಇಷ್ಟು ಆಗದೆ, ತುಂಬು ಅಂದ್ರೆ ಹೆಂಗಾನ ತುಂಬತಿದ್ರು. ಗದ್ದೇನೆ ಮಾಡಬೇಡ ಅಂದರಲ್ಲ, ನಮ್ಮಪ್ಪಗೆ ವಳಗೊಳಗೇ ಭಾಳಾ ನೋವಾಗದೆ. ಗದ್ದೇನೂ ಇಲ್ಲ ಅಂದ್ರೆ ಎಂಗೆ... ನಮ್ಮ ತಮ್ಮ, ತಂಗಿ ಇಬ್ಬರೂ ಚಿಕ್ಕೋರು, ಗದ್ದೇಲಿ ಗೇಯದು ನಮ್ಮಪ್ಪ ಒಬ್ಬನೇ. ನಮ್ಮವ್ವಂಗೂ ಹುಸಾರಿಲ್ಲ, ಎಲ್ಡು ವರ್ಸದ ಹಿಂದೆ ಎದೆ ನೋವಾಗಿ, ಭಾಳಾ ಖರ್ಚು ಮಾಡಿದ್ವಿ. ನಮ್ಮಕ್ಕ ವಬ್ಬಳಿದ್ಲು. ಹೊಟ್ಟೆನೋವು ಅಂತ ವದ್ದಾಡೋಳು. ಅವಳು ಮೂರು ವರ್ಸದ ಹಿಂದೆ ಆತ್ಮಹತ್ಯೆ ಮಾಡ್ಕಂಡಳು. ಆವಾಗ ಸ್ವಲುಪ ಸಾಲ ಆಯ್ತು. ಮತ್ತೆ ನನ್ನ ಮದಿವಿಗೆ ಅಂತ ಸಾಲ ಆಯ್ತು.

ನಾಕೈದು ವರ್ಸದ ಹಿಂದೆ ಗದ್ದೆ ಭೋಗ್ಯಕ್ಕೆ ಹಾಕಿ 30 ಸಾವಿರ ತಗಂಡಿದ್ದು, ಬಡ್ಡಿ ಎಲ್ಲ ಸೇರಿ ಅಷ್ಟಾಗದೆ ಅಂತಾರೆ. ಬಡ್ಡಿನೂ ಬಾಕಿ ಉಳೀತ ಬಂತು. ಅದೆಂಗೆ ಅಷ್ಟಾಗದೋ ಗೊತ್ತಿಲ್ಲ. ಮೊದಲು ಎತ್ತು, ಗಾಡಿಗೆ ಅಂತ ಕೃಷಿ ಸಾಲ ಮಾಡಿದ್ರು,

ಅದ್ನ ತೀರಿಸಿದ್ರು. ಬ್ಯಾಂಕಿನಾಗೆ ಸಾಲ ಮಾಡಿದ್ರೆ, ಸರಿಯಾದ ಟೇಮಿಗೆ ಕಟ್ಟಲಿಲ್ಲ ಅಂದ್ರೆ ಮನೆ ಹರಾಜು ಮಾಡ್ತಾರಲ್ಲ ಅಂತ ಆಮೇಲೆ ಬ್ಯಾಂಕಿನಾಗ ಸಾಲ ಮಾಡಲಿಲ್ಲ.

ಬೀಡಿ ಸೇದೋದು ಬಿಟ್ಟರೆ ನಮ್ಮಪ್ಪಗೆ ಬ್ಯಾರೆ ಏನೂ ಚಟ ಇರಲಿಲ್ಲ. ಒಬ್ಬರೇ ಗೇಯೋರು, ದುಡಿಯೋರು. ಒಂದಿನ ಧೈರ್ಯಗೆಟ್ಟವರಲ್ಲ. ಆದ್ರೆ ಯಾವಾಗ ಅವ್ರು ಗದ್ದೆ ಮಾಡಬ್ಯಾಡ ಅಂದರೋ ಆವಾಗ ನಮ್ಮಪ್ಪ ಸಂಜೆ ಮನಿಗೆ ಬಂದು ಹಿಂಗದ್ರು ಅಂದು ಅತ್ಗಂಡರು. ವತ್ತಾರೆ ಅವರತ್ರ ಮಾತಾಡಣ ಬಿಡು ಅಂತ ನಮ್ಮವ್ವ ಏಳಿದಾಳೆ. ನಮ್ಮಪ್ಪನ ಮನ್ಸಿಗೆ ಅದೇ ದೊಡ್ಡ ಹೊಡ್ತ ಕೊಟ್ಟದೆ.

ಆಮೇಲೆ ಕೆರೆ ಕಡಿಗಿ ವೋಗಿ ಬತ್ತೀನಿ ಅಂತ ವೋದ್ರು. ಅಂಗಡಿ ಹತ್ರ ಇನ್ನೊಬ್ರು ಗೌಡರ ಹತ್ರ ಇಂಗಿಂಗೆ ಅಂತ ಹೇಳಿದಾರೆ. ಅವ್ರು ಏನು ಹೇಳ್ತರೆ... 'ಆಯಿತಪ್ಪ, ನಾಳೆ ಮಾತಾಡಣ' ಅಂದವರೆ. ಯಾರು ಏನೇ ಅಂದ್ರೂ ನಮ್ಮಪ್ಪಗೆ ಒಳಗೊಳಗೇ ಭಾಳ ತಳಮಳ ಆಗದೆ. ಆಮೇಲೆ ರಾತ್ರಿ ಎಂಟೂವರೆ ಆದರೂ ಮನಿಕಡಿ ಬಗಲಿಲ್ಲ. ನಮ್ಮ ನಾಯಿ ಆ ಕಡೆ ವೋಗಿ ಬೊಗಳೋದ ಕೇಳಿ, ವೋಗಿ ನೋಡುದ್ರೆ ಬೇಲಿ ಮರೇಲಿ ಆ ಕಡೆ ಮರದ ಮ್ಯಾಗೆ ಮಾಡ್ಕಂಡಿದ್ರು. ಜನ ಓಡಾಡೋರು ಕಡಿಮೆ ಆದ ಮೇಲೆ ಕತ್ತಲಾದ ಮ್ಯಾಲೆ ಮಾಡ್ಕಂಡವರೆ. ಹೆಗಲ ಮ್ಯಾಗಿದ್ದ ಟವೆಲ್ಲು ಕುತ್ತಿಗೆಯಾಗ ಇತ್ತು. ನನಿಗಿ ಮೈಯೆಲ್ಲ ನಡುಕ.

ದುಡಿದು ಎಂಗೋ ಸಾಲ ತೀರ್ಸಣ ಅಂತ ಮೂರು ನಾಕು ದಿನದ ಹಿಂದೆ ಹೇಳಿದವರು. ಗದ್ದೆ ಅದಾಲ್ಲ, ಇವತ್ತಲ್ಲ ನಾಳೆ ಸಾಲ ತೀರ್ಸಣ ಅನ್ನೋರು. ಯಾವಾಗ ಅವ್ರು ಗದ್ದೆ ತಾವ ಬರಬ್ಯಾಡ ಅಂದ್ರೋ ಆವಾಗ ಭಾಳ ನೋವು ಮಾಡ್ಕಂಡ್ರು, ಧೈರ್ಯಾನೆ ಕುಸಿದೋಗಿರಬಕು. ಭೂಮಿತಾಯಿನೆ ನಂಬ್ಕೊಂಡಿದ್ದು, ಗದ್ದೆನೆ ಹೊಂಟೋದ ಮ್ಯಾಗೆ ಇನ್ನೇನು ಮಾಡದು. ಏನೂ ಓದಾಕೆ ಬರಿಯಾಕೆ ಬರಲ್ಲ, ಅವ್ರು ಕಾಗದದ ಮ್ಯಾಲೆ ಏನೋ ಬರದು ಹೆಬ್ಬೆಟ್ಟ ಒತ್ತಿಸ್ಕಂಡಿದ್ರು.

ನನ್ನ ಮದುವಿ, ಬಾಣಂತನ ಅಂತ ಒಂದು ಲಕ್ಷದ ಮ್ಯಾಗೆ ಖರ್ಚು ಮಾಡಿದ್ರು. ನಮ್ಮ ತಂದೆಗೆ ಸಾಲ ಐತೆ ಅಂತ ಗೊತ್ತಾಗಿದ್ದೆ ಮದುವೆಯಾದ ಮ್ಯಾಗೆ. ಅಲ್ಲೀಗಂಟ ನನಗೂ ಏನೂ ಗೊತ್ತಾಗಿರಲಿಲ್ಲ. ನಮ್ಮನ್ನ ಒಂದಿನ ಕೂಲಿಗೆ ಕಳಿಸಿದವರಲ್ಲ. ಇನ್ನೊಬ್ಬಳು ಅಕ್ಕ ಇದ್ಲಲ್ಲ, ಅವಳು ಸತ್ತೋದಾಗ ಅವಳ ದಿನಕರ್ಮಕ್ಕೆ ಅಂತ ಮತ್ತೆ ಖರ್ಚು ಮಾಡಿದ್ರು.

ನನ್ನ ಗಂಡನೂ ಕುಡುಕ, ಎಂಗೋ ಮಾಡಿಕಂಡು ವೋಗ್ತಿದೀನಿ. ಈಗ ನಾನೇ ಗಂಡನ ಜತಿಗಿ ಸೇರಿ ಗದ್ದೇಲಿ ರಾಗಿ ಹಾಕಿದೀನಿ. ಮೊನ್ನೆ ನಾವು ಕೆಲಸ ಮಾಡತಿದ್ದಾಗ ಅವ್ರು ಬಂದು ರಾಗಿ ಕೊಯ್ಲಿನ ವಳಗೆ ಅಷ್ಟೂ ದುಡ್ಡು ಕೊಡಲಿಲ್ಲ ಅಂದ್ರೆ ನಾವೇ ರಾಗಿ ಕೊಯ್ಕಂತೀವಿ ಅಂತ ಜೋರು ಮಾಡಿದ್ರು. ಅವ್ರು 'ಮೇಲ್ಜಾತಿ'ಯೋರು. ನಾವು

ಕೆಳಗಿನವ್ರು. ಯಾರು ನಮ್ಮ ಕಡೆ ಮಾತಾಡೋರು. ಎಲ್ಲಾ ಅವ್ರ ಕಡಿಗೇನೆ.

ಜನ ಎಲ್ಲ ಸ್ವರ್ಗಕ್ಕೆ ಸೇರ್ಲಾಕಿಲ್ಲ ನಮ್ಮಪ್ಪನ್ನ ಅಂದಾರೆ ಅಂತ ದಿನ ಮಾಡಿದ್ದೋ, ಜಾಸ್ತಿ ಖರ್ಚು ಮಾಡಲಿಲ್ಲ, ಸ್ವಲ್ಪ ಆದರೂ ಮಾಡಲೇಬೇಕಲ್ಲ.

ತಲೆ ಕೆಟ್ಟೋಗದೆ, ಜನ ನೋಡುದ್ರೆ ಅಷ್ಟ್ ಲಕ್ಸ ಬಂದಾದಂತೆ, ಇಷ್ಟ್ ಲಕ್ಸ ಬಂದಾದಂತೆ ಅಂತಾರೆ. ಅವ್ರು ಬಂದಾರಲ್ಲ, ಇವ್ರು ಬಂದಾರಲ್ಲ, ದುಡ್ಡು ಕೊಟ್ಟಾರಲ್ಲ, ಮತ್ ನಮ್ಮ ದುಡ್ಡು ಕೊಡ್ರಿ ಅಂತಾರೆ... ಅವ್ರಿಗೆ ಹೇಳಿ ಹೇಳಿ ಸಾಕಾಗದೆ. ಸರ್ಕಾರದಿಂದ ಇನ್ನಾ ಏನೂ ಬಂದೇ ಇಲ್ಲ.

ನಿಮ್ಮಪ್ಪ ಸತ್ತೋಗವನೆ ಅಂತ ಸುಮ್ಮನಿದೀವಿ. ಮದಲು ನಮ್ಮದು ಮೂರು ಲಕ್ಸ ಮಡಗಿ, ಮಾತಾಡಿ ಅಂತಾರೆ ಅವ್ರು. ಎಲ್ಲಿಂದ ತಂದು ಮಡಗದು...

ಮನೆ ನೋಡಿದ್ರೆ ಗೊತ್ತಾಗ್ತಿತ್ತು, ಕಿತ್ತು ತಿನ್ನುವ ಬಡತನ ಅಂತ. ಅವಳ ತಮ್ಮ ಅಲ್ಲೇ ಇದ್ದ. ಅಷ್ಟೇನೂ ಚುರುಕಿಲ್ಲದ ಹುಡುಗ. ಆತ್ಮಹತ್ಯೆ ಮಾಡಿಕೊಂಡ ಈ ರೈತ ಸಾಲ ಮಾಡಿಕೊಂಡಿದ್ದು 'ಮೇಲ್ಜಾತಿ'ಯ ಪ್ರಭಾವಿ ಕುಳದ ಬಳಿ. ಬ್ಯಾಂಕ್ ಸಾಲ ಅಲ್ಲ, ಬೆಳೆಸಾಲ ತೀರಿಸಲಾಗದೇ ಆತ್ಮಹತ್ಯೆ ಮಾಡಿಕೊಂಡ ರೈತ ಎಂಬ ಸರ್ಕಾರಿ ವ್ಯಾಖ್ಯಾನದಡಿ ಈತನ ಆತ್ಮಹತ್ಯೆ ಬರುವುದೇ ಇಲ್ಲ. ಹಿಂಗಿದ್ದಾಗ ಸರ್ಕಾರದಿಂದ ಪರಿಹಾರ ಎಲ್ಲಿಂದ ಬರುತ್ತದೆ... ಆ 'ಮೇಲ್ಜಾತಿ'ಯಾತ ಅವರಪ್ಪನಿಗೆ ದುಡ್ಡು ಕಟ್ಟದಿದ್ದರೆ ಗದ್ದೆ ನಮ್ಮದು ಅಂತ ಜೋರು ಮಾಡಿದನಲ್ಲ, ಅದನ್ನು ಆತ್ಮಹತ್ಯೆ ಎಂದು ಕೇಸ್ ದಾಖಲಿಸಿಕೊಂಡ ಪೋಲೀಸರು ಎಲ್ಲಿಯೂ ತೋರಿಸಿಯೇ ಇಲ್ಲವಂತೆ. ಸುಮ್ಮನೇ ಬೆಳೆ ನಷ್ಟ, ಸಾಲ, ಆತ್ಮಹತ್ಯೆ ಅಂತ ಬರೆದುಕೊಂಡರಂತೆ. ಮೇಲಿಂದ ಮೇಲೆ ನಿಮ್ಮಪ್ಪ ಕುಡಿತಿದ್ದನಾ, ಕುಡಿತಿದ್ದನಾ ಅಂತ ಕೇಳಿದರಂತೆ. ಉಣ್ಣಕ್ಕೆ ಕಾಸು ಹೊಂದಿಸಕ್ಕೆ ನಮ್ಮಪ್ಪ ಅಸ್ಟು ಕಸ್ಟ ಬೀಳತಿದ್ದ, ಕುಡಿಯಾಕೆ ಎಲ್ಲಿಂದ ತರದು ಎಂದು ಮಗಳು ಒಂಥರದ ರೋಷದಲ್ಲಿಯೇ ಹೇಳಿದಳು.

ನನ್ನೊಂದಿಗೆ ಅಷ್ಟೊತ್ತು ಮಾತನಾಡಿದ ಆ ಮಗಳು ನಾನೆದ್ದು ಹೊರಟಾಗ ನನ್ನ ಹಿಂದೆ ಬಂದಳು. ನನಗೆ ಅರೆ, ಇವಳು ಯಾಕೆ ನನ್ನ ಹಿಂದೆ ಬರ್ತಿದಾಳಪ್ಪ ಎಂಬ ಲೆಕ್ಕಾಚಾರ. ಮನೆ ದಾಟಿ ನಾಲ್ಕು ಹೆಜ್ಜೆ ಬಂದ ಮೇಲೆ, ನಾನು ನಿಂತೆ, ಹಿಂದೆ ಬರುತ್ತಿದ್ದ ಅವಳತ್ತ ತಿರುಗಿದೆ. ಬಲಕ್ಕೆ ಕೈ ಮಾಡಿ, ತುಸು ದೂರದಲ್ಲಿ ಕಾಣುತ್ತಿದ್ದ ಎತ್ತರದ ಗಿಡಮರಗಳತ್ತ ತೋರಿಸುತ್ತ, 'ಅಲ್ಲೇ ಮಾಡಿಕಂಡಿದ್ದು. ಹೆಗಲ ಮ್ಯಾಗಿದ್ದ ಹಳೇ ಟವೆಲ್ಲು ತಗಂಡು' ಎಂದಳು. ಏನು ಹೇಳಬಯಸಿದ್ದಳಾಕೆ... ಗೊತ್ತಿಲ್ಲ. ಬೆಳಗ್ಗೆಯಿಂದ ಹೆಗಲ ಮೇಲಿದ್ದ ಆ ಟವೆಲ್, ಅಷ್ಟೂ ಹೊತ್ತು ಹತ್ತಾರು ಸಲ ಆತ ಬೆವರು ಒರೆಸಿಕೊಂಡಿದ್ದಿರಬಹುದಾದ ಹಳೇ ಟವೆಲ್... ಕ್ಷಣಮಾತ್ರದಲ್ಲಿ ಉಸಿರುಗಟ್ಟಿಸಲು ಕೂಡ ಸಾಕಾಗಿಬಿಡುವುದಲ್ಲ... ಹಳೇ ಟವೆಲ್ ಹರಿದುಹೋಗಿ, ಆತ ಕೆಳ ಬಿದ್ದುಬಿಡಬಹುದಾಗಿತ್ತೇನೋ... ಆದರೆ ಅದು ಹರಿಯಲಿಲ್ಲ.

ಟವೆಲ್ಲಿಗಿಂತ ಹೆಚ್ಚು ಒಳಗಿನ ಬಡಜೀವ ಸವೆದುಹೋಗಿತ್ತಲ್ಲ... ಆ 'ಮೇಲ್ಜಾತಿ'ಯ ಸಾಹುಕಾರ ಅದಾಗಲೇ ಈತನ ಉಸಿರುಗಟ್ಟುವಂತೆ ಮಾಡಿದ್ದನಲ್ಲ... ಇನ್ನು ಟವೆಲ್ಲಿಗೆ ಹೆಚ್ಚೇನು ಕೆಲಸವಿತ್ತು ಅಲ್ಲಿ... ಸುಮ್ಮನೇ ಕುತ್ತಿಗೆ ನರಗಳ ಸುತ್ತ ಬಿಗಿಯುವುದ ಬಿಟ್ಟು.

ಆಕೆ ಹೈಸ್ಕೂಲು ಓದಿದವಳು. ಅವಳ ಕಣ್ಣುಗಳಲ್ಲಿಯೂ ಎಂಥದೋ ನಿರೀಕ್ಷೆ, ಎಲ್ಲೋ ಏನೋ ಸಹಾಯ ಒದಗಬಹುದೇನೋ... ಕೇಳಿದಳಾಕೆ, "ಮೇಡಮ್ಮಾರೆ, ನಮ್ಮತ್ರ ಕೇಳ್ಕಂಡು ವೋಗಿ ಏನು ಮಾಡ್ತೀರಿ, ಪೇಪರ್‌ನಾಗೆ ಬರೀತೀರ... ಸರ್ಕಾರಕ್ಕೆ ಹೇಳತೀರ" ಅಂತ. ನಾನೇನು ಉತ್ತರಿಸಲಿ ಮಹೀ... ನನಗೆ ನಾಚಿಕೆಯೆನ್ನಿಸಿತು. ನನ್ನ ಬಗ್ಗೆಯೇ ಸ್ವಲ್ಪ ಜುಗುಪ್ಸೆ ಕೂಡ. ಏನೋ ಮಹಾ ಅರ್ಥ ಮಾಡಿಕೊಳ್ಳಲು ಎಂಬಂತೆ ಪೆನ್ನು, ಡೈರಿ ಹಿಡಿದು ಅವರ ಮುಂದೆ ಕೂರುವೆ, ಏನೋ ಗೀಚಿಕೊಳ್ಳುವೆ... ಅವರ ಮಾತುಗಳಲ್ಲಿ ಸತ್ತು ಹೋದವರನ್ನು ಚಿತ್ರಿಸಿಕೊಳ್ಳಲು ಪ್ರಯತ್ನಿಸುವ ನಾನು ಅವರ ಉಸಿರುಗಟ್ಟಿದ ಬದುಕನ್ನು ಕಾಣಲಾದರೂ ಸಮರ್ಥಳೇ? ಇಲ್ಲ. ಅರೆಬರೆ ಕಂಡ ಅವರ ಬದುಕಿಗೆ ಏನಾದರೂ ಮಾಡಲಾದರೂ ಶಕ್ತಳೇ... ಅದೂ ಇಲ್ಲ.

– ನೀತು

ಓದಿದವನಿಗೆ ಸಂಕಟವೆನ್ನಿಸಿತು. ಅವಳು ಹೇಳಿದ ಕವನ ಇವನಿಗೆ ಎಲ್ಲೂ ಪೂರ್ತಿಯಾಗಿ ಇದ್ದಂತೆ ನೆನಪಾಗಲಿಲ್ಲ. ಅಂತರ್ಜಾಲದಲ್ಲಿ ಹುಡುಕಿದ. ಸಿಕ್ಕಿತು. ಆಮೇಲೆ ಓದೋಣ ಎಂದು ಸೇವ್ ಮಾಡಿಟ್ಟುಕೊಂಡವ, ಬೇಗ ಬರೆದುಬಿಡೋಣ, ಹೊರಗೆ ರವಿ ಕೂಡ ಫೋನು ಮಾಡಲು ಕಾಯ್ತಿದ್ದಾನೆ ಎನ್ನಿಸಿ ಮತ್ತೆ ಕಡತ ತೆರೆದ.

ಹೌದು ನೀತು, ನೀನ್ಯಾಕೆ ನಿನ್ನ ಈ ಅನುಭವವನ್ನು ಒಂದು ಲೇಖನ ಮಾಡಿ, ಯಾವುದಾದರೂ ಪತ್ರಿಕೆಗೆ ಕಳ್ಸಬಾರದು? ಚೆನ್ನಾಗಿ ಬರೀತಿಯ. ಈಗ ಆ ಸಂಸ್ಥೆಯಲ್ಲಿ ಕೆಲಸ ಮಾಡಿದ ಅನುಭವವೂ ಇದೆ ಅಲ್ಲವಾ... ಎಷ್ಟು ಸೂಕ್ಷ್ಮವಾಗಿ ಗಮನಿಸುತ್ತಿ... ನಿನ್ನ ಕಣ್ಣಳತೆಗೆ ತೆರೆದುಕೊಂಡ ಆ ಲೋಕ ಎಲ್ಲಿಯೋ ದೂರದ್ದು ಅಂತ ನನಗೆ ಅನ್ನಿಸೋದೆ ಇಲ್ಲ... ಹಾಂ.. ಏನೋ ಚೂರುಪಾರು ಬರೆಯುವುದರಿಂದ ಬದಲಾವಣೆಯಾಗುತ್ತೆ ಎಂಬ ಭ್ರಮೆ ನನಗೂ ಇಲ್ಲ, ಆ ಮಾತು ಬೇರೆ.

ಧೋಲಾವೀರಾ ಹಳ್ಳಿ ಒಳಗೆ ನೀರಿನ ಸಮಸ್ಯೆ ಇದೆ. ಬೇಸಿಗೆ ಶುರುವಾಗ್ತಿದೆಯಲ್ಲ. ವಾರದಲ್ಲಿ ಒಮ್ಮೆ ನೀರು ಬರುತ್ತದೆಯಂತೆ. ನಮ್ಮದು ಕೇಂದ್ರ ಸರ್ಕಾರಕ್ಕೆ ಸೇರಿದ ಇಲಾಖೆಯಲ್ಲವಾ... ಹಿಂಗಾಗಿ ಇಲ್ಲಿಗೆ ಎರಡು ದಿನಕ್ಕೊಮ್ಮೆ ಟ್ಯಾಂಕರಿನಲ್ಲಿ ಒಳ್ಳೆ ನೀರು ಕಳಿಸ್ತಾರೆ. ಎಲ್ಲಿಂದ ತರ್ತಾರೆ ನಂಗೂ ಸರಿಯಾಗಿ ಗೊತ್ತಿಲ್ಲ. ಇಲ್ಲಿರೋ ಓವರ್‌ಹೆಡ್ ಟ್ಯಾಂಕಿಗೆ ತುಂಬಿಸ್ತಾರೆ. ಇಲ್ಲಿ ಕೆಲಸ ಮಾಡೋ ಹೆಣ್ಣುಮಕ್ಕಳಿಗೆ ದಿನಕ್ಕೆ ಎರಡು ಮೂರು

ಕೊಡ ಕುಡಿಯೋದಕ್ಕೆ ನೀರು ತಗಂಡು ಹೋಗಲಿಕ್ಕೆ ಮಿರ್ಜಾನೆ ಹೂಂ ಅಂದಿದಾರೆ. ಹತ್ತು ಹನ್ನೆರಡು ಹೆಣ್ಣುಮಕ್ಕಳು ಹಂಗೆ ನೀರು ತಗಂಡು ಹೋಗ್ತಾರೆ. ಅಂದ್ರೆ ಒಂದು ಹನ್ನೆರಡು ಮನೆ ಅಂದುಕೋ... ಕೆಲವೊಮ್ಮೆ ಇಲ್ಲಿಯ ಜವಾನನಿಗೆ ಬೇಡಿಕೊಂಡು ಇನ್ನೊಂದು ನಾಲ್ಕಾರು ಹೆಣ್ಣು ಮಕ್ಕಳು ತೆಗೆದುಕೊಂಡು ಹೋಗ್ತಾರೆ. ಆದರೆ ಇನ್ನುಳಿದವರು ಏನು ಮಾಡ್ತಾರೆ, ಹೆಂಗೆ ನಿಭಾಯಿಸ್ತಾರೆ ಗೊತ್ತಿಲ್ಲ. ಯಾರಾದ್ರೂ ಸುಮ್ಮನೆ ಚೂರು ನೀರು ಚೆಲ್ಲೋದು ಕಂಡ್ರೆ ಮಿರ್ಜಾನೆ ಸಿಕ್ಕಾಪಟ್ಟೆ ರೇಗ್ತಾರೆ. ಆ ಹೆಣ್ಣುಮಕ್ಕಳನ್ನು ನೆನಪು ಮಾಡಿಕೊಳ್ಳಿ ಅಂತ ಬೈಯ್ತಾರೆ.

ಪಂಚಾಯಿತಿಯವರು ಅದೆಲ್ಲಿಂದಲೋ ಬೋರ್‌ವೆಲ್ ನೀರು ಟ್ಯಾಂಕರಿನಲ್ಲಿ ತಂದು ಕೊಡ್ತಾರಂತೆ. ಕುಡಿಯಕ್ಕೆ ಆಗದ ಕಾಲಾ ಪಾನೀ ಅಂತ ಅವರೇ ಹೇಳ್ತಾರಂತೆ. ಹಿಂಗಾಗಿ ಬೇಸಿಗೆಯಲ್ಲಿ ಜನಕ್ಕೆ ಆಗೀಗ ಹೊಟ್ಟೆನೋವು, ಭೇದಿ ಸಾಮಾನ್ಯ ಅಂತೆ, ಇಲ್ಲಿ ಜನಕ್ಕೆ ಕಿಡ್ನಿ ಸ್ಟೋನ್ ಕೂಡ ಸಾಮಾನ್ಯ. ಅಡುಗೆಯವನು ಮೊನ್ನೆ ಮಾತಾಡ್ತಾ, 'ಪೇಟ್ ಮೇ ಬಹುತ್ ಪತ್ಥರ್ ಹೋತಾ ಹೈ" ಅಂತಿದ್ದ. ನಂಗೆ ಮೊದ್ಲು ಅರ್ಥವಾಗಲಿಲ್ಲ, ಆಮೇಲೆ ರವಿ ವಿವರಿಸಿದ ಮೇಲೆ ಗೊತ್ತಾಯ್ತು.

ಬಡವರ ಬದುಕು, ನೀರಿನ ಬವಣೆಗೆ ಎಲ್ಲಿಂದ ಎಲ್ಲಿಗೆ ಹೋದರೂ ಒಂದೇ ಬಣ್ಣ. ಮತ್ತೆ ಇದೇ ಧೊಲಾವೀರಾದಲ್ಲಿ ನಾಲ್ಕು ಸಾವಿರ ವರ್ಷದ ಹಿಂದೆ ಇದ್ದ ಜನರು ನೀರನ್ನು ಸಂಗ್ರಹಿಸಲು ಎಷ್ಟು ವೈಜ್ಞಾನಿಕ ರೀತಿಯಲ್ಲಿ ಜಲಾಶಯ ಕಟ್ಟಿದ್ದರು, ಅದೂ ಒಂದಲ್ಲ, ನಾಲ್ಕು ದೊಡ್ಡ ಜಲಾಶಯಗಳು, ಮತ್ತೆ ಚಿಕ್ಕಚಿಕ್ಕವು, ಬಾವಿಗಳು, ಎಷ್ಟು ಉತ್ತಮವಾಗಿ ನೀರಿನ ನಿರ್ವಹಣೆ ಮಾಡುತ್ತಿದ್ದರು ಎಂಬುದಕ್ಕೆ ಪಕ್ಕಾ ಕುರುಹುಗಳು ಇವೆ. ಇದೇ ನನಗೆ ಅಚ್ಚರಿ ಮತ್ತು ನೋವು ಎರಡೂ ಅನ್ನಿಸುವುದು.

ಹಾಂ... ನಿನ್ನ ಬಗ್ಗೆ ನಾಚಿಕೆ, ಅಥವಾ ಜುಗುಪ್ಸೆ ಯಾಕೆ ನೀತು... ಜುಗುಪ್ಸೆ ಪಡಬೇಕಾಗಿರೋದು ವ್ಯವಸ್ಥೆಯ ಬಗ್ಗೆ. ನಂಗೆ ನಿನ್ನ ಬಗ್ಗೆ ತುಂಬಾನೆ ಅಭಿಮಾನ ಎನ್ನಿಸ್ತಿದೆ. ನಿಜಕ್ಕೂ!

ಮುಂದಿನ ಹಳ್ಳಿ ಯಾವುದು... ಕಾಯ್ತಿರ್ತೀನಿ ನಿನ್ನ ಕಣ್ಣಂಚಿನ ಲೋಕವನ್ನು ಕಾಣಲು...

– ಮಹೀ

ಕಡತ ಮುಚ್ಚುವ ಮೊದಲು ಕೊನೆಯ ವಾಕ್ಯವನ್ನು ಇನ್ನೊಮ್ಮೆ ಓದಿದ. 'ನಿನ್ನ ಕಣ್ಣಂಚಿನ ಲೋಕದೊಳಗೆ ನಿನ್ನೊಂದಿಗೆ ಓಡಾಡಲು ಕೂಡ ಕಾಯ್ತಿದ್ದೀನಿ ನೀತು' ಮನಸ್ಸಲ್ಲೇ ಹೇಳಿಕೊಳ್ಳುತ್ತ ಲ್ಯಾಪ್ಟಾಪ್ ಎತ್ತಿಕೊಂಡು ಹೊರಗೆ ಬಂದ. ರಾತ್ರಿ ಊಟ ಮುಗಿಸಿ, ಹೊರಗೆ ಗಾಳಿಯಲ್ಲಿ ಓಡಾಡುವಾಗ ಅವರೆಲ್ಲರೊಂದಿಗೆ ಅದೂ ಇದೂ ಹರಟುತ್ತಿದ್ದರೂ, ಮಹೇಶನ ಮನಸ್ಸೆಲ್ಲ ನೀತು ಕಾಣಿಸಿದ ಹಳ್ಳಿಯ

ಚಿತ್ರದೊಂದಿಗೆ ಇತ್ತು. ರೂಢಿಗತ ಮನಸ್ಸಿನಾಚೆಗೆ ಇರುವ ಬದುಕುಗಳನ್ನು ಗಮನಿಸುವ ಕಣ್ಣೊಂದನ್ನು ನನ್ನೊಳಗೆ ತೆರೆಸುತ್ತಿದ್ದಾಳಲ್ಲ ಇವಳು ಎಂದು ಮತ್ತೆ ಅಭಿಮಾನವೆನ್ನಿಸಿತು. ಸೂರಿಯಿಂದ ಹೇಗೂ ದೂರವಾಗಿದ್ದಾಳೆ ಎಂಬ ಅಂಶವೂ ಅವಳಿಗೆ ಹತ್ತಿರವಾಗುವಂತೆ ಮಾಡುತ್ತಿದೆಯೇ, ಅವನೊಂದಿಗೆ ಅವಳು ಹಿಂದಿನ ಸ್ನೇಹದಲ್ಲಿಯೇ ಇದ್ದಿದ್ದರೆ ಅಥವಾ ಅವನು ಅಮೆರಿಕಕ್ಕೆ ಹೋಗದಿದ್ದರೆ, ತಾವಿಬ್ಬರೂ ಇಷ್ಟು ಹತ್ತಿರವಾಗುತ್ತಿರಲಿಲ್ಲವೇ ಎಂಬ ಆಲೋಚನೆಯೂ ಸುಳಿಯಿತು. ಆ ಎಲ್ಲ 'ರೆ'ಗಳಲ್ಲಿ ಯಾವುದು ನಿಜವಾಗಿದ್ದರೂ, ಬೇರೆ ಹಲವು ಸಾಧ್ಯತೆಗಳು ತೆರೆದುಕೊಳ್ಳುತ್ತಿದ್ದವು, ಅವೆಲ್ಲ ಹುಸಿಯಾಗಿರುವ ಈಗಿನ ವಾಸ್ತವದಲ್ಲಿ ಯಾಕೆ ಆ ಬಗ್ಗೆ ಚಿಂತಿಸುವುದು, ಏನೇ ಕಲ್ಪಿಸಿಕೊಂಡರೂ, ಆ ವಾಸ್ತವ ಹೇಗಿರುತ್ತಿತ್ತೋ ಯಾರು ಬಲ್ಲರು ಎಂದುಕೊಂಡು ಸುಮ್ಮನಾದ.

ಉತ್ಖನನ ನಡೆಸುತ್ತಿದ್ದಲ್ಲಿ ಪಶ್ಚಿಮ ಭಾಗದಲ್ಲಿ ಸ್ಮಶಾನ ಎಂದು ಗುರುತಿಸಿದ್ದ ಕಡೆ ರವಿ ಮತ್ತು ಮಹೇಶ ಕಳೆದ ಎರಡು ವಾರದಿಂದ ಕೆಲಸ ಮಾಡುತ್ತಿದ್ದರು. ಗೋರಿ ಇರಬಹುದೇನೋ ಎಂದು ಮಹೇಶನಿಗೆ ಬಲವಾದ ಅನುಮಾನವಾಗಿದ್ದ ಒಂದು ಕಡೆ ಮೊದಲು ಸ್ವಲ್ಪ ಅಗೆದು ನೋಡಿದ. ಮಣ್ಣಿನ ಮಡಕೆಯ ಹಾಗೆ ತೋರುತ್ತಿದ್ದುದರ ಮೇಲುಭಾಗ ಕಾಣಿಸಿತು. ಮಿರ್ಜಾನೆಯವರೊಂದಿಗೆ ಚರ್ಚಿಸಿದ ಮಹೇಶ ಒಂದು ಅಂದಾಜಿನ ಮೇಲೆ ಅದರ ಸುತ್ತ ಜಾಗ ಗುರುತಿಸಿದ. ಅದೇ ಜಾಗದಲ್ಲಿ ಐದಾರು ದಿನದಿಂದ ಇಬ್ಬರೂ ಅಗೆಯುತ್ತಿದ್ದರು. ಅವರಿಬ್ಬರೊಂದಿಗೆ ತುಂಬ ಗಟ್ಟಿಯಾಗಿದ್ದ ಭಾಗವನ್ನು ಅಗೆಯಲು ಧೋಲಾವೀರಾದಿಂದ ಕೆಲಸಕ್ಕೆ ಬರುವ ಮೂವರು. ಮಿರ್ಜಾನೆಯವರು ಬೆಳಗ್ಗೆ ಮತ್ತು ಸಂಜೆ ಒಂದೆರಡು ಸಲ ಬಂದು ನೋಡಿ, ಸೂಚನೆಗಳನ್ನು ಕೊಟ್ಟು ಹೋಗುತ್ತಿದ್ದರು. ಸುಣ್ಣದ ಕಲ್ಲಿನಿಂದ ಮಾಡಿದ ಗೋರಿಯದು. ಕೈಗುದ್ದಲಿಯಿಂದ ನಿಧಾನವಾಗಿ ಕೆರೆಸುತ್ತ, ಮಧ್ಯೆಮಧ್ಯೆ ಬ್ರಶ್ಶಿನಿಂದ ಮೇಲಿನ ಧೂಳು ಜಾಡಿಸುತ್ತ, ಚಿಕ್ಕಮುಟ್ಟದ್ದೇನಾದರೂ ಕಾಣುತ್ತದೆಯೇ ಎಂದು ಸೂಕ್ಷ್ಮವಾಗಿ ಗಮನಿಸುತ್ತ ಮಾಡಬೇಕಿತ್ತು.

ಆ ದಿನ ಬೆಳಗ್ಗೆ ಸ್ವಲ್ಪ ಅಗೆದಿದ್ದ ಗೋರಿಯ ಒಳಗೆ ಇಳಿದು, ಕೆದಕುತ್ತ ಕೂತ ಮಹೇಶನಿಗೆ ಅನುವಿನ ಮದುವೆ ಇವತ್ತೇ ಎನ್ನುವುದು ಇದ್ದಕ್ಕಿದ್ದ ಹಾಗೆ ನೆನಪಾಯಿತು. ಮೊದಲಿನಂತೆ ನೋವಾಗಲೀ, ಯಾತನೆಯಾಗಲೀ ಏನೂ ಅನ್ನಿಸಲಿಲ್ಲ. ಆದರೆ ಮಧ್ಯಾಹ್ನದವರೆಗೂ ಒಂಥರಾ ಕಿರಿಕಿರಿ ಎನ್ನಿಸುತ್ತಲೇ ಇತ್ತು. ಮಧ್ಯಾಹ್ನ ಭೋಂಗಾದತ್ತ ಹೋಗಿ, ಸ್ನಾನ, ಊಟ ಮುಗಿಸಿ ಮಲಗಿದವನಿಗೆ ಕಿರಿಕಿರಿಯ ಕಾರಣ ಹೊಳೆಯಿತು. ಅವಳ ನಿರಾಕರಣೆಯ ಆರಂಭದ ದಿನಗಳಲ್ಲಿ ನನ್ನಲ್ಲೇನು ಕೊರತೆಯಿತ್ತು, ನನ್ನಲ್ಲಿ ಇಲ್ಲದ ಅದೇನನ್ನು ಮತ್ತೆಲ್ಲೋ ಕಂಡೆ

ಎಂಬಂತಹ ಭಾವವೇ ಅಧಿಕವಾಗಿತ್ತಲ್ಲ... ಎಷ್ಟು ಬಾಲಿಶವಾಗಿ ಆಲೋಚಿಸಿದ್ದೆನಲ್ಲ ಎನ್ನುವುದು ಹುಟ್ಟಿಸಿದ ಕಿರಿಕಿರಿ. ಆಯಿತಪ್ಪ, ಆಗ ಹಾಗೆನ್ನಿಸಿತು... ಈಗ ಅದೆಲ್ಲದರಿಂದ ಹೊರಬಂದಾಗಿದೆಯಲ್ಲ ಎಂದುಕೊಳ್ಳುತ್ತಿದ್ದಂತೆ ತುಸು ನಿರಾಳವೆನ್ನಿಸಿತು.

ಮಹೇಶನಿಗೆ ಗೋರಿಯಲ್ಲಿ ಇನ್ನೂ ಏನಾದರೂ ಇದೆಯೇ ಎಂದು ನೋಡುವ ಕುತೂಹಲ ತೀರಾ ಹೆಚ್ಚಿದ್ದರಿಂದ ರವಿಗಿಂತ ಮೊದಲು ಎದ್ದು, ಉರಿಬಿಸಿಲಿನಲ್ಲಿಯೇ ಹೊರಟುಬಂದ. ಈ ಮೊದಲು ಅಗೆದ ಎರಡು ಗೋರಿಗಳಲ್ಲಿಯೂ ಅಸ್ಥಿಪಂಜರವೇನೂ ಸಿಕ್ಕಿರಲಿಲ್ಲ. ಹೀಗಾಗಿ ಇಲ್ಲಿಯೂ ಅದು ಸಿಕ್ಕುವ ನಿರೀಕ್ಷೆ ಇರಲಿಲ್ಲ. ಅಲ್ಲಿ ಸಿಕ್ಕ ಮಣ್ಣಿನ ಮಡಕೆ ಇತ್ಯಾದಿಗಳ ಆಧಾರದ ಮೇಲೆ ಇವೆಲ್ಲ ಸಾಮಾನ್ಯವಾಗಿ ಗೋರಿಯಲ್ಲಿಡುವ ವಸ್ತುಗಳು ಎಂದು ತರ್ಕಿಸಿ, ಅವನ್ನು ಗೋರಿಗಳಿರಬಹುದು ಎಂದು ಊಹೆ ಮಾಡಿದ್ದರು. ಮಣ್ಣಿನ ಮಡಕೆ ಇದ್ದ ಜಾಗದಿಂದ ಎರಡು ಅಡಿ ಬಲಕ್ಕೆ ಸ್ವಲ್ಪ ಮುಕ್ಕಾಗಿದ್ದ ಒಂದು ಮಣ್ಣಿನ ತಟ್ಟೆ ನಿನ್ನೆಯೇ ಕಂಡಿತ್ತು. ಗೋರಿಯಲ್ಲಿ ಸ್ವಲ್ಪ ಕೆಳಗೆ ಇಳಿದವನೇ ಮಡಕೆಯಿದ್ದ ಜಾಗದ ಸುತ್ತ ಒಂದಡಿ ದೂರದಲ್ಲಿ ಸ್ವಲ್ಪ ಕೆದರಿ ನೋಡೋಣ ಎಂದು ಕಡ್ಡಿಯಿಂದ ಕೆದರತೊಡಗಿದ. ಸುಮಾರು ಒಂದು ತಾಸು ಕೂತು ಕೆದರಿದ ನಂತರ ಮಣಿಯಂತಹುದು ಏನೋ ಕಂಡಂತೆ ಆಯಿತು. ಜೇಬಿನಿಂದ ಭೂತಗನ್ನಡಿ ತೆಗೆದು ನೋಡಿದ. ಹೌದು, ಮಣಿ... ಭೂತಗನ್ನಡಿ ಹಿಡಿದು ನೋಡುತ್ತಲೇ ನಿಧಾನವಾಗಿ ಇನ್ನಷ್ಟು ಕೆದರಿದ. ಒಂದೊಂದೇ ಮಣಿ ಕಾಣತೊಡಗಿತು. ಭೂತಗನ್ನಡಿಯನ್ನು ಇನ್ನಷ್ಟು ಹತ್ತಿರಕ್ಕೆ ಹಿಡಿದು ನೋಡಿದ. ತೆಳು ತಂತಿಯಲ್ಲಿ ಜೋಡಿಸಿದಂತೆ ಕಾಣುತ್ತಿದ್ದ ಸರಿಸುಮಾರಾಗಿ ಒಂದೇ ಗಾತ್ರವಿದ್ದ ನಸುಗೆಂಪು ಮಣಿಗಳು, ಪುಟ್ಟ ನೆಕ್ಲೇಸ್ ಹಾಗಿತ್ತು. ಅಷ್ಟರಲ್ಲಿ ರವಿ ಕೂಡ ಅಲ್ಲಿಗೆ ಬಂದಿದ್ದ. "ಹೇ" ಎಂದು ಖುಷಿಯಲ್ಲಿ ಉದ್ಗರಿಸಿದವನೇ 'ಇರು, ಮಿರ್ಜಾನೆ ಸರ್‌ಗೆ ಕರ್‍ಕೊಂಡು ಬರ್‍ತೀನಿ" ಎನ್ನುತ್ತ ಓಡಿದ.

ಮಹೇಶ ಬ್ರಶ್ಶಿನಿಂದ ನಿಧಾನವಾಗಿ ಧೂಳು ಜಾಡಿಸಿದ. ಬೆನ್ನಿಗೆ ಹಾಕಿಕೊಂಡಿದ್ದ ಪುಟ್ಟ ಚೀಲದಿಂದ ಕೆಮರಾ ತೆಗೆದು ಕೂತಲ್ಲೇ ಬೇರೆಬೇರೆ ಕೋನದಿಂದ ನಾಲ್ಕಾರು ಫೋಟೋ ತೆಗೆದ. ಮತ್ತೆರಡೇ ನಿಮಿಷದಲ್ಲಿ ಮಿರ್ಜಾನೆ, ರವಿ, ಬಾಲು, ಪಾಠಕ್ ಬರುವುದು ಕಾಣಿಸಿತು. ಮಿರ್ಜಾನೆಯವರು ಬಂದವರೇ ಇನ್ನೂ ನಾಲ್ಕಾರು ಫೋಟೋ ತೆಗೆಯಲು ಹೇಳಿದರು. ಮಹೇಶನಿಗೆ ಅದನ್ನು ನಿಧಾನವಾಗಿ ಎತ್ತು ಎಂದು ಮೇಲೆ ಕುಳಿತೇ ಸೂಚನೆ ಕೊಡಲಾರಂಭಿಸಿದರು. ಬಹುಮೆಲ್ಲಗೆ ಅದನ್ನು ಮಣ್ಣಿನಿಂದ ಮೇಲೆತ್ತಿದ.

ಇಷ್ಟು ದಿನದ ಅಗೆತದಲ್ಲಿ ಮೊದಲ ಬಾರಿಗೆ ಹೀಗೆ ಪೂರ್ಣ ವಸ್ತುವೊಂದು ಅವನ ಕೈಗೆ ಸಿಕ್ಕಿದ್ದು. ನಾಲ್ಕು ಸಾವಿರ ವರ್ಷದಿಂದ ಕಾಲ ಪ್ರವಾಹದಡಿಯಲ್ಲಿ

ಹೂತುಹೋಗಿದ್ದ ಅದನ್ನು ಅಂಗೈಯಲ್ಲಿ ಎತ್ತಿ ಹಿಡಿಯುತ್ತಿದ್ದಂತೆ ಮೈಯೆಲ್ಲ ರೋಮಾಂಚನ. ಅಷ್ಟೆಲ್ಲ ವರ್ಷಗಳಿಂದ ಮಣ್ಣಿನಡಿ ಮಲಗಿದ್ದ ಮಣಿಗಳು ಮಸುಕಾದಂತೆ ಕಂಡರೂ ಒಂದಿಷ್ಟೂ ಮುಕ್ಕಾಗಿರಲಿಲ್ಲ. ಅದನ್ನು ಅಂಗೈಯಲ್ಲಿ ಹಿಡಿಯುತ್ತಿದ್ದಂತೆ ಈ ಕ್ಷಣವನ್ನು ನೀತುವಿನ ಕಣ್ಣುಗಳಿಗೆ ದಾಟಿಸಬೇಕು, ಮಣಿಗಳನ್ನು ಮುಟ್ಟಿದಾಗಿನ ಭಾವವನ್ನು ಅವಳೊಂದಿಗೆ ಹಂಚಿಕೊಳ್ಳಬೇಕು ಎಂದು ತೀವ್ರವಾಗಿ ಅನ್ನಿಸಿತು. ಸುಮಾರು ಎರಡು ಗಂಟೆ ಕುಕ್ಕರುಗಾಲಿನಲ್ಲಿ ಕೂತಿದ್ದ ಮಹೇಶನಿಗೆ ಕಾಲುಗಳು ಜೋಮು ಹಿಡಿದಂತಾಗಿದ್ದೂ ಆ ಖುಷಿಯಲ್ಲಿ ಲಕ್ಷ್ಯಕ್ಕೆ ಬರಲಿಲ್ಲ. ಎದ್ದು ನಿಂತವನೇ ಅಂಗೈಯಲ್ಲಿ ಹಿಡಿದಿದ್ದ ಅದನ್ನು ಒಮ್ಮೆ ಮೆಲ್ಲನೆ ಇಡಿಯಾಗಿ ಸವರಿದ, ಮತ್ತೆ ಏರಿಯ ಮೇಲಿದ್ದ ಮಿರ್ಜಾನೆಯವರ ಕೈಗೆ ಅದನ್ನು ಕೊಟ್ಟ. ಅವರು ಎಚ್ಚರಿಕೆಯಿಂದ ಅದನ್ನು ನೋಡುತ್ತ, ಮಣಿಗಳನ್ನು ಸ್ವಲ್ಪ ಸರಿಸಿ ನೋಡಿದರು.

"ಓ ತಾಮ್ರದ ಸರಿಗೆ!' ಉದ್ಗರಿಸಿದರು.

ಮಹೇಶ ನಿಧಾನವಾಗಿ ಮೇಲೆ ಹತ್ತಿ ಬಂದ. ರವಿ ಮತ್ತು ಮಹೇಶನನ್ನು ಮೆಚ್ಚುಗೆಯಿಂದ ನೋಡಿದ ಮಿರ್ಜಾನೆ 'ಲೆಟ್ಸ್ ಸೆಲೆಬ್ರೇಟ್ ದಿಸ್ ಟುಡೇ ನೈಟ್" ಎಂದರು. ಎರಡೂವರೆಯಿಂದ ಬಿಸಿಲಲ್ಲಿ ಕೂತಿದ್ದ ಅವನ ಮೈಯಿಡೀ ಬೆವತಿತ್ತು. ತಲೆ, ಕುತ್ತಿಗೆಯಿಂದ ನೀರು ಇಳಿಯುತ್ತಿತ್ತು. ಮಿರ್ಜಾನೆ ಅವನತ್ತ ಒಮ್ಮೆ ನೋಡಿದವರು, ತಮ್ಮ ಹೆಗಲಿನ ಚೀಲದಿಂದ ಪುಟ್ಟ ಟವೆಲ್ ಒಂದನ್ನು ಕೈಗಿತ್ತರು.

ಮಣಿಸರವನ್ನು ತುಂಬ ಜೋಪಾನವಾಗಿ ಈಗಲೇ ತೆಗೆದುಕೊಂಡು ಹೋಗಿ, ತಮ್ಮ ಕೋಣೆಯ ಪಕ್ಕದ ಕೋಣೆಯಲ್ಲಿದ್ದ ಕಪಾಟಿನಲ್ಲಿ ಎತ್ತಿಡಬೇಕೆಂದು ರವಿಗೆ ಸೂಚನೆ ಕೊಟ್ಟ ಮಿರ್ಜಾನೆ, "ಸರಿ, ಇಲ್ಲೇ ಕೆಲಸ ಮುಂದುವರೆಸಿ" ಎಂದು ಹೊರಟರು. "ಅಬ್ಬಾ... ಸದ್ಯ ನಾವು ಸೆಲೆಬ್ರೇಟ್ ಮಾಡುವಂಥದ್ದನ್ನು ಗೋರಿಯಲ್ಲಾದರೂ ಇಬ್ರೂ ಹುಡುಕಿದ್ದೀರಲ್ಲ" ಎನ್ನುತ್ತ ಬಾಲು ಕಣ್ಣು ಮಿಟುಕಿಸಿ ನಕ್ಕ.

'ಅರೆ ಹೌದಲ್ಲ... ಬೆಳಗ್ಗೆ ಗೋರಿಯಲ್ಲಿಳಿದಾಗ ಅನುವಿನ ಮದುವೆ ಎನ್ನುವುದು ನೆನಪಾಗಿ ಕಿರಿಕಿರಿಯೆನ್ನಿಸುತ್ತ ಇತ್ತು. ಮುಚ್ಚಿಕೊಂಡಿದ್ದ ಮಣ್ಣು ಸರಿಸಿ, ಧೂಳು ಜಾಡಿಸಿದರೆ ಸಿಕ್ಕಿದ್ದು ಎಂತಹ ಅಮೂಲ್ಯ ಮಣಿಸರ... ನೀತುವಿನ ಕಣ್ಣಿಗೆ ದಾಟಿಸಬೇಕೆಂದು ತೀವ್ರವಾಗಿ ಅನ್ನಿಸಿದ ಅದ್ಭುತ ಕ್ಷಣವೊಂದು ಹೇಗೆ ಬೊಗಸೆಗೆ ದಕ್ಕಿತಲ್ಲ. ಆತ್ಮದ ಮೇಲಿನ ಭ್ರಮೆಪದರವ ಕೆದರಿ, ಸರಿಸಿ ಹಾಕಿದಂತೆ ನಿಜಸಾಂಗತ್ಯದ ಎಳೆಯೊಂದು ಬೆರಳ ತಟ್ಟಿತಲ್ಲ...' ತನ್ನೊಳಗೆ ಯೋಚನೆ ನಡೆಸಿದ್ದ ಮಹೇಶನ ಕಣ್ಣಿನಲ್ಲಿ ಯಾವುದೇ ಕಿರಿಕಿರಿಯ, ಯಾತನೆಯ ಸೆಳಕಿಲ್ಲದೆ, ನೀತುವಿಗೆ ತೆರೆದಿಡಬೇಕೆಂದುಕೊಂಡ ಆಪ್ತ ಕ್ಷಣವೊಂದು ಹೆಪ್ಪುಗಟ್ಟಿತು.

ರಾತ್ರಿ ಊಟಕ್ಕೆ ಮೊದಲು ನಾಲ್ವರಿಗೂ ಮಿರ್ಜಾನೆ ತಮ್ಮ ಕೋಣೆಗೆ ಬರಲು ಹೇಳಿದ್ದರು. ಇವರು ಹೋದಾಗ ಯಾರೊಂದಿಗೋ ಫೋನಿನಲ್ಲಿ ಮಾತಾಡುತ್ತಿದ್ದ ಅವರು ಇವತ್ತು ಸಿಕ್ಕಿದ್ದನ್ನು ತುಂಬ ಖುಷಿಯಲ್ಲಿ ಹೇಳಿಕೊಳ್ಳುತ್ತಿದ್ದರು. ಮಾತಿನ ಮಧ್ಯೆ ಒಂದೆರಡು ಸಲ ನಮ್ಮ ಹುಡುಗರು ತುಂಬ ಒಳ್ಳೆ ಕೆಲಸ ಮಾಡಿದಾರೆ ಎಂದು ಹೇಳುತ್ತಿದ್ದರು. ಮಿರ್ಜಾನೆಯವರು ತುಂಬ ಒಳ್ಳೆಯ ಲಹರಿಯಲ್ಲಿದ್ದರು. ಹುಡುಗರ ಎದುರು ಎರಡು ಮೂರು ಡ್ರಿಂಕ್ಸ್ ಇಟ್ಟು, ನಿಮಗೆ ಬೇಕಿದ್ದನ್ನು ತೆಗೆದುಕೊಳ್ಳಿ ಎಂದವರು, ಇವರು ಸಂಕೋಚ ಮಾಡಿಕೊಂಡರೆ ಎಂದು ಎದ್ದು ಒಳಗಿನ ಇನ್ನೊಂದು ಕೋಣೆಗೆ ಹೋದರು.

ಅಡುಗೆಯವರು ಎಲ್ಲರ ಊಟವನ್ನು ಕೋಣೆಯ ಹೊರಗಿನ ಪಡಸಾಲೆಯಲ್ಲಿ ಮುಚ್ಚಿಟ್ಟಿದ್ದರು. ಕೊನೆಯಲ್ಲಿ ಮಿರ್ಜಾನೆ ಕೂಡ ಇವರೊಂದಿಗೆ ಸೇರಿಕೊಂಡರು. ಮೊದಲ ಸಲ ಎಲ್ಲರೂ ಸೇರಿ, ಮನಬಿಚ್ಚಿ ಮಾತನಾಡಿ, ನಕ್ಕು, ಊಟ ಮಾಡಿ, ತಮ್ಮ ತಮ್ಮ ಭೋಂಗಾದತ್ತ ತಿರುಗಿದಾಗ ರಾತ್ರಿ ಹನ್ನೆರಡಾಗಿತ್ತು. ಮಲಗುವ ಮೊದಲು ಬೇವಿನ ಮರದ ಕಟ್ಟೆಯ ಮೇಲೆ ತುಸು ಹೊತ್ತು ಒಬ್ಬನೇ ಕೂತ ಮಹೇಶನಿಗೆ ಇನ್ನಾದರೂ ಗಂಭೀರ ಬರವಣಿಗೆಯಲ್ಲಿ ತೊಡಗಿಸಿಕೊಳ್ಳಬೇಕೆಂದು ತೀವ್ರವಾಗಿ ಅನ್ನಿಸತೊಡಗಿತು. ಆಳಕ್ಕೆ ಒಳಗಿಳಿದು, ಕಾಣಲು ಪ್ರಯತ್ನಿಸಿದರೆ ಮಾತ್ರ ಇವತ್ತು ಕೊನೆಗೂ ಗೋರಿಯಲ್ಲಿ ಅಮೂಲ್ಯವಾದದ್ದೊಂದು ಬೆರಳ ಸೋಕಿದಂತೆ ದಕ್ಕಬಹುದು ಎನ್ನಿಸಿತು. ಮೊದಲು ಒಳಗಣ್ಣು ತೆರೆದು ನೋಡಲು ಕಲಿಯಬೇಕಿದೆ ಎಂದುಕೊಳ್ಳುತ್ತ ಎದ್ದು ಮಲಗಲು ನಡೆದ.

ಮತ್ತೆರಡು ದಿನ ಮನೆಗೆ ಅಥವಾ ನೀತುಗೆ ಯಾರಿಗೂ ಫೋನ್ ಮಾಡುವುದು ಬೇಡ ಎನ್ನಿಸಿತು. ಮಾತಿನ ನಡುವೆ ಅನುವಿನ ಮದುವೆಯ ಪ್ರಸ್ತಾಪ ಬರುವುದು, ಇವನಿಗೆ ಬೇಜಾರಾಗಿದೆಯೇನೋ ಎಂಬಂತೆ ಅವರೇನಾದರೂ ಮಾತಾಡುವುದು ಅವನಿಗೆ ಬೇಡವಾಗಿತ್ತು.

ಮೂರು ದಿನದ ನಂತರ ಸಂಜೆ ಏಳರ ಸುಮಾರಿಗೆ "ನಿಮಗೆ ಫೋನಿದೆಯಂತೆ, ಬರಬೇಕಂತೆ" ಅನ್ನೋದನ್ನು ಕೇಳಿ, ತನಗ್ಯಾರು ಮಾಡಿರಬಹುದು, ಪ್ರೊಫೆಸರ್ ಹತ್ತಿರ ನಂಬರ್ ಇದೆ, ಅವರೇ ಮಾಡಿರಬಹುದೇನೋ ಎಂದು ಯೋಚಿಸುತ್ತಲೇ, ಇನ್ನುಳಿದಿದ್ದನ್ನು ರವಿಗೆ ಬರೆದುಕೊಳ್ಳಲು ಹೇಳಿ ಲಗುಬಗೆಯಿಂದ ಹೊರಟ.

ಮಿರ್ಜಾನೆ ಕೋಣೆಯಲ್ಲಿ ಇರಲಿಲ್ಲ. ಹೊರಗೆ ವಾಕಿಂಗ್ ಮಾಡುತ್ತಿದ್ದವರು, "ನಿನ್ನಣ್ಣ ಅಂತೆ... ನಿನ್ನ ಹತ್ರ ಮಾತಾಡಬೇಕಿತ್ತು, ನೀನು ನಾಕೈದು ದಿನದಿಂದ ಫೋನ್ ಮಾಡಿಯೇ ಇಲ್ಲ ಅಂತ ಗಾಬರಿಯಾದಂತಿತ್ತು. ನೀನೇ ಮಾಡು" ಎಂದರು. ಮಿರ್ಜಾನೆಯ ದನಿಯಲ್ಲಿ ಸ್ವಲ್ಪ ಕಾಳಜಿಯೂ, ಯಾಕೆ ಮಾಡಲಿಲ್ಲ

ಎಂಬ ಸ್ವಲ್ಪ ದೂರೂ ಇತ್ತು.

ಅಣ್ಣ ಫೋನೆತ್ತಿದವನೇ "ಎಂತಕಾ ಫೋನೇ ಮಾಡಲ್ಲೆ... ಅಪ್ಪನೂ ಕೇಳ್ತಿದ್ದ... ಮದ್ಲು ಚೂರು ಅಮ್ಮನ ಹತ್ರ ಮಾತಾಡು" ಎಂದು ಅಮ್ಮನಿಗೆ ಫೋನು ಕೊಟ್ಟ.

'ಹುಶಾರಿದ್ಯನ... ಊಟತಿಂಡಿ ಅಡ್ಡಿಲ್ಯ ಅಲ್ಲಿ... ಭರ್ತಿ ಬಿಸಿಲನಾ" ಅಮ್ಮನ ಎಂದಿನ ಕಾಳಜಿ.

ಅಣ್ಣ ಮತ್ತೆ ಮಾತಾಡಿದವ ಅದೂ ಇದೂ ತೋಟದ ಸುದ್ದಿ ಹೇಳಿದ. "ಸರಿಯಾಗಿ ಕೇಳ್ತಾ ಇಲ್ಲೆ, ನೆಟ್‌ವರ್ಕ್ ಸರಿ ಇಲ್ಲೆ ಕಾಣ್ತು, ತಡಿ ಹೊರಗೆ ಬತ್ತಿ" ಎಂದು ಬಂದವ, "ಅನು ಮದ್ವೆ ಭಾರೀ ಧೂಂಧಾಂ ಅಂತ ಮಾಡಿದ್ವಪ್ಪ. ಭರ್ತಿ ಜನ ಸೇರಿದ್ದ. ಮತ್ತೆ ಎರಡೂ ಕಡೆವ್ರು ದೊಡ್ಡ ಜನವಲಾ ಮಾರಾಯ." ಎಂದ. ಮಹೇಶನಿಗೆ ಹೇಳಲು ಏನು ಇರಲಿಲ್ಲ. ಸುಮ್ಮನೆ ಹೂಂಗುಟ್ಟಿದ.

"ಮದುವೆಗೆ ನೀತು ಬೈಂದ. ಕೊನಿಗಿ ನಮ್ಮನಿಗೆ ಬಂದು ಒಂದಿನ ಉಳಕ್ಯಂದ. ಅಮ್ಮ, ಅಪ್ಪಂಗೂ ಖುಷಿಯಾತಪ. ಏನೇ ಹೇಳು... ನೀತು ಒಂಥರಾ ಬ್ಯಾರೆನೆ ಬಿಡು" ಅವನು ಹೊರಗೆ ಬಂದಿದ್ದೇ ಅನು ಮದುವೆ ಸುದ್ದಿಗಿಂತ ನೀತು ಬಗ್ಗೆ ಮಾತಾಡಲೇನೋ ಎಂಬಂತೆ ಇತ್ತು.

"ಬ್ಯಾರೆ ಅಂದ್ರೆ" ಯಾವ ಅರ್ಥದಲ್ಲಿ ಅಣ್ಣ ಬೇರೆ ಅಂತಿದ್ದಾನೆ... ಅರ್ಥವಾಗಲಿಲ್ಲ.

"ಅಂದ್ರೆ... ಅದೇ ನಿಂಗ ಎಲ್ಲ ಒಂತರಾ ಯುನಿಕ್ ಅಂತ್ರಲಾ ಹಂಗೆ. ಮಾತು, ಕತೆ ಎಲ್ಲದ್ರಗೂ ತಿಳಿವಳಿಕೆ ಇದ್ದವ ಅಂತ ಅನ್ನಿಸ್ತ. ಸುಮಾರು ತಮಾಶಿನೂ ಮಾಡ್ತ... ತ್ವಾಟ, ಬ್ಯಾಣ ಎಲ್ಲ ಸುತ್ತಾಡಿದ. ಎಂತಕೆ ಹೋಗ್ತೆ ಅಂತ ಅಮ್ಮ ಹೇಳ್ತಿದ್ರೂ ಕೇಳದೇ, ನಮ್ಮನೆ ತ್ವಾಟದ ಕೆಲಸ ಮುಗಿಸಿ ಹೊಂಟಿದ್ದ ಶಂಕ್ರಿ ಜತಿಗಿ ಕೆಳಗಿನ ಕೇರಿಗೂ ಹೋಗಿ ಬಂದ್ಲಪ." ಕೊನೆಯ ವಾಕ್ಯ ಹೇಳುವಾಗ ಅಣ್ಣ ಸ್ವಲ್ಪ ಎಚ್ಚರದಿಂದ ಹೇಳಿದಂತೆ ಅನ್ನಿಸಿತು. ಮೊದಲಾಗಿದ್ದರೆ ದೀವರ ಕೇರಿ ಎನ್ನುತ್ತಿದ್ದನೇನೋ. ಜೊತೆಗೆ ಹೌದೋ ಅಲ್ಲವೋ ಎಂಬಂತೆ ದನಿಯಲ್ಲಿ ನೀತುವಿನ ಬಗ್ಗೆ ಒಂದು ಅಭಿಮಾನದ ಎಳೆ ಕೂಡ.

"ಓ... ಹಂಗಾ..." ಮಹೇಶನಿಗೆ ನಗು ಬಂದಿತು.

ಅಣ್ಣನೊಂದಿಗೆ ಮಾತು ಮುಗಿಸಿ, ಪ್ರೊಫೆಸರ್‌ಗೆ ಫೋನ್ ಮಾಡಿದ.

ಎಂದಿನಂತೆ ಉತ್ಖನನದ ಕುರಿತ ಮಾತುಕತೆಗಳು.

"ಭಾಳ ಮಾತಾಡುದಿತ್ತಪ್ಪ. ಹೀಂಗ ಫೋನ್ನಾಗ ಮಾತಾಡಿದ್ರ ಎದರು ಕುಂತು ಮಾತಾಡಿದ ಹಂಗ್ ಆಗಂಗಿಲ್ಲ. ಫೋನ್ನಾಗ ನಿನ್ನ ಗೂಡ ಭಾಳ ಮಾತಾಡಿ ನನಗ ರೂಢನೂ ಇಲ್ಲ. ಮತ್ತ ಇಮೇಲ್ ನೋಡಿದ್ಯೇನು..."

"ಇಲ್ಲರೀ ಸರ, ಈಗ ನೋಡ್ತೀನ್ರಿ" ಮಹೇಶನಿಗೆ ಕುತೂಹಲವೆನ್ನಿಸಿತು.

"ಸರಿಯಪಾ ಹಂಗಾರೆ. ನೀ ನೋಡು. ಮತ್ತ ನಾಳಿಗರ, ನಾಡದ್ದರ ಮಾತಾಡೂಣು. ಮಿರ್ಜಾನೆಗೆ ನಾ ಕೇಳೀನಿ ಅಂತ ಹೇಳಪಾ"

ಅವರೊಂದಿಗೆ ಮಾತು ಮುಗಿಸುತ್ತಲೇ ಲ್ಯಾಪ್‌ಟಾಪಿಗೆ ಮೋಡೆಮ್ ವೈರ್ ಸಿಕ್ಕಿಸಿದ.

ಪ್ರೊಫೆಸರ್‌ದು ಮೇಲ್ ಇತ್ತು.

ಅರೆ, ಏನೋ ಉದ್ದಕ್ಕೆ ಬರೆದಿದ್ದಾರೆ. ಅಚ್ಚರಿಯೆನ್ನಿಸಿತು.

ಮಹೀ, ನನಗ ಹೀಂಗ ಬರೆಯಾಕ ಬರಂಗಿಲ್ಲಪ. ತೋಚಿದಂಗ ಬರದೀನಿ. ಸುಮ್ನೆ ಓದಿಕೋಪ.

ಯಾಕೋ ಒಮ್ಮೊಮ್ಮಿ ಎಲ್ಲ ರಗಡ ಅನಿಸ್ತದ. ಮಂದಿ ನಮ್ಮ ಬಗ್ಗಿ ಎಷ್ಟರ ತಲಿ ಕೆಡಿಸ್ಕತಾರೋ ಮಾರಾಯ.

ನಾ ಮತ್ತ ಜಲಜ ಮದುವಿ ಆಗೂ ವಿಚಾರ ನಮ್ಮ ಸುನೀತಾಗಿ ಗೊತ್ತಾಗೇದ. ಸುನೀತಾ ಅಂದ್ರ ನನ್ನ ಹೆಂಡ್ತಿ ತಂಗಿ. ಆಕೀನ ಸಣ್ಣಾಕಿ. ಉಳಿದ ನೆಂಟರಿಗೂ ಗೊತ್ತಾಗಿರಬಹುದು. ಆಕಿ ಮೊನ್ನಿ ಇದ್ದಕ್ಕಿದ್ದ ಹಂಗೆ ಮನಿಗಿ ಬಂದ್ಲಪ. ಮದ್ಲು ಸುತ್ತಿ ಬಳಸಿ ಮಾತಾಡಿದ್ಲು. ನಾನೂ ಹಂಗ ಸುತ್ತಿ ಬಳಸಿ ಉತ್ತರ ಕೊಟ್ನಿ. ಕೊನಿಗಿ ನೇರವಾಗೇ ಕೇಳಿದ್ಲು. "ಮಾಮಾರೀ... ಇನ್ನೊಂದು ಮದ್ವಿ ಆಕ್ಕೀರಂತಲ್ರೀ"

"ಹೌದವ್ವ." ಅಂದೆ. ನಿನಗ್ಯಾರು ಹೇಳಿದ್ದು ಅದೂ ಇದೂ ಅಂತ ನಾ ಏನೂ ಕೇಳಲಿಲ್ಲ.

"ನಮ್ಮಕ್ಕ ಹೋಗಿ ಇನಾ ಮೂರು ವರ್ಸಾಗಿಲ್ಲ... ಎಷ್ಟ್ ಲಗೂ ಎಲ್ಲ ಮರತ ಹರೇದ ಹುಡುಗನಂಗ ಇನ್ನೊಂದು ಲಗ್ನ ಆಗಾಕ ಹೊಂಟೇರಲ್ರೀ" ಅಂತ ದುಸುಮುಸು ಮಾಡಾಕಹತ್ತಿದಳು. ನನಗ ಖಜೀಲಾತು. ಏನ ಹೇಳೂದಪ್ಪ... ಎಲ್ಲ ಮರತೀನಿ ಅಂತ ಅಲ್ಲ... ಅಥವಾ ಮರಿಬಕು ಅಂತನೂ ಅಲ್ಲ... ಹರೇದ ಹುಡುಗನಂಗ ಅಂದ್ರ ಏನು ಅರ್ಥ... ಜರಾ ಸಿಟ್ಟೂ ಬಂತು. ಅಲ್ಲ, ನನ್ನ ಪಾಡಿಗಿ ನಾ ಲಗ್ನ ಆದ್ರ ಇವ್ರದೇನು ಗಂಟು ಹೋಗತದ... ನಾ ಏನ ಇವ್ರ ಮನಿ ಆಸ್ತಿ ನುಂಗಾಕ ಹತ್ತಿನೇನು... ನಾ ಸುಮ್ನ ಇದ್ನಿ. ಹಿಂತಾ ಪ್ರಶ್ನಿಗಿ ಏನು ಉತ್ತರ ಕೊಡೂದು... ಖರೇ ಅಂದ್ರ ಅವ್ರಿಗೂ ಅದಕ್ಕ ಉತ್ತರ ಬ್ಯಾಡಾಗಿರತದ. ಸುಮ್ನ ನಮ್ಮ ಜೀಂವಾ ತಿನ್ನಬಕು ಅಂತ.

"ಯಾರೋ ಗಂಡ ಸತ್ತಾಕೀನ್ನ ಲಗ್ನ ಆಕ್ಕೀರಂತ. ಬ್ಯಾರೆ ಜಾತಿ ಅಂತ. ನಮ್ಮ ಅತ್ತಿ ಮನ್ಯಾಗ ನನಗ ತಲಿ ಎತ್ತದಾಂಗ ಆಗೇದ. ನಮ್ಮ ಮಂದಿಮಕ್ಳು ಮುಂದೆ ತಲಿ ತಗ್ಗಿಸೋ ಹಂಗ ಮಾಡಾಕ ಹತ್ತೀರಿ." ಮತ್ತ ದುಸುಮುಸು. ಅಂದ್ರ ಏನರ್ಥ... ನಾ ಇದೇ ಜಾತಿನಾಗ, ಯಾವುದನಾ ಲಗ್ನ ಆಗಿರಲಾರದ ಹೆಣಮಗಳಿಗಿ ಲಗ್ನ ಆಗಿದ್ರ ಅವಾಗ ಇವ್ರಿಗಿ ತಲಿ ಎತ್ತಿ ನಡಿಯಾಕ ಏನೂ ಸಮಸ್ಯೆ ಬರಾತಿದ್ದಿಲ್ಲೇನು?

"ನೋಡವ್ವಾ... ಲಗ್ನಾ ಆಗಾಂವ ನಾ. ಅದ್ರಾಗ ನಿಮ್ಮ ಮರ್ವಾದಿ ಹೋಗೂ ಹಂತಾದು ಏನದ... ಇದು ನಮ್ಮನಿ ಪ್ರಶ್ನಿ ಅದ. ನಾಳಿಗಿ ನಿಮ್ಮ ಹುಡುಗ್ರು ಅವ್ರ ಮನಸ್ಸಿಗಿ ಬಂದವ್ರನ್ನ ಲಗ್ನ ಆದ್ರ ಏದಕ್ಕ ಆಗ್ತಾರ ಅಂತ ನಾ ನಿಮಗ ಕೇಳ್ತೀನನು..."

"ಅವ್ವಾ....! ಏನರ ಮಾತಾಡ್ತೀರಿ... ನಮ್ಮ ಹುಡುಗ್ರು ಹಂಗೆಲ್ಲ ಮಾಡೋರಲ್ರೀ... ಯಾವತ್ತಿದ್ರೂ ಮನಿತನದ ಮರ್ವಾದಿ ಬಿಟ್ ಹೋಗಂಗಿಲ್ರೀ" ಮತ್ತ ದುಸುಮುಸು. ಏನರ ಅಂದ್ಕೋ ಹೋಗತ್ಲಾಗೆ ಅಂತ ನಾ ಸುಮ್ಮಾಗಿಬಿಟ್ಟೆ.

ಸಂಜಿಗಿ ಹೋಗೂ ಮುಂದ ನನ್ನ ಖೋಲಿಗಿ ಬಂದಳು. "ನಮ್ಮಕ್ಕನ್ನ ಸೀರಿಗೋಳು, ನಾವ್ ಕೊಟ್ಟ ವಡವಿಗೋಳು ಎಲ್ಲಾನೂ ನಾ ತಗಂಡು ಹೋಗ್ತೀನ್ರಿ. ನಮ್ಮಕ್ಕನ ವಸ್ತು ಬ್ಯಾರೆಯವ್ರಿಗಿ ಯಾಕ ಕೊಡೂಣು... ನಾವಿನ್ನಾ ಅದೀವಿ... ಸತ್ತಿಲ್ರೀ..." ಆಕಿ ದನಿಯಾಗ ಏಷ್ಟ್ ಕಾಠಿಣ್ಯ ಇತ್ತು. ಖರೇ ನನಗೆ ಭಯಂಕರ ಕೆಟ್ಟೆನಿಸಿತಪ್ಪ.

"ಎಲ್ಲ ನೀನೇ ಮಾತಾಡಾಕ ಹತ್ತೀಯಲ್ಲವ್ವಾ... ನಾ ಎಲ್ಲಿ ಈಗ ಬ್ಯಾರೆಯವ್ರಿಗಿ ಕೊಡಾಕಹತ್ತೇನಿ... ನನಗೂ ಸೊಸಿ ಅದಾಳವ್ವ... ಈ ವಿಚಾರದಾಗ ಆಕಿ ಏನು ಹೇಳ್ತಾಳ ಅದಾ ಕಡಿ. ಮತ್ತ ನೀವು ಮದುವಿಯಾಗ ಆಕಿಗಿ ಕೊಟ್ಟ ವಡವಿ ತಗಂಡು ಹೋಗೂದಿದ್ರ ಹೋಗವಾ. ತವರು ಮನಿದು ಅದು. ವಡವಿ ಹಾಕಿದವರು ನಿಮ್ಮ ಅಪ್ಪ, ಅಮ್ಮ. ಹಾಕಿದವರು, ಹಾಕಿಸಿಕೊಂಡಾಕಿ ಇಬ್ರೂ ಇಲ್ಲ ಈಗ... ಇನ್ನ ಆ ವಡವಿ ಇಟಗಂಡ ನಾ ಏನ ಮಾಡ್ಲವಾ. ಉಳಿದಿದ್ದು ಏನದಲಾ ಅದೆಲ್ಲ ನನ್ನ ಸೊಸಿಗಿ ಸೇರ್ತದ" ಅಂದೆ. ಯಾವಾಗ ನಾ ಸೊಸಿ ಮಾತು ತೆಗೆದೆನೋ ಅವಾಗ ಗಪ್ಪಾದಳು. ಮತ್ತ ಏನೂ ಕೇಳಲಿಲ್ಲ. "ಮುಂದಿನ ವಾರ ಅಣ್ಣನ್ನ ಕರ್ಕಂಡು ಬರ್ತೀನ್ರಿ. ಅಂವನ ಕೈಯಾಗನ ಕೊಡ್ರೀ" ಅಂದ್ಕೋತ ಹ್ವಾದಳಪ.

ಜಲಜಂಗ ಈ ಸುದ್ದಿ ಏನೂ ಹೇಳಾಕ ಹೋಗಿಲ್ಲ. ನನ್ನಿಂದ ನಿಮಗ ಹಿಂತಾ ಮಾತು ಕೇಳೂ ಹಂಗ ಆತು ಅಂತ ಸುಮ್ನ ಬ್ಯಾಸರಾಗ್ತಾಳ. ಸೊಸಿ ಫೋನ್ ಮಾಡಿದ್ರ ಹೇಳಬಕು. ಇವ್ರಿಗಿಲ್ಲ ಹೋಲಿಸಿದರ ನನ್ನ ಸೊಸಿನ ಭಾಳ ಸೆನ್ಸಿಬಲ್ ಹೆಣಮಗಳು ಅನ್ನಿಸ್ತಾಳಪ. ಮುಂದಿನ ತಿಂಗಳು ಸೊಸಿ, ಮಗ ಬರ್ತೇವಿ ಅಂದಾರ. ಆಕಿ ಬಂದಿಂದ ಆ ವಡವಿ ನೋಡಿ, ನಾ ಮಾಡಿಸಿದ ವಡವಿಗೋಳು ಬಿಟ್ಟು, ಅವರದ್ದು ಅವರಿಗಿ ಕೊಟ್ಟುಬಿಡದು ಅಂದ್ಕಂಡೀನಿ. ಜೀಂವಾನ ಇರಂಗಿಲ್ಲ... ಒಂದಿನ ಹೋಗ್ತದ... ವಡವಿ, ವಸ್ತುಗೋಳಿಗಿ ನಮ್ಮದು ನಮ್ಮದು ಅಂತ ಎಷ್ಟರ ಈ ಜೀಂವಾ ಬಡದಾಡ್ತದಲಾ ಅಂತ ದುಃಖ ಆಗ್ತದ ಮಹೀ.

ನೀ ಆರೋಗ್ಯ ಛಲೋ ನೋಡಿಕೋಪ.

(ಮರೆತಿದ್ದೆ: ಬಾಜೂ ಮನಿ ಲಲಿತಕ್ಕೋರಿಗಿ ಬೆನ್ನಾಗೂ ಯಾಡ್ಡ ಕಣ್ಣದಾವ್ರಿ ಅಂತ ಸೀತಮ್ಮ ನಗಿಚಾಟಕಿ ಮಾಡಾಕ ಹತ್ತಿದ್ದಳು. ನೋಡಪಾ... ಅವ್ರಿರೂ ತನಾ ನಮ್ಮನಿಗಿ ಸಿಸಿಟಿವಿ ಕೆಮೆರಾ ಹಾಕೂ ಜರೂರತ್ತೆ ಇಲ್ಲ!)

ಪ್ರೊಫೆಸರ್ ಪತ್ರ ಇಲ್ಲಿಗೆ ನಿಂತಿತ್ತು. ಪತ್ರದ ಕೊನೆಯಲ್ಲಿ ಲಲಿತಕ್ಕನ ಕುರಿತ ಹಗುರು ತಮಾಷೆ ಮಹೇಶನಿಗೆ ಮುದವೆನ್ನಿಸಿತು.

ಓದಿದೆ ಎಂದು ಮರಳಿ ಹೇಳುವ ಅಗತ್ಯವಿದೆಯೇ... ಏನು ಮಾತಾಡಿದರೂ, ಬರೆದರೂ ಕ್ಲೀಷೆ ಎನ್ನಿಸುತ್ತಿತ್ತು. ಅದೇ ಕ್ಷಣಕ್ಕೆ ಏನಾದರೂ ಪ್ರತ್ಯುತ್ತರ ಬರೆಯದಿದ್ದರೆ ಅದೂ ಸರಿಯೆನ್ನಿಸುವುದಿಲ್ಲ, ವಯಸ್ಸಿನ ಅಂತರವಿಲ್ಲದೇ ಗೆಳೆಯನೊಂದಿಗೆ ಹಂಚಿಕೊಂಡಂತೆ ಹೇಳಿಕೊಳ್ಳುತ್ತಾರೆ. ಮಹೇಶ ತನ್ನೊಳಗೇ ಅರೆಕ್ಷಣ ಯೋಚಿಸಿದ. ಮತ್ತೆ ಮೇಲ್ ತೆರೆದ. ಇನ್ನೊಮ್ಮೆ ಓದಿದ.

> ಪತ್ರ ಓದಿದೆ. ಹೂಂ... ಮತ್ತೆ... ನಮ್ಮನ್ನು ನಮ್ಮ ಪಾಡಿಗೆ ಬಿಟ್ಟರೆ ಮಂದಿಗೆ ತಿಂದಿದ್ದು ಜೀರ್ಣ ಆಗುವುದಾದರೂ ಹೇಗೆ!
>
> ತುಂಬ ಮನಸ್ಸಿಗೆ ಹಚ್ಚಿಕೊಳ್ಳಬೇಡಿ. ನಿಮ್ಮ ಹತ್ತಿರದವರಿಗೆ ನಿಮ್ಮ ಹೆಜ್ಜೆ ಸರಿಯೆನ್ನಿಸಿದರೆ ಸಾಕು. ಮುಖ್ಯವಾಗಿ ಸೊಸೆ ಅರ್ಥ ಮಾಡಿಕೊಳ್ಳುತ್ತಾರೆ. ಮಗನಿಗೆ ನಿಧಾನ ಅರ್ಥವಾಗುತ್ತದೆ.
>
> ಪತ್ರ ಓದುತ್ತಿದ್ದರೆ ರಾತ್ರಿ ನಿಮ್ಮ ಮನೆಯಲ್ಲಿ ಎದುರುಬದುರು ಕೂತು ಮಾತನಾಡಿದಂತೆಯೇ!
>
> ತುಂಬ ನೆನಪಾಗುತ್ತೀರಿ. ವಾಪಾಸು ಬರುವ ದಿನಗಳನ್ನು ಕಾಯ್ತಿದ್ದೀನಿ.
>
> ಮತ್ತೆ ಬರೆಯಿರಿ ಸರ್.
>
> – ಮಹೀ

ಬರೆದಿದ್ದು ಇಷ್ಟು ಸಾಕೆನ್ನಿಸಿತು. ಅವರಿಗೆ ಮೇಲ್ ಕಳಿಸಿದವನಿಗೆ ಯಾಕೋ ಇವತ್ತು ನೀತುಗೆ ಫೋನು ಮಾಡುವುದು ಬೇಡ ಎನ್ನಿಸಿತು. ಅವಳು ಮತ್ತೊಂದು ಹಳ್ಳಿಗೆ ಹೋಗ್ತೀನಿ ಅಂದಿದ್ದಳಲ್ಲ, ಹೋಗಿ ಬರಲಿ. ಆಮೇಲೆ ಮಾತಾಡೋಣ ಎನ್ನಿಸಿತು.

ಮತ್ತೆರಡು ದಿನದ ನಂತರ ಮಹೇಶನಿಗೆ ಮನಸ್ಸು ತಡೆಯದಾಯಿತು. ನೀತುಗೆ ಫೋನು ಮಾಡಲೇಬೇಕೆಂಬ ತುಡಿತ.

ಫೋನಾದರೂ ಮಾಡೋಣ ಎಂದುಕೊಂಡು ಸಂಜೆ ಪ್ರಯತ್ನಿಸಿದ. ಫೋನು ಹೋಗಲಿಲ್ಲ. ಸರಿ, ಯಾವುದಾದರೂ ಹಳ್ಳಿಗೆ ಹೋಗಿಬಂದು ಏನಾದರೂ ಬರೆದಿರಬಹುದೇನೋ, ನೋಡೋಣ ಎಂದುಕೊಂಡು ಅವಳ ಗೂಗಲ್ ಕಡತ ತೆರೆದ. ಅವಳು ಹಿಂದಿನ ದಿನವಷ್ಟೆ ಬರೆದಿದ್ದಳು ಎನ್ನುವುದು ಕಡತ ತೆರೆಯುತ್ತಲೇ ಗೊತ್ತಾಯಿತು.

ಹೀಗೆ ಸುಮ್ಮನೆ ಆತ್ಮಹತ್ಯೆ ಮಾಡಿಕೊಂಡ ನಾಲ್ಕಾರು ರೈತರ ಕಥೆ ಕೇಳಿ ಬಂದರೆ ಏನು ಆಗುತ್ತೆ... ಯಾರಿಗೆ ಏನು ಉಪಯೋಗ ಎಂದುಕೊಂಡರೂ, ಒಂದು ಐದು ಕುಟುಂಬದವರನ್ನು ಮಾತಾಡಿಸೋಣ ಅಂತ, ಅದೇನೋ ಐದು ಅನ್ನೋ ಒಂದು ಸಂಖ್ಯೆ ತಲೆಯಲ್ಲಿ ಕೂತಿರೋದ್ರಿಂದ, ನಿನ್ನೆ ಒಂದು ಕಡೆ ಹೋದೆ. ಇದೂ ಕೂಡ ಮದ್ದೂರಿನ ಹತ್ತಿರದ ಒಂದು ಹಳ್ಳಿ. ಸಾದೊಳಲು ಅಂತ. ಆತ್ಮಹತ್ಯೆ ಮಾಡಿಕೊಂಡಿದ್ದ ವ್ಯಕ್ತಿಯ ತಾಯಿ ಮಾತಾಡಿದರು. ಮನೆ ನೋಡಿದರೆ ಪರವಾಗಿಲ್ಲ ಎನ್ನಿಸಿತು, ಆದರೆ ಮನೆಯ ಪರಿಸ್ಥಿತಿ ಮಾತ್ರ ದಿಕ್ಕೆಟ್ಟಿತ್ತು. ಇಷ್ಟಾಗಿ ನಾನು ಹೊರಗಿಂದ ನೋಡಿದ್ದು. ಹೊರಗಿನ ಕೆಂಪು ಸಿಮೆಂಟಿನ ತಣ್ಣನೆಯ ನೆಲದ ಪಡಸಾಲೆಯಲ್ಲಿ ಕೂತು ಮಾತಾಡಿದ್ದು. ತಂದೆ, ತಾಯಿಗೆ ಭರಿಸಲಾಗದ ದುಃಖ ಎಂದರೆ ಕಣ್ಣಮುಂದೆ ಬೆಳೆದ ಮಕ್ಕಳ ಸಾವು... ಅಲ್ಲವಾ. ಅವರನ್ನು ನೋಡಿದಾಗ ಯಾವ ತಂದೆತಾಯಿಗೂ ಹೀಗೆ ಆಗುವುದು ಬೇಡವಪ್ಪ ಎನ್ನಿಸಿತು.

ತಾಯಿ

ನಮಗ ಮೂರು ಗಂಡು ಮಕ್ಕಳು. ಒಬ್ಬ ಮಗ ಬೆಂಗಳೂರಿನಲ್ಲಿ ಸೆಕ್ಯುರಿಟಿ ಗಾರ್ಡ್ ಕೆಲಸ ಮಾಡ್ತವನೆ. ತೀರಿಕೊಂಡನಲ್ಲ ಅವ್ನು ಎರಡನೆಯವನು. ಮೂರನೆಯವನಿಗೆ ಸ್ವಲ್ಪ ಬುದ್ಧಿ ಮಂದ.

ಒಂದೇ ಎಕರೆ ನಮ್ಮದಿರಾದು. ನಮ್ಮ ಸಿವಣ್ಣ ಮತ್ತೆ ಬೇರೆಯವರ ಎರಡು ಎಕರೆ ಹೊಲ ಪಾಲಿಗೆ ತಗಂಡು ಮಾಡಿಸ್ತಿದ್ದ. ಸಾಲ ಆಗದೆ, ಏನು ಮಾಡಲಿ, ಏನು ಮಾಡಲಿ ಅಂತ ಗೋಳಾಡೋನು. ನಿಧಾನ ತೀರ್ಸಕಾದು ಮಗಾ ಅಂತ ನಾ ಧೈರ್ಯ ಹೇಳುವೆ.

ನನ್ನ ವಡವೆ ಮಡಗಿ ಮತ್ತೆ ಸಾಲ ಕೊಡಿಸಿದೆ. ವಿಜಯಾ ಬ್ಯಾಂಕಿನಾಗೆ 95 ಸಾವಿರ ತೆಕ್ಕೊಟ್ಟೆ. ಮತ್ತೆ ಸೊಸೈಟಿ ಸಾಲ ಎಪ್ಪತ್ತೈದು ಸಾವಿರ. ಯಾಕೆ ಇಷ್ಟು ಸಾಲ ಆಗದೆ ಅಂತ ಕೇಳುದ್ರೆ 'ಆಳುಗಳಿಗೆ ಕೊಡಾಕೆ, ಔಷಧಿಗೆ ಬ್ಯಾಡವಾ' ಅಂತ ಜಗಳ ಆಡೋನು, ಅದ್ಕೇ ಸಾಲ ತೆಕ್ಕೊಟ್ಟೆ. ಎರಡು ಎಕರೆ ಪಾಲಿಗೆ ತಕ್ಕಂಡಿದ್ದೆವಲ್ಲ, ಅದರಾಗೆ ಕಬ್ಬು ಹಾಕಿದ್ದು. ಫ್ಯಾಕ್ಟರಿಗೆ ಹಾಕಿದ್ರೆ ಅರ್ಧ ನಮಗೆ, ಅರ್ಧ ಜಮೀನಿನವರಿಗೆ. 'ವಡವೆ ಬಿಡಿಸ್ಕಬಕು, ಒಂದೊರ್ಸ ಆತು ಮಗಾ' ಅಂದ್ರೆ 'ನೋಡಣ ಇರು, ನಿನ್ನ ಒಡವೆ ತಿನ್ನಹೊಂಟೋದೇನೇ, ನಿಮಗೂ ಕಣ್ಣಿಲ್ವೆ' ಅನ್ನೋನು. ವ್ಹೋಗ್ಲಿ ಬುಡು, ಕಸ್ಟ ಪಡ್ತಾವನೆ ಅಂತ ನಾನು ಸುಮ್ಮಗಾಗೂವೆ. ಸ್ವಲ್ಪಕ್ಕೆ ಭತ್ತ ಹಾಕಿದ್ವಿ, ಅದೂ ಒಂದೇ ಬೆಳೆ, ಹಿಂಗಾರು ಕೈಗೆ ಹತ್ತಲಿಲ್ಲ. ಮತ್ತೆ ಅಲ್ಲಿ ಇಲ್ಲಿ ಕೈಸಾಲ ಮೂರು ಲಕ್ಸ ಮಾಡಿಕೊಂಡಿದ್ದ. ಕಳೆದ ಎರಡು ವರ್ಸದಿಂದ ಸಾಲ, ಬಡ್ಡಿ ಜಾಸ್ತಿ ಆಯ್ತು. ಹೆಣ್ಣಮಕ್ಕಳ ಸಂಘ ಅದಾಲ್ಲ ನಮ್ಮದು, ಅದ್ರಿಂದ ಸಾಲ ತೆಕ್ಕೊಡುವ ಅಂದ್ಕಂಡೆ. ಆದ್ರೆ ಅಲ್ಲಿ ತಿಂಗಳಾ ತಿಂಗಳಾ ಕಟ್ಟಬಕು. ಆಗದಿದ್ದರೆ ಅಂತ ಸುಮ್ಮಗಾದೆ.

‘ಒಂದಪಾ ಕಬ್ಬು ಹೊಡೆದುಬಿಟ್ಟರೆ ಆಯ್ತು, ಎಲ್ಲಾರಿಗೂ ಕೊಡ್ತೀನಿ’ ಅನ್ನೋನು. ಒಂದೂವರೆ ವರ್ಸದ ಕಬ್ಬು ಹಂಗೇ ಕೂತೈತೆ, ಫ್ಯಾಕ್ಟರಿಯವರು ಪರ್ಮಿಟ್ ಕೊಟ್ಟಿಲ್ಲ. ಕಬ್ಬು ವಣಗೈತೆ ಈಗ.

ಹಿಂದೆ ನಮ್ಮನಿಯೋರು ಭಾಳ ದುಡಿಯೋರು. ಮರಳು ಗಾಡಿ ಹೊಡೆದು, ಕಾಸು ಮಡಿಕ್ಕಂಡು ಈ ಮನೆ ಕಟ್ಟಿಸಿದ್ರು, ಎರಡು ಆಳಿನ ಕೆಲಸ ಒಬ್ರೇ ಗೇಯರು. ಸ್ವಲುಪ ಸಾಲನೂ ಆಗಿತ್ತು. ಆಮೇಲೆ ಮನೆ ಕಟ್ಟಿದ್ದ ಸಾಲನೂ ಸಿವಣ್ಣನೇ ತೀರ್ಸಿದ. ಕಳೆ ಕೀಳದು, ಭತ್ತ ಕೊಯ್ಯದು ನಾವೇ ಮಾಡ್ಕಂತಿದ್ವಿ. ಈಗ ನಮಗಿಬ್ಬರಿಗೂ ವಯಸ್ಸಾಗದೇ, ಮದ್ಲಿನಂಗೆ ಗೇಯದು ಆಗಂಗಿಲ್ಲ. ಒಂದು ಎಮ್ಮೆ ಮಡಗಿಕಂಡಿದ್ದೆ, ಈಗ ಅದೂ ಬಿದ್ದುಬಿಟ್ಟು ಕಾಲಿಗೆ ಪೆಟ್ಟು ಮಾಡ್ಕಂಡದೆ.

ಆವಾಗ ಅವನಿದ್ದಾಗ ಎಲ್ಲ ಅವನೇ ನೋಡ್ಕಳದು. ಈಗ ಯಾರಿಗೆ ಹೇಳದು... ದೊಡ್ಡವನು ಅಲ್ಲಿ ಬೆಂಗಳೂರಿನಾಗೆ ಕೆಲಸ ಮಾಡ್ತವನೆ, ಇಲ್ಲಿಗೆ ಬರಂಗಿಲ್ಲ. ಸಣ್ಣವನಿಗೆ ರಾತ್ರಿ ಕಣ್ಣು ಕಾಣಿಸಂಗಿಲ್ಲ. ರಾತ್ರಿಗುರುಡು ಅಂತಾರಲ್ಲ ಅದು. ಇವನಿಗೂ ಮದುವಿ ಮಾಡಿದೆ, ಹೆಂಡತಿಗೆ ಏನೋ ಆಗಿ ಎರಡು ವರ್ಸದ ಹಿಂದೆ ತೀರಿಕೊಂಡಳು. ಇವನಿಗೆ ಕುಡಿಯ ಚಟ ಬ್ಯಾರೆ. ಏನೂ ದುಡಿಯಂಗಿಲ್ಲ. ಸುಮ್ನೆ ಕೂತ್ಗಂತಾನೆ.

ಸಿವಣ್ಣನ ತಿಥಿಗೆ ಅಂತ ಮತ್ತೆ ಎಂಬತ್ತು ಸಾವಿರ ಖರ್ಚಾತು. ಮತ್ತೆ ಸಾಲ. ತಿಥಿ ಮಾಡಲಿಲ್ಲ ಅಂದ್ರೆ ಜನ ಆಡ್ಕಂತರೆ ಅಂತ ಮಾಡಿದ್ದೋ. ನಮ್ಮ ಸಿವಣ್ಣನ ಬದ್ಲಿಗೆ ಈ ಕೊನೆಯವನೇ ಹೋಗಿದ್ರೆ ವಳ್ಳೇದಿತ್ತು. ಏನು ಮಾಡದು. ದೇವ್ರು ನಮ್ಮ ಮಾತು ಕೇಳಂಗಿಲ್ಲಲ್ಲ.

ಸ್ಕೂಟರ್ ತಕ್ಕಂಡಿದ್ದ. ಎಲ್ಲರ ಹತ್ರ ಬಾಯಿ ಚೆನ್ನಾಗಿ ಇಟ್ಕಂಡಿದ್ದ.

ಅವನಿದ್ದಾಗ ಎಂಗೋ ನೀಗಿಸಿಕೊಂಡು ಹೋಗೋನು. ಯಾವ ನೋವ್ರೂ ಗೊತ್ತಾಗತಿದ್ದಿಲ್ಲ. ಈಗ ಎಲ್ಲ ಗೊತ್ತಾಗತ್ಯೆತೆ. ಹಿಂದೂ ಇಲ್ಲ, ಮುಂದೂ ಇಲ್ಲ ಈಗ.

ಅವತ್ತು ನಾನು ಸಾರಿನ ಹುಡಿ ಹುರಿಯಕ್ಕೆ ಕೂತಿದ್ದೆ. ಗದ್ದೆ ತಾವದಿಂದ ಬಂದವನೆ ‘ಅವ್ವ ನಂಗೆ ಎಂಗೆಂಗೋ ಆಯ್ತದೆ’ ಅಂದ. ‘ಯಾಕೆ ಮಗಾ... ಏನಾತದೋ’ ಅಂದೆ. ‘ನಾನು ಗುಳಿಗಿ ನುಂಗಿಬಿಟ್ಟಿದೀನಿ. ಸಂಕಟ ಆಯ್ತದೆ’ ಅಂದ, ಹಂಗೇ ಆಟೋನಾಗೆ ಕರ್ಕಂಡು ಹೋದ್ದೋ. ಏನುಪಯೋಗ ಆಗ್ಲಿಲ್ಲ. ಜೀಂವಾ ವ್ರೊಂಟೇವ್ರೋಯ್ತು. ಸನಿವಾರ ಎಲ್ಲ ಮುಗಿದೇ ವ್ರೋಯ್ತು.

ಸಾಯದು ಎರಡು ತಿಂಗಳು ಮುಂಚೆ ಹೆಂಡತಿ ಹತ್ರ ಮಾಂಗಲ್ಯ ಚೈನೂ ಕೇಳಿದ. ‘ನಿನಗಿಂತ ಇದು ಹೆಚ್ಚಾದೋ, ತಗೋ’ ಅಂತ ಅವ್ವು ಬಿಚ್ಚಿಕೊಟ್ಟಳು. ಆವಾಗ ಆಕಿಗೆ ದಿನ ತುಂಬ್ತಿದ್ದೋ. ಅವನು ಸತ್ತಾಗ ಆಕಿ ಹಸಿ ಬಾಣಂತಿ, ಮಗೀಗೆ ಇನ್ನೂ ಹೆಸರಿಟ್ಟಿರಲಿಲ್ಲ.

ಇನ್ನಾ ಏನು ಪರಿಹಾರ ಬಂದಿಲ್ಲ. ಕೈಸಾಲದವರು ದಿನಾ ಮನೆ ಮುಂದೆ ಬರ್ತವರೆ. ಮಕ್ಕಳು ಹುಟ್ಟಿ ಮನೆ ಮುಂದೆ ಬರ್ತದೆ. ಇಂತವ್ರು ಹುಟ್ಟಿ, ಏನು ಮಾಡದು. ಇವ್ರಿಗೆ ವಯಸ್ಸಾತೋ. ನನಗೂ ಬಿಪಿ ಹೆಚ್ಚುಕಡಿಮೆ ಆಯ್ತದೆ. ಗದ್ದೆ ತಾವ ಹೋಗದಿದ್ದರೆ ನಡಿಯಂಗಿಲ್ಲ. ಇವನೊಬ್ಬ ಮಗ ನಮ್ಮ ಜತಿಗೆ ಇದ್ದಿದ್ದರೆ ಯಾರೂ ಏನೂ ನೋಡದು ಬ್ಯಾಡಾಗಿರಲಿಲ್ಲ. ಈಗ ಏನು ಮಾಡದು ಅನ್ನಂಗಾಗದೆ, ನಮಗೆ ಜೀವನನೇ ಬ್ಯಾಡ ಅನ್ನಂಗಾಗದೆ...

ನಾನು ಅಲ್ಲಿಗೆ ಹೋದಾಗ ಮಧ್ಯಾಹ್ನವಾಗಿತ್ತು. ಕೊನೆಯ ಮಗನಿಗೆ ಮೈಯಲ್ಲಿ ಚೆನ್ನಾಗಿಲ್ಲ, ಅವನ್ನ ಡಾಕ್ಟರ ಹತ್ರ ಕರ್ಕಂಡು ಹೋಗಬೇಕು ಅಂತೇನೋ ಹೇಳುತ್ತಿದ್ದ ಆ ತಾಯಿ ಮತ್ತೆ ಕೂತು ಮಾತನಾಡಿದ್ರು. ಕಟ್ಟೆಯ ಒಂದು ಕಡೆ ಸ್ವಲ್ಪ ಅಕ್ಕಿ ಇತ್ತು. ತಾಯಿ ಅದನ್ನು ಕೇರುತ್ತಿದ್ದರು ಕಾಣುತ್ತೆ. ತಂದೆಗೆ ಮಾತೇ ಹೊರಡದೆ ಸುಮ್ಮನೇ ಕಟ್ಟೆ ಮೂಲೇಲಿ ಕೂತಿದ್ದರು. ಆಗೊಮ್ಮೆ ಈಗೊಮ್ಮೆ 'ಅಸ್ಟೆಯ... ಎಲ್ಲ ಮುಗಿದೇ ವೋಯ್ತು... ಇನ್ನೇನದೆ' ಎನ್ನುತ್ತಿದ್ದರು. ಎಂತಹ ಖಾಲಿತನ ಅವರ ಕಣ್ಣಲ್ಲಿತ್ತು ಗೊತ್ತಾ ಮಹೀ... ಆ ಮೂರನೇ ಮಗ, ಪೆದ್ದು ಕಳೆ ಹೊತ್ತು ಮನೆಯ ಅಂಗಳದಾಚೆ ಸ್ವಲ್ಪ ಹೊತ್ತು ನಿಂತಿದ್ದ. ಆಮೇಲೆ ಎಲ್ಲಿಯೋ ಹೋದ. ಮತ್ತೆ ಸ್ವಲ್ಪ ಹೊತ್ತಿನ ನಂತರ ಬಂದ ಏನೋ ಅಸ್ಪಷ್ಟವಾಗಿ ಕುಸುಕುಸು ಹೇಳಿದ. ಒಳಗೆ ಹೋದ. ತಾಯಿಯೂ ಎದ್ದು ಒಳಗೆ ಹೋದರು. ಮತ್ತೆ ಹೊರಗೆ ಬಂದು, 'ಮುದ್ದೆ ನೀಡು ಅಂತವನೆ. ಯಾರಿಗೇನರ ಆಗ್ಲಿ, ಮನ್ಯಾಗೇನರ ಇರ್ಲಿ ಬಿಡಲಿ, ಈತಂಗೆ ಎರಡು ಹೊತ್ತು ಮುದ್ದೆ ಇಕ್ಕಬೇಕು. ರಾಗಿ ಎಲ್ಲಿಂದ ತರಾನ... ಸೊಸೈಟಿನಾಗೆ ಬರೇ ಅಕ್ಕಿ ಕೊಡ್ತವರೆ' ಎಂದು ಮೂಲೆಯಲ್ಲಿದ್ದ ಅಕ್ಕಿಯತ್ತ ಕೈತೋರಿಸಿ, 'ಹಿಂತಾ ಅಕ್ಕಿ ಕೊಡ್ತವರೆ... ಇದನ್ನೇ ತಿನ್ನಾದು' ಎಂದರು.

ಹಾಂ... "ನಮ್ಮ ಸಿವಣ್ಣನ ಬದ್ಲಿಗೆ ಈ ಕೊನೆಯವನೇ ಹೋಗಿದ್ರೆ ವಳ್ಳೇದಿತ್ತು" ಎಂದು ಆಕೆ ಹೇಳುವಾಗ ಆತ ಅಂಗಳದಲ್ಲಿ ಬೇಲಿಯ ಪಕ್ಕ ನಿಂತಿದ್ದ. ಅಯ್ಯೋ, ಅವನು ಕೇಳಿಸಿಕೊಂಡನೇನೋ ಎಂದು ನನಗೆ. ತಾಯಿ ಮಾತ್ರ ಅದನ್ನು ತೀರಾ ಸಹಜವಾಗಿಯೇ ಹೇಳಿದ್ದರು. ಹತ್ತಿರದವರ ಸಾವು ಮತ್ತು ಬದುಕಿಗೆ ಅದರದೇ ಲೆಕ್ಕಾಚಾರ ಇರುತ್ತೆ ಅಲ್ಲವಾ... ಶಿವಣ್ಣನ ಸಾವು ತಣಿಯಲಾಗದ ಕುದಿದುಃಖ ಎನ್ನಿಸುವುದು ಆತನದ್ದು ದುಡಿಯುವ ಕೈಯಾಗಿತ್ತು ಎಂದೇ... ಈಗ ಜಗತ್ತಿಗೆ ಕಣ್ಣು ಬಿಡುತ್ತಿರುವ ಹಸುಗೂಸು, ಹರೆಯದ ಹೆಂಡತಿಗೆ ಸವೆಸಬೇಕಾದ ಬದುಕಿನ ಏರುದಾರಿ ಬಲು ಉದ್ದವಿದೆ ಎಂದೇ... ನೆಮ್ಮದಿಯಿಂದ ಕಣ್ಮುಚ್ಚಬೇಕಿದ್ದ ಮುಪ್ಪಿನ ಕಾಲದಲ್ಲಿ ಇಂಥದೊಂದು ಅನಾಥಪ್ರಜ್ಞೆಯ ಹೆಗಲಭಾರ ಹೊರುವುದು ಹೇಗೆಂಬ ದಿಕ್ಕೆಟ್ಟತನವೇ... ಹೆಚ್ಚೇನೂ ಸೆಕೆಯಿಲ್ಲದ ತುಸು ಹಿತ ವಾತಾವರಣವಿದ್ದ ಆ ಹಗಲಿನಲ್ಲಿ ಆ ತಾಯಿ ಆಗೀಗ ಸೆರಗಿನಿಂದ ಮುಖ ಒರೆಸಿಕೊಂಡು,

ಮುಖಕ್ಕೆ ಗಾಳಿ ಹೊಡೆದುಕೊಳ್ಳುತ್ತ ಕೂತಿದ್ದರಲ್ಲಿ ಇದೆಲ್ಲವೂ ಸೇರಿ ಬೇಗುದಿಯ ಬೆಂಕಿಚೆಂಡೊಂದು ಆಕೆಯ ಒಳಗೆ ಪುಟಿಯುತ್ತಲೇ ಇದೆ ಎಂಬಂತಿತ್ತು. ಆದರೂ ಏನೂ ದುಡಿಯದ, ತಿನ್ನುವ ಮುದ್ದೆಗೂ ಭಾರವಾಗಿರುವ ಈ ಕೊನೆಯವನು ಹೋಗಿದ್ದರೆ ಒಳ್ಳೆಯದಿತ್ತು ಎನ್ನುವಾಗಲೂ ಅವನಿಗೆ ಈ ಇಳಿವಯಸ್ಸಿನಲ್ಲಿ ಎಲ್ಲಿಂದ ದುಡಿದು ತರಲಿ ಎನ್ನುವ ತಾಯ ಕರುಳ ನೋವೇ ಎದ್ದು ಕಾಣುತ್ತಿತ್ತೇ ವಿನಾ ಸತ್ತು ಹೋದರೆ ಸಾಕಪ್ಪಾ ಎಂಬ ದ್ವೇಷದಂತಹ ಭಾವವಲ್ಲ.

'ನೀವು ಡಿಸಿ ಆಪೀಸಿಗಿ ಹೇಳತೀರ ಮೇಡಮ್ಮಾರೆ' ನಾನು ಹೊರಡುವಾಗ ಕೇಳಿದಳಾಕೆ. ನನ್ನ ಹತ್ತಿರ ಉತ್ತರ ಇರಲಿಲ್ಲ. ಮಾತಾಡದೇ ಎದ್ದು ಬಂದೆ. ಆ ತಾಯಿಯ ಬೇಗುದಿ ಯಾರೋ ದೂರದವರದ್ದು ಎನ್ನಿಸುತ್ತಿಲ್ಲ, ನನಗೆ, ನಿನಗೆ ಮಾತ್ರವಲ್ಲ, ನಿತ್ಯ ಅನ್ನವುಣ್ಣುವ ನಮಗೆಲ್ಲರಿಗೂ ಸಂಬಂಧಿಸಿದ್ದು. ಆದರೆ ನಾನು ಕೂಡ ಮಾತಿನಲ್ಲಿಯೇ ಕೇಳಿ, ಮಾತಾಡದೆಯೇ ಮರೆತುಬಿಡುತ್ತೇನಲ್ಲ... ಹಾಗೆ ಮರೆತೇ ಬಿಡುವ ವ್ಯವಸ್ಥೆಯೊಂದರ ಭಾಗವಾಗಿ ನನ್ನದೇ ಕಂಫರ್ಟ್ ವಲಯದಲ್ಲಿ ಏನೋ ಪೋಸು ಕೊಡುತ್ತ ಓಡಾಡುತ್ತೇನಲ್ಲ...

ಅದು ಮದ್ದೂರಿಗೆ ಹತ್ತಿರದ ಹಳ್ಳಿಯದು... ಹೆಚ್ಚು ದಣಿವೆನ್ನಿಸಲಿಲ್ಲ. ಬೆಳಗ್ಗೆಯೇ ಚೆನ್ನಾಗಿ ನೀರು ಕುಡಿದವಳು ಮತ್ತೆ ಅಲ್ಲೆಲ್ಲ ಹೆಚ್ಚು ನೀರು ಕುಡೀತಿಲ್ಲ ಈಗ. ಹಿಂಗಾಗಿ ಬಚಾವ್!

ಇನ್ನೇನು ನಿನ್ನ ಧೊಲಾವೀರಾದ ವಿಚಾರ...

ಆಹಾ... ನೀನೊಬ್ಬನಾದರೂ ನನ್ನ ಬಗ್ಗೆ ಏನೂ ಕಾರಣವಿಲ್ಲದೇ ಅಭಿಮಾನ ಪಡುತ್ತೀಯಲ್ಲ... ಮತ್ತೆ ಇದೇನು ಕಡಿಮೆ ಸೌಭಾಗ್ಯವೇ!!

– ನೀತು

ಏನು ಬರೆಯುವುದು... ಕೊನೆಯ ವಾಕ್ಯವನ್ನು ಮತ್ತೊಮ್ಮೆ ಓದಿದ. ಎರಡೆರಡು ಆಶ್ಚರ್ಯಸೂಚಕ ಚಿಹ್ನೆ ಹಾಕಿದ್ದರಲ್ಲಿಯೇ ಅವಳ ತುಂಟತನ ವ್ಯಕ್ತವಾಗುತ್ತಿತ್ತು. ಮಹೇಶನಿಗೂ ಸ್ವಲ್ಪ ತಮಾಷೆಯಾಗಿಯೇ ಬರೆಯುವ ಹುಕಿ ಬಂದಿತು. ತಟ್ಟನೆ ಅವಳ ಕಡತವನ್ನು ಮತ್ತೆ ತೆರೆದ.

ಹೂಂ ಮತ್ತೆ... ಹೀಗೆ ಅಭಿಮಾನ ಉಕ್ಕುವಂತೆ ನೀ ಇದ್ದೀಯಲ್ಲ (ನನ್ನ ಪಾಲಿಗೆ!)... ಆ ಸೌಭಾಗ್ಯವೂ ಕಡಿಮೆ ಏನಲ್ಲವಲ್ಲ!!

ನಿನ್ನ ಓಡಾಟದಿಂದ ಏನು ಉಪಯೋಗ ಅಂತ ಮತ್ತೆ ಮತ್ತೆ ಯಾಕೆ ಅಂದುಕೋತೀಯ ನೀತು... ಎಲ್ಲದರಲ್ಲಿ ಒಂದು ಲಾಭ-ನಷ್ಟದ ಪ್ರಶ್ನೆ ಯಾಕೆ ಬೇಕು... ಉಪಯೋಗ ಕೂಡ

ಸಾಪೇಕ್ಷ ಅಲ್ಲವಾ... ಯಾರ ಕಣ್ಣಿನಲ್ಲಿ ಇದು ಹೇಗಾದರೂ ತೂಗಲಿ, ನಿನಗೆ ಮತ್ತು ನಿನ್ನ ಮೂಲಕ ನನ್ನೊಳಗೆ ಇದರಿಂದ ತುಸು ಅರಿವು, ತುಸು ಸೂಕ್ಷ್ಮತೆ ಮೂಡಿದರೆ... ಇಷ್ಟಾದರೂ ಸಾಕಲ್ಲವಾ. ಮತ್ತೆ ಈ ಅರಿವು ಇನ್ನೆಲ್ಲಾದರೂ ನಮ್ಮ ಕೈಹಿಡಿಯಬಹುದು.

ಎಷ್ಟು ಚಿತ್ರವತ್ತಾಗಿ ಬರೆಯುತ್ತಿ ನೀತು...

ನೋಡು... ಸುಮಾರು ಎರಡು ತಿಂಗಳು ಕಳೆದೇ ಹೋಯಿತು. ಇನ್ನೊಂದು ತಿಂಗಳು... ಮಾರ್ಚ್ ಕೊನೆಯ ವಾರ ಅಥವಾ ಹೆಚ್ಚೆಂದರೆ ಏಪ್ರಿಲ್ ಮೊದಲ ವಾರ ಇಲ್ಲಿ ಉತ್ಖನನ ಮುಗಿಸಿ, ಹೊರಡುತ್ತೇವೆ. ಎಂತಹ ಬಿಸಿಲು ಅಂತೀಯ ಇಲ್ಲಿ... ಬೆಳಗು, ಸಂಜೆಯ ನಸುಬೆಚ್ಚಗಿನ ಸೂರ್ಯ ಮತ್ತು ಮಧ್ಯಾಹ್ನದ ರಣಸೂರ್ಯ ಇಬ್ಬರೂ ಒಬ್ಬರಿಗೊಬ್ಬರು ಸಂಬಂಧಸೂತ್ರ ಇಲ್ಲದೆ ಬೇರೆಬೇರೆ ಅನ್ನಿಸುವಂತೆ.

ನಿನ್ನ ಮುಂದಿನ ಹಳ್ಳಿ ಯಾವುದು?

ಕಾಯ್ತಿದ್ದೀನಿ!

– ಮಹೀ

ಅವಳ ಗೂಗಲ್ ಕಡತವನ್ನು ಮುಚ್ಚಿ, ಲ್ಯಾಪ್‌ಟಾಪ್ ಎತ್ತಿಕೊಂಡು ಹೊರಬಂದವನಿಗೆ ತಕ್ಷಣ ಭೋಂಗಾದ ಕೋಣೆಯತ್ತ ಹೋಗಲು ಮನಸ್ಸಾಗಲಿಲ್ಲ. ಭೋಂಗಾದಿಂದ ಉತ್ಖನನ ನಡೆಸುತ್ತಿದ್ದ ಜಾಗದ ಮಧ್ಯೆ ನಾಲ್ಕಾರು ಬೇವಿನ ಗಿಡಗಳನ್ನು ಹಾಕಿದ್ದರು. ಗಾಳಿ ಮೆಲುವಾಗಿ ಬೀಸುತ್ತಿತ್ತು. ತೆಳ್ಳಗೆ ಹರಡಿದ್ದ ನಸು ಬೆಳದಿಂಗಳಿನಲ್ಲಿ ಸ್ವಲ್ಪ ಹೊತ್ತು ಮರದಡಿಯಲ್ಲಿದ್ದ ಚಿಕ್ಕ ಕಲ್ಲಿನ ಮೇಲೆ ಕೂರುವ ಮನಸ್ಸಾಯಿತು. ಹಾಗೆ ಕೂತವನಿಗೆ ನೆನಪಾಯಿತು, ಅಣ್ಣ ಅನುವಿನ ಮದುವೆ ಸುದ್ದಿ, ನೀತು ಬಂದುಹೋಗಿದ್ದು ಎಲ್ಲ ಹೇಳಿದ. ಆದರೆ ನೀತು ಗೂಗಲ್ ಕಡತದಲ್ಲಿ ಅದರ ಪ್ರಸ್ತಾಪವನ್ನೇ ಮಾಡಿರಲಿಲ್ಲ. ಮನೆಗೆ ಹೋಗಿದ್ದೂ ಹೇಳಲಿಲ್ಲ. ಆ ವಿಚಾರ ಕೆದಕಿ, ತನಗೆ ಕಿರಿಕಿರಿಯಾದರೆ ಎಂದು ಯೋಚಿಸಿದಳೇನೋ... ಆದರೆ ತನ್ನ ಮತ್ತು ನೀತುವಿನ ನಡುವೆ ಈಗ ಸಾಗುತ್ತಿರುವ ಸಂವಾದದಲ್ಲಿ ಆ ಯಾವುದೂ ಪ್ರಸ್ತುತವೂ ಅನ್ನಿಸುತ್ತಿಲ್ಲ. ಅನು ಮಾತ್ರವಲ್ಲ, ಸೂರಿಯ ವಿಚಾರ ಕೂಡ ಈ ಕ್ಷಣಗಳಿಗೆ ಅಪ್ರಸ್ತುತ, ಈ ವರ್ತಮಾನದ ಕ್ಷಣಗಳಿಗೆ ಹಿಂದಿನ ಹಂಗಿಲ್ಲ, ಆದರೆ ಮುಂದಿನ ದಾರಿಗೆ ಬೆಳಕಾಗುವ ಕಿಡಿ ಮಾತ್ರ ಇರುವಂತೆ ತೋರುತ್ತಿದೆ.

ಅವತ್ತು ಪಳೆಯುಳಿಕೆಗಳ ಗುಡ್ಡದ ಕೆಳಗೆ ಕಂಡ ಅಪೂರ್ವ ದೃಶ್ಯದ ಕುರಿತು ಬರೆಯಬೇಕಿತ್ತು ಅಥವಾ ಮೊನ್ನೆ ಆ ಮಣಿಸರವನ್ನು ಎತ್ತಿ ಬೊಗಸೆಯಲ್ಲಿ ಇಟ್ಟುಕೊಂಡ ಕ್ಷಣದ ಕುರಿತು ಬರೆಯಬೇಕಿತ್ತು... ಮೊಬೈಲಿನಲ್ಲಿ ನೆಟ್‌ವರ್ಕ್ ಇಲ್ಲ, ಲ್ಯಾಪ್‌ಟಾಪಿಗೆ ಫೋಟೋ ಹಾಕೋಣ ಎಂದರೆ ಟ್ರಾನ್ಸ್‌ಫರ್ ಮಾಡಲು

ಕೇಬಲ್ ವೈರ್ ಬೇರೆ ತಂದಿಲ್ಲ, ಉಳಿದ ಮೂರೂ ಹುಡುಗರ ಬಳಿಯೂ ಇಲ್ಲ... ಛೇ... ಅವಳು ಹೇಳಿದಂತೆ ಒಳ್ಳೆ ಊರಿದು ಎಂದುಕೊಂಡ. ಕಣ್ಣುಮುಚ್ಚಿ ಆ ದೃಶ್ಯ ನೆನದರೆ ಮಹೀ ಅರೆಕ್ಷಣದಲ್ಲಿ ಇಲ್ಲಿಂದ ಆ ಭೋಟಾರಣದ ಲವಣ ಸರೋವರದ ದಡಕ್ಕೆ ಹೋಗಿರುತ್ತಿದ್ದ. ಎದುರಿನ ನೀಲನೀಲ ಜಲಧಿಯನ್ನು ಕಣ್ಣಾಲಿಯಲ್ಲಿ ತುಂಬಿಕೊಳ್ಳುತ್ತ, ಮೈಮನದಲ್ಲಿ ನೀತುವಿನ ನೆನಪುತಂತಿ ಮೀಟುತ್ತ ತಾನೂ ಆ ದೃಶ್ಯದ ಭಾಗವಾಗಿರುವಂತೆ ಮತ್ತೆ ಮತ್ತೆ ಆ ಕ್ಷಣವನ್ನು ಅನುಭವಿಸುತ್ತಿದ್ದ. ಇಲ್ಲ... ಇದು ಪದಗಳಿಗೆ ನಿಲುಕದ್ದು... ಕಣ್ಣುತೆರೆದು ನೋಡುತ್ತಲೇ, ಮೈಮನದಾಳದಲ್ಲಿ ಅಚ್ಚೊತ್ತಿಕೊಳ್ಳಬೇಕಾದ ದೃಶ್ಯಕಾವ್ಯ... ಎಂದಾದರೂ ಒಂದು ದಿನ ಅವಳ ಕಣ್ಣಾಲಿಗೆ ಈ ದೃಶ್ಯ ದಾಟಿಸುವ ಗಳಿಗೆ ಬಂದೀತು, ಕಾಯೋಣ ಎಂದುಕೊಂಡ. ಮತ್ತೆ ಮರುಕ್ಷಣದಲ್ಲಿಯೇ ಅಂತಹದೊಂದು ಗಳಿಗೆಯನ್ನು ನನ್ನದಾಗಿಸಿಕೊಳ್ಳಲು ನಾನೂ ಪ್ರಯತ್ನಿಸಲೇಬೇಕು... ಬೆರಳಸಂದಿಯಲ್ಲಿ ಸೋರಿಹೋಗುವ ನೀರಿನಂತೆ ಜಾರಿಹೋಗುವ ಕಾಲ... ನೀತುವಿನೊಂದಿಗೆ ಮತ್ತೆ ಅಲ್ಲಿ ಹೋಗುವ ಕ್ಷಣಗಳನ್ನು ನಾನಾಗಿಯೇ ಬರಮಾಡಿಕೊಳ್ಳಬೇಕಿದೆ ಎಂಬುದು ಮಹೇಶನೊಳಗೆ ಮೂಡಿದಂತೆ, ಇದು ಎಲ್ಲೋ ಆಳದ ಸಾಂಗತ್ಯದ ಭಾವದೆಳೆಯನ್ನು ಮೆತ್ತಗೆ ಮೀಟುತ್ತಿದೆಯಾ ಎಂದು ಅನ್ನಿಸುತ್ತ... ಅರೆಕ್ಷಣ ಕಿವಿಯೆಲ್ಲ ಬೆಚ್ಚಗಾದಂತೆ. ಕೊಂಚ ಅಲುಗಿದರೂ ಒಳಗಿನ ಭಾವದೆಳೆ ತುಂಡಾಗಿಬಿಡುವುದೇನೋ ಎಂಬಂತೆ, ಮತ್ತೆ ಸ್ವಲ್ಪ ಹೊತ್ತು ಹಾಗೇ ತುಸುವೂ ಹಂದಾಡದೇ ಕೂತಿದ್ದ.

ಹಿಂದಿನಿಂದ ಯಾರೋ ಕರೆದಂತೆ ಅನ್ನಿಸಿತು. ಬಾಲು ಊಟಕ್ಕೆ ಕರೆಯುತ್ತಿದ್ದ.

❖

❖

ಮತ್ತೆ ಮೂರ್‍ನಾಲ್ಕು ದಿನ ಕೆಲಸದ ಹೊರೆ ಹೆಚ್ಚಿತ್ತು. ಸುಮಾರು ಮೂರು ವಾರದ ಒಳಗೆ ಉತ್ಖನನವನ್ನು ಮುಗಿಸಿ, ಹೊರಡಬೇಕಿತ್ತು. ಅಲ್ಲದೇ ಬಿಸಿಲು ಕೂಡ ತುಂಬ ಹೆಚ್ಚಾಗಿತ್ತು. ಈ ಸಲ ಮಹತ್ವದ ವಸ್ತುಗಳು ಸಿಕ್ಕ ಕಡೆ ಇನ್ನಷ್ಟು ಉತ್ಖನನ ಮಾಡಿ, ಮತ್ತೇನಾದರೂ ಸಿಗುತ್ತವೆಯಾ ನೋಡಬೇಕಿತ್ತು. ಮುಖ್ಯವಾಗಿ, ಸ್ಮಶಾನದ ಭೂಮಿ ಎಂದು ಗುರುತಿಸಿದ್ದ ಕಡೆ ಈ ಬಾರಿ ಎರಡು ಗೋರಿಗಳನ್ನು ಅಗೆದಿದ್ದರು. ಬಂಡೆಗಲ್ಲಿನಲ್ಲಿಯೇ ಕೊರೆದು ಮಾಡಿದ ಗೋರಿಗಳು. ಅಸ್ಥಿಪಂಜರದ ಕುರುಹುಗಳು ಸಿಕ್ಕಿರಲಿಲ್ಲ. ಆದರೆ ಮಡಕೆ, ಇತ್ಯಾದಿ ಗೋರಿಯಲ್ಲಿ ಇಡುವ ಕೆಲವು ವಸ್ತುಗಳು ಸಿಕ್ಕಿದ್ದವು. ಬಾಲುವನ್ನು ಕರೆದುಕೊಂಡು ಅಲ್ಲಿಯೇ ಇನ್ನೂ ಸ್ವಲ್ಪ ಆಳಕ್ಕೆ ಉತ್ಖನನ

ಮಾಡು ಎಂದು ಮಿರ್ಜಾನೆ ಮಹೇಶನಿಗೆ ಹೇಳಿದ್ದರು. ಬೇಸಿಗೆ ಶುರುವಾಗಿದ್ದರಿಂದ ಏಳು ಗಂಟೆಯಾದರೂ ಸಾಕಷ್ಟು ಬೆಳಕು ಇರುತ್ತಿತ್ತು. ಹೀಗಾಗಿ ಆರೂವರೆವರೆಗೆ ಉತ್ಖನನ ಮಾಡಿ, ಆಮೇಲೆ ಸಿಕ್ಕ ವಸ್ತುಗಳನ್ನೆಲ್ಲ ವಿಂಗಡಿಸಿ ಪಟ್ಟಿ ಮಾಡುವ ಕೆಲಸ ಮಾಡುತ್ತಿದ್ದರು. ಅಲ್ಲಿಂದ ಭೋಂಗಾದ ಹತ್ತಿರ ಬರುವಾಗಲೇ ಏಳೂವರೆ. ಆ ಸೆಕೆ, ಬೆವರು, ಧೂಳು ಎಲ್ಲ ಸೇರಿ, ತಣ್ಣೀರು ಸ್ನಾನ ಮಾಡಬೇಕೆಂದು ಅನ್ನಿಸುತ್ತಿತ್ತು. ತಣ್ಣೀರು ಕೂಡ ಬೆಚ್ಚಗೆ ಇರುತ್ತಿತ್ತು. ಸ್ನಾನ, ಊಟದ ನಂತರ ಸ್ವಲ್ಪ ಹೊತ್ತು ಹೊರಗೆ ಓಡಾಡಿ, ಮಲಗಿದರೆ ಸಾಕಪ್ಪ. ದೇಹದ ಕಿರಿಕಿರಿ ಮನಸ್ಸಿಗೂ ದಾಟಿ, ಯಾರೊಂದಿಗೂ ಮಾತುಕತೆಯೇ ಬೇಡ, ಮನದೊಳಗೇ ಹುದುಗಿಕೊಂಡಿರೋಣ ಎನ್ನಿಸುವ ವಿಚಿತ್ರ ದಣಿವು.

ಆಗೀಗ ಮಿರ್ಜಾನೆಯವರು ರಾತ್ರಿ ಊಟದ ನಂತರ ನಾಲ್ವರನ್ನೂ ಬರಹೇಳಿ, ಮಧ್ಯರಾತ್ರಿಯವರೆಗೆ ಈವರೆಗೆ ಸಿಕ್ಕಿದ್ದನ್ನು ಹರಪ್ಪ ಕಾಲದ ವಿವಿಧ ಹಂತಗಳಿಗೆ ಕೊಂಡಿಯಾಗಿಸುವ ಸಂಗತಿಗಳು, ಬೇರೆ ಸ್ಥಳಗಳಿಗೆ ಇಲ್ಲಿಗೆ ಇರುವ ಹೋಲಿಕೆ, ವ್ಯತ್ಯಾಸಗಳು ಇತ್ಯಾದಿ ಕುರಿತು ಚರ್ಚಿಸುತ್ತ ಕೂರುತ್ತಿದ್ದರು. ಮುಂದೆ ಇನ್ನಷ್ಟು ಅಧ್ಯಯನ ಮಾಡಲು ಇದೆಲ್ಲ ಸಹಾಯವಾಗುತ್ತೆ ಎಂದು ಅವರು ಮಾತಾಡುವಾಗ, ಎಲ್ಲರೂ ಸೇರಿ ಚರ್ಚಿಸುವಾಗ ಮಹೇಶ ಟಿಪ್ಪಣಿ ಮಾಡಿಟ್ಟುಕೊಳ್ಳುವುದನ್ನು ಮಾತ್ರ ಮರೆಯುತ್ತಿರಲಿಲ್ಲ, ಸಾಧ್ಯವಿದ್ದಾಗ ರೆಕಾರ್ಡ್ ಕೂಡ ಮಾಡಿಕೊಳ್ಳುತ್ತಿದ್ದ.

ಆ ಸಂಜೆ ಮಹೇಶನಿಗೆ ನೆನಪಾಯಿತು, ನೀತು ಐದನೆಯ ಹಳ್ಳಿಗೆ ಹೋಗಿ ಬಂದ ನಂತರ ಸದ್ಯಕ್ಕೆ ನಿಲ್ಲಿಸ್ತೇನೆ ಎಂದಿದ್ದಳಲ್ಲ, ಹೋಗಿ ಬಂದು ಬರೆದಿದ್ದಾಳೇನೋ, ಇವತ್ತು ನೋಡೋಣ ಅಂತ ಹೋದ. ರವಿ ಫೋನ್ ಹಿಡಿದುಕೊಂಡಿದ್ದು ಕಾಣಿಸಿತು. ಹೊರಗೇ ಕಾಯುತ್ತ ನಿಂತ. ರವಿ ಹೊರಗೆ ಬಂದವನೇ, ಯಾಕೋ ಫೋನ್ ಹೋಗ್ತಿಲ್ಲ, ನೆಟ್ ಸಿಕ್ತಿದೆ ಅಂದ. ಸದ್ಯ ಅದಾದರೂ ಇದೆಯಲ್ಲ ಎಂದುಕೊಳ್ಳುತ್ತ ಒಳ ಹೋದವನು ಮೊದಲು ಲ್ಯಾಪ್‌ಟಾಪಿಗೆ ಮೋಡೆಮ್ ವೈರ್ ಸಿಕ್ಕಿಸಿದ. ಮೇಲ್ ತೆರೆಯುತ್ತಿದ್ದಂತೆ ಮೊದಲು ಅವಳ ಗೂಗಲ್ ಕಡತವನ್ನು ತೆರೆದ.

ಮೊನ್ನೆ ಭಾನುವಾರ ಮದ್ದೂರಿನ ಹತ್ತಿರದ ಒಂದು ಹಳ್ಳಿಗೆ ಹೋದೆ. ಆತ್ಮಹತ್ಯೆ ಮಾಡಿಕೊಂಡಿದ್ದಾತನ ಹೆಂಡತಿ, ಮಗ ಮನೆಯಲ್ಲಿದ್ದರು. ಮಗ ಹೆಚ್ಚು ಮಾತಾಡಲಿಲ್ಲ. ಕಾಲೇಜು ಕಲಿಯುವ ಆ ಹುಡುಗನ ಮುಖದಲ್ಲಿ, ಹಾವಭಾವದಲ್ಲಿ ಆಗಲೇ ಮಧ್ಯವಯಸ್ಸಿನ ದಣಿವು ಇತ್ತು. ಕಣ್ಣಿನಲ್ಲಿ ಒಂದು ಬಗೆಯ ಶೂನ್ಯಕಳೆ. ಮನೆ ಪರವಾಗಿಲ್ಲ ಎನ್ನುವ ಹಾಗಿತ್ತು, ಕೆಲವರ್ಷಗಳ ಹಿಂದೆ ಕಟ್ಟಿದ ಮನೆ. ಜೊತೆಗೆ ಮಗಳ ಮದುವೆ ಸಮಯದಲ್ಲಿ ಸುಣ್ಣಬಣ್ಣ ಮಾಡಿ, ಚಿಕ್ಕ ಪುಟ್ಟ ದುರಸ್ತಿ ಮಾಡಿದ್ದರಂತೆ, ಹಿಂಗಾಗಿ ಅಚ್ಚುಕಟ್ಟಾಗಿತ್ತು. ಪ್ರಾಯಃ

ಸ್ವಲ್ಪ 'ಮೇಲ್ಜಾತಿ'ಯವರೇನೋ ಎಂದುಕೊಂಡೆ. ಹೀಗೆ ಮನೆ ಪರಿಸರ ನೋಡಿದೊಡನೆ ಅನ್ನಿಸುತ್ತದೆಯಲ್ಲ, ಇದೂ ಒಂಥರದ ಪೂರ್ವಗ್ರಹವೇ, ಮನಸ್ಸು ಹೀಗೆ ಯೋಚಿಸುವಂತೆ ಕಂಡಿಶನಿಂಗ್ ಆಗಿರುವುದೇ... ಗೊತ್ತಿಲ್ಲ ಮಹೀ. ಆದರೆ ಇದು ವಾಸ್ತವ ಕೂಡ ಅಲ್ಲವಾ. ಪರವಾಗಿಲ್ಲ, ಮನೆ ಅಚ್ಚುಕಟ್ಟಾಗಿ, ಚೆನ್ನಾಗಿದೆ ಎನ್ನಿಸುವ ಮನಸ್ಥಿತಿ ಮೊದಲು ಹಣಕಾಸಿನ ಸ್ಥಿತಿಗೆ, ಮತ್ತೆ ಈ ಹಣಕಾಸು ಸ್ಥಿತಿ ಹೆಚ್ಚಿನ ವೇಳೆ ಜಾತಿಗೆ, ಜಾತಿವ್ಯವಸ್ಥೆಯ ತರತಮಕ್ಕೆ ತಳಕು ಹಾಕಿರುತ್ತದೆಯಲ್ಲ. ಒಂದಂತೂ ನಿಜ, ಸಾಕಮ್ಮ ಮತ್ತು ಆ ಮಗಳು ಮಾತಾಡಿದರಲ್ಲ, ಅವರಿಬ್ಬರ ಮನೆಯ ಸ್ಥಿತಿ ಈ ಮೂವರ ಸ್ಥಿತಿಗತಿಗಿಂತ ತುಂಬ ದುರ್ಭರವಾಗಿದೆ. ಆ ಇಬ್ಬರೂ ಆತ್ಮಹತ್ಯೆಗೀಡಾದ ದಲಿತರ ದುಸ್ಥಿತಿಯ ಪ್ರತಿನಿಧಿಗಳು. ಬಾಣಲೆಯಿಂದ ನೇರ ಸುಡುಸುಡು ಬೆಂಕಿಗೆ ನೂಕಿದಂತೆ ಆಗಿದೆ ಅವರಿಗೆ.

ಕೆಳಗೆ ನೀಲಮ್ಮ ಮಾತನಾಡಿದ್ದು ಇದೆ. ಹೆಚ್ಚು ಮಾತನಾಡದ ಹೆಂಗಸಾಕೆ, ಒಂದು ಮಾತು ಹೇಳಿ, ಸೆರಗು ಬಾಯಿ ಹತ್ತಿರ ಹಿಡಿದು, ತಲೆತಗ್ಗಿಸಿ ಕೂತುಬಿಡುತ್ತಿದ್ದರು. ನನಗೆ ಮಾತಿಗೆಳೆಯಲೂ ಸಂಕಟ. ಮಾತಾಡಿಸದೇ ಹಾಗೆಯೇ ಹೇಗೆ ಬರಲಿ... ಜೊತೆಗೆ ಇದು ನನ್ನ ಐದನೇ ಹಳ್ಳಿ. ಸದ್ಯಕ್ಕೆ ಐದಕ್ಕೆ ನಿಲ್ಲಿಸೋಣ ಎಂದುಕೊಂಡಿದ್ದರಿಂದ, ಇವರನ್ನು ಹೇಗಾದರೂ ಮಾತಿಗೆ ಮರಳಿ ಕರೆತರಬೇಕಿತ್ತು. ನಾನು ಆಕೆಯ ದುಃಖವನ್ನು ಹಂಚಿಕೊಳ್ಳಬಯಸಿದ್ದೀನಾ ಅಥವಾ ನನ್ನ ಕೊನೆಯ ಭೇಟಿ, ಎಷ್ಟಾಗುತ್ತೋ ಅಷ್ಟು ಹೆಚ್ಚು ಮಾತನಾಡಲಿ ಎಂಬ ಸ್ವಾರ್ಥವಾ... ಬಹುಶಃ ಇದು ಸ್ವಾರ್ಥವೇ. ನಾನು ಕುಳಿತು ಕೇಳಿದಾಕ್ಷಣ ದುಃಖವನ್ನು ಹಂಚಿಕೊಂಡಂತೆ ಅಲ್ಲ ಅಥವಾ ಸರಿಯಾಗಿ ಹೇಳಬೇಕೆಂದರೆ ನನ್ನೊಂದಿಗೆ ಮಾತನಾಡಿ ಹೇಳಿಕೊಳ್ಳುವುದರಿಂದ ಅವರಿಗಂತೂ ಏನೂ ಲಾಭವಿಲ್ಲ. ಏನೋ ಅರ್ಥ ಮಾಡಿಕೊಳ್ಳುವ ಫೋಸಿನಲ್ಲಿ ನಾನಲ್ಲಿ ಕೂತಿರುವುದೇ ಆ ದುಗುಡ ತುಂಬಿದ ಬಣ್ಣರಹಿತ ದೃಶ್ಯಕ್ಕೆ ಸಂಬಂಧವೇ ಇಲ್ಲದ ಹುಸಿ ಪಾತ್ರವೊಂದು ತನ್ನದೇ ಲೆಕ್ಕಾಚಾರದಲ್ಲಿ ಕೂತಂತೆ ಕಾಣುತ್ತಿತ್ತು.

ನೀಲಮ್ಮ

ನಮಗಿರಾದೆ ಮೂವತ್ತು ಗುಂಟೆ ಜಮೀನು. ಈಗ ಏಳೆಂಟು ವರ್ಷದಿಂದ ರೇಶ್ಮೆ ಕಡ್ಡಿ ಹಾಕಿದ್ವಿ. ರೇಶ್ಮೆ ಹುಳಾ ಎಲ್ಲ ಲಾಸ್ ಆಯ್ತು. ಕಳೆದ ಎರಡು ಮೂರು ವರ್ಷದಿಂದ ಗೂಡು ರೇಟು ಕಡಿಮೆಯಾಗಿತ್ತು. ಒಟ್ಟು ಐದು ಲಕ್ಸ ಸಾಲ ಆಗಿತ್ತು. ಮಗಳ ಮದುವೆಗೆ ಎರಡು ಲಕ್ಸ ಖರ್ಚಾಯ್ತು. ವಡವೆ ಮಾಡಿಸಿದ್ದು, ಮದುವೆ ಖರ್ಚು ಹಿಂಗೆ. ಒಳ್ಳೆ ಸಂಬಂಧ, ಎಲ್ರೂ ಮಾಡಿದಂಗೆ ನಾವೂ ಮಾಡಬೇಕಲ್ಲವಾ...

ಅವ್ರು ನಮ್ಮತ್ರ ಏನೂ ಏಳ್ಕಂತಿರಲಿಲ್ಲ. ಅವರದ್ದೇ ಎಲ್ಲ. ಮನೆದು, ಹೊಲದ್ದು ಏನು ಮಾಡಬೇಕು ಎಲ್ಲ ಅವರದ್ದೆ. ಕನಸು ಮನಸ್ಸಲ್ಲೂ ಹಿಂಗೆ ಮಾಡ್ಕಂತಾರೆ ಅಂದ್ಕಂಡಿರಲಿಲ್ಲ. ನೂರಕ್ಕೆ ಮೂರು ನಾಲ್ಕರ ಹಂಗೆ ಬಡ್ಡಿ. ಎಲ್ಲ ಕೈಸಾಲನೇ. ಬ್ಯಾಂಕಲ್ಲಿ

ಏನಿಲ್ಲ. ಅಸಲು, ಬಡ್ಡಿ ಸೇರಿ ಸಾಲ ಬೆಳೆದಿತ್ತು. ಎರಡು ಮೂರು ತಿಂಗಳಿಂದ ಬಡ್ಡಿನೂ ಕೊಟ್ಟಿಲ್ಲ ಅಂತ ಸಾಲಗಾರ್ರು ಹಿಂಸೆ ಕೊಡೋರು. ಒಂದು ವಾರದಿಂದ ಸ್ವಲ್ಪ ಬೇಜಾರಾಗಿದ್ರು. ಮನಸ್ಸಿನಾಗೆ ಕೊರಗತಿದ್ರು. ರಾತ್ರಿ ಎದ್ದು ಕೂತಗೋತಿದ್ರು. ವಾರದ ಹಿಂದೆ ಮದ್ರಾಸ್ ಐ ಅಂತಾರಲ್ಲ ಅದಾಗಿತ್ತು. ಅದಕ್ಕೆ ಔಸ್ದಿ ತಗಂಡಿದ್ರು. ದಿನಾ ಎಲ್ಡು ಹೊತ್ತು ನಾನೇ ಕಣ್ಣಿಗೆ ಔಸ್ದಿ ಬಿಡೂವೆ.

ಬೆಳಗ್ಗೆ ಕಾಪಿ ಕುಡದು, ತಿಂಡಿ ತಿಂದ್ಕಂಡರು. ಆಮೇಲೆ ಮಂಡಿಗೆ ವೋಗವ್ರೆ ಅಂತ ಅಂದ್ಕಂಡೆ. ನೋಡುದ್ರೆ ಗದ್ದೆ ತಾವ ವೋಗಿ ಮಾಡ್ಕಂಡಿದ್ರು. ಎಳನೀರು ಕೊಯ್ಯೋರು ನೋಡಿ ವಿಷ ಕುಡ್ಕಂಬಿಟ್ಟವರೆ ಅಂತ ಎತ್ಕಂಡು ಬಂದ್ರು. ಆವಾಗ ನಾನು ಬಟ್ಟೆ ಒಗೆಯಕ್ಕೆ ಕೆರೆ ತಾವ ವೋಗಿದ್ದೆ. ಯಾರೋ ಕೂಗಿ ಏಳಿದ್ದೇ, ಅಂಗೇ ಎದ್ದೂಬಿದ್ದೂ ಓಡಿ ಬಂದೆ. ಎಲ್ಲ ಸೇರಿ ಆಸ್ಪತ್ರೆಗೆ ಕರ್ಕಂಡು ಹೋದ್ರೋ. ಅಷ್ಟರಾಗೆ ಜೀಂವಾ ವೊಂಟೋಯ್ತು. ಪೋಲೀಸರು ಬಂದ್ರು, ಮಹಜರು ಮಾಡುದ್ರು. ರಿಪೋರ್ಟ್ ಕೊಟ್ರು. ಅಷ್ಟೇಯ. ಸರ್ಕಾರದಿಂದ ಇನ್ನಾ ಏನೂ ಪರಿಹಾರ ಬಂದಿಲ್ಲ. ಬ್ಯಾಂಕಿನಾಗೆ ಸಾಲ ಮಾಡಿಲ್ಲ. ಕೈಸಾಲದ್ದು ಅವರು ನಂಬಂಗಿಲ್ಲ.

ತಿಥಿಗೂ ಮತ್ತೆ ಐವತ್ತು ಸಾವ್ರದ ಮ್ಯಾಗೆ ಸಾಲ ಮಾಡ್ಕಂಡಿವಿ. ಜನ ಏನರ ಅಂತಾವರೆ ಅಂತ ತಿಥಿ ಮಾಡಿದ್ದೋ.

ಮಗಳಿಗೆ ಮದುವೆ ಮಾತ್ರ ಖುಸಿಖುಸಿಯಾಗಿ ಮಾಡಿದ್ರು. ಒಳ್ಳೆ ಸಂಬಂಧ ಬಂದದೆ ಅಂತ. ಕೂಲಿಕಂಬಳ ಗೇದು ಎಂಗಾನ ತೀರಿಸ್ಕಳಣ ಅಂತ ಧೈರ್ಯ ಇತ್ತು. ಆರೇಳು ತಿಂಗಳಿಂದ ರೇಸ್ಮೆನೂ ವಣಗಿ ವೋಯ್ತು. ಬ್ಯಾರೆಯವ್ರ ಗದ್ದೆ ಪಾಲಿಗೆ ತಕ್ಕಂಡು ಭತ್ತ ಬೆಳೀತ ಇದ್ವಿ. ಅದೂ ವಣಗಿ ವೋಯ್ತು. ಕಾಲುವೆ ನೀರು ಬಿಟ್ರೆ ಒಂದು ಬೆಳೆ. ಇಲ್ಲಾಂದ್ರೆ ಏನಿಲ್ಲ. ಆವಾಗ ಕಾಲುವೇಲಿ ನೀರು ಕಟ್ಟಿಬಿಟ್ಟಿದ್ದರು. ನಮ್ದೆಲ್ಲ ವಣಗಿ ವೋಯ್ತು. ಈಗ ಕಾಲುವೇಲಿ ನೀರು ಬಿಟ್ಟವರೆ. ತಗಂಡು ಏನು ಮಾಡದು.

ಆವಾಗ ನಿತ್ಕಂಡು ಕಾರ್ಯ ಮಾಡಿದವರೆಲ್ಲ ವೋದ್ರು. ಈಗ ಯಾರೂ ಬರಲ್ಲ. ಗದ್ದೆ ಕೆಲಸ ನಾನೂ ಮಗ ಸೇರಿ ಮಾಡಬೇಕು. ಕೂಲಿನಾಲಿ ಎಲ್ಲ ಸೇರಿ ಹತ್ತು ಹನ್ನೆರಡು ಸಾವ್ರ ಬೇಕು. ಚೆನ್ನಾಗಾದ್ರೆ ಹತ್ತು ಹನ್ನೆರಡು ಚೀಲ ಭತ್ತ ಬತ್ತದೆ, ಇಲ್ಲದಿದ್ದರೆ ಏನೂ ಇಲ್ಲ.

ಈ ನಡುವೆ ಯಾಕೋ ನಿದ್ದೇನೆ ಬರಂಗಿಲ್ಲ ಅಂತ ಎದ್ದು ಚಿಂತೆ ಮಾಡತಿದ್ರು. ಒಮ್ಮೊಮ್ಮೆ ನಡುರಾತ್ರಿ ಎದ್ದು ಕೂತ್ಗಂತಿದ್ರು. ನಾನು ಸಮಾಧಾನ ಹೇಳಿ, ಧೈರ್ಯ ತುಂಬಿದ ಮೇಲೆ ಮಲಗೋರು. ಆವಾಗನೂ ಹಿಂಗೆ ಮಾಡ್ಕಂತಾರೆ ಅಂತ ಗೊತ್ತಾಗಲಿಲ್ಲ. ಒಮ್ಮೊಮ್ಮೆ ಸುಮ್ನೆ ಸಿಟ್ಟು ಮಾಡತಿದ್ರು. ಯಾಕೆ ಜಗಳ ಬಿಡು, ಮದಲೇ ಅವ್ರಿಗಿ ಮನಸ್ಸಿಗೆ ಸರೀಗಿಲ್ಲ ಅಂತ ನಾನೇ ಸುಮ್ಮಗಿರ್ತಿದ್ದೆ.

ಆರೇಳು ವರ್ಷದ ಹಿಂದೆ ಚೆನ್ನಾಗಿ ಇದ್ವಿ. ಆವಾಗ ಎಲ್ಲ ಕೈಹಿಡಿದಿತ್ತು. ಆಮೇಲೆ ನಷ್ಟ ಆಗಕ್ಕೆ ಶುರುವಾತು. ಮಗಳಿಗೆ ಐವತ್ತು ಗ್ರಾಂ ಚಿನ್ನ ಹಾಕಿ ಮದುವೆ ಮಾಡಿದ್ವಿ. ಮತ್ತೆ ಸಾಲ ಜಾಸ್ತಿಯಾತು.

ಅವ್ರಿಗಿ ಯಾವಾಗೂ ಕುಡಿಯೋ ಚಟ ಇರ್ಲಿಲ್ಲ. ಆವಾಗೀವಾಗ ಬೀಡಿ ಎಳೆಯೋರು ಅಷ್ಟೆ. ಇವ್ರು ಸತ್ತಾಗ ಅವ್ರ ಅಣ್ಣತಮ್ಮಂದಿರು ಯಾರೂ ದುಡ್ಡು ಹಾಕಲಿಲ್ಲ. ಬ್ಯಾರೆಯವರು ಹಾಕಿದ್ರು. ನಮ್ಮ ಅಣ್ಣತಮ್ಮಂದಿರು ಬಡವರು. ಅವರೂ ಸಹಾಯ ಮಾಡೋ ಸ್ಥಿತಿಯಲ್ಲಿಲ್ಲ.

ಮಗ ಚೆನ್ನಾಗಿ ಓದ್ತವನೆ, ಡಿಪ್ಲೋಮಾ ಮಾಡ್ತವನೆ ಅಂತ ಖುಸಿಪಡೋರು. ಏನು ಮಾಡದು... ಈಗ ಅವನು ಕಾಲೇಜಿಗೂ ಹೋಗಕ್ಕೆ ಆಗಲ್ಲ. ಗದ್ದೆ ಕೆಲಸ, ಮನೆಕೆಲಸ ಅಂತ ಓಡಾಡದೇ ಆಗೈತೆ. ಮುಂದೇನು ಅಂತನೇ ತಿಳೀದಂಗಾಗಿದೆ. ಮಗಳು ಈಗ ಬಿಮ್ಮನಸಿ ಆಗವಳೆ. ಬಾಣಂತನ ಬ್ಯಾರೆ ಮಾಡಬೇಕು ಇನ್ನು. ಮ್ಯಾಲಿರೋ ಆ ಭಗವಂತ ಏನು ಮಾಡ್ತವನೋ, ಇನ್ನೂ ಏನೇನೋ ನೋಡಿಸ್ತಾನೋ ಅಂತ ಭಯವಾಗಿಬಿಟ್ಟದೆ. ರಾತ್ರಿ ನಿದ್ರೆ ಬರಂಗಿಲ್ಲ, ಮುಂದೇನು ಅನ್ನದೇ ಯೋಸನೆ ಆಗಿಬಿಟ್ಟದೆ. ಎಂಗೋ ಒಟ್ಟು ಜೀವನ ಮಾಡಬೇಕು, ನಿಜ. ಆದರೆ ಎಂಗೆ ಅನ್ನದೇ ಪ್ರಸ್ನೆ.

ಇಷ್ಟು ಮಾತಾಡಿದ ಆಕೆ ಮತ್ತೆ ತುಸು ಹೊತ್ತು ಏನೂ ಮಾತಾಡಲಿಲ್ಲ. ಆಕೆಯ ಪ್ರಶ್ನೆಗೆ ಒಂದು ಸಾಲಿನ ಸರಳ ಉತ್ತರ ಅಲ್ಲಿರಲಿಲ್ಲ. ಆಕೆಗೂ ಅದು ಅರಿವಿತ್ತು ಎಂಬಂತೆ ಗೋಡೆಯನ್ನೇ ನೋಡುತ್ತಿದ್ದಳು. ಆಮೇಲೆ ಎದ್ದು 'ಕಾಪಿ ಕಾಸುತೀನಿ, ಕುಡಿದು ವೋಗಿ' ಎನ್ನುತ್ತ ಅಡಿಗೆ ಮನೆಗೆ ಹೋದರು. ಮಗ ಆಗೊಂದು ಈಗೊಂದು ಮಾತು ಜೋಡಿಸಿ, ಹೊರಗೆ ಹೋಗುತ್ತಿದ್ದ. ಮತ್ತೆ ಒಳ ಬರುತ್ತಿದ್ದ. ವಿಚಿತ್ರ ಕುದಿಯಲ್ಲಿದ್ದಂತೆ ಚಡಪಡಿಸುತ್ತಿದ್ದ. ಹಾಂ... ಅದು ಸ್ವಲ್ಪ ಒಳಗಿನ ಹಳ್ಳಿ, ಸರಿಯಾದ ಬಸ್ಸಿರಲಿಲ್ಲ. ರೈತಸಂಘದ ಒಬ್ರು ಅವ್ರ ಹುಡುಗನ್ನ ಕಳಿಸ್ತೀನಿ ಜತಿಗೆ ಎಂದಿದ್ದರು. ಆ ಹುಡುಗನ ಬೈಕಿನಲ್ಲಿ ಹೋಗಿದ್ದೆ. ಅವನು ನನ್ನನ್ನು ಅಲ್ಲಿ ಬಿಟ್ಟು ಹೋಗಿದ್ದ. 'ಮುಗಿದ ಕೂಡ್ಲೇ ಫೋನ್ ಮಾಡಿ, ಇಲ್ಲೇ ಪಕ್ಕದಲ್ಲಿ ಒಬ್ರನ್ನ ನೋಡಕ್ಕೆ ಹೋಗ್ತಿದೀನಿ, ತಕ್ಷಣ ಬರ್ತೀನಿ' ಅಂದಿದ್ದ. ನಾನು ಕಾಫಿ ಕುಡಿದ ನಂತರ ಆ ಹುಡುಗಂಗೆ ಫೋನ್ ಮಾಡಿದೆ. ಅವನು ಬರುವವರೆಗೆ ಹೊರಗಡೆ ಕಾಯೋಣ ಅಂತ ಹೊರಬಂದೆ. ಆಕೆಯೂ ಬಾಗಿಲವರೆಗೆ ಬಂದಳು. ರಸ್ತೆಯ ಆಕಡೆ ಪಕ್ಕದಲ್ಲಿ ಸ್ವಲ್ಪ ದೊಡ್ಡ ಮನೆಯಿತ್ತು. ಆ ಮನೆಯತ್ತ ಕಣ್ಣು ಸನ್ನೆ ಮಾಡಿ ನನಗೆ ತೋರಿಸಿದವಳು, "ನಮ್ಮ ಮನಿಯವ್ರ ಅಣ್ಣ, ತಮ್ಮ ಅಲ್ಲಿರ್ತರೆ. ಮೈದುನ ಮದ್ಲಿಗಿ ನಮ್ಮ ಜತಿಗೆ ಇದ್ದ. ಆಮ್ಯಾಲೆ ಅವ್ರ ಹತ್ರನೇ ಹೋದ. ಅವ್ರು ಮದ್ಲಿಂದ ಬ್ಯಾರೆ ಇದಾರೆ. ಆಸ್ತಿ ಸ್ವಲ್ಪ ಜಾಸ್ತಿ ಇಟ್ಗಂಡಿದ್ದರು. ಆಮೇಲೂ ದೇವ್ರು ಅವ್ರ ಕೈಹಿಡಿದ. ಚೆನ್ನಾಗವ್ರೆ. ನನ್ನ ಮದುವೆಯಾದಾಗ ಮೈದುನ ಚಿಕ್ಕವನಿದ್ದ,

ಅವ್ನ ದೊಡ್ಡೋನಾಗಿ ಮಾಡಿದೆ. ಆಮ್ಯಾಲೆ ಅಲ್ಲಿಗೆ ಒಂಟೋದ, ಈಗ ನೋಡಿ... ಎಲ್ಲ ಸೆಂದಾಕವ್ರೆ... ನಮಗೇ ಈ ಗತಿ" ಪಿಸಿಪಿಸನೆ ಹೇಳಿದಳು.

ಕೇವಲ ತಿಂಗಳ ಹಿಂದೆ ಆತ ಹೊರಗಿದ್ದ ಆ ಚಿಕ್ಕ ಕಟ್ಟೆಯ ಮೇಲೆ ಕೂತು ಬೀಡಿ ಸೇದುತ್ತ ಸಾಲದ ಬಗ್ಗೆ ಯೋಚಿಸುತ್ತಿದ್ದನೇನೋ. ಆತ್ಮಹತ್ಯೆ ಮಾಡಿಕೊಂಡ ದುರ್ಭರ ಕ್ಷಣವೊಂದು ಬಾರದಿದ್ದರೆ, ಆತ ಮತ್ತೆ ಕಟ್ಟೆ ಮೇಲೆ ಕೂತಿದ್ದರೆ ಬಹುಶಃ ನಾನು ಅಲ್ಲಿ ಹಾಗೆ ನಿಲ್ಲುವ ಪ್ರಸಂಗವೇ ಬರುತ್ತಿರಲಿಲ್ಲವಲ್ಲ ಎನ್ನುವುದು ಮನಸ್ಸಿಗೆ ಬರುತ್ತ ವಿಚಿತ್ರ ಸಂಕಟವೆನ್ನಿಸಿತು. ನಾನು ಹಾಗೆ ಅಲ್ಲಲ್ಲಿ ಚೂರು ಕೆಂಪು ಸಿಮೆಂಟು ಕಿತ್ತಿಹೋಗಿದ್ದ ಆ ಕಟ್ಟೆಯನ್ನು ನೋಡ್ತ ನಿಂತಿದ್ದನ್ನು ಅವಳು ಗಮನಿಸಿದಳು ಕಾಣುತ್ತೆ. "ಭಾಳ ಬ್ಯಾಸರಾದಾಗ ಈ ಕಟ್ಟೆ ಮ್ಯಾಗ ಸುಮ್ಕೆ ಕೂತು ಬೀಡಿ ಎಳೀಯೋರು. ಅದೂ ಒಂದು ಅಥ್ವಾ ಎರಡು ಬೀಡಿ ಅಷ್ಟೇ. ಗದ್ದೆಯಿಂದ ಎತ್ಕಬಂದರಲ್ಲ, ಮದ್ಲಿಗಿ ಇಲ್ಲೆ ಮಲಗಿಸಿದ್ರು" ಬಾಗಿಲಿನಲ್ಲಿ ನಿಂತೇ ಕಟ್ಟೆಯತ್ತ ನೋಡುತ್ತ ಹೇಳಿದಳು. ಮತ್ತೆ ಮರುಕ್ಷಣದಲ್ಲಿ ಸೆರಗು ಕಣ್ಣಿಗೊತ್ತಿಕೊಳ್ಳುತ್ತ ಒಳಹೋದಳು. ಬದುಕಿನಲ್ಲಿ ಸೋತುಹೋಗುತ್ತಿದ್ದ ಉಸಿರನ್ನು ಕೇಳಿಸಿಕೊಂಡಿದ್ದ ಆ ಕಟ್ಟೆಯೇ ಉಸಿರು ನಿಂತು ಕೇವಲ ಶವವಾಗಿ ಆತ ಮಲಗಿದ ಕ್ಷಣಕ್ಕೂ ಸಾಕ್ಷಿಯಾಗಿತ್ತು.

ನನ್ನ ಕರ್ಕಂಡು ಬಂದಿದ್ದ ಹುಡುಗ ಬೈಕಿನಲ್ಲಿ ಬರುವುದು ದೂರದಲ್ಲಿ ಕಾಣಿಸಿತು. ಅವಳ ಮಗ ಸೈಕಲ್ ಹತ್ರ ಏನೋ ಮಾಡುತ್ತಿದ್ದಂತೆ ನಿಂತವನು ತಾಯಿ ಒಳಗೆ ಹೋಗುತ್ತಿದ್ದಂತೆ ತಟ್ಟನೆ ನನ್ನ ಬಳಿ ಬಂದ. 'ನೀವು ನಮ್ಮತ್ರ ಬರ್ಕಂಡು ಹೋಗಿ ಏನು ಮಾಡ್ತೀರ ಮೇಡಂ... ಯಾರಿಗೆ ಕೊಡ್ತೀರಿ?" ಕೇಳಿದ. ಈ ಪ್ರಶ್ನೆಯನ್ನು ಕೇಳುವ ಕುದಿ ಆಗಿನಿಂದ ಅವನೊಳಗಿದ್ದಂತೆ ಅನ್ನಿಸುತ್ತಿತ್ತು. "ರೈತಸಂಘದವರಿಗಾ... ಡಿಸಿ ಆಫೀಸಿಗಾ... ಯಾರಿಗಿ ಕೊಡ್ತೀರಿ? ನಮಗೇನು ಉಪಯೋಗ" ಈ ಸಲ ಸ್ವಲ್ಪ ಗಟ್ಟಿಸಿ ಕೇಳಿದ. ಆತ ಮಾತಿನ ತುದಿಯಲ್ಲಿ ಗೊಣಗಿಕೊಂಡಂತೆ ಹೇಳಿದ 'ಸುಮ್ಕೆ ಬತ್ತಾರೆ, ಮಾಡಕ್ಕೆ ಕೆಮಿಲ್ಲದೆ'. ಅವನು ಮುಖಕ್ಕೆ ಉಗಿಯಲಿಲ್ಲ ಅಷ್ಟೆ. ನಾನು ಮಾತಾಡದೇ ಪೆಚ್ಚು ನಗೆ ನಕ್ಕೆ. ನಾನು ಉತ್ತರಿಸಲಾಗದ ಇಂಥದೊಂದು ಪ್ರಶ್ನೆ ಎದುರಾಗುತ್ತೆ ಎಂದು ಗೊತ್ತಿತ್ತು. ಈಗಲೂ ಉತ್ತರ ಗೊತ್ತಿಲ್ಲ. ಇದು ಪಲಾಯನವೇ... ಹೀಗೆ ಹೋಗಿ ಮಾತಾಡಿದ್ದು ಅರ್ಥಹೀನ ಸುತ್ತಾಟವೇ... ಅರಿತುಕೊಂಡು ಏನೂ ಮಾಡಲು ಆಗದಿದ್ದರೆ ಅಂತಹ ಅರಿವಿನಿಂದ ಪ್ರಯೋಜನವಾದರೂ ಏನು... ಏನು ಮಾಡಬೇಕಿದೆ ನಾನು... ಇದೆಲ್ಲ ನನಗೆ ತುಂಬ ಕಾಡುತ್ತಿದೆ ಮಹೀ. ಒಳಗೊಳಗೇ ಹಬ್ಬಿದ ಕ್ಷೋಬೆಯ ಹೊಗೆ ಉಸಿರು ಕಟ್ಟಿಸುತ್ತೆ. ಶೂನ್ಯವೊಂದು ಆವರಿಸಿಕೊಳ್ಳುತ್ತೆ.

ಹಾಗೆ ಉಸಿರು ಕಟ್ಟುವಂತಾದ ಕ್ಷಣದಲ್ಲಿ ಈ ಹಾಡು ಕೇಳಬೇಕೆನ್ನಿಸುತ್ತೆ... ಇತ್ತೀಚೆಗೆ ಎಷ್ಟೆಲ್ಲ ಸಲ ಇದೇ ಹಾಡಿನ ಸಾಲುಗಳು ಉಸಿರು ತುಂಬಿ ಮತ್ತೆ ನನ್ನೊಳಗನ್ನು ಹಸಿರಾಗಿಸಿವೆ...

– ನೀತು

ಅವಳ ಕಡತ ಮುಚ್ಚಿಟ್ಟ ಮಹೇಶ ಅರೆಕ್ಷಣ ಸುಮ್ಮನೇ ಕುಳಿತ. ಬೇರೆ ಇಮೇಲುಗಳು ಬಂದಿವೆಯೇ ನೋಡಿದ. ಒಂದೆರಡು ಇಮೇಲುಗಳಿಗೆ ಉತ್ತರಿಸಿದ. ಫೋನು ಈಗಾದ್ರೂ ಸಿಗುತ್ತದೆಯೇ ನೋಡಿದ. ಸಿಗಲಿಲ್ಲ. ಈ ಹಾಡು ಎಂದು ಓರೆ ಅಕ್ಷರದಲ್ಲಿ ಬರೆದಿದ್ದರ ಕೆಳಗೆ ಅಡಿಗೆರೆ ಇದೆ, ಏನೆಂದು ಬೇಗನೆ ಹೊಳೆಯಲಿಲ್ಲ, ಯಾವ ಹಾಡು ಇರಬಹುದು... ಇವಳೋ ಯಾವ್ಯಾವುದೋ ಹಳೆಯ ಹಿಂದಿ ಹಾಡುಗಳನ್ನು ಕೇಳುತ್ತಾಳೆ, ತನಗೆ ಅವು ಹೆಚ್ಚು ಅರ್ಥವೂ ಆಗುವುದಿಲ್ಲ... ಇವಳಿಗೆ ಏನು ಬರೆಯುವುದಪ್ಪ ಎಂದು ಯೋಚಿಸಿದ. ಹೆಚ್ಚು ಯೋಚಿಸುತ್ತ ಕೂರುವಂತೆಯೂ ಇರಲಿಲ್ಲ, ಏನಾದರೂ ಈಗಲೇ ಬರೆಯಬೇಕು... ತುಂಬ ಬೇಜಾರಿನಲ್ಲಿದ್ದಾಳೆ ಬೇರೆ...

> ನೀತು... ಈ ಯಾವುದೂ ಅರ್ಥಹೀನ ಅಲ್ಲ. ಕೊನೇಪಕ್ಷ ನಿನಗೆ ಮತ್ತು ನನಗೆ.
>
> ಅರಿವಿನ ಪ್ರಯೋಜನ... ಈಗಲ್ಲದಿದ್ದರೂ ಮುಂದೆಂದೋ ಈ ಅರಿವು ಕೈಹಿಡಿಯಬಹುದು. ಆದರೆ ಮುಖ್ಯವಾಗಿ ಈ ಅರಿವು, ಈ ಅನುಭವ ನಿನ್ನೊಳಗೆ, ನಿನ್ನ ಮೂಲಕ ನನ್ನೊಳಗೆ ಒಂದು ಚಿಕ್ಕ ಬೆಳಕನ್ನಾದರೂ ಮೂಡಿಸಿದೆ ಎಂದು ನನಗಂತೂ ಅನ್ನಿಸುತ್ತೆ. ಅಕ್ಷರಮಟ್ಟಿಗೆ ನಮ್ಮನ್ನು ಹೆಚ್ಚು ಹೆಚ್ಚು ಮನುಷ್ಯರಾಗುವಂತೆ ಮಾಡಿದೆ ಮತ್ತು ಮುಂದೆಯೂ ಮಾನವೀಯತೆಯುಳ್ಳ ಮನುಷ್ಯರಾಗಿರುವಂತೆ ಕಾಪಾಡುತ್ತದೆ ಎನ್ನಿಸುತ್ತೆ. ಮನಸ್ಸಿಗೆ ತುಂಬ ದಣಿವು ಮಾಡಿಕೋಬೇಡ. ಸ್ವಲ್ಪ ಕಾಯೋಣ ನೀತು... ಒಂದು ಸ್ಪಷ್ಟತೆ ಸಿಗುವವರೆಗೆ.
>
> ಆರಾಮಾಗಿರು.
>
> – ನಿನ್ನ ಮಹೀ

ಕಡತ ಮುಚ್ಚಿಟ್ಟು, ಮೋಡೆಮ್ ವೈರ್ ತೆಗೆದಿಟ್ಟು, ಲ್ಯಾಪ್‌ಟಾಪ್ ಎತ್ತಿಕೊಂಡು ಹೊರಗೆ ಬಂದ.

ಉಳಿದ ಮೂವರೂ ಊಟಕ್ಕೆ ಹೋಗಲು ಕಾಯುತ್ತಿದ್ದರು. ಅವರೊಂದಿಗೆ ಊಟ ಮುಗಿಸಿ, ಹೊರಗೆ ಗಾಳಿಯಲ್ಲಿ ಸುತ್ತಾಡುವಾಗ ಅವನಿಗೆ ಇದ್ದಕ್ಕಿದ್ದಂತೆ ನೆನಪಾಯಿತು, ಅರೆ, ಇಷ್ಟು ದಿನ ಕೊನೆಯಲ್ಲಿ ಬರೀ ಮಹೀ ಎಂದು ಬರೆಯುತ್ತಿದ್ದೆ ಅಥವಾ ಹಾಗೆಯೇ ಖಾಲಿ ಬಿಟ್ಟಿರುತ್ತಿದ್ದೆ, ಇವತ್ತು 'ನಿನ್ನ ಮಹೀ'ಎಂದು ಬರೆದುಬಿಟ್ಟೆನಲ್ಲ ಎಂಬುದು ಗ್ರಹಿಕೆಗೆ ಸಿಗುತ್ತಿದ್ದಂತೆ... ರವಿ, ಬಾಲು, ಪಾಠಕ್ ಏನು ಮಾತಾಡುತ್ತಿದ್ದರೋ ಏನೋ... ಮಹೇಶ ಮಾತ್ರ ಮನಸ್ಸಿನಲ್ಲಿಯೇ ತಟ್ಟನೆ ಅಂದು ಬೊಗಸೆಯಲ್ಲಿ ಮಣಿಸರ ಹಿಡಿದ ಕ್ಷಣದ ಬಳಿ ನಿಂತಿದ್ದ. ಎಲ್ಲ ಹಳೆಯ ನೆನಪು,

ಒಂಟಿತನದ ಧೂಳು ಸರಿಸಿ, ಬೊಗಸೆಯಲ್ಲಿ ಹಿಡಿದಿದ್ದು ಮಣಿಸರ ಮಾತ್ರವೇ... ಅಲ್ಲ, ನೀತುವೆಂಬ ಜೀವತಂತು ಮೈಮನದ ಒಳಸೇರುತ್ತಿದೆ ಎಂಬ ಗ್ರಹಿಕೆ ಕೂಡ... ಒಳಗೆಲ್ಲೋ ಅಚ್ಚೊತ್ತಿದ್ದ ಆ ಕ್ಷಣದ ನೆನಪೇ ನಿನ್ನ ಮಹೀ ಎಂದು ಬರೆಸಿತೆ... ಸ್ವಲ್ಪ ಕಾಯೋಣ ಎಂದು ಬರೆದುಬಿಟ್ಟೆನಲ್ಲ... ಯಾವುದಕ್ಕೆ ಕಾಯುವುದು...ಯಾವ ಸ್ಪಷ್ಟತೆಗಾಗಿ...

ತಟ್ಟನೆ ಅಂಗೈಯನ್ನು ನೋಡುತ್ತ ನಿಂತ ಮಹೇಶ... ರವಿ ಭುಜ ಅಲುಗಿಸಿ ಕೇಳುತ್ತಿದ್ದಾನೆ, "ಹೇ... ಕಿದರ್ ಗುಮ್ ಹೋಗಯಾ..."

❖

❖

ಮತ್ತೆ ಮೂರುನಾಲ್ಕು ದಿನ ಕೆಲಸವೂ ತುಂಬ ಇತ್ತು. ನೀತುಗೆ ಫೋನು ಮಾಡಲು ಯಾಕೋ ಹಿಂಜರಿಕೆಯಾಯಿತು. ನಿನ್ನ ಮಹೀ ಎಂದು ಬರೆದಿದ್ದಕ್ಕೆ ಅವಳ ಉತ್ತರ ನಕಾರಾತ್ಮಕವಾಗಿದ್ದರೆ ಅಥವಾ ಉಪೇಕ್ಷಿಸಿದ್ದರೆ ಅಥವಾ... ಹೀಗೆ ನಾಲ್ಕಾರು ಸಾಧ್ಯತೆಯನ್ನು ಯೋಚಿಸಿದ ಮಹೇಶನಿಗೆ ಯಾವ ಸಾಧ್ಯತೆಯನ್ನು ತಾನು ಹೇಗೆ ಸ್ವೀಕರಿಸಬಲ್ಲೆ ಎಂಬುದೂ ಕಾಡತೊಡಗಿತು. ನಾಲ್ಕನೇ ದಿನ ಮನೆಗೆ ಫೋನು ಮಾಡಿಬಿಡೋಣ, ಇಲ್ಲದಿದ್ದರೆ ಅಣ್ಣನೇ ಫೋನಾಯಿಸುವ ಪೈಕಿ ಎಂದುಕೊಂಡು ಮಹೇಶ ಸಂಜೆ ಫೋನು ಮಾಡಿದ. ಅಮ್ಮ, ಅತ್ತಿಗೆ ಮಾತಾಡಿದರು. ಅಣ್ಣ ಎಲ್ಲೋ ಹೊರಗೆ ಹೋಗಿದ್ದ. ಆಮೇಲೆ ಪ್ರೊಫೆಸರ್‌ಗೆ ಮಾಡಿದ. ಅವರೂ ಸಿಕ್ಕಲಿಲ್ಲ. ಫೋನಿನಲ್ಲಿ ಪ್ರಯತ್ನಿಸುತ್ತಲೇ ಲ್ಯಾಪ್‌ಟಾಪಿಗೆ ಮೋಡೆಮ್ ವೈರ್ ಸಿಕ್ಕಿಸಿ, ಮೇಲ್ ಬಾಕ್ಸ್ ತೆರೆದ.

ಪ್ರೊಫೆಸರ್‌ದು ಮೇಲ್ ಇತ್ತು. ನೀತು ಏನಾದರೂ ಬರೆದಿರಬಹುದೇ, ಮೊದಲು ನೋಡಿಬಿಡೋಣ ಎಂದುಕೊಂಡು ಗೂಗಲ್ ಕಡತ ತೆರೆಯುವಾಗ ಬೆರಳುಗಳಿಗೆ ಸಣ್ಣ ನಡುಕ.

ತಾನು ಅದರಲ್ಲಿ ಬರೆದ ದಿನವೇ ಅವಳು ಎಡಿಟ್ ಮಾಡಿದ್ದಳು ಎನ್ನುವುದು ಗೊತ್ತಾಗುತ್ತಿತ್ತು. ನಿನ್ನ ಮಹೀ ಎಂದು ಬರೆದಿದ್ದನ್ನು ಹಸಿರಿನಲ್ಲಿ ದಪ್ಪಕ್ಷರ ಮಾಡಿ, ಅದರ ಮುಂದೆ ಗೆರೆ ಎಳೆದು, ಆಹಾ!! ಎಂದು ಬರೆದು ಒಂದು ನಗುಮುಖದ ಪುಟ್ಟ ಡ್ರಾಯಿಂಗ್ ಬಿಡಿಸಿದ್ದಳು. ಹಾಗೆ ಬರೆದ ಅಕ್ಷರಗಳು ಕೂಡ ಇದೀಗ ಅವಳು ತುಸು ಹಗುರು ದನಿಯಲ್ಲಿ ಇಲ್ಲೇ ಹೀಗೆ ಕಿವಿಯಲ್ಲಿ ಆಹಾ ಎಂದು ಮೆತ್ತಗೆ ಪಿಸುಗುಟ್ಟಿದಂತೆ. ಇದಕ್ಕೇನು ಬರೆಯುವುದು ಗೊತ್ತಾಗಲಿಲ್ಲ. ಅವಳು ಬರೆದಿದ್ದರ

ಮೇಲೆ ಒಮ್ಮೆ ನಿಧಾನವಾಗಿ ಬೆರಳಾಡಿಸಿದ. ಆಹಾ ಎಂದು ಬರೆದ ಅಕ್ಷರಗಳಿಗೆ ಒಂದು ದನಿಯೂ, ಒಂದು ಸ್ಪರ್ಶವೂ ಇದ್ದಂತೆ ಅನ್ನಿಸಿತು. ಅದರ ಕೆಳಗೆ 'ಒಹ್... ಸದ್ಯ ಬದುಕಿದೆ!' ಎಂದಷ್ಟೇ ಬರೆದು ಕಡತ ಮುಚ್ಚಿದ ಮಹೇಶ ನಿಡಿದಾಗಿ ಉಸಿರೆಳೆದುಕೊಂಡ. ಅವಳ 'ಆಹಾ' ಪಿಸುಗುಟ್ಟುವಿಕೆಯನ್ನು ಕೇಳಿದಂತೆ ಅನ್ನಿಸಿದ ಭ್ರಮೆಯನ್ನೂ ತನ್ನೊಳಗೆ ಇಟ್ಟುಕೊಳ್ಳುವವನಂತೆ ಹಂದಾಡದೇ ಅರೆಕ್ಷಣ ಕೂತ.

ಪ್ರೊಫೆಸರ್ ಬರೆದ ಮೇಲ್ ತೆರೆಯುತ್ತ, ಹೀಗೆ ದೂರವಿದ್ದಾಗ ಅಕ್ಷರಗಳು ಕೂಡ ಎದುರಾಬದುರಾ ಕೂತು ಮಾತಾಡಿದಷ್ಟೇ ದನಿಪೂರ್ಣವಾಗಿ ಆಪ್ಯಾಯಮಾನ ಎನ್ನಿಸುವುದಲ್ಲ ಎಂದವನಿಗೆ ಅಚ್ಚರಿಯೆನ್ನಿಸಿತು.

ಭಾಳ ನೆನಪಾಗಲಾಕ ಹತ್ತಿ ಮಹೀ. ಈ ಏಳೆಂಟು ವರ್ಷದಾಗ ಎಷ್ಟರ ನೀ ಒಂಥರಾ ಮನಿ ಹುಡುಗನ ಹಂಗ ಆಗೀ ಅಂತನಿಸ್ತದ. ಎಷ್ಟ ಮಂದಿ ಹುಡುಗರಿಗಿ ಕಲಿಸೇನಿ, ನಾಕೈದು ಮಂದಿಗಿ ಗೈಡ್ ಆಗೀನಿ. ಕೆಲವ್ರು ಈಗೂ ನೆನಪ ಮಾಡಿಕೊಂಡು ಫೋನು ಮಾಡ್ತಾರ, ಭೆಟ್ಟಿ ಆಗ್ತಾರ. ಆದ್ರ ನೀ ಮಾತ್ರ ನನಗ ಬ್ಯಾರೇನೆ ಅದಿ. ನನಗ ಒಮ್ಮೊಮ್ಮಿ ವಿಚಿತ್ರ ಅನಿಸ್ತದ. ಅಗದಿ ಖಾಸಾ ದೋಸ್ತರ ಗೂಡ ಹೇಳೂ ಹಂಗ ನಿನ್ನ ಮುಂದ ಎಲ್ಲಾನೂ ಹೇಳತೀನಿ. (ನೀ ಮಾತ್ರ ನನ್ನ ಮುಂದ ಅಷ್ಟೆಲ್ಲ ಏನೂ ಹೇಳಂಗಿಲ್ಲ, ಆ ಮಾತು ಬ್ಯಾರೆ ಬಿಡು!).

ಮಗ, ಸೊಸಿ ಈ ವಾರದ ಕೊನಿಗಿ ಬರತಾರ. ಮಗ ಏನೂ ಸುದ್ದಿ ತೆಗೆದಿಲ್ಲ. ಸೊಸಿ ಮಾತ್ರ, "ಅವ್ರಿಗೂ ಇಲ್ಲೇ ಬಂದುಬಿಡಾಕ ಹೇಳ್ರಿ ಪಪಾ. ನಮಗೂ ನೋಡಿದಂಗ ಆಗ್ತದ. ಜೊತಿಗಿ ಇದ್ದಂಗ ಆಗ್ತದ" ಅಂತ ಫೋನ್ನಾಗ ಹೇಳ್ಯಾಳ.

ಮೊನ್ನಿ ಜಲಜನ ಗಂಡನ ಮನೆ ಕಡೆವ್ರು ಬಂದು ಮತ್ತ ಗದ್ದಲ ಮಾಡಿ ಹೋಗ್ಯಾರ. ಎಷ್ಟರ ಸುಮಾರು ಸುಳಿ ಮಂದಿ. ಅವ್ರಿಗಿ ಊರಾಗ ಛಲೋತ್ನಾಗ ಹೊಲ ಅದಾವು, ದ್ರಾಕ್ಷಿ ತ್ವಾಟ ಐತಿ. ಇನ್ನಾ ಅಣ್ಣತಮ್ಮರ ನಡು ಹಿಸೆ ಮಾಡಿಲ್ಲಂತ. ಊರಾಗ ಇಬ್ಬರು ಇರತಾರ, ಇನ್ನೊಬ್ಬಾಂವ ಬೆಳಗಾಂವಿ ವಳಗ ಏನೋ ಕೆಲಸ ಮಾಡ್ತಾನಂತ. ಮತ್ತ ಇಬ್ಬರು ಅಕ್ಕತಂಗೇರು ಅದಾರಂತ. ಮೊನ್ನೆ ಅಣ್ಣತಮ್ಮದೀರು, ಇಬ್ರೂ ಅಕ್ಕಂದರು, ಊರಾನ ಇಬ್ರು ಹಿರೇ ಮಂದಿ, ಎಲ್ಲಾರೂ ಸೇರಿ ಬಂದರಂತ. ಭಾನುವಾರ ಒಂದೀಟೂ ಸುದ್ದಿ ಕೊಡದನ ಬಂದಾರ, ಒಮ್ಮಿಗಿ ಅಷ್ಟ್ ಮಂದಿ ಮುತ್ತಗಿ ಹಾಕಿದಂಗ. ನನಗ ಫೋನು ಮಾಡಾಕೂನು ಜಲಜಂಗ ಆಗಿಲ್ಲ. 'ನಮ್ಮ ತಮ್ಮನ ನೌಕರಿ ನಿನಗ ಬರೂ ಹಂಗ ಮಾಡೇವಿ. ಇಷ್ಟ್ ವರ್ಷ ನಿಮಗ ಎಲ್ಲಾ ನಾವ ನೋಡಿಕೊಂಡೀವಿ. ಈಗ ಹಿಂಗ ಯಾರಗೂಡನೋ ಹೋಕ್ಕಿ ಅಂದ್ರ ನಾವು ಸುಮ್ಮಿರತೀವಿ ಅಂತ ಮಾಡೀಯೇನು. ನಮ್ಮ ತಮ್ಮನ ನೌಕರಿ, ಮಗಳು ಎಲ್ಲಾ ನಮಗ ವಾಪಸು ಕೊಟ್ ಹ್ವಾಗು. ನೀ ಒಬ್ಬಾಕಿನೇ ಏನರ ಸುಡುಗಾಡು ಸಾಯಿ

ನಮಗೇನಂತ' ಅಂತೆಲ್ಲ ಒದರಾಡಕ ಹತ್ತಿದರಂತ. ಜಲಜ ಮದ್ಲಿಗಿ ಗಾಭ್ರಿಯಾಗಿ ಮಾತೇ ಹೊಂಡದ ನಿಂತಳಂತ. ಲೇಖಾಗೆ ಅದೆಲ್ಲಿತ್ತೋ ಅಷ್ಟ್ ಧೈರ್ಯ... 'ದೊಡ್ಡಪ್ಪಾರ... ನಾ ನಮ್ಮವ್ವನ ಗೂಡನ ಇರುವಾಕಿರಿ, ನನ್ನ ವಾಪಾಸು ಕೊಡು ಅಂತ ಕೇಳಾಕ ನಾ ಏನ ವಸ್ತು ಅದೀನೇನ್ರಿ. ಅದು ನಮ್ಮಪ್ಪನ ನೌಕರಿರಿ, ಅದ್ರ ಮ್ಯಾಗ ನಮ್ಮವ್ವಗ ಹಕ್ಕೈತಿ. ಎದಕ್ಕ ವಾಪಸು ಕೊಡಬೇಕ್ರಿ" ಅಂತ ಗಟ್ಟಿಸಿ ಕೇಳಿದಳಂತ. 'ಚೋಟುದ್ದ ಅದಿ, ನಮಗ ಬುದ್ಧಿ ಹೇಳಾಕ ಬರ್ತೀಯೇನು' ಅಂತ ಇನ್ನಾ ಒದರಾಡಿದರಂತ. ಒಬ್ಬರಾದ ಮ್ಯಾಗ ಒಬ್ಬರು ಒದರಾಡಿ, ಬಾಯಿ ಮಾಡಿ... ಆಚಿಈಚಿ ಮನಿ ಮಂದೆಲ್ಲ ಬಾಕಲಾ ತೆಕ್ಕಂಡು ನೋಡಾಕ ಹತ್ತಿದರಂತ. ಅಷ್ಟರಾಗ ಲೇಖಾ ವಳಗ ಹೋಗಿ ನನಗ ಫೋನ ಮಾಡಿದ್ಲು. ನಾ ಲಗೂನೆ ಪಾಟೀಲನ ಮನಿಗಿ ಹೋಗಿ, ಅವನ್ನೂ ಕರಕಂಡು ಹೊಂಟೆ. ಎಷ್ಟಂದ್ರು ನಾ ರೆಡಿಯಾಗಿ, ಅಂವ ರೆಡಿಯಾಗಿ, ಅಲ್ಲಿಗಿ ಹೋಗೂದ್ರಾಗ ಅರ್ಧ ಮುಕ್ಕಾಲು ಗಂಟಿ ಆಗೇಬಿಡ್ತು. ನಾವು ಹೋಗೂದ್ರೊಳಗ ಎಲ್ಲ ಮುಗಿದಿತ್ತು ಅನ್ನು. 'ನೀ ಹೀಂಗ ಯಾರಗೂಡನೋ ಹೋಕ್ಕಿ ಅಂದ್ರ ನಮ್ಮ ಮನಿತನದಿಂದ ಹೊರಗ ಹೋದಂಗನ. ನಮ್ಮ ಮನಿತನದ ಗೂಡ ಇನ್ನ ಯಾವ ಸಂಬಂಧನೂ ಇಲ್ಲ. ಹೊಲದಾಗ, ತ್ವಾಟದಾಗ ಯಾವ ಪಾಲೂ ಕೊಡಂಗಿಲ್ಲ. ಈ ಕಾಗದ ಪತ್ರದ ಮ್ಯಾಗ ಸಹಿ ಮಾಡು' ಅಂತ ಎದಿ ಮ್ಯಾಗ ಕುತ್ತಂಗ ಅಂದ್ರಂತ.

'ಇಲ್ಲಿ ಇಟ್ಟು ಹೋಗರಿ, ನಾನೂ ನಮ್ಮ ಲಾಯರ್‍ರಿಗಿ ಕೇಳಿ ಸಹಿ ಮಾಡ್ತೀನ್ರಿ' ಅಂತ ಜಲಜ ಅಂದಳಂತ. 'ಹೆಂಗ ಸಹಿ ಮಾಡಂಗಿಲ್ಲ... ಸಹಿ ಮಾಡಲಿಕ್ಕಂದ್ರ ನೀ ಹ್ಯಂಗ ಅವ್ರ ಗೂಡ ಹೋಕ್ಕಿ ಅಂತ ನಾವೂ ಒಂದ್ ಕೈ ನೋಡ್ತೇವಿ' ಮತ್ತ ಬಾಯಿಗಿ ಬಂದಂಗ ಒದರಾಡಿದ್ರಂತ. ಎರಡು ನಿಮಿಷ ಜಲಜ ಯೋಚನೆ ಮಾಡಿದ್ಲಂತ... ಹೇಣ್ತಿ, ಮಗಳು ಅಂತ ಅಷ್ಟೆಲ್ಲ ಜೀಂವ ಮಾಡ್ತಿದ್ದ ಮನಷ್ಯಾನ ಹಂಗ ಲಾರಿ ಕೆಳಗೆ ಸಿಕ್ಕು ಅಪ್ಪಚ್ಚಿ ಆಗಿ ಹ್ವಾದ, ಇನ್ನ ಅವ್ರ ಪಿತ್ರಾರ್ಜಿತ ಆಸ್ತಿ ತಗಂಡರ ಏನು ಮಾಡೂದದ... ನೌಕರಿ ಒಂದ್ ಆದಲ್ಲ, ಇರೂ ತನ ದುಡಿತೇನು, ಈಗರ ಜೋಡಿ ಪ್ರೊಫೆಸರ್ ಇರತಾರಲ್ಲ, ಮಗಳದ್ದು ಹೆಂಗೋ ಆಗ್ತದ' ಹೀಂಗ ಮನಸ್ಸಿನಾಗ ವಿಚಾರ ಮಾಡಿದಳಂತ. ಮತ್ತ ನನ ಗಂಡ ನನಗ ಅಷ್ಟ್ ಜೀವ ಮಾಡ್ತಿದ್ದ, ಅವಂದು ಅಂತನ್ನೋ ಒಂದು ಭೂಮಿ ತುಣಕನು ನನ್ನ ಹತ್ರ ಉಳಸಕೋಬಾರದೇನು, ಆ ಊರಹೊರಗಿನ ಮೂರು ಎಕರಿ ಹೊಸದಾಗಿ ತಗೊಳ್ಳಾಕ, ತ್ವಾಟ ಮಾಡೂ ಮುಂದ, ಬೋರ್‌ವೆಲ್ ಹಾಕಸಾಕ ಎಲ್ಲಾದಕ್ಕೆ ರೊಕ್ಕ ಕೊಟ್ಟಿದ್ದರು, ಎಷ್ಟು ಕಾಳಜಿ ಮಾಡ್ತಿದ್ದರು, ಇವ್ರು ಬೆದರಸ್ತಾರ ಅಂತ ನಾ ಯಾಕ ಬೆದರಬಕು, ಅಷ್ಟ್ ಬೆದರಿಸಿದ್ರ ಕಾಯಿದೆಶೀರಿ ಕೇಳಿದ್ರಾತು, ಹಂಗ ಕೋರ್ಟಿಗಿ ಹ್ವಾದರ, ನನಗ ಸಮಪಾಲು ಬರತೈತಿ ಅಂತ ಮತ್ತೂ ಒಂದು ಯೋಚನಿ ಬಂತಂತ ಆಕಿಗಿ. ಈಗ ಸ್ವಲ್ಪ ಧೈರ್ಯ ಮಾಡದಿದ್ದರ ಎಲ್ಲಾ ಕಳಕೋಬೇಕಾಗ್ತದ ಅನ್ನಿಸಿದ್ದೆ 'ನೋಡ್ರಿ, ನಾ ನಿಮ್ಮ ಹೊಲದಾಗ, ಮನಿಯಾಗ, ಊರಾನ ತ್ವಾಟದಾಗ ಪಾಲಾ ಕೇಳಂಗಿಲ್ಲ, ಅದಕ್ಕ ಎಲ್ಲೆಲ್ಲಿ ಸಹಿ ಮಾಡಬಕು ಹೇಳ್ರೀ, ನೋಡಿ

ಮಾಡ್ತೀನಿ. ಆದರ ಊರ ಹೊರಗಿನ ತ್ವಾಟ ತಗೋಳಲಾಕ, ಬೋರ್ ಹೊಡೆಸಲಾಕ ನಮ್ಮ ಮನಿಯವ್ರು ರಗಡ ರೊಕ್ಕ ಬಡದಾರ, ಆ ತ್ವಾಟ ನನ್ನ ಹೆಸ್ರಿಗಿ ಮಾಡ್ರಿ, ಅಂದ್ರ ನಾ ಉಳಿದಿದ್ದಕ್ಕ ಸಹಿ ಮಾಡ್ತೇನು,' ಅಂತ ಖಡಾಖಂಡಿತವಾಗಿ ಅವ್ರಿಗಿ ಹೇಳೇಬಿಟ್ಟಳಂತ.

ಅವ್ರು ಈಕಿ ಇಷ್ಟ್ ಗಟ್ಯಾಗಿ ಕೇಳ್ತಾಳ ಅಂತ ಯೋಚ್ನಿ ಮಾಡಿರಲಿಲ್ಲ, ಗಪ್ಪಾಗಿ ನಿಂತರಂತ. 'ನೀವು ಸುಮ್ ಸುಮ್ಮನ ಇನ್ನ ಒದರಾಡಿಕೋತ ನಿಂದರಬ್ಯಾಡ್ರಿ. ನನಗ ಅದೊಂದನ ಕೊಟ್ಟುಬಿಡ್ರಿ, ನಾ ಉಳಿದಿದ್ ಯಾವ್ದೂ ಕೇಳಂಗಿಲ್ಲ. ನೀವು ಅದ್ರಿದ್ದು ಕಾಗದಪತ್ರ ಮಾಡಿಸ್ರಿ, ರೆಜಿಸ್ಟ್ರೇಶನ್ ಮಾಡಾಕ ಅದೆಷ್ಟು ಖರ್ಚಾ ಅದಲ್ಲ, ಅದ್ನ ನಾ ಕೊಡ್ತೀನಂತ. ಇಲ್ಲಾಂದ್ರ ಮತ್ತ ನಾನೂ ಕೋರ್ಟುಕಚೇರಿ ಅಂತ ಹ್ವಾದ್ರ ಎಲ್ಲಾದ್ರಾಗೂ ಸಮಪಾಲು ಬರತೈತಿ... ನೀವ ಯೋಚನೆ ಮಾಡ್ರಿ' ಅಂದಾಕಿನೇ 'ಹೊಂಡ್ರಿ ಇನ್ನ' ಅಂತ ಜೋರಾಗೇ ಬಾಯಿ ಮಾಡಿದ್ಲಂತ. ಕೋರ್ಟಿಗಿ ಹ್ವಾದ್ರ ಸುಮ್ಮನ ಎಳಿಯೂದು, ಮತ್ತ ಆಕಿನ ಪಾಲ ಆಕಿಗಿ ಕೊಡಾಬೇಕಾಗ್ತದ ಅಂತ ಅವ್ರಿಗೂ ಗೊತ್ತೇ ಐತಲ್ಲ, ಬಾಲ ಮುದುರ್ಕಂಡು ಒಬ್ಬೊಬ್ಬರೇ ಗಪ್ಪಾಗಿ ಜಾಗ ಖಾಲಿ ಮಾಡಿದ್ರಂತ. ನಾ ಮತ್ತ ಪಾಟೀಲ ಹೋಗೂದ್ರಾಗ ಅವ್ರು ಅದೇ ವಾಪಾಸು ಹೋಗಿದ್ದರು. ಲೇಖಾ ನನ್ನ ನೋಡಿದಾಕಿನ, ಬಂದು ಅಪಗೊಂಡ್ಳು. 'ಅಂಕಲ್ರೀ, ಲಗೂನ ನಮಗ ಇಲ್ಲಿಂದ ಕರ್ಕಂಡ್ ಹೋಗ್ರಿ' ಅಂತ ಅಳಾಕ ಹತ್ತಿದ್ಲು. ಕೂಸು... ಎಷ್ಟರ ಮನಸ್ಸಿಗಿ ಘಾಸಿ ಮಾಡಿಕೊಂಡಾದಲ್ಲ ಅಂತ ನನಗೂ ಕರುಳು ಚುರ್ ಅಂತಪ್ಪ. ಪಾಟೀಲ ಅದಾನು ಅಂತ್ಲೂ ನೋಡದ ಹ್ಯಂಗ ನನಗ ತೆಕ್ಕಿಬಡದು ಅಳಾಕ ಹತ್ತಿದ್ಲಲ್ಲ, ಆಕಿ ತೆಲಿ ಸವರತಾ ಸಮಾಧಾನ ಹೇಳೂ ಮುಂದ ಇದು ನನ್ನದ ಕೂಸು ಅದ ಅಂತ ಅಷ್ಟ್ ಮಮತಾ ಅನ್ನಿಸ್ತಪ.

ಆಮ್ಯಾಗ ಮರುದಿನ ಅವ್ರ ದೊಡ್ಡಣ್ಣ ಒಬ್ಬಾಂವನ ಬಂದಿದ್ದನಂತ. ಒಳಗ ಬಂದವ ಕೂಡಲೂ ಇಲ್ಲಂತ, 'ಆತವ್ವ, ನೀ ಹೇಳಿದಂಗ ಊರ ಹೊರಗಿನ ತ್ವಾಟ ನಿನ್ನ ಹೆಸರಿಗಿ ಮಾಡ್ತೇವು, ಉಳಿದಿದ್ದರಾಗ ಪಾಲಾ ಕೇಳಂಗಿಲ್ಲ ಅಂತ ಬರಕೊಡು. ಖರ್ಚುವೆಚ್ಚ ಎಷ್ಟ ಆಗ್ತದ ಅಂತ ಹೇಳತೇವು, ಅಷ್ಟ್ ಕೊಟ್ಟುಬಿಡು. ಎಲ್ಲ ರೆಡಿಯಾಗಿಂದ ಫೋನು ಮಾಡ್ತೇವು, ಅಲ್ಲೇ ಕಂದಾಯದ ಆಫೀಸಿಗಿ ಬಾರವ್ವ. ಖರ್ಚಿಗಿ ಒಂದ್ ಹದಿನೈದು ಇಪ್ಪತ್ ಸಾವ್ರ ರೆಡಿ ಇಟ್ಕೋರವ್ವ' ಅಂದವನೇ ದುರ್ದಾನ ತಗಂಡವನಂಗ ದಡದಡ ಗೇಟು ತೆಗೆದು ಹ್ವಾದನಂತ.

ಇಷ್ಟ್ ಆತ ನೋಡಪ. ಅವರೆಲ್ಲ ಬರೂ ಮುಂದ ಮನಿ ಜರಾ ಸ್ವಚ್ಛ ಮಾಡಿಸೂದ ಅದ. 'ನನ್ನ ಮಗನಿಗಿ ಹೇಳಿ ಮಾಡಿಸ್ತೇನು, ನೀವು ಚಿಂತಿ ಮಾಡಬ್ಯಾಡ್ರಿ' ಅಂತ ಸೀತಮ್ಮ ಅಂದಾಳ. ನೀ ಯಾವಾಗ ಬರ್ತಿ ಅಂತ ಆಕಿನೂ ಕೇಳಾಕ ಹತ್ಯಾಳಪ.

ಮತ್ ಬರೀತೀನಪ. ನೀ ಆದಾಗ ಫೋನು ಮಾಡು. ನಿನ್ನ ಆರೋಗ್ಯ ಜ್ವಾಕಿ. ಅಲ್ಲಿಂದ ಯಾವಾಗ ಹೊಂಡಾಂವ...

ಪ್ರೊಫೆಸರ್ ಪತ್ರ ಇಲ್ಲಿಗೆ ನಿಂತಿತ್ತು. ಹೌದಲ್ಲ, ವಯಸ್ಸಿನ ಅಂತರದ ಹಂಗಿಲ್ಲದೇ, ದೊಡ್ಡ ಹುದ್ದೆಯಲ್ಲಿರುವಾತ ಎಂಬ ಹಮ್ಮಿಲ್ಲದೇ, ಖಾಸಾ ದೋಸ್ತ್ ಎಂಬಂತೆ ಹೇಳಿಕೊಳ್ಳುತ್ತಾರಲ್ಲ... ಬದುಕು ಹೀಗೊಂದು ಆಪ್ತಬಂಧವನ್ನು ಸಾಧ್ಯ ಆಗಿಸಿದೆಯಲ್ಲ ಎಂದು ಯೋಚಿಸುತ್ತ ಮಹೇಶನಿಗೆ ಹೃದಯ ತುಂಬಿ ಬಂದಿತು. ಏನು ಬರೆಯುವುದು... ಮಾತನಾಡಿ ಹೇಳೋಣ ಎಂದರೆ ಫೋನಿಗೆ ಸಿಗುತ್ತಿಲ್ಲ ಎಂದು ಆಲೋಚಿಸುತ್ತ, ಮತ್ತೆ ಪತ್ರ ತೆರೆದ. ಇನ್ನೊಮ್ಮೆ ಓದಿದ.

> ನಿಜ ಸರ್, ಬದುಕು ಇಂಥದೊಂದು ಆಪ್ತಬಂಧವನ್ನು ನಿಜವಾಗಿಸಿದೆಯಲ್ಲ ಎಂದು ಅಚ್ಚರಿಯೆನಿಸುತ್ತದೆ. ಇದು ನಾನು ಕಾಪಿಟ್ಟುಕೊಳ್ಳಬೇಕಾದ ಎಳೆ ಎಂದು ತೀವ್ರವಾಗಿ ಅನ್ನಿಸುತ್ತೆ.
>
> ನಿಮ್ಮ ಸೊಸೆ ಹೇಳುವುದು ಸರಿ, ಅವರು ಬಂದಾಗ ಜಲಜ ಮೇಡಂ ಮತ್ತು ಲೇಖಾ ಕೂಡ ನಿಮ್ಮೊಂದಿಗೆ ಇದ್ದರೆ ಒಳ್ಳೆಯದು.
>
> ಹಾಂ... ನೀವಿಬ್ಬರೂ ಈಗಾಗಲೇ ಯೋಚಿಸಿರಬಹುದು. ಲೇಖಾನ ತಂದೆಯ ಕಡೆಯವರು ಮತ್ತೆ ಏನಾದರೂ ತೊಂದರೆ ಕೊಡುವ ಸಾದ್ಯತೆ ಇದ್ದೇ ಇದೆ, ನಿಮ್ಮ, ಮೇಡಂ ಮದುವೆಯನ್ನು ರೆಜಿಸ್ಟರ್ ಮಾಡಿಸುವುದು ಒಳ್ಳೆಯದು ಅಲ್ಲವಾ.
>
> ಇನ್ನು ಹತ್ತು ದಿನ ಇಲ್ಲಿ ಇರುತ್ತೇವೆ ಅಷ್ಟೆ. ಈ ಉತ್ಖನನ ನನ್ನ ಮಟ್ಟಿಗೆ ಬದುಕಿಡೀ ನೆನಪು ಉಳಿಯುವ ಹಲವು ಕ್ಷಣಗಳನ್ನು ಕೊಟ್ಟಿದೆ. ಇಲ್ಲಿಗೆ ಬರುವಂತೆ ನೀವು ಮಾಡಿದಿರಲ್ಲ... ಅದಕ್ಕೆ ಕೃತಜ್ಞತೆ ಹೇಳಲು ನನ್ನಲ್ಲಿ ಪದಗಳಿಲ್ಲ.
>
> ನಿಮ್ಮ ಮನೆಯಲ್ಲಿ ಕುಳಿತು ಮಾತಾಡಲು ಕಾಯ್ತಿದ್ದೀನಿ!
>
> – ಮಹೀ

ಮೇಲ್ ಕಳಿಸಿ ಹೊರಗೆ ಬಂದ ಮೇಲೆ ಅವರಿಗೆ ಬರೆದಿದ್ದು ತುಂಬಾ ಕೃತಕವಾಯಿತೇನೋ, ಕಳಿಸುವ ಮೊದಲು ಇನ್ನೊಮ್ಮೆ ಓದಬೇಕಿತ್ತು ಎನ್ನಿಸಿತು.

ರಾತ್ರಿ ಊಟವಾದ ನಂತರ ಉಳಿದ ಮೂವರೊಂದಿಗೆ ಎಂದಿನಂತೆ ಹರಟುತ್ತ ನಡೆದಾಡುವಾಗ ಮಹೇಶನಿಗೆ ಅರಿವಾಯಿತು, ತಾನು ವಾಪಾಸು ಹೋಗಲು ರೈಲಿನ ಟಿಕೆಟ್ ಇನ್ನೂ ಮಾಡಿಸಿಯೇ ಇಲ್ಲ ಎಂದು. ರವಿ, ಪಾಠಕ್ ಮೊದಲೇ ಮಾಡಿಸಿಕೊಂಡಿದ್ದರು. ಬಾಲು ತನಗೆ ದೆಹಲಿಯಲ್ಲಿ ಏನೋ ಕೆಲಸವಿರೋದ್ರಿಂದ ತಾನು ವಿಮಾನದಲ್ಲಿ ಹೋಗುತ್ತೇನೆ, ತನ್ನದೂ ಟಿಕೆಟ್ ಆಗಿದೆ ಎಂದ. ತನಗೇಕೆ ಇದು ನೆನಪಿಗೇ ಬರಲಿಲ್ಲ ಎಂದು ಯೋಚಿಸಿದವನಿಗೆ ಅರೆ, ತಾನೂ ಕೂಡ ಮೊದಲು ಬೆಂಗಳೂರಿಗೆ ವಿಮಾನದಲ್ಲಿ ಹೋಗಬಹುದಲ್ಲ ಎನ್ನಿಸಿತು.

ಹೌದಲ್ಲ, ಅಹ್ಮದಾಬಾದಿನಿಂದ ಯಾವುದಾದರೂ ಬೆಳಗಿನ ವಿಮಾನ ಹಿಡಿದು ಹೋಗುವುದು, ನೀತುವನ್ನು ನೋಡಿಕೊಂಡು, ಅದೇ ದಿನ ರಾತ್ರಿ ಸಾಗರಕ್ಕೋ ಅಥವಾ ಧಾರವಾಡಕ್ಕೋ ಹೋಗುವುದು ಎಂದುಕೊಂಡ. ನೀತುಗೆ ಹೇಳದೇ ಹೋಗಿ, ಒಂದು ಅಚ್ಚರಿಯ ಭೇಟಿ ಕೊಡುವುದು. ಈ ಯೋಚನೆಯೇ ಒಂಥರದ ಪುಳಕವನ್ನೂ ಹುಟ್ಟಿಸಿತು. ತನ್ನ ಅಚಾನಕ್ ಭೇಟಿಯ ದಿನ ಈ ಮಹಾರಾಣಿ ಅಲ್ಲಿಯೇ ಇದ್ದರೆ ಅಡ್ಡಿಲ್ಲ, ಅವಳೆಲ್ಲಾದರೂ ಹೋಗಿದ್ದರೆ... ಜಯನಗರದ ಅದೇ ಹಳೆಯ ಮನೆಯಲ್ಲಿದ್ದೇನೆ ಎಂದು ಹೇಳಿದ್ದಳು. ಮನೆ ಇನ್ನೂ ಬದಲಿಸಿರಲಿಕ್ಕಿಲ್ಲ, ಅವಳ ಹಳೆಯ ಮನೆಗೆ ಈ ಹಿಂದೆ ಬೆಂಗಳೂರಿಗೆ ಏನೋ ಕೆಲಸಕ್ಕೆಂದು ಹೋದಾಗ ಒಂದು ಸಲ ಹೋದ ನೆನಪಿದೆ, ಹಳೆಯ ಈ ಮೇಲ್ ಹುಡುಕಿದರೆ ಅವಳೊಮ್ಮೆ ಕಳಿಸಿದ್ದ ವಿಳಾಸ ಸಿಗುತ್ತೆ...

ಏನಾದರಾಗಲೀ ಮರುದಿನ ಇಂಟರ್ನೆಟ್ ಸಿಕ್ಕರೆ ಮೊದಲು ವಿಮಾನ ಬುಕ್ ಮಾಡಿಬಿಡುವುದು ಎಂದುಕೊಂಡ.

ಸದ್ಯ, ಆ ದಿನ ನೆಟ್ವರ್ಕ್ ಸ್ವಲ್ಪ ವೇಗವಾಗಿ ಕೆಲಸ ಮಾಡುತ್ತಿತ್ತು. ಹತ್ತು ದಿನದ ನಂತರ ಭಾನುವಾರ ಬೆಳಗ್ಗೆ ಅಹ್ಮದಾಬಾದಿನಿಂದ ಬೆಂಗಳೂರಿಗೆ ಹೊರಡುವ ವಿಮಾನಕ್ಕೆ ಮೊದಲು ಬುಕ್ ಮಾಡಿದ.

ನೀತು ಏನಾದರೂ ಬರೆದಿರಬಹುದೇ ಎಂದು ಗೂಗಲ್ ಕಡತವನ್ನು ತೆರೆದು ನೋಡಿದ. ಕೇವಲ ಎರಡೇ ಸೆಕೆಂಡಿನ ಹಿಂದೆ ಅವಳು ಎಡಿಟ್ ಮಾಡಿದ್ದಳು ಎಂಬುದನ್ನು ಕಡತ ಹೇಳುತ್ತಿತ್ತು. ಅರೆ... ಬರಿಯ ಎರಡೇ ಸೆಕೆಂಡಿನ ಹಿಂದೆ ನೀತುವಿನ ಅಕ್ಷರ ಇಲ್ಲಿ ಮೂಡಿದೆ, ಅವಳ ಬೆರಳು ಈ ಕಡತವನ್ನು ಮುಟ್ಟಿದೆ ಎನ್ನುವುದು ಮೈಮನದಲ್ಲಿ ಸಣ್ಣಗೆ ಪುಳಕವನ್ನು ಹಬ್ಬಿಸುತ್ತಿದೆ... ಇದು ಕೂಡ ಎಂಥ ಭ್ರಮೆಯಲ್ಲವೇ... ಇವು ವರ್ಚುವಲ್ ಅಕ್ಷರಗಳು, ಕಾಗದದ ಮೇಲೆ ಬೆರಳ ಸ್ಪರ್ಶ ಅಡಗಿಸಿಟ್ಟುಕೊಂಡ ನೀಲಿ ಇಂಕಿನ ಹಸ್ತಾಕ್ಷರದಂತಲ್ಲ ಎಂದುಕೊಂಡರೂ, ಎರಡು ಸೆಕೆಂಡಿನ ಹಿಂದಷ್ಟೇ ಅವಳ ಮನದಾಳದ ಭಾವನೆಗಳು ಅಕ್ಷರಗಳಾಗಿ ಇಲ್ಲಿ ಮೂಡಿವೆ ಎನ್ನುವುದು ಸಾಮೀಪ್ಯದ ಭಾವವನ್ನು ಹುಟ್ಟಿಸುತಿದೆ... ತಾನು ನಿನ್ನೆ 'ಸದ್ಯ, ಬದುಕಿದೆ!' ಎಂದು ಬರೆದಿದ್ದರ ಕೆಳಗೆ ಮೂರೇ ಮೂರು ಸಾಲು ಬರೆದಿದ್ದಾಳೆ...

ಈ ಹಾಡು ಮತ್ತೆ ಕೇಳುತ್ತಿರುವೆ...
ಎಂದಾದರೊಮ್ಮೆ ನಿಜವಾದೀತೆಂಬ ನಿರೀಕ್ಷೆಯಲ್ಲಿ...
ನಿಜವಾಗುವುದೆಂಬ ಭರವಸೆಯಲ್ಲಿ.
– ನೀತು

ಯಾವ ಹಾಡು ಇರಬಹುದು... ಈ ಹಾಡು ಎಂದಿದ್ದರ ಕೆಳಗಿನ ಅಡಿಗೆರೆ ಮೇಲೆ ಕರ್ಸರ್ ಇಡುತ್ತಿದ್ದಂತೆ ತಟ್ಟನೆ ಅರಿವಾಯಿತು, ಓ ಇದು ಹಾಡಿನ ಅಂತರ್ಜಾಲದ ಕೊಂಡಿ... ಇದನ್ನು ಒತ್ತಿದರೆ ತನ್ನನ್ನು ಆ ಹಾಡಿಗೆ ಕರೆದೊಯ್ಯುತ್ತೆ... ಮಿರ್ಜಾನೆಯವರು ಆ ಕಡೆ ಏನೋ ಓದುತ್ತ ಕೂತಿದ್ದರು, ತಾನು ಈಯರ್ ಫೋನ್ ಬೇರೆ ತಂದಿಲ್ಲ... ಮ್ಯೂಟ್ ಮಾಡಿಯಾದರೂ ಒಮ್ಮೆ ಒತ್ತಿಬಿಡಲೇ ಎಂದು ತೀವ್ರವಾಗಿ ಅನ್ನಿಸುವ ಗಳಿಗೆಯಲ್ಲಿಯೂ ಬೇಡ, ಒಬ್ಬನೇ ಇದ್ದಾಗ ಕೇಳಬೇಕಿದನ್ನು ಎಂದು ಮತ್ತೆ ಅನ್ನಿಸಿತು. ಏನು ಬರೆಯುವುದು... ಮೊನ್ನೆ ಎಷ್ಟೆಲ್ಲ ಸಲ ಈ ಹಾಡು ಉಸಿರು ತುಂಬಿದೆ ಎಂದು ಬರೆದಿದ್ದಳಲ್ಲ, ಅದು ಮತ್ತು ಇದು ಒಂದೇ ಹಾಡು ಹಾಗಿದ್ದರೆ... ಯಾವುದಿದು ಈ ಹಾಡು ಇವಳು ಇಷ್ಟು ತೀವ್ರವಾಗಿ ನಿಜವಾಗಲೆಂಬ ನಿರೀಕ್ಷೆಯಲ್ಲಿರುವುದು...

ನಿನ್ನ ನಿರೀಕ್ಷೆ, ಭರವಸೆ ಎಲ್ಲವೂ ಈ ಅಕ್ಷರಗಳಷ್ಟೇ ನಿಜವಾಗಲಿ ಎಂಬ ಆಶಯ ನನ್ನದೂ ಕೂಡ ನೀತು.

– ಮಹೀ

ಒಂದು ವಾಕ್ಯ ಬರೆದವನಿಗೆ ಹೀಗೆ ಮುಂದೇನು ಬರೆಯಲಿ ಎಂದು ತೋಚಲಿಲ್ಲ. ಯಾಕೋ ಆ ದಿನ ಮತ್ತೆ ಯಾರಿಗೂ ಫೋನ್ ಮಾಡುವುದು ಬೇಡವೆನ್ನಿಸಿ, ಹೊರಗೆ ಬಂದ.

ಉತ್ಖನನವನ್ನು ಮುಗಿಸುವ ಮೊದಲು ಯಾವ ಯಾವ ಕೆಲಸಗಳನ್ನು ಪೂರ್ಣಗೊಳಿಸಬೇಕು ಎಂದು ಮಿರ್ಜಾನೆಯವರು ಸೂಚನೆಗಳನ್ನು ಕೊಡುತ್ತಲೇ ಇದ್ದರು. ಈಗ ಉತ್ಖನನ ಮಾಡಿದ ಎರಡು ಗೋರಿಗಳು ಸೇರಿದಂತೆ ಆರು ಗೋರಿಗಳ ಉತ್ಖನನ ಆಗಿತ್ತು. ಲೋವರ್ ಟೌನಿನಲ್ಲಿ ಈ ಬಾರಿ ಅಂದುಕೊಂಡಷ್ಟು ಮಾಡಲಿಕ್ಕೆ ಆಗಲಿಲ್ಲ ಎಂದು ಮಿರ್ಜಾನೆಯವರು ಬೇಸರ ಮಾಡಿಕೊಳ್ಳುತ್ತಲೇ ಇದ್ದರು. ಮಧ್ಯದ ನಗರ, ಕೋಟೆಯ ಪ್ರದೇಶ, ಅಧಿಕಾರಿಗಳು ಮತ್ತಿತರ ಮೇಲ್ವರ್ಗದವರು ಇದ್ದ ಪ್ರದೇಶ ಎಂದು ಗುರುತಿಸಿದ್ದ ಕಡೆಗಳಲ್ಲಿ ಉತ್ಖನನವನ್ನು ಒಂದು ಹಂತಕ್ಕೆ ತರಲಾಗಿತ್ತು. ತೊಂಬತ್ತರ ದಶಕದಿಂದ ಆರಂಭಗೊಂಡ ಉತ್ಖನನದಲ್ಲಿ ಇದು ಹದಿನಾಲ್ಕನೆಯ ಋತು. ಮಹೀ, ರವಿ, ಬಾಲು, ಪಾಠಕ್ ಈ ಯಾರಿಗೂ ತಾವು ಇಲ್ಲಿ ಇದೇ ಕಡೆಯ ಉತ್ಖನನಕ್ಕೆ ಸಾಕ್ಷಿಯಾಗುತ್ತಿದ್ದೇವೆ ಎಂದು ಇನ್ನೂ ಗೊತ್ತಿರಲಿಲ್ಲ. ಮಿರ್ಜಾನೆಯವರಿಗೆ ಈ ಬಗ್ಗೆ ಸ್ವಲ್ಪ ಅನುಮಾನವಿತ್ತೇನೋ, ಅದಕ್ಕೇ ಮಹತ್ವದ ಜಾಗ ಎನ್ನಿಸಿದ ಕಡೆಗಳಲ್ಲಿ ಉತ್ಖನನ ಪೂರ್ಣಗೊಳಿಸಲು ಸಾಧ್ಯವಿದ್ದಷ್ಟೂ ಪ್ರಯತ್ನಿಸುತ್ತಿದ್ದರು. ಕಡೆಯ ಒಂದು ವಾರ ಬೆಳಗ್ಗೆಯೂ ಬೇಗನೆ

ಶುರು ಮಾಡಿ, ಮಧ್ಯಾಹ್ನ ತುಸು ಹೊತ್ತು ಮಾತ್ರ ನಿಲ್ಲಿಸಿ, ಮತ್ತೆ ಸಂಜೆ ನಸುಗತ್ತಲು ಆವರಿಸುವವರೆಗೂ ಕೆಲಸ ಮಾಡುತ್ತಿದ್ದರು.

ಈ ಹಿಂದೆ ಹದಿಮೂರು ಸಲ ಉತ್ಖನನ ಮಾಡಿದಾಗ ಸಿಕ್ಕಿದ್ದನ್ನೆಲ್ಲ ಮಿರ್ಜಾನೆಯವರು ಇರುತ್ತಿದ್ದ ಕೋಣೆಯ ಪಕ್ಕದಲ್ಲಿದ್ದ ಇನ್ನೊಂದು ದೊಡ್ಡ ಖಾಲಿ ಕೋಣೆಯಲ್ಲಿ ತಂದು ಜೋಡಿಸಿಟ್ಟಿದ್ದರು. ಉತ್ಖನನದಲ್ಲಿ ಸಿಗುತ್ತಿದ್ದ ಎಲ್ಲ ವಸ್ತುಗಳನ್ನು ಕೋಟೆಯ ಪ್ರದೇಶ ಎಂದು ಗುರುತಿಸಿದ್ದ ಕಡೆ ಕಟ್ಟಿದ್ದ ಪುಟ್ಟ ಗುಡಾರದಲ್ಲಿ ವಿಂಗಡಿಸಿಟ್ಟಿದ್ದರು, ಅವನ್ನೆಲ್ಲ ಕ್ಯಾಂಪ್ ಒಳಗೆ ತಂದು ಇರಿಸುವ ಕೆಲಸದ ಜವಾಬ್ದಾರಿಯನ್ನು ಬಾಲು ಮತ್ತು ರವಿಗೆ ಕೊಟ್ಟಿದ್ದರು. ಇಲ್ಲಿ ತಂದ ನಂತರ ಹಂತಗಳ ಪ್ರಕಾರ ಜೋಡಿಸಿಡುವ ಜವಾಬ್ದಾರಿ ಮಹೇಶ ಮತ್ತು ಪಾಠಕ್‌ರದು. ಈ ಸಲ ಸಿಕ್ಕವುಗಳನ್ನು ಜೋಡಿಸಿಡಲು ಅಲ್ಲಿ ಹೆಚ್ಚು ಜಾಗವೇ ಇರಲಿಲ್ಲ. ಹೀಗಾಗಿ ಮಿರ್ಜಾನೆಯವರ ಕೋಣೆಯಲ್ಲಿಯೂ ಕೆಲವನ್ನು ಜೋಡಿಸಿದರು.

ಹೊರಡುವ ಹಿಂದಿನ ದಿನವೇ ಕೆಲಸವನ್ನು ನಿಲ್ಲಿಸಿ, ಬರೀ ಜೋಡಿಸುವ ಕೆಲಸ ಮಾಡುತ್ತಿದ್ದರು. ಹೊರಡುವ ದಿನ ಅಗೆಯುವ ಕೆಲಸವೇನೂ ಇರಲಿಲ್ಲ. ಜೋಡಿಸುವುದು ಇನ್ನೂ ಬಾಕಿ ಇತ್ತು. ರವಿ, ಬಾಲು, ಪಾಠಕ್ ಮೂವರೂ ಆ ದಿನ ತಾವು ತಡವಾಗಿ ಏಳುತ್ತೇವೆ, ಹೇಗೂ ಉತ್ಖನನದ ಜಾಗಕ್ಕೆ ಹೋಗುವುದು ಇಲ್ಲವಲ್ಲ ಎಂದು ಹಿಂದಿನ ರಾತ್ರಿ ಊಟದ ನಂತರ ನಡೆದಾಡುವಾಗ ಹೇಳಿದ್ದರು. ಮಹೇಶನಿಗೆ ಮಾತ್ರ ಎಂದಿನಂತೆ ಆರೂವರೆಗೆ ಎಚ್ಚರವಾಗಿ, ಮತ್ತೆ ಮಲಗಲು ಮನಸ್ಸಾಗದೇ ಎದ್ದು ಮುಖ ತೊಳೆದು ಭೋಂಗಾದ ಹೊರಗೆ ಬಂದ. ಇಷ್ಟು ಬೇಗನೆ ಟೀ ಕೂಡ ಸಿಗುವುದಿಲ್ಲ ಎಂದು ಗೊತ್ತಿತ್ತು.

ಸುಮ್ಮನೇ ಒಮ್ಮೆ ಉತ್ಖನನದ ಜಾಗದಲ್ಲಿ ಸುತ್ತಾಡಿ ಬರೋಣ ಎಂದುಕೊಂಡು ಹೋದ. ಮೂರು ತಿಂಗಳಿನಿಂದ ಪ್ರತೀ ದಿನ ಎರಡು ಹೊತ್ತು ಕೆಲಸ ಮಾಡುತ್ತ ಓಡಾಡಿದ ಜಾಗ... ಎಲ್ಲಿ ನೋಡಿದರೂ ನಾಲ್ಕು ಸಾವಿರ ವರ್ಷದ ಹಿಂದಿನದು ಎಂಬುದು ಹುಟ್ಟಿಸುವ ಮಣ್ಣಕಂಪಿನ ಆಪ್ತಭಾವ... ಮಿಡಲ್‌ಟೌನಿನಲ್ಲಿ ಸುತ್ತಾಡಿ, ಕೋಟೆ ಭಾಗದಲ್ಲಿ ಉತ್ಖನನದ ವಸ್ತುಗಳನ್ನು ಇಡುತ್ತಿದ್ದ ಗುಡಾರದ ಬಳಿ ಬಂದ. ಅಲ್ಲಿ ಏನೂ ಬಿಟ್ಟಿಲ್ಲ ತಾನೆ ಎಂದು ಇನ್ನೊಮ್ಮೆ ಖಾತ್ರಿಪಡಿಸಿಕೊಂಡ. ಅಲ್ಲಿಂದ ಮತ್ತೆ ನಿಧಾನ ನಡೆಯುತ್ತ ಬರುವಾಗ ಮಣ್ಣಿನಲ್ಲಿ ಏನೋ ಕಂಡಂತೆ ಆಯಿತು. ಮೂರು ತಿಂಗಳಿನಿಂದ ಹೀಗೆ ಏನು ಕಂಡಂತೆ ಅನಿಸಿದರೂ ಅರೆ ಕ್ಷಣ ನಿಂತು, ಮತ್ತೆ ಕೆದರುವುದು ರೂಢಿಯಾಗಿತ್ತು. ತಟ್ಟನೆ ಬಗ್ಗಿ ಕೆದರಿದ. ನಸುಗೆಂಪು ಚಿಕ್ಕ ಮಣಿ. ಮೊದಲೇ ಸಿಕ್ಕಿತ್ತೇನೋ, ರವಿ ಮತ್ತು ಬಾಲು ಗುಡಾರದಿಂದ ಬೇರೆ ವಸ್ತುಗಳನ್ನು ತೆಗೆದುಕೊಂಡು ಹೋಗುವಾಗ ಇಲ್ಲಿ ಬಿದ್ದಿರಬಹುದು ಎಂದು ಮೊದಲು ಊಹಿಸಿದ.

ಆದರೆ ಹೀಗೆ ಮಣಿ, ಮುದ್ರೆ ಇತ್ಯಾದಿ ಚಿಕ್ಕ ವಸ್ತುಗಳು ಸಿಕ್ಕಾಗ ಅವನ್ನು ಆ ಕೂಡಲೇ ಮಿರ್ಜಾನೆಯವರಿಗೆ ತೋರಿಸಿ, ಅದನ್ನು ಗುಡಾರದಲ್ಲಿ ಇಡದೇ, ಕೋಣೆಗೆ ತೆಗೆದುಕೊಂಡು ಹೋಗಿ, ಇವುಗಳಿಗೆಂದೇ ಇದ್ದ ಕಪಾಟಿನಲ್ಲಿ ಇಡುತ್ತಿದ್ದರು. ಈಗ ಇದನ್ನು ತೋರಿಸಿದರೆ ಮಿರ್ಜಾನೆಯವರಿಂದ ಬಾಲು, ರವಿಯ ಜೊತೆ ತಾನೂ ಬೈಸಿಕೊಳ್ಳುವುದು ಖಂಡಿತ. ಏನು ಮಾಡಲಿ... ಅದನ್ನು ಕೈಯಲ್ಲಿ ಹಿಡಿದು ನೋಡುತ್ತಿದ್ದಾಗ ತಟ್ಟನೆ 'ಏನು ತರ್ತೀಯೋ' ಎಂದು ಕೇಳಿದ ನೀತು ನೆನಪಾದಳು.

ಹೀಗೆಲ್ಲ ಇಟ್ಟುಕೊಳ್ಳುವುದು ತಪ್ಪು, ಒಂಥರದ ಅಪರಾಧ, ಮಹೇಶ ಯೋಚನೆ ನಡೆಸಿದ. ಆ ದಿನ ಮಡಕೆಯ ಚಿಕ್ಕ ಚೂರೊಂದನ್ನು ಇಟ್ಟುಕೊಳ್ಳುತ್ತ ರವಿ ಹೇಳಿದನಲ್ಲ, "ಒಂದು ಸಣ್ಣ ಚೂರನ್ನು ಇಲ್ಲಿಯ ನೆನಪಾಗಿ ತಗಂಡು ಹೋಗದೇ ಇರಕ್ಕೇ ನಂಗೆ ಆಗಲ್ಲ, ತಪ್ಪು ನಿಜ, ಇಂಥದು ಸುಮಾರು ಈಗಾಗಲೇ ಸಿಕ್ಕಿದೆಯಲ್ಲ, ಇದು ಒಂದು ಲೆಕ್ಕದಲ್ಲಿ ಅವುಗಳ ಪ್ರತಿಕೃತಿ ತಾನೆ ಅಂದುಕೊಂಡು ಇಟ್ಟುಕೊಳ್ಳುವುದು. ಎಲ್ರೂ ಏನೋ ಒಂದು ಸಣ್ಣ ಚೂರಾದ್ರೂ ಇಟ್ಟುಕೊಂಡು ಹೋಗ್ತಾರೆ. ಒಂಥರಾ ಹಳತರ ವ್ಯಾಮೋಹ... ಮಣ್ಣಿನ ಮೋಹ" ಅಷ್ಟೇ ಅಲ್ಲ, ಮತ್ತೊಮ್ಮೆ ಚಿಕ್ಕ ಚಿಕ್ಕ ರಂದ್ರಗಳಿದ್ದ ಮಡಕೆಯ ಚೂರುಗಳು ಒಂದೆಡೆ ಸಿಕ್ಕಾಗ, ಎಲ್ಲವನ್ನೂ ದಾಖಲಿಸಿಕೊಂಡು, ಎತ್ತಿಟ್ಟ ನಂತರ ಅದೆಲ್ಲಿಟ್ಟುಕೊಂಡಿದ್ದನೋ, ಒಂದು ಸಣ್ಣ ಚೂರನ್ನು ಮಹೇಶನಿಗೆ ಕೊಟ್ಟು, "ಇಟ್ಟುಕೋ, ಇಲ್ಲಿಯ ನೆನಪಿಗೆ" ಎಂದಿದ್ದ. ದೂರದಲ್ಲಿ ಅಡುಗೆಯವನು ಟೀ ಕುಡಿಯಲು ಕರೆಯುತ್ತಿರುವುದು ಕೇಳಿಸಿತು. ಮತ್ತೆ ಯೋಚಿಸದೇ ಮೆಲ್ಲನೆ ಅದನ್ನು ಜೇಬಿಗಿಳಿಸಿದ. ಅಬ್ಬಾ, ಏನೋ ಒಂದು ಅಂತೂ ಸಿಕ್ಕಿತಲ್ಲ ಅವಳ ಅಂಗೈಯೊಳಗಿಡಲು ಎಂಬೊಂದು ಸಮಾಧಾನ ಮನದೊಳಗೆ.

❖

❖

ಹೊರಡುವ ಹಿಂದಿನ ದಿನ ನೀತುಗೆ ಫೋನ್ ಮಾಡಿದವ, ಭಾನುವಾರ ಏನು ಮಾಡ್ತಿದೀಯ ಅಂತ ಸುತ್ತಿಬಳಸಿ ಕೇಳಿದ.

"ಈ ಭಾನುವಾರನಾ... ಯಾಕೆ..."

"ಸುಮ್ನೆ ಕೇಳಿದೆ. ಮತ್ತೆಲ್ಲಾದ್ರೂ ಹೋಗ್ತೀಯ ಅಂತ ಅಷ್ಟೆ"

"ಅಯ್ಯೋ... ಏನಿಲ್ಲಪ್ಪ... ಸುಮಾರು ಎರಡು ತಿಂಗಳಿಂದ ಒಂದೂ ಭಾನುವಾರ ಮನೇಲಿಲ್ಲ... ಐದು ಭಾನುವಾರ ಮಂಡ್ಯ ಹೋಗಿದ್ದಾಯ್ತು, ಒಂದ್ ಭಾನುವಾರ ನಮ್ಮನೆಗೆ ಹೋಗಿದ್ದೆ, ಆಮೇಲೆ ಒಂದು ಶನಿವಾರ, ಭಾನುವಾರ ಅನು ಮದುವೆಗೆ

ಹೋಗಿದ್ದಾಯ್ತು... ಹಿಂಗಾಗಿ ಈ ಭಾನುವಾರ ಮನೇಲೆ ಇದ್ದು ಒಂದಿಷ್ಟು ಬೇರೆ ಕೆಲಸ ಎಲ್ಲ ಮುಗಿಸ್ಕೋಬೇಕಪ್ಪ" ಎಂದು ಉದ್ದಕ್ಕೆ ಪ್ರವರ ಕುಟ್ಟಿದಳು.

"ಹೂಂ... ನಮ್ಮನೆಗೂ ಹೋಗಿದ್ಯಂತೆ, ನನ್ನ ಹತ್ರ ಮಾತ್ರ ಏನೂ ಹೇಳಲೇ ಇಲ್ಲ" ಹುಸಿಮುನಿಸಿನಿಂದ ಹೇಳಿದ.

"ನಿಮ್ಮಣ್ಣ ಹೆಂಗೂ ಫುಲ್ ಕಾಮೆಂಟರಿ ಕೊಟ್ಟಿರ್ತಾರೆ ಅಂತ ಸುಮ್ಮನಿದ್ದೆ... ಅಲ್ದೆ ಹೇಳೋ ಪ್ರಸಂಗವೂ ಬರಲೇ ಇಲ್ಲವಲ್ಲ..." ನಕ್ಕಳು.

ಪುಟ್ಟದೊಂದು ಮಣಿ ಸಿಕ್ಕಿದ್ದನ್ನು ಹೇಳೋಣ ಎಂದುಕೊಂಡವ ಮತ್ತೆ ಬೇಡ, ಸುಮ್ಮನೆ ಅವಳ ಕೈಯಲ್ಲಿಡುವ ಎಂದುಕೊಂಡು ಸುಮ್ಮನಾದ.

ಕೊನೆಯಲ್ಲಿ ಬಹುಮೆತ್ತಗೆ ಕೇಳಿದಳು. "ಏಯ್.. ಅದೇ... ಆ ಹಾಡು ಕೇಳಿದ್ಯಾ"

"ಸಾರಿ ಕಣೇ... ಇಲ್ಲಿ ಕೇಳೋದು ಕಷ್ಟ... ಇಲ್ಲಿಂದ ಹೊರಟ ಮೇಲೆ, ರಾಪರಿನಲ್ಲಿ ನೆಟ್ವರ್ಕ್ ಸಿಗುತ್ತಲ್ಲ, ಆವಾಗ..."

ನೀತು ಮಾತನಾಡಲಿಲ್ಲ. ನಿರಾಸೆಗೊಂಡಳೇನೋ...

"ಖಂಡಿತಾ ಕೇಳ್ತೀನಿ... ಆಯ್ತಾ..." ಪಿಸುಗುಟ್ಟಿದವ "ಮತ್ತೆ ಫೋನ್ ಮಾಡ್ತೀನಿ ಕಣೇ. ನೀನು ಬರೀತಿರು" ಎಂದು ಫೋನಿಟ್ಟ.

ಅಬ್ಬ... ಸದ್ಯ, ಭಾನುವಾರ ಮನೇಲೆ ಇರ್ತಾಳೆ ಎಂದು ಮಹೇಶ ನಿರಾಳವಾದ.

ನೀತು ಅನು ಮದುವೆಗೆ ಹೋಗಿದ್ದೆ ಎಂದು ಹೇಳಿದ್ದನ್ನು ತಾನು ಒಂದು ಸುದ್ದಿಯ ತುಣುಕೋ ಎಂಬಂತೆ ಕೇಳಿಕೊಂಡೆನಲ್ಲ, ಏನೆಂದರೆ ಏನೂ ಅನ್ನಿಸಲೇ ಇಲ್ಲವಲ್ಲ ಎಂದು ಮಹೇಶನಿಗೆ ತುಸುಹೊತ್ತಿನ ನಂತರ ಹೊಳೆದಿದ್ದೆ, ಅರೆ, ಕೆಲವು ಸಂಗತಿಗಳು ಎಷ್ಟು ಬೇಗ ನಿನ್ನೆಗೆ ಸರಿದು, ಮಾಸಿಬಿಡುತ್ತವೆಯಲ್ಲ ಎಂದುಕೊಂಡ.

ಶನಿವಾರ ಊಟ ಮುಗಿಸಿ, ಎಲ್ಲರೂ ಒಟ್ಟಾಗಿ ಹೊರಡುವುದು, ಲಗೇಜ್ ಹೆಚ್ಚಿರುವುದರಿಂದ ಜೀಪ್ ಮಾಡಿಕೊಂಡು ಹೋಗಣ ಎಂದು ಮಿರ್ಜಾನೆ ಏರ್ಪಾಟು ಮಾಡಿದ್ದರು. ಈ ವಿಚಾರ ಮೊದಲು ಬಾಲುಗೆ ಗೊತ್ತಾಗುತ್ತಿದ್ದಂತೆ,

"ಆರಾಮಾಗಿ ಹೋಗಬಹುದು, ಇಲ್ಲದಿದ್ದರೆ ಬಚಾವ್ ಅಥವಾ ರಾಪರ್‌ಗೆ ಹೋಗಿ ಬಸ್ ಹಿಡೀಬೇಕಿತ್ತು. ರಗಳೆ ತಪ್ಪಿತು" ಎಂದು ಉಳಿದವರಿಗೆ ಖುಷಿಯಿಂದ ಹೇಳಿದ.

ಮೂರು ಗಂಟೆ ಸುಮಾರಿಗೆ ಹೊರಡಬೇಕು ಎಂದುಕೊಂಡರೂ ಆಗಲಿಲ್ಲ. ಕೊನೇ ಗಳಿಗೆಯ ಏನೇನೋ ವ್ಯವಸ್ಥೆಗಳು, ಮುಖ್ಯವಾಗಿ ಉತ್ಖನನದಲ್ಲಿ ಸಿಕ್ಕ ವಸ್ತುಗಳು ಮತ್ತು ಇತರ ಸಾಮಾನುಗಳನ್ನಿಟ್ಟ ಮೂರು ಕೋಣೆಗೆ ಬೀಗ ಹಾಕಿಸಿದ್ದರೂ, ಅಲ್ಲಿ ಮತ್ತು ಉತ್ಖನನದ ಜಾಗವನ್ನು ಕಾಯಲು ಏರ್ಪಾಡು ಮಾಡಿದ ಕಾವಲುಗಾರರಿಗೆ ಸಲಹೆ ಸೂಚನೆಗಳು, ಅವರಿಗೆ ದುಡ್ಡಿನ ವ್ಯವಸ್ಥೆ, ಹೀಗೆ ಎಲ್ಲ ಕೆಲಸಗಳನ್ನು ಮುಗಿಸಿ

ಹೊರಡುವ ವೇಳೆಗೆ ಐದು ಗಂಟೆಯಾಯಿತು. ಜೀಪಿನಲ್ಲಿ ಬಾಲುವನ್ನು ಮುಂದೆ ಕೂಡಿಸಿದ ಮಿರ್ಜಾನೆ ಹಿಂದಿನ ಸೀಟನಲ್ಲಿ ಮಹೇಶನ ಪಕ್ಕದಲ್ಲಿ ಕೂತರು. ಒಹ್... ಮಧ್ಯದಲ್ಲಿ ಮೊಬೈಲಿಗೆ ನೆಟ್ವರ್ಕ್ ಸಿಕ್ಕರೂ ನೀತುವಿನ ಕಡತ ತೆರೆದು ಆ ಹಾಡು ಕೇಳಲು ಆಗುವುದಿಲ್ಲವೇನೋ ಎಂದವನಿಗೆ ನಿರಾಸೆಯಾಯಿತು.

ಛೋಟಾರಣ್ ಹತ್ತಿರ ಬರುವಷ್ಟರಲ್ಲಿ ಸೂರ್ಯ ಮುಳುಗಲಾರಂಬಿಸಿದ್ದ. ಹತ್ತು ನಿಮಿಷ ಜೀಪು ನಿಲ್ಲಿಸಲು ಹೇಳಿದ ಮಿರ್ಜಾನೆಯವರು ಎಲ್ಲರಿಗಿಂತ ಮೊದಲು ರಸ್ತೆಯ ಕೆಳಗೆ ಇಳಿದು ಹೋಗಿ ನಿಂತಿದ್ದರು. ಮೂರು ತಿಂಗಳ ಹಿಂದೆ ಮಹೇಶ ನೋಡಿದಾಗ, ದಡದಿಂದ ಸ್ವಲ್ಪ ಶುರುವಿನಲ್ಲಿ ಇನ್ನೂ ತುಸು ನೀರಿದ್ದಂತೆ ಹುದುಗು ಮಣ್ಣು ಕಾಣುತ್ತಿತ್ತು. ಈಗ ಎಲ್ಲವೂ ಒಣಗಿ, ಕಣ್ಣು ಹಾಯಿಸಿದಷ್ಟೂ ದೂರ ಬಿಳಿಯ ಉಪ್ಪಿನ ಹಾಸಿಗೆ ದಣಿದು ಮೈಚಾಚಿ ಮಲಗಿತ್ತು. ಉಪ್ಪಿನ ಹಾಸಿಗೆ ಕ್ಷಿತಿಜದೊಂದಿಗೆ ಅದೆಲ್ಲೋ ದೂರದಲ್ಲಿ ಲೀನಗೊಂಡಂತೆ... ನೋಡನೋಡುತ್ತಿದ್ದಂತೆ ನಸುಹಳದಿಯಾಗಿ ಹೊಳೆಯುತ್ತಿದ್ದ ಸೂರ್ಯ ಬಂಗಾರವರ್ಣಕ್ಕೆ ತಿರುಗಿ, ಅಷ್ಟೇ ಬೇಗ ಕೆಂಪಾಗುತ್ತ, ಬಾನಂಚಿನಲ್ಲಿ ಕೆಂಪು-ಹಳದಿಯ ಚಿತ್ತಾರ ಬಿಡಿಸುತ್ತ, ಮೆಲ್ಲನೆ ಕೆಳಗಿಳಿಯತೊಡಗಿದ್ದ. ಸುತ್ತ ಹಬ್ಬಿದ್ದ ನೀರವತೆಯನ್ನು ಕದಡುವ ಮನಸ್ಸಿಲ್ಲದೇ ಎಲ್ಲರೂ ಮೌನವಾಗಿ ಅಷ್ಟಷ್ಟು ದೂರದಲ್ಲಿ ಒಬ್ಬರೇ ನಿಂತು ಆ ದೃಶ್ಯವನ್ನು ಕಣ್ಣುತುಂಬಿಕೊಳ್ಳುತ್ತಿದ್ದರು.

ಬಚಾವ್ ಹತ್ತಿರವಾಗುತ್ತಿದ್ದಂತೆ ಎಲ್ಲರ ಮೊಬೈಲಿಗೆ ಜೀವಬಂದಂತೆ. ಕಿವಿಗೆ ಇಯರ್‌ಫೋನ್ ಸಿಕ್ಕಿಸಿಕೊಂಡು ಅವರೆಲ್ಲ ತಮ್ಮ ತಮ್ಮ ಮನೆಮಾತಿನಲ್ಲಿ ಹತ್ತಿರದವರಿಗೆ ಕರೆಮಾಡಿ ಮಾತನಾಡತೊಡಗಿದರೆ, ಮಿರ್ಜಾನೆಯವರ ಪಕ್ಕ ಕೂತಿದ್ದ ಇವನು ಮೊಬೈಲ್ ತೆರೆಯಲೂ ಸಂಕೋಚವೆನ್ನಿಸಿ ಸುಮ್ಮನೇ ಕೂತಿದ್ದ. ಜೊತೆಗೆ ಅವರು ಅದೂ ಇದೂ ಹರಟುತ್ತಲೇ ಇದ್ದರು. ರಾಪರ್ ದಾಟಿದ ನಂತರ ಒಂದು ಕಡೆ ಊಟಕ್ಕೆ ನಿಲ್ಲಿಸಿದರು. ಎಲ್ಲರಿಗಿಂತ ಮೊದಲು ಊಟ ಮುಗಿಸಿದ ಮಹೇಶ ಜೀಪು ನಿಲ್ಲಿಸಿದ್ದ ಕಡೆ ಇದ್ದ ಮರದ ಬಳಿ ಬಂದ. ಸದ್ಯ, ನೆಟ್ವರ್ಕ್ ಪೂರ್ಣ ಇದೆ, ಡೇಟಾ ಇದೆ ಎಂದೆಲ್ಲ ತನ್ನೊಳಗೆ ಹೇಳಿಕೊಳ್ಳುತ್ತ ಗೂಗಲ್ ಡ್ರೈವಿನಲ್ಲಿದ್ದ ನೀತುವಿನ ಕಡತ ತೆಗೆದ. ಅದು ತೆರೆದುಕೊಳ್ಳುವುದಕ್ಕೆ ಕಾಯುತ್ತ ಸುತ್ತ ನೋಡಿದ. ಅಮವಾಸ್ಯೆ ಹತ್ತಿರ ಬರುತ್ತಿರಬೇಕು, ನಸುಗತ್ತಲೆ ಹರಡಿತ್ತು, ಆಗೊಂದು ಈಗೊಂದು ವಾಹನ ಹೋಗುವಾಗ ಕಪ್ಪು ಹಾವಿನಂತೆ ಬಿದ್ದುಕೊಂಡಿದ್ದ ರಸ್ತೆಯ ಮೇಲೆ, ಇಕ್ಕೆಲದ ಪೊದೆಗಳ ಮೇಲೆ ಬೆಳಕು ಬೀಳುವುದು ಬಿಟ್ಟರೆ ಮತ್ತೆ ಹೆಚ್ಚಿನ ಬೆಳಕಿರಲಿಲ್ಲ. ನಸುಬೆಳಕಿನಲ್ಲಿ ಮರದ ನೆರಳು ಕೂಡ ಆಪ್ಯಾಯಮಾನ ಎನ್ನಿಸುತ್ತಿತ್ತು. ಅವಳ ಕಡತ ಈಗ ತೆರೆದುಕೊಂಡಿತು... ಸ್ಕ್ರಾಲ್ ಮಾಡುತ್ತ ಸರಸರನೆ ಕೆಳಗೆ ಬಂದ...

ಈ ಹಾಡು ಮತ್ತೆ ಕೇಳುತ್ತಿರುವೆ...
ಎಂದಾದರೊಮ್ಮೆ ನಿಜವಾದೀತೆಂಬ ನಿರೀಕ್ಷೆಯಲ್ಲಿ...
ನಿಜವಾಗುವುದೆಂಬ ಭರವಸೆಯಲ್ಲಿ.
– ನೀತು

ಈ ಹಾಡು ಎಂಬುದರ ಕೆಳಗಿದ್ದ ಅಡಿಗೆರೆಯನ್ನು ಒತ್ತಿದ... ಎಲ್ಲಿಗೆ ಕರೆದೊಯ್ಯಲಿದೆ ಈ ಗೆರೆ... ಬೆರಳುಗಳಲ್ಲಿ ಸಣ್ಣದೊಂದು ಕಂಪನ. ಇಯರ್‌ಫೋನನ್ನು ಮತ್ತೆ ಕಿವಿಗೆ ಇನ್ನಷ್ಟು ಒತ್ತಿ, ಕಣ್ಣುಮುಚ್ಚಿದ.. ಮರುಕ್ಷಣದಲ್ಲಿ ಹೇಮಂತಕುಮಾರನ ದನಿ ಕಿವಿಯೊಳಗೆ ಸ್ವರಧಾರೆಯಾಗಿ... ಕಾಡಿನೊಳಗಿನ ತೊರೆಯ ಜುಳುಜುಳು ನಾದವಾಗಿ.

ತುಮ್‌ssssss ಪುಕಾರಲೋ...

ತುಮ್ಹಾರಾssssss ಇಂತಜಾರ್ ಹೈ...

ತುಮ್‌ssssss ಪುಕಾರಲೋ..."

ಚೂರೂ ಹಂದಾಡದೇ ನಿಂತು ಪೂರ್ಣ ಹಾಡು ಕೇಳಿದ. ತುಂಬ ಹಿಂದೆ ಸಾಕಷ್ಟು ಸಲ ಈ ಹಾಡು ಕೇಳಿದ್ದ, ಹಾಡಿನೊಳಗಿನ ಆರ್ತ್ರತೆ, ಎದೆಯಾಳದಿಂದ ಹೊರಹೊಮ್ಮಿದ ಆ ಒದ್ದೆ ದನಿ ಎಲ್ಲವೂ ಮಹೇಶನಿಗೆ ಇಷ್ಟವಾಗಿದ್ದೇ. ಆದರೆ 'ಎಂದಾದರೊಮ್ಮೆ ನಿಜವಾದೀತೆಂಬ...' ನೀತುವಿನ ನಿರೀಕ್ಷೆಯನ್ನು ಹೇಮಂತಕುಮಾರ ಹೀಗೆ ತನಗೆ ದಾಟಿಸುತ್ತಾನೆ ಎಂದುಕೊಂಡಿರಲಿಲ್ಲವಲ್ಲ... ಕಿವಿಯೆಲ್ಲ ಬೆಚ್ಚಗಾಗಿ, ಮೈಯಿಡೀ ಹಬ್ಬಿದ ರೋಮಾಂಚನ, ಹೀಗಿದ್ದೀತೆಂಬ ಇನಿತೂ ಊಹೆ ಇಲ್ಲದವನಲ್ಲಿ ಹಾಡು ಹುಟ್ಟಿಸಿದ ಅಚ್ಚರಿ... ಹಾಡು ಮುಗಿಯುತ್ತಿದ್ದಂತೆ ಅವನಿಗೆ ಅರೆಕ್ಷಣ ಇದೇನು ತನ್ನ ಕಲ್ಪನೆಯೋ ಅಥವಾ ವಾಸ್ತವವೋ, ಅವಳ ಈ ಹಾಡು ಇದೇ ತಾನೆ ಎಂದು ಮತ್ತೆ ಕೇಳುವ ಅನ್ನಿಸಿತು. ಕಣ್ತೆರೆದು ಈ ಹಾಡು ಎಂಬುದರ ಅಡಿಗೆರೆ ಒತ್ತಿದರೆ... ಹೌದು, ಗೆರೆ ಮತ್ತೆ ಅಲ್ಲಿಗೇ ಕರೆದೊಯ್ಯುತ್ತಿದೆ, ಅಲ್ಲಿ ಹೇಮಂತಕುಮಾರ ಹಾಡುತ್ತಿದ್ದಾನೆ, ಆದರೆ ಹಾಡಿನಲ್ಲಿ "ತುಮ್‌ssssss ಪುಕಾರಲೋ" ಎಂದು ಕೇಳಿಕೊಳ್ಳುತ್ತಿರುವ ಎದೆಯಾಳದ ಒದ್ದೆದನಿ ಮಾತ್ರ ನೀತುವಿನದು... ಒಮ್ಮೆ ತಲೆಯೆತ್ತಿ ಆಗಸವನ್ನು ನೋಡಿದ, ಮತ್ತೆ ಕಣ್ಣು ಮುಚ್ಚಿ ನಿಂತು ಹಾಡನ್ನು ಮೈಮನದಲ್ಲಿ ಹಬ್ಬಿಸಿಕೊಂಡ.

ಅವರೆಲ್ಲ ಬರುವ ಮೊದಲು ಏನಾದರೂ ಬರೆಯಬೇಕು... ಏನು ಬರೆಯಲಿ... ಒಮ್ಮೆ ಮೇಲೆ ನೋಡಿ ನಿಡಿದಾಗಿ ಉಸಿರೆಳೆದುಕೊಂಡ. ಅವಳ ಗೂಗಲ್ ಕಡತ ತೆರೆದ.

ನಿನ್ನ 'ಈ ಹಾಡು' ಕೇಳಿದೆ... ವಾಪಸು ಬರುವಾಗ, ನಕ್ಷತ್ರ ಚಾವಣಿಯಡಿಯಲ್ಲಿ ನಿಂತು.
ದೂರದ ನಕ್ಷತ್ರವೊಂದು ನನಗೂ ಕೈ ಚಾಚಬಹುದೇ... ನನ್ನ ಕೈಯನ್ನೂ ಹಿಡಿಯಬಹುದೇ...

ಕಾಯ್ತಿದ್ದೀನಿ ನೀತು.

– ಮಹೀ

ರವಿ ಕರೆಯುತ್ತಿರುವುದು ಕೇಳಿತು, ಅವಸರದಲ್ಲಿ ಇನ್ನೇನೂ ಬರೆಯಲು ತೋಚದೆ, ಕಡತವನ್ನು ಮುಚ್ಚಿದ. ಮತ್ತೆ ಬಂದು ಮಿರ್ಜಾನೆಯವರ ಪಕ್ಕದಲ್ಲಿ ಕೂತವನು ಫೋನು ಒಳಗಿಟ್ಟು ಸುಮ್ಮನೇ ಹೊರನೋಡತೊಡಗಿದ.

ಅಹ್ಮದಾಬಾದ್ ತಲುಪುವಷ್ಟರಲ್ಲಿ ರಾತ್ರಿ ಹನ್ನೊಂದು. ಸರ್ಕಾರಿ ಗೆಸ್ಟ್‌ಹೌಸ್ ಒಂದರಲ್ಲಿ ಮಿರ್ಜಾನೆಯವರು ಮೊದಲೇ ಮೂರು ಕೋಣೆ ಬುಕ್ ಮಾಡಿಸಿಟ್ಟಿದ್ದರಿಂದ ಸಮಸ್ಯೆಯಾಗಲಿಲ್ಲ.

ಬಾಲು ಕೂಡ ಬೆಳಗ್ಗೆ ಬೇಗನೆ ವಿಮಾನ ನಿಲ್ದಾಣಕ್ಕೆ ಹೋಗಬೇಕಿದ್ದರಿಂದ, ಬಾಲು, ಮಹೇಶ ಒಂದು ಕೋಣೆಯಲ್ಲಿ ಮಲಗುವುದು ಎಂದಾಯಿತು. ಬೆಳಗ್ಗೆ ಮತ್ತೆ ಅವರನ್ನೆಲ್ಲ ಎಬ್ಬಿಸುವುದು ಬೇಡ ಎಂದುಕೊಂಡು, ಒಬ್ಬರಿಗೊಬ್ಬರು ಮತ್ತೆ ಸಿಗೋಣ ಎಂದೆಲ್ಲ ಮಾತು ಮುಗಿಸಿ, ಮಿರ್ಜಾನೆಯವರು ಈ ಬಗ್ಗೆ ತುಂಬ ಸಂಶೋಧನಾ ಪ್ರಬಂಧಗಳನ್ನು ಬರೆಯಲಿಕ್ಕಿದೆ, ಮುಂದಿನ ದಿನಗಳಲ್ಲಿ ಸಂಪರ್ಕದಲ್ಲಿರಿ ಎಂದು ಮತ್ತೆ ಮತ್ತೆ ಈ ನಾಲ್ವರಿಗೂ ಹೇಳುತ್ತ... ಅಂತೂ ಮಾತು ಮುಗಿಸಿ ಮಲಗುವಾಗ ಒಂದು ಗಂಟೆ.

ಬಾಲುವಿನ ವಿಮಾನ ಹೋದ ನಂತರ ಮಹೇಶನ ವಿಮಾನ ಹೊರಡಲು ಇನ್ನೂ ಅರ್ಧಗಂಟೆ ಇತ್ತು. ಬಾಲುವನ್ನು ಕಳಿಸಿ, ತನ್ನ ಗೇಟ್ ಬಳಿ ಕಾಯುತ್ತ ನಿಂತವನು ಮೊಬೈಲಿನಲ್ಲಿ ನೀತುವಿನ ಕಡತ ತೆರೆದ. ಅವಳು ಏನೂ ಬರೆದಿರಲಿಲ್ಲ. ತಾನು ಬರೆದಿದ್ದನ್ನು ಇನ್ನೊಮ್ಮೆ ಓದಿದ... ಮತ್ತೇನಾದರೂ ಸೇರಿಸಲೇ ಎಂದು ಯೋಚಿಸಿದ, ಏನೂ ಹೊಳೆಯಲಿಲ್ಲ. ಹೇಗೂ ಹೋಗುತ್ತೇನಲ್ಲ, ಅಲ್ಲಿಯೇ ಮಾತಾಡಿದರಾಯಿತು ಎಂದುಕೊಂಡ.

ವಿಮಾನದಲ್ಲಿ ಕೂತಾಗ ಇದೆಲ್ಲ ಏನು, ಇಬ್ಬರ ಪಯಣದ ಗಮ್ಯವಾದರೂ ಏನು, ದಾರಿಯಾದರೂ ಯಾವುದು, ಅವಳಿಗೆ ಅವಳ ಹುಡುಕಾಟ ಈಗಲಾದರೂ ಸ್ಪಷ್ಟವಾಗಿರಬಹುದು, ನನ್ನ ಹುಡುಕಾಟ ಏನು, ಎಂದೆಲ್ಲ ಯೋಚಿಸುತ್ತ ಮನಸ್ಸು ಮತ್ತೆ ಗೊಂದಲದ ಗೂಡು.

❖

❖

3

ವಿಮಾನದಿಂದ ಇಳಿದು ಹೊರಬಂದವನಿಗೆ ನೀತುವನ್ನು ಕಾಣುವ ಕಾತರತೆ ಎಷ್ಟರಮಟ್ಟಿಗೆ ಮೈಮನಸ್ಸಿಡೀ ಆವರಿಸತೊಡಗಿತು ಎಂದರೆ ವೋಲ್ವೋ ಬಸ್ಸಿನಲ್ಲಿ ಹೋಗಲೇ, ದುಡ್ಡು ಕಡಿಮೆಯಾಗುತ್ತದೆ ಎಂದನ್ನಿಸಿದರೂ, ಇದೊಂದು ಸಲ ಟ್ಯಾಕ್ಸಿಯಲ್ಲಿ ಹೋಗಿಬಿಡೋಣ ಎಂದುಕೊಳ್ಳುತ್ತ ಬುಕ್ ಮಾಡಿದ. ಈಗಲೇ ಹನ್ನೊಂದು ಗಂಟೆ, ಇನ್ನು ಅಲ್ಲಿಗೆ ಹೋಗುವ ಹೊತ್ತಿಗೆ ಹನ್ನೆರಡೂವರೆ ಅಂತೂ ಆಗಿರುತ್ತೆ ಎಂದುಕೊಳ್ಳುತ್ತ ಟ್ಯಾಕ್ಸಿಯಲ್ಲಿ ಕೂತವನು ಅವಳ ಹಳೆಯ ಇಮೇಲುಗಳನ್ನು ತೆರೆದು, ಅವಳೊಮ್ಮೆ ಕಳಿಸಿದ್ದ ವಿಳಾಸವನ್ನು ಹುಡುಕಿ, ಸರಿಯಾಗಿ ಒಮ್ಮೆ ನೋಡಿಕೊಂಡ. ಹೇಗೂ ನೆಟ್ವರ್ಕ್ ಇದೆಯಲ್ಲ, ಡ್ರೈವಿನಲ್ಲಿರೋ ಅವಳ ಕಡತದಲ್ಲಿರೋ ಗೆರೆಯನ್ನೊತ್ತಿ, ಮತ್ತೊಮ್ಮೆ ಅವಳ ಈ ಹಾಡು ಕೇಳುವ ಎಂದು ತೆರೆದ. ಅರೆ... ನೋಡಿದರೆ ಈಗ ಸ್ವಲ್ಪ ಹೊತ್ತಿನ ಮೊದಲು ಬರೆದಿದ್ದಾಳೆ ಎಂದು ಕಡತ ಹೇಳುತ್ತಿತ್ತು.

ನನ್ನ ಮಟ್ಟಿಗೆ ಹೇಳುವುದಾದರೆ... ನಾನೊಂದು ನಕ್ಷತ್ರಕ್ಕೆ ಕೈಚಾಚಿದ್ದೆ, ಆದರೆ ಆ ನಕ್ಷತ್ರ ನನ್ನದಲ್ಲ, ನನ್ನದಾಗಲಾರದು ಅಂತ ನಿನ್ನೆ ಗೊತ್ತಾಯಿತು ಮಹೀ... ಈಗ ಖಾಲಿ ಕೈ.

ಊರಿಗೆ ಹೋದಾಗ ಇನ್ನೂ ಒಂದು ವಿಷಯದ ಬಗ್ಗೆ ನಂಗೆ ಮತ್ತು ಅಪ್ಪ, ಅಣ್ಣಂಗೆ ಜೋರು ಮಾತುಕತೆಯಾಯಿತು. ನಿಂಗೆ ಹೇಳಿರಲಿಲ್ಲ. ಹೇಳಬಾರದು ಎಂದಲ್ಲ, ನಿಧಾನವಾಗಿ ಹೇಳಣ ಅಂತ ಸುಮ್ಮನಾಗಿದ್ದೆ.

ಲಕ್ಕವಳ್ಳಿ ಹತ್ರ ನಮ್ಮದೊಂದು ಆರು ಎಕರೆ ಗದ್ದೆ ಇದೆ. ಈಗ ನಾಕೈದು ವರ್ಷದಿಂದ ಅಪ್ಪನಿಗೂ ಹೋಗಿ ಮಾಡಿಸಲು ಆಗುತ್ತಿಲ್ಲ, ಅಣ್ಣನಿಗೆ ಅಷ್ಟಾಗಿ ಆಸಕ್ತಿಯೂ ಇಲ್ಲ,

ಅವನ ಬಿಜಿನೆಸ್ ಬೇರೆ ದೊಡ್ಡದಾಗಿದೆ, ಅವನಿಗೆ ಸಮಯವ್ಪೂ ಇಲ್ಲ. ಹಿಂಗಾಗಿ ಅದನ್ನು ಮಾಡಲಿಕ್ಕೆ ಬೇರೆಯವರಿಗೆ ಪಾಲಿಗೆ ಕೊಟ್ಟಿದ್ದಾರೆ. ನಂಗೆ ಕಳೆದ ವರ್ಷದಿಂದ ಯಾಕೋ ಈ ಕೆಲಸ, ಈ ನಾಗಾಲೋಟದ ಬದುಕು ಎಲ್ಲ ಒಂಥರಾ ಪೊಳ್ಳು ಅನ್ನಿಸಲಿಕ್ಕೆ ಶುರುವಾಯಿತು ಎಂದೆನೆಲ್ಲ, ಕೃಷಿಯಲ್ಲಿ ತೊಡಗಬಾರದೇಕೆ ಅನ್ನಿಸಿತು. ಹಾಂ... ಇದೆಲ್ಲ ಮೇಲೆ ಯೋಚಿಸಿದಷ್ಟು ಸರಳವಿಲ್ಲ. ಗದ್ದೆ ಮಾಡಿಸುವುದು ಎಂದರೆ ಸುಮ್ಮನೆ ಬೆಳಗ್ಗೆ ಒಂಬತ್ತರಿಂದ ಐದರವರೆಗೆ ಯಾರೋ ಹೇಳಿದ ಕೆಲಸ ಮಾಡಿಕೊಂಡಿರುವುದು ಅಲ್ಲ. ಅದಕ್ಕೆ ಅಗತ್ಯವಾದ ಮನಸ್ಥಿತಿ ಬೇರೆಯೇ ಅಂತ. ಮತ್ತೆ ಮೈಕೈ ಮಣ್ಣಾಗಿಸಿಕೊಳ್ಳಲು ಸಿದ್ಧವಿರಬೇಕು. ಕೆಲಸದವರ ಜೊತೆ ಕೈಗೂಡಿಸಲು ನಾನೂ ಕೆಲಸ ಕಲಿಯಬೇಕು, ಬೆಳೆಗೆ ಹಾಕಿದ ಹಣ ಮರಳಿ ಬರುತ್ತೆ ಅನ್ನೋ ಗ್ಯಾರಂಟಿ ಇಲ್ಲ. ಮಹತ್ವಾಕಾಂಕ್ಷೆ ಇಲ್ಲದ, ನಾಗಾಲೋಟವಿಲ್ಲದ, ಸರಳ ಬದುಕಿಗೆ ಮನಸ್ಸು ಸನ್ನದ್ಧವಿರಬೇಕು. ಇನ್ನು ಸಾವಯುವ ಕೃಷಿಗೆ ತೊಡಗಬೇಕು ಅಂದರೆ ಅದಕ್ಕೆ ಬೇಕಿರುವ ಸಿದ್ಧತೆ, ಮನಸ್ಥಿತಿಯೇ ಬೇರೆ. ಆದರೂ ಯಾಕೆ ಒಮ್ಮೆ ಪ್ರಯತ್ನಿಸಬಾರದು ಎಂದು ತೀವ್ರವಾಗಿ ಅನ್ನಿಸುತ್ತಿತ್ತು. ಅಂತಹದೊಂದು ಮನಸ್ಥಿತಿ ನನ್ನಲ್ಲಿ ತುಸುವಾದರೂ ಇದೆಯೇ, ಬೇಸಾಯದಲ್ಲಿ ತೊಡಗಿರುವವರ ಕಷ್ಟಗಳನ್ನು ನಾನು ತುಸುವಾದರೂ ಅರ್ಥಮಾಡಿಕೊಳ್ಳಬೇಕಲ್ಲವೇ, ಸ್ಪಂದಿಸಬೇಕಲ್ಲವೇ ಎಂದೆಲ್ಲ ಯೋಚಿಸಿದೆ. ಕೆಲಸಕ್ಕೆ ರಾಜೀನಾಮೆ ಕೊಟ್ಟು, ಮೊದಲು ಬೇರೆ ಕಡೆ ಸ್ವಲ್ಪ ಕೆಲಸ ಮಾಡಿ ಈ ಬಗ್ಗೆ ನನ್ನೊಳಗೆ ಗಟ್ಟಿಗೊಂಡ ನಂತರ ನಮ್ಮದೇ ಗದ್ದೆಯನ್ನು ಮಾಡಿಸಲು ಪ್ರಯತ್ನ ಮಾಡೋದು ಅಂತ ಯೋಚಿಸಿದೆ.

ಈ ಸಲ ಊರಿಗೆ ಹೋದಾಗ ಗೊತ್ತಾಯಿತು, ಅಣ್ಣ, ಅಪ್ಪ ಗದ್ದೆಯನ್ನು ಮಾರುವ ಯೋಚನೆಯಲ್ಲಿದ್ದಾರೆ ಅಂತ. ಅಣ್ಣನಿಗೆ ಅವನ ವಹಿವಾಟನ್ನು ಇನ್ನಷ್ಟು ದೊಡ್ಡದು ಮಾಡಲಿಕ್ಕೆ ಬಂಡವಾಳ ಬೇಕಿತ್ತು. ಜೊತೆಗೆ ಒಂದು ಡೀಲರ್‌ಶಿಪ್‌ನಿಂದ ಸ್ವಲ್ಪ ನಷ್ಟವೂ ಆದ ಹಾಗಿತ್ತು. ಬ್ಯಾಂಕ್ ಸಾಲ ಯಾಕೆ ಮಾಡದು, ಜಮೀನು ಮಾರಿದರಾಯ್ತಲ್ಲ, ಹೆಂಗೂ ನೀರಾವರಿ ಇದೆ, ಒಳ್ಳೆ ರೇಟು ಬರುತ್ತೆ ಅಂತ. ಮಾರಬೇಡಿ, ಸ್ವಲ್ಪ ಬ್ಯಾಂಕ್ ಸಾಲ ಮಾಡು, ಸ್ವಲ್ಪ ನನ್ನ ಉಳಿತಾಯದಿಂದ ತೆಗೆದುಕೊಡ್ತೀನಿ ಅಂತ ನಾನು. 'ಅಯ್ಯೋ, ನಿಂಗ್ಯಾಕೆ ಇದೆಲ್ಲ, ನೀನು ಮದ್ವೆಯಾಗಿ ಹೋಗೋಳು, ನಾವು ಮಾರಿದ್ರೆ ನಿಂಗೇನು' ಅನ್ನೋದ ಅವನು... ನಂಗೆ ನಿಜ್ವಾಗ್ಲೂ ಶಾಕ್. ಹಿಂಗೆ ಮಾತಿಗೆ ಮಾತು ಬೆಳೀತು. ಈಗ ಹೆಣ್ಣುಮಕ್ಕಳಿಗೂ ಅರ್ಧ ಪಾಲು ಇದೆಯಲ್ಲ, ಹಂಗಾರೆ ನೀವು ಅರ್ಧ ಜಮೀನು ಮಾರಿ, ಇನ್ನರ್ಧ ಮಾರಬೇಡಿ, ನಂಗೆ ಗದ್ದೆ ಮಾಡಬೇಕು ಅಂತ ತುಂಬ ಇದೆ ಅಂದೆ. 'ಮೊದಲು ನಿನ್ನ ಮದ್ವೆ ಮಾಡಿ ಕಳಿಸಿದರೆ ನಮಗೆ ಸಾಕಾಗಿದೆ, ನೀನೇನು ಗದ್ದೇಲಿ ಗೇಯ್ತೀಯ...' ಅಂತೆಲ್ಲ ದುಸುಮುಸು. ನಿಜ ಅಂದರೆ ಅಪ್ಪಂಗೂ ಅಷ್ಟು ಮನಸ್ಸಿರಲಿಲ್ಲ, ಪಿತ್ರಾರ್ಜಿತ ಅಂತ ಅವ್ರಿಗೆ ಚೂರು ಒಳಗೆಲ್ಲೋ ಇರುತ್ತಲ್ಲ, ಈ ನಮ್ಮಣ್ಣ ಏನೇನೋ ಹೇಳಿ ಒಪ್ಪಿಸಿದ್ದ ಕಾಣುತ್ತೆ. ಅಮ್ಮನಿಗೂ

ಇಷ್ಟ ಇರಲಿಲ್ಲ, ನಮ್ಮದು ಅಂತನ್ನೋ ಭೂಮಿ ತುಣಕು ಎಲ್ಲೋ ಚೂರು ಇರಬೇಕು ಅಂತ ಅವಳಿಗೆ. ಹಿಂಗೆ ಸ್ವಲ್ಪ ಜಗಳವಾಗಿ, ಯಾವುದೂ ಬಗೆಹರೀದೆ ನಾನು ಇಲ್ಲಿಗೆ ವಾಪಾಸಾದೆ.

ನಿನ್ನೆ ಅಪ್ಪ ಫೋನು ಮಾಡಿದ್ರು, ಅಣ್ಣ ಬಿಜಿನೆಸ್ಸಿನಲ್ಲಿ ಏನೋ ಚೂರು ಲಾಸ್ ಮಾಡಿಕಂಡಿದಾನೆ, ಏನು ಅಂತನೂ ಸರಿಯಾಗಿ ಹೇಳ್ತಿಲ್ಲ, ನೀನು ಜಗಳವಾಡಿ ಹೋದ ಮೇಲೆ 'ಜಮೀನು ಮಾರಕ್ಕಾಗಲ್ಲವಾ ಹಂಗಾರೆ' ಅಂತ ಎರಡು ಮೂರು ಸಲ ಕೇಳಿದ, ನಾವಿಬ್ರೂ ಸುಮ್ಮನಿದ್ವಿ, ಆಮೇಲೆ ತುಂಬಾ ಬೇಜಾರು ಮಾಡಿಕೊಂಡಿದ್ದಾನೆ. ಡಿಪ್ರೆಶನ್ನಿಗೆ ಹೋದಂಗೆ ಕಾಣ್ತಾನೆ. ಹೆಚ್ಚು ಹೊರಗೂ ಹೋಗ್ತಿಲ್ಲ, ತನ್ನ ರೂಮೊಳಗೆ ಸುಮ್ನೆ ಕೂತಿರ್ತಾನೆ. ಇನ್ನೊಂದು ಸಲ ಯೋಚನೆ ಮಾಡು, ನಮಗಂತೂ ಅವನ ಮುಖ ನೋಡಕ್ಕೆ ಆಗ್ತಿಲ್ಲ. ಅತ್ಲಾಗೆ ಆ ಜಮೀನು ಮಾರಿಬಿಡಣ ಅನ್ನಿಸ್ತಿದೆ. ಒಂದು ಒಳ್ಳೆ ಗಿರಾಕಿ ಬಂದಿತ್ತು, ಅವ್ರಿಗೂ ಸ್ವಲ್ಪ ತಡೀರಿ ಅಂತ ಹೇಳಿದೀವಿ. ಏನು ಮಾಡೋದು... ಅಂತ ಕೇಳ್ತಿದ್ರು. ನಿಂಗೆ ಗದ್ದೆ ಮಾಡಿಸಿ ಏನು ಅನುಭವ ಇದೆ, ನಿನ್ನ ಥಿಯರಿ ಎಲ್ಲ ಅಲ್ಲಿ ತಂದು ಬಿತ್ತೋದಕ್ಕೆ ಆಗಲ್ಲ, ವಾಸ್ತವ ಬೇರೆ ಇರತ್ತೆ, ಅದ್ರಲ್ಲಿ ಏನೂ ಲಾಭ ಬರಲ್ಲ, ಖರ್ಚು ಆದಾಯ ಎಲ್ಲ ಅಲ್ಲಿಗಲ್ಲಿಗೆ. ಏನೋ ಆದರ್ಶ ತಲೇಲಿ ತುಂಬ್ಕೊಂಡಿದೀಯ, ಸ್ವಲ್ಪ ನೆಲದ ಮೇಲೆ ನಿಂತು ಯೋಚಿಸು ಅಂತ ಅಪ್ಪ ಮತ್ತೆ ಹೇಳಿದ್ರು.

ನಂಗೂ ಅನ್ನಿಸಿತು, ಹೌದು ಗದ್ದೆ ಮಾಡಬೇಕು ಅಂತ ನಂಗೆ ಇದ್ದರೆ ನಾನು ಸ್ವಂತ ದುಡಿದು ಎಲ್ಲೋ ಸ್ವಲ್ಪ ತಗಳ್ಳಬೇಕು ಅಲ್ಲವಾ... ಆ ಭೂಮಿ ಮೇಲೆ ನನ್ನ ಹಕ್ಕು ಏನಿದೆ... ಮತ್ತೆ ಅಪ್ಪ ಆತಂಕನೂ ಸರಿ ಅಲ್ಲವಾ, ನಂಗೆ ಏನು ಅನುಭವ ಇದೆ, ಆದರ್ಶ ಹೊಟ್ಟೆ ತುಂಬಿಸಲ್ಲವಲ್ಲ. ಜೊತೆಗೆ ಅವನು ಡಿಪ್ರೆಶನ್ನಿಗೆ ಹೋಗಿದಾನೆ ಎಂದು ಅಪ್ಪ ಬರೆದಿದ್ದು ನನ್ನೊಳಗೆ ಸ್ವಲ್ಪ ನಡುಕ ಹುಟ್ಟಿಸಿತು. ನಾನು ಮಾತನಾಡಿದ ಆ ಐದು ಮನೆಗಳಲ್ಲಿ ಸಾಲದ ಸುಳಿ ಹಬ್ಬಿಸಿದ ಕಂಪನ ನೆನಪಾಯಿತು. ಸುಳಿಯಿಂದ ಹೊರಗಿರುವ ನಮಗೆ ವೇದಾಂತ ಹೇಳುವುದು ಸರಳ. ಆದರೆ ಆ ಖಿನ್ನತೆಯನ್ನು ಅನುಭವಿಸುತ್ತ, ಅದರಿಂದ ಪಾರಾಗುವುದು ಸುಲಭ ಅಲ್ಲವಲ್ಲ. ಸಾವು, ಬದುಕಿನ ಆಯ್ಕೆಯ ಗೆರೆ ಕೆಲವೊಮ್ಮೆ ಎಷ್ಟು ತೆಳು... ಒಂದು ಚಿಕ್ಕ ಹುಲ್ಲುಕಡ್ಡಿಯೂ ಕೈಯಳತೆಗೆ ಸಿಗದ ಹತಾಶೆ ಗೆರೆಯಾಚೆಗೆ ಮರಳಿಬಾರದಂತೆ ನೂಕಬಹುದು. ಅಥವಾ ಸದ್ಯಕ್ಕೆ ಹುಲ್ಲುಕಡ್ಡಿಯೊಂದು ಸಿಕ್ಕಿದೆಯಲ್ಲ ಎಂಬ ಭರವಸೆ ಗೆರೆಯೀಚೆಗೆ ಹಿಡಿದೆತ್ತಬಹುದು. ಹುಲ್ಲುಕಡ್ಡಿಯ ಆಸರೆಯೂ ಇಲ್ಲದವರ ಸಂಕಟ ಎಂಥದೆಂದು ಅವತ್ತು ಅನ್ನಿಸಿತು. ಮತ್ತೆ ಫೋನು ಮಾಡಿ ಹೇಳಿದೆ. 'ನಿಮಗೆ ಸರಿ ಕಂಡಂಗೆ ಮಾಡಪ್ಪ, ಆದರೆ ಬಿಜಿನೆಸ್ ಎಲ್ಲಿ ಯಾಕೆ ಲಾಸ್ ಆಗಿದೆ, ಮತ್ತೆ ಈ ದುಡ್ಡು ಹಾಕಿದ ಮೇಲೆ ಮತ್ತೆ ಲಾಸ್ ಆಗದಿರೋ ಹಂಗೆ ಹೆಂಗೆ ನಡೆಸ್ತಾನೆ ಅಂತೆಲ್ಲ ನೀವು ಸ್ವಲ್ಪ ಅವನ ಹತ್ರ ಸರಿಯಾಗಿ ಮಾತಾಡಿ' ಅಂತ ಹೇಳಿದೆ. ಒಂದು ಕನಸಿತ್ತು... ಒಂದರ್ಥದಲ್ಲಿ ನನಗೆ ಹಕ್ಕೇ ಇಲ್ಲದ ಸಂಗತಿಯ ಬಗ್ಗೆ ಕನಸದು... ನಿನ್ನೆ ರಾತ್ರಿ ಆ ಕನಸು

ಹಾಗೆಯೇ ಮುರುಟಿಹೋಯಿತು. ಹಾಗೆ ನೋಡಿದರೆ ಅವನಿಗಾದರೂ ಆ ಭೂಮಿ ಮೇಲೆ ಏನು ಹಕ್ಕಿದೆ... ಗಂಡು ಮಗ ಎನ್ನೋದನ್ನು ಬಿಟ್ಟರೆ. ಆದರೂ ನೋಡು, ಎಷ್ಟು ಹಕ್ಕಿನಿಂದ ಅಪ್ಪನಿಗೆ ಕೇಳಬಲ್ಲ. ಮತ್ತೆ ಅದನ್ನು ನನ್ನ ಹಕ್ಕು ಎಂದುಕೊಳ್ಳಲಿಕ್ಕೆ ಕೂಡ ನನಗೆ ಸ್ವಾಭಿಮಾನ ಅಡ್ಡಬರುತ್ತೆ. ಅದು ನನ್ನ ದುಡಿಮೆಯದು ಅಲ್ಲ, ಬೇಡ ಬಿಟ್ಟುಬಿಡೋಣ ಎನ್ನಿಸುತ್ತೆ.

ಮತ್ತೆ ಮುಂದೇನು ಎಂದು ಯೋಚಿಸ್ತಾ ಇದೀನಿ. ಸದ್ಯಕ್ಕೆ ದುಡ್ಡಿನ ಯೋಚನೆ ಅಷ್ಟಿಲ್ಲ. ಐಟಿಗೆ ಸಂಬಂಧಿಸಿದ ಕೆಲಸವಾದರೆ ಏನೋ ಒಂದು ಚಿಕ್ಕ ಕೆಲಸವಾದರೂ ಸಿಗುತ್ತೆ. ಒಂದು ಸರಳ ಬದುಕಿಗೆ ಹೊಟ್ಟೆಪಾಡಿನ ಕೆಲಸವೊಂದನ್ನು ಹುಡುಕುವುದು ಕಷ್ಟವೇನಲ್ಲ. ಆದರೆ ಬದುಕಿಗೆ ಒಂದು ಅರ್ಥ ಕೊಡುವಂಥದ್ದನ್ನು, ಸತ್ವ ತುಂಬುವಂತಹುದನ್ನು ಮಾಡಬೇಕು ಅಂತ ವರ್ಷದಿಂದ ತೀವ್ರವಾಗಿ ಹಂಬಲಿಸ್ತಾ ಇದ್ದೆನಲ್ಲ ಮಹೀ, ಅದೆಲ್ಲ ಹಾಗೆ, ಹಾಗೇ ಆವಿಯಾಗಿ ಹೋಯಿತು ನಿನ್ನೆ, ಒಳಗೊಂದು ಆಳದ ಖಾಲಿತನ ಉಳಿಸಿ.

ಒಹ್... ಎಷ್ಟೆಲ್ಲವನ್ನು ಈ ಹುಡುಗಿ ಒಳಗೆ ಇಟ್ಟುಕೊಂಡಿದ್ದಾಳೆ, ಎಲ್ಲವನ್ನು ತುಸುತುಸುವೇ ತೆರೆದು ತೋರುತ್ತಿದ್ದಾಳಲ್ಲ... ಏನೆಂದು ಬರೆಯುವುದು... ಅವಳು ಬರೆದ ಆಳದ ಖಾಲಿತನದ ಮುಂದೆ ಎಲ್ಲ ಪದಗಳೂ ಕ್ಲೀಷೆ ಎನ್ನಿಸುತ್ತವೆಯಲ್ಲ... ನನ್ನ ನಕ್ಷತ್ರ ನೀನು ನೀತು ಎನ್ನಲೇ... ಯಾಕೋ ಧೈರ್ಯ ಸಾಲಲಿಲ್ಲ. ಇವಳ ಕನಸನ್ನು ನಾನು ಹೇಗೆ ನಿಜ ಮಾಡುವುದು... ಇದೆಲ್ಲ ಏನು, ಈ ಮೂರು ತಿಂಗಳಲ್ಲಿ ಅಕ್ಷರ ಬಳ್ಳಿಯೊಂದು ಇಬ್ಬರನ್ನೂ ಸೇರಿಕೊಂಡೇ ತಬ್ಬಿ ಹಬ್ಬಿದೆ ಎಂಬುದರ ಅರ್ಥವಾದರೂ ಏನು... ಯಾವುದೂ ಇನ್ನೂ ಸ್ಪಷ್ಟವಾಗುತ್ತಿಲ್ಲ.

ಟ್ಯಾಕ್ಸಿ ಡ್ರೈವರ್, "ಇಲ್ಲಿಂದ ಮುಂದೆ ಹೆಂಗೆ ಹೇಳಿ ಸಾರ್" ಎಂದಾಗಲೇ ಗೊತ್ತಾಗಿದ್ದು ಮಹೇಶನಿಗೆ ಜಯನಗರದ ಬಳಿ ಬಂದಾಗಿದೆ ಎಂದು. ಎರಡು ವರ್ಷದ ಹಿಂದೊಮ್ಮೆ ಬಂದಿದ್ದು, ಎಷ್ಟೆಲ್ಲ ಬದಲಾಗಿದೆ, ಎಷ್ಟೆಲ್ಲ ಮನೆಗಳು, ಮಾಲ್‌ಗಳು, ಮೆಟ್ರೋ ಲೈನು... ವಿಳಾಸ ಹುಡುಕಲು ಆಗದಿದ್ದರೆ ಎಂದು ಕೊಂಚ ಗಾಬರಿಯೂ ಆಯಿತು. ಮೊಬೈಲಿನಲ್ಲಿ ಎತ್ತಿಟ್ಟುಕೊಂಡಿದ್ದ ವಿಳಾಸವನ್ನೊಮ್ಮೆ ನೋಡಿ, ಎಡಕ್ಕೆ, ಆಮೇಲೆ ಬಲಕ್ಕೆ, ಆಮೇಲೆ ಆ ಸ್ಕೂಲು, ಆಮೇಲೆ... ಹಾಂ... ಇದೇ ಮನೆ. ಸದ್ಯ, ಕಾಂಪೌಂಡಿಗೆ ಅಂಟಿಕೊಂಡು, ವಾಲಿಕೊಂಡಿದ್ದ ತೆಂಗಿನಮರವನ್ನು ಆ ಮನೆಯವರು ಕಡಿಸಿರಲಿಲ್ಲ. ಇಲ್ಲೇ ತಾನೆ ಅವಳು ಮಹಡಿ ಮೇಲಿನ ಒಂದು ಬೆಡ್‌ರೂಮಿನ ಮನೆಯಲ್ಲಿರುವುದು ಎಂದು ಮತ್ತೊಮ್ಮೆ ಖಚಿತಪಡಿಸಿಕೊಂಡ. ಟ್ಯಾಕ್ಸಿಯವನಿಗೆ ದುಡ್ಡು ಕೊಟ್ಟು, ಎರಡೂ ಬ್ಯಾಗ್ ಎತ್ತಿಕೊಂಡು, ಹೊರಗಡೆಯಿಂದಲೇ ಇದ್ದ ಮೆಟ್ಟಿಲುಗಳನ್ನು ಹತ್ತುವಾಗ ಎದೆ ಡವಡವ ಹೊಡೆದುಕೊಳ್ಳತೊಡಗಿತ್ತು.

ಬಾಗಿಲನ್ನು ಮೆಲ್ಲಗೆ ತಟ್ಟಿದವನು ಸಣ್ಣಗೆ ಬೆವರಲಾರಂಭಿಸಿದ. ಯಾರು ಎನ್ನುತ್ತ, ಬಾಗಿಲನ್ನು ತುಸುವೇ ತೆರೆದು ಇಣುಕಿ ನೋಡಿದ ನೀತು, "ಅರೆ... ಮಹೀ..." ಎಂದು ಪೂರ್ಣ ಬಾಗಿಲು ತೆರೆದವಳೆ, "ಏನೋ ಇದು, ಹೇಳದೇ ಕೇಳದೇ ಬಂದೆ... ನಿನ್ನೆ ರಾತ್ರಿ ಅಹ್ಮದಾಬಾದ್ ತಲುಪ್ತೀವಿ ಅಂತ ಅಂದಿದ್ದೆ... ಮತ್ತೆ ಹೆಂಗೆ ಬಂದೆ... ಓ.. ಏನು... ಈ ಸಲ ಹಾರಿಕೊಂಡೇ ಬಂದ್ಯಾ" ಒಂದರ ಮೇಲೊಂದು ಪ್ರಶ್ನೆ ಕೇಳುತ್ತ ಹೊಸ್ತಿಲ ಬಳಿ ನಿಂತಳು. "ಒಳಗಾದರೂ ಬರಲೋ ಬೇಡವೋ..." ಹಣೆಯ ಮೇಲಿನ ಬೆವರು ಒರೆಸಿಕೊಳ್ಳುತ್ತ ಕೇಳಿದ.

ಒಳಬಂದವನಿಗೆ ಅನ್ನಿಸಿತು, ಎರಡು ವರ್ಷದ ಹಿಂದೊಮ್ಮೆ ಬಂದಾಗ ಹೇಗಿತ್ತೋ ಹಾಗೆಯೇ ಇದೆ... ಚಿಕ್ಕ ಮನೆಯನ್ನು ಅಚ್ಚುಕಟ್ಟಾಗಿ ಇಟ್ಟುಕೊಂಡಿದ್ದಾಳೆ. ಕೆಲಸ ಹಿಡಿದ ಕೆಲ ದಿನಗಳಲ್ಲೇ, 'ಅಯ್ಯೋ, ಆ ಪಿಜಿಗಿಜಿ ಎಲ್ಲ ನಂಗೆ ಹೇಳಿಸಿದ್ದಲ್ಲ' ಎಂದು ಈ ಮನೆ ಹಿಡಿದಿದ್ದಳಲ್ಲ...

"ಇಲ್ಲಿಂದ ಹೋದಾಗಿನಿಂದ ಒಳ್ಳೆ ಫಿಲ್ಟರ್ ಕಾಫಿ ಕುಡಿದಿಲ್ಲ ಮಾರಾಯ್ತಿ..." ಮಹೇಶ ಮಾತು ಮುಗಿಸುವ ಮುನ್ನವೇ ನೀತು ನಕ್ಕಳು. "ಊಂ... ಮುಖ ತೊಳ್ಕಂಡು ಬಾ. ಎರಡೇ ನಿಮಿಷ, ಡಿಕಾಕ್ಷನ್ ಇದೆ, ಮಾಡಿಬಿಡ್ತೀನಿ"

ಮುಖದ ಮೇಲೆ ತಣ್ಣಗಿನ ನೀರು ಹಾಕಿಕೊಳ್ಳುವಾಗ ಧೋಲಾವೀರಾದಲ್ಲಿ ಮಧ್ಯಾಹ್ನ ಉತ್ಖನನ ನಿಲ್ಲಿಸಿ, ಭೋಂಗದೊಳಗೆ ಬಂದು, ಮುಖ ತೊಳೆದುಕೊಳ್ಳುತ್ತ ಇದ್ದಿದ್ದು ನೆನಪಾಯಿತು. ನೀರು ಕಾದ ಹಾಗೆ ಆಗಿರುತ್ತದೆ ಎಂದು, ರವಿ ದೊಡ್ಡ ಮಡಕೆಯೊಂದರಲ್ಲಿ ನೀರು, ಇಟ್ಟು, ಅದಕ್ಕೆ ದಪ್ಪ ಬಟ್ಟೆಯೊಂದನ್ನು ಸುತ್ತಿ ತಣ್ಣಗೆ ಇರುವಂತೆ ಮಾಡಿರುತ್ತಿದ್ದ. ಕುಡಿಯಲು ಇನ್ನೊಂದು ಸಣ್ಣ ಮಡಕೆಯಲ್ಲಿ ನೀರು ಹಾಕಿ, ಅದಕ್ಕೂ ಬಟ್ಟೆ ಸುತ್ತಿಟ್ಟಿದ್ದ. ಮೊದಲ ಬಾರಿ ಭೋಂಗದೊಳಗೆ ಕಾಲಿಟ್ಟಾಗ ಯಾಕೆ ಎರಡೆರಡು ಮಡಕೆಯಲ್ಲಿ ನೀರಿಟ್ಟಿದ್ದಾನವ ಎಂಬ ಪ್ರಶ್ನಾರ್ಥಕ ಚಿಹ್ನೆಗೆ ಉತ್ತರ ಸಿಕ್ಕಾಗ ಶಾಣೇ ಹುಡುಗ ಎನ್ನಿಸಿತ್ತು.

ಮುಖ ತೊಳೆದು ಬರುವಷ್ಟರಲ್ಲಿ ನೀತು ಕಾಫಿ ಹಿಡಿದು ಎದುರಿಗೆ ನಿಂತಿದ್ದಳು.

"ಬೇಸಿಗೆ ಶುರುವಾಯಿತು, ಎಷ್ಟು ಸೆಕೆ ಇದೆ ನೋಡು, ಫ್ಯಾನ್ ಹಾಕಲಾ"

"ಏ... ಇದು ಸೆಕೇನೆ ಅಲ್ಲ, ನೀನು ಧೋಲಾವೀರಾದಲ್ಲಿ ನೋಡಬೇಕು ನೀತು" ಮಹೇಶ ನಿಧಾನಕ್ಕೆ ಅಲ್ಲಿಯ ಕಥೆ ಶುರುಮಾಡಿದ.

"ಹೇ... ಹೌದು, ನಂಗೇನು ತಂದೆ ಮತ್ತೆ... ಏನೂ ತಂದಿರಲಿಲ್ಲ ಅಂದ್ರೆ ನೋಡು, ಈಗ ಮತ್ತೆ ನಿನ್ನ ಅಲ್ಲಿಗೆ ಓಡಿಸೋದೆ ಸೈ" ನಕ್ಕಳು.

ರವಿ ಕೊಟ್ಟ ತೂತುಗಳಿದ್ದ ಮಡಕೆಯ ಚೂರು ಮತ್ತು ನಿನ್ನೆ ಸಿಕ್ಕ ಮಣಿಯ ಚೂರು ಎರಡನ್ನೂ ಬೇಗ ಕೈಗೆ ಸಿಗುವಂತೆ ಲ್ಯಾಪ್‌ಟಾಪ್ ಚೀಲದಲ್ಲಿ ಮೇಲುಗಡೆಯೇ

ಇಟ್ಟುಕೊಂಡಿದ್ದ.

"ಕಣ್ಣು ಮುಚ್ಚು... ಕೊಡ್ತೀನಿ..."

ಅಂಗೈ ಚಾಚಿದಳು. ಮಡಕೆಯ ಚೂರು, ನಸುಕೆಂಪು ಮಣಿಯನ್ನು ಅವಳ ಕೈಯಲ್ಲಿಟ್ಟ. "ನೋಡು... ಹಂಗೇ ಕಣ್ಣು ಮುಚ್ಚಿಕೊಂಡು ಮುಟ್ಟು... ನೀನು ಒಂದ್ ನಾಲ್ಕು ಸಾವಿರ ವರ್ಷ ಹಿಂದೆ ಹೋಗ್ತೀಯ" ಪಿಸುಗುಟ್ಟಿದ.

"ಆಹಾ... ಟೈಮ್ ಟ್ರಾವೆಲ್" ಮೆಲ್ಲನೆ ಬಲ ಅಂಗೈಯಲ್ಲಿದ್ದಿದ್ದನ್ನು ಎಡಗೈಯಿಂದ ಸವರಿದಳು. ಕಣ್ಣು ತೆರೆದು ನೋಡಿದವಳು, "ಓ... ಹ್ಯಾಗೆ ಒಂದೇ ಗಾತ್ರದ ತೂತು ಮಾಡಿದಾರೆ ನೋಡು... ಎಷ್ಟು ಚೆನ್ನಾಗಿದೆಯೋ ಈ ಮಣಿ" ಖುಷಿಯಿಂದ ಉದ್ಗರಿಸಿದಳು. ಮತ್ತೆ ಮತ್ತೆ ಮುಟ್ಟಿದಳು. ಆ ಸ್ಪರ್ಶವನ್ನು ಪೂರ್ಣ ಅನುಭವಿಸುವವಳಂತೆ ಕೆನ್ನೆಗೊಮ್ಮೆ ಒತ್ತಿಕೊಂಡಳು. "ಇರು, ಇದನ್ನು ಮೊದಲು ಒಳಗೆ ಎತ್ತಿಟ್ಟುಬಿಡ್ತೀನಿ" ಎಂದವಳೇ ಒಂದು ಸಣ್ಣ ಕರಡಿಗೆಯಲ್ಲಿ ಹಾಕಿ, ಒಳಗಿಟ್ಟು ಬಂದಳು.

"ನಿಂಗೆ ಹಸಿವಾತೇನೋ ಅಲ್ವಾ... ಚೂರು ಕುಕ್ಕರ್ ಇಟ್ಟು ಮಾತಾಡ್ತಾ ಕೂರಣ" ಎಂದು ಅಡಿಗೆ ಮನೆಗೆ ಹೋದಳು.

ಅವಳ ಹಿಂದೆಯೇ ಹೋದವನು "ನಾನೇನಾದ್ರೂ ಮಾಡಲಾ... ತರಕಾರಿ ಹೆಚ್ಚಲಾ" ಎಂದು ಅವಳಿಂದ ಚಾಕು, ತರಕಾರಿ ಇಸಿದುಕೊಂಡು ಹೆಚ್ಚತೊಡಗಿದ. ಅಲ್ಲಿ ವಾರಕ್ಕೊಮ್ಮೆ ಸರದಿಯ ಪ್ರಕಾರ ಅಡುಗೆಮನೆ ಉಸ್ತುವಾರಿ ಮಾಡುತ್ತ ಇದ್ದಿದ್ದು, ತನ್ನ ಸರದಿಯಿದ್ದ ಒಂದಿನ ಅಡುಗೆಯವನು ರಾತ್ರಿಗೆ ತರಕಾರಿ ಕಡಿಮೆ ಇದೆ, ಬೇಳೆಯೂ ಖಾಲಿಯಾಗಿದೆ, ಅನ್ನದ ಜೊತೆ ಏನು ಮಾಡುವುದು ಎಂದಾಗ ತಾನು ಹೇಗೆ ಚಿತ್ರಾನ್ನ ಮಾಡಿದೆ, ಎಷ್ಟು ರುಚಿಯಾಗಿತ್ತು, ಎಲ್ಲರೂ ಎಷ್ಟು ಇಷ್ಟಪಟ್ಟರು, ಕೊನೆಯಲ್ಲಿ ಅಡುಗೆಯವನಂತೂ, ಬೆರಳು ನೆಕ್ಕುತ್ತ 'ನಿನ್ನ ಮದುವೆಯಾಗೋ ಹುಡುಗಿ ಭಾರೀ ಪುಣ್ಯವಂತೆ' ಎಂದು ಹೊಗಳಿದ್ದು, ಎಲ್ಲವನ್ನು ವರ್ಣಿಸಿ ನಕ್ಕ.

"ಆ ಅಡುಗೆಯವರ ಹತ್ರ ಫೋನ್ ಇದೆಯಾ" ನೀತು ಗಂಭೀರವಾಗಿ ಕೇಳಿದಳು. ಯಾಕೆ ಎಂಬಂತೆ ಗೊಂದಲದಿಂದ ನೋಡಿದ. "ಅದೇ... ಯಾರಪ್ಪಾ ಆ ಪುಣ್ಯವಂತೆ ಅಂತ ಅವ್ರಿಗೆ ಫೋನು ಮಾಡಿ ಕೇಳಕ್ಕೆ!" ನೀತು ಜೋರಾಗಿ ನಕ್ಕಳು.

ಅಬ್ಬ, ಇವಳು ಮಾತ್ರ ಅದೇ ಹುಡುಗಾಟದ ನೀತು... ದೇವ್ರೇ... ಇವಳು, ಇವಳ ನಗು ಎಲ್ಲ ಹೀಗೆ ಹೀಗೆಯೇ ಇರಲಪ್ಪ... ಮಹೇಶನ ಒಳಗೆ ಪುಟ್ಟ ಪ್ರಾರ್ಥನೆ. "ಹೋಯ್... ಏನು ನೋಡ್ತಾ ನಿಂತೆ..." ಅವನಿಂದ ಹೆಚ್ಚಿದ ತರಕಾರಿ ತೆಗೆದುಕೊಂಡು ಬೇಯಲು ಇಟ್ಟಳು.

ಊಟ ಮುಗಿಸಿದವನು ಮೊದಲು ಸಾಗರಕ್ಕೆ ರಾತ್ರಿಯ ಬಸ್ ಯಾವುದಾದರೂ ಇದೆಯಾ ನೋಡಿ, ಬುಕ್ ಮಾಡಿದ. ಪ್ರೊಫೆಸರ್‌ಗೆ ಫೋನ್ ಮಾಡಲೇ ಎಂದುಕೊಳ್ಳುತ್ತಿದ್ದವನಿಗೆ ತಟ್ಟನೆ ಲಕ್ಷ್ಯಕ್ಕೆ ಬಂತು, ನೀತು ಹೊರಗೆ ನೋಡುತ್ತ ಕೂತಿದ್ದಾಳೆ, ಏನೋ ಗಾಢ ಯೋಚನೆಯಲ್ಲಿದ್ದಂತೆ ಕಾಣುತ್ತಿದ್ದಾಳೆ. ಹಾಗೆಯೇ ನೆನಪಾಯಿತು, ಗೂಗಲ್ ಕಡತದಲ್ಲಿ ಅವಳು ಬೆಳಗ್ಗೆ ಬರೆದಿದ್ದನ್ನು ಓದಿದ ತಾನು ಏನೂ ಉತ್ತರಿಸಿಲ್ಲ. ಅದೇ ಯೋಚನೆಯಲ್ಲಿದ್ದಾಳೆಯೇ... "ಏಯ್... ಏನು ಯೋಚ್ನೆ ಮಾಡ್ತಿದೀಯ" ಮೆಲ್ಲನೆ ಭುಜ ತಟ್ಟಿದ. ಅವಳು ಮಾತಾಡಲಿಲ್ಲ.

"ನೀ ಬರೆದಿದ್ದನ್ನು ಓದಿದೆ ಕಣೆ... ಗದ್ದೆ ಬಗ್ಗೆನೆ ಯೋಚಿಸ್ತಾ ಇದೀಯ" ಅದಕ್ಕೂ ಮಾತಾಡಲಿಲ್ಲ. ಸುಮ್ಮನೆ ಊಂಗುಟ್ಟಿದಳು. "ಇಷ್ಟೊಂದು ಮನಸ್ಸಿಗೆ ಹಚ್ಚಿಕೊಬೇಡ್ವೆ... ಇನ್ನೊಮ್ಮೆ ನಿಮ್ಮ ತಂದೆಗೆ ಕೇಳಿನೋಡು, ಅರ್ಥ ಮಾರಿ, ಅರ್ಥ ಇಟ್ಟುಕೊಳ್ಳಲು ಆಗುತ್ತಾ ಅಂತ..."

"ಇಲ್ಲ ಕಣೋ, ಯಾಕೋ ಅದ್ಯಾವುದೂ ಆಗಲ್ಲ ಅನ್ನಿಸ್ತಿದೆ. ರಾತ್ರಿಯೆಲ್ಲ ಸರಿಯಾಗಿ ನಿದ್ರೆನೂ ಬರಲಿಲ್ಲ. ಮತ್ತೆ ವಾಪಸು ಯಾವುದಾದರೂ ಕಂಪನಿಯಲ್ಲಿ ಕೆಲಸ ಹುಡುಕಲಾ ಅಥವಾ ಈಗ ವಾಲಂಟರಿಯಾಗಿ ಮಾಡ್ತಿದ್ದೀನಲ್ಲ, ಅಲ್ಲಿ ಇದೇ ತಿಂಗಳಿಂದ ಕೆಲಸಕ್ಕೆ ಬನ್ನಿ ಅಂತ ಕರೀತಿದಾರೆ, ಸಂಬಳ ಸ್ವಲ್ಪ ಕಡಿಮೆಯಾದ್ರೂ, ಇಷ್ಟವಾಗೋ ಕೆಲಸ ಅಂತೂ ಇರುತ್ತೆ, ಹೊಟ್ಟೆಬಟ್ಟೆಗೆ ಸಾಲುವಷ್ಟು ಸಂಬಳವಂತೂ ಇರುತ್ತೆ, ಸೇರಿಕೊಳ್ಳಲಾ ಅಂತ ಒಮ್ಮೆ ಅಂದುಕೋತಿದ್ದೀನಿ. ಮತ್ತೆ ಅನ್ನಿಸುತ್ತೆ, ಐಟಿ ಕೆಲಸ ಆದ್ರೆ ಸಂಬಳ ಜಾಸ್ತಿ ಬರುತ್ತೆ, ಸ್ವಲ್ಪ ದುಡ್ಡು ಉಳಿಸಿ, ಮುಂದಾದರೂ ಕನಸು ನಿಜ ಮಾಡಿಕೊಳ್ಳೋದನ್ನು ಯೋಚಿಸಬಹುದೇನೋ ಅಂತ... ಹಿಂಗೆ ಏನೋ ಒಂಥರಾ ಗೊಂದಲ..." ನೀತು ಮೆಲ್ಲನೆ ಹೇಳಿದವಳು ದೀರ್ಘವಾಗಿ ಉಸಿರೆಳೆದುಕೊಂಡಳು.

ಮಹೇಶನಿಗೆ ಅವಳನ್ನು ಏನೆಂದು ಸಮಾಧಾನಿಸುವುದು ಗೊತ್ತಾಗಲಿಲ್ಲ. ಅವಳ ಕೈಯನ್ನು ತನ್ನ ಎರಡೂ ಅಂಗೈಯೊಳಗಿಟ್ಟುಕೊಂಡು ಮೆಲ್ಲನೆ ಸವರಿದ. ಹಾಗೆ ಮೆತ್ತಗೆ ಒತ್ತಿದ. ತಟ್ಟನೆ ಆ ದಿನ ಗೋರಿಯಲ್ಲಿ ಸಿಕ್ಕಿದ್ದ ಮಣಿಸರವನ್ನು ಕೈಯಲ್ಲಿ ಹಿಡಿದಿದ್ದು ನೆನಪಾಯಿತು. ಇನ್ನು ಹೇಳದೇ ಇರುವುದು ಸಾಧ್ಯವಿಲ್ಲ ಎನ್ನಿಸಿತು. "ಒಂದು ನಿಮಿಷ ಇರು, ಏನೋ ತೋರಿಸೋದು ಇದೆ" ಎಂದವನೇ ಮೊಬೈಲಿನಲ್ಲಿ ಸೆರೆ ಹಿಡಿದಿದ್ದ ಚಿತ್ರಗಳನ್ನು ತೆರೆದ.

ಮತ್ತೆ ಮರುಕ್ಷಣದಲ್ಲಿ ಮಹೇಶ ಇಲ್ಲಿರಲಿಲ್ಲ... ಮಣಿಸರವನ್ನು ಅಂಗೈಯಲ್ಲಿ ಹಿಡಿದಿದ್ದ ಕ್ಷಣದತ್ತ ಸರಿದಿದ್ದ. ಆ ಕ್ಷಣದಿಂದ ಹಾಗೆಯೇ ಆ ದಿನ ಛೋಟಾರಣದ ಲವಣ ಸರೋವರದ ದಡದಲ್ಲಿ ಕಂಡ ಅನಂತ ನೀರವ ಮೌನದ ಅಪೂರ್ವ ದೃಶ್ಯದ ಕ್ಷಣದತ್ತ... ಅಲ್ಲಿಂದ ಲೋಥಲ್ಲಿನಲ್ಲಿ ಜಲಾಶಯದ ಮುಂದೆ ನಿಂತ

ಕ್ಷಣದತ್ತ... ನೀತುವಿನ ನೆನಪು ಮೈಮನದಲ್ಲಿ ತುಂಬಿಕೊಂಡು ಆ ದೃಶ್ಯಗಳನ್ನು ಕಣ್ಣು ತುಂಬಿಕೊಂಡಂತೆ ಇಲ್ಲಿ ಈಗ ಆ ಎಲ್ಲ ಕ್ಷಣಗಳನ್ನು ಅವಳ ಕಣ್ಣಂಚಿಗೆ ದಾಟಿಸುತ್ತ... ಆ ಕ್ಷಣಗಳಿಗೆ ಅಂಟಿದ್ದ ಬಿಸುಪನ್ನು ದಾಟಿಸುತ್ತ, ಅಲ್ಲಿಯೇ ನಿಂತು ಮತ್ತೆ ಅನುಭವಿಸುತ್ತಿದ್ದಾನೇನೋ ಎಂಬಂತೆ ಚಿತ್ರಿಸುತ್ತ... ಮಹೇಶ ಮೆಲ್ಲನೆ ನೀತುವಿನ ಭುಜಕ್ಕೆ ತಲೆಯಾನಿಸಿ, ಅವಳ ಅಂಗೈಯನ್ನು ಕೆನ್ನೆಗೊತ್ತಿಕೊಂಡ. ಅವಳನ್ನು ಹತ್ತಿರಕ್ಕೆ ಎಳೆದುಕೊಂಡು ಬಿಗಿಯಾಗಿ ತಬ್ಬಿದ. ಏನೋ ಹೇಳಲೆತ್ನಿಸಿದ ಅವಳ ಕಣ್ಣಂಚಿನಲ್ಲಿ ನೀರ ಪಸೆ ಕಂಡಂತಾಗಿ... 'ಯಾಕೆ ಏನಾಯ್ತು' ಪಿಸುಗುಡುತ್ತ ಕಣ್ಣರೆಪ್ಪೆಯ ಮೇಲೆ ತುಟಿಯೊತ್ತಿದ. ನೀತು ಮಾತಾಡಲಿಲ್ಲ. ಇನ್ನಷ್ಟು ಗಾಢವಾಗಿ ತಬ್ಬಿಕೊಂಡು ದೀರ್ಘವಾಗಿ ಉಸಿರೆಳೆದುಕೊಂಡಳು. ಮಾತಿಲ್ಲದೇ ಕೂತಿದ್ದರು ಇಬ್ಬರೂ, ಹೊತ್ತಿನ ಪರಿವೆಯಿಲ್ಲದೆ, ಹಾಗೆ ಒಬ್ಬರೊಳಗೊಬ್ಬರು ಬೆಸೆದುಕೊಂಡು, ಪರಸ್ಪರ ಆವರಿಸಿಕೊಂಡು.

ಮೊಬೈಲ್ ಸದ್ದು ಮಾಡಿದಾಗಲೇ ಇಬ್ಬರೂ ಮತ್ತೆ ವಾಸ್ತವಕ್ಕೆ ಮರಳಿದ್ದು. ಪ್ರೊಫೆಸರ್ ಫೋನಿನಲ್ಲಿದ್ದರು. ವಾರದ ಕೆಳಗೆ ಅವರೊಂದಿಗೆ ಮಾತನಾಡಿದ್ದು, ಅದಕ್ಕೂ ಮೊದಲು ಅವರು ಉದ್ದ ಇಮೇಲ್ ಬರೆದಿದ್ದು, ನಂತರ ಅವರೊಂದಿಗೆ ಮತ್ತೆ ಮಾತಾಡಲು ಆಗಿರಲಿಲ್ಲ. ನಿನ್ನೆ ಧೊಲಾವೀರಾದಿಂದ ಹೊರಡುತ್ತೇನೆ ಎಂದಿದ್ದೆ, ಆದರೆ ಬೆಂಗಳೂರಿಗೆ ಬರುವ ಕುರಿತು ಏನಾದರೂ ಹೇಳಿದ್ದೆನೆ ಇಲ್ಲವೇ... ಯೋಚಿಸುತ್ತ ಮಹೇಶ ಫೋನೆತ್ತಿದ.

"ಹೊಂಟೀಯೇನು ಮತ್ತ... ಎಲ್ಲದಿಯಪ್ಪ"

ಹೇಳಿದ. ಇವತ್ತು ರಾತ್ರಿ ಊರಿಗೆ ಹೋಗಿ, ಮಂಗಳವಾರ ಅಥವಾ ಬುಧವಾರ ಧಾರವಾಡಕ್ಕೆ ಬರುತ್ತೇನೆ ಎಂದ.

ಪ್ರೊಫೆಸರ್ ಒಂದು ಹಗುರು ಲಹರಿಯಲ್ಲಿದ್ದಂತೆ ಎನ್ನಿಸಿತು.

"ಮಗ, ಸೊಸಿ ಬಂದ್ ಹ್ವಾದರಪ್ಪ. ಜಲಜ, ಲೇಖಾನೂ ಇಲ್ಲೇ ಬಂದಾರು. ನೀ ಬಂದಾವನೇ ಮನಿಗಿ ಬಾ... ಖೋಲಿವಳಗ ನಿನ್ನ ಬಟ್ಟಬರಿ ಇದ್ದುವಲ್ಲ, ಎಲ್ಲ ಅಲ್ಲೇ ಅದಾವು. ಅವ್ರದಾರ ಅಂತ ನೀ ಏನು ಸಂಕೋಚ ಮಾಡಿಕೋಬ್ಯಾಡಪಾ" ಪ್ರೊಫೆಸರ್ ದನಿಯಲ್ಲಿ ಎಂದಿನ ಅಕ್ಕರೆ.

ಫೋನಿಡುವ ಮೊದಲು "ಧಾರವಾಡದಾಗ ಭಾಳ ಮಂದಿ ನಿನ್ನ ಮಿಸ್ ಮಾಡ್ಕೊಳಾಕ ಹತ್ಯಾರಪಾ... ಬಾಜೂ ಮನಿ ಲಲಿತಕ್ಕೋರು ಸೈತ ಸೀತಮ್ಮಂಗ ಕೇಳಾಕ ಹತ್ತಿದ್ದರಂತ... ಮಹೀ ಎಲ್ಲೋಗ್ಯಾನ, ಕಾಣಾವಲ್ಲ ಅಂತ. ಜಲಜಾ ಬಂದಾಳಂತ ಪ್ರೊಫೆಸರ್ ಮಹೀಗೂ ಎಲ್ಲೋ ಓಡಿಸಿಬಿಟ್ಟಾರ ಅಂತ ಆಕಿ ಡಂಗೂರ ಸಾರೂ ಪೈಕಿ ಮತ್ತ!" ಹೇಳುತ್ತಲೇ ಜೋರಾಗಿ ನಕ್ಕರು. ಮಹೇಶನೂ ಅವರೊಂದಿಗೆ ನಕ್ಕ.

ಅವನು ಊಂಗುಡುತ್ತ, ನಗುತ್ತ ಕೂತಿದ್ದನ್ನು ನೋಡಿ ನೀತು ನಸುನಕ್ಕಳು. ಫೋನಿಟ್ಟ ನಂತರ, "ಆಹಾ... ಭಾರೀ ಪುಣ್ಯ ಮಾಡಿದೀಯ ನೋಡು ಇಂತಾ ಪ್ರೊಫೆಸರ್ ಸಿಗಲಿಕ್ಕೆ"

"ಹೂಂ ಮತ್ತೆ" ಮಹೇಶ ಅವರು ಕೊನೆಯಲ್ಲಿ ಲಲಿತಕ್ಕನ ಬಗ್ಗೆ ಹೇಳಿದ್ದನ್ನು ಅವರದೇ ದನಿಯಲ್ಲಿ ಹೇಳುತ್ತ ಜೋರಾಗಿ ನಕ್ಕ. ಮರುಕ್ಷಣದಲ್ಲಿ ಬಾಯಿ ತುದಿಯವರೆಗೆ ಬಂದಿತ್ತು, ಆ ಅನಂತ ನೀಲನೀಲ ಜಲಧಿಯ ಮುಂದೆ ನಿಂತ ಗಳಿಗೆಯಲ್ಲಿ, ಆ ಅಮೂಲ್ಯ ಮಣಿಸರ ಅಂಗೈಯಲ್ಲಿಟ್ಟುಕೊಂಡ ಅಪೂರ್ವ ಕ್ಷಣದಲ್ಲಿ ಮೈಮನದೊಳಗೆ ನಿನ್ನ ನೆನಪು ಅರಳಿಸಿಕೊಂಡು ನಿಲ್ಲುವ ಕ್ಷಣ ದಕ್ಕುವಂತಾದ ಪುಣ್ಯವೇನು ಕಡಿಮೆಯೇ... ಗೂಗಲ್ ಕಡತದಲ್ಲಾದರೆ ಬರೆದುಬಿಡಬಹುದಿತ್ತು... ಎದುರಾ ಎದುರು ಮಾತಾಡುವುದು ಅಷ್ಟು ಸುಲಭವೇ...

"ನೀನು ನಮ್ಮ ಗದ್ದೆ ನೋಡಿಲ್ಲ ಅಲ್ಲವಾ, ಇರು, ಆಚೆ ವರ್ಷ ತಗೊಂಡಿದ್ದ ಫೋಟೋ ಇದೆ ತೋರಿಸ್ತೀನಿ' ಎನ್ನುತ್ತ ಲ್ಯಾಪ್‌ಟಾಪ್ ತೆರೆದು ಹಳೆಯ ಫೋಟೋ ಹುಡುಕತೊಡಗಿದಳು. ಇಲ್ಲಿದೆ ಎನ್ನುತ್ತ ಫೋಲ್ಡರ್ ಒಂದನ್ನು ತೆರೆದವಳು "ನೋಡ್ತಿರು, ಟೀಗಿಟ್ಟು ಬರ್ತೀನಿ" ಎಂದು ಎದ್ದು ಅಡುಗೆ ಮನೆಗೆ ಹೋದಳು. ಅವನು ಹಸಿರು ಭತ್ತದ ಗದ್ದೆಯ ಫೋಟೋಗಳನ್ನು ನೋಡುತ್ತ, ಹಾಗೆ ಕೆಳಗೆ ಸ್ಕ್ರಾಲ್ ಮಾಡುವಾಗ ಬೇರೆ ನಾಲ್ಕಾರು ಫೋಟೋಗಳು ತೆರೆದುಕೊಂಡವು. ನೀತು ಸೂರಿಯ ಜೊತೆಗಿದ್ದ ನಾಲ್ಕಾರು ಆಪ್ತಕ್ಷಣಗಳು ಮಾನಿಟರ್ ಮೇಲೆ ಹರಡಿಕೊಂಡವು. ಇವು ಕಾಲಪರದೆಯ ಹಿಂದೆ ಸರಿದುಹೋದ ಚಿತ್ರಗಳೆ ಅಥವಾ... ತಟ್ಟನೆ ಆ ಫೋಲ್ಡರ್ ಮುಚ್ಚಿದ. ತಾನು ಬೇಕೆಂದೆ ಕೆಳಗೆ ಸ್ಕ್ರಾಲ್ ಮಾಡಿ ನೋಡಿದೆ ಎಂದು ಅವಳು ಭಾವಿಸಿದರೆ ಎಂದು ಅಳುಕೆನ್ನಿಸಿತು. ಒಂದು ವಿಚಿತ್ರ ಕಸಿವಿಸಿ ಕೂಡ. ಅವಳು ಮರಳಿ ಬಂದವಳೆ 'ಫೋಟೋ ನೋಡಿದ್ಯಾ... ಎಷ್ಟು ಚೆನ್ನಾಗಿರ ಗದ್ದೆ ಗೊತ್ತಾ... ಸಣ್ಣ ಕೆರೆಯಾದ್ರೂ ಆವಾಗೆಲ್ಲ ಸುಮಾರು ನೀರು ಇರ್ತಾ ಇತ್ತು' ಎನ್ನುತ್ತ ಮತ್ತೆ ಹಳೆಯ ನೆನಪಿಗೆ ಜಾರಿದಳು.

ರಾತ್ರಿ ಹೊರಡುವವರೆಗೂ ಧೋಲಾವೀರಾ, ಲೋಥಲ್ಲಿನ ಕಥೆ ಹೇಳುತ್ತಲೇ ಇದ್ದ... ನೀತುವಿನ ಹಳ್ಳಿ ಓಡಾಟದ ಕಥೆಗಳನ್ನು ಮತ್ತೆ ಮತ್ತೆ ಕೇಳಿದ... ಆದರೂ ಹೇಳಬೇಕೆಂಬ ಮಾತು, ಕೇಳಬೇಕೆಂದ ಮಾತು ಎಲ್ಲವೂ ಗಂಟಲಲ್ಲಿಯೇ ಉಳಿಯುತ್ತಿದೆ ಎಂಬ ಭಾವ.

ಊಟಕ್ಕೆ ಮೊದಲು ನೀತು ಯಾರೊಂದಿಗೋ ಫೋನಿನಲ್ಲಿ ಮಾತಾಡುತ್ತಿದ್ದಾಳೆ... ಇನ್ನು ತಡಮಾಡುವುದು ಬೇಡವೆನ್ನಿಸಿತು ಅವನಿಗೆ. ಅವಳ ಗೂಗಲ್ ಕಡತದಲ್ಲಾದರೂ ಸರಿಯೇ, ಒಂದೇ ಸಾಲಾದರೂ ಸರಿಯೇ ಬರೆಯಬೇಕೆಂದು

ತೀವ್ರವಾಗಿ ಅನ್ನಿಸಿತು. ನಿನ್ನೆಗಳ ಬೇಡದ ನೆರಳುಗಳನ್ನು ಹಿಂದೆ ಬಿಟ್ಟು ಇಬ್ಬರೂ ನಾಳೆಗಳನ್ನು ಕಟ್ಟಿಕೊಳ್ಳಲಾರೆವೇ...

> ನಾನೂ ದಣಿದಿದ್ದೇನೆ ಒಳಗೊಂದು ಖಾಲಿತನದ ಭಾರ ಹೊತ್ತು ನಡೆದು. ಬದುಕು ಪಾತ್ರೆಯನು ಜೊತೆಗೂಡಿ ತುಂಬಿಸಲಾರೆವೇ ನೀತು?
>
> – ಮಹೀ

ಚಪ್ಪಲಿ ಹಾಕಿಕೊಳ್ಳುತ್ತ ಬಾಗಿಲ ಬಳಿ ನಿಂತವನ ತೋಳನ್ನು ಗಟ್ಟಿಯಾಗಿ ಒತ್ತಿ ಹಿಡಿದು 'ಏ... ಮತ್ ಯಾವಾಗ ಸಿಕ್ತೀಯೋ" ಎಂದು ಕೇಳಿದ ನೀತು... ಒಹ್... ಇವಳು ಅದೇ ನೀತು, ಒಂದೂವರೆ ವರ್ಷದ ಹಿಂದೆ ಬಸ್ಸಿನ ಬಳಿ ನಿಂತು ಕೇಳಿದ ಅದೇ ಒದ್ದೆದನಿ... ಕಸಿವಿಸಿ ಹಿಂದೆ ಸರಿಯಿತು... ಇನ್ನು ತಡೆಯಲಾರೆ ಎನ್ನಿಸಿ, ಬಿಗಿಯಾಗಿ ತಬ್ಬಿ, ಕೆನ್ನೆಗೆ ಮುತ್ತಿಟ್ಟ. "ಸಿಗಣ ಕಣೇ... ಇಲ್ಲೇ ಧಾರವಾಡದಲ್ಲೇ ಇರ್ತೀನಿ ತಾನೆ ಇನ್ನು".

ಬಸ್ಸಿನಲ್ಲಿ ಕೂತಾಗ ನಿದ್ದೆ ಹತ್ತುವವರೆಗೂ ಮಧ್ಯಾಹ್ನದಿಂದ ನಡೆದಿದ್ದನ್ನೆಲ್ಲ ಮತ್ತೆ ಮತ್ತೆ ನೆನಪಿಸಿಕೊಂಡ... ಅವಳಿಗೆ ಬರೆಯುವುದೇನೋ ಬರೆದುಬಿಟ್ಟೆ, ಆದರೆ ನಾನು ನಿಜಕ್ಕೂ ಬದುಕಿನಲ್ಲಿ ಏನು ಮಾಡಬಯಸಿದ್ದೀನಿ ಅಂತ ನನಗೇ ಸ್ಪಷ್ಟವಿಲ್ಲ, ಊರಿನಲ್ಲಿ ಇರುವುದೇ ಸ್ವಲ್ಪ ತೋಟ, ಬ್ಯಾಣ; ಅಣ್ಣನೊಬ್ಬನ ಸಂಸಾರಕ್ಕೆ ಸಾಕು, ಅಲ್ಲಿಗೆ ಹೋಗುವುದು ಸಾಧ್ಯವಿಲ್ಲ. ಮತ್ತೆ ಅದೇ ಕಾಲೇಜು, ಕಿರಿಕಿರಿಗಳು, ಸಣ್ಣತನಗಳು, ಅವೇ ಅವೇ ಪಾಠಗಳು, ಆಗೊಮ್ಮೆ ಈಗೊಮ್ಮೆ ಏನೋ ಕಡಿದು ಗುಡ್ಡೆಹಾಕಿದಂತೆ ಸೆಮಿನಾರುಗಳು, ವರ್ಕ್‌ಶಾಪುಗಳು, ಪೇಪರು ಮಂಡಿಸುವುದು... ಇಷ್ಟೇನಾ... ಅಲ್ಲ, ನಿಜದ ಬದುಕು ಅಂದರೆ ಇದರಾಚೆಗೂ ಏನೋ ಇದೆ ಎಂದು ಅನ್ನಿಸುತ್ತದೆ. ಹರಪ್ಪ ಕಾಲದ ಪ್ರಮುಖ ಸ್ಥಳಗಳ ಬಗ್ಗೆ ಆಳವಾಗಿ ಅಧ್ಯಯನ ಮಾಡಿ, ಏನಾದರೂ ಹೊಸದಾಗಿ ಬರೆಯಬೇಕು, ಮಿಸ್ಸಿಂಗ್ ಲಿಂಕುಗಳ ಬಗ್ಗೆ ಇನ್ನಷ್ಟು ಒಳಹೊಕ್ಕು ಅರ್ಥಮಾಡಿಕೊಳ್ಳಬೇಕು... ಆ ಸ್ಥಳಗಳ ಸುತ್ತಮುತ್ತಲಿನ ಬದುಕಿನ ಇಂದಿನ ಕಟುವಾಸ್ತವಕ್ಕೆ, ಅಧ್ಯಯನದಲ್ಲಿ ಕಂಡುಕೊಳ್ಳುವ ಅಂದಿನ ವಾಸ್ತವವನ್ನು ಮುಖಾಮುಖಿಯಾಗಿಸಬೇಕು... ಮತ್ತೆ ಇಷ್ಟಕ್ಕೆ ನಿಲ್ಲುವಂತೆಯೂ ಆಗಬಾರದು, ಮತ್ತೇನು ಹಾಗಿದ್ದರೆ... ಯಾಕೋ ನೀತುವಿನಷ್ಟು ಸ್ಪಷ್ಟ ಮನಸ್ಸಿನಿಂದ, ಇಂಥದ್ದು ಮಾಡಬೇಕಿದೆ ಎಂದು ಯೋಚಿಸುವ ಧೈರ್ಯವೂ ನನಗಿಲ್ಲವೇನೋ... ಏನೇನೋ ಗೊಂದಲಗಳು... ಮನಸ್ಸಿಗೆ ದಣಿವೆನ್ನಿಸುವವರೆಗೂ ಯೋಚಿಸಿದ. ಕೆಲವನ್ನು ಕಾಲವೇ ನಿಧಾನಕ್ಕೆ ಸ್ಪಷ್ಟಗೊಳಿಸುವುದೇನೋ, ಅಲ್ಲಿಯವರೆಗೆ

ತಾಳ್ಮೆಯಿಂದ ಕಾಯುವುದೇ ಒಳ್ಳೆಯದೇನೋ ಎಂಬೊಂದು ಅನ್ನಿಸಿಕೆಯೂ ಮನದ ಮೂಲೆಯಲ್ಲಿ.

❖

❖

ಸುಮಾರು ಮೂರೂವರೆ ತಿಂಗಳ ನಂತರ ಮಹೇಶ ಮನೆಗೆ ಬಂದಿದ್ದರಿಂದ ಎಲ್ಲರೂ ಅಕ್ಕರೆಯಿಂದ ವಿಚಾರಿಸುವವರೇ.

"ನೀತು ಕೆಲ್ಸ ಬಿಟ್ಟಿದ್ದಿ. ಊರಿಗೆ ವಾಪಸು ಹೋಗಿ ಗದ್ದೆ ಮಾಡಸಕ್ಕು ಅಂತ ನಂಗೆ ಭಾರೀ ಇದ್ದು ಅಂತೆಲ್ಲ ಹೇಳ್ತಿದ್ದಳಪ್ಪ. ಲಕ್ಕವಳ್ಳಿ ಹತ್ರ ಗದ್ದೆ ಇದ್ದಡ ಅವ್ರಿದ್ದು. ನಿಂಗ ಇಲ್ಲಿ ಮಕ್ಕಿ ಗದ್ದೆ ಹೆಂಗೆ ಮಾಡ್ತಿ ಅಂತೆಲ್ಲ ಸುಮಾರು ವಿಚಾರಣೆಯಪ್ಪ ಅವಳದ್ದು" ಅಣ್ಣ ಏನೋ ಮಾತಿನ ನಡುವೆ ಆಗೀಗ ನೀತುವಿನ ಸುದ್ದಿ ತೆಗೆಯುತ್ತಲೇ ಇದ್ದ. ನನ್ನ ಮನಸ್ಸು ತಿಳಿಯುವ ಅಂತ ಇರಬಹುದೇ... ಮಹೇಶ ಹೆಚ್ಚು ಮಾತು ಬೆಳೆಸದೇ, ಹೂಂಗುಟ್ಟಿದ.

ಯಾರೂ ಇಲ್ಲದ ಸಮಯದಲ್ಲಿ ಅಮ್ಮ ಪ್ರೊಫೆಸರ್ ಮದುವೆ ವಿಚಾರ ಏನಾಯಿತು ಎಂದು ವಿಚಾರಿಸಿಕೊಂಡರು. 'ಹೂಂ... ಹೋದ ವಾರ ಅವ್ರ ಮಗ, ಸೊಸೆನೂ ಅಮೆರಿಕದಿಂದ ಬೈಂದ್ವಡ. ಆವಾಗಲೇ ರೆಜಿಸ್ಟರ್ ಮಾಡಿಕೆಂಡವಡ."

"ಛೊಲೋ ಆತು ಬಿಡು" ಎಂದ ಪಾರ್ವತಿಯ ಕಣ್ಣಿನಲ್ಲಿ 'ಅದು ನಿಜಾ ಹೆಂಗಿರ್ತೆ" ಪ್ರಶ್ನೆಯನ್ನು ಮೈಮನದ ಕುದಿಯೊಳಗೆ ಅಡಗಿಸಿ ಇಟ್ಟುಕೊಂಡೇ ಬೂದಿಯಾದ ರಾಜಿಯ ಚಿತ್ರವೇ ತೂಗುತ್ತಿತ್ತು. ಆಗೀಗ ತವರಿಗೆ ಹೋದ ಪಾರ್ವತಿ ರಾಜಿಯ ಮನೆಗೂ ಹೋಗುವುದಿತ್ತು. ನಂತರದ ವರ್ಷಗಳಲ್ಲಿ ರಾಜಿ ಮಾತ್ರ ಹೆಚ್ಚು ಮಾತಿಗೆ ಸಿಗುತ್ತಲೇ ಇರಲಿಲ್ಲ... ಮಾತಾಡುವುದನ್ನು ತಪ್ಪಿಸಲೆಂದೇ ತೋಟದಲ್ಲೋ, ಹಿತ್ತಲಿನಲ್ಲೋ ಏನೋ ಮಾಡುತ್ತ ಉಳಿದಿದ್ದಾಳೆಯೇ ಎಂಬ ಅನುಮಾನ ಪಾರ್ವತಿಗೆ. ಮಕ್ಕಳ ಬಾಯಲ್ಲಿ ರಾಜಜ್ಜಿಯಾಗಿ, ಉಳಿದವರ ಬಾಯಲ್ಲಿ ರಾಜಕ್ಕನಾಗಿ, ಕೊನೆಕೊನೆಗೆ ಪಾರ್ವತಿ ಕೂಡ ರಾಜಕ್ಕ ಎಂದೇ ಕರೆಯುತ್ತಿದ್ದಳು. ಮೈಮನಸ್ಸಿನ ಕಾಮನೆಗಳನ್ನು ಮೀರಲೆಂದೇ ಕೆಲಸದ ಒಂದು ಹೊರಕವಚವನ್ನು ಗಟ್ಟಿಯಾಗಿ ಕಟ್ಟಿಕೊಂಡುಬಿಟ್ಟಿದ್ದಾಳೇನೋ, ಸದಾ ಮುಚ್ಚಿಯೇ ಇರುವ ಒಳಕೋಣೆಯೊಂದನ್ನು ಆತ್ಮದಾಳದಲ್ಲಿ ಇಟ್ಟುಕೊಂಡು ಹೊರಗೆ ಕಾಣಿಸುವ ರಾಜಿ ಬೇರೆಯೇ ಎಂಬಂತೆ ಎಷ್ಟೋ ಸಲ ಪಾರ್ವತಿಗೆ ಅನ್ನಿಸಿತ್ತು. ರಾಜಿ ಕಡೆಗೂ "ಅವಾಗ ಎಂಥ ಅನ್ನಿಸ್ತೇ" ಎಂಬ ಪ್ರಶ್ನೆಯನ್ನ ಒಡಲಲ್ಲಿ ಇಟ್ಟುಕೊಂಡೇ,

ಅಂಥದೊಂದು ಆಪ್ತ ಜೀವಸ್ಪರ್ಶವನ್ನು ಎಂದೂ ಅನುಭವಿಸದೆಯೇ, ಕಳೆದ ವರ್ಷ ಕ್ಯಾನ್ಸರ್ ಆಗಿ ತೀರಿಕೊಂಡಳಲ್ಲ... ಆಗೆಲ್ಲ ಮರುಮದುವೆಯ ಮಾತಾದರೂ ಎಲ್ಲಿ... ಮನೆಯಲ್ಲಿ ಕಣ್ಣೆದುರೆ ತಮ್ಮಂದಿರ ಮದುವೆಯಾಗಿ, ಅವರಿಗೆ ಮಕ್ಕಳಾಗಿ, ಅವರ ಆರೈಕೆಯನ್ನೂ ಮಾಡುವಾಗ ಅವಳ ಮನಸ್ಸಿನಲ್ಲಿ ಏನು ಅನ್ನಿಸುತ್ತಿತ್ತೋ... ಅವಳಿಗೆ ಯಾರ ಮೇಲಾದರೂ ಮನಸ್ಸಾಗಿತ್ತೇನೋ, ಯಾರಿಗೆ ಗೊತ್ತು... ಬದುಕಿನ ಜೊತೆ ಸುತ್ತಲಿನ ಸಮಾಜವೂ ಸೇರಿ ಹೀಗೆ ಜೀವಸುಖದಿಂದ ವಂಚಿಸಿದ್ದರಲ್ಲಿ ಅವಳ ತಪ್ಪೇನು ಇತ್ತು... ಅರೆಕ್ಷಣದ ನಂತರ ಅಮ್ಮ "ಹೂಂ ಮತ್ತೆ... ಎಲ್ಲದಕ್ಕೆ ಪಡಕಂಡು ಬಂದಿರಕು" ಎನ್ನುತ್ತ ನಿಡುಸ್ಯೆದಿದ್ದು ಯಾರನ್ನು ಉದ್ದೇಶಿಸಿ ಎಂದು ಅವನಿಗೆ ಗೊತ್ತಾಗಲಿಲ್ಲ, ಗೊತ್ತಾಗುವಂತೆಯೂ ಇರಲಿಲ್ಲ.

ಬಹಳ ಮಾತುಕತೆಯಾಡದ ಅಪ್ಪ ಎಲ್ಲರಿಗಿಂತ ಹೆಚ್ಚು ಆಸಕ್ತಿಯಿಂದ ಧೊಲಾವೀರಾ ಬಗ್ಗೆ ವಿಚಾರಿಸಿಕೊಂಡಿದ್ದು ಮಹೇಶನಿಗೆ ಅಚ್ಚರಿಯಾಗಿತ್ತು. ಕೋಟೆಯ ಭಾಗದ, ಮಧ್ಯನಗರದ ಆವರಣಗೋಡೆಯ ಕಲ್ಲಿನ ಇಟ್ಟಿಗೆಗಳನ್ನು ತೋರಿಸುತ್ತ ಇದರಲ್ಲಿ ಹೇಗೆ ಹರಪ್ಪ ಜನರ ವಿವಿಧ ಹಂತಗಳು ಗೊತ್ತಾಗುತ್ತದೆ, ಏಳು ಹಂತಗಳಲ್ಲಿ ಯಾವ ಹಂತದಲ್ಲಿ ಯಾವುದನ್ನು ಕಟ್ಟಿರಬಹುದು ಎಂದು ಊಹೆ ಮಾಡಿದ್ದೇವೆ, ಜಲಾಶಯವನ್ನು ಹೇಗೆ ನೆಲದೊಳಗೆ ಇದ್ದ ಬಂಡೆಗಲ್ಲನ್ನು ಬಳಸಿಕೊಂಡು, ಒಳಗೆ ಮತ್ತೆ ಕಲ್ಲಿನ ಇಟ್ಟಿಗೆ ಬಳಸಿ, ಮೆಟ್ಟಿಲು ಮಾಡಿ ಕಟ್ಟಿದ್ದಾರೆ, ಮೊಬೈಲಿನಲ್ಲಿ ಸೆರೆಹಿಡಿದಿದ್ದ ಫೋಟೋಗಳನ್ನು ತೋರಿಸುತ್ತ ಮಹೇಶ ವಿವರಿಸುತ್ತಿದ್ದರೆ, ಚಿಕ್ಕ ಮಗುವಿನ ಮುಗ್ಧತೆಯಿಂದ "ಇದನ್ನ ಹೆಂಗೆ ಅಗೆದಿ, ಇದು ಅದೇ ಹಂತ ಅಂತ ಹೆಂಗೆ ಹೇಳ್ತ, ಈ ಮಡಕೇನ ಹೆಂಗೆ ಮಾಡಿಕ್ಕು ಮಾರಾಯ ಅವು, ಅಲ್ಲಾ ಈ ಜಲಾಶಯದ ಮೆಟ್ಟಿಲನ್ನ ಒಂದೇ ಅಂತರಕ್ಕೆ ಹೆಂಗೆ ಕೊರದ್ದ ನೋಡು, ಕೆಲಸದವ್ರ ಕೈಚಳಕ ನೋಡು" ಎಂದೆಲ್ಲ ಮತ್ತೆ ಪ್ರಶ್ನಿಸುತ್ತ, ಮೊಬೈಲಿನಲ್ಲಿದ್ದ ಫೋಟೋಗಳನ್ನು ಮುಟ್ಟಿ ಮುಟ್ಟಿ ನೋಡುತ್ತ, "ನಾಕು ಸಾವ್ರ ವರ್ಷದ ಹಿಂದೆ... ಅಬ್ಬ... ನಂಬಕ್ಕೆ ಆಗದಿಲ್ಯಪ್ಪ" ಎನ್ನುತ್ತ ಕೂತಿದ್ದನ್ನು ನೋಡಿದ ಮಹೇಶನಿಗೆ ಇಷ್ಟು ದಿನ ನಾನೇ ಅಪ್ಪನಲ್ಲಿ ಏನೂ ಹಂಚಿಕೊಳ್ಳದೇ ಉಳಿದುಬಿಟ್ಟೆನಾ ಎಂಬ ಭಾವ.

ಹೋದ ದಿನ ಯಾರೂ ಇಲ್ಲದ್ದನ್ನು ನೋಡಿಕೊಂಡು ಅಂಗಳದಲ್ಲಿ ನಿಂತು ಸಂಜೆ ನೀತುಗೆ ಫೋನ್ ಮಾಡಿದ. ತಾನು ಬರೆದಿದ್ದನ್ನು ಅವಳು ನೋಡಿರಬಹುದೇನೋ, ಏನು ಹೇಳುತ್ತಾಳೇನೋ ಎಂಬ ಸಣ್ಣ ನಡುಕ ಇಟ್ಟುಕೊಂಡೇ ಮಾತನಾಡಿದ. ಅವಳು ಆ ವಿಚಾರವನ್ನೇ ಎತ್ತಲಿಲ್ಲ. ಮರುದಿನವೂ ಸರಿಯಾಗಿ ಮಾತನಾಡಲು ಆಗಲಿಲ್ಲ. ಅಲ್ಲಿ ನೆಟ್‌ವರ್ಕ್ ತುಂಬ ನಿಧಾನ ಇದ್ದಿದ್ದರಿಂದ ಗೂಗಲ್ ಡ್ರೈವಿನಲ್ಲಿದ್ದ ಅವಳ ಕಡತ ತೆರೆದುಕೊಳ್ಳಲಿಲ್ಲ.

ಮರುದಿನ ಮಧ್ಯಾಹ್ನ ಮಹೇಶ ಊಟ ಮಾಡಿ ಮಲಗಿದ್ದ. ಅಣ್ಣ ಏನೋ ಕೆಲಸವಿದೆಯೆಂದು ಸಾಗರಕ್ಕೆ ಹೋಗಿದ್ದ. ಹಿತ್ತಲಿನಲ್ಲಿ ಮಾತಾಡುವ ಸದ್ದು ಕೇಳಿ ಎಚ್ಚರವಾಯಿತು. ಅಡಿಕೆ ತೋಟದ ಕೆಲಸಕ್ಕೆ ಬರುವ ಶಂಕ್ರಿ ಕ್ಯಾದಿಗೆಗೆ ಮಣ್ಣು ಹಾಕುವುದನ್ನು ಮುಗಿಸಿ ಹೊರಟವಳು ಅಮ್ಮನೊಂದಿಗೆ ಮಾತಾಡುತ್ತ ಇದ್ದಿದ್ದು ಕೇಳಿಸುತ್ತಿತ್ತು. ಗಂಡನಿಗೆ ಹುಶಾರಿಲ್ಲ, ಮೂರು ದಿನದಿಂದ ಜ್ವರ, ಇವತ್ತು ಜೋರಾಗಿದೆ, ಡಾಕ್ಟರ ಹತ್ತಿರ ಕರೆದುಕೊಂಡು ಹೋಗುವವರು ಯಾರು, ಅವನಿಗೆ ನಡೆಯಲು ಆಗುವುದಿಲ್ಲ, ಆಟೋ ಮನೆಯವರೆಗೆ ಬರುವುದಿಲ್ಲ... ಅಮ್ಮನ ಸಾಂತ್ವನವೂ, ಅವಳ ಕುಸುಕುಸು ಅಳುವೂ ನಡೆದೇ ಇತ್ತು. ಇವನು ಮಲಗಿಕೊಂಡೇ ಕೇಳುತ್ತಿದ್ದ. ಅವಳು 'ನಾ ಹೋಗ್ತೆ ಅಮ್ಮಾ' ಎಂದು ಕಾಫಿ ಕುಡಿದು, ಹಿತ್ತಲ ಗಿಡದ ಬಳಿಯಿದ್ದ ನಲ್ಲಿಯಲ್ಲಿ ಲೋಟ ತೊಳೆದು, ಬಚ್ಚಲು ಮನೆ ಲಾಯದ ಬಳಿಯಿದ್ದ ಕಿಟಕಿಯ ಕಟಕಟೆಯಲ್ಲಿ ಅದನ್ನು ಕೌಚಿದ ಸದ್ದಾಯಿತು. ಮತ್ತೆರಡು ನಿಮಿಷದಲ್ಲಿ ದಣಪೆ ಹಾಕಿದ ಸದ್ದು. ಐದ್ಹತ್ತು ನಿಮಿಷ ಮಲಗೇ ಇದ್ದ ಮಹೇಶ ಏಳುವ ಮನಸ್ಸಿಲ್ಲದೇ. ಎಚ್ಚರವಾಗಿಯೂ ಕಣ್ಣು ಮುಚ್ಚಿಯೇ ಮಲಗಿದ್ದವನ ಕಣ್ಣರೆಪ್ಪೆಗಳಲ್ಲಿ ತಟ್ಟನೆ ನೀತು ಹಂಚಿಕೊಂಡ ಕಡತ ತೆರೆದುಕೊಂಡಿತು, ಅವಳ ಅಕ್ಷರಗಳು ತೆರೆದುಕೊಂಡವು. ಅವಳು 'ಡೆತ್ ದಿ ಲೆವೆಲರ್' ಕವನದ ಕುರಿತು ಬರೆಯುತ್ತ ಹೇಳಿದ್ದು ನೆನಪಾಯಿತು. ದಿಗ್ಗನೆದ್ದು ಕೂತ. ಮುಖ ತೊಳೆದು ಪ್ಯಾಂಟು ಏರಿಸಿದವನೇ ಅಣ್ಣನ ಬೈಕ್ ಹೊರಗೆ ಇದೆಯೇ ಎಂದು ನೋಡಿದ. ಅಣ್ಣ ಏನೋ ಸಾಮಾನು ತರುವುದಿದೆ ಎಂದು ಪಕ್ಕದ ಮನೆಯಾತನ ಜೊತೆ ವ್ಯಾನಿನಲ್ಲಿ ಹೋಗಿದ್ದ. ಅಮ್ಮ, 'ಎಲ್ಲಿಗೆ ಹೊಂಟ್ಯಾ, ಕಾಫಿ ಕುಡ್ಕಂಡು ಹೋಗ" ಎನ್ನುವುದು ಬೆನ್ನು ಹಿಂದಿನಿಂದ ಕೇಳಿಸುತ್ತಿತ್ತು. ಮಹೇಶ ಗಾಡಿ ಶುರು ಮಾಡಿದವನೇ ಕೆಳಗಿನ ಕೇರಿಯತ್ತ ತಿರುಗಿಸಿದ.

ಅಂಗಳದಲ್ಲಿ ಗಾಡಿ ನಿಲ್ಲಿಸಿದವನನ್ನು ಕಂಡು ಅದೇ ತಾನೆ ಮನೆ ಬಾಗಿಲು ಮುಟ್ಟಿದ್ದ ಶಂಕ್ರಿ ಗಾಬರಿಯಾದಳು. ಮಹೇಶ ಮನೆಗೆ ಬಂದಿದ್ದಾನೆ ಎಂದು ಅಮ್ಮಾರು ಹೇಳಿದ್ದರು, ಅಲ್ಲೆಲ್ಲೂ ಕಾಣದ ಇವನು ಈಗ್ಯಾಕೆ ಮನೆ ಬಾಗಲಿಗೆ ಬಂದ, ಏನಾದರೂ ಕೆಲಸ ಹೇಳಲು ಬಂದನೇ, ಇದೇ ಈಗ ಎಲ್ಲ ಕೆಲಸ ಮುಗಿಸಿ ಬಂದಿದ್ದಾಗಿದೆ, ಇನ್ನೇನಿದ್ದರೂ ನಾಳೆ ಎಂದೇ ಹೇಳುವುದು, ಮೊದಲೇ ಗಂಡನಿಗೆ ಹುಶಾರಿಲ್ಲ... ಶಂಕ್ರಿಯ ಮನದಲ್ಲಿ ಆಲೋಚನೆ ಸಾಗಿತ್ತು. "ನಾಣಿ ಗಾಡಿ ಮೇಲಾದ್ರೂ ಕೂತ್ಕತಾನೇನೆ... ಬರಕೆ ಹೇಳು, ಡಾಕ್ಟ್ರ ಹತ್ರ ಕರ್ಕಂಡು ಹೋಗ್ತಿ..." ಮಹೇಶ ಚೂರು ತಡವರಿಸಿದ. ಒಳಗಿಂದ ಯಾರು ಎಂಬ ನಾಣಿಯ ಕ್ಷೀಣ ದನಿಯೂ ಕೇಳಿಸಿತು. ಶಂಕ್ರಿ 'ಬ್ಯಾಡ್ರಿ, ನೀವಿನ್ನೆಂಥ ಗಾಡೀಲಿ ಕರ್ಕ ಹೋಗದು, ಇವತ್ತೊಂದಿನ ಆ ನರ್ಸಮ್ಮ ಕೊಟ್ಟ ಮಾತ್ರೆ ಹಾಕ್ತೆ' ಎನ್ನುವುದು, 'ಅವಂಗೆ ಕಳಿಸು ಮಾರಾಯ್ತಿ' ಎಂದು ಇವನು

ಹೇಳುವುದು, ಐದು ನಿಮಿಷ ಇದೇ ಜಗ್ಗಾಟ ನಡೆದು, ಅಂತೂ ಕೊನೆಗೆ ಮಹೇಶ ನಾಣಿಯನ್ನು ಹಿಂದೆ ಕೂರಿಸಿಕೊಂಡು ಸಾಗರಕ್ಕೆ ನಡೆದ. ಇತ್ತೀಚೆಗೆ ಸಾಗರದ ಹೊಕ್ಕುಬಳಕೆಯೇ ಕಡಿಮೆಯಾಗಿದ್ದರಿಂದ ಯಾವ ಡಾಕ್ಟರ್ ಬಳಿ ಹೋಗುವುದು ಗೊತ್ತಾಗಲಿಲ್ಲ. ನಾಣಿಗೇ ಕೇಳಿ, ಅವನು ಹೇಳಿದ ಕಡೆ ಗಾಡಿ ತಿರುಗಿಸಿದ.

ಡಾಕ್ಟರ್ ಬರೆದುಕೊಟ್ಟ ಔಷಧಿ ತೆಗೆದುಕೊಂಡು, ಅವನ್ನೆಲ್ಲ ಸರಿಯಾಗಿ ತಗೋ, ಬಿಸಿನೀರು ಕುಡಿ ಎಂದೆಲ್ಲ ತಾಕೀತು ಮಾಡಿ, ಅವನನ್ನು ಬಿಟ್ಟು ಮಹೇಶ ಮನೆಗೆ ಬಂದಾಗ ಸಂಜೆಯಾಗಿತ್ತು. ಅಣ್ಣ ಇನ್ನೂ ಬಂದಿರಲಿಲ್ಲ. ಇವನು ಸೀದಾ ಒಳಗೆ ಬಂದಿದ್ದನ್ನು ನೋಡಿದ ಅಮ್ಮ "ಅವನ್ನ ಮುಟ್ಟಿಕೆಂಡು ಬೈಂದೆ, ಸ್ನಾನ ಮಾಡು ಹೋಗು. ನೀರು ಕಾಸಿದ್ದಿ" ಎಂದಿನ ರೂಢಿಯಂತೆ ಹೇಳಿದಳು. "ಹಂಗೇ ಆ ಜನಿವಾರನೂ...." ಅಮ್ಮ ಮಾತು ಮುಗಿಸುವ ಮೊದಲೇ, "ಅಯ್ಯೋ, ನಾ ಅದ್ನ ತೆಗೆದ್ ಹಾಕಿ ಯಾವ ಕಾಲಾತು... ನಿಂದೊಳ್ಳೆ ರಗಳೆ" ಮಹೇಶ ರೇಗಿದ. ಇನ್ನು ಸ್ನಾನ ಮಾಡದಿದ್ದರೆ, ನಾಳೆ ನಾನು ಹೋದ ನಂತರ ಮಲಗಿದ ಹಾಸಿಗೆ ಬಟ್ಟೆ ಎಲ್ಲ ಒಗೆಯಲು ಕೂತರೂ ಕೂರುವವಳೇ ಈ ಅಮ್ಮ ಎನ್ನಿಸಿ, ಬಚ್ಚಲಿಗೆ ನಡೆದ. "ನಿಂಗ ಹಿಂಗೆ ಸುಮ್ಮನೆ ಕೂತ್ಗಂಡಿದ್ದಕ್ಕೆ ಇವೆಲ್ಲ ಹಿಂಗ್ ಮಾಡ್ತ" ಎಂದು ಅಮ್ಮ ಜಗಲಿಯಲ್ಲಿ ಮಾತಾಡದೇ ಕೂತಿದ್ದ ಅಪ್ಪನ ಮೇಲೆ ಸಿಡುಕುವುದು ಕೇಳುತ್ತಿತ್ತು.

ಛೇ, ಬರೀ ಔಷಧಿ ಕೊಟ್ಟು ಬಂದೆನಲ್ಲ, ಅದರ ಜೊತೆ ಸ್ವಲ್ಪ ದುಡ್ಡು ಇಟ್ಟುಕೊಡಬೇಕಿತ್ತು ಎನ್ನುವುದು ತಲೆಗೇ ಹೊಳೆಯಲಿಲ್ಲವಲ್ಲ, ಯಾವಾಗ ನಾನು ಸ್ವಲ್ಪ ಸೂಕ್ಷ್ಮವಾಗುವುದು, ಯಾವಾಗ ಒಳಗಿನ ಸಣ್ಣತನಗಳನ್ನು ಮೀರುವುದು ಎಂದೆಲ್ಲ ಮತ್ತೆ ಹಳಹಳಿಕೆ ಶುರುವಾಯಿತು.

ಮರುದಿನ ಬೆಳಗ್ಗೆ ಏಳುಗಂಟೆಗೆ ಧಾರವಾಡಕ್ಕೆ ಹೊರಡಲು ಸಿದ್ಧನಾದ. ಸಾಗರದವರೆಗೆ ಗಾಡಿಯಲ್ಲಿ ಬಿಟ್ಟುಬರುತ್ತೇನೆ ನಡಿ ಎಂದ ಅಣ್ಣನಿಗೆ 'ಚೂರು ಶಂಕ್ರಿ ಮನೆ ಕಡೆ ಹೋಗಿ ನಾಣಿಗೆ ಹುಶಾರಾಯ್ದು ಕೇಳಿಕೆಂಡು ಹೋಪನ" ಎಂದ. "ನಿಂಗೆ ಬಸ್ಸಿಗೆ ತಡ ಆಗ್ತೇನ ಮಾರಾಯ" ಎನ್ನುತ್ತಲೇ ಅವನು ಗಾಡಿಯನ್ನು ಕೆಳಗಿನ ಕೇರಿಯತ್ತ ಓಡಿಸಿದ. ಅದೇ ಎದ್ದು ಅಂಗಳ ಗುಡಿಸುತ್ತಿದ್ದ ಶಂಕ್ರಿ 'ಏನ್ರಾ ಇದು, ಅಣ್ಣ, ತಮ್ಮನ ಸವಾರಿ ಇಷ್ಟ್ ಬ್ಯಾಗ' ಎಂದು ಅಚ್ಚರಿಗೊಳ್ಳುತ್ತಿರುವಂತೆ ಗಾಡಿಯಿಂದ ಇಳಿದ ಮಹೇಶ, "ನಾಣಿಗೆ ಚೂರು ಅಡ್ಡಿಲ್ವೇನೆ ಈಗ... ಇದೊಂದು ಮಾತ್ರೆ ನನ್ನ ಹತ್ರನೇ ಉಳ್ಕಂಡಿತ್ತು, ತಗ" ಎಂದು ಪುಟ್ಟ ಕವರೊಂದನ್ನು ಕೊಟ್ಟ. "ಹೂಂ, ಜ್ವರ ಇಳಿದೈತ್ರಿ, ಛಲೋ ನಿದ್ದೆ ಅವ್ರಿಗೆ" ಎಂದು ಶಂಕ್ರಿ ಹೇಳುತ್ತಿರುವಂತೆಯೇ, "ಸರಿ, ನಂಗೆ ಬಸ್ಸಿಗೆ ತಡ ಆಗ್ತು, ಹೇಳು ಅಂವಂಗೆ" ಎನ್ನುತ್ತ ಮಹೇಶ ಮತ್ತೆ ಅಣ್ಣನ ಹಿಂದೆ ಕೂತ. ಕವರಿನಲ್ಲಿ ಮಹೇಶ ದುಡ್ಡು ಇಟ್ಟು ಕೊಟ್ಟಂತಿದೆ ಎಂದು

ಅನ್ನಿಸಿದರೂ ಅಣ್ಣ ಕೇಳುವ ಗೋಜಿಗೆ ಹೋಗಲಿಲ್ಲ.

ಧಾರವಾಡದ ಬಸ್ಸು ಶುರುವಾಗಿ, ಅಣ್ಣನಿಗೆ ಕೈಬೀಸಿ, ನಿಲ್ದಾಣ ದಾಟಿ ಮುನ್ನಡೆದಿದ್ದೇ, ಮೊದಲು ನೀತುವಿನ ಮೇಲ್ ಏನಾದರೂ ಇದೆಯೇ ನೋಡಿದ. ಏನೂ ಇರಲಿಲ್ಲ. ಆಮೇಲೆ ಅವಳ ಕಡತ ತೆರೆದು ನೋಡಿದ.

> ನನ್ನ ವಾರಿಗೆಯವರಂತೆ ಹತ್ತರಿಂದ ಆರರವರೆಗಿನ ಕೆಲಸ, ಗಂಡ, ಮನೆ, ಮಕ್ಕಳು, ಸೀರೆಗಳು, ಆಭರಣಗಳು, ಮದುವೆಮುಂಜಿಗಳು, ಹೀಗೆಲ್ಲ ಸೂತ್ರವೊಂದರ ಸುತ್ತ ಸುತ್ತುವ ಬದುಕು ನನಗೆ ಉಸಿರುಗಟ್ಟಿಸುತ್ತದೆ. ಬದುಕುಪಾತ್ರೆ ಒಂದೇ ಆದರೆ ಜೊತೆಗೂಡಿ ತುಂಬಬಹುದು... ಒಂದೇ ಆಗುವುದೇ? ನಾನು ಮತ್ತೆ ಮತ್ತೆ ಕೇಳುವ ಈ ಹಾಡು ನಿನ್ನದೂ ಆಗುವುದೇ...
>
> – ನೀತು

ಏನು ಉತ್ತರಿಸಬೇಕೆಂದು ಅವನಿಗೆ ತಿಳಿಯದಾಯಿತು. ಪ್ರಶ್ನೆ ನನಗೇ ಮರಳಿದೆ... ಏನೆಂದು ಹೇಳುವುದು... ನಿನ್ನ ಈ ಹಾಡು ನನ್ನದೂ ಕೂಡ, ಆದರೆ ಬದುಕು ಪಾತ್ರೆಯನ್ನು ಒಂದೇ ಮಾಡಿಕೊಳ್ಳುವುದು ಹೇಗೆ... ಇಲ್ಲ, ನನಗೂ ಗಾಣದ ಸುತ್ತ ಸುತ್ತುವುದು ಬೇಡವಾಗಿದೆ, ಇದೆಲ್ಲದರಾಚೆಗೆ ಏನೋ ಹುಡುಕಾಟವಿದೆ, ಏನೆಂದು ಸ್ಪಷ್ಟವಾಗುತ್ತಿಲ್ಲ... ಮಹೇಶ ಧಾರವಾಡದವರೆಗೂ ಯೋಚಿಸುತ್ತಲೇ ಬಂದ.

ಮೊದಲು ರೂಮಿಗೆ ಹೋಗಲೇ ಅಥವಾ ಪ್ರೊಫೆಸರ್ ಮನೆಗೆ ಹೋಗಲೇ ಎಂದೊಮ್ಮೆ ಯೋಚಿಸಿದ. ಬುಧವಾರ, ಅವರು ಕೆಲಸಕ್ಕೆ ಹೋಗಿರುತ್ತಾರೆ ಎಂದುಕೊಂಡವ, ಮೂರು ತಿಂಗಳು ಬಿಟ್ಟುಹೋಗಿದ್ದ ರೂಮಿನ ಅವತಾರವೇನಾಗಿದೆಯೋ ನೋಡುವ ಮೊದಲು ಎಂದುಕೊಂಡು ರೂಮಿಗೆ ಬಂದ. ಮಹಡಿ ಮೇಲಿನ ಒಂದು ಕೋಣೆಯ ಮನೆ ಅದು. ಒಳಗೇ ಒಂದು ಚಿಕ್ಕ ಬಚ್ಚಲು ಮನೆ, ಒಂದು ಮೂಲೆಯಲ್ಲಿ ಸಣ್ಣ ಅಡುಗೆ ಕಟ್ಟೆ, ಒಂದು ವಾರ್ಡ್‌ರೋಬ್, ಹೀಗೆ ಸ್ವಲ್ಪ ದೊಡ್ಡದಾಗಿ ಅನುಕೂಲವಾಗಿದ್ದ ಕೋಣೆ. ಕೆಳಗಿನ ಮನೆಯಲ್ಲಿರುವ ಮಾಲೀಕರಿಗೊಂದು ಕೀಲಿ ಕೊಟ್ಟು, ವಾರಕ್ಕೊಮ್ಮೆ ಅವರ ಕೆಲಸದವಳ ಬಳಿ ಗುಡಿಸಿ, ಒರೆಸುವಂತೆ ಕೇಳಿಕೊಂಡಿದ್ದ. ಹೀಗಾಗಿ ರೂಮು ಸ್ವಚ್ಛವಾಗಿಯೇ ಇತ್ತು. ಮಂಚದ ಮೇಲಿದ್ದ ಬೆಡ್‌ಶೀಟ್ ಬದಲಿಸಿ, ಅದೂ ಇದೂ ಜೋಡಿಸಿ, ಸ್ನಾನ ಮುಗಿಸಿದವನೇ ಕಾಲೇಜಿನ ಕಡೆ ಹೋದ. ನಾಳೆಯಿಂದ ಸ್ಪೆಶಲ್ ಕ್ಲಾಸ್ ತೆಗೆದುಕೊಂಡಾದರೂ ಸರಿ, ಮಿಕ್ಕಿರುವ ಪಾಠಗಳನ್ನು ಮುಗಿಸುತ್ತೇನೆ ಎಂದೆಲ್ಲ ಪ್ರಿನ್ಸಿಪಾಲರಿಗೆ ಭರವಸೆಯಿತ್ತು, ಎದುರು ಕಂಡ ಸಹೋದ್ಯೋಗಿಗಳನ್ನು, ವಿದ್ಯಾರ್ಥಿಗಳನ್ನು ಮಾತಾಡಿಸಿಕೊಂಡು,

ಹೊರಡಬೇಕು ಎನ್ನುವಷ್ಟರಲ್ಲಿ ಪ್ರೊಫೆಸರ್ ಫೋನು.

"ಎಲ್ಲದಿಯೋ... ಮನಿಗಿ ಬಾ ಮತ್ತ"

ಬಾಗಿಲು ತೆರೆದ ಹುಡುಗಿ "ಮಹೀ ಅಣ್ಣ ಬಂದಾನ" ಎಂದು ಜೋರಾಗಿ ಹೇಳಿದಾಗಲೇ ಮತ್ತೆ ನೆನಪಾಗಿದ್ದು, ಓಹ್ ಇದು ಲೇಖಾ, ಈಗ ಇವರಿಬ್ಬರೂ ಇಲ್ಲೇ ಇರುತ್ತಾರೆ ಎಂದು. ತಾನು ಬರುತ್ತೇನೆ ಎಂದು ಪ್ರೊಫೆಸರ್ ಆಗಲೇ ಹೇಳಿರಬೇಕು, ನಾಲ್ಕೈದು ತಿಂಗಳ ಹಿಂದೊಮ್ಮೆ ನೋಡಿದ್ದು, ಗುರುತಿಟ್ಟಿದ್ದಾಳಲ್ಲ ಎಂದು ಮಹೇಶನಿಗೆ ಸಣ್ಣ ಅಚ್ಚರಿ ಕೂಡ.

"ಎಷ್ಟ ದಿನ ಆತಪಾ ನಿನ್ನ ನೋಡದೇ... ಬಾ... ಬಾ... ಸೂರಗೀ ನೋಡಪಾ... ಬಿಸಿಲು ಝಳ ಅಲ್ಲಿ ಭಾಳ ಇತ್ತೇನು ಮತ್ತ" ಪ್ರೊಫೆಸರ್ ದನಿಯಲ್ಲಿ ಎಂದಿನ ಅದೇ ಕಾಳಜಿ.

"ಏನೇ ಹೇಳಪಾ ಮಹೀ... ಮನಿ ವಳಗ ವಬ್ಬ ಮಗಳು ಇದ್ದಳಂದ್ರ ಮನಿ ಕಳಾನೆ ಬ್ಯಾರೆ ಇರ್ತದ" ಊಟಕ್ಕೆ ಲೇಖಳ ಪಕ್ಕ ಕೂರುತ್ತ ಪ್ರೊಫೆಸರ್ ನಕ್ಕರು.

"ಹೂಂ ಮತ್ತ... ಸಣ್ಣಹುಡುಗರು ಇದ್ರ ಮನಿ ತುಂಬ ಗಲಗಲ ಅಂತ ಮಾತು, ನಗು ಇರತಾದಲ್ಲ" ಜಲಜ ದನಿಗೂಡಿಸಿದರು.

ಮಹೇಶನಿಗೆ ಪ್ರೊಫೆಸರ್ ಜೊತೆ ತುಂಬ ಮಾತನಾಡುವುದಿತ್ತು. ಅವರು ಮಲಗುತ್ತಾರೇನೋ, ತನ್ನ ರೂಮಿಗೆ ವಾಪಸು ಹೋಗಿಬಿಡಲೇ ಎಂದೆಲ್ಲ ಯೋಚಿಸುತ್ತಿರುವಾಗ, ಲೇಖ, "ಮಹೀ ಅಣ್ಣ, ನಿನ್ನ ಖೋಲೀನ ನಾ ಸ್ಟಡಿ ರೂಮ್ ಮಾಡಿಕೊಂಡೇನಿ" ಎಂದು ಅವನ ಕೈಹಿಡಿದು, ಕರೆದುಕೊಂಡು ಹೋಗಿ ತೋರಿಸಿದಳು. ಎರಡರ ಬದಲಿಗೆ ಒಂದೇ ಮಂಚ ಇತ್ತು.

"ಇಲ್ಲಿದ್ದ ಇನ್ನೊಂದು ಮಂಚ ಪಕ್ಕದ ರೂಮಿಗೆ ಹಾಕಿ, ಅದನ್ನ ಲೇಖಾಗೆ ಮಲಗಾಕ ಮಾಡೀವಿ. ನೀ ಇಲ್ಲೇ ಮಲಕೋ ಇವತ್ತು" ಎನ್ನುತ್ತ ಪ್ರೊಫೆಸರ್ ಒಳಬಂದರು.

ಮತ್ತೆ ಸ್ವಲ್ಪ ಹೊತ್ತಿನಲ್ಲಿ ಲೇಖ, ಜಲಜ ಮಲಗುತ್ತೇವೆಂದು ಹೋದರು. ಪ್ರೊಫೆಸರ್ ಮಾತಾಡುವ ಹುಕಿಯಲ್ಲಿದ್ದರು. "ಹೊರಗ ಕೂಡೂಣೇನು ಮಹೀ"

ಜಲಜ ಬಂದನಂತರ ಇನ್ನಷ್ಟು ಗಿಡಗಳನ್ನು ಹಾಕಿದಂತಿತ್ತು. ಹೊಸದಾಗಿ ನೆಟ್ಟ ಗಿಡಗಳೆಂದು ತೋರುತ್ತಿದ್ದವು. ಅಂಗಳದ ಮೂಲೆಯಲ್ಲಿ ಕಾಂಪೌಂಡ್ ಬಳಿ ಇದ್ದ ಕರಿಬೇವಿನ ಮರದಡಿ ಚಿಕ್ಕ ಕಲ್ಲು ಬೆಂಚು ಮಾಡಿಸಿದ್ದರು. "ಭಾನುವಾರ ಬಂತಂದರ ಜಲಜ ಮಣ್ಣಾಗನ ಇರತಾಳ" ಅಲ್ಲಿ ಕೂರುತ್ತ ಹೇಳಿದ ಪ್ರೊಫೆಸರ್ ದನಿಯಲ್ಲಿ ಅಭಿಮಾನವಿತ್ತು. ರಸ್ತೆಯ ಆ ಮೂಲೆಯಲ್ಲಿದ್ದ ಬೀದಿ ದೀಪದಿಂದ ಬೀಳುತ್ತಿದ್ದ ಕಿರಣಗಳು ನೆಳಲು ಬೆಳಕಿನ ಚಿತ್ತಾರ ಬಿಡಿಸಿತ್ತು.

ತುಂಬ ಹೊತ್ತು ಧೋಲಾವೀರಾದ ಸುದ್ದಿ ಹೇಳುವುದೇ ಆಯಿತು. ಮಹೇಶ ಕೆಲವು ಫೋಟೋಗಳನ್ನು ತೋರಿಸಿದ. ಯಾವ ಹಂತಗಳಿರಬಹುದೆಂದು ಹೇಗೆ ಊಹೆ ಮಾಡುತ್ತಿದ್ದೆವು ಎಂದು ವಿವರಿಸಿದ.

ಪ್ರೊಫೆಸರ್ ಮತ್ತೇನಪಾ ಎಂದು ಎರಡೆರಡು ಸಲ ಕೇಳಿದಾಗ ಮೆಲ್ಲನೆ ನೀತು ಸುದ್ದಿ ತೆಗೆದ. ಕೆಲಸಕ್ಕೆ ರಾಜೀನಾಮೆ ಕೊಟ್ಟಿದ್ದು, ಬೇರೆ ಏನಾದರೂ ಮಾಡಬೇಕು ಎಂದುಕೊಂಡಿದ್ದು, ಅವಳಿಗೆ ಊರಲ್ಲಿರುವ ತಮ್ಮ ಗದ್ದೆ ಮಾಡಿಸಬೇಕು ಅಂತನ್ನಿಸಿದ್ದು, ಅದನ್ನು ಅಣ್ಣನಿಗಾಗಿ ಮಾರಲು ಹೊರಟ ವಿಚಾರ...

"ಕೈಯಾಗಿನ ಕೆಲಸ ಬಿಟ್ಟು ಹೀಂಗ ಒಂದು ಕನಸಿನ ಬೆನ್ನತ್ತಬಕು ಅಂದ್ರ ಅದಕ್ಕ ಭಾಳ ಧೈರ್ಯ ಬೇಕಾಗ್ತದ ಮಹೀ. ಬೇಸಾಯ ಮಾಡೂದು ಈಗಿನ ಕಾಲ್ದಾಗ ಅಷ್ಟ ಸರಳ ಇಲ್ಲಪಾ. ಇಷ್ಟ ಸಣ್ ವಯಸ್ಸಿಗಿ ಹಿಂತಾದೊಂದು ವಿಚಾರನರ ಮಾಡ್ಯೆತಲ್ಲ ಈ ಹುಡುಗಿ" ಎಂದ ಪ್ರೊಫೆಸರ್, "ನಡಿಯಪ್ಪ, ಇನ್ನ ಮಲಗೂಣೂ" ಎನ್ನುತ್ತ ಹೊರಟರು.

"ನನಗೂ ಆಕಿ ಫೋನ್ ಮಾಡದ ಭಾಳ ದಿನಾತಪಾ... ಯಾವಾಗಾನ ಫೋನು ಮಾಡಂತ ಹೇಳು..." ಪ್ರೊಫೆಸರ್ ಬಾಗಿಲು ಮುಚ್ಚಿ ಒಳಬರುತ್ತ ಹೇಳಿದರು.

ಮರುದಿನ ಬೆಳಗ್ಗೆ ಎಚ್ಚರವಾದರೂ ಏಳಲೋ ಬೇಡವೋ ಎಂದುಕೊಳ್ಳುತ್ತ ಇನ್ನೂ ಹಾಸಿಗೆಯಲ್ಲಿದ್ದ ಮಹೇಶನಿಗೆ ಯಾರೋ ರೂಮಿನ ಬಾಗಿಲಲ್ಲಿ ನಿಂತು ಮೆತ್ತಗೆ ಕರೆದಂತೆ ಅನ್ನಿಸಿತು. ನೋಡಿದರೆ ಸೀತಮ್ಮ.

"ಏನಪಾ... ಯಾವಾಗ ಬಂದಿ... ಬೇಷದೀ ಇಲ್ಲೋ"

"ನಾ ಆರಾಮದೀನವ್ವ, ನೀವು ಹ್ಯಂಗದೀರಿ"

"ಹ್ಯಂಗ ಅಂದ್ರ ಹೀಂಗ ನೋಡಪಾ. ಸಾಕು ಬಾಯಿನ್ನು ಅಂತ ಕಾಡು ಕರೀತದ, ಆದರ ಏನ್ ಮಾಡೂದಪ್ಪ, ನಮಗಂತೂ ಹೋಗು ಅಂತ ಊರು ಇನ್ನಾ ಅನ್ನಾವಲ್ದು!" ಅದೇ ಹಗುರು ನಗೆಯ ಸೀತಮ್ಮ.

ಮತ್ತೊಂದು ವಾರ ಅವನಿಗೆ ಯಾವುದಕ್ಕೂ ಯೋಚನೆ ಮಾಡದಷ್ಟು ಕೆಲಸ. ದಿನಾ ಎರಡು ಮೂರು ಸ್ಪೆಶಲ್ ಕ್ಲಾಸ್, ಜೊತೆಗೆ ಮಿರ್ಜಾನೆಯವರು ಹೇಳಿದ್ದ ಒಂದೆರಡು ವಿಚಾರಗಳನ್ನು ಇಟ್ಟುಕೊಂಡು ಲೇಖನವೊಂದನ್ನು ಸಿದ್ಧಪಡಿಸಬೇಕಿತ್ತು. ನೀತುವಿಗೆ ಫೋನ್ ಮಾಡಿ ಮಧ್ಯೆ ಮಾತಾಡಿದರೂ, ಅವಳು ಕೇಳಿದ್ದ ಪ್ರಶ್ನೆಗೆ ಉತ್ತರಿಸಲು ಇನ್ನೂ ಸರಿಯಾಗಿ ಯೋಚಿಸಬೇಕಿದೆ ಅನ್ನಿಸಿ, ಕಡತದಲ್ಲಿ ಏನೂ ಬರೆಯುವ ಧೈರ್ಯ ಸಾಲದೇ ಸುಮ್ಮನಾಗಿದ್ದ. ಆ ಶನಿವಾರ ಫೋನು ಮಾಡಿದರೆ ಅವಳು ಫೋನ್ ಎತ್ತಿಕೊಳ್ಳಲಿಲ್ಲ.

'ಮತ್ತೆ ಮಾತಾಡ್ತೀನಿ' ಎಂದು ಚುಟುಕಾಗಿ ಸಂದೇಶ ಕಳಿಸಿದ್ದಳು.

ಮತ್ತೆ ಮರುದಿನವೂ ಅವಳ ಫೋನು ಬರಲಿಲ್ಲ. ಭಾನುವಾರ ಸ್ಪೆಶಲ್ ಕ್ಲಾಸ್ ಎಂದು ಅರ್ಧ ದಿನ ಕಳೆಯಿತು. ಸಂಜೆ, ರಾತ್ರಿ ಪ್ರೊಫೆಸರ್ ಮನೆಯಲ್ಲಿ ಎಂದು ಹೇಗೋ ಕಳೆಯಿತು. ಆದರೆ ಸೋಮವಾರದ ಸಂಜೆಯವರೆಗೂ ಅವಳಿಂದ ಫೋನು ಇಲ್ಲದೇ, ಕಳಿಸಿದ ಸಂದೇಶಕ್ಕೂ ಮಾರುತ್ತರ ಇಲ್ಲದೇ ಮಹೇಶನಿಗೆ ಹುಚ್ಚು ಹಿಡಿದಂತಾಗಿತ್ತು. ಅರೆ, ಏನಿದು ಒಂಥರದ ಗೀಳೇ, ವ್ಯಾಮೋಹವೇ ಎಂದು ಹತ್ತು ಸಲ ಪ್ರಶ್ನಿಸಿಕೊಂಡ. ಎಷ್ಟೆಲ್ಲ ಕೆಲಸದ ನಡುವೆಯೂ ತಟ್ಟನೆ ನೆನಪಾಗುವ ನೀತು... ಆ ದಿನದ ಅಪ್ಪುಗೆ... ಮೈಮನದ ಕೋಶಕೋಶಗಳಡಿ ದಾಖಲಾದ ಅವಳ ಸ್ಪರ್ಶ... ಅವಳ ಮೈಗಂಧ... ಸೋಮವಾರ ರಾತ್ರಿ ಅವಳೇನಾದ್ರೂ ಬರೆದಿದ್ದಾಳೇನೋ ನೋಡುವ ಎಂದುಕೊಂಡು, ಡ್ರೈವಿನಲ್ಲಿದ್ದ ಅವಳ ಕಡತ ತೆರೆದ. ಸಂಜೆ ಏನೋ ಬರೆದಿದ್ದಾಳೆ ಎನ್ನುವುದು ಗೊತ್ತಾಗುತ್ತಿತ್ತು.

ಅಪ್ಪ ತಕ್ಷಣ ಊರಿಗೆ ಬರಲಿಕ್ಕೆ ಹೇಳಿದರು. ಶುಕ್ರವಾರ ಮಧ್ಯಾಹ್ನವೇ ಹೊರಟು ಬಂದೆ. ಅದೇ ಹೇಳಿದ್ದೆನಲ್ಲ, ಆ ಜಮೀನು ಮಾರೋ ವಿಚಾರ. ಅದಕ್ಕೆ ನನ್ನದೂ ಸಹಿ ಬೇಕಂತೆ. ಎಲ್ಲ ಅಣ್ಣನ ಮುಂದಾಲೋಚನೆ. ಮತ್ತೆ ನಾಳೆ ದಿನ ನಾನು ಜಗಳ ಮಾಡಬಾರದಲ್ಲ. ತಪ್ಪು ಎಂದು ಹೇಳಲಾರೆ. ಕಾಗದ ಪತ್ರ ಎಲ್ಲ ಚೊಕ್ಕ ಇದ್ದರೆ ತಾನೆ ಖರೀದಿಸುವವರು ನಿರಾತಂಕವಾಗಿ ಕೊಂಡು, ದುಡ್ಡು ಎಣಿಸುವುದು. ಶನಿವಾರ ಮಧ್ಯಾಹ್ನ ರೆಜಿಸ್ಟ್ರೇಶನ್ ಎಲ್ಲ ಮುಗೀತು. ಅಲ್ಲೇ ನಮ್ಮ ಜಮೀನಿನ ಆ ಕಡೆಗೆ ಇದ್ದ ರೆಡ್ಡಿ ಒಬ್ಬರು ಖರೀದಿ ಮಾಡಿದರು. ಒಂದು ಸಲ ಜಮೀನಿನ ಬಳಿ ಹೋಗಿಬರಬೇಕೆಂದು ತುಂಬಾನೆ ಅನ್ನಿಸ್ತಾ ಇತ್ತು. ರೆಜಿಸ್ಟ್ರೇಶನ್ ಕೆಲಸ ಮುಗಿದ ಮೇಲೆ ನಾನು, ಅಪ್ಪ, ಅಮ್ಮ ಮಾತ್ರ ಹೋದ್ವಿ. ಅಣ್ಣ ಬರಲಿಲ್ಲ. ಅಮ್ಮ ಬಸ್ ಇಳಿದು ಗದ್ದೆ ಹತ್ರ ಹೋಗ್ತಾ ಇದ್ದಾಗಿಂದಲೇ ಕಣ್ಣೊರೆಸಿಕೊಳ್ಳುತ್ತ, ಸೊರಸೊರ ಶುರುಮಾಡಿದ್ದಳು. ಈಗೆರಡು ವರ್ಷದಿಂದ ನಾಲೆಯಲ್ಲಿ ಬೇಗ ನೀರು ನಿಲ್ಲಿಸಿಬಿಡ್ತಾರೆ, ಹಿಂಗಾಗಿ ಮುಂಗಾರು ಬೆಳೆ ಭತ್ತ ಆದ್ರೆ, ಆಮೇಲೆ ರಾಗಿ ಹಾಕ್ತಿದ್ದರು. ಗದ್ದೆಯಲ್ಲಿ ಹಾಕಿದ್ದ ರಾಗಿ ಕೊಯ್ದಾಗಿತ್ತು. ಮಾತೇ ಆಡದೇ, ಒಂದು ಕೈಯನ್ನು ತಲೆ ಮೇಲಿಟ್ಟುಕೊಂಡು, ಖಾಲಿಯಾಗಿದ್ದ ಗದ್ದೆಯನ್ನು ನೋಡುತ್ತ ಬದುವಿನ ಮೇಲೆ ಕುಕ್ಕರಗಾಲಿನಲ್ಲಿ ಕೂತ ಅಪ್ಪನ ಚಿತ್ರ ನನ್ನ ಕಣ್ಣಿಂದ ಮರೆಯಾಗುವಂಥದಲ್ಲ. ಹತ್ತು ಹದಿನೈದು ನಿಮಿಷ ಹಂದಾಡದೇ ಕೂತಿದ್ದರು.

ನಮ್ಮ ಗದ್ದೆಯನ್ನು ಪಾಲಿಗೆ ತಗಂಡು ಮಾಡುತ್ತಿದ್ದನಲ್ಲ, ನಾಗಪ್ಪ ಅಂತ... ಅವನಿಗೆ ಅದ್ಹೇಗೆ ಗೊತ್ತಾಯಿತೋ ನಾವು ಬಂದೆವು ಅಂತ. ಬಸ್ಸಿಳಿದು ಹೋಗ್ತಿದ್ದಾಗ ಯಾರೋ ನೋಡಿದವರು ಹೇಳಿರಬೇಕು. ಸ್ವಲ್ಪ ಹೊತ್ತಿಗೆ ಅವನೂ ಬಂದ. "ಏನು ಸಾಮಿ... ಹಿಂಗೆ ಮಾಡಿಬಿಟ್ರಲ್ಲ..." ಅಂದ. ಅಪ್ಪ ಅದಕ್ಕೂ ಮಾತಾಡಲಿಲ್ಲ. ರೆಡ್ಡಿ ಜಮೀನು ಪಾಲಿಗೆ

ಕೊಡುವುದಿಲ್ಲ, ಇವರಿಂದ ಕೂಲಿ ಮಾಡಿಸಿಕೊಳ್ತಾನೆ ಅಷ್ಟೆ. ಇನ್ನು ನಾಗಪ್ಪನಿಗೂ ಕಷ್ಟದ ದಿನಗಳು ಶುರುವಾಗುತ್ತೆ. ಮನೆ ಕಡೆ ಬಂದು ಹೋಗಿ ಅಂದ. ನಮಗೆ ಊರೊಳಗೆ ಹೋಗೋ ಮುಖ ಇರಲಿಲ್ಲ. ಹಂಗೇ ವಾಪಾಸಾದ್ವಿ.

"ಹಿರೇರು ವರ್ಷಗಟ್ಟಲೆ ದುಡಿದು ಮಾಡಿದ ಆಸ್ತಿಯನ್ನು ಮಾರೋದು ಎಷ್ಟ್ ಸುಲಭ ನೋಡು... ಅವರೇ ನಮಗಿಟ್ಟ ಹೆಸರನ್ನು ಹತ್ತಾರು ಕಡೆ ಒತ್ತಿದರೆ ಆಯಿತು. ನಂಗೆ ಮಾರೋ ಹಕ್ಕು ಏನಿದೆ ಹೇಳು. ಆದರೆ ಅವರು ಮಾಡಿಟ್ಟಿದ್ದನ್ನು ಸುಮ್ಮನೇ ಕೂತು ಅನುಭವಿಸೋ ಹಕ್ಕು ಇದೆ ಅಂತಾದ್ರೆ ಮಾರೋ ಹಕ್ಕು ಕೂಡ ಇದ್ದಂಗೆ ಅಲ್ಲವಾ ಅಂತ ಅಪ್ಪ ವಾದಿಸಿದ. ನಾವು ಸತ್ತ ಮೇಲೆ ಅವನಿಗೇ ಹೋಗುತ್ತೆ, ನಾವಿಬ್ರೂ ಇರೋವರೆಗೆ ಮಾರಲಿಲ್ಲ ಅಂದ್ರೂ, ಆಮೇಲೆ ಏನು ಮಾಡ್ತಾನೆ ಯಾರಿಗೆ ಗೊತ್ತು. ಕಷ್ಟಕಾಲಕ್ಕೆ ಮಾರಿದರೆ ಅವನಿಗೂ ಒಂದು ಆಸರೆಯಾಗುತ್ತೆ ಅಂತ ಹೂಂ ಅಂದೆ ಕಣಮ್ಮ. ಎಲ್ಲೋ ಒಂದು ಕಡೆ ಹಿರೇರು ಮಾಡಿದ ಆಸ್ತಿ ಇದೆ, ನಮ್ಮದು ಅಂತ ಹೇಳಿಕೊಳ್ಳೋ ಭೂಮಿ ಇದೆ ಅಂತ ಏನೋ ಒಂಥರಾ ನೆಮ್ಮದಿ ಇತ್ತು ಇಷ್ಟು ದಿನ. ಈಗ ಆ ನೆಮ್ಮದಿನೂ ಕಳ್ಕೊಂಡ್ವಿ. ಹೋಗ್ಲಿಬಿಡು, ಇನ್ನೆಷ್ಟು ವರ್ಷ ಇರ್ತೀವಿ ನಾವು... ಕೊನೆಗೆಷ್ಟು ಜಾಗ ಬೇಕು... ಆರಡಿ, ಮೂರಡಿ ಅಷ್ಟೇ ತಾನೆ" ಅಪ್ಪ ವಾಪಾಸು ಬರುತ್ತ ಬಸ್ಸಲ್ಲಿ ಕೂತಾಗ ಸಣ್ಣದನಿಯಲ್ಲಿ ಹೇಳ್ತಿದ್ದರು. ರಾತ್ರಿ ಯಾರೂ ಸರಿಯಾಗಿ ಊಟ ಮಾಡಲಿಲ್ಲ. ಅಪ್ಪ ನಡುರಾತ್ರಿ ಎರಡು ಮೂರು ಸಲ ಎದ್ದು ಕೂತಿದ್ದರು, ಸ್ವಲ್ಪ ನಿದ್ದೆ ಮಾಡಿದಾಗಲೂ ಸಣ್ಣಗೆ ನರಳುತ್ತಿದ್ದರು ಅಂತ ಅಮ್ಮ ಬೆಳಗ್ಗೆ ಹೇಳಿದಳು. ಅಪ್ಪ, ಅಮ್ಮನ ಮುಂದೆ ನನ್ನ ನೋವು ತೋರಿಸಿಕೊಳ್ಳೋದೇ ಬೇಡ ಅಂತ ಅಂದುಕೊಂಡು, ನಾನೇ ಸ್ವಲ್ಪ ನಗುವಿನ ಮುಖವಾಡ ಧರಿಸಿ, ಅವರಿಬ್ಬರಿಗೂ ಸಮಾಧಾನ ಹೇಳಿ... ಮತ್ತೊಂದು ದಿನ ಇದ್ದು ಬಂದೆ. ಇದಿಷ್ಟು ಊರಿನ ಕಥೆ...

– ನೀತು

ಏನು ಬರೆಯುವುದು... ತುಂಬ ಬೇಜಾರಿನಲ್ಲಿದ್ದಾಳೆ ಎನ್ನಿಸುತ್ತೆ. ಈಗಾದ್ರೂ ಮಾತಾಡುವುದೇ ವಾಸಿ ಎಂದು ಫೋನು ಮಾಡಿದ. ಹಲೋ ಎಂದವಳ ದನಿ ದಣಿದಂತಿತ್ತು.

"ಮಲಗಿದೀಯ ನೀತು" ಊಂಗುಟ್ಟಿದಳು.

"ಇಷ್ಟ್ ಬೇಗ ಊಟನೂ ಮಾಡಿಬಿಟ್ಟೆಯಾ"

"ಇಲ್ಲ"

"ಹಿಂಗೆ ಬೇಜಾರು ಮಾಡಿಕೊಂಡರೆ ಹೆಂಗೆ ನೀತು... ಆಗಿದ್ದಾಯಿತು... ಮತ್ತೇನು ಮಾಡಬಹುದು ಅಂತ ಯೋಚನೆ ಮಾಡಣ ಕಣೇ... ಏಳು, ಈಗ ಏನಾದ್ರೂ ಅಡುಗೆ ಮಾಡ್ಕೊಂಡು ಊಟ ಮುಗಿಸು, ನಾನು ಮತ್ತೆ ಫೋನು

ಮಾಡ್ತೀನಿ..." ಸಮಾಧಾನಿಸಿದ.

ಮತ್ತೆ ಒಂದು ಗಂಟೆ ನಂತರ ಫೋನು ಮಾಡಿದವನು, ಪ್ರೊಫೆಸರ್ ಮನೆಯ ಸುದ್ದಿ, ಕಾಲೇಜಿನ ಸುದ್ದಿ, ಉತ್ಖನನದ ಸಮಯದಲ್ಲಿ ತನ್ನ ಅರೆಬರೆ ಹಿಂದಿಯಿಂದ ಆಗುತ್ತಿದ್ದ ತಮಾಷೆಗಳು ಅದೂ ಇದೂ ಹೇಳಿ ಅವಳನ್ನು ನಗಿಸಲು ನೋಡಿದ. ಅವಳು ಸ್ವಲ್ಪ ಗೆಲುವಾದಳು ಅನ್ನಿಸಿದ ಮೇಲೆ ಫೋನಿಟ್ಟು ಮಲಗಿದ.

ಮರುವಾರ ಮಹೇಶನಿಗೆ ಮಿರ್ಜಾನೆಯವರು ಇನ್ನೊಂದು ಕೆಲಸ ಅಂಟಿಸಿದರು. ಅವರು ತಾವು ಯಾವುದೋ ಸೆಮಿನಾರಿಗೆ ಸಿದ್ಧವಾಗ್ತಿದ್ದೀನಿ, ಒಂದು ಪವರ್ ಪಾಯಿಂಟ್ ಪ್ರಸಂಟೇಶನ್ ಮಾಡಿಕೊಡು, ನಿನ್ನ ಹೆಸರೂ ಹಾಕುತ್ತೇನೆ ಅಂತ ಒಂದಿಷ್ಟು ಮುಖ್ಯಾಂಶಗಳನ್ನು ಇಮೇಲ್ ಮಾಡಿದ್ದರು. ಅದಕ್ಕೆ ಇನ್ನೊಂದಿಷ್ಟು ಓದುವುದು, ನೋಟ್ಸ್ ಮಾಡಿಕೊಂಡು ಪ್ರೊಫೆಸರ್ ಬಳಿ ಒಂದೆರಡು ಸಲ ಚರ್ಚಿಸುವುದು, ಇದೇ ಆಯಿತು. ಜೊತೆಗೆ ಕಾಲೇಜಿನಲ್ಲಿ ಹೆಚ್ಚುವರಿ ಕ್ಲಾಸ್ ತೆಗೆದುಕೊಂಡು ಪಾಠಗಳನ್ನು ಮುಗಿಸುವ ಗಡಿಬಿಡಿ ಬೇರೆ. ಆಗೀಗ ನೀತು ಫೋನಿನಲ್ಲಿ ಸಿಗುತ್ತಿದ್ದಳು. ಅದೇ ಸಂಸ್ಥೆಯಲ್ಲಿ ಕೆಲಸಕ್ಕೆ ಸೇರಿದ್ದೀನಿ, ತಾನು ಭೇಟಿಯಾದ ರೈತರ ಕುರಿತು ಗಮನಿಸಿದ ಅಂಶಗಳನ್ನು ರೈತಸಂಘದ ಒಬ್ಬರಿಗೆ, ಮತ್ತೆ ಈ ಸಂಸ್ಥೆಯ ಮುಖ್ಯಸ್ಥರಿಗೆ ಬರೆದು ತಿಳಿಸಿದ್ದೀನಿ, ಅವರಿಗೆ ಪರಿಹಾರ ಬರೋದರ ಕುರಿತಾದ್ರೂ ಫಾಲೋ ಅಪ್ ಮಾಡಬೇಕಿದೆ, ತುಂಬಾ ಕೆಲಸವಿದೆ ಎಂದಿದ್ದಳು. ಅವಳು ಕೆಲಸದಲ್ಲಿ ಮಗ್ನಳಾಗಿ, ಊರಿನ ವಿಚಾರ ಸ್ವಲ್ಪ ಮರೆತರೆ ಸಾಕಪ್ಪ ದೇವ್ರೇ ಅಂತ ಮಹೇಶ ಅಂದುಕೊಳ್ಳುತ್ತಿದ್ದ. ಆ ಸಂಜೆ ಇದ್ದಕ್ಕಿದ್ದಂತೆ ನೀತುವಿನ ಸಂದೇಶ. "ನಿಂಗೆ ಸಾಧ್ಯವಾದ್ರೆ ನಾನು ಬರೆದಿರೋದನ್ನು ಓದ್ತೀಯ"

ಓ, ಏನೋ ಹೇಳಿಕೊಳ್ಳಲು ಬರೆದಿದ್ದಾಳೆ ಎಂದುಕೊಂಡವನೇ, ಮೊದಲು ಡ್ರೈವಿನಲ್ಲಿದ್ದ ಅವಳ ಕಡತ ತೆರೆದ. ಅವಳು ತುಸು ಹೊತ್ತಿನ ಹಿಂದೆ ಎಡಿಟ್ ಮಾಡಿದ್ದಾಳೆ, ಏನೋ ಉದ್ದಕ್ಕೆ ಬರೆದಂತಿದೆ ಎಂದುಕೊಳ್ಳುತ್ತ, ಓದತೊಡಗಿದ.

ಮಿಡ್ಲ್‌ಸ್ಕೂಲಿಗೆ ಹೋಗುತ್ತಿದ್ದ ದಿನಗಳು ನೆನಪಾಗುತ್ತಿವೆ. ನಮ್ಮೂರಿನಿಂದ ಪಕ್ಕದ ಆ ಹಳ್ಳಿಗೆ ನಡೆದೇ ಹೋಗಬೇಕಿತ್ತು. ಅಕ್ಕ ಪಕ್ಕ ಭತ್ತದ ಮತ್ತು ಕಬ್ಬಿನ ಗದ್ದೆಗಳು, ಅವುಗಳ ಬದುಗಳು, ಋತುವಿಗೆ ತಕ್ಕಂತೆ ಬದಲಾಗುತ್ತಿದ್ದ ಗದ್ದೆಯ ವರ್ಣವೈವಿಧ್ಯ, ಸಣ್ಣ ಕಾಲುವೆಯಲ್ಲಿ ಹರಿಯುತ್ತಿದ್ದ ನೀರು, ಅಲ್ಲಿಗೆ ಹೋಗುತ್ತಿದ್ದ ಆ ರಸ್ತೆಯ ತಿರುವುಗಳು, ಏರು, ಇಳುಕಲುಗಳು ಎಲ್ಲ ಪರ್ಮೆನೆಂಟ್ ಮಾರ್ಕರಿನಿಂದ ಗೆರೆ ಹೊಡೆದ ಹಾಗೆ ಮನಸ್ಸಿನ ಭಿತ್ತಿಯ ಮೇಲಿವೆ. ತುಸುವೇ ಹಿಂದೆ ಜಾರಿದರೂ ಎಲ್ಲ ವಿವರಗಳೊಡನೆ, ವಾಸನೆಯೊಡನೆ ಬಿಚ್ಚಿಕೊಳ್ಳುತ್ತೆ.

ಅಲ್ಲಿದ್ದ ಮೇಷ್ಟ್ರು... ಅವರು ಹಿಂದಿ ಮತ್ತು ಇಂಗ್ಲಿಷ್ ಏನು ಕಲಿಸಿದ್ದರು ಎಂದು ಯಾವಾಗ್ಲೂ ನೆನಪಾಗೋದೇ ಇಲ್ಲ. ಹಿಂದಿಯಂತೂ ಅಕ್ಷರಗಳ ಹೊರತು ನಮಗ್ಯಾರಿಗೂ ಏನೂ ಬರುತ್ತಿರಲಿಲ್ಲ. ಇಂಗ್ಲಿಷ್ ಕೂಡ ಅಷ್ಟೇ... ಒಂದಿಷ್ಟು ಸ್ಪೆಲ್ಲಿಂಗುಗಳು, ಒಂದಿಷ್ಟು ಉರುಹೊಡೆದ ವಾಕ್ಯಗಳು, ಅಷ್ಟೇ. ಗಣಿತ ಮತ್ತು ಉಳಿದ ವಿಷಯ ಏನೋ ಕೊಂಚ ಮಾಡುತ್ತಿದ್ದ ನೆನಪು ಆಗುತ್ತೆ. ಆಗ ಯಾವುದೋ ಕಾರಣಕ್ಕೆ ಗೆಳತಿ ಲತಾಳೊಂದಿಗೆ ಜಗಳವಾಗಿತ್ತಲ್ಲ... ಜಗಳ ಏನಂತಲೇ ನೆನಪಿಲ್ಲದೇ ಮುಂದೆ ಹೈಸ್ಕೂಲ್ ಮುಗಿಯುವವರೆಗೂ ಅವಳೊಂದಿಗೆ ಮಾತಾಡಿರಲಿಲ್ಲ. ಬೇರೆ ಒಂದಿಬ್ಬರು ಹುಡುಗಿಯರು ಜತೆಗೆ ಇದ್ದರು. ಮಧ್ಯಾಹ್ನದ ಊಟಕ್ಕೆ ಶಾಲೆ ಪಕ್ಕದ ಗದ್ದೆಗೆ ಹೋಗುತ್ತಿದ್ದದ್ದು, ಅಲ್ಲಿಯ ಕಾಲುವೆಯಲ್ಲಿ ಕಾಲು ಇಳಿಬಿಟ್ಟು ಊಟ ಮಾಡಿ, ಹರಟೆ ಆಟ ಮುಗಿಸಿ ಬರುತ್ತಿದ್ದದ್ದು ಎಲ್ಲ ಎಷ್ಟು ಛಂದ ನೆನಪು. ನನಗೋ ಸದಾ ಉಗ್ಗದಲ್ಲಿ ಗಂಜಿ ಅನ್ನ, ಅದರ ಮೇಲೊಂದಿಷ್ಟು ಮೊಸರು, ಉಪ್ಪಿನಕಾಯಿ. ಮಳೆಗಾಲ, ಛಳಿಗಾಲದಲ್ಲಂತೂ ತಣ್ಣಗೆ ಕೊರೆಯುತ್ತಿದ್ದ ಅದನ್ನು ತಿನ್ನಲು ಭಾರೀ ಬೇಜಾರಾಗುತ್ತಿತ್ತು. ನನ್ನ ಜೊತೆಗಿನ ಹುಡುಗಿಯರು, ಇನ್ನೊಂದಿಬ್ಬರು ಹುಡುಗರು ಹೆಚ್ಚಾಗಿ ತಿಂಡಿ ತರುತ್ತಿದ್ದರು. ಆಗೆಲ್ಲ ಅವರ ಉಗ್ಗ ನೋಡಿ ಹೊಟ್ಟೆ ಕಿಚ್ಚಾಗುತ್ತಿತ್ತು. ಹಾಗೆಂದು ಅವರ ತಿಂಡಿಗಳೂ ಭಾರೀ ರುಚಿಯಾಗಿರುತ್ತಿತ್ತು ಎಂದೇನೂ ಇಲ್ಲ, ದೋಸೆಯಂತೂ ಮಧ್ಯಾಹ್ನದ ವೇಳೆಗೆ ಕಟ್ಟಿಗೆಯ ಕೊರಡಿನ ಥರಾ, ಈಗಿನ ಹಾಗೆ ಚಟ್ಣಿಗಿಟ್ಣಿ ಎಲ್ಲ ಎಲ್ಲಿ... ಮಾವಿನಕಾಯಿ ಕೆಂಪು ಚಟ್ನಿ, ಚೂರು ತುಪ್ಪ ಅಥವಾ ಬೆಲ್ಲ. ಇಡ್ಲಿಯೂ ಸಪೂರವಾಗಿಯೇನೂ ಇರುತ್ತಿರಲಿಲ್ಲ. 'ಶ್ಯೀ ಕೊಲ್ಟಾಗಿದೆಯಪ್ಪ' ಎಂದು ಮೂಗುಮುರಿದುಕೊಂಡೇ ತಿನ್ನುವುದು... ಕೊಲ್ಟು ಎಂದ್ರೆ ಕೊರಟು, ಅಂದರೆ ಕೊರಡಿನ ಥರಾ ಅಂತ.

ಶಾಲೆಯಿಂದ ಬರುವಾಗ ಕೆಲವೊಮ್ಮೆ ಕಬ್ಬಿನ ಕಟಾವಿನ ವೇಳೆಗೆ ಪಕ್ಕದ ಗದ್ದೆಯ ಒಳಹೋಗಿ ಕಬ್ಬು ಮುರಿದುಕೊಂಡು, ಕಾಲುವೆ ನೀರಿನಲ್ಲಿ ಮಣ್ಣು ಹಾಕಿ ಗಸಗಸ ಉಜ್ಜಿ ಭಾರೀ ಹೊಳೆಯುವ ಹಾಗೆ ಮಾಡಿ ತಿನ್ನುವ ಆ ಮಜಾ... ಭಾನುವಾರಗಳಂದು ನಮ್ಮೆಲ್ಲರ ಸವಾರಿ ಕೆಲವೊಮ್ಮೆ ಹತ್ತಿರದಲ್ಲಿದ್ದ ಒಂದು ಆಲೆಮನೆಗೆ ಹೋಗುತ್ತಿತ್ತು. ಅಲ್ಲಿ ಕೆಲಸ ಮಾಡುತ್ತಿದ್ದವರಿಗೆ ಬೇಡಿಕೊಂಡು, ಕಬ್ಬಿನ ಹಾಲು ಕುಡಿದು, ಚೆನ್ನಾಗಿ ತೊಳೆದ ಕಬ್ಬಿನ ಉದ್ದ ತುಂಡೊಂದನ್ನು ಅದೇ ಕುದಿಬಂದು ಕೊತಕೊತನೆ ಕುದಿಯುತ್ತಿರುವ ಬೆಲ್ಲವಾಗುತ್ತಿರುವ ಪಾಕದಲ್ಲಿ ಅದ್ದಿ, ಅದನ್ನು ತಿರುವಿತಿರುವಿ ಕೋಲಿಗೆ ಅಂಟು ಬೆಲ್ಲ ಅಂಟಿಸಿಕೊಂಡು, ಅದು ತಣ್ಣಗೆ ಆದ ಮೇಲೆ ಚೂರು ಚೂರೆ ತೆಗೆದು ತಿನ್ನುತ್ತ ಮನೆಗೆ ಬರುತ್ತಿದ್ದೆವು. ಆಗೀಗ ನಾಲೆಯಲ್ಲಿ ಈಜಲು ಹೋಗುವುದು. ನಮಗ್ಯಾರಿಗೂ ಈಜು ಬರುತ್ತಿರಲಿಲ್ಲ. ಮನೆಯಲ್ಲಿ ಬಟ್ಟೆ ಒದ್ದೆಯಾಗಿದ್ದು ಗೊತ್ತಾದ್ರೆ ಬೈಯ್ತಾರೆ ಅಂತ ಲೀಲಳ ಮನೆಯಿಂದ ಬಟ್ಟೆ ತೆಗೆದುಕೊಂಡು ಹೋಗುವುದು. ಒಂದು ಪೆಟ್ಟಿಕೋಟ್ ಮತ್ತು ಸ್ಕೂಲ್ ಯೂನಿಫಾರ್ಮಿನ

ಹಳೇ ಅಂಗಿ, ಒಂದು ಹಳೇ ಸಾಟಿಪಂಚೆ ಮೈ ಒರೆಸಿಕೊಳ್ಳಲು. ಆ ನಾಲೆಯಲ್ಲಿ ನೀರಾದ್ರೂ ಎಷ್ಟಿರುತ್ತಿತ್ತು... ಹುಡುಗರಾದ ನಮ್ಮ ಮೊಣಕಾಲು ಮುಳುಗುವಷ್ಟು. ಮೊದಲು ಕೈ ನೆಲಕ್ಕೆ ಊರಿ ಕಾಲು ರಪರಪ ಬಡಿಯುವುದು, ಆಮೇಲೆ ಕಾಲು ಊರಿ ಹೊಟ್ಟೆ ಕೊಂಚ ಮೇಲೆತ್ತಿ ಕೈಗಳಲ್ಲಿ ರಪರಪ ಬಡಿಯವುದು, ನಡುವೆ ಒಂದೆರಡು ಬಾರಿ ಕೈ, ಕಾಲು ಏನನ್ನೂ ಊರದೇ ಒಮ್ಮೆ ಎರಡನ್ನೂ ರಪರಪನೆ ಬಡಿದು ಮತ್ತೆ ತಟ್ಟನೆ ಕೈ ಊರುವುದು... ಒಹ್ ದೇವರೇ... ಈಜೇ ಅಲ್ಲದ ಆ ಈಜಿನ ಮಜವೇ! ಇಷ್ಟಾಗಿ ನಾನು ಸರಿಯಾಗಿ ಈಜು ಕಲಿಯಲೇ ಇಲ್ಲ ಎನ್ನು.

ಆಮೇಲೆ ನಡುವೆ ಒಂದೆರಡು ವರ್ಷ ನನಗೆ ಆ ಲೀಲ, ಇನ್ನೊಂದಿಬ್ಬರ ಜತೆ ಸೇರಿ ಹುಲ್ಲು ಕೊಯ್ಯುವ ಹುಚ್ಚು ಹತ್ತಿತ್ತು. ಗದ್ದೆ ಬದುವಿನ ಪಕ್ಕದ ಹುಲ್ಲಿನ ಬುಡಕ್ಕೆ ಕತ್ತಿ ಹಾಕಿ ಪರಪರ ಕೊಯ್ಯುವ ಕಲೆ ನಿಧಾನಕ್ಕೆ ಕರಗತವಾಗಿದ್ದೇ ಕೊಯ್ದಷ್ಟೂ ಮತ್ತಷ್ಟು ಕೊಯ್ಯುವ ಹುರುಪು. ಆ ಹಸಿಹುಲ್ಲಿನ ಘಮ ನಮಗೇ ಅಷ್ಟು ಆಸೆ ಹುಟ್ಟಿಸುವಂತಿದ್ದರೆ, ಇನ್ನು ಎಮ್ಮೆ, ದನಗಳ ಪಾಡೇನು! ಒಮ್ಮೆ ನಾನು, ಇನ್ನೊಂದಿಬ್ಬರು ಹುಡುಗಿಯರು ಸೇರಿ ಹೀಗೆ ಹುಲ್ಲು ಕೊಯ್ಯುತ್ತ, ಹಸೀ ಹುಲ್ಲು ಅಂತ ಕೊಯ್ದಷ್ಟೂ ಆಸೆಯಾಗಿ, ಅಂದಾಜಾಗದೇ ತುಂಬ ಕೊಯ್ದುಬಿಟ್ಟೆವಿ. ಅದನ್ನೆಲ್ಲ ಚೀಲಕ್ಕೆ ಒತ್ತಿಒತ್ತಿ ತುಂಬಿ ನಂತರ ಹೊರಲಾಗದೇ... ಒಹ್... ಕಡೆಗೆ ಯಾರದೋ ಸೈಕಲ್ಲಿನಿಂದ ತಂದ ನೆನಪು. ಆ ದಿನ ಗದ್ದೆಯನ್ನು ನೋಡಿ ಬರಲು ಹೋದೆವಲ್ಲ, ಜಮೀನಿಗೆ ಅಂಟಿಕೊಂಡ ಇಂತಹ ಎಷ್ಟೋ ನೆನಪುಗಳು ಬಿಚ್ಚಿಕೊಳ್ಳುತ್ತಲೇ ಇದ್ದವು. ಈಗ ಮನದಲ್ಲಿ ಅವೆಲ್ಲ ರೇಶನ್ ಅಂಗಡಿ ಮುಂದೆ ನಿಂತ ಜನರ ಸಾಲಿನಂತೆ ದಣಿದು ನಿಂತ ಚಿತ್ರಗಳು.

ಮತ್ತೆ ಇದೆಲ್ಲ ಯಾಕೆ ಈಗ ಕಣ್ಣೆದುರು ತೆರೆದುಕೊಳ್ತಿದೆ ಅಂದ್ರೆ... ನಿನ್ನೆ ನಾಗಪ್ಪ ನನಗೆ ಫೋನು ಮಾಡಿದ್ದ. ನನಗೆ ಆಶ್ಚರ್ಯ ಆಯ್ತು. ಏನಪ್ಪ ಇದು, ಸಂಜೆ ಹೊತ್ತು ಅವನಾಗೆ ಮಾಡಿದಾನೆ ಅಂತ. ಇಬ್ರು ಮಕ್ಕಳು ಅವನಿಗೆ. ಮುಂದೆ ಯಾವಾಗಾದ್ರೂ ಮಕ್ಕಳ ಸ್ಕೂಲು ಫೀಸಿಗಾದ್ರೂ ದುಡ್ಡು ಕಳಿಸಣ ಅಂದ್ಕಂಡು ಆ ದಿನ ನನ್ನ ಫೋನ್ ನಂಬರನ್ನು ಒಂದು ಚೀಟಿಯಲ್ಲಿ ಬರೆದುಕೊಟ್ಟಿದ್ದೆ. ಯಾವಾಗಾದ್ರೂ ಫೋನು ಮಾಡಿ ಅಂದಿದ್ದೆ. ಏನಾದ್ರೂ ದುಡ್ಡು ಕೇಳಕ್ಕೆ ಮಾಡಿದನಾ ಅಂದುಕೊಂಡೇ ಫೋನ್ ಎತ್ತಿದೆ. 'ರೆಡ್ಡಿ ನಿಮ್ಮ ಗದ್ದೆ ತಗಂಡನಲ್ಲ, ಅಲ್ಲೂ ಅಡಿಕೆ ತ್ವಾಟ ಹಾಕೋ ಪಿಲಾನ್ ಮಾಡ್ತಂಗಿದೆ' ಅಂತೆಲ್ಲ ಹೇಳ್ತಾ ಕಾಲು ಗಂಟೆ ಮಾತಾಡಿದ. ಗದ್ದೆ ಸಮತಟ್ಟು ಮಾಡಿ, ಕೆಂಪು ಮಣ್ಣು ತುಂಬಿಸ್ತಾ ಇದ್ದಿದ್ದನ್ನು, ಮಳೆಗಾಲದಲ್ಲಿ ಅಡಿಕೆ ಸಸಿ ನಡಿಸಬೇಕು ಅಂತ ಯಾರ ಹತ್ತಿರವೋ ಹೇಳ್ತಿದ್ದನ್ನು ವಿವರಿಸಿದ. ಕೊನೆಯಲ್ಲಿ 'ಏನೇ ಅನ್ನಮ್ಮೋ... ಹೊಟ್ಟೆಗೆ ಹಿಟ್ಟಾಗೋ ಬತ್ತನೋ, ರಾಗಿನೋ ಬೆಳೆಯೋದಕ್ಕೂ, ಹೊಟ್ಟೆ ತುಂಬಿದ ಮ್ಯಾಗೆ ತಿನ್ನೋ ಅಡಿಕೆ ಬೆಳಿಯೋದಕ್ಕೂ ವ್ಯತ್ವಾಸ ಇಲ್ಲೇನಮ್ಮೋ... ಯಾವ ನೆಲದಾಗೆ ಏನು ಬೆಳಿಬೇಕೋ ಅದ್ನ ಬೆಳಿದೇ, ಇಂಗ್ ಮಾಡಿದ್ರೆ

ಭೂಮ್ತಾಯಿ ಗತಿ ಏನವ್ವಾ' ಎಂದು ಕೇಳಿದ. ನನ್ನಲ್ಲಿ ಉತ್ತರವಿರಲಿಲ್ಲ. ಅವನು ತುಂಬ ಬೇಸರಗೊಂಡಿದ್ದ ಅಂತ ಅವನ ದನಿಯೇ ಹೇಳ್ತಿತ್ತು.

ನಮ್ಮ ಗದ್ದೆಯಲ್ಲಿ ಒಂದು ಸಣ್ಣ ಕೆರೆ ಇತ್ತು. ಆ ಕಡೆ ತನ್ನ ಗದ್ದೆಯಲ್ಲಿ ರೆಡ್ಡಿ ಯಾವಾಗ ಬೋರ್ ತೆಗೆದು, ಅಡಿಕೆ ಹಾಕಿದ್ನೋ, ಅದಾಗಿ ಮೂರುನಾಲ್ಕು ವರ್ಷಕ್ಕೆ ಕೆರೆ ಬತ್ತಿಹೋಯ್ತು. ಮೊದ್ಲು ಬೇಸಿಗೆಯಲ್ಲೂ ನೀರು ಅರ್ಧ ಇರ್ತಿತ್ತು. ಬೋರ್ ಹಾಕಿಸಿದ್ದೇ ಇದ್ರ ಅಂತರ್ಜಲ ಆ ಕಡೆ ಎಳ್ಕೊಂಡಂಗೆ. ಮಳೆಗಾಲದಲ್ಲಿ ಸ್ವಲ್ಪ ತುಂಬ್ಕೊಳುತ್ತೆ, ಆಮೇಲೆ ಜನವರಿ ಹೊತ್ತಿಗೆ ಬತ್ತಿ ಹೋಗಿರುತ್ತೆ. ನಾಗಪ್ಪ ಗದ್ದೆ ಮಾಡಕ್ಕೆ ಶುರು ಮಾಡಿದ ಮೇಲೆ, ಕೆರೆ ಸುತ್ತ ಸ್ವಲ್ಪ ತರಕಾರಿ ಹಾಕ್ಕೊಳ್ತಿದ್ದ. ಅಲ್ಲೀಗ ಸುತ್ತಮುತ್ತ ಎಲ್ಲರಿಗೂ ಅಡಿಕೆ ತೋಟದ ಎಂತಹ ಹುಚ್ಚು ಶುರುವಾಗಿದೆ ಅಂತೀಯ... ಮೂರೂ ಹೊತ್ತು ಒಂದು ಅಡಿಕೆ ಚೂರು, ಹೊಗೆಸೊಪ್ಪು, ಎರಡು ಎಲೆ ಬಾಯಿಗೆ ಹಾಕಿಕೊಂಡು ಮೆಲ್ಲುತ್ತಲೇ ಇರುವ ನಾಗಪ್ಪನಿಗೂ ವ್ಯತ್ಯಾಸ ಗೊತ್ತಿದೆ, ಆದರೆ ವಾಣಿಜ್ಯ ಬೆಳೆ ಅನ್ನೋ ದುರಾಸೆಯ ಬೆನ್ನು ಹತ್ತಿರೋ ರೆಡ್ಡಿ ಅಂಥೋರಿಗೆ ವ್ಯತ್ಯಾಸವೇ ಗೊತ್ತಾಗುವುದಿಲ್ಲವಲ್ಲ ಮಹೀ...

ಇನ್ನೆರಡು ವರ್ಷದ ನಂತರ ನಾನಲ್ಲಿ ಹೋದರೆ, ಅದು ಅಡಿಕೆ ತೋಟದ ಅಪರಿಚಿತ ನೆಲವಾಗಿರುತ್ತದೆ. ಹಾಂ... ಹೋಗುವ ಮಾತೇ ಇಲ್ಲ ಅನ್ನು. ನಾಗಪ್ಪನ ಮಾತು ಕೇಳುತ್ತ, ನೆನಪುಗಳಿಗೆ ಅಂಟಿಕೊಂಡಿದ್ದ ಆ ಜಾಗ, ಜಾಗದ ಕಂಪು ಎಲ್ಲವನ್ನೂ ಶಾಶ್ವತವಾಗಿ ಕಳೆದುಕೊಂಡಂತೆ. ಈ ಭಾವನೆಗೆ ಒಂದು ತಣ್ಣನೆಯ ಸ್ಪರ್ಶ ಇದೆ, ಅದು ಸಾವಿನ ಶೀತಲತೆ ಎನ್ನೋದು ಈಗ ಅನುಭವಕ್ಕೆ ದಕ್ಕುತ್ತಿದೆ. ಮೊದಲೇ ಇದ್ದ ಮನದಾಳದ ಖಾಲಿತನದಲ್ಲಿ ಇನ್ನೊಂದು ಕಪ್ಪುರಂಧ್ರ.

ಮಹೇಶನಿಗೆ ಕಳೆದ ಸಲ ಊರಿಗೆ ಹೋದಾಗ ಅಣ್ಣ ಹೇಳುತ್ತಿದ್ದುದು ನೆನಪಾಯಿತು. ತಲೆಮಾರುಗಳ ನಡುವಣ ಕಂದಕ ಎಷ್ಟು ದೊಡ್ಡದಾಗುತ್ತಿದೆ ಮತ್ತು ಎಷ್ಟು ಕಡಿಮೆ ವಯೋಮಾನದ ಅಂತರದಲ್ಲಿಯೇ ಈ ಕಂದಕ ಹುಟ್ಟಿಕೊಳ್ಳುತ್ತಿದೆ... ಬಾಲ್ಯದ ಹಳ್ಳಿಗೂ, ಈಗ ಕಾಣುವ ಹಳ್ಳಿಗೂ ಎಷ್ಟು ಬದಲಾವಣೆ... ಒಳ್ಳೆಯ ಬದಲಾವಣೆಯ ಜೊತೆ ದುಪ್ಪಟ್ಟು ಕೆಟ್ಟದ್ದೂ ಅವತರಿಸಿದೆ. ಈ ಕ್ಷಣಕ್ಕೆ ಅನ್ನಿಸುತ್ತಿರುವುದನ್ನು ಇದರಲ್ಲಿಯೇ ಬರೆದುಬಿಡೋಣ ಎಂದುಕೊಂಡು ಮತ್ತೆ ಕಡತ ತೆರೆದ.

ಯಾವ ನೆಲದಲ್ಲಿ ಏನು ಬೆಳೀಬೇಕು ಎಂದು ನಮ್ಮ ಹಿರೀಕರಿಗೆ ಒಂದು ಅರಿವು ಇತ್ತು. ಹೊಸದನ್ನು ಪ್ರಯತ್ನಿಸಿದಾಗಲೂ ಇಲ್ಲಿಯ ಮಣ್ಣು, ನೀರಿಗೆ, ಸುತ್ತಲಿನ ಬೇರೆ ಮರಗಿಡಗಳಿಗೆ ಹೊಂದುವಂಥದ್ದನ್ನು ಮಾಡಿದರು. ಹೊಟ್ಟೆ, ಬಟ್ಟೆಗೆ ಆಗಿ, ತುಸು ಉಳಿದರೆ

ಸಾಕು ಎಂಬಂಥ ತೃಪ್ತ ಮನೋಭಾವ. ಎಲ್ಲವನ್ನೂ ಬೃಹತ್ ಪ್ರಮಾಣದಲ್ಲಿ ಉತ್ಪಾದಿಸುವ, ಖರ್ಚುಮಾಡುವ, ಬಿಸಾಕಿ, ಮತ್ತೆ ಹೊಸದನ್ನು ಕೊಳ್ಳುವ, ಎಂದೂ ತಣಿಯಲಾಗದ ಇಂಥ ದುರಾಸೆಯಂತೂ ಇರಲಿಲ್ಲವಲ್ಲ.

ನಾನು ಸ್ಕೂಲಿಗೆ ಹೋಗುತ್ತಿದ್ದಾಗ ನಮ್ಮೂರ ಕಡೆ ಎಷ್ಟು ಮಳೆ ಅಂತೀಯ ನೀತು... ಆಗೆಲ್ಲ ಈಗಿನಂತೆ ರೈನ್‌ಕೋಟ್ ಆಗಲಿ, ಶೂಸುಗಳಾಗಲಿ, ಬೆನ್ನಿಗೆ ಹಾಕಿಕೊಳ್ಳುವ ಚಂದದ ಚೀಲಗಳಾಗಲೀ ಎಲ್ಲಿದ್ದವು... ಹೆಗಲಿಗೆ ನೇತುಹಾಕಿಕೊಳ್ಳುವ ಒಂದು ಚೀಲ, ದೊಡ್ಡ ಕೊಡೆ, ಬೆನ್ನಿಗೆ ಕೆಸರು ಹಾರಿಸುವ ಒಂದು ಚಪ್ಪಲಿ, ಕೆಲವರಿಗೆ ಅದೂ ಇಲ್ಲ. ಆ ಜಡಿಮಳೆಗೆ ಕೊಡೆ ಯಾವ ಲೆಕ್ಕ... ಸೈಕಲ್ ಮೇಲೆ ಕೊಡೆ ಹಿಡಿದೇ ಬರುತ್ತಿದ್ದ ಮೇಷ್ಟ್ರು ಕೂಡ ಕೆಲವು ಸಲ ತೊಯ್ದುತೊಪ್ಪೆಯಾಗಿ ಬರುತ್ತಿದ್ದರು. ಪ್ರಾರ್ಥನೆ ಮಾಡಿ, ಜನಗಣಮನ ಹಾಡಿ, ರಜೆ ಘೋಷಿಸುತ್ತಿದ್ದ ದಿನಗಳು ಅದೆಷ್ಟೋ... ಇದು ಬರಿಯ ನಮ್ಮೂರಿನಲ್ಲೇ ಇದ್ದ ಪ್ರೈಮರಿ ಶಾಲೆಗೆ ಹೋಗ್ತಾ ಇದ್ದಾಗ ಮಾತ್ರ ಅಲ್ಲ... ಮುಂದೆ ಅಲ್ಲಿಂದ ಒಂದೂವರೆ ಮೈಲು ದೂರದ ಹೈಸ್ಕೂಲಿಗೆ ಹೋಗ್ತಿದ್ದಾಗಲೂ ಅಷ್ಟೆ. ಹೈಸ್ಕೂಲಿನಲ್ಲಿದ್ದಾಗ ಮೂರೂ ವರ್ಷ, ಮಳೆಗಾಲ ಬಿಟ್ಟರೆ ಇನ್ನುಳಿದ ಎಲ್ಲ ಶನಿವಾರ ನಾವು ಮಾಡುತ್ತಿದ್ದ ಕೆಲಸ ಏನು ಗೊತ್ತಾ... ಮಧ್ಯಾಹ್ನ ಸ್ಕೂಲು ಬಿಟ್ಟ ತಕ್ಷಣ ಗುಡ್ಡ ಸುತ್ತಲು ಹೋಗುವುದು. ಬೆಟ್ಟದ ನೆಲ್ಲಿಕಾಯಿ, ರಂಜಲ ಹಣ್ಣು, ಮುಳ್ಳು ಹಣ್ಣು, ಕೌಳಿ ಹಣ್ಣು, ಸೊಳ್ಳೆ ಹಣ್ಣು ಹಿಂಗೆ ಆಯಾ ಕಾಲದಲ್ಲಿ ಆಯಾ ಹಣ್ಣುಗಳು, ಏನೂ ಇಲ್ಲದಿದ್ದರೆ ಬಿಕ್ಕೆ ಹಣ್ಣು ಮತ್ತು ಹೊಳೆದಾಸವಾಳದ ಹಣ್ಣುಗಳು. ಏನೂ ಸಿಗದಿದ್ದರೂ ಗುಡ್ಡ ಸುತ್ತುವುದನ್ನು ಬಿಡುತ್ತಿರಲಿಲ್ಲ. ಮನೆಗೆ ಎರಡೂವರೆ ಮೂರಕ್ಕೆ ಬಂದು ಮತ್ತೊಮ್ಮೆ ಸ್ನಾನ ಮಾಡುವುದು, ಊಟಕ್ಕೆ ಕಾಯ್ತಿದ್ದ ಅಮ್ಮನಿಂದ ಇಷ್ಟು ಹೊತ್ತು ಎಲ್ಲಿ ತಿರಗ್ತಿದ್ರಾ ಅಂತ ಬೈಸಿಕೊಳ್ಳುವುದು... ಈಗಿನ ಮಕ್ಕಳು ಗುಡ್ಡ ಸುತ್ತುವುದಿಲ್ಲ. ಅಸಲಿಗೆ ನಮ್ಮಂತೆ ನಡೆದು ಶಾಲೆಗೆ ಹೋಗುವುದೇ ಇಲ್ಲವಲ್ಲ ಮಾರಾಯ್ತಿ... ಮನೆಗೆ ಬಂದ ನಂತರ ಟಿವಿ ಅಥವಾ ಮೊಬೈಲಿನ ಪರದೆಯಲ್ಲಿ ಕಣ್ಣುಕೀಲಿಸಿ ಕೂರುತ್ತಾರೆ. ತಪ್ಪು ಎಂದಲ್ಲ, ಆದರೆ ಹೊರಗಿನ ಕಾಡು, ಗುಡ್ಡ, ಆ ಸುತ್ತಾಟಗಳು ಒಳಗಿನ ಬದುಕು ಕಟ್ಟಿಕೊಟ್ಟಂತೆ ಇವ್ಯಾವುವೂ ಕಟ್ಟಿಕೊಡುವುದಿಲ್ಲ. ಈಗ ದುಡ್ಡಿದ್ದವರ ಮಕ್ಕಳೆಲ್ಲ, ಇನ್ನೂ ಸರಿಯಾಗಿ ಹೇಳಬೇಕೆಂದರೆ 'ಮೇಲ್ಜಾತಿ' ಎಂದು ಕರೆದುಕೊಳ್ಳುವವರ ಮಕ್ಕಳೆಲ್ಲ ಪೇಟೆಯಲ್ಲಿರೋ ಹತ್ತಾರು ಖಾಸಗಿ ಶಾಲೆಗಳಿಗೆ ವ್ಯಾನಿನಲ್ಲಿ ಹೋಗ್ತಾರೆ. ದಲಿತರ ಮಕ್ಕಳಿಗೆ ಮಾತ್ರ ಸರ್ಕಾರಿ ಶಾಲೆ ಅನಿವಾರ್ಯ.

ನಡಿಗೆಯ ರಸ್ತೆ ವಾಹನಗಳ ಭರಾಟೆಯಲ್ಲಿ ಉದ್ದಕ್ಕೆ ಸೋತು ಮಲಗಿದೆ. ಗುಡ್ಡಗಳಲ್ಲಿ ಮಕ್ಕಳ ಎಳೆಯ ಪಾದಗಳ ಹೆಜ್ಜೆಗುರುತುಗಳು ಅಳಿಸಿ ಹೋಗಿವೆ, ಈಗಲ್ಲಿ ಕೇಳುವ ಹೆಜ್ಜೆಸದ್ದು ಎಂದರೆ ಆಗೀಗ ಮರ ಕಡಿಯಲು ಬರುವವರದೇ. ಈ ಸಲ ಹೋದಾಗ ನೋಡಿದರೆ ನಮ್ಮೂರ ಸರ್ಕಾರಿ ಶಾಲೆಗೆ ಬೀಗ ಬಿದ್ದಿದೆ. ಅಣ್ಣ ಹೇಳುತ್ತಿದ್ದ – "ನಮ್ಮ

ಕೇರಿಯವರ್‍ಯಾರೂ ಮಕ್ಕಳನ್ನ ಅಲ್ಲಿಗೆ ಕಳಿಸದಿಲ್ಲೆ ಈಗ. ಎಲ್ಲ ಸಾಗರಕ್ಕೆ ಎಲ್‌ಕೆಜಿ, ಯುಕೆಜಿ ಅಂತ ಕೆಜಿಗಟ್ಟಲೆ ಪುಸ್ತಕ ಹೊರೆಸಿ ವ್ಯಾನಲ್ಲಿ ಕಳಿಸ್ತ. ಕೆಳಗಿನ ಕೇರಿಯಿಂದ ನಾಕ್ಕೈದು ಹುಡುಗ್ರಷ್ಟೆ ಹೋಗ್ತಿದ್ದ. ಐದಕ್ಕಿಂತ ಹುಡುಗ್ರು ಕಡಿಮೆ ಇದ್ದ ಅಂತ ಈ ವರ್ಷ ಮುಚ್ಚಿದ. ಹೌದಪಾ, ಆ ನಾಕ್ಕೈದು ಹುಡುಗ್ರಾದ್ರೂ ಐದನೇ ಕ್ಲಾಸಿನವರಿಗೆ ಈಗ ಎಲ್ಲಿಗೆ ಹೋಗಕ್ಕು... ಒಂದೂವರೆ ಮೈಲು ನಡ್ಕಂಡು ಬೇರೆ ಊರಲ್ಲಿರ ಸ್ಕೂಲಿಗೆ ಹೆಂಗೆ ಹೋಗ್ತ... ನಮ್ಮೂರವ್ರು ಯಾರೂ ಪ್ರಶ್ನೆ ಮಾಡಲ್ಲೆ. ಆನು ಒಂದ್ಸಲ ಆ ಮೇಷ್ಟ್ರ ಜೊತಿಗಿ ಬಿಇಒ ಆಫೀಸಿಗಿ ಹೋಗಿ, 'ಹಂಗೆ ಮಾಡಡಿ, ಮತ್ತೆ ಹುಡುಗ್ರು ಜಾಸ್ತಿ ಆದ್ರೂ ಆಗ್ತ, ಈಗ ಹೆಂಗಾರೂ ನಡೆಸಿ' ಅಂತ ಕೇಳ್ಕಂಡಿ. 'ರೂಲ್ಸು... ರೂಲ್ಸು ಹಂಗಿದೆ, ನಾವೇನು ಮಾಡಣ' ಅಂತ ಅವು ಸರ್ಕ್ಯುಲರ್ ತೋರಿಸಿದ. ಅಷ್ಟೆ. ಸ್ಕೂಲು ಮುಚ್ಚಿಹೋತು."

ನನಗೂ ಖೇದವೆನ್ನಿಸಿತು. ಹಾಂ... ನಾವೆಲ್ಲ ಸ್ಕೂಲಿನಿಂದ ಬಂದ ನಂತರ ಆ ಬಿಳಿ ಅಂಗಿ, ಕಾಕಿ ಚಡ್ಡಿಯನ್ನು ದೂರದಲ್ಲಿ ಬಿಚ್ಚಿಟ್ಟು, ಬೇರೆ ಬಟ್ಟೆ ಹಾಕ್ಕೋಬೇಕಿತ್ತು. ಯಾಕಂದ್ರೆ ಬೇರೆ ಜಾತಿಯವ್ರನ್ನ ಮುಟ್ಟಿದ್ದೀವಿ ಅಂತ. ಅಮ್ಮ ಆಗೆಲ್ಲ ತುಂಬ ಮಡಿ, ಜೊತೆಗೆ ಅಜ್ಜ ಮನೆಯಲ್ಲಿದ್ದರು. ಆದ್ರೆ ಶಾಲೇಲಾದ್ರೂ ನಾವು ಜೊತೆಯಲ್ಲಿ ಇರ್ತಿದ್ದೆವು, ಒಟ್ಟಿಗೇ ಆಟ ಆಡ್ತಿದ್ದೆವು. ನನ್ನ ಅಪ್ಪ, ಅಮ್ಮ, ಅಜ್ಜನ ತಲೆಮಾರಿನವರು ಯಾರೂ ಹೆಚ್ಚು ಕಲಿತವರಲ್ಲ, ಮಡಿಮೈಲಿಗೆ ತುಂಬ ಮಾಡ್ತಿದ್ದರು, ನಿಜ. ಆದ್ರೂ ಅಣ್ಣನನ್ನು, ನನ್ನನ್ನು ಅಂದ್ರೆ ನನ್ನ ತಲೆಮಾರಿನ ಹುಡುಗರನ್ನ ಊರಲ್ಲಿರೋ ಸರ್ಕಾರಿ ಶಾಲೆಗೆ ಕಳಿಸಿದರು. ಬಡವರ ಮಕ್ಕಳು, ಶ್ರೀಮಂತರ ಮಕ್ಕಳು ಒಂದೇ ಶಾಲೆಗೆ ಹೋಗ್ತಿದ್ವಿ. ಶ್ರೀಮಂತರ ಮಕ್ಕಳಿಗೆ ಶಾಲೆಯಲ್ಲಿ ಬೇರೆ ಥರಾನೆ ಉಪಚಾರ ಇರ್ತಿತ್ತು, ನಿಜ, ಆದರೆ ಕೆಳಗಿನ ಕೇರಿಯವರ ಜೊತೆ ಒಟ್ಟಿಗೆ ಸ್ವಲ್ಪ ಹೊತ್ತಾದರೂ ಇರಲು, ಆಟವಾಡಲು ಆಸ್ಪದ ಇತ್ತು. ಈಗ ನೋಡು, ಊರಿನಲ್ಲಿ ಇರೋವ್ರು ಅಪ್ಪ, ಅಮ್ಮನ ನಂತರದ ತಲೆಮಾರಿನವರು, ಎಜುಕೇಟೆಡ್ ಅಂತ ಕರೆದುಕೊಳ್ಳೋ ಜನ. ಮನೆಯೊಳಗೆ ಮಡಿಮೈಲಿಗೆ ಕಡಿಮೆಯಾಗಿದೆ. ಆದ್ರೆ ಮನಸ್ಸಿನ ಮೈಲಿಗೆ, ಕೊಳಕುತನ, ಕೀಳುತನ ಅತಿಯಾಗಿದೆ. ದುಡ್ಡಿದ್ದವರು ತಮ್ಮ ಮಕ್ಕಳನ್ನು ಕೆಲಸದವರ ಮಕ್ಕಳು ಹೋಗೋ ಶಾಲೆಗೆ ಕಳಿಸೋದಿಲ್ಲ. ಪೇಟೆಯ ಒಳ್ಳೆಯ ಖಾಸಗಿ ಶಾಲೆಗೆ ಕಳಿಸ್ತಾರೆ.

ಮತ್ತೆ ನಮ್ಮ ಅಕ್ಕಪಕ್ಕದವರಿಗೆಲ್ಲ ಅಲ್ಲೀಗ ರಬ್ಬರ್ ಪ್ಲಾಂಟೇಶನ್ ಮಾಡುವ ಗೀಳು. ಕರಡ ಬೆಳೆಯುತ್ತಿದ್ದ, ಗೇರುಮರಗಳಿದ್ದ ಬ್ಯಾಣದಲ್ಲೀಗ ಬೋರ್‌ವೆಲ್ ಕೊರೆಸಿ ರಬ್ಬರ್ ಪ್ಲಾಂಟೇಶನ್. 'ನೀನು ಮಾತ್ರ ಹಿಂಗೆಲ್ಲ ಮಾಡಡ, ಇದ್ದಷ್ಟು ಬ್ಯಾಣ ಹಂಗೇ ಇರಲಿ' ಅಂತ ಅಣ್ಣಂಗೆ ಹೇಳಿದೆ. 'ಇಲ್ಲೆ ಮಾರಾಯ, ನೀ ಮಾಡು ಅಂದ್ರೂ ಆನು ಮಾಡಾಂವ ಅಲ್ಲ. ಇನ್ನೊಂದಿಷ್ಟು ಗೇರು ಮರ, ಹಲಸಿನ ಮರ ಇಂತಾದು ಎಂತಾರು ಅಲ್ಲಿ ಹಾಕಣ ಅಂದ್ಕಂಡಿದ್ದಿ. ಮಳೆನೀರು ಇಂಗಕ್ಕೂ ಈ ಸಲ ಎಂತಾರು ಮಾಡಕ್ಕು' ಎಂದು ಅಣ್ಣ

ಹೇಳಿದಾಗ ನನಗೂ ಸಮಾಧಾನ ಅನ್ನಿಸಿತು. ಒಂದೊಂದು ಸಲ ಎಲ್ಲಿ ಸಾಗ್ತಾ ಇದ್ದೀವಪ್ಪ ಅಂತ ದಿಗಿಲಾಗುತ್ತೆ ನೀತು.

ಕೆಲವೊಂದು ಸಂಗತಿಗಳು ನಮ್ಮ ಕೈಮೀರಿಬಿಟ್ಟಿದೆಯಾ ಅನ್ನಿಸುತ್ತೆ. ಹಾಗಂತ ತೀರಾ ಕೈಕಟ್ಟಿ ಕೂರುವುದಾದರೂ ಹೇಗೆ... ನಾನೇನೂ ಮಾಡಲಾರೆನೇ ಎಂಬ ಹತಾಶೆ, ಏನು ಮಾಡಬಲ್ಲೆ ಎಂಬ ಗೊಂದಲ ನನಗೂ.

ಹಾಂ... ತುಂಬಾ ಬೇಜಾರಾಗಬೇಡ ಕಣೆ. ಖುಷಿಯಾಗಿರು ನೀತು...

– ಮಹೀ

ಇಷ್ಟು ಬರೆದವನಿಗೆ ಸಾಕು ಎನ್ನಿಸಿತು. ಮುಚ್ಚಿಟ್ಟು ಮಲಗಿದ. ನೀತುವಿನ ಪ್ರಶ್ನೆಗೆ ಸರಿಯಾಗಿ ಉತ್ತರಿಸುವ ಧೈರ್ಯ ಇನ್ನೂ ಆಗ್ತಿಲ್ಲ ಎಂದು ದಿನಕ್ಕೊಮ್ಮೆಯಾದರೂ ಅನ್ನಿಸುತಿತ್ತು. ಏನೆಂದು ಉತ್ತರಿಸುವುದು, ಉತ್ತರದ ಹುಡುಕಾಟವನ್ನಾದ್ರೂ ಆರಂಭಿಸಿದ್ದೇನಾ, ಇಲ್ಲವಾ ಎಂಬ ಅಸ್ಪಷ್ಟತೆ. ಸೂರಿಯೊಂದಿಗೆ ನೀತುವಿನ ಫೋಟೋ ನೋಡಿದ್ದು ಆಗೀಗ ನೆನಪಾಗಿ ಗದ್ದೆ, ತನ್ನ ಕನಸು, ಬೇಜಾರು ಎಲ್ಲದರ ಬಗ್ಗೆ ಇಷ್ಟೆಲ್ಲ ಪತ್ರದಲ್ಲಿ ತೆರೆದಿಟ್ಟವಳು ಆ ವಿಚಾರ ಯಾಕೆ ಒಮ್ಮೆಯೂ ಪ್ರಸ್ತಾಪಿಸಿಲ್ಲ ಎನ್ನಿಸಿ ಇಂಥದೆಂದು ಹೇಳಲಾಗದ ವ್ಯಗ್ರತೆ, ಕಸಿವಿಸಿ ಆವರಿಸಿಕೊಳ್ಳುತ್ತಿತ್ತು. ಮತ್ತೆ ಮರುನಿಮಿಷದಲ್ಲಿಯೇ ಗತಕ್ಕೆ ಸಂದುಹೋದ ಆ ಕ್ಷಣಗಳು ಈಗ ಅಮುಖ್ಯವಾಗಿರಬಹುದು, ಹೇಳಬಾರದು ಎನ್ನುವುದಕ್ಕಿಂತ ಹೇಳಲೇನೂ ಉಳಿದಿಲ್ಲ ಎನ್ನಿಸಿರಬಹುದಲ್ಲ, ಎಂದೋ ಒಣಗಿ ಹೋದ ಗಾಯದ ಹಕ್ಕಳಿಕೆಯೂ ಉದುರಿ, ಮಸಕು ಕಲೆ ಮಾತ್ರವಾಗುಳಿದಿರುವಾಗ ಸುಖಾಸುಮ್ಮನೆ ಕೆರೆಯುವ ಅಗತ್ಯವಾದರೂ ಏನಿದೆ, ನಮ್ಮಿಬ್ಬರ ನಡುವಣ ಈ ಕ್ಷಣಗಳ ಸತ್ಯ ಆ ಸಂಗತಿಗಳಿಂದ ನಿರ್ಧಾರಗೊಳ್ಳುವುದಿಲ್ಲವಲ್ಲ ಎಂದು ತನಗೆಯೇ ಹೇಳಿಕೊಳ್ಳುತ್ತ ನಿರಾಳವಾಗುತ್ತಿದ್ದ.

ಹುಡುಗರಿಗೆ ಸ್ಪೆಶಲ್ ಕ್ಲಾಸ್ ತೆಗೆದುಕೊಂಡು ಅಂತೂ ಏಪ್ರಿಲ್ ಮಧ್ಯದಲ್ಲಿ ಸಿಲಬಸ್ ಮುಗಿಸಿದ ಮಹೇಶ ಸ್ವಲ್ಪ ಬಿಡುವಾದ. ಮುಂದಿನ ಒಂದು ವಾರ ಮಿರ್ಜಾನೆಯವರಿಗೆ ಪ್ರಸಂಟೇಶನ್ ಸಿದ್ಧಮಾಡುವುದು, ಅವರಿಗೆ ಕಳಿಸಿ, ಅವರು ಹೇಳಿದ ತಿದ್ದುಪಡಿಗಳನ್ನು ಮಾಡುವುದು, ಇದೇ ಆಯಿತು. ಈ ಬಾರಿ ಉತ್ಖನನದ ಮಹತ್ವದ ಸಂಗತಿಗಳಾಗಿದ್ದ ಗೋರಿಗಳಲ್ಲಿ ಸಿಕ್ಕ ವಸ್ತುಗಳು, ಕೆಳಭಾಗದ ನಗರದ ಕೆಲಸಗಾರರ ಮನೆ ಮತ್ತು ಅವರ ಕಾರ್ಯಾಗಾರದ ಸ್ಥಳಗಳಿರಬಹುದು ಎಂದು ಊಹಿಸಿದ ಜಾಗಗಳಲ್ಲಿ ಸಿಕ್ಕ ವಸ್ತುಗಳ ಕುರಿತು ಹೆಚ್ಚು ಒತ್ತು ನೀಡಿ ಪ್ರಸಂಟೇಶನ್ ಸಿದ್ಧಪಡಿಸಬೇಕಿತ್ತು. ಒಂದೇ ಆಕಾರದ ಮಣಿಗಳು, ಒಂದೇ ಗಾತ್ರದ ತೂತುಗಳಿರುವ ಮಡಕೆಯನ್ನು ಮಾಡಿದ ಕೆಲಸಗಾರರ ಕೌಶಲಕ್ಕೆ, ಶ್ರಮಿಕ ಸಂಸ್ಕೃತಿಗೆ ಹೆಚ್ಚು ಒತ್ತು

ನೀಡಿ, ಅದನ್ನು ಹೇಗೆ ಮಾಡಿರಬಹುದು ಎಂದು ಮಹೇಶ ವಿವರವಾಗಿ ಎರಡು ಮೂರು ಸ್ಲೈಡಿನಲ್ಲಿ ಬರೆದ. ಅದನ್ನು ತುಸು ಬೇರೆ ರೀತಿಯಲ್ಲಿ ಮಾರ್ಪಡಿಸುವಂತೆ, ಹರಪ್ಪ ಜನರ ಸಂಸ್ಕೃತಿ, ನಮ್ಮ ಹೆಮ್ಮೆಯ ಸಂಸ್ಕೃತಿ ಎಂದೆಲ್ಲ ಮಿರ್ಜಾನೆ ತಿದ್ದುಪಡಿ ಸೂಚಿಸಿದ್ದಕ್ಕೆ ಮಹೇಶ ಒಪ್ಪಲಿಲ್ಲ. ಈ ವಿಚಾರವಾಗಿ ಮಿರ್ಜಾನೆ ಮತ್ತು ಮಹೇಶನ ನಡುವೆ ನಾಲ್ಕಾರು ಇಮೇಲ್‌ಗಳಲ್ಲಿ ವಾಗ್ವಾದವೂ ಆಯಿತು. ಕೊನೆಗೆ ಅದನ್ನು ಹಾಗೆಯೇ ಬಿಟ್ಟ, ಅವರು ಬೇಕಿದ್ದರೆ ತಿದ್ದುಪಡಿ ಮಾಡಿಕೊಳ್ಳಲಿ ಎಂದು.

ಅವನಿಗೆ ತಟ್ಟನೆ ನೆನಪಾಯಿತು, ಅಡುಗೆಯವನ ಜೊತೆ ಧೊಲಾವೀರಾ ಹಳ್ಳಿಯ ಒಳಗೊಮ್ಮೆ ಸುತ್ತಾಡಿ ಬರೋಣ ಎಂದು ಹೊರಡುವ ವಾರದ ಮುಂಚೆ ಭಾನುವಾರ ಊಟ ಮುಗಿಸಿ, ಮಲಗೆದ್ದ ನಂತರ ಹೋಗಿದ್ದು. ಬಾಲು, ಪಾಠಕ್ ಬಟ್ಟೆ ಒಗೆದುಕೊಳ್ಳೋದು ಇದೆ, ಬರೋದಿಲ್ಲ ಎಂದಿದ್ದರು. ಕೊನೆಗೆ ರವಿ ಮತ್ತು ಮಹೇಶ ಇಬ್ಬರೇ ಹೋಗಿದ್ದರು. ಧೂಳು ತುಂಬಿದ ಚಿಕ್ಕ ರಸ್ತೆ ಬಿಸಿಲಲ್ಲಿ ಮೈಕಾದು ಮಲಗಿತ್ತು. ಕೆಲವು ಮನೆಗಳು ಆರ್‌ಸಿಸಿಯವು, ಮತ್ತೆ ಕೆಲವು ಶೀಟಿನ ಮನೆಗಳು, ಇನ್ನೊಂದಿಷ್ಟು ಮನೆಗಳು ಕಚ್ಛ್ ಸಾಂಪ್ರದಾಯಿಕ ಮಾದರಿಯ ಭೋಂಗಾಗಳು. ಕ್ಯಾಂಪಿನಲ್ಲಿ ಕಸ ಹೊಡೆಯಲು, ಉತ್ಖನನದ ಜಾಗದಲ್ಲಿ ಚಿಕ್ಕಪುಟ್ಟ ಕೆಲಸಗಳನ್ನು ಮಾಡಲು ಬರುತ್ತಿದ್ದ ರಾಜೋರಿ ಮತ್ತಿತರ ಹೆಂಗಸರು ಕೂಡ ಇವರಿಬ್ಬರು ಊರೊಳಗೆ ಬಂದಿದ್ದನ್ನು ನೋಡಿದ್ದೆ ಖುಷಿಯಿಂದ ತಮ್ಮ ಮನೆಗೂ ಬರುವಂತೆ ಕರೆದರು. ಕನ್ನಡಿಗಳನ್ನು ಸೇರಿಸಿ, ಗಾಢ ಬಣ್ಣದ ಬಟ್ಟೆಗಳಲ್ಲಿ ಅವರು ಕಸೂತಿ ಹಾಕಿ ಹೆಣೆದ ಚೀಲಗಳು, ತಲೆದಿಂಬಿನ ಕವರುಗಳು, ಗೋಡೆಗೆ ತೂಗಿ ಹಾಕುವಂಥವುಗಳು ಎಲ್ಲವನ್ನೂ ತೋರಿಸಿದರು. ಅದನ್ನೆಲ್ಲ ಕಚ್ಛ್‌ನಲ್ಲಿರುವ ಒಂದು ಸಂಸ್ಥೆಗೆ ಹೆಣೆದು ಕೊಡುವುದಾಗಿ, ಕೂಲಿ ಮಾಡುವ ಕೆಲವರಿಗೆ ಇದೇ ಒಂದು ಮುಖ್ಯ ಆದಾಯ ಎಂದೆಲ್ಲ ವಿವರಿಸಿದರು. ಇವರಿಬ್ಬರೂ ಹೆಚ್ಚು ದುಡ್ಡು ಇಟ್ಟುಕೊಂಡು ಹೋಗಿರಲಿಲ್ಲ. "ನಾಳೆ ಕ್ಯಾಂಪಿಗೆ ಕೆಲಸಕ್ಕೆ ಬಂದಾಗ ಕೊಡಿ" ಎಂದು ಅವರು ಹೇಳಿದಾಗ ಇಲ್ಲವೆನ್ನಲು ಮನಸ್ಸಾಗದೇ ಇಬ್ಬರೂ ಚೀಲ, ದಿಂಬಿನ ಕವರ್ ಇತ್ಯಾದಿ ಕೆಲವನ್ನು ಖರೀದಿ ಮಾಡಿದರು.

ನಾಲ್ಕಾರು ಮನೆಗಳಲ್ಲಿ ಮಣ್ಣಿನಿಂದಲೇ ಮಾಡಿದ ಕಪಾಟುಗಳಿದ್ದವು. ಅದರಲ್ಲಿ ಏನಿಟ್ಟರೂ ಹಾಳಾಗುವುದಿಲ್ಲ, ತಂಪಾಗಿ ಇರುತ್ತದೆ, ತಾನು ಎಷ್ಟು ಚಿಕ್ಕ ವಯಸ್ಸಿದ್ದಾಗಿನಿಂದಲೇ ಹೀಗೆ ಕಪಾಟು ಮಾಡುವುದನ್ನು, ಅವುಗಳ ಮರದ ಬಾಗಿಲುಗಳಿಗೆ ಕನ್ನಡಿ ಅಂಟಿಸುವುದನ್ನು ಕಲಿತೆ... ರಾಜೋರಿ ಹೇಳುತ್ತಲೇ ಇದ್ದಳು. ಗಾಢ ಬಣ್ಣದತ್ತ ಒಲವು, ಈ ಕುಸುರಿ ಕಲೆ ಅವರ ರಕ್ತದಲ್ಲಿಯೇ ಹರಿಯುತ್ತಿದ್ದಂತೆ ಅನ್ನಿಸುತ್ತಿತ್ತು. ಮಹೇಶನಿಗೆ ತುಂಬ ಪಿಚ್ಚೆನ್ನಿಸಿದ್ದು, ಮನೆಯ ಮುಂದೆ ಅಥವಾ

ಪಕ್ಕದಲ್ಲಿ ಹರಿಯುತ್ತಿದ್ದ ಗಟಾರವನ್ನು ನೋಡಿ. ಹೆಚ್ಚಿನ ಮನೆಗಳಲ್ಲಿ ಶೌಚಾಲಯವೇ ಇರಲಿಲ್ಲ. ಸುತ್ತ ನೋಡಿದರೆ ಅಲ್ಲೊಂದು ಇಲ್ಲೊಂದು ಕುರುಚಲು ಪೊದೆ ಬಿಟ್ಟರೆ ಮತ್ತೆ ಅನಂತ ಬಯಲು. ಮರೆ ಮಾಡಿಕೊಳ್ಳಲು ಏನೂ ಇಲ್ಲ. ಹೆಣ್ಣುಮಕ್ಕಳು ಶೌಚಕ್ಕೆ ಎಲ್ಲಿ ಹೋಗುತ್ತಾರಪ್ಪ, ಅದೂ ಬಸಿರು ಬಾಣಂತನದಲ್ಲಿ... ಮಹೇಶ ಬಾಯಿಬಿಟ್ಟು ಕೇಳಿದ. ಉಳಿದ ಹೆಣ್ಣು ಮಕ್ಕಳು ನಾಚಿ ಬಾಯಿಗೆ ದುಪ್ಪಟ್ಟಾ ಇಟ್ಟುಕೊಂಡರು.

ರಾಜೋರಿ ಹೇಳಿದಳು "ಅಯ್ಯೋ... ಅದರ ಕಥೆ ಕೇಳಲೇಬೇಡಿ... ಅಲ್ಲಿ ನೋಡಿದಿರಲ್ಲ, ಆ ಒಳ್ಳೆ ಮನೆಗಳು, ಅವರು ಕೂಡ ಈಗೊಂದು ಎರಡು ವರ್ಷದ ಹಿಂದೆ ಕಟ್ಟಿಕೊಂಡಿದಾರೆ. ಬೇಸಿಗೆಯಲ್ಲಿ ಎಷ್ಟು ಬೇಗ ಐದೂವರೆಗೆ ಎದ್ದರೂ ಇಲ್ಲಿ ಬೇಗ ಬೆಳಕು ಹರಿದಿರುತ್ತೆ. ಇನ್ನೂ ಬೇಗ ಎದ್ದು ಹೋಗಬೇಕು. ಚಳಿಗಾಲದಲ್ಲಿ ಗದಗುಟ್ಟಿಸೋ ಚಳಿಯಲ್ಲಿ ಹೋಗೋದು ಇದೆಯಲ್ಲ, ಅದೇ ವಿಪರೀತ ಕಷ್ಟ... ಏನು ಮಾಡುವುದು... ಅಲ್ದೆ ನಮ್ಮಂಥ ಬಡವರಿಗೆ ಕಕ್ಕಸ್ಸು ಕಟ್ಟಿಕೊಳ್ಳೋದಕ್ಕೆ ದುಡ್ಡೊ ಇರಲ್ಲ, ಹೇಗೋ ದುಡ್ಡು ಹೊಂದಿಸಿ ಕಟ್ಟಿಸಿಕೊಂಡರೆ, ಆಮೇಲೆ ಅದಕ್ಕೆ ಹಾಕಕ್ಕೆ ನೀರು ಎಲ್ಲಿಂದ ತರದು... ಹೊರಗಡೆ ಆದ್ರೆ ಒಂದು ಚೊಂಬು ನೀರಿನಲ್ಲಿ ಮುಗಿದುಹೋಗುತ್ತೆ. ನಮ್ಮ ಗೋಳು ಕೇಳೋರು ಯಾರು... ಬಸಿರು, ಬಾಣಂತನದ ದಿನಗಳು ಮುಗಿದುಹೋದ್ರೆ ಸಾಕಪ್ಪ ಅನ್ನಿಸುತ್ತೆ. ಹೋದವರ್ಷ ಅದೇನೋ ಗಡ್ಡೆ ಆಗಿದೆ ಅಂತ ನನ್ನ ಗರ್ಭಕೋಶ ತೆಗೆದುಹಾಕಿದ್ರು, ಆಪರೇಶನ್ ಮುಗಿದು, ಜನರಲ್ ವಾರ್ಡಿನ ಕಾಟಿನ ಮೇಲೆ ಎಚ್ಚರವಾಗಿದ್ದೆ, ಆ ನೋವಿನಲ್ಲೂ ಅಬ್ಬ, ಪ್ರತೀ ತಿಂಗಳ ಒಂದು ಗೋಳು ಸ್ವಲ್ಪ ಕಡಿಮೆಯಾಯಿತಲ್ಲ ಅಂತ ಖುಷಿಯಾಗಿತ್ತು." ಕಡೆಯ ವಾಕ್ಯಕ್ಕೆ ಬರುತ್ತಲೇ ಈ ಹುಡುಗರ ಮುಂದೆ ಇದೇನು ಹೇಳಿಬಿಟ್ಟೆ ಎಂಬುದು ಹೊಳೆದಂತೆ, ಮುಖ ಆ ಕಡೆ ತಿರುಗಿಸಿ, ದುಪ್ಪಟ್ಟಾ ಬಾಯಿಗೆ ಇಟ್ಟುಕೊಳ್ಳುತ್ತ ನಕ್ಕಿದ್ದಳು.

ಅಲ್ಲಿಂದ ಕೇವಲ ಒಂದು ಮೈಲು ದೂರದಲ್ಲಿ ನಾಲ್ಕು ಸಾವಿರ ವರ್ಷಗಳ ಹಿಂದೆ ಇದ್ದ ಜನವಸತಿಯೊಂದು ಒಳಚರಂಡಿಗಳು, ನೀರಿನ ಸಂಗ್ರಹಣೆಗೆ ಅಷ್ಟು ದೊಡ್ಡ ನಾಲ್ಕು ಜಲಾಶಯಗಳು, ನಗರದ ಒಳಗೆ ಬಾವಿಗಳು, ಎಲ್ಲವನ್ನೂ ತುಂಬ ಅಚ್ಚುಕಟ್ಟಾಗಿ ನಿಭಾಯಿಸಿದ ಕುರುಹುಗಳು ಸ್ಪಷ್ಟವಾಗಿ ಎದ್ದು ಕಾಣುತ್ತಿದೆ. ಆಗಲೂ ಈ ಪ್ರದೇಶದಲ್ಲಿ ಇಷ್ಟಲ್ಲದಿದ್ದರೂ, ಸ್ವಲ್ಪಮಟ್ಟಿಗೆ ಒಣ ವಾತಾವರಣವೇ ಇದ್ದಿರಬಹುದು, ಮಳೆ ಇಂದಿಗಿಂತ ತುಸು ಹೆಚ್ಚು ಆಗುತ್ತಿದ್ದರೂ, ಮಲೆನಾಡಿನ ಮಳೆಯಂತೂ ಅಲ್ಲ. ಆಗುವ ಅಲ್ಪಸ್ವಲ್ಪ ಮಳೆಯನ್ನು, ಓಡುವ ನೀರನ್ನು ಹಿಡಿದಿಡಲು ಆಗಿನ ಕಾಲದಲ್ಲಿಯೇ ಅಷ್ಟೆಲ್ಲ ಮುಂದಾಲೋಚನೆ ಮಾಡಿದ್ದರಲ್ಲ. ಆದರೆ ತಂತ್ರಜ್ಞಾನ, ನಾಗರಿಕತೆ ಎಲ್ಲ ಮುಂದುವರೆದ ಇಂದಿನ ಕಾಲದಲ್ಲಿ ಇಲ್ಲೀಗ ಮಳೆ ನೀರು

ಹಿಡಿದಿಡುವ ಮುಂದಾಲೋಚನೆ, ಕಾಳಜಿ ಅರ್ಥವಿಲ್ಲದ ಒಣಕಲು ಪದಗಳಾಗಿವೆ. ಬಡವರಿಗೆ ನೀರು, ಶೌಚ ಎರಡೂ ಅನುದಿನದ ಬದುಕಿನ ಸಂಕಟಗಳಾಗಿವೆ. ಆ ಅರಿವು, ಆ ಅಚ್ಚುಕಟ್ಟುತನ, ಆ ಸಂಸ್ಕೃತಿ ಕಾಲಪ್ರವಾಹದಲ್ಲಿ ಎಲ್ಲಿ ಕೊಚ್ಚಿಕೊಂಡು ಹೋಯಿತು ಎಂದು ಆಲೋಚಿಸುತ್ತ ಮಹೇಶ ಖಿನ್ನನಾಗಿದ್ದ.

ಬದುಕಿಗೆ ಅಗತ್ಯವಾಗಿದ್ದ, ಬದುಕಿಗೆ ಅಷ್ಟು ಹತ್ತಿರವಿದ್ದ, ನೆಲಜಲದ ಅರಿವು ಕ್ರಮೇಣ ಅನಂತಕಾಲದಲ್ಲಿ ಎಲ್ಲೋ ಹೂತುಹೋಗಿ, ನಂತರದ ಸಮುದಾಯವೊಂದು ಹೀಗೆ ತಂತ್ರಜ್ಞಾನದ ಹೊಸ್ತಿಲಲ್ಲಿ ಈಚೆ ನಿಂತುಕೊಂಡೇ, ಬದುಕಿನ ಮೂಲಭೂತ ಅಗತ್ಯಗಳಿಂದ ವಂಚಿತವಾಗಿ ಕತ್ತಲಕೂಪದಲ್ಲಿ ಮುಳುಗಿರುತ್ತೆ; ಹೊಸ್ತಿಲಿನಾಚೆ ನೋಡಿದರೆ ಬಾಹ್ಯಾಕಾಶದವರೆಗೆ ತಾಂತ್ರಿಕ ಪರಿಣತಿಯ ಏಣಿಯ ಎಲ್ಲ ಮೆಟ್ಟಿಲುಗಳಲ್ಲಿ ಬೇರೆಯದೇ ಆದ ನವಸಮುದಾಯವೊಂದು ಮೇಲೆ ಮೇಲೆ ಏರುತ್ತಲೇ ಹೋಗುತ್ತಿರುತ್ತದೆ... ಒಮ್ಮೆ ಈ ಎಲ್ಲ ಅಂಶಗಳನ್ನು ಬರೆದು, ಅಂದು ತೆಗೆದುಕೊಂಡ ಫೋಟೋ ಹಾಕಿ, ಯಾವುದು ನಿಮ್ಮ ಹೆಮ್ಮೆಯ ಸಂಸ್ಕೃತಿ ಎಂದು ಮಿರ್ಜಾನೆಗೆ ಕೇಳಬೇಕು ಎಂದುಕೊಂಡವನು, ಒಂದೊಂದೇ ಬರೆದು ಇಟ್ಟ. ಕೇಳಬೇಕಿರುವುದು, ಹೇಳಬೇಕಿರುವುದು ಮಿರ್ಜಾನೆಯವರಿಗೆ ಮಾತ್ರವಲ್ಲ, ಹೀಗೆ ಗತವೈಭವದ ಮೇಲ್ಪದರ ಮಾತ್ರ ಕೆದರಿ ಭವ್ಯಸಂಸ್ಕೃತಿಯ ಕುರಿತು ತಾಸುಗಟ್ಟಲೆ ಕೊರೆಯುವ ಎಲ್ಲರಿಗೂ. ಈ ಬಗ್ಗೆ ಇನ್ನೂ ಆಳವಾಗಿ ಅಧ್ಯಯನ ಮಾಡಿ, ಬರೆಯಲು ಶುರು ಮಾಡಿಕೋಬೇಕು ಎಂದುಕೊಂಡ.

ಮಿರ್ಜಾನೆಯ ಜೊತೆಗಿನ ವಾಗ್ವಾದದ ಕಿರಿಕಿರಿಯನ್ನು ನೀತುವಿಗಾದರೂ ಹೇಳಿಕೊಂಡು ಹಗುರಾಗೋಣ ಎಂದು ಒಂದು ರಾತ್ರಿ ಫೋನ್ ಮಾಡಿದ. ಎಂಗೇಜ್ ದನಿ ಕೇಳಿಸಿತು. ಮತ್ತೆ ಅರ್ಧ ಗಂಟೆ ಬಿಟ್ಟು ನೋಡಿದ, ಮತ್ತೆ ಎಂಗೇಜ್ ದನಿ ಕೇಳಿತು. ಪಿಚ್ಚೆನ್ನಿಸಿಕೊಂಡು ಸುಮ್ಮನಾದ. ಇವನು ಮಲಗುವ ಮೊದಲು ಫೋನ್ ಮಾಡಿದವಳು,

"ಭಾಳ ದಿನದ ನಂತರ ಸೂರಿ ಫೋನ್ ಮಾಡಿದ್ದ... ಮಾತಾಡ್ತಿದ್ದೆ.." ಎಂದಳು.

"ಅಷ್ಟು ಹೊತ್ತಾ... ನಾ ಎರಡು ಸಲ ಮಾಡಿದ್ದೆ' ಅವಳು ಮಾತು ಮುಗಿಸುವ ಮೊದಲೇ ಚೂಪಗೆ ಹೇಳಿದವನು ತಟ್ಟನೆ ತುಟಿ ಕಚ್ಚಿಕೊಂಡ. ಮಾತು ಕ್ಷಣಾರ್ಧದಲ್ಲಿ ಗಾಳಿಯಲ್ಲಿ ತೇಲಿ ನೀತುವಿನ ಕಿವಿ ತಲುಪಿಯಾಗಿತ್ತು. ನೀತುಗೆ ಕೊಂಚ ಶಾಕ್ ಎನ್ನಿಸಿತು. "ಸಾರಿ ಮಹೀ. ಅಂವ ಆಫೀಸಲ್ಲಿ ಅದೇನೋ ಕರೆಕರೆ ಆಗಿದ್ದನ್ನು ಹೇಳ್ತಿದ್ದ..." ಎಂದವಳಿಗೆ ಅರೆ, ತಾನು ಇಷ್ಟೆಲ್ಲ ಸಮಜಾಯಿಷಿ ಕೊಡುವ ಅಗತ್ಯವಿದೆಯೇ ಎನ್ನಿಸಿ, ಮತ್ತೆ ಮುಂದೇನೂ ಹೇಳಲು ತೋಚದೇ ಸುಮ್ಮನಾದಳು. "ಛೇ... ಹಂಗಲ್ಲ" ಮಹೇಶ ವಿವರಿಸಲು ಪದಗಳನ್ನು ತಡಕಿದ. ಮತ್ತೆ ಅರೆಕ್ಷಣ

ಇಬ್ಬರೂ ಮಾತಾಡಲಿಲ್ಲ. "ನಾನು ಆ ಮಿರ್ಜಾನೆ ಸರ್ ಜೊತೆ ಕಿರಿಕ್ ಆಯ್ತಲ್ಲ, ಅದೇ ರಗಳೆಯಲ್ಲಿದ್ದೆ ನೀತು, ನಿನ್ನ ಹತ್ರ ಹೇಳ್ಕಳಣ ಅಂತ ಫೋನ್ ಮಾಡಿದೆ. ನೀನು ತಕ್ಷಣಕ್ಕೆ ಸಿಗಲಿಲ್ಲವಲ್ಲ ಅಂತ ಬೇಜಾರಾಗಿ ಅಂದೆ ಅಷ್ಟೆ. ತಪ್ಪು ತಿಳೀಬೇಡ ಪ್ಲೀಸ್... ನಾನು ಆ ಧ್ವನಿಯಲ್ಲಿ ಕೇಳಬಾರದಿತ್ತು... ಸಾರಿ ಕಣೇ" ಮಹೇಶ ಅನುನಯಿಸಿದ. ನೀತು ಮಾತಾಡಲಿಲ್ಲ. "ಸಿಟ್ಟೇನೆ?" ಮಹೇಶ ಮೆತ್ತಗೆ ಕೇಳಿದ.

"ಸಿಟ್ಟಲ್ಲವೋ... ನೀನು ಆ ಥರಾ ಕೇಳಿದ್ದಕ್ಕೆ ಚೂರು ಶಾಕ್ ಅನ್ನಿಸ್ತು... ನೀನು ಕೂಡ ಇಂಥ ದನಿಯಲ್ಲಿ ಕೇಳ್ತಿ ಅಂದ್ರೆ..." ಅರ್ಧಕ್ಕೆ ನಿಲ್ಲಿಸಿದಳು. 'ಸಾರಿ ಕಣೆ'. ಮತ್ತೆ ಅರ್ಧ ಗಂಟೆ ಮಾತುಕತೆಯ ನಂತರ ಇಬ್ಬರೂ ಹಗುರಾದರು.

ಮೇ ಮೊದಲನೇ ವಾರದ ನಂತರ ಸ್ವಲ್ಪ ಬಿಡುವಾದ ಮಹೇಶ ನೀತುವಿನ ಪ್ರಶ್ನೆಯ ಕುರಿತು ಗಂಭೀರವಾಗಿ ಯೋಚಿಸಲು ಶುರುವಿಟ್ಟುಕೊಂಡ. ಪ್ರೊಫೆಸರ್ ಗೆಳೆಯರಾದ ಪಾಟೀಲರಿಗೊಮ್ಮೆ ಫೋನು ಮಾಡಿ, ಅದೂ ಇದೂ ಲೋಕಾಭಿರಾಮದ ತೌಡು ಕುಟ್ಟಿ, ಸುತ್ತಿಬಳಸಿ ಮಾತಾಡಿದವನು ಇಲ್ಲಿ ಸುತ್ತಮುತ್ತಲ ಹಳ್ಳಿಯಲ್ಲಿ ನೀರು ಇರುವ ಅಥವಾ ಇಲ್ಲದಿರುವ ಜಮೀನಿನ ಬೆಲೆ ಎಷ್ಟಾಗಬಹುದು ಎಂದು ವಿಚಾರಿಸಿದ. ಅವರು ಹೇಳಿದ ದರ ಕೇಳಿದವನು ಯಾಕೋ ಇದು ಗಗನಕುಸುಮವೇ ಸರಿ ಎಂದುಕೊಂಡು ನಿರಾಸೆಗೊಂಡ. ಆ ದಿನ ತುಸು ಬೇಸರದಲ್ಲಿಯೇ ಪ್ರೊಫೆಸರ್ ಮನೆಗೆ ಹೋದ.

"ಏನಪಾ... ಆ ಮಿರ್ಜಾನೆ ಫೋನು ಮಾಡಿದ್ದ, ಗೊಣಗಾಡಲಾಕ ಹತ್ತಿದ್ದ. ಅಂವ ಏನೋ ತಿದ್ದುಪಡಿ ಹೇಳಿದ್ರ ನೀ ಹಂಗಲ್ಲ, ಅದು ಕೆಲಸಗಾರರ ಕೌಶಲ, ನಾವು ಅದನ್ನು ಎತ್ತಿ ಹೇಳಬೇಕು ಅಂತೆಲ್ಲ ಹೇಳಿದ್ಯಂತ..."

'ಓ... ಅವರಾಗಲೇ ಇಲ್ಲಿ ಕಿವಿ ಚುಚ್ಚಲು ನೋಡಿದ್ದಾರೆ' ಎನ್ನಿಸಿತು ಮಹೇಶನಿಗೆ. ಅವನ ತುಸು ಮಂಕಾಗಿದ್ದ ಮುಖ ನೋಡಿದ ಪ್ರೊಫೆಸರ್, "ಇವೆಲ್ಲ ಹೀಂಗ ತಕರಾರುಗಳು ಇರೂದೆ ಮಹೀ. ಹೋಗಲಿ ಬಿಡಪಾ... ನೀ ಎದಕ್ಕ ಮಾರಿ ಸಣ್ಣ ಮಾಡ್ತಿ. ನಾ ಅಂವಂಗ ಒಂದ ಮಾತು ಹೇಳಿದೆ. ಮಹೀ ಹೇಳೂದು ಸರೀಗನ ಅದ, ನಾವು ಬ್ಯಾರೆ ಲೆನ್ಸದಾಗೂ ನೋಡಾಕ ಪ್ರಯತ್ನ ಮಾಡಬಕು ಇನ್ನು ಅಂತ. ಆಮೇಲೆ ಅಂವ ಗಪ್ಪಾದ. ಅಂವ ತನಗ ಹ್ಯಂಗ ಬೇಕೋ ಹಂಗ ತನ್ನ ವಾದ ಮಂಡಿಸ್ತಾನ ಆ ಮಾತು ಬ್ಯಾರೆ, ಬಿಡು. ಹರಪ್ಪಾ, ಮೊಹಂಜಾದಾರೋ ಪಾಕಿಸ್ತಾನಕ್ಕೆ ಸೇರಿದಾಗಿಂದ, ಇಲ್ಲೇನಾರ ಜರಾ ಸಿಕ್ಕರ ಸಾಕು, ನಮ್ಮ ನಾಕ್ ಸಾವಿರ ವರ್ಸದ ಸಂಸ್ಕೃತಿ ಅಂತ ಶುರು ಹಚ್ಚತಾರ. ವಾಸ್ತವ ಏನದ ಅದನ್ನಷ್ಟೇ ನೋಡೂಣಪ್ಪ ಅಂದ್ರ ಕೇಳಂಗಿಲ್ಲ" ಸ್ವಲ್ಪ ಬೇಸರದಿಂದಲೇ ಹೇಳಿದರು.

ಮಹೇಶ ಅವತ್ತು ಲೋಥಲ್ಲಿನಲ್ಲಿ ಗೈಡ್ ಹೇಳಿದ್ದು, ಧೊಲಾವೀರಾದ ಹಳ್ಳಿಯ

ಒಳಗೆ ಹೋದಾಗ ಕಂಡಿದ್ದನ್ನು, ರಾಜೋರಿ ಇನ್ನಿತರರು ಮಾತಾಡಿದ್ದನ್ನು ಪ್ರೊಫೆಸರ್‌ಗೆ ಹೇಳಿದ.

"ನೋಡ್ ಮತ್ತ... ಆ ಗೈಡ್ ಖರೇ ಎಷ್ಟ್ ಶಾಣೆ ಅದಾನ. ಅಗೆದಾಗ ಸಿಕ್ತದಲ, ಅದು ಏನದ ನೋಡೂಣು. ಹಿಂಗಿರಬೌದು ಅಂತ ಒಂದ್ ಅಂದಾಜು ಮಾಡಿ ಹೇಳೂಣು... ಒಂದು ಅಂದಾಜು ಮಾಡಿದೆವಂದ್ರ ಅದಕ್ಕ ಹತ್ತು ಸಮರ್ಥನೆ ಇಟಗಂಡು ಮಾತಾಡಬೇಕಾಗ್ತದ... ಹತ್ತು ದೃಷ್ಟಿಕೋನದಾಗ ನೋಡಬೇಕಾಗ್ತದ. ಅಂತಾದ್ರಗ ಮಧ್ಲಿಗನ ನಮ್ಮದೇ ಏನೋ ವಾದ ಇಟಗಳದು, ಆಮ್ಯಾಗ ಅಗೆದಾಗ ಏನು ಸಿಕ್ತದಲಾ, ಅದ್ರಾಗ ಆ ವಾದಕ್ಕೆ ಎಷ್ಟು ಬೇಕೋ ಅಷ್ಟ ಇಟಗಂಡು, ಉಳಿಕಿದನ್ನ ಬಿಟ್ಟು, ಅದೇ ಸತ್ಯ ಅಂತ ಸಾರೂದು ಹ್ಯಂಗ ಸರಿಯಾಗ್ತದ. ಆದ್ರ ನಿಮ್ಮಂಥ ಹರೇದ ಹುಡುಗರು, ಬ್ಯಾರೆ ಕಣ್ಣಿಂದ ನೋಡಿ, ಇನ್ನಷ್ಟು ಛಲೋತ್ನಾಗ ಅಧ್ಯಯನ ಮಾಡಿ, ಬರಿಯೂ ಜವಾಬ್ದಾರಿ ತಗೋಬೇಕಪಾ" ಪ್ರೊಫೆಸರ್ ತಮ್ಮ ಎಂದಿನ ಯೋಚನಾಭಂಗಿಯಲ್ಲಿ ಕೂತು ಮೆಲ್ಲಗೆ ಹೇಳಿದರು.

ಲೇಖಾ, ಜಲಜ ಹೋಗಿ ಮಲಗಿದ ನಂತರವೂ ಪ್ರೊಫೆಸರ್, ಮಹೇಶ ಮಾತಾಡುತ್ತ ಕೂತರು. ಹೇಳಲೋ ಬೇಡವೋ ಎಂದುಕೊಳ್ಳುತ್ತಲೇ, ಪಾಟೀಲರ ಜೊತೆ ಮಾತಾಡಿದ್ದನ್ನು ಹೇಳಿ, 'ಎಲ್ಲ ಎಷ್ಟರ ತುಟ್ಟಿ ಆಗ್ಯೆತಲ್ರೀ' ಎಂದ.

"ನಿನಗ ಎದಕ್ಕೋ ಹೊಲಾ" ಎಂದ ಪ್ರೊಫೆಸರ್‌ಗೆ ತಟ್ಟನೆ ನೆನಪಾಗಿರಬೇಕು, "ಓ... ನೀತುಗೆ ಅಂತ ಕೇಳಿದೇನು... ಅಷ್ಟ್ ಸರಳ ಇಲ್ಲೋ ಮಹೀ" ಎಂದರು.

"ಹೌದ್ರಿ... ಆಕಿಗೂ ಗೊತ್ತದ ಸರಳ ಇಲ್ಲ ಅಂತ... ಆದ್ರ ಆಕಿ ಭಾಳ ಯೋಚನೆ ಮಾಡಿದಂಗ ಅದ... ಮತ್ ಐಟಿ ಕಂಪನಿ ಕೆಲಸಕ್ಕ ಮಾತ್ರ ಹೋಗಂಗಿಲ್ಲ ಅಂತ ಗಟ್ಟಿ ನಿರ್ಧಾರ ತಗೊಂಡಾಳ"

"ನಾ ಅವತ್ತ ಹೇಳಿದನಲ್ಲ, ಹಂಗ ಒಂದು ನಿರ್ಧಾರ ತಗೊಳಲಾಕ ಭಾಳ ಧೈರ್ಯ ಬೇಕಾಗ್ತದ ಅಂತ. ಅದೂ ಒಬ್ಬಾಕಿ ಹೆಣಮಗಳು ಹಿಂಗ ನಿರ್ಧಾರ ತಗೊಳ್ಳುದು ಸರಳ ಅಲ್ಲ. ಮತ್ತ ಹಿಂಗ ನೌಕರಿ ಮಾಡ್ಕೋತನ ಬಂದ ನಮ್ಮಂತೋರಿಗಿ ಹೊಲ, ತ್ವಾಟ ಅಂದ್ರ ಹಂಗ ಸುಮ್ನ ನೆಲ ಮಾತ್ರ. ಆದ್ರ ಹೊಲ ಮಾಡಿಸೋ ಮಂದಿಗಿ ಅದೂ ಒಂಥರಾ ರಕ್ತಮಾಂಸ ಇರೂ ಮನಿಷ್ಯಾ ಜೊತಿಗೊಬ್ಬಾಂವ ಇದ್ದಾಂಗ. ನೋಡು, ಅವತ್ ಜಲಜ ಆ ಮೂರು ಎಕರಿ ತ್ವಾಟ ತನ್ನ ಹೆಸರಿಗೆ ಮಾಡಕೊಡರಿ ಅಂತ ಅವರ ಗೂಡ ಜಗಳ ತೆಗೆದಳಲ್ಲ, ನಾ ಅಮ್ಯಾಗ ಒಮ್ಮಿ ಆಕಿಗಿ ಹೇಳಿದೆ; ಬಿಟ್ಟಿಡಬೇಕಿತ್ತು, ಎದಕ್ಕ ಆ ಮೂರು ಎಕರಿ ಬೇಕಂತ ಹಠ ಮಾಡಿದಿ ಅಂತ. ಆಕಿ ಏನೂ ಮಾತಾಡಲಿಲ್ಲ. ಸುಮ್ಮನ ಹೀಂಗ ಒಂದ್ಸಲ ನನಗ ನೋಡಿದ್ಲು. ಆಮೇಲೆ ನಾನೂ ಕುತ್ತು ವಿಚಾರ ಮಾಡಿದೆ. ಹೆಂಡ್ತಿ, ಮಗಳು ಅಂದ್ರ ಅಷ್ಟ್ ಜೀಂವಾ ಬಿಡ್ತಿದ್ದ,

ಮಗಳನ್ನಂತೂ ಅಂಗ್ಯೆಯಾಗ ಇಟ್ಕಂಡು ಜೋಪಾನ ಮಾಡ್ತಿದ್ದ ಅಂತ ಜಲಜನ ಗಂಡನ ಜೋಡಿ ಮದ್ಲಿಗಿ ಕೆಲಸ ಮಾಡ್ತಿದ್ದ ಒಬ್ಬಾಕಿ ಹೆಣಮಗಳು ಒಮ್ಮಿ ನನಗ ಹೇಳಿದ್ಲು. ಆಕಿಗಿ ತನ್ನ ಗಂಡನ ನೆನಪಿಗಿ ಆ ತ್ವಾಟ ಇಟ್ಟುಕೋಬೇಕು ಅನ್ನಿಸಿದ್ರ ಎದಕ್ಕ ಅಂತ ಕೇಳೋ ಹಕ್ಕು ನನಗೇನು ಇರತದ, ಹೌದಿಲ್ಲೋ. ಮತ್ತ ಜೊತಿಗಿ ಬಾಳ್ವೆ ಮಾಡಿದ ಮನಿಷ್ಯಾನ ನೆನಪಿಗೆ ಅಂತ ಏನೋ ಒಂದ್ ಇಟ್ಟುಕೊಳ್ಳೂದ್ರಾಗ ತಪ್ಪೇನದ... ಆಕಿ ಅವತ್ ಹಂಗ ಗಟ್ಟಿಸಿ ಹೇಳಿದಳಂತ, ಆ ಮೂರು ಎಕರಿ ಉಳಿಸಿಕೊಂಡಳು, ಮುಂದ ಲೇಖಾಗೂ ಅವರ ಪಪ್ಪಾಂದು ನೆನಪಿಗೆ ಇರ್ತದ. ಇಲ್ಲಾಂದ್ರ ಅದೂ ಆ ಖೂಳರ ಪಾಲಾಕ್ಕಿತ್ತು."

'ಜಲಜ ಮೇಡಂಗೆ ತಮ್ಮ ಗಂಡಂದು ಅಂತ ಹಕ್ಕಾದ್ರೂ ಇರುತ್ತೆ, ಗಟ್ಟಿಸಿ ಕೇಳಿದ್ರು. ನೀತುಗೆ ಹಂಗೆ ಗಟ್ಟಿಸಿ ಕೇಳೋದಕ್ಕೂ ಬಾಯಿ ಬರಲಿಲ್ಲ. ಹೆಣ್ಣುಮಕ್ಕಳಿಗೆ ಆಸ್ತಿ ಹಕ್ಕು ಅಂತೆಲ್ಲ ಹೇಳ್ತೀವಿ, ಆದ್ರೆ ವಾಸ್ತವದಲ್ಲಿ ಎಷ್ಟರಮಟ್ಟಿಗೆ ನಿಜ ಆಗುತ್ತೆ. ಹಕ್ಕಿನ ಪ್ರಜ್ಞೆ ಇರೋ ನೀತುವಿನಂತ ವಿದ್ಯಾವಂತ ಹೆಣ್ಣುಮಕ್ಕಳಿಗೂ ಹಕ್ಕಿಗಿಂತ ಸ್ವಾಭಿಮಾನ, ನಾವು ದುಡಿದು ನಾವು ತಿನ್ನಬೇಕು ಅಂತನ್ನೋ ಭಾವನೆ ಬಹುಶಃ ಹೆಚ್ಚಿರುತ್ತೆ...' ಮಹೇಶ ತನ್ನೊಳಗೆ ವಿಚಾರ ನಡೆಸಿದ್ದ. ಅವನು ಸುಮ್ಮನೆ ಕೂತಿದ್ದು ನೋಡಿ, ಮತ್ತ ಆಕಿ ಈಗೇನು ಮಾಡಾಕ ಹತ್ಯಾಳ ಎಂದೆಲ್ಲ ವಿಚಾರಿಸಿಕೊಂಡರು. "ಏನರ ವಿಚಾರ ಮಾಡೀರಿ ಇಬ್ಬರೂ" ಎಂದು ಅವರೇ ಕೇಳಿದಾಗಲೂ ಸುಮ್ಮನಿದ್ದ.

"ನೀ ಏನೂ ಸರಿಯಾಗಿ ಹೇಳಂಗೇ ಇಲ್ಲಪಾ. ಆತೇಳು... ಏನರ ಮಾಡೂಣು... ಆಕಿಗಿ ಅಷ್ಟೆಲ್ಲ ಮನಸಿನ ಮ್ಯಾಗ ತಗೋಬೇಡ ಅಂತೇಳಪಾ..." ಎಂದ ಪ್ರೊಫೆಸರ್ "ನೋಡಪಾ ಮಹೀ... ಒಂದೇನಾರ ಆತ್ಮಕ್ಕ ಬೇಕೇ ಬೇಕು ಅನ್ನಿಸ್ತದಲ, ಆವಾಗ ಅದನ್ನು ಸಾಕಾರ ಮಾಡಿಕೊಳ್ಳಾಕ ಜರಾ ಪ್ರಯತ್ನ ಹಾಕಬಕು, ಏಕಮನಸ್ಸಿಂದ ಬೆನ್ನ ಹತ್ತಬಕು, ಎಲ್ಲೋ ಒಂದು ಬೆಳಕು, ಎಲ್ಲೋ ಒಂದು ದಾರಿ ಇದ್ದೇ ಇರತದ... ಹುಡುಕು ಪ್ರಯತ್ನ ನಾವಾ ಮಾಡಬಕು. ನಾವು ಸುಮ್ನ ಇದ್ರ ತಾನೇ ಎಲ್ಲ ಹ್ಯಂಗ ಆಗ್ತದ" ಎನ್ನುತ್ತ ಮೆಲ್ಲನೆ ಭುಜ ತಟ್ಟಿ, ನಡಿ ಇನ್ನು ಮಲಗೂಣು ಎಂದು ಎದ್ದರು.

ಮರುದಿನ ಬೆಳಗ್ಗೆ ಅವರೆಲ್ಲ ಅವರದೇ ಗಡಬಡೆಯಲ್ಲಿದ್ದಾಗ, ಮೆಲ್ಲನೆ ಇವನ ಖೋಲಿಯತ್ತ ಬಂದ ಸೀತಮ್ಮ ಒದ್ದೆ ಕೈಯನ್ನು ಸೆರಗಿಗೆ ಒರೆಸಿಕೊಳ್ಳುತ್ತಲೇ, "ಅವತ್ ರೊಕ್ಕ ಕೊಟ್ಟಿದ್ಯಲ್ಲಪಾ... ತಗೋ" ಎಂದು ಸಣ್ಣಗಿನ ದನಿಯಲ್ಲಿ ಹೇಳುತ್ತ ಮುದ್ದೆಯಾಗಿದ್ದ ಮೂರು ನೋಟನ್ನು ಇವನ ಕೈಗೆ ತುರಕಲು ನೋಡಿದಳು. "ಬ್ಯಾಡ್ರೀ ಸೀತಮ್ಮ, ಅದೇನು ಮಹಾ ರೊಕ್ಕ ಅಂತ ಕೊಡ್ತೀರಿ... ಇಟ್ಟುಕೋರಿ... ನಾ ತಗೊಳಂಗಿಲ್ರೀ" ಮಹೇಶನೂ ಸಣ್ಣದನಿಯಲ್ಲೇ ಹೇಳಿ ಮತ್ತೆ ಅವಳ ಕೈಗೆ ತುರಕಲು ನೋಡಿದ. "ನನಗ ಬೇಕಾದಾಗ ಮತ್ ನಿನ್ನ ಗೂಡ ಕೇಳತೀನಪಾ...

ಇದ್ನ ಮಾತ್ರ ನೀ ಬ್ಯಾಡ ಅನ್ನೂ ಹಾಂಗನ ಇಲ್ಲ." ಎನ್ನುತ್ತ ಇವನ ಕೈಗೆ ತುರುಕಿ ಹೋದಳು. ಅರೆಕ್ಷಣ ಕೈಯಲ್ಲಿದ್ದ ನೋಟುಗಳನ್ನೇ ದಿಟ್ಟಿಸಿದ. ತುಸು ಹಸಿಯಾಗಿದ್ದ ಆ ನೋಟುಗಳು ನಾಕಾರು ಮನೆಗಳ ಮನೆಗೆಲಸ ಮಾಡಿ ಮಾಡಿ ಗೆರೆಗಳು ಮಾಸಿದ ಅಂಗೈಯ ಸ್ಪರ್ಶ ಮಾತ್ರವಲ್ಲ, ಸೀತಮ್ಮನ ಸ್ವಾಭಿಮಾನದ ಸ್ಪರ್ಶವನ್ನೂ ಅಂಟಿಸಿಕೊಂಡಿರುವಂತೆ ಅನ್ನಿಸಿತು.

ಅಂತೂ ಕೊನೆಗೂ ಆ ಮೂರು ಎಕರೆ ತೋಟ ಜಲಜಳ ಹೆಸರಿಗೆ ಆಯಿತು. ಎರಡು ಮೂರು ದಿನ ಸಬ್‌ರೆಜಿಸ್ಟ್ರಾರ್ ಕಚೇರಿಗೆ ಓಡಾಡುವುದೇ ಆಯಿತು. ಜೊತೆಯಲ್ಲಿ ಪ್ರೊಫೆಸರ್ ಇದ್ದಿದ್ದಕ್ಕೋ ಏನೋ, ಗಂಡನ ಮನೆಯ ಕಡೆಯವರು ಏನೂ ಬಾಯಿ ಮಾಡದೇ, ಹೆಚ್ಚು ಮಾತನ್ನೂ ಆಡದೇ, ಅವಳೊಂದಿಗೆ ಮುಖ ಬಿಗಿದುಕೊಂಡೇ ಇದ್ದರು. ಕೆಲಸವಾದರೆ ಸಾಕೆಂದು ಜಲಜಳೂ ಎಷ್ಟು ಬೇಕೋ ಅಷ್ಟು ಮಾತನಾಡಿ, ಸುಮ್ಮನಾಗಿದ್ದಳು.

❖

❖

ಆ ಸಂಜೆ "ಮನಿ ಕಡಿಗಿ ಬಾರಪಾ, ಜಲಜನೂ ಕರದಾಳ ನಿನಗ" ಎಂದ ಪ್ರೊಫೆಸರ್ ಸ್ವಲ್ಪ ಖುಷಿಯಲ್ಲಿದ್ದಂತೆ ಇತ್ತು.

ಬಾಗಿಲು ತೆರೆದ ಜಲಜಳೇ "ಕಡಿಗೂ ಕಾಗದ ಪತ್ರ ಎಲ್ಲ ಆದುವಪ್ಪ" ಎಂದು ಖುಷಿಯಿಂದ ಹೇಳಿದಳು. ಮನೆಯಲ್ಲಿ ಒಂದು ಹಗುರು ಖುಷಿಯ ವಾತಾವರಣ ಇದ್ದಂತೆ ಅನ್ನಿಸಿತು. ಮಹೇಶ ಕೂಡ ತುಸು ಸಂತಸದ ವಿಚಾರ ಹೇಳಬೇಕು ಎಂದುಕೊಂಡಿದ್ದ. ಆ ದಿನ ಬೆಳಗ್ಗೆಯಷ್ಟೆ ನೀತು ಫೋನು ಮಾಡಿದವಳು ಅಮ್ಮ ಮಾತಾಡಿದ್ದನ್ನು ಹಂಚಿಕೊಂಡಿದ್ದಳು. ಗದ್ದೆಯ ಪೂರ್ಣ ಹಣವನ್ನು ರೆಡ್ಡಿ ಬ್ಯಾಂಕಿಗೆ ಹಾಕಿದಾನೆ, ಅದರಲ್ಲಿ ಅರ್ಧಭಾಗ ಮಾತ್ರ ಅಣ್ಣನಿಗೆ ಕೊಟ್ಟು, ಕಾಲು ಭಾಗ ನೀತುಗೆ ಮತ್ತು ಕಾಲು ಭಾಗ ತಮ್ಮಿಬ್ಬರ ಹೆಸರಿನಲ್ಲಿ ಬ್ಯಾಂಕಿನಲ್ಲಿ ಇಟ್ಟುಕೊಳ್ಳುತ್ತೇವೆ ಎಂದು ಅಪ್ಪ ಖಡಾಖಂಡಿತವಾಗಿ ಹೇಳಿದ್ದು, ಅಣ್ಣ ಮರುಮಾತನಾಡದೇ ಒಪ್ಪಿಕೊಂಡಿದ್ದು, ಇನ್ನು ಮೇಲೆ ವ್ಯಾಪಾರದ ವಿಚಾರಗಳನ್ನು ಅಪ್ಪನೊಂದಿಗೆ ಆಗೀಗ ಮಾತಾಡ್ತೀನಿ, ಏನು ಎತ್ತ ಎಂದು ಹೇಳ್ತೀನಿ ಅಂತ ಒಪ್ಪಿಕೊಂಡಿದ್ದು, ಹೀಗೆ ಅಮ್ಮ ಇಷ್ಟುದ್ದ ವಿವರಿಸಿದ್ದನ್ನು ಹೇಳಿದ್ದಳು. ಎಷ್ಟು ದುಡ್ಡು ಗೊತ್ತಿಲ್ಲ, ಏನೇ ಆಗಲಿ, ಇವತ್ತಲ್ಲ ನಾಳೆ ತನ್ನ ಕನಸು ನಿಜ ಮಾಡಿಕೊಳ್ಳೋದೆ ಸೈ ಎನ್ನುತ್ತ ನಕ್ಕಿದ್ದಳು. ಬಹಳ ದಿನಗಳ ನಂತರ ನೀತು ಮನಬಿಚ್ಚಿ ನಕ್ಕಿದ್ದಕ್ಕೆ ಅವನಿಗೂ ಖುಷಿಯಾಗಿತ್ತು.

ಊಟ ಮುಗಿಸಿ, ಪ್ರೊಫೆಸರ್ ಮತ್ತು ಮಹೇಶ ಮಾತಿಗೆ ಕೂತಾಗ ಜಲಜಳೂ ಸೇರಿಕೊಂಡಳು.

"ನಿಮ್ಮ ನೀತೂಗೆ ಇಲ್ಲೇ ಬರಾಕ ಹೇಳ್ರೀ..." ಎಂದು ಮಾತಿನ ಮಧ್ಯೆ ಜಲಜ ಹೇಳಿದಾಗ ಮಹೇಶ ಅರೆಕ್ಷಣ ಅವಾಕ್ಕಾದ. ಪ್ರೊಫೆಸರ್ ಎಲ್ಲ ಹೇಳಿಬಿಟ್ಟಿದ್ದಾರೆಯೇ...

ಮಹೇಶ ಮಾತಾಡದೇ ಅಚ್ಚರಿಯಿಂದ ದಿಟ್ಟಿಸಿದ.

"ಖರೇರೀ... ತ್ವಾಟ ಈಗ ನನ್ನ ಹೆಸರಿಗಿ ಆಗೇದಲ್ಲ... ಒಂದ್ ಎಕರಿವಳಗ ದ್ರಾಕ್ಷಿ ಅದ. ಇನ್ನಾ ಎರಡು ಎಕರಿವಳಗ ಅವರು ತರಕಾರಿ, ಕಾಳುಕಡಿ ಹಾಕತಿದ್ದರು. ಆಕಿಗಿ ಏನು ಬೇಸಾಯ ಮಾಡಬೇಕಂತ ಮನಸನಾಗ ಅದ, ಅದಾ ಮಾಡ್ರಿ. ವ್ಯವಹಾರದಂಗನ ಮಾಡ್ರಿ. ಮೂರೆಕರಿ ಪಾಲಿಗಿ ತಗಂಡರ ಏನು ಕೊಡ್ತಾರು ಅದನ್ನ ನಮಗ ಕೊಡ್ರಿ... ನೀವು, ಆಕಿ ಸೇರಿ ನೋಡಿಕೋರಿ... ಮ್ಯಾಗ ಹೇಳಾಕ, ಕೇಳಾಕ ನಾವು ಹ್ಯಂಗೂ ಇಲ್ಲೇ ಅದೀವಿ" ಜಲಜ ಎಲ್ಲವನ್ನು ಯೋಚಿಸಿದಂತೆ ಇತ್ತು.

"ನನ್ನದೇನಪಾ... ತ್ವಾಟ ಆಕಿಂದದ. ಕೊಡಾಕಿ ಆಕಿ, ಮಾಡಿಸೋರು ನೀವು...' ಪ್ರೊಫೆಸರ್ ತಲೆ ಮೇಲೆ ಕೈಯಾಡಿಸಿಕೊಳ್ಳುತ್ತ ಹಗುರಾಗಿ ನಕ್ಕರು.

"ಯಾಕ... ನಂದು ಅಂದ್ರ ಈಗ ನಿಮ್ಮದೂ ಆದಂಗ ಅಲ್ಲೇನು..." ಜಲಜ ಪ್ರೊಫೆಸರ್ ಭುಜವನ್ನು ಹಗುರಾಗಿ ತಟ್ಟಿ ನಕ್ಕರು.

ಮಹೇಶನಿಗೆ ನೆನಪಾಯಿತು, ಕಳೆದ ವಾರವೊಮ್ಮೆ ನೀತುವಿನೊಂದಿಗೆ ಮಾತನಾಡುತ್ತ ಜಲಜ ಮೇಡಂ ತೋಟ ತಮಗೆ ಬೇಕೆಂದು ಹಠ ಹಿಡಿದಿದ್ದನ್ನು, ಮೇಡಂ ಹೆಸರಿಗೆ ಮಾಡಿಕೊಡಲು ಕೊನೆಗೂ ಅವರು ಒಪ್ಪಬೇಕಾಯಿತು ಎಂದು ವಿವರಿಸಿದ್ದ. ಎಲ್ಲ ಕೇಳಿಸಿಕೊಂಡ ನೀತು, ಆಮೇಲೆ "ನೋಡೋ ಮತ್ತೆ... ನಿಮ್ಮ ಪ್ರೊಫೆಸರ್, ಮೇಡಂ ಇಬ್ರೂ ನನ್ನನ್ನು ದತ್ತುಪುತ್ರಿ ಮಾಡ್ಕೋತಾರಾ ಕೇಳು... ಆವಾಗ ನಾನು ಅವರ ಹೊಲಾನಾದ್ರೂ ಮಾಡಿಸಬಹುದು" ಎಂದು ತಮಾಷೆ ಮಾಡಿ ನಕ್ಕಿದ್ದಳು.

"ಆಹಾ... ಧಾರವಾಡದ ಕಡೆ ಹೊಲ, ತ್ವಾಟ ಅಂದ್ರೆ ನಿಮ್ಮ ಲಕ್ಕವಳ್ಳಿ ಕಡೆ ಜಮೀನು ಮಾಡಿಸಿದಂಗೆ ಅಲ್ಲಪ್ಪಾ... ಇಲ್ಲಿ ವಾತಾವರಣ, ಮಣ್ಣು, ಬೇಸಾಯದ ಪದ್ಧತಿ ಎಲ್ಲ ಬೇರೇನೇ ಗೊತ್ತಾ... ನಾನು ಇಲ್ಲಿದ್ದು ಆರೇಳು ವರ್ಷ ಆಗ್ತಾ ಬಂದ್ರೂ ಇನ್ನೂ ಇಲ್ಲಿಯ ಭಾಷೆಯನ್ನೇ ಪೂರಾ ಮಾತಾಡಕ್ಕೆ ಬರಲ್ಲ ನಂಗೆ" ಮಹೇಶ ಕಿಚಾಯಿಸಿದಾಗ ಮತ್ತೆ ನಕ್ಕಿದ್ದಳಲ್ಲ...

"ಅಯ್ಯೋ... ನಿನ್ನ ಧಾರವಾಡ ಬಿಡು, ಹಂಗೇನಾದ್ರೂ ಬೇಸಾಯ ಮಾಡಕ್ಕೆ ನಮ್ಮ ಜತಿಗೆ ಬಾ ಅಂತ ಯಾವುದಾದರೂ ಗೆಲಾಕ್ಸಿಯಿಂದ ಅನ್ಯಗ್ರಹವಾಸಿಗಳು

ನನ್ನ ಕರೆದರೂ, ಹೋಗದೇ ಸೈ ಅಂತ ನಿರ್ಧಾರ ಮಾಡಿಬಿಟ್ಟಿದ್ದೀನಿ" ಎಂದು ಜೋರಾಗಿ ನಕ್ಕಿದ್ದಳು. ಅದೇನು ಬರಿಯ ತಮಾಷೆಯೇ ಅಥವಾ ನಿಜಕ್ಕೂ ಇಂಥದ್ದೇನಾದರೂ ಅರ್ಥಪೂರ್ಣವಾಗಿದ್ದನ್ನು ಮಾಡಲೇಬೇಕು ಬದುಕಿನಲ್ಲಿ ಎಂಬ ನಿರ್ಧಾರ ಅವಳೊಳಗೆ ಹರಳುಗಟ್ಟಿದೆಯೇ?

"ಆಕಿಗೆ ಕೇಳ್ತೀನ್ರಿ... ಏನ್ ಹೇಳ್ತಾಳೊ ನೋಡೂಣು" ಮಹೇಶ ವಿಚಾರ ಮಾಡುತ್ತ ಹೇಳಿದ.

ಆದರೆ ಏನೆಂದು ಕೇಳುವುದು... ನೀವು, ಆಕಿ ಸೇರಿ ನೋಡಿಕೋರಿ ಎಂದು ಮೇಡಂ ಹೇಳಿದರಲ್ಲ, ಸೇರಿ ಎಂದರೇನರ್ಥ... ಈಗ ತಮ್ಮ ಹಬ್ಬಿ ನಿಂತ ಅಕ್ಷರ ಬಳ್ಳಿಗೇನರ್ಥ...

"ಹೇಳೂದೇನ್ರಿ... ನಮ್ಮ ತ್ವಾಟದ ಫೋಟೋ ತೋರುಸ್ರಿ... ಆಕಿ ಹೂಂ ಅನಲಿಲ್ಲ ಅಂದ್ರ ನೋಡ್ರಿ" ಜಲಜ ಒಂದೆರಡು ಫೋಟೋ ತೆರೆದು ತೋರಿಸುತ್ತ, "ನಿಮ್ಮ ಮೊಬೈಲಿಗಿ ಕಳಿಸತೀನ್ರಿ" ಎಂದರು.

ಮರುದಿನ ಬೆಳಗ್ಗೆ ನೀತುಗೆ ಫೋನು ಮಾಡಿ, ಮಾತನಾಡಲೇ ಎಂದುಕೊಂಡವನು, ಮತ್ತೆ ತನ್ನೊಳಗೇ ಯಾವುದೂ ಸ್ಪಷ್ಟವಾಗದೇ, ಗಟ್ಟಿಗೊಳ್ಳದೇ ಮಾತಾಡುವುದಾದರೂ ಹೇಗೆ ಎಂಬ ಪ್ರಶ್ನೆ ಮನದಲ್ಲಿ. ಕೊನೆಗೆ ರಾತ್ರಿ ಅವಳು ಗೂಗಲ್ ಕಡತದಲ್ಲಿ ಏನಾದರೂ ಬರೆದಿದ್ದಾಳೇನೋ ನೋಡೋಣ ಎಂದುಕೊಂಡ. ಅವನ ಊಹೆ ನಿಜವಾಗಿತ್ತು, ಅವಳು ಸಂಜೆ ಬರೆದಿದ್ದಳು.

> ಆ ಐದು ಹಳ್ಳಿಗೆ ಹೋಗಿ, ಅವರನ್ನು ಮಾತಾಡಿಸಿಕೊಂಡು ಬಂದೆನಲ್ಲ, ಆ ಯಾರಿಗೂ ಇನ್ನೂ ಪರಿಹಾರದ ಹಣ ಪೂರ್ಣ ಬಂದಿಲ್ಲ. ಸಮಸ್ಯೆ ಎಂದರೆ ಊರಲ್ಲಿ ಬಡ್ಡಿ ವ್ಯವಹಾರ ಮಾಡೋವ್ರ ಬಳಿ ಕೈಸಾಲ ತೆಗೆದುಕೊಂಡಿದ್ದು, ಬ್ಯಾಂಕಿನ ಸಾಲ ಅಲ್ಲ. ಸಾದೊಳಲಿನ ಸಿವಣ್ಣ ಸ್ವಲ್ಪ ಬ್ಯಾಂಕ್ ಸಾಲ ಬಿಟ್ಟರೆ ಇನ್ನುಳಿದಿದ್ದೆಲ್ಲ ಕೈಸಾಲವೇ. ಅವರದು ಎಷ್ಟು ಸಾಲವಿದೆ ಅನ್ನೋದೂ ಖಾತ್ರಿಯಾಗಿ ಗೊತ್ತಾಗ್ತಿಲ್ಲ. ಅವ್ರು, ಇವ್ರು ಓಡಾಡಿ, ಅಂತೂ ಸಿವಣ್ಣಂದು ಬ್ಯಾಂಕ್ ಸಾಲ ಮನ್ನಾ ಆಯ್ತು. ಅಲ್ಲದೇ ಸಿವಣ್ಣಂಗೆ, ಮತ್ತೆ ಇನ್ನೊಬ್ಬರಿಗೆ ರಾಜಕೀಯ ಮುಖಂಡರಿಬ್ಬರು ಸ್ವಲ್ಪ ದುಡ್ಡು ಕೊಟ್ಟಿದ್ದರು. ಹಿಂಗಾಗಿ ಅವರಿಗೆ ಸ್ವಲ್ಪ ಪರವಾಗಿಲ್ಲ. ಆದರೆ ಆ ಸಾಕಮ್ಮ, ಮತ್ತೆ ಇನ್ನೊಂದು ದಲಿತ ಕುಟುಂಬಕ್ಕೆ ಮಾತ್ರ ಏನೂ ಮಾಡಲಿಕ್ಕೆ ಆಗಲಿಲ್ಲ ಅಂತ ನಂಗೆ ತುಂಬ ಬೇಜಾರಾಗ್ತಿದೆ ಮಹೀ. ನಾನು ಹೋಗಿ, ಅವರ ಕಥೆ ಕೇಳಿಕಂಡು ಬಂದಿದ್ದೂ ಯಾವ ಮಹಾಸಾಧನೆಗೆ ಅಂತ. ಈ ಕೆಲಸವನ್ನು ನಾನು ತುಂಬ ಆಸಕ್ತಿಯಿಂದಲೇ ಮಾಡ್ತಿದೀನಿ, ಆದರೂ ನಾನು ಹುಡುಕ್ತಿರೋದು ಇದರಾಚೆಗೂ ಇದೆ ಅಂತ ಆವಾಗಾವಾಗ ಕಾಡ್ತಾನೆ ಇರುತ್ತೆ.

ಹಾಂ... ಅಮ್ಮ ಫೋನಿನಲ್ಲಿ ಇನ್ನೂ ತುಂಬ ಹೊತ್ತು ಮಾತಾಡಿದಳು. ಬ್ಯಾಂಕಿನಲ್ಲಿ ನನ್ನ ಹೆಸರಿಗೆ, ಅವರ ಹೆಸರಿನಲ್ಲಿ ಕಾಲು ಭಾಗ ಹಣವನ್ನು ಇಡುವುದು ಎಂದು ನಿರ್ಧಾರ ಮಾಡಿದಾಗಿನಿಂದ ಅಪ್ಪ ಸ್ವಲ್ಪ ಗೆಲುವಾಗಿದ್ದಾನೆ ಎಂದಳು. ಅಂತೂ ರೆಡ್ಡಿ ಹತ್ರ ಜಮೀನು ದುಡ್ಡಿನ ವ್ಯವಹಾರ, ಮತ್ತೆ ಅಣ್ಣನ ಸಮಸ್ಯೆ ಎರಡೂ ಸರಿಯಾಗಿ ಬಗೆಹರಿದಿದ್ದು ನೆಮ್ಮದಿ ಅನ್ನಿಸಿತು. ಅಪ್ಪ ಮೊನ್ನೆ ಒಂದಿನ, ಅಮ್ಮನ ಹತ್ತಿರ, 'ಮತ್ತೆ ಏನಂತೆ ನೀತು ಕತೆ, ಯಾರನ್ನಾದ್ರೂ ಇಷ್ಟಪಟ್ಟಿದಾಳಾ' ಅಂತ ಕೇಳಿದನಂತೆ. ಅಮ್ಮ ಗೊತ್ತಿಲ್ಲ, ಆ ಥರಾ ಏನೂ ಇದ್ದಂಗಿಲ್ಲ ಅಂದಳಂತೆ. 'ಅವಳಿಗೆ ಸರಿ ಅನ್ನಿಸಿದ್ದನ್ನು ಮಾಡ್ತಾಳೆ ಬಿಡು, ನಮ್ಮ ಕನಸನ್ನು ಅವಳ ಮೇಲೆ ಹೇರೋದು ಯಾಕೆ... ಮಕ್ಕಳು ಚಿಕ್ಕೋರಿದ್ದಾಗ ನಮ್ಮದೇ ರಕ್ತಮಾಂಸ ಹಂಚಿಕೊಂಡು ಹುಟ್ಟಿದವರು ಅಂತ ಏನೋ ವಾಂಛೆ ಇರುತ್ತೆ... ನಾವು ದೊಡ್ಡೋರಾದ ಮೇಲೆ ಹೆಂಗೆ ನಮ್ಮದೇ ಪ್ರಪಂಚ ಕಟ್ಕೊಂಡ್ವಿ ಹಂಗೆ ಅವ್ರೂ... ಅವಳಾಗೆ ಯಾರನ್ನಾದ್ರೂ ಇಷ್ಟಪಟ್ಟಿದಾಳಾ ಕೇಳು... ನಿನ್ನ ಹತ್ರನಾದ್ರೂ ಬಾಯಿಬಿಟ್ಟು ಹೇಳಬಹುದು... ನಾವು ಯಾವುದಕ್ಕೂ ಅಡ್ಡಿ ಮಾಡದು ಬೇಡ... ನೀನು ಸುಮ್ಮನೆ ವರಾತ ಹಚ್ಚಬೇಡ' ಅಂತ ಅಮ್ಮಂಗೇ ಬುದ್ಧಿ ಹೇಳೋ ದನಿಯಲ್ಲಿ ಮಾತಾಡಿದ್ನಂತೆ. ಇಷ್ಟೆಲ್ಲ ಹೇಳಿದ ನಮ್ಮಮ್ಮ ಮುಂದೆ ಏನು ಕೇಳಿದ್ಲು ಊಹಿಸ್ತೀಯ ತಾನೆ! ಅರ್ಧ ಗಂಟೆ ನಮ್ಮಮ್ಮ ಸುತ್ತಿ ಬಳಸಿ ಕೇಳುತಾನೆ ಇದ್ದಳು. ಒಟ್ಟು ಇದೆಲ್ಲ ಸೇರಿ ನಂಗೆ ತಲೆ ಚಿಟ್ಟು ಹಿಡಿದಂಗೆ ಆಗಿದೆ...

ನನ್ನದೇ ಪುರಾಣ ಊದ್ತಾ ಇದ್ದೀನಿ. ಅಂದಹಾಗೆ ನಿನ್ನದೇನು ಸುದ್ದಿ...

ಮತ್ತೇನು?

– ನೀತು

ಓದಿದ ಮೇಲೆ ಎಂದಿನಂತೆ ಉತ್ತರ ಏನು ಬರೆಯಲಿ ಎಂಬ ಯೋಚನೆ. ಅವಳು ಮತ್ತೇನು ಎಂದು ಕೇಳಿ ಎರಡೆರಡು ಪ್ರಶ್ನಾರ್ಥಕ ಚಿಹ್ನೆ ಹಾಕಿದ್ದು ಯಾಕೆ ಎಂದು ಅರ್ಥವಾಗುತ್ತಿದೆ... ಆದರೆ ಏನು ಬರೆಯುವುದು... ಫೋನ್ ಮಾಡಲೂ ಯಾಕೋ ಹಿಂಜರಿಕೆಯಾಯಿತು...

ಇದರಲ್ಲೇ ಬರೆದುಬಿಡೋಣ ಎಂದುಕೊಂಡು ಮತ್ತೆ ಕಡತ ತೆರೆದ.

ಆ ಎರಡು ಕುಟುಂಬಗಳಿಗೆ ಏನೂ ಮಾಡಲಿಕ್ಕಾಗ್ತಿಲ್ಲ ಅನ್ನೋ ನಿನ್ನ ನೋವು ಅರ್ಥ ಆಗುತ್ತೆ ನೀತು, ಆದರೆ ನಿನ್ನ ಕೈಮೀರಿದ್ದು ಅಲ್ಲವಾ... ನಿನ್ನ ಪ್ರಯತ್ನ ನೀನು ಮಾಡಿದ್ದೀಯಲ್ಲ... ಅದರಲ್ಲಿ ಕೊರೆಯಾಗಿಲ್ಲವಲ್ಲ... ಅಷ್ಟಾದರೂ ಸಮಾಧಾನಪಡೋಣ.

ಕಾಲೇಜಿಗೆ ಸದ್ಯ ರಜೆ... ವಿಶೇಷವೇನಿಲ್ಲ. ಆ ಮಿರ್ಜಾನೆಯವರಿಗೊಂದು ಪವರ್ ಪಾಯಿಂಟ್ ಪ್ರಸೆಂಟೇಶನ್ ಮಾಡಿಕೊಡಬೇಕಿತ್ತು. ಕಳೆದ ವಾರವೇ ಮುಗಿಸಿಕೊಟ್ಟೆ, ಅವರ

ಗೋಣಗಾಟ ಇದ್ದಿದ್ದೇ ಬಿಡು... ನಾನೇ ಏನಾದರೂ ಬರವಣಿಗೆ ಶುರು ಮಾಡಿಕೊಳ್ಳಬೇಕಿದೆ. ತುಂಬ ಓದಲಿಕ್ಕಿದೆ.

ಹಾಂ... ಮತ್ತೇನು ಎಂಬ ನಿನ್ನ ಎರಡೆರಡು ಪ್ರಶ್ನಾರ್ಥಕ ಚಿಹ್ನೆಗೆ ಒಂದಾದರೂ ಉತ್ತರ ಹುಡುಕಿ, ಮತ್ತೆ ಪತ್ರಿಸ್ತೇನೆ ನೀತು!

– ಮಹೀ

ಇಷ್ಟು ಬರೆದವನಿಗೆ, ಮುಂದೇನೂ ಹೊಳೆಯಲಿಲ್ಲ. ಕಡತ ಮುಚ್ಚಿಟ್ಟು, ಲೈಟ್ ಆರಿಸಿ ಮಲಗಿದವನಿಗೆ ಬೇಗನೆ ಕಣ್ಣು ಹತ್ತಲಿಲ್ಲ. ಆ ದಿನ ಪ್ರೋಫೆಸರ್ ಹೇಳಿದ್ದು ನೆನಪಾಯಿತು... 'ಬ್ಯಾರೆ ಕಣ್ಣಿಂದ ಇನ್ನಷ್ಟು ಭಲೋತ್ನಾಗ ಅಧ್ಯಯನ ಮಾಡಿ, ಬರಿಯೂ ಜವಾಬ್ದಾರಿ ತಗೋಬೇಕಪಾ'... ಹೌದು, ಇನ್ನಾದರೂ ಈ ಬಗ್ಗೆ ಗಂಭೀರವಾಗಿ ಯೋಚಿಸಬೇಕು... ನೀತುವಿನ ಹುಡುಕಾಟದ ಜೊತೆಗೇ ತನ್ನ ಈ ಹುಡುಕಾಟವೂ ಒಟ್ಟೊಟ್ಟಿಗೇ ಸಾಗಲಾರದೇ... ಇಬ್ಬರೂ ಪರಸ್ಪರ ಚೈತನ್ಯ ಪಡೆದುಕೊಳ್ಳಲಾರೆವೇ... ಒಬ್ಬರಿಗೊಬ್ಬರು ಆಸರೆಯಾಗಲಾರೆವೇ... ನಾನು ಹುಡುಕುವ ಉತ್ತರವೇ ನಿನ್ನ ಹುಡುಕಾಟದ ಉತ್ತರವೂ ಆಗಿದ್ದು, ಅದನ್ನು ನಿನ್ನದಾಗಿಸಿಕೊಂಡರೆ ಸಾಕು ನೀತು, ಬೇರೇನೂ ಬೇಡ ಎಂದು ಮನಸ್ಸಲ್ಲಿಯೇ ಹೇಳಿಕೊಂಡವನಿಗೆ ಅಣ್ಣನಿಗೊಮ್ಮೆ ಮಾತನಾಡಲೇ ಎನ್ನಿಸಿತು. ನೇರಾನೇರ ಮಾತನಾಡುವುದು ಬೇರೆ ತನಗೆ ಎಷ್ಟು ಕಷ್ಟ ಎಂದುಕೊಳ್ಳುತ್ತಲೇ ಮರುದಿನ ಬೆಳಗ್ಗೆ ಊರಿಗೆ ಫೋನು ಮಾಡಿದ.

ಅದೂ ಇದೂ ಮಾತನಾಡಿದ ಅಣ್ಣ "ಮತ್ತೆ ನೀತು ಸುದ್ದಿ ಎಂತಡ... ಎಲ್ಲಿಗೆ ಬಂತಡ ಅವ್ಳ ಗದ್ದೆ ಮಾಡ್ಸ ವಿಚಾರ" ಎಂದು ತುಸು ಕುಶಾಲಿನ ದನಿಯಲ್ಲೇ ಕೇಳಿದಾಗ ಮಹೇಶ ಗದ್ದೆ ಮಾರಿದ ವಿಚಾರ ಹೇಳಲೇಬೇಕಾಯಿತು. "ನೀತು ಸ್ವಲ್ಪ ಅದೇ ಬೇಜಾರಲ್ಲಿದ್ದ" ಎಂದ.

"ಅಯ್ಯೋ, ಹೌದನಾ, ಮತ್ತೆ ಈಗ ಅಲ್ಲಿ ಎಂಥ ಬೇರೆ ಕೆಲಸ ಮಾಡ್ತಾ ಇದ್ಳ" ಎಂದೆಲ್ಲ ಆಸಕ್ತಿಯಿಂದ ಕೇಳಿದ ಅಣ್ಣ, "ಮತ್ತೆ ನೀ ಎಂಥ ವಿಚಾರ ಮಾಡಿದ್ದೆ" ಎಂದಾಗ ಯಾವುದರ ಬಗ್ಗೆ ಕೇಳುತ್ತಿದ್ದಾನವ ಎಂದು ಗೊಂದಲಗೊಂಡವನು ಮಾತಾಡದೇ ಸುಮ್ಮನೆ ಊಂಗುಟ್ಟಿದ.

"ನಿಂಗಕ್ಕಿಬ್ಬರಿಗೂ ಅಕ್ಕು ಅಂದ್ರೆ ಯೋಚ್ನೆ ಮಾಡಿ. ಜಾತಿಗೀತಿ ತಲೆಕಡಿಸ್ಕಳದು ಬ್ಯಾಡ. ಮನೇಲಿ ಆನು ಹೆಂಗಾರು ಮಾಡಿ ಒಪ್ಪಿಸ್ತಿ..." ಅಣ್ಣ ಹೇಳಿದಾಗ, ಇದೆಲ್ಲ ಅಷ್ಟು ಸರಳವಿದ್ದಿದ್ದರೆ ಎಂದು ಮಹೇಶ ಮನದಲ್ಲೇ ಯೋಚನೆ ನಡೆಸಿದ್ದ. "ನಿಂಗಕೆ ಹೆಂಗೆ ಬೇಕೋ ಹಂಗೆ ಮದ್ವೆ ಆಗಿ. ಆದ್ರೆ ಆಮೇಲೆ ಇಲ್ಲಿ ಊರವ್ರಿಗೆ, ಹತ್ರದ

ನೆಂಟರಿಗೆ ಒಂದು ಊಟ ಮಾತ್ರ ಹಾಕಿಸಕ್ಕು, ಸರಳ ಮದ್ವೆ ಆದಿ ಅಂತ ಎಲ್ಲನೂ ಪೂರ ಬಿಡಕೆ ಆಗದಿಲ್ಯಲ." ಎಂದು ನಕ್ಕ. ಇವನು ಮಾತಾಡದೇ ಸುಮ್ಮನಿದ್ದಿದ್ದು ನೋಡಿ, "ನೀ ಎಲ್ಲ ಮನಸ್ಸಲ್ಲೇ ಇಟ್ಕಂಡ್ರೆ ಎದುರಿನವ್ರಿಗೆ ಹೆಂಗೆ ಗೊತ್ತಾಗಕ್ಕು... ಯಾವಾಗ ನೋಡೂ ಗುಮ್ಮನಗುಸಕ ನೀನು. ಒಳ್ಳೆ ಕಥೆ ಮಾರಾಯ... ಬಾಯಿಬಿಟ್ಟು ಮಾತಾಡದು ಕಲಿ... ಆ ಹುಡುಗ್ರಿಗೆ ಹೆಂಗೆ ಪಾಠ ಮಾಡ್ತೆ ಮಾರಾಯ" ರೇಗಿದ.

"ಇಲ್ಲೆ ಇಲ್ಲೆ, ಆನೂ ಅದ್ನೇ ಯೋಚಿಸ್ತಿದ್ದಿ... ಸರಿ, ಮತ್ತೆ ಫೋನು ಮಾಡ್ತಿ ನಿಂಗೆ" ಎಂದು ಫೋನಿಟ್ಟ.

❖

❖

ಮೊದಲು ಬೇರೆ ಒಳ್ಳೆ ಮನೆ ಹುಡುಕಬೇಕು... ಆಗೀಗ ಉಳಿಸಿದ ದುಡ್ಡು ಎಷ್ಟು ಇದೆ ನೋಡಬೇಕು... ಪಿಎಚ್‌ಡಿ ಮಾಡುತ್ತಿದ್ದಾಗಿನಿಂದ ಪ್ರೊಫೆಸರ್‌ಗೆ ಅವರ ಪ್ರಸಂಟೇಸನ್, ಲೇಖನಗಳ ಸಾಫ್ಟ್‌ಕಾಪಿಗಳನ್ನು ಸಿದ್ಧಮಾಡಿಕೊಡುತ್ತಿದ್ದ. ತನಗೆ ಗೊತ್ತಿದ್ದಷ್ಟು ಕಂಪ್ಯೂಟರ್ ಬಳಸಿಕೊಂಡೇ, ಚೆನ್ನಾಗಿ ಸಿದ್ಧಮಾಡಿರುತ್ತಿದ್ದ. ಒಂದೆರಡು ಸಲ ಕೆಲಸ ಮಾಡಿಸಿಕೊಂಡವರು, ದುಡ್ಡು ಕೊಡಲು ಬಂದರು. ಇವನು ಬೇಡವೇ ಬೇಡ ಎಂದಾಗ, ಇವನ ಹೆಸರಲ್ಲಿ ಬೇರೆ ಬ್ಯಾಂಕ್ ಖಾತೆಯನ್ನು ತೆರೆದು, ಅದರಲ್ಲಿ ದುಡ್ಡು ಹಾಕಿರುತ್ತಿದ್ದರು. ಅವರು ಕೊಟ್ಟ ಪಾಸ್‌ಬುಕ್ ಕೂಡ ಎಲ್ಲಿದೆ ಎನ್ನುವುದೇ ಮರೆತಿದೆ. ತನ್ನ ಹಳೆಯ ಹಡಪವನ್ನು ತೆರೆದು ಹುಡುಕಿದ, ಪಾಸ್ ಬುಕ್ ಸಿಕ್ಕಿತು. ಅದೇ ದಿನ ಬ್ಯಾಂಕಿಗೆ ಹೋಗಿ ನೋಡಿದ. ಅವನು ಊಹಿಸಿದ್ದಕ್ಕಿಂತ ಎರಡು ಪಟ್ಟು ಹೆಚ್ಚು ಹಣವಿತ್ತು.

ರಾತ್ರಿ ಲೈಟ್ ಆಫ್ ಮಾಡಿ ಮಲಗಿದವನು ಹಾಗೆಯೇ ಲೆಕ್ಕ ಹಾಕಿದ... ಸಂಬಳದ ಉಳಿತಾಯದ ಹಣ, ಇನ್ನೊಂದು ಅಕೌಂಟಿನಲ್ಲಿರುವ ಹಣ, ಎಲ್ಲ ಸೇರಿದರೆ, ಬೇರೆ ಮನೆಗೆ ಡಿಪಾಸಿಟ್, ಅಗತ್ಯವಿದ್ದ ವಸ್ತುಗಳು, ಎಲ್ಲದರ ನಂತರವೂ ಸ್ವಲ್ಪ ಉಳಿಯುತ್ತೆ. ಮತ್ತೆ ಅವಳ ಹಣವೂ ಸೇರಿದರೆ ಜಲಜ ಮೇಡಂ ಹೇಳಿದಂತೆ ಅವರದೇ ತೋಟವನ್ನು ಪಾಲಿಗೆ ತೆಗೆದುಕೊಂಡು ಮಾಡಲು ಪ್ರಯತ್ನ ಮಾಡಬಹುದಲ್ಲ... ಜಮೀನು ಖರೀದಿ ಮಾಡಲಿಕ್ಕೆ ತಕ್ಷಣಕ್ಕೆ ಆಗದೇ ಇರಬಹುದು, ಈಗ ತೋಟ ಮಾಡಿಸಲು ಬೇಕಾಗುವಷ್ಟು ದುಡ್ಡಂತೂ ಇದೆಯಲ್ಲ, ಹಳೇ ಹಳವಂಡಗಳನ್ನು ಹಿಂದೆ ಬಿಟ್ಟು, ಇಬ್ಬರೂ ಸೇರಿ ಏನೋ ಒಂದು ಶುರುವಾತು ಮಾಡಬಹುದಲ್ಲ... ಜಲಜ ಮೇಡಂ ಕಳಿಸಿದ್ದ ಹೊಲದ ಫೋಟೋಗಳನ್ನು ಮತ್ತೆ ಮತ್ತೆ ತೆರೆದು

ನೋಡಿದ. ಹೌದು, ಆತ್ಮಕ್ಕೆ ಏನಾದರೂ ಬೇಕೇ ಬೇಕು ಎನ್ನಿಸಿದರೆ ಪ್ರಯತ್ನವನ್ನೂ ಹಾಕಬೇಕು, ಬೆನ್ನುಹತ್ತಿ ಮಾಡಬೇಕು... ಇಲ್ಲ, ಈ ಸಲ ಏನಾದರಾಗಲೀ ಧೈರ್ಯ ಮಾಡಲೇಬೇಕು... ಇದೀಗ ನೀತುವಿನ ನಸುನಗು, ಹೊಳಪುಗೆನ್ನೆ, ನೀಳ ಕೊರಳು, ಬೆರಳುಗಳು, ಬೆರಳಗಂಟಿನ ಕೋಮಲ ಮಡಿಕೆಗಳು, ಕಣ್ಣಮಿಂಚು, ಅವಳ ಹಗುರು ತಮಾಷೆ, ಅಕ್ಷರಗಳಲ್ಲಿ ತೆರೆದಿಟ್ಟ ಅವಳ ಕನಸು ಮತ್ತು ಆಗೀಗ ನೆನಪಾಗಿ ಕಾಡುವ ಅವಳ ಮೈಗಂಧ... ಎಲ್ಲವೂ ರೂಮಿನಲ್ಲಿ ಹರಡಿದ್ದ ಮಂದ ನೆಳಲು ಬೆಳಕಿನ ಚಿತ್ತಾರದಲ್ಲಿ ಆಕಾರ ಪಡೆಯುತ್ತ... 'ಇಬ್ಬರಿಗೂ ಉಸಿರುಗಟ್ಟಿಸುವ ಅಲ್ಲ, ನೀತು, ಉಸಿರು ಅರಳಿಸುವ ಬದುಕು ಕಟ್ಟಿಕೊಳ್ಳೋಣ... ಗೊತ್ತು, ನಾನೂ ಕೂಡ ಒಳಗಿಂದ ಬದಲಾಗಬೇಕಿದೆ ಅದಕ್ಕೆ, ನನ್ನ ಮನಸ್ಥಿತಿಯನ್ನೂ ನಿಧಾನ ಬದಲಿಸಿಕೊಳ್ಳಬೇಕು... ಅದೇ ಅದೇ ಗಾಣಕ್ಕೆ ಸುತ್ತುವುದು ನನಗೂ ಬೇಡವಾಗಿದೆ' ಮನಸ್ಸಲ್ಲೇ ಹೇಳಿಕೊಂಡ.

ಮನಸ್ಥಿತಿ ಬದಲಿಸಿಕೊಳ್ಳಬೇಕು ಎಂದುಕೊಳ್ಳುತ್ತಿದ್ದಂತೆ ಯಾಕೋ ತಟ್ಟನೆ ಅವತ್ತು ಊರಿನಲ್ಲಿ ಶಂಕ್ರಿ, ನಾಣಿಯೊಂದಿಗೆ ಮಾತನಾಡಿದ್ದು ನೆನಪಾಯಿತು. ಅರೆ, ಹೌದಲ್ಲ, ಕೆಲಸಕ್ಕೆ ಬರುವ ಅವರಿಬ್ಬರನ್ನು ಯಾವಾಗಲೂ ಎಲ್ಲರಂತೆ ಏಕವಚನದಲ್ಲಿ ಮಾತನಾಡಿಸುವುದನ್ನು ತಾನೂ ರೂಢಿ ಮಾಡಿಕೊಂಡಾಗಿತ್ತು. ಆದರೆ ಅವರಿಬ್ಬರೂ ತನಗಿಂತ ದೊಡ್ಡವರಾದರೂ ತನ್ನನ್ನು ಬಹುವಚನದಲ್ಲಿ ಮಾತಾಡಿಸುತ್ತಾರೆ. ಇಷ್ಟು ವರ್ಷಗಳಲ್ಲಿ ಒಮ್ಮೆಯೂ ಈ ಬಗ್ಗೆ ಆಲೋಚನೆಯನ್ನೇ ಮಾಡಲಿಲ್ಲ ಎಂದರೆ ನಾನು ಕೂಡ ಹೇಗೆ ವ್ಯವಸ್ಥೆಯ ಭಾಗವಾಗಿ ಒಳಗೊಳಗೇ ಜಡ್ಡುಗಟ್ಟಿದ್ದೇನೆ ಎಂದು ಅರೆಕ್ಷಣ ವಿಚಲಿತನಾದ. ಇದೆಲ್ಲವೂ ಹೇಗೆ ತಮ್ಮ ಜೀನಿನಲ್ಲಿಯೇ ಸೇರಿಹೋಗುವಂತೆ ಮಾಡಿದೆಯಲ್ಲ ಈ ಜಾತಿ ವ್ಯವಸ್ಥೆ, ಮತ್ತು ನಾನೂ ಕೂಡ ಅದನ್ನು ಗುರುತಿಸುವ ಗೋಜಿಗೂ ಹೋಗದೇ ನನ್ನದೇ ಕಂಫರ್ಟ್ ವಲಯದಲ್ಲಿ ಕಣ್ಮುಚ್ಚಿ ಆರಾಮಾಗಿ ಇದ್ದುಬಿಟ್ಟಿದ್ದೇನಲ್ಲ... ಬದಲಾಗುವುದು ಎಂದರೆ ಮೊದಲು ನನ್ನೊಳಗಿನ ಈ ಆಷಾಢಭೂತಿತನಗಳನ್ನು ಒಂದೊಂದೇ ಪತ್ತೆ ಹಚ್ಚಿ, ಸೂಕ್ಷ್ಮವಾಗಿ ನಿರುಕಿಸುತ್ತ, ಅವನ್ನು ಕಳೆದುಕೊಳ್ಳುತ್ತ ಬರುವುದು... ನೀತು ನನ್ನೊಳಗೆ ತೆರೆಯಿಸುವ ಕಣ್ಣಿನಿಂದಲೂ ಇವನ್ನೆಲ್ಲ ಕಾಣಲಾಗದಿದ್ದರೆ, ಕಂಡ ಹುಳುಕುಗಳನ್ನು ಅಳಿಸಿಹಾಕದಿದ್ದರೆ ನಾನು ಪಡೆದುಕೊಳ್ಳುವುದಾದರೂ ಏನನ್ನು... ಮನದಾಳದಲ್ಲಿ ನಿರ್ಧಾರವೊಂದು ಬೇರುಬಿಟ್ಟಿತು.

ಬೆಳಗ್ಗೆ ಎದ್ದವನೇ ಮೊದಲು ಏನೇನು ಕೆಲಸಗಳು ಎಂದು ಪಟ್ಟಿ ಮಾಡಿಟ್ಟುಕೊಂಡ. ಮತ್ತೆ ಆ ವಾರವೆಲ್ಲ ಒಂದಾದ ನಂತರ ಒಂದರಂತೆ ಸಿದ್ಧತೆ ಮಾಡುವುದೇ ಆಯಿತು. ಮಧ್ಯೆ ಒಂದೆರಡು ಸಲ ನೀತುಗೆ ಫೋನು ಮಾಡಿ ಮಾತಾಡಿದವನು, ಅವಳ ಸದ್ಯದ ಕೆಲಸಗಳೇನಿವೆ ಎಂದು ಕೇಳಿಕೊಂಡ.

❖

❖

ಆ ಶನಿವಾರ ಮನೆಯಿಂದಲೇ ಕೆಲಸ ಮಾಡುತ್ತಿದ್ದ ನೀತುವಿನ ಫೋನ್ ಮಧ್ಯಾಹ್ನದ ಸುಮಾರಿಗೆ ರಿಂಗಣಿಸಿತು.

"ನೀತು, ನಾಳೆ ಒಂದುಕಡೆ ಹೋಗಣ, ಬರ್ತೀಯ..." ಮಹೇಶನ ಬೇಡಿಕೆಯ ದನಿ.

"ಒಂದು ಕಡೆ ಅಂದ್ರೆ... ಎಲ್ಲಿಗೆ..."

"ಪ್ಲೀಸ್ ಎಲ್ಲಿಗೆ ಅಂತ ಕೇಳ್ಬೇಡ... ನಿಂಗೆ ನನ್ನ ಮೇಲೆ ನಂಬಿಕೆ ಇಲ್ಲವಾ... ಪ್ಲೀಸ್ ನೀತು..." ಪಿಸುಗುಟ್ಟಿದ.

"ಹೇ... ನಾನೆಲ್ಲಿ ನಂಬಿಕೆ ಇಲ್ಲ ಅಂತ ಹೇಳಿದೆ... ಎಲ್ಲಿಗೆ ಅಂತ ಕೇಳಿದೆ ಅಷ್ಟೆ... ಎಲ್ಲಿಗೆ, ಎಷ್ಟು ದಿನ, ಯಾಕೆ ಅಂತ ಗೊತ್ತಾದ್ರೆ ಸರಿಯಾಗಿ ಸಿದ್ಧ ಆಗಬೌದು ಅಲ್ವಾ..." ನೀತು ನಸುನಕ್ಕಳು.

"ಸರಿ, ಎರಡು ಮೂರು ದಿನಕ್ಕೆ ಆಗೋ ಅಷ್ಟು ಬಟ್ಟೆ ಇಟ್ಟುಕೋ. ಸೋಮವಾರ, ಮಂಗಳವಾರ ರಜ ಅಂತ ನಿನ್ನ ಆಫೀಸಿಗೆ ಹೇಳಿಬಿಡು."

"ಮತ್ತೆ ನೀ ಯಾವಾಗ ಧಾರವಾಡದಿಂದ ಬರ್ತೀಯ... ಸರಿಯಾಗಿ ಹೇಳೋ"

"ನಾನು ಇವತ್ ರಾತ್ರಿ ಇಲ್ಲಿಂದ ಹೊರಡ್ತೀನಿ. ವಿವರ ಆಮೇಲೆ ಬರೀತೀನಿ. ಅದೇ ನಮ್ಮ ಗೂಗಲ್ ಕಡತದಲ್ಲಿ..."

"ಅಬ್ಬಾ ದೇವ್ರೇ... ಏನು ಗುಟ್ಟು ಮಾಡ್ತಿದ್ದೀಯೋ" ಅವಳ ಹುಸಿಮುನಿಸಿಗೆ ಸುಮ್ಮನೆ ಊಂಗುಡುತ್ತಲೇ ಮಹೇಶ ಫೋನಿಟ್ಟ.

ನೀತುಗೆ ಕುತೂಹಲವೆನ್ನಿಸಿತು. ಪುಳಕವೊಂದು ಬೆರೆತ ಸಣ್ಣನೆಯ ನಡುಕ ಕೂಡ. ಹೇಳಬೇಕು ಅಂದುಕೊಂಡಿದ್ದನ್ನು ಹೇಳಲಾಗದೇ ಉಳಿದ ನಡುಕ. ಮತ್ತೆ ಅರ್ಧಗಂಟೆ ಬಿಟ್ಟು ಇಮೇಲ್ ತೆರೆದಳು. ಡ್ರೈವ್‌ನಲ್ಲಿದ್ದ ಕಡತ ತೆರೆದು ನೋಡಿದಳು. ಹತ್ತು ನಿಮಿಷದ ಕೆಳಗೆ ಮಹೇಶ ಎಡಿಟ್ ಮಾಡಿದ್ದ ಎಂದು ಕಡತ ಸಾರಿ ಹೇಳುತ್ತಿತ್ತು. ಚುಟುಕಾಗಿ ಬರೆದಿದ್ದ.

> ನಾಳೆ ಬೆಳಗ್ಗೆ ಐದೂವರೆಗೆ ಸರಿಯಾಗಿ ಏರ್‌ಪೋರ್ಟ್ ಹೊರಗೆ ಇರು, ಆರೂವರೆಗೆ ಒಂದು ಕಡೆ ಹೋಗಕ್ಕೆ ವಿಮಾನ ಇದೆ. ಈಗ್಩ಲೇ ಒಂದು ಕ್ಯಾಬ್ ಬುಕ್ ಮಾಡಿಕೋ. ಯಾರಾದ್ರೂ ನಿಂಗೆ ಗೊತ್ತಿರೋವ್ರ ಕ್ಯಾಬ್ ಸಿಕ್ಕುತ್ತಾ? ಬೆಳಗ್ಗೆ ನಾಲ್ಕು ಕಾಲರ ಸುಮಾರಿಗೆ ನೀನು ಮನೆ ಬಿಡಬೇಕು. ಭಯವಿಲ್ಲ ತಾನೆ? ಐಡಿ ಕಾರ್ಡ್ ಇಟ್ಟುಕೊಳ್ಳಲು ಮರೀಬೇಡ.

ಏನಾದರೂ ಹೇಳುವುದಿದ್ದರೆ ಇಲ್ಲೇ ಬರೆದಿರು. ಪ್ಲೀಸ್ ನೀತು... ಇಲ್ಲಾ ಅನ್ನಬೇಡವೇ. ಎಲ್ಲ ವ್ಯವಸ್ಥೆ ಬುಕ್ ಆಗಿದೆ... ನಿನ್ನ ಕೇಳದೇ ಮಾಡಿದೀನಿ... ಇದೊಂದು ಸಲ ನೀತು, ಒಂದು ಅಚ್ಚರಿ... ಪ್ಲೀಸ್...

– ನಿನ್ನ ಮಹೀ

ಅವತ್ತು ನಿನ್ನ ಮಹೀ ಎಂದು ಬರೆದಿದ್ದಕ್ಕೆ ಹುಡುಗಾಟಿಕೆ ಮಾಡಿದಾಗಿನಿಂದ ಮತ್ತೆ ಹೀಗೆ ಬರೆದಿರಲಿಲ್ಲ, ಇವತ್ತು ಬರೆದಿದ್ದಾನೆ... ನಿನ್ನ ಮಹೀ ಎಂದಿದ್ದರ ಮೇಲೆ ಒಮ್ಮೆ ಬೆರಳಾಡಿಸಿದಳು. ಪದಪದದಲ್ಲೂ ಎದೆಯಾಳದ ಕೋರಿಕೆ... ಅವನೇ ಕಿವಿಯಲ್ಲಿ ಪಿಸುಗುಟ್ಟಿದಂತೆ. 'ನಿನ್ನ ಎರಡೆರಡು ಪ್ರಶ್ನಾರ್ಥಕ ಚಿಹ್ನೆಗೆ ಒಂದಾದರೂ ಉತ್ತರ ಹುಡುಕಿ, ಮತ್ತೆ ಪತ್ರಿಸ್ತೇನೆ' ಎಂದವನು ಇವತ್ತು ಪತ್ರಿಸಿದ್ದಾನೆ... ಎಲ್ಲಿಗೆ ಕರೆದೊಯ್ಯುತ್ತಿದ್ದಾನೆ ಇವನು... ಯಾವ ಉತ್ತರವನ್ನು ತೆರೆದಿಡಲಿದ್ದಾನೆ... ಕಳೆದೊಂದು ವರ್ಷದಿಂದ ನನ್ನಿಡಿಯಾಗಿ ಆವರಿಸಿದ್ದ ಕನಸು ಚುಕ್ಕೆಗಳನ್ನು ಕೂಡಿಸಿ ಯಾವ ರಂಗೋಲಿಯನ್ನು ಬದುಕಿನಂಗಳದಲ್ಲಿ ಬಿಡಿಸಲಿದ್ದಾನೆ... ಇಬ್ಬರ ಹುಡುಕಾಟದ ಬಿಂದು ಎಲ್ಲಿ ಸಂಧಿಸಲಿದೆ... ಕಿವಿಯೆಲ್ಲ ಬೆಚ್ಚಗಾಗುತ್ತ ಮೈಮನವಿಡೀ ನವಿರು ರೋಮಾಂಚನ. ಅಷ್ಟೇ ತಟ್ಟನೆ ಅವನು ತೆರೆದಿಡುವ ಉತ್ತರದೊಳಗೆ ನನ್ನ ಹುಡುಕಾಟ ಬೇರು ಬಿಡಲಾಗದಿದ್ದರೆ ಅಥವಾ ಹಳೆಯ ಹಳವಂಡವೊಂದನ್ನು ಹಂಚಿಕೊಂಡ ನಂತರ ನಮ್ಮಿಬ್ಬರ ಬಿಂದುಗಳು ಸೇರಿ ಬದುಕಿನ ಗೆರೆಯಾಗದಿದ್ದರೆ ಎಂಬ ಆತಂಕ ಹೊಕ್ಕಳಿನಾಳದಲ್ಲಿ ಹುಟ್ಟಿಸಿದ ಕಂಪನ.

ಅವನೊಂದಿಗೆ ಹಂಚಿಕೊಳ್ಳದೇ ಒಳಗೇ ಉಳಿದಿದ್ದನ್ನು ಹೊರಹರವಿ ಹಗುರಾಗಲಿಕ್ಕಾದರೂ ಸರಿ ಹೋಗಿಬಿಡೋಣ... ನನ್ನ ಮೇಲೆ ನಂಬಿಕೆ ಇಲ್ಲವಾ ಎಂದು ಕೇಳಿದನಲ್ಲ ಅವ... ಆ ನಂಬಿಕೆ ಕೈಹಿಡಿಯುತ್ತದೆ ಎಂದು ತನಗೇ ಹೇಳಿಕೊಳ್ಳುತ್ತ... ಮೊದಲು ಒಂದು ಕ್ಯಾಬ್ ಬುಕ್ ಮಾಡಿಕೋಬೇಕು... ಜೊತೆಗೆ ಕೆಲಸ ಮಾಡುವ ಗಿರೀಶ ತನ್ನಣ್ಣ ಕ್ಯಾಬ್ ಓಡಿಸ್ತಾನೆ ಎಂದು ಹೇಳುತ್ತಿದ್ದನಲ್ಲ, ಅವನಿಗೆ ಕೇಳಿದರೆ ಹೇಗೆ... ಪರಿಚಯದವರ ಕ್ಯಾಬ್ ಆದರೆ ಆತಂಕವಿರುವುದಿಲ್ಲ. ನೀತುಗೆ ಮತ್ತೆ ಸಂಜೆಯವರೆಗೆ ಗಿರೀಶನ ಜೊತೆ ಮಾತಾಡುವುದು, ಆಮೇಲೆ ಅವರಣ್ಣನಿಗೆ ಸರಿಯಾದ ಸಮಯಕ್ಕೆ ಬರಲು ಮನೆ ವಿಳಾಸ ಹೇಳುವುದು, ಬಟ್ಟೆ ಜೋಡಿಸಿಕೊಳ್ಳುವುದು, ಮೂರುನಾಲ್ಕು ದಿನ ಇರುವುದಿಲ್ಲ ಎಂದು ಮನೆಯಲ್ಲಿ ಅದೂ ಇದೂ ಎತ್ತಿಡುವುದು, ಇದೇ ಆಯಿತು.

ಆಮೇಲೆ ನೆನಪಾಯಿತು, ಸಿದ್ಧವಾದೆ ಎಂದು ಮಹೀಗೆ ಹೇಳಬೇಕು ಅಂತ. ಕಡತ ತೆರೆದು, ಬರೆದಳು.

(ವಿಮಾನದಲ್ಲಿಯೇ!) ಚಂದ್ರಲೋಕಕ್ಕೆ ಕರೆದೊಯ್ದರೂ, ಸರಿಯೇ... ನಾನು ಬರಲು ಸಿದ್ಧ!

ನನ್ನ ಜೊತೆ ಕೆಲಸ ಮಾಡೋ ಗಿರೀಶನ ಅಣ್ಣನ ಕ್ಯಾಬಿಗೆ ಹೇಳಿದೀನಿ. ಆತಂಕ ಬೇಡ.

ಎಲ್ಲಿಗಿರಬಹುದು ಅಂತ ಒಂದು ಊಹೆ ಮಾಡಿದ್ದೀನಿ, ಆದ್ರೂ ಕುತೂಹಲ ತಾಳಕ್ಕಾಗ್ತಿಲ್ಲ ಮಹೀ...

ಮತ್ತೆ ನನಗೂ ಏನೋ ಹೇಳಲಿಕ್ಕಿದೆ. ಕೇಳಿದ ನಂತರ ನಿನ್ನ ಪ್ರತಿಕ್ರಿಯೆ ಏನಿರುತ್ತೋ ಅಂತ ಎದೆವಳಗೆ ಟುಕುಟುಕು ಶುರುವಾಗಿದೆ. ನಿನಗೆ ಬೇಸರ, ಆಘಾತ ಎರಡೂ ಆಗದಿರಲಿ ಎಂಬ ಪ್ರಾರ್ಥನೆ ನನ್ನೊಳಗೆ ಹಬ್ಬಿದೆ.

ಹ್ಹ... ಸರಿಯಾಗಿ ಐದೂವರೆಗೆ!!

ಮಹೇಶ ಬೆಳಗ್ಗೆ ನಾಲ್ಕು ಗಂಟೆಗೆ ಬೆಂಗಳೂರು ತಲುಪುವ ರೈಲು ಹಿಡಿದಿದ್ದ. ರಾತ್ರಿ ರೈಲು ಹೊರಡುವ ಮೊದಲು ಡ್ರೈವ್‌ನಲ್ಲಿದ್ದ ಅವಳ ಕಡತ ತೆರೆದು ಓದಿದವನು ಅವಳೇನು ಹೇಳಲಿಕ್ಕಿದೆ ಎಂದು ಊಹಿಸಿದವ, ಅಷ್ಟೆಲ್ಲ ಟುಕುಟುಕು ಯಾಕೆ ನೀತು, ನಾನು ನಿನ್ನನ್ನೇ ನೆಚ್ಚಿದ್ದೇನೆ ಎಂದು ಬರೆಯಲೇ ಎಂದುಕೊಂಡ. ಮತ್ತೆ ಹೇಗೂ ಜೊತೆಗೆ ಹೊರಟಿದ್ದೇವಲ್ಲ, ನನ್ನೊಂದಿಗೆ ಬರಲೊಪ್ಪಿದ ಕನಸೇ ವಾಸ್ತವವಾದ ಘಳಿಗೆಗೆ ನಿನ್ನ ಹೇಳುವಿಕೆಯ ಬೇಸರ, ಆಘಾತ ಯಾವುದೂ ತಟ್ಟುವುದಿಲ್ಲ ನೀತು ಎಂದು ನಾಳೆ ಅವಳ ಕಿವಿಯಲ್ಲಿಯೇ ಪಿಸುಗುಟ್ಟಿದರಾಯಿತು ಎಂದುಕೊಳ್ಳುತ್ತ ಮಲಗಿದ.

ಎಲ್ಲ ಅಂದುಕೊಂಡಂತೆಯೇ ಆಗಿ, ಬೆಳಗ್ಗೆ ಐದೂವರೆಗೆ ಇನ್ನೂ ಹತ್ತು ನಿಮಿಷವಿದ್ದಾಗಲೇ ವಿಮಾನ ನಿಲ್ದಾಣ ತಲುಪಿದವನೇ ಉಫ್ ಎಂದು ಉಸಿರುಬಿಟ್ಟ. ಮತ್ತೈದು ನಿಮಿಷದಲ್ಲಿ 'ನೀನೆಲ್ಲಿ ನಿಂತಿದೀಯ... ನಾನು ಅದೇ ಆ ಫ್ರಂಟ್ ಗೇಟ್ ಹತ್ರ ಕ್ಯಾಬಿನಿಂದ ಈಗ ಇಳೀತಿದ್ದೀನಿ' ಎಂದು ನೀತುವಿನ ಫೋನ್ ಬಂದಾಗಲೇ ಪೂರ್ಣ ನಿರಾಳವೆನ್ನಿಸಿದ್ದು.

ಚೆಕ್‌ಇನ್ ಆಗಲು ಕಾಯುವಾಗ, ಗೇಟ್ ಎರಡರ ಬಳಿ ಹೋಗುವಾಗ "ಎಲ್ಲಿಗೆ ಹೇಳೋ" ಎಂದು ನೀತು ನಾಲ್ಕಾರು ಬಾರಿ ಕೇಳಿದ್ದರೂ, "ಈಗ ಗೊತಾಗುತ್ತೆ ಇರೇ" ಎನ್ನುತ್ತಲೇ ಇದ್ದ. ಗೇಟಿನ ಬಳಿ ಅನೌನ್ಸ್‌ಮೆಂಟ್ ಕೇಳಿದವಳೆ ಅವನ ತೋಳನ್ನೊಮ್ಮೆ ಜೋರಾಗಿ ಜಿಗುಟಿ, "ಓಹ್, ನಾ ಗೆಸ್ ಮಾಡಿದ್ದೆ, ಅಹ್ಮದಾಬಾದಿಗೆ ಕರ್ಕೊಂಡು ಹೋಗ್ತಿದೀಯ ಅಂತ... ಹೇಳಿದ್ರೆ ನಿನ್ನ ಗಂಟೇನು ಹೋಗ್ತಿತ್ತೋ" ಎಂದಳು. ಮಹೇಶ ಮಾತಾಡದೇ ನಕ್ಕ.

'ಮುಂದಿನದು ನೀ ಊಹೆ ಮಾಡಿರಲ್ಲ ನೀತು' ಮನದಲ್ಲೇ ಹೇಳಿಕೊಂಡ.

ವಿಮಾನ ನೆಲ ಬಿಟ್ಟು ಹಾರಿದ್ದೇ ನೀತು ಕಿಟಕಿಗೆ ಕಣ್ಣಿಟ್ಟು ಕೂತಳು. ತುಸು

ಹೊತ್ತು, "ಏ ನೋಡೋ... ಅಲ್ಯಾವುದೋ ಕೆರೆ ಕಾಣ್ತಿದೆ, ಆ ಅಪಾರ್ಟ್‌ಮೆಂಟ್, ಆ ರಸ್ತೆ ಎಲ್ಲ ಎಷ್ಟು ಚೆನ್ನಾಗಿ ಕಾಣ್ತಿದೆ..." ಎಂದೆಲ್ಲ ಹೇಳುತ್ತಿದ್ದ ನೀತುವಿನ ದನಿಗೆ ಕಿವಿಯಾಗಿ ಕುಳಿತ. ನಿನ್ನೆ ಬೆಳಗ್ಗೆ ಇದೇ ಹೊತ್ತಿಗೆ ಹೀಗೆ ಹೋಗಬೇಕೆಂಬುದು ಇನ್ನೂ ರೆಪ್ಪೆಯಂಚಿನ ಕನಸು ಮಾತ್ರವಾಗಿತ್ತು, ಈ ಬೆಳಗ್ಗೆ ನನಸಾಗಿ ತೆರೆದುಕೊಂಡಿತಲ್ಲ ಎಂಬೊಂದು ನೆಮ್ಮದಿ ಮೈಮನವಿಡೀ ಹಬ್ಬಿತು.

ನೀತುಗೆ ರಾತ್ರಿ ತಾನು ಬರೆದಿದ್ದನ್ನು ಇವನು ನೋಡಿದ್ದಾನೋ ಇಲ್ಲವೋ ಎಂದು ಅನುಮಾನವಾಯಿತು.

"ನಾನು ಬರೆದಿದ್ದನ್ನು ನೋಡಿದ್ಯಾ ಮಹೀ" ಮೆತ್ತಗೆ ಕೇಳಿದಳು.

ನೀತುವಿನ ಭುಜಕ್ಕೆ ತಲೆಯಾನಿಸಿ, ಅವಳು ತೋರಿಸಿದ್ದನ್ನು ನೋಡುತ್ತಿದ್ದವನು ಸುಮ್ಮನೆ ಊಂಗುಟ್ಟಿದ. ಮತ್ತೆರಡು ನಿಮಿಷ ಬಿಟ್ಟು ಹೇಳು ಎಂಬಂತೆ ಅವಳ ಕೈ ಒತ್ತಿದ.

ನೀತು ಅವನತ್ತ ನೋಡಲಿಲ್ಲ. ತನ್ನ ಕೈಮೇಲಿಟ್ಟಿದ್ದ ಅವನ ಕೈಯನ್ನು ಎರಡೂ ಅಂಗೈಯಲ್ಲಿ ಒತ್ತಿ ಹಿಡಿದುಕೊಂಡಳು.

"ನಾನು ಅವತ್ತಿಂದ ನಿಂಗೆ ಹೇಳಬೇಕು ಅಂದ್ಕೊಳ್ತಾನೆ ಇದ್ದೆ... ಯಾಕೋ ಪ್ರತೀಸಲವೂ ಆಗಲೇ ಇಲ್ಲ" ನೀತು ಹೊರಗೆ ತೇಲುತ್ತಿದ್ದ ಹತ್ತಿಹಗುರು ಮೋಡಗಳ ದೃಶ್ಯದಿಂದ ಮನದಾಳದಲ್ಲಿ ಆತಂಕದ ಬೆಟ್ಟವಾಗಿ ಕೂತಿದ್ದ ಒಳದೃಶ್ಯಕ್ಕೆ ಸಾಗುತ್ತಿದ್ದಳು. ಮಹೇಶ ಮೆತ್ತಗೆ ಊಂಗುಟ್ಟಿದ. "ಏನಾದರೂ ಹೇಳು... ನಿನ್ನೊಂದಿಗೆ ಹೀಗೆ ಹೋಗಬೇಕೆಂದುಕೊಂಡಿದ್ದು ನಿಜವಾಗಿದೆಯಲ್ಲ... ಇಷ್ಟು ಸಾಕು" ಮಹೇಶನ ಮನದಲ್ಲಿ.

"ನೋಡು, ಮೊದಲೇ ಹೇಳಲಿಲ್ಲ ಅಂತ ಬೇಜಾರಾಗಬೇಡ. ಹೇಳಬಾರದು ಅಂತೇನಿರಲಿಲ್ಲ, ಹೆಂಗೆ ಹೇಳದು ಅಂತ ನಡುಕ ಅಷ್ಟೆ. ನಾನು, ಸೂರಿ ತುಂಬ ಹತ್ತಿರ ಇದ್ವಿ ಅಂದೆನಲ್ಲ..." ನೀತು ತಮ್ಮ ಕಚೇರಿಯ ಗೆಳೆತನ ನಿಧಾನಕ್ಕೆ ಕಚೇರಿಯ ಹೊರಗೂ ಹಬ್ಬಿದ್ದನ್ನು ವಿವರಿಸತೊಡಗಿಳು.

"ಹಾಗೆ ಸ್ನೇಹಿತರಾಗಿ ವರ್ಷದ ನಂತರ ಒಂದ್ಸಲ ಮಡಿಕೇರಿಗೆ ಹೋಗಿದ್ವಿ. ಅದಾದ ಮೇಲೆ ಕೆಲವು ಸಲ ರಾತ್ರಿ ನನ್ನ ಮನೇಲೆ ಜೊತೆ ಉಳಿತಿದ್ದ. ನಿಜ ಅಂದ್ರೆ ಒಂಥರದ ಲಿವಿಂಗ್ ಟುಗೆದರ್ ಸಂಬಂಧ ಅಂದುಕೋ. ಉಳಿದವರು ಬಿಡು, ಅನು ಮುಂದೆಯೂ ಈ ವಿಷಯ ಹೇಳಲಿಲ್ಲ. ಇದೆಲ್ಲ ಸರಿಯಾ, ತಪ್ಪಾ ಅಂತ ಒಂಥರ ಹೆದರಿಕೆ ಕೂಡ. ಸುಮಾರು ನಾಲ್ಕು ತಿಂಗಳು ಹಾಗೆ ಇದ್ದೆವು. ಯಾಕೋ ಅಷ್ಟು ಹೊತ್ತಿಗೆ ನಂಗೆ ಬೇಕಿರೋದು ಬೇರೆ ಏನೋ ಇದೆ, ನಮ್ಮಿಬ್ಬರ ಗೆಳೆತನ, ಮತ್ತೆ ಈ ದೈಹಿಕ ಆಪ್ತತೆಯನ್ನು ಮೀರಿದ್ದು ಅಂತ ತುಂಬ ಅನ್ನಿಸಕ್ಕೆ

ಶುರುವಾಯಿತು. ದಿನದಿನಕ್ಕೆ ಇದೇ ಅನ್ನಿಸಿಕೆ ಒಳಗೊಳಗೇ ಬೇರುಬಿಡ್ತಾ ಹೋಯ್ತು. ಆಮೇಲೆ ಅವನ ಜೊತೆ ಮಾತಾಡಿದೆ, ಸ್ನೇಹದಿಂದ ಇರಣ, ಆದರೆ ಈ ಸಂಬಂಧ ಬೇಡ ಅಂತ. ಮತ್ತೆ ಅವನನ್ನ ಮನೆಗೆ ಕರೀಲಿಲ್ಲ. ಅವನು ಅದನ್ನು ನಿರೀಕ್ಷಿಸಿರಲಿಲ್ಲ. ನಾನು ಮೋಸ ಮಾಡಿದೆ ಅಂತ ಅವನಿಗೆ... ಅವನಿಗೆ ಹಾಗನ್ನಿಸುವುದು ಸಹಜ. ನಾನೇನು ತಪ್ಪು ಮಾಡಿದೆ ಅಂತ ಹೀಗೆ ದೂರ ಮಾಡ್ತಿದ್ದೀಯ ಅಂತ ಕೇಳ್ತಾನೆ ಇದ್ದ. ಅವನ ತಪ್ಪಲ್ಲ, ಒಂದರ್ಥದಲ್ಲಿ ನನ್ನೊಳಗೆ ಸ್ಪಷ್ಟತೆಯಿಲ್ಲದೆ ಮುಂದುವರೆದಿದ್ದು ನನ್ನದೇ ತಪ್ಪು. ಅವನು ಅದೇ ವೇಳೆ ಅಮೆರಿಕಕ್ಕೆ ಹೋಗೋ ಯೋಚನೆಯಲ್ಲಿದ್ದ, ನಂಗೂ ಬಾ ಅಂತ ಹೇಳ್ತಿದ್ದ... ತುಂಬ ಗೊಂದಲದ ದಿನಗಳವು. ಕೊನೆಗೂ ನಾನು ಪೂರ್ಣ ಹಿಂದೆ ಸರಿಯೋ ನಿರ್ಧಾರ ತಗಂಡೆ. ನಾಲ್ಕಾರು ತಿಂಗಳು ಹೆಚ್ಚು ಮಾತಾಡ್ತಿರಲಿಲ್ಲ. ಈಗ ಆಗೀಗ ಮೇಲ್ ಮಾಡ್ತಾನೆ, ಫೋನ್ ಮಾಡ್ತಾನೆ, ಇಬ್ರೂ ಹರಟೆ ಹೊಡಿತೀವಿ, ಬರೀ ಗೆಳೆತನ ಅಷ್ಟೆ."

ಅರೆ, ಮಹೀ ಹಾಂ, ಹೂಂ ಅನ್ನದೇ ಕೂತಿದ್ದಾನೆ, ನಾನು ಕಿಟಕಿಯತ್ತ ನೋಡುತ್ತ ಹೇಳುತ್ತಲೇ ಇದ್ದೇನಲ್ಲ ಅನ್ನಿಸಿ, ನೀತು ಅವನತ್ತ ತಿರುಗಿದಳು. ಎಲ್ಲಾದರೂ ರೈಲು ತಡವಾದರೆ, ವಿಮಾನ ಸರಿಯಾದ ಸಮಯಕ್ಕೆ ಹೊರಡದಿದ್ದರೆ, ಅಲ್ಲಿಗೆ ತಲುಪುವುದು ತಡವಾದರೆ ಎಂದೆಲ್ಲ ಆತಂಕದಲ್ಲಿ ಮಹೇಶನಿಗೆ ರಾತ್ರಿ ಸರಿಯಾಗಿ ನಿದ್ರೆಯೂ ಆಗಿರಲಿಲ್ಲ. ಮೊದಮೊದಲಿಗೆ ಒಂಥರದ ಕೆಟ್ಟ ಕುತೂಹಲದಿಂದಲೇ ಅವಳ ಮಾತುಗಳನ್ನು ಆಲಿಸುತ್ತ, ಹೂಂಗುಡುತ್ತಿದ್ದವನಿಗೆ ತುಸು ಹೊತ್ತಿನ ನಂತರ ಜೊಂಪು ಹತ್ತಿಕ್ಕಲಾಗಲಿಲ್ಲ. ಹೆಗಲಿಗೆ ತಲೆಯಾನಿಸಿದವನು ಹಾಗೇ ನಿದ್ದೆ ಹೋಗಿದ್ದ. ಒಹ್... ಹಾಗಾದರೆ ನಾನು ಇಷ್ಟೊತ್ತು ಯಾರೊಂದಿಗೆ ಮಾತಾಡಿದೆ... ಮೆತ್ತಗೆ, "ಮಹೀ... ನಾ ಮಾತಾಡ್ತಿದ್ದೆ, ಕೇಳಿಸಿಕೊಂಡೆಯಾ" ಎಂದಳು. ಮಹೇಶ ಅರೆಮಂಪರಿನಲ್ಲಿಯೇ ಅವಳ ಕೈಯನ್ನು ಕೆನ್ನೆಗೊತ್ತಿಕೊಳ್ಳುತ್ತ ಊಂಗುಡುತ್ತ ಮತ್ತೆ ನಿದ್ರಿಸಿದ. ಇಷ್ಟೊತ್ತು ನಾನು ಮಾತಾಡಿದ್ದರಲ್ಲಿ ಇವನು ಎಷ್ಟು ಕೇಳಿದ ಅಥವಾ ಎಷ್ಟು ಕೇಳಲಿಲ್ಲ... ಇವನ ಉತ್ತರವಾದರೂ ಏನು... ನೀತು ಆ ತಣ್ಣನೆಯ ಏಸಿಯಲ್ಲಿಯೂ ತುಸು ಬೆವರಿದಳು. ಅವನಿಗೆ ಮಾತ್ರ ಮತ್ತೆ ಎಚ್ಚರವಾಗಿದ್ದು ವಿಮಾನ ಅಹ್ಮದಾಬಾದಿನ ರನ್‌ವೇಯಲ್ಲಿ ಓಡುತ್ತಿದ್ದಾಗಲೇ.

ಎಂಟೂವರೆಯಾಗಿತ್ತು. ಒಂಬತ್ತೂವರೆಗೆ ಭುಜ್ ಕಡೆ ಹೋಗುವ ಬಸ್ಸಿದೆ, ಅರ್ಧಗಂಟೆಯಲ್ಲಿ ಆ ಸರ್ಕಲ್‌ಗೆ ತಲುಪಬಹುದು, ಅಲ್ಲೇ ಏನಾದರೂ ಚೂರು ಹೊಟ್ಟೆಗೆ ಹಾಕಿಕೊಂಡು, ಬಸ್ ಹತ್ತುವುದು... ಎಲ್ಲ ಲೆಕ್ಕಾಚಾರದಂತೆ ಆದ್ರೆ ಸಾಕಪ್ಪ ದೇವ್ರೇ ಎಂದು ಮನಸ್ಸಲ್ಲೇ ಅಂದುಕೊಳ್ಳುತ್ತ ಮಹೇಶ ನೀತುವಿನ ತೋಳು ಹಿಡಿದು "ಬೇಗ ಬೇಗ" ಎನ್ನುತ್ತಲೇ ಎದುರು ಸಿಕ್ಕ ಆಟೋವಾಲನ ಜೊತೆ ಚೌಕಾಸಿಗೂ

ನಿಲ್ಲದೇ ಹತ್ತಿದ.

ಮತ್ತೆ ಅರ್ಧ ಗಂಟೆಯಲ್ಲಿ ಆ ಸರ್ಕಲ್ ಬಳಿ ಬಂದಾಗಿತ್ತು. "ಏನೋ ಇದು... ಹೆಚ್ಚು ಟ್ರಾಫಿಕ್ಕೇ ಇಲ್ಲವಲ್ಲೋ... ಈ ಹೊತ್ತಲ್ಲಿ ಬೆಂಗಳೂರಲ್ಲಿ ನಾಕ್ಕೈದು ಮೈಲಿ ಹೋಗಬೇಕಂದ್ರೂ ಒಂದು ಗಂಟೆ ಮೇಲೆ ಹಿಡಿಯುತ್ತೆ" ನೀತು ಉದ್ಗರಿಸಿದಳು.

ಎದುರು ಕಂಡ ಹೋಟೆಲ್ ಒಂದರಲ್ಲಿ ತಿಂಡಿ ತಿಂದು ಬಸ್ ಹತ್ತಿ ಕೂರುವಾಗಲೂ ನೀತು ನಾನು ಕಿಟಕಿ ಹತ್ರ ಎಂದು ಹೇಳುತ್ತಲೇ ಇದ್ದಳು. "ನೋಡು, ಯಮರಾಜ ಏನಾದ್ರೂ ಅವನ ವಾಹನದಲ್ಲಿ ಎಂಟುಹತ್ತು ಜನರನ್ನು ಒಮ್ಮೆಲೆ ಮೇಲೆ ಕರ್ಕೊಂಡು ಹೋಗ್ತಾನೆ ಅಂದ್ರೆ, ಅವಾಗ್ಲೂ ನಾನು ಕಿಟಕಿ ಹತ್ರ ಅಂತ ಅವ್ನ ಹತ್ರ ಜಗಳ ಮಾಡೋವ್ಳೆ" ನೀತು ನಕ್ಕಳು. "ಏಯ್ ಬಿಡ್ತೂ ಅನ್ನು, ಈಗ್ಯಾಕೆ ಯಮರಾಜನ ನೆನಪು ಮಾಡ್ಕೋತೀಯ" ಮಹೇಶ ಸಿಡುಕಿದ.

ಬಸ್ ಶುರುವಾಗುತ್ತಿದ್ದಂತೆ, "ಅರೆ, ಬಸ್ಸಿನ ಬೋರ್ಡಿನಲ್ಲಿ ಏನು ಬರೆದಿದ್ದರು, ನಂಗೆ ಓದಕ್ಕೆ ಸರಿಯಾಗಿ ಗೊತ್ತಾಗಲಿಲ್ಲ, ಲೋಥಲ್ ಕಡೆನಾ?" ಮತ್ತೆ ಕೇಳಿದಳು. "ಗೊತ್ತಾಗುತ್ತೆ ಇರು" ನಸು ನಕ್ಕ.

"ಆಹಾ, ಗುಟ್ಟು ಮಾಡದ್ರಲ್ಲೇನೆ ನೀ ಇನ್ನೊಂದು ಪಿಎಚ್‌ಡಿ ಮಾಡಬಹುದು!" ನೀತು ಜೋರಾಗಿ ನಕ್ಕಳು.

ನಡುವೆ ಒಮ್ಮೆ ಮೊಬೈಲಿನಲ್ಲಿ ಮ್ಯಾಪ್ ತೆಗೆದು ನೋಡಲು ಪ್ರಯತ್ನಿಸಿದಳು. ಮಹೇಶ "ಆಹಾಹಾ... ಇದೆಲ್ಲ ಸರ್ಕಸ್ ಬೇಡ" ಎಂದವನೇ ಅವಳ ಫೋನನ್ನು ಕೈಯಿಂದ ಕಿತ್ತುಕೊಂಡು ತನ್ನ ಜೇಬಲ್ಲಿ ಇಟ್ಟುಕೊಂಡ.

ಬಚಾವ್ ತಲುಪಿದಾಗ ಮಧ್ಯಾಹ್ನ ಒಂದೂವರೆ. ಆ ದಿನ ಮಿರ್ಜಾನೆಯವರು ಪರಿಚಯಿಸಿದ್ದ ಜೀಪು ಡ್ರೈವರನೊಂದಿಗೆ ಹಿಂದಿನ ದಿನವೇ ಮಾತನಾಡಿ, ಬಚಾವ್‌ನಿಂದ ಹೋಗಲಿಕ್ಕೆ ಕಾರು ವ್ಯವಸ್ಥೆ ಮಾಡಿಕೊಂಡಾಗಿತ್ತು. ಅವನು ಸರಿಯಾಗಿ ಎರಡು ಗಂಟೆಗೆ ಬರುತ್ತೇನೆ ಎಂದಿದ್ದ. ಅವನೇ ಹೇಳಿದ್ದ ಹೋಟೆಲ್ ಒಂದರಲ್ಲಿ ಊಟ ಮಾಡುವಷ್ಟರಲ್ಲಿ ಹೊರಗೆ ಬಂದು ನಿಂತಿದ್ದ. ಭೋಟಾರಣ್ ಬರುತ್ತಿದ್ದಂತೆ ಮಹೇಶ ಸ್ವಲ್ಪ ಕಾರು ನಿಲ್ಲಿಸಲು ಹೇಳಿದ. ನೀತು ಕೆಳಗೆ ಇಳಿದವಳೆ ಎದುರು ತೆರೆದುಕೊಂಡ ದೃಶ್ಯವನ್ನು ಕಣ್ಣು ತುಂಬಿಕೊಳ್ಳುತ್ತ ಮಾತಿಲ್ಲದೇ ಅರೆಕ್ಷಣ ನಿಂತಳು. ನಂತರ ಮೆಲ್ಲನೆ ಅವನ ತೋಳು ಒತ್ತಿ, ಅವನಿಗೆ ಆತುಕೊಳ್ಳುತ್ತ "ಊಂ... ಧೊಲಾವೀರಾಕ್ಕೆ ಕರ್ಕೊಂಡು ಹೋಗ್ತಿದೀಯ ಅಲ್ವಾ..." ಎಂದಳು. ಮಹೇಶ ಮಾತಾಡದೇ ಅವಳ ಭುಜ ಬಳಸಿದ. ಹೀಗೆ ಜೊತೆಯಾಗಿ ನಿಂತು, ಈ ಅಪೂರ್ವ ದೃಶ್ಯವನ್ನು ಕಣ್ಣು ತುಂಬಿಕೊಳ್ಳಬೇಕು ಎಂದುಕೊಂಡಿದ್ದು, ಅಂತೂ ನಿಜವಾಯಿತಲ್ಲ...

ಕಾರಿನಲ್ಲಿ ಕೂರುತ್ತಿದ್ದಂತೆ ನೀತುವಿನ ಮನದಲ್ಲಿ ಮತ್ತೆ ತಳಮಳ. ವಿಮಾನದಲ್ಲಿ

ನಾನು ಹೇಳುತ್ತಿದ್ದನ್ನು ಇವನು ಪೂರ್ಣ ಕೇಳಿಸಿಕೊಂಡೇ ಇಲ್ಲ, ಕೇಳಿಸಿಕೊಂಡರೆ ಇವನ ಪ್ರತಿಕ್ರಿಯೆ ಏನಿರುತ್ತದೆಯೋ... ಮಹೀಯತ್ತ ನೋಡಿದಳು. ಅವಳ ಅಂಗೈಯನ್ನು ಕೆನ್ನೆಗೊತ್ತಿಕೊಂಡು, ಕಿಟಕಿಯಿಂದಾಚೆ ನೋಡುತ್ತಿದ್ದ ಮಹೀ ಈ ಲೋಕದಲ್ಲಿ ಇದ್ದಂತೆ ಇರಲಿಲ್ಲ. ಅಂಗೈಯೊಳಗಿನ ಅವನ ಒರಟು ಕೆನ್ನೆಯ ಸ್ಪರ್ಶ ಮೆತ್ತಗೆ ಮೈಯಿಡೀ ಹಬ್ಬುತ್ತ ತಳಮಳವ ಮೀರಿದ ಭರವಸೆಯ ಎಳೆಯೊಂದು ಕೈಹಿಡಿದಂತೆ... ಅವನಿಗೆ ಇನ್ನಷ್ಟು ಆತುಕೊಂಡು ಕೂತಳು. ಭೋಟಾರಣ್ ದಾಟಿ, ಸ್ವಲ್ಪ ಮುಂದೆ ಹೋಗುತ್ತಿದ್ದಂತೆ ಅವನ ಭುಜಕ್ಕೆ ತಲೆಯಿಟ್ಟು ಮಲಗಿದ ನೀತುಗೆ ಜೋರು ನಿದ್ದೆ. ಧೊಲಾವೀರಾದ ನಂತರ ಮರದ ಪಳೆಯುಳಿಕೆಗಳಿದ್ದ ಕಡೆ ಹೋಗಲು ಏರುತಗ್ಗಿನ ದಾರಿಯಲ್ಲಿ ಕಾರು ಸಾಗುವಾಗಲೂ ಕುಲುಕಾಟಕ್ಕೆ ಎಚ್ಚರವಾಗದಷ್ಟು ಗಾಢ ನಿದ್ದೆಯಲ್ಲಿದ್ದಳು. ಇಲ್ಲಿ ಸ್ವಲ್ಪ ಹೊತ್ತು ಕಳೆದು, ಧೊಲಾವೀರಾದಲ್ಲಿ ಉತ್ಖನನ ನಡೆದಲ್ಲಿಗೆ ಹೋಗಿ, ಸಂಜೆ ಏಳುಗಂಟೆವರೆಗೂ ಸುತ್ತಾಡಿ ತೋರಿಸಬಹುದು, ಬೇಸಿಗೆಯಾಗಿದ್ದರಿಂದ ಇಲ್ಲೀಗ ಬೇಗನೆ ಸಂಜೆಯಾಗುವುದಿಲ್ಲ... ಆಮೇಲೆ ಅಹ್ಮದಾಬಾದಿಗೆ ವಾಪಾಸ್, ನಾಳೆ ಲೋಥಲ್ ಕಡೆಗೆ... ಮಹೇಶ ತನ್ನದೇ ಯೋಚನೆಯಲ್ಲಿದ್ದ... "ಇಸ್ಕೆ ಆಗೆ ಕಾರ್ ನಹೀ ಜಾಯೆಗಾ" ಎನ್ನುತ್ತ ಡ್ರೈವರ್ ಕಾರು ನಿಲ್ಲಿಸಿದ.

"ನೀತು... ಏಳ್ತೀಯ..." ಮೆತ್ತಗೆ ಅವಳ ಭುಜ ಅಲುಗಿಸಿದ. ಊಂಗುಡುತ್ತ, ಕಣ್ಣುಜ್ಜಿಕೊಳ್ಳುತ್ತ ಕೆಳಗಿಳಿದವಳು ಎದುರು ತೆರೆದುಕೊಂಡ ದೃಶ್ಯಕ್ಕೆ ಮೂಕಳಾಗಿ ನಿಂತಳು.

"ಕೆಳಗೆ ಹೋಗಣ ಬಾ" ಕೈ ನೀಡಿದ.

ಕಳೆದ ಸಲ ಬಂದಾಗ ದಡದ ಶುರುವಿಗೆ ಹುದುಗು ಮಣ್ಣಿನಂತೆ ಸ್ವಲ್ಪ ಜೌಗಾಗಿದ್ದಿದ್ದು ಈಗ ಬಿಸಿಲಿಗೆ ಪೂರ್ಣ ಒಣಗಿ ಉಪ್ಪಿನ ಪದರವಾಗಿದೆ, ಅದರಿಂದ ಇನ್ನೂ ಸ್ವಲ್ಪ ದೂರ ಮುಂದೆ ನೀರು ಶುರುವಾಗಿದೆ... ನೀತು ಅವನು ಹೇಳಿದ್ದ ವಿವರವನ್ನೆಲ್ಲ ನೆನಪಿಸಿಕೊಳ್ಳುತ್ತ... ಈ ಇಡೀ ಬೃಹತ್ ದೃಶ್ಯಪಟವನ್ನು ಎಷ್ಟು ಚಿತ್ರವತ್ತಾಗಿ ಮಹೀ ಪದಗಳಲ್ಲಿ ತನ್ನ ಮುಂದೆ ಅವತ್ತು ಬಿಡಿಸಿಟ್ಟಿದ್ದನಲ್ಲ... ದೂರದಲ್ಲಿ ತುಸು ಎತ್ತರದ ಗುಡ್ಡದ ಮೇಲೆ ಕಾಣುತ್ತಿದ್ದ ಇಬ್ಬರು ಗಡಿ ರಕ್ಷಣಾ ದಳದ ಸೈನಿಕರು, ಕಣ್ಣು ಹಾಯಿಸಿದಷ್ಟೂ ದೂರವೂ ತೆರೆದುಕೊಂಡಿರುವ ಅದೇ ನೀಲನೀಲ ಜಲಧಿ, ಅದೇ ಅನಂತ ನೀರವತೆ...

"ನಿನ್ನ ಜೊತೆ ಹೀಗೆ ಇಲ್ಲಿ ನಿಲ್ಲಬೇಕು ಅಂತ ಎಷ್ಟು ಅಂದುಕೊಂಡಿದ್ದೆ... ಅವತ್ತು ಕೇಳಿದೆಯಲ್ಲ, ಬದುಕುಪಾತ್ರೆ ಒಂದೇ ಆದರೆ ಜೊತೆಗೂಡಿ ತುಂಬಬಹುದು, ಒಂದೇ ಆಗುವುದೇ ಅಂತ. ನಿನ್ನ ಪ್ರಶ್ನೆಗೆ ಉತ್ತರವನ್ನು ಬಾಯಿಬಿಟ್ಟೇ ಹೇಳಬೇಕಾ

ನೀತು" ಮಹೀ ಅವಳ ಸೊಂಟವನ್ನು ಬಳಸಿ, ಕೈಹಿಡಿದು, ಕಣ್ಣಲ್ಲಿ ಕಣ್ಣಿಟ್ಟು ಪಿಸುನುಡಿದ. 'ನನ್ನೊಳಗಿರುವುದು ಜೊತೆಗಿರುವ ಕನಸು ಮಾತ್ರವಲ್ಲ ಮಹೀ, ನನ್ನಾಳದಲೊಂದು ಹುಡುಕಾಟವೂ ಇದೆಯಲ್ಲ... ಮಣ್ಣಲ್ಲಿ ಕೆಲಸ ಮಾಡಬೇಕಿದೆ, ನೆಲದಾಳಕ್ಕೆ ಬೇರುಬಿಡಬೇಕಿದೆ ಮಹೀ...' ಮಾತು ತುಟಿ ದಾಟಲಿಲ್ಲ. ಸುಮ್ಮನೇ ಅವನನ್ನು ದಿಟ್ಟಿಸಿದಳು.

ಬೆಳಗ್ಗೆ ಅವನು ತನ್ನ ಮಾತು ಪೂರ್ಣ ಕೇಳಿಸಿಕೊಂಡಿಲ್ಲ, ಕೇಳಿದ ನಂತರ ಅವನ ಪ್ರತಿಕ್ರಿಯೆ ಏನಿರುವುದೋ ಎಂಬ ಸಾಧ್ಯತೆಗಳ ಊಹೆ ಮತ್ತೆ ಹೊಕ್ಕಳಿನಾಳದಲ್ಲಿ ನಡುಕ ಹುಟ್ಟಿಸುತ್ತ...

"ಮಹೀ... ಬೆಳಗ್ಗೆ ನಾ ಮಾತಾಡ್ತಲೇ ಇದ್ದೆ, ನೀ ನೋಡಿದ್ರೆ ನಿದ್ದೆ ಮಾಡಿದ್ದೆ... ನಾನು, ಸೂರಿ..." ನೀತು ಮಾತು ಮುಂದುವರೆಸುವ ಮೊದಲೇ ಅವಳ ತುಟಿ ಮೇಲೆ ಬೆರಳಿಟ್ಟ.

"ಸಾರಿ ನೀತು, ನಾನು ಕೂಡ ಅವತ್ತಿಂದಲೇ ನಿಂಗೆ ಹೇಳಣ ಅಂದ್ಕೋತಿದ್ದೆ. ಅವತ್ತು ನೀನು ಗದ್ದೆ ಫೋಟೋ ನೋಡು ಅಂತ ಫೋಲ್ಡರ್ ಓಪನ್ ಮಾಡಿಟ್ಟು, ಕುಕ್ಕರ್ ಆಫ್ ಮಾಡಲಿಕ್ಕೆ ಹೋದೆಯಲ್ಲ, ಅವಾಗ ಅಚಾನಕ್ ಕೆಳಗೆ ಸ್ಕ್ರಾಲ್ ಮಾಡಿದಾಗ ನಿಮ್ಮಿಬ್ಬರ ನಾಲ್ಕಾರು ಫೋಟೋ ಕಾಣಿಸಿತು, ನೋಡಿದಾಗ... ಅರೆ... ನೀವಿಬ್ರೂ ಅಷ್ಟು ಹತ್ರ ಇದ್ದಿರಾ ಅಂತ ಅನ್ನಿಸಿತು. ಆಮೇಲೆ ಆ ಫೋಟೋಗಳು ನೆನಪಾದಾಗೆಲ್ಲ ಒಂಥರಾ ಕಸಿವಿಸಿ... ಆದರೆ ಮರುಕ್ಷಣವೇ ಮತ್ತೆ ಅನ್ನಿಸ್ತಾ ಇತ್ತು... ಅದೆಲ್ಲ ಮುಗಿದು ಹೋಗಿದ್ದು, ಗತಕ್ಕೆ ಸಂದು ಹೋದ ಕ್ಷಣಗಳು, ನಾಳೆಯಲ್ಲಿ ಕಾಲೂರದ ಕ್ಷಣಗಳು ಅಂತ. ಒಂದು ಡಿಲೀಟ್ ಕ್ಲಿಕ್ ಸಾಕು ಅವನ್ನು ಅಳಿಸಿಹಾಕಲಿಕ್ಕೆ ಅಲ್ಲವಾ ನೀತು..." ಹಾಗೆ ಹೇಳುತ್ತಲೇ, ಅರೆ, ಫೋಟೋ ಡಿಲೀಟ್ ಮಾಡು ಅಂತ ಸೂಚ್ಯವಾಗಿ ಹೇಳ್ತಾ ಇದ್ದೀನಾ, ಯಾಕಿಷ್ಟು ಸಣ್ಣತನದಿಂದ ವರ್ತಿಸ್ತಾ ಇದ್ದೇನೆ ಎಂದು ಅಷ್ಟೇ ಪಟಕ್ಕನೆ ಅನ್ನಿಸುತ್ತ "ಅಂದ್ರೆ ಫೋಟೋ ಡಿಲೀಟ್ ಮಾಡು ಅಂತಲ್ಲವೇ..." ಎಂದ. "ಛೇ.. ನೀ ಹಂಗೆಲ್ಲ ಅನ್ನಲ್ಲ ಅಂತ ಗೊತ್ತು ಕಣೋ..." ನೀತು ಅವನ ಕೈಯನ್ನು ಕೆನ್ನೆಗೆ ಒತ್ತಿಕೊಳ್ಳುತ್ತ ಹೇಳಿದಳು. "ಈಗ ಹಿಂದಿನ ಆ ಯಾವುದೂ ಬೇಡ ನೀತು' ಎಂದ ಮಹೇಶನ ಕಣ್ಣುಗಳಲ್ಲಿ ಸೂರಿ ಮಾತ್ರವಲ್ಲ, ಅನು ಕೂಡ ಹಾದು ಹೋದಳು.

"ನಮ್ಮಿಬ್ಬರ ಸದ್ಯದ ಬದುಕಿಗೆ, ಮುಂದಿನ ಬದುಕಿಗೆ ಅವೆಲ್ಲ ಕೊಂಡಿಯಾಗದ ಪುಟಗಳು... ಅನು ಜೊತೆ ನಾನು ಭ್ರಮಿಸಿದ ಹಾಗೆ... ಅದ್ಯಾವುದೂ ಈಗ ನಮ್ಮ ಮಧ್ಯೆ ಬೇಡ ನೀತು" ಮಹೇಶನ ಧ್ವನಿಯಲ್ಲಿ ನೋವಿನ ಸೆಳಕಿದೆಯೇ? ನೀತು ಅವನ ಮುಖವನ್ನೇ ನಿರುಕಿಸಿದಳು. ಮಹೇಶ ಮೆಲ್ಲಗೆ ಕೈಬಿಡಿಸಿಕೊಂಡು ಜೇಬಿನಿಂದ ಮೊಬೈಲ್ ತೆಗೆದವನೆ ಫೋಟೋ ಒಂದನ್ನು ತೆರೆದ. ದ್ರಾಕ್ಷಿಬಳ್ಳಿಯ

ತೋಟ, ಪಕ್ಕದಲ್ಲಿ ಕಾಣುತ್ತಿದ್ದ ಹೊಲ. ಯಾರ ಹೊಲ ಇದು, ಇದನ್ಯಾಕೆ ತನಗೆ ತೋರಿಸುತ್ತಿದ್ದಾನೆ ಎಂದು ಗೊಂದಲಗೊಂಡಳು. "ಜಲಜ ಮೇಡಂ ಹೊಲ... ನೀನೊಪ್ಪಿದರೆ... ಪಾಲಿಗೆ ತಗಂಡು ಇಬ್ರೂ ಸೇರಿ ಮಾಡಿಸಣ... ಏನಂತೀಯ" ನೀತು ಮತ್ತೊಮ್ಮೆ ಕಣ್ಣರಳಿಸಿ ಮೊಬೈಲ್ ಪರದೆ ಮೇಲೆ ಹರಡಿದ್ದ ಫೋಟೋ ನೋಡಿದಳು. ಅವನ ಮುಂಗೈಗೆ ಮೆತ್ತಗೆ ಮುತ್ತಿಟ್ಟಳು. ಇಬ್ಬರೂ ಒಟ್ಟಿಗೇ ನಿಂತು ಮೈಮನದೆದುರು ತೆರೆದುಕೊಂಡಿದ್ದನ್ನು ಕಣ್ಣಾಲಿಯಲ್ಲಿ ತುಂಬಿಸಿಕೊಳ್ಳುತ್ತಿರುವ ಈ ದೃಶ್ಯ ಮತ್ತು ತನ್ನಾಳದ ಹುಡುಕಾಟಕ್ಕೆ ಉತ್ತರವೆಂಬಂತೆ ಇದೀಗ ಅವನ ಅಂಗೈಯ ಮೊಬೈಲ್ ಪರದೆಯಲ್ಲಿ ತೆರೆದುಕೊಂಡ ಹೊಲದ ದೃಶ್ಯ... ಇವೆರಡೂ ತಮ್ಮಿಬ್ಬರ ಎದೆಯಲ್ಲಿ ಬೆಚ್ಚಗೆ ಜೀವಂತ ಅಚ್ಚೊತ್ತಿ ಇರುವವರೆಗೂ ಈ ಸಂಬಂಧ ಹೀಗೆಯೇ ಇರುತ್ತೆ... ಮದುವೆ, ರೆಜಿಸ್ಟ್ರೇಶನ್ ಯಾವುದರ ಹಂಗು ಇಲ್ಲದೆ ಕೂಡ ಎಂದು ನೀತು ಯೋಚಿಸುತ್ತ, ಇದನ್ನು ಮಹೀಗೆ ಹೇಳಲೇ ಎಂದುಕೊಳ್ಳುತ್ತ ಅವನಿಗೆ ಇನ್ನಷ್ಟು ಆತುಕೊಂಡಳು. ಮಹೇಶ ಮೊಬೈಲಿನಲ್ಲಿ ಡೌನ್ಲೋಡ್ ಮಾಡಿಟ್ಟುಕೊಂಡಿದ್ದನ್ನು ಒತ್ತಿದ. ವಾಲ್ಯೂಮ್ ಹೆಚ್ಚು ಇಟ್ಟ, ಮರುಕ್ಷಣದಲ್ಲಿ ಹೇಮಂತ ಕುಮಾರನ ಆಳದನಿಯ ಹಾಡು 'ತುಮ್ ಪುಕಾರಲೋ, ತುಮ್ಹಾರಾ ಇಂತಜಾರ್ ಹೈ' ಅನಂತ ನೀರವತೆಯನ್ನು ಕಲಕದೇ, ಅಷ್ಟೇ ಮೆಲುವಾಗಿ ಕಣ್ಣೆದುರು ತೆರೆದುಕೊಂಡಿದ್ದ ಆ ಇಡೀ ದೃಶ್ಯಕಾವ್ಯವನ್ನು ಒದ್ದೆಯಾಗಿಸತೊಡಗಿತು.

❖

ಛಂದ ಪುಸ್ತಕ ಬಹುಮಾನ

ಪುಟ್ಟ ಪಾದದ ಗುರುತು – ಸುನಂದಾ ಪ್ರಕಾಶ ಕಡಮೆ – ₹ 120
ಈ ಕತೆಗಳ ಸಹವಾಸವೇ ಸಾಕು – ಅಲಕ ತೀರ್ಥಹಳ್ಳಿ – ₹ 60
ಹಟ್ಟಿಯೆಂಬ ಭೂಮಿಯ ತುಣುಕು – ಲೋಕೇಶ ಅಗಸನಕಟ್ಟೆ – ₹ 180
ಗೋಡೆಗೆ ಬರೆದ ನವಿಲು – ಸಂದೀಪ ನಾಯಕ – ₹ 60
ಮೊದಲ ಮಳೆಯ ಮಣ್ಣು – ಕಣಾದ ರಾಘವ – ₹ 140
ಆಟಿಕೆ – ಬಸವಣ್ಣೆಪ್ಪಾ ಕಂಬಾರ – ₹ 100
ಮಾಯಾಕೋಲಾಹಲ – ಮೌನೇಶ ಬಡಿಗೇರ – ₹ 140
ಕೇಪಿನ ಡಬ್ಬಿ – ಪದ್ಮನಾಭ ಭಟ್, ಶೇವ್ಕಾರ – ₹ 150
ಮನಸು ಅಭಿಸಾರಿಕೆ – ಶಾಂತಿ ಕೆ ಅಪ್ಪಣ್ಣ – ₹ 230
ದೇವರು ಕಚ್ಚಿದ ಸೇಬು – ದಯಾನಂದ – ₹ 120
ಧೂಪದ ಮಕ್ಕಳು – ಸ್ವಾಮಿ ಪೊನ್ನಾಚಿ – ₹ 120
ಡುಮಿಂಗ – ಶಶಿ ತರೀಕೆರೆ – ₹ 90
ಬಯಲರಸಿ ಹೊರಟವಳು – ಛಾಯಾ ಭಟ್ – ₹ 120
ಮಾಕೋನ ಏಕಾಂತ – ಕಾವ್ಯಾ ಕಡಮೆ – ₹ 130

ಕಥಾಸಂಕಲನ

ಶಕುಂತಳಾ – ಗುರುಪ್ರಸಾದ್ ಕಾಗಿನೆಲೆ – ₹ 80
ಜುಮುರು ಮಳೆ – ಸುಮಂಗಲಾ – ₹ 160
ಶಾಲಭಂಜಿಕೆ – ಡಾ. ಕೆ. ಎನ್. ಗಣೇಶಯ್ಯ – ₹ 130 (6ನೆಯ ಮುದ್ರಣ)
ಕಾರಂತಜ್ಜನಿಗೊಂದು ಪತ್ರ – ಸಚ್ಚಿದಾನಂದ ಹೆಗಡೆ – ₹ 150
ಹಕೂನ ಮಟಾಟ – ನಾಗರಾಜ ವಸ್ತಾರೆ – ₹ 80
ಕಾಲಿಟ್ಟಲ್ಲಿ ಕಾಲುದಾರಿ – ಸುಮಂಗಲಾ – ₹ 80
ಹುಲಿರಾಯ – ಕೀರ್ತಿರಾಜ್ – ₹ 80
ನಿರವಯವ – ನಾಗರಾಜ ವಸ್ತಾರೆ – ₹ 125
ಹನ್ನೊಂದನೇ ಅಡ್ಡರಸ್ತೆ – ಸುಮಂಗಲಾ – ₹ 170
ಗಾಳಿಗೆ ಮೆತ್ತಿದ ಬಣ್ಣ – ಕರ್ಕಿ ಕೃಷ್ಣಮೂರ್ತಿ – ₹ 120
ಕನ್ನಡಿ ಹರಳು – ಪದ್ಮನಾಭ ಭಟ್, ಶೇವ್ಕಾರ – ₹ 130
ಒಂದು ಚಿಟಿಕೆ ಮಣ್ಣು – ಲಕ್ಷ್ಮಣ ಬಾದಾಮಿ – ₹ 130
ಬಂಡಲ್ ಕತೆಗಳು – ಎಸ್ ಸುರೇಂದ್ರನಾಥ್ – ₹ 160
ದೇವರ ರಜಾ – ಗುರುಪ್ರಸಾದ್ ಕಾಗಿನೆಲೆ – ₹ 150
ಕಟ್ಟು ಕತೆಗಳು – ಎಸ್ ಸುರೇಂದ್ರನಾಥ್ – ₹ 210

ಪ್ರಬಂಧ

ಪೂರ್ವ ಪಶ್ಚಿಮ – ಎಂ. ಆರ್. ದತ್ತಾತ್ರಿ – ₹ 80
ರಾಗಿಮುದ್ದೆ – ರಘುನಾಥ ಚ. ಹ. – ₹ 120

ಕುಟ್ಟವಲಕ್ಕಿ / ಗೊಜ್ಜವಲಕ್ಕಿ – ಪ್ರಶಾಂತ ಆಡೂರ – ₹ 140 / ₹ 140
ಮಿಸಳ್ ಭಾಜಿ – ಭಾರತಿ ಬಿ ವಿ – ₹ 160
ನೀ ಮಾಯೆಯೊಳಗೋ... – ವಿಕ್ರಮ ಹತ್ವಾರ – ₹ 120
ಸಾವೆಂಬ ಲಹರಿ – ಗುರುಪ್ರಸಾದ ಕಾಗಿನೆಲೆ – ₹ 140
ವೈದ್ಯ, ಮತ್ತೊಬ್ಬ – ಗುರುಪ್ರಸಾದ ಕಾಗಿನೆಲೆ – ₹ 120
ಅಪ್ಪನ ರ್‍ಯಾಲೀಸ್ ಸೈಕಲ್ – ದರ್ಶನ್ ಜಯಣ್ಣ – ₹ 110

ಅನುವಾದ

ದಿ ಚಾಯ್ಸ್ – ಈಡಿತ್ ಎವಾ ಎಗರ್ (ಜಯಶ್ರೀ ಭಟ್) – ₹ 280
ದೇಹವೇ ದೇಶ – ಗರಿಮಾ ಶ್ರೀವಾಸ್ತವ (ವಿಕ್ರಮ ವಿಸಾಜಿ) – ₹ 250
ಪರ್ಸೆಪೊಲಿಸ್– ಮಾರ್ಜಾನ್ ಸತ್ರಪಿ (ಪ್ರೀತಿ ನಾಗರಾಜ) – ₹ 395
ಗಾಳಿ ಪಳಗಿಸಿದ ಬಾಲಕ – ವಿಲಿಯಂ ಕಾಂಕ್ವಾಂಬಾ (ಕರುಣಾ ಬಿ ಎಸ್) – ₹ 180
ಅಮೋಸ್ ಫಾರ್ಚೂನ್ – ಎಲಿಝಬೆತ್ ಯೇಟ್ಸ್ (ಜಯಶ್ರೀ ಭಟ್) – ₹ 100
ನವ ಜೀವಗಳು – ವಿಲಿಯಂ ಡಾಲ್ರಿಂಪಲ್ (ನವೀನ ಗಂಗೋತ್ರಿ) – ₹ 250
ಮೈಕೆಲ್ ಕೆ – ಜೆ.ಎಂ. ಕುಟ್‌ಸೀ (ಸುನಿಲ್ ರಾವ್) – ₹ 170
ಲೇರಿಯೊಂಕ – ಹೆನ್ರಿ ಆರ್. ಓಲೆ ಕುಲೆಟ್ (ಪ್ರಶಾಂತ ಬೀಚಿ) – ₹ 140
ಅರೆಶತಮಾನದ ಮೌನ – ಯಾನ್ ರಫ್–ಓ'ಹರ್ನ್ (ಅರುಣ್) – ₹ 190
ಪರ್ವತದಲ್ಲಿ ಪವಾಡ – ನ್ಯಾಂಡೊ ಪರಾಡೊ (ಸಂಯುಕ್ತಾ ಪುಲಿಗಲ್) – ₹ 320
ಚಂದಿರ ಬೇಕೆಂದವನು – ಮಿಮಿ ಬೇರ್ಡ್ (ಪ್ರಜ್ಞಾ ಶಾಸ್ತ್ರಿ) – ₹ 180
ಬಂಡೂಲ – ವಿಕಿ ಕಾನ್‌ಸ್ಟಂಟೇನ್ ಕ್ರುಕ್ (ರಾಜ್ಯಶ್ರೀ ಕುಳಮರ್ವ) – ₹ 425
ರೆಬೆಲ್ ಸುಲ್ತಾನರು – ಮನು ಎಸ್ ಪಿಳ್ಳೈ (ಸಂಯುಕ್ತಾ ಪುಲಿಗಲ್) – ₹ 420
ಫಾಲೋಯಿಂಗ್ ಫಿಶ್ – ಸಮಂತ್ ಸುಬ್ರಮಣಿಯನ್ (ಸಹನಾ ಹೆಗಡೆ) – ₹ 280
ಜಗವ ಚುಂಬಿಸು – ಸುಬ್ರೊತೋ ಬಾಗ್ಚಿ (ವಂದನಾ ಪಿ ಸಿ) – ₹ 190
ಪರ್ದಾ ಅಂಡ್ ಪಾಲಿಗಮಿ – ಇಕ್ಬಾಲುನ್ನೀಸಾ ಹುಸೇನ್ (ದಾದಾಪೀರ್) – ₹ 380
ವಾಡಿವಾಸಲ್ – ಚಿ. ಸು. ಚೆಲ್ಲಪ್ಪ (ಸತ್ಯಕಿ) – ₹ 70
ನಾಲ್ಕನೇ ಎಕರೆ – ಶ್ರೀರಮಣ (ಅಜಯ್ ವರ್ಮಾ ಅಲ್ಲೂರಿ) – ₹ 100
ಮಾವೋನ ಕೊನೆಯ ನರ್ತಕ – ಲೀ ಕ್ವಿನ್‌ಶಿಂಗ್ (ಜಯಶ್ರೀ ಭಟ್) – ₹ 250

ವಸುಧೇಂದ್ರ

ಮನೀಷೆ – ಕತೆಗಳು – ₹ 100 (7ನೆಯ ಮುದ್ರಣ)
ಯುಗಾದಿ – ಕತೆಗಳು – ₹ 120 (8ನೆಯ ಮುದ್ರಣ)
ಚೇಳು – ಕತೆಗಳು – ₹ 120 (8ನೆಯ ಮುದ್ರಣ)
ಹಂಪಿ ಎಕ್ಸ್‌ಪ್ರೆಸ್ – ಕತೆಗಳು – ₹ 160 (9ನೆಯ ಮುದ್ರಣ)

ಮೋಹನಸ್ವಾಮಿ – ಕತೆಗಳು – ₹ 200 (6ನೆಯ ಮುದ್ರಣ)
ವಿಷಮ ಭಿನ್ನರಾಶಿ – ಕತೆಗಳು – ₹ 240 (4ನೆಯ ಮುದ್ರಣ)
ಕೋತಿಗಳು – ಪ್ರಬಂಧ – ₹ 120 (8ನೆಯ ಮುದ್ರಣ)
ನಮ್ಮಮ್ಮ ಅಂದ್ರೆ ನಂಗಿಷ್ಟ – ಪ್ರಬಂಧ – ₹ 75 (24ನೆಯ ಮುದ್ರಣ)
ರಕ್ಷಕ ಅನಾಥ – ಪ್ರಬಂಧ – ₹ 110 (5ನೆಯ ಮುದ್ರಣ)
ವರ್ಣಮಯ – ಪ್ರಬಂಧ – ₹ 200 (5ನೆಯ ಮುದ್ರಣ)
ಐದು ಪೈಸೆ ವರದಕ್ಷಿಣೆ – ಪ್ರಬಂಧ – ₹ 280 (5ನೆಯ ಮುದ್ರಣ)
ಹರಿಚಿತ್ತ ಸತ್ಯ – ಕಾದಂಬರಿ – ₹ 140 (5ನೆಯ ಮುದ್ರಣ)
ತೇಜೋ–ತುಂಗಭದ್ರಾ – ಕಾದಂಬರಿ – ₹ 450 (11ನೆಯ ಮುದ್ರಣ)
ಮಿಥುನ – ಶ್ರೀರಮಣರ ಕತೆಗಳು – ₹ 120 (8ನೆಯ ಮುದ್ರಣ)
ಎವರೆಸ್ಟ್ – ಜಾನ್ ಕ್ರಾಕೌರ್ – ₹ 360 (4ನೆಯ ಮುದ್ರಣ)

ಕಾದಂಬರಿ

ಎನ್ನ ಭವದ ಕೇಡು – ಎಸ್ ಸುರೇಂದ್ರನಾಥ್ – ₹ 75
ನ್ಯಾಸ – ಹರೀಶ ಹಾಗಲವಾಡಿ – ₹ 250
ಗುಣ – ಗುರುಪ್ರಸಾದ್ ಕಾಗಿನೆಲೆ – ₹ 150
ದ್ವೀಪವ ಬಯಸಿ – ಎಂ. ಆರ್. ದತ್ತಾತ್ರಿ – ₹ 250
ತಾರಾಬಾಯಿಯ ಪತ್ರ – ದತ್ತಾತ್ರಿ ಎಂ ಆರ್ – ₹ 160
ಅಗೆದಷ್ಟೂ ನಕ್ಷತ್ರ – ಸುಮಂಗಲಾ – ₹ 230
ಪ್ರಿಯೇ ಚಾರುಶೀಲೆ – ನಾಗರಾಜ ವಸ್ತಾರೆ – ₹ 295
ಋಷ್ಯಶೃಂಗ – ಹರೀಶ ಹಾಗಲವಾಡಿ – ₹ 125
ಅಂತು – ಪ್ರಕಾಶ ನಾಯಕ್ – ₹ 200
ಚುಕ್ಕಿ ಬೆಳಕಿನ ಜಾಡು – ಕರ್ಕಿ ಕೃಷ್ಣಮೂರ್ತಿ – ₹ 200
ಬರೀ ಎರಡು ರೆಕ್ಕೆ – ಸುನಂದಾ ಪ್ರಕಾಶ ಕಡಮೆ – ₹ 220
ದೀಪವಿರದ ದಾರಿಯಲ್ಲಿ – ಸುಶಾಂತ್ ಕೋಟ್ಯಾನ್ – ₹ 160
ದಾರಿ – ಕುಸುಮಾ ಆಯರಹಳ್ಳಿ – ₹ 395

ಕವಿತೆ

ಮದ್ಯಸಾರ – ಅಪಾರ – ₹ 60
ಪೂರ್ಣನ ಗರಿಗಳು – ಪೂರ್ಣಪ್ರಜ್ಞ – ₹ 30
ಹಲೋ ಹಲೋ ಚಂದಮಾಮ – ರಾಧೇಶ ತೋಳ್ಪಾಡಿ – ₹ 50

* ನಮ್ಮ ಪ್ರಕಟಣೆಯ ಎಲ್ಲ ಪುಸ್ತಕಗಳ ಪ್ರತಿಗಳೂ ಲಭ್ಯ
* ಪುಸ್ತಕದ ಪ್ರತಿಗಾಗಿ ಕರೆ ಮಾಡಿ 98444 22782

www.ingramcontent.com/pod-product-compliance
Lightning Source LLC
LaVergne TN
LVHW100816051026
849519LV00006B/2102
* 9 7 8 9 3 8 4 9 0 8 4 4 7 *